मराठ्यांच्या इतिहासातील चिमाजीआप्पांचे योगदान

डॉ. आर. एच. कांबळे

प्रस्तावना : डॉ. राजा दीक्षित

डायमंड पब्लिकेशन्स

मराठ्यांच्या इतिहासातील चिमाजीआप्पांचे योगदान
डॉ. आर. एच. कांबळे

Marathyanchya Itihasatil Chimajiappanche Yogdan
Dr. R. H. Kamble

प्रथम आवृत्ती : ऑगस्ट, २०१६

ISBN : 978-81-8483-639-4

मुखपृष्ठ
शाम भालेकर

अक्षरजुळणी
संध्या कामत

प्रकाशक
डायमंड पब्लिकेशन्स
२६४/३ शनिवार पेठ, ३०२ अनुग्रह अपार्टमेंट
ओंकारेश्वर मंदिराजवळ, पुणे-४११ ०३०
☎ ०२०-२४४५२३८७, २४४६६६४२
info@diamondbookspune.com

प्रमुख वितरक
डायमंड बुक डेपो
६६१ नारायण पेठ, अप्पा बळवंत चौक
पुणे-४११ ०३० ☎ ०२०-२४४८०६७७

प्रस्तावना

'मराठ्यांच्या इतिहासातील चिमाजी अप्पांचे योगदान' या डॉ. आर.एच. कांबळे यांच्या प्रबंधास ग्रंथरूप लाभत आहे, याचा मला विशेष आनंद वाटतो. एकतर डॉ. कांबळे हे माझे दीर्घ काळापासूनचे स्नेही. अभ्यासू आणि बहुश्रुत. हा माणूस नुसता अफाट वाचत नाही, तर संबंधितांना त्याची लगोलग दाद देतो. एखादा लेख वाचून जवळपासच्या इतर अनेकांच्या आधी त्यांचा रत्नागिरीहून फोन येतो, तेव्हा या तत्परतेमागची त्यांची बौद्धिक चपळाई अचंबित करणारी असते. 'लेखन आवडले' एवढेच औपचारिक वाक्य ते उच्चारत नाहीत, तर त्या लेखनातील बारकावे टिपून त्यावर सविस्तर बोलतात. त्यांच्या पोतडीत जुन्या लेखन-संदर्भांच्या चीजासुद्धा असतात. इतरांना संदर्भात्मक मदत करण्याबाबतचा मनाचा जो मोठेपणा त्यांच्याकडे आहे, तो तर फार दुर्मीळ! या बाबतीत पी.एच.डी.चे त्यांचे संशोधन-मार्गदर्शक आणि माझे जवळचे मित्र डॉ. चंद्रकांत अभंग यांच्याशी त्यांचे विलक्षण साम्य आहे. मराठ्यांच्या इतिहासाचे आणि मोडी-फारसी-डिंगल आदी अभिलेखागारीय कागदपत्रांचे चांगले अभ्यासक असलेल्या डॉ. अभंग यांच्या मार्गदर्शनाखाली त्यांनी आपले संशोधन पूर्ण केले. सावित्रीबाई फुले पुणे विद्यापीठाने त्यासाठी प्रा. कांबळे यांना इतिहासातील पी.एच.डी. पदवी प्रदान केली. चिमाजी अप्पा या महत्त्वाच्या व तरीही दुर्लक्षित विषयावरचे हे संशोधन आता ग्रंथरूपाने मराठी वाचकांच्या हाती येत आहे, ही स्वागतार्ह बाब आहे. कृ.वा. पुरंदरे (१९४८) आणि सु.ह. जोशी (१९९३) यांच्या छोटेखानी चरित्रांचे अपवाद वगळता चिमाजी अप्पांविषयी विस्तृत संशोधकीय मांडणी करणारे चरित्र आजवर उपलब्ध नव्हते. प्रा. कांबळे यांच्या ग्रंथामुळे ती उणीव भरून निघत आहे.

चिमाजी अप्पा यांच्या संदर्भात अनेक प्राथमिक व दुय्यम साधने अक्षरश: पिंजून काढून प्रा. कांबळे यांनी आपले संशोधन सिद्ध केले आहे. त्यांचा ग्रंथ मौलिक ठरतो, तो मुख्यत: त्यामुळेच. वसईच्या लढाईत विजय प्राप्त करून (२३ मे १७३९) पोर्तुगीजांचे

त्या परिसरातील वर्चस्व नष्ट करण्याच्या महापराक्रमामुळे चिमाजींचे नाव लोकमानसात रुजलेले आहे. या मोहिमेवरून आणलेल्या पोर्तुगीज घडणीच्या भल्याथोरल्या पितळी घंटा आजही महाराष्ट्रात जागोजागी पाहायला मिळतात. नाशिकची 'नारो शंकराची घंटा' ही त्यातलीच एक. मराठी भाषेत वाक्प्रचाराच्या रूपाने ती कायमची विराजमान झालेली आहे! निव्वळ या घंटांचाच इतिहास सिद्ध करणारे श्री. महेश तेंडुलकर यांचे 'हिंदु देवालयांतील पोर्तुगीज घंटा' (२००८) हे पुस्तक जिज्ञासूंनी अवश्य वाचावे. 'चिमाजी म्हणजे वसई' हे समीकरण लोकांच्या मनात पक्के आहे आणि ते योग्यही आहे; पण याव्यतिरिक्तसुद्धा चिमाजींचे कर्तृत्व किती मोठे होते, याची लोकांना पुरेशी कल्पना नसते. प्रा. कांबळे यांच्या पुस्तकामुळे त्यांच्या कर्तृत्वाची अधिक नेमकेपणाने कल्पना येऊ शकेल. बंधू थोरले बाजीराव पेशवे (पेशवेकाल १७२०-४०) यांच्या झगमगत्या कारकिर्दीत चिमाजी अप्पांनी सदैव त्यांना सावलीसारखी साथ दिली. या जोडीचा निर्देश काही वेळा 'राम-लक्ष्मण' असा केला जातो, यात काय ते आले. अर्थात, लक्ष्मण हा कितीही गुणी व कर्तृत्ववान असला, तरी रामाच्या कर्तृत्वापुढे त्याचे कर्तृत्व काहीसे झाकोळून जाते, तसेच चिमाजींबाबत घडलेले आहे. धोरण आणि अंमलबजावणी या बाबतींतील मुख्य कर्ता-करविता आणि योजक महापुरुष बाजीराव पेशवाच होता आणि चिमाजी हा त्याबाबतची योग्य समज असलेला निष्ठावंत बंधु-सखा होता. बाजी-चिमाजी यांच्या कर्तृत्वाबाबतचे हे मर्म ध्यानी घेतल्याशिवाय त्यांच्या श्रेष्ठत्वाचा पैस समजू शकत नाही. पिता बाळाजी विश्वनाथ यांनी घातलेल्या पायावरून कर्तृत्वाचे भले मोठे उड्डाण बाजीरावाने घेतले आणि या उड्डाणात त्याच्यासह झेपावलेला उपग्रह म्हणजे चिमाजीअप्पा! मराठ्यांच्या स्वराज्याचे संस्थापक आणि मराठ्यांच्या अस्मितेची प्रेरक शक्ती असणाऱ्या शिवछत्रपतींची पुण्याई आणि पुण्यश्लोक छत्रपती शाहू महाराज यांची छत्रछाया अशा दुहेरी आधारशीळेमुळे हे उड्डाण शक्य झाले. नव्या दमाच्या नेतृत्वाची एक बहुजातीय फळी बाजीरावाने उभी केली. मराठ्यांच्या राजकारणाला उत्तराभिमुख बनवून मराठा साम्राज्यविस्ताराला चालना देण्यात बाजीराव पेशव्यांचे योगदान महत्त्वपूर्ण होते आणि चिमाजींचे सारे जीवित-कार्य त्याला पूरक होते. आपल्या बंधूंप्रमाणेच राजकारण आणि रणकारण यांचा उत्तम मेळ त्यांनी साधला. लष्करी नेता आणि प्रशासक या दोन्ही नात्यांनी त्यांनी कोणते योगदान दिले, याची साधार व समर्पक चर्चा प्रा. कांबळे यांनी केलेली आहे. छत्रपतींप्रती असणारी निष्ठा, मातृभक्ती, बंधुप्रेम, कुटुंबवत्सलता, नीतिमान वर्तन, पराक्रम, कर्तव्यकठोरता इ. गुणांनी मंडित अशा चिमाजींचे 'ऐतिहासिक पुरुष' म्हणून यथार्थ दर्शन घडवून त्यांच्यातला 'माणूस'

कसा होता हेसुद्धा लेखकाने चित्रित केलेले आहे. चिमाजी अप्पा आणि त्यांचा पुत्र सदाशिवराव तथा भाऊसाहेब यांनी पेशवाईच्या प्रथमार्धात मराठी राज्याची जी सेवा बजावली, ती अत्यंत उल्लेखनीय म्हणावी लागेल. चिमाजींच्या उदात्त सेवाभावाचे दर्शन प्रा. कांबळे यांचे पुस्तक वाचून वाचकांना होऊ शकेल. लेखकाच्या बहुश्रुततेमुळे त्याने अनेक जागी संस्कृत व इंग्रजीतील वचने, वाक्प्रचार आणि महाकाव्यांमधील दाखले दिलेले आहेत. त्यामुळे या दर्शनाची रोचकता वाढलेली आहे. लेखकाचा एक गुण असा की, संशोधनातून जे पुढे आले त्याआधारे त्याने आपली मते मांडली आहेत. भावनेच्या आहारी जाऊन मोठ्या इतिहासकारांच्या प्रतिपादनाला उगीचच मान डोलावण्याचा प्रकार त्याने केलेला नाही. उदाहरणार्थ, बाजी-चिमाजींच्या संदर्भात रियासतकार गो.स. सरदेसाई यांनी 'हिंदूपतपातशाहीच्या संकल्पावर' भर देऊन जी मांडणी केलेली आहे, ती प्रा. कांबळे स्वीकारत नाहीत. मराठ्यांच्या लढायांमागील राजकीय व आर्थिक प्रेरणांवर भर देणाऱ्या अन्य काही इतिहासकारांच्या मताला आपल्या अभ्यासाच्या आधारे प्रा. कांबळे दुजोरा देतात. येथे एक व्यक्तिगत संदर्भ द्यावासा वाटतो. कांबळे हे प्रा. सदाशिव आठवले यांचे विद्यार्थी. आठवले हे प्रा. त्र्यं. शं. शेजवलकरांना मानणारे. पण शेजवलकर-आठवले या प्रतिभावंत अभ्यासकांची आक्रमकता मात्र कांबळे यांच्यात आढळत नाही. ते सौम्य वृत्तीचे मध्यममार्गी विवेचक आहेत. त्यांच्या ग्रंथात सर्वत्र याचा प्रत्यय येतो. मस्तानी-प्रकरण आणि त्या संदर्भात चिमाजींनी नैतिक भूमिकेतून भावाला केलेला विरोध याबाबतची चर्चा लेखकाने संयमाने केलेली आहे.

चिमाजी अप्पांच्या एका विशेष कामगिरीविषयी प्रा. कांबळे यांनी असे नोंदवले आहे की, "सिद्दी, आंग्रे व पोर्तुगीज यांची भानगडीची प्रकरणे चिमाजी अप्पांनी तडीस नेली, यावरून कोकणची परिस्थिती व दर्यावरील संग्राम हे विषय बाजीरावांपेक्षा चिमाजी अप्पांनाच जास्त साध्य झाले, असेच म्हटले पाहिजे. या अडचणीच्या प्रकरणातून बाजीराव मुक्त झाल्यामुळेच इ.स. १७३५पासूनच्या पुढील चार वर्षांत त्यांना उत्तरेकडील व्यवहार झपाट्याने उरकता आले." लेखकाचे हे प्रतिपादन योग्यच म्हटले पाहिजे. एका बाबतीत मात्र लेखकाशी मतभेद व्यक्त करावासा वाटतो. योग्यतेच्या बाबतीत चिमाजी हे बाजीरावांपेक्षा जास्तच सरस होते, असे लेखकाने आपल्या 'मनोगता'त नोंदवले आहे. तसेच बाजीराव पेशव्यांच्या यशाची कारणे 'उपसंहारा'त नमूद करून 'त्या सर्व कारणांपेक्षा प्रबळ कारण म्हणजे चिमाजी अप्पांचे पाठबळ' असे नोंदवले आहे. येथे लेखक आपल्या चरित्रनायकाच्या जरा जास्तच प्रेमात

पडल्याचे जाणवते. अतिशयोक्ती अलंकाराने आपल्या नायकाला नटवून ‘प्रत्यक्षाहुनि प्रतिमा सुंदर’ करणे, ही चरित्र या वाङ्मयप्रकाराचीच मर्यादा बनली आहे की काय, असे वाटते; पण प्रस्तुत चरित्र हा मुळात प्रबंध असल्याने लेखकाचा एरवीचा समतोल येथे जरा ढळला, असेच म्हणावे लागेल. असो. या एका उणिवेमुळे पुस्तकाची मूळ गुणवत्ता नष्ट होत नाही. प्रा. कांबळे यांनी वाचक व अभ्यासकांच्या हाती चिमाजी अप्पांचा इतिहास जाणण्याचे एक उत्तम साधन ठेवले आहे. तेच साधन ऐतिहासिक प्रवाह-प्रक्रियांच्या मोठ्या चौकटीत ठेवून त्याआधारे अर्थनिर्णयनाला वाव आहे. निव्वळ चिमाजी या एका व्यक्तीचा किंवा बाजी-चिमाजी या एका जोडीचा विचार न करता अठराव्या शतकातील मराठ्यांच्या ऐतिहासिक कर्तृत्वाच्या कालावकाशात काही मांडणी करावी लागेल. सतरावे शतक हा मराठ्यांचा स्वराज्यकाल होता, तर अठरावे शतक हा साम्राज्यकाल होता. अठराव्या शतकात मुघल साम्राज्य आक्रसले, तर मराठा सत्ताविस्तार होत गेला. उत्तर भारतातील इतिहासकारांनी मान्य करो वा न करो, ‘वादंगाचे’ अठरावे शतक हे भारतीय इतिहासात प्राधान्याने ‘मराठा शतक’ होते. मराठा सत्तेचा विस्तार ही केवळ राजकीय प्रक्रिया नव्हती. तिच्या लष्करी, आर्थिक, सामाजिक, सांस्कृतिक बाजूही फार महत्त्वाच्या होत्या. मराठा सत्तेच्या प्रसरणाबरोबर एक नवा लष्करी वर्ग व प्रशासक वर्गही साकारू लागला, महाराष्ट्रात नव्या आर्थिक हालचाली घडू लागल्या आणि सामाजिक गतिशीलतेच्या क्षमता फुलारू लागल्या. म्हणूनच मराठा विस्तारवाद म्हणजे तोवरचे सरंजामशाही राजकारण गिरवण्याचा आणखी एक नमुना होता, की भारतातील नव्या राजकीय वास्तवाचा, धुरीणत्वाचा, गतिशीलतेचा अर्थपूर्ण आविष्कार होता, हा प्रश्न महत्त्वाचा ठरतो. अशा प्रश्नांच्या अनुषंगाने प्रत्यक्षार्थवादी तपशीलनिष्ठतेची चाकोरी ओलांडून अन्वयार्थाच्या व सैद्धान्तिकतेच्या प्रदेशात झेपावणारे सीमोल्लंघन करावे लागेल. तसे केले नाही, तर बाजी-चिमाजी आदींचे उत्तराभिमुख सीमोल्लंघन हे केवळ व्यक्तिकेंद्रित इतिहासकथनाच्या चाकोरीत बंदिस्त होईल. त्याऐवजी व्यक्तींच्या निमित्ताने समष्टीकेंद्रित विचारमंथन करत इतिहासाच्या नव्या प्रवाहांना आपण सामोरे गेलो, तर मराठ्यांच्या इतिहासाचे एक नवे दर्शन घडू शकेल. या दर्शनाची हाक देण्याची संधी प्रा. कांबळे यांच्या प्रबंधाने मला मिळत आहे, हे त्यांचे केवढे मोठे ऋण आहे!

प्रस्तुत प्रस्तावनेच्या निमित्ताने मनातील एक खंत वाचकांपुढे ठेवावीशी वाटते. सध्या उदंड प्रबंध-लेखन होत आहे. हे प्रबंध प्रकाशित व्हावेत, असे संबंधितांना वाटणे स्वाभाविकच आहे; पण त्याचे आर्थिक गणित जुळवणे हे मोठे अवघड काम आहे.

त्यामुळे पृष्ठसंख्या व किंमत या दोन गोष्टींना नाइलाजाने वेसण घालावी लागते. पण त्यातून केल्या जाणाऱ्या तडजोडी संबंधित प्रबंधांचे संशोधकीय मूल्य कमी करतात. प्रस्तुत प्रबंधातसुद्धा सर्व तळटिपा वगळण्याचा लेखक-प्रकाशकांचा निर्णय याच सदरात मोडणारा आहे. डॉ. आर. एच. कांबळे यांच्यासारखे अभ्यासू लेखक आणि चांगली अभ्याससाधने निर्माण व्हावीत याची तळमळ असणारे श्री. दत्तात्रेय पाष्टे यांच्यासारखे धाडसी प्रकाशक यांनासुद्धा या वर्तमान अगतिकतेची बाधा व्हावी, याचे वाईट वाटते. हा व्यक्तिश: त्या दोघांना दोष देण्याचा मुद्दा नाही, तर एकंदरीतच मराठी प्रकाशनविश्वाशी व वाचनसंस्कृतीशी निगडीत असा मुद्दा आहे. त्यामुळे निव्वळ व्यक्तिगत पातळीवर नव्हे, तर व्यापक सांस्कृतिक-शैक्षणिक पातळीवर त्याचा विचार व्हावा, असे माझे नम्र आवाहन आहे.

'फास्ट फूड', झटपट क्रिकेट, 'डाऊनलोडेड' बुद्धिमत्ता वगैरे गोष्टींच्या जमान्यात सध्या झटपट आणि 'फॅशनेबल' संशोधन बोकाळले आहे. परंतु प्रा. कांबळे यांनी मात्र प्रामाणिक व कष्टाळू वृत्तीने संशोधन केले. या संशोधनाला ग्रंथरूप देण्याचे काम आमचे प्रकाशक मित्र श्री. दत्तात्रेय पाष्टे यांनी केले. या गोष्टीला मनापासून दाद देऊन मी लेखक, त्यांचे मार्गदर्शक, प्रकाशक, त्यांचे सर्व सहकारी अशा सर्वांचे अभिनंदन करतो. वाचक व अभ्यासक या प्रयत्नाला सकारात्मक प्रतिसाद देतील, अशी आशा करतो. बहुत काय लिहिणे. कृपावृद्धि केली पाहिजे, हे विनंती.

- डॉ. राजा दीक्षित,
प्राध्यापक व प्रमुख,
आंतरप्रणाली अभ्यासकेंद्र (मानव्यविद्या व सामाजिक शास्त्रे),
सावित्रीबाई फुले पुणे विद्यापीठ, पुणे ४११००७

मनोगत

थोरल्या बाजीरावांच्या कीर्तीमुळे चिमाजी आप्पांचे नाव पुष्कळसे लोपून गेले आहे. योग्यतेच्या मानाने पाहिले तर, चिमाजी बाजीरावांपेक्षा कमी नव्हते. उलट, काही बाबतीत ते बाजीरावांपेक्षा जास्तच सरस होते, असेच वाटते. बाजीरावांच्या दोषांवर पांघरूण घालून चिमाजींनी मोठ्या प्रेमाने व आस्थेने 'सुराज्याचा' चांगला पाठपुरावा केला. चिमाजींचा स्वभाव विचारी, मनमिळाऊ, धोरणी आणि कुशल प्रशासकाचा होता. दुसऱ्याचे मन न दुखावता युक्तीने व निश्चयाने काम करून घेण्याची हातोटी त्यांच्याकडे होती. प्रत्यक्ष बाजीरावांवरही त्यांचा वचक होता; यामुळे राष्ट्राचे काम बरेचसे चांगले झाले. छत्रपती शाहू आणि अन्य मराठा सरदारही बाजीरावांकडे एखाद्या बाबी संबंधी बोलणे न करता, चिमाजींच्या तंत्राने कार्यभाग करून घेत असत. कुटुंबातील आणि बाहेरच्या मंडळींशी बरे-वाईट व्यवहार चिमाजी परभारे उलगडीत असे; जरूर तेव्हाच बाजीरावास विचारीत असे.

'चिमाजी आप्पा' म्हटले की, वसईची लढाई हे सर्वसामान्यांना आणि अभ्यासकांनाही ठाऊक आहे. मराठ्यांचा हा विजय भारतीय इतिहासातील एक 'गौरवशाली प्रकरण' आहे. या मोहिमेमुळे चिमाजी राष्ट्रीय वीर पुरुष ठरले. वसईचा विजय हा त्यांच्या कल्पक व धाडसी नेतृत्वाचा परिणाम होता. ते एक पराक्रमी लढवय्ये तसेच मुत्सद्दीही होते. पेशव्यांच्या कौटुंबिक तसेच आर्थिक जबाबदाऱ्या अतिशय बारकाईने आणि प्रामाणिकपणे पार पाडणारे कुटुंबवत्सल माणूस होते. धीरोदात्तपणा, नम्रता, सत्शील चारित्र्य, मनमिळाऊपणा इत्यादी विशेष गुण त्यांच्या ठायी होते. अठराव्या शतकाचा विचार करता, त्या काळातील ते एक आगळेवेगळे व्यक्तिमत्त्व होते.

अशा या आगळ्यावेगळ्या माणसाच्या आयुष्याचा पट अनेक प्रकाशित अस्सल आणि काही अप्रकाशित, मूळ संदर्भसाधनांच्या साहाय्याने उलगडण्याचा केलेला हा एक प्रयत्न!

डॉ. आर. एच. कांबळे

ऋणनिर्देश

कोणतीही कलाकृती निर्माण होते; तेव्हा ती कलाकृती संबंधितांच्या नावावर प्रत्यक्षात दिसते, मात्र ती निर्माण होण्यासाठी अनेकांचे अनेक प्रकारचे साहाय्य होत असते. या प्रबंधाचे हे प्रत्यक्ष रूप वाचकांच्या हाती येत आहे तेही असेच अनेकांच्या सहकार्यामुळे! म्हणूनच त्यातील काही मान्यवरांच्या नावाचा तरी उल्लेख केलाच पाहिजे.

पीएच.डी. पदवीचे माझे मार्गदर्शक डॉ. चंद्रकांत अभंग यांनी प्रबंधासाठी लेखन सामग्री जमविण्यापासून ते लेखनाला अंतिम स्वरूप देण्यापर्यंतच्या प्रत्येक टप्प्यावर मोलाचे सहकार्य केले; किंबहुना, त्यांच्यासारख्या मार्गदर्शकामुळेच माझे काम सुकर झाले. त्यामुळे त्यांचे आभार मानणे मी माझे कर्तव्य समजतो.

या प्रबंधासाठी मूळ साधने जमविणे हे महत्त्वाचे आणि अवघड काम होते. परंतु, पुणे, मुंबई आणि कोल्हापूर येथील शासकीय पुराभिलेखागारातील त्या त्या वेळच्या अधिकाऱ्यांनी अप्रकाशित कागदपत्रे खुली करून दिल्यामुळे प्रबंधामध्ये मला नवी भर घालता आली. संबंधित अधिकाऱ्यांचे मनःपूर्वक आभार!

डेक्कन कॉलेज, पुणे तसेच भारत इतिहास संशोधक मंडळ, पुणे येथील ग्रंथपालांनी त्या त्या ठिकाणची दुर्मीळ आणि अव्वल साधनसामुग्री मला उपलब्ध करून दिल्यामुळे माझे लेखनाचे काम अधिक सुकर झाले. मी त्या दोन्ही ठिकाणच्या ग्रंथपालांचे मनःपूर्वक आभार मानतो.

या माझ्या प्रबंधाला प्रस्तावना लिहिणारे माझे ज्येष्ठ सहकारी आणि आम्हाला अनेकांना अभ्यासाच्या क्षेत्रात ज्यांचा आधार वाटतो व सतत मार्गदर्शन लाभते ते डॉ. राजा दीक्षित यांनी त्यांच्या खरोखरीच्या अत्यंत व्यस्त वेळापत्रकामध्ये आणि स्वतःच्या मध्यंतरीच्या आजारपणातही माझ्या पुस्तकासाठी अतिशय आस्थेवाईकपणे पण तितक्याच चिकित्सकपणे प्रस्तावना लिहून माझ्या पुस्तकाचे मोल निश्चित वाढवले आहे. त्याबद्दल

त्यांचे आभार मानून मोकळे होण्यापेक्षा मी त्यांच्या ऋणात राहणे पसंत करतो.

इतिहास संशोधक कै. निनाद बेडेकर, इतिहास संशोधक पांडुरंग बलकवडे, मेजर मु. न. जोशी, श्री. महेश तेंडुलकर या सर्व पुणेकरांनी वेळोवेळी माझ्याशी केलेल्या चर्चा व काही वेळेस मला प्रबंध लेखनासाठी पुरविलेली सामग्री यामुळेही प्रबंध लेखन अधिक चांगले होऊ शकले त्यासाठी मी त्यांचे मनापासून आभार मानतो.

पुणे विद्यापीठाच्या इतिहास विभागात पीएच. डी. पदवीसाठी नाव नोंदविण्यापासून ते प्रत्यक्ष पदवी मिळेपर्यंतच्या काळात डॉ. रेखा रानडे, डॉ. सुमित्रा कुलकर्णी, डॉ. दीपक गायकवाड विभाग प्रमुख म्हणून वेगवेगळ्या वेळेत कार्यरत होते. या सर्वांनी मला विभाग प्रमुख म्हणून खूप मोलाची मदत केली. त्यामुळे प्रबंधाच्या संदर्भातील प्रशासकीय कामे खूप सोपी झाली. त्यामुळे त्यांना मनापासून धन्यवाद देणे मी माझे कर्तव्य समजतो.

या ग्रंथामध्ये पुणे आणि कोल्हापूर पुराभिलेखागारातील मूळ कागदपत्रे उपयोगात आणली आहेत. त्या मूळ मोडी कागदपत्रांचे देवनागरीमध्ये लिप्यंतर करून देण्याचे अत्यंत अवघड आणि वेळखाऊ काम खूप आस्थेने श्री. जयंत पुरुषोत्तम बिवलकर, निवृत्त अधिकारी, बँक ऑफ इंडिया यांनी करून दिल्यामुळे माझे काम खूप सोपे झाले. त्यांचे मनःपूर्वक आभार!

रत्नागिरीच्या गोगटे - जोगळेकर महाविद्यालयात मी गेली तेहेतीस वर्षे अध्यापनाचे काम करतो आहे. त्या महाविद्यालयाचे माजी प्राचार्य डॉ. सुभाष देव यांनी महाविद्यालयात एक प्रकारची संशोधन संस्कृती त्यांच्या प्राचार्य पदाच्या कार्यकाळात रुजविली. त्यामुळे विशेषतः कला आणि वाणिज्य शाखेतील अनेकांनी आपला मोर्चा आपापल्या विषयातील संशोधन कार्याकडे वळविला. त्या अनेकांपैकी मी एक. अनेकांना विद्यापीठ अनुदान आयोग, मुंबई विद्यापीठ आणि इतर शासकीय संस्थांकडून संशोधन अनुदान मिळवून देऊन संशोधनाला प्रवृत्त केले. त्यामुळे महाविद्यालयातील जवळजवळ सर्वच प्राध्यापक संशोधनाकडे वळलेले दिसतात. प्रस्तुत प्रबंधाच्या संदर्भातही प्रबंध लवकर पूर्ण करावा असा त्यांचा सतत लकडा असे. तसेच पीएच. डी. पदवी मिळाल्यानंतर प्रबंधाचे रूपांतर पुस्तकात करण्याची सूचनादेखील त्यांचीच! आज माझा मूळ प्रबंध पुस्तक रूपाने येत असताना प्राचार्य डॉ. सुभाष देव यांचे केवळ शाब्दिक आभार मानून मोकळे होण्यापेक्षा मी कृतज्ञता व्यक्त करतो.

आमचे गोगटे – जोगळेकर महाविद्यालय जी रत्नागिरी शिक्षण संस्था चालवते त्या संस्थेचे विद्यमान कार्याध्यक्ष ॲड. विलास पाटणे यांना जेव्हा या प्रबंधाचे पुस्तक येत आहे असे कळले, तेव्हापासून ते सातत्याने, ''तुमचा चिमाजी आप्पा केव्हा येणार? आपण त्याचे प्रकाशन एखाद्या मोठ्या साहित्यिकाच्या हस्ते करू, लवकरात लवकर तुमचा प्रबंध येऊ देत,'' असे मला म्हणत असत. त्यामुळे मीही प्रकाशकांच्या मागे लागत आहे. कोणीतरी असे सातत्याने मागे लागणारे असावे लागते त्याशिवाय कामे होत नाहीत. ॲड. पाटणे यांनी सातत्याने केलेल्या विचारणेमुळे मलाही कामाला गती द्यावी लागली व आज प्रबंध पुस्तक रूपाने प्रत्यक्ष प्रकाशित होत आहे; त्याचे काही अंशी तरी श्रेय ॲड. पाटणे यांना देतो आणि त्या निमित्ताने त्यांचे मनापासून आभार मानतो.

विषयाच्या अनुषंगाने या ग्रंथामध्ये काही नकाशांचा अंतर्भाव केला आहे. ते नकाशे काढण्याचे काम आमच्या महाविद्यालयातील भूगोल विभागातील माझे सहकारी डॉ. सुरेंद्र ठाकूरदेसाई यांनी केले आहे. याच नव्हे तर माझ्या आत्तापर्यंतच्या बहुतेक संशोधन प्रकल्पासाठीच्या नकाशांचे काम त्यांनीच केले आहे. त्यांना मनापासून धन्यवाद!

प्रा. सु. ह. जोशी, पुणे यांनी पुस्तकाचे पहिले प्रूफ अतिशय बारकाईने वाचून ज्या सूचना केल्या; ज्या बारीकसारीक त्रुटी राहून गेल्या होत्या, त्या दुरुस्त्या केल्या. त्यामुळे लेखन निर्दोष होण्यास मदत झाली आहे. त्यामुळे त्यांचेही आभार मानणे मी माझे कर्तव्य समजतो.

प्रकाशकांकडे हस्तलिखित दिल्यापासून ते प्रकाशनापर्यंतची अनेक प्रकारची कामे माझा विद्यार्थी मित्र आणि आमच्या इतिहास विभागातील माझा सहकारी प्रा. पंकज घाटे याने अतिशय आस्थेवाईकपणे आणि आपलेपणाने केले. त्याची या संदर्भात खूप मोलाची मदत झाली. त्याला मनापासून धन्यवाद!

श्री. मिलिंद सरदेसाई, श्री. रोहन मुळ्ये यांनी मूळ प्रबंधाचे काम संगणकावर केले होते. श्री. सरदेसाई यांनी त्यांच्याकडे संगणकावर असलेला प्रबंध प्रकाशकाकडे पीडीएफ करून पाठवल्यामुळे पुढील काही काम सोपे झाले. त्यामुळे त्या दोघांनाही धन्यवाद देणे मी माझे कर्तव्य समजतो.

प्रबंध प्रकाशनाची जबाबदारी स्वीकारून ती इतक्या चांगल्या प्रकारे पार पाडणारे आमचे प्रकाशक मित्र डायमंड प्रब्लिकेशन्सचे श्री. दत्तात्रेय पाष्टे आणि त्यांचे सर्व सहकारी यांचे मनापासून आभार!

शेवटचे आभार ते माझ्या पत्नीचे सौ. ज्योत्स्नाचे आणि माझ्या मुलाचे चि. प्रा. कौस्तुभ (प्राध्यापक-शासकीय अभियांत्रिकी महाविद्यालय, पुणे). माझ्या अशा लहानमोठ्या कामांमुळे बऱ्याच वेळा कौटुंबिक कामांकडे माझे दुर्लक्ष होते, पण त्याबद्दल पत्नी सौ. ज्योत्स्ना हिची तक्रार नसते. उलट, अनेक प्रसंगी मला तिचे साहाय्यच होत असते. हे लेखनही त्याला अपवाद नाही.

चि. कौस्तुभ हा मूळचा अभियांत्रिकीचा विद्यार्थी. पण त्याच्याशी काही वेळा झालेली चर्चा मला नक्कीच उपयुक्त ठरली. त्यामुळे त्यालाही मी मनापासून धन्यवाद देतो.

डॉ. आर. एच. कांबळे

अनुक्रम

१ विषय प्रवेश

इसवी सनाच्या सतराव्या शतकात मराठ्यांची एक स्वतंत्र सत्ता स्थापन झाली आणि ती छत्रपती शिवाजीमहाराजांनी निर्माण केली. त्यांनी त्यापूर्वी प्राणांची बाजी लावून निदान पंचवीस वर्षे अविश्रांतपणे, अहोरात्र अनेक स्वकीय, परकीय शत्रूंशी असंख्य लढे दिले होते. विजापूरहून सत्ता गाजविणाऱ्या आदिलशहाशी आणि दिल्लीहून सत्ता गाजविणाऱ्या मुघल बादशहाशी निकराचे युद्ध करून, महाराजांनी मराठी मावळ्यांच्या पाठिंब्यावर हे आकाराने छोटे असले तरी एक स्वराज्य म्हणून उभे केले होते. राजे स्वतः सिंहासनाधीश झाले होते. सभासदाच्या शब्दांत सांगावयाचे झाल्यास, 'येणेप्रमाणे राजे सिंहासनारूढ झाले. या युगी सर्व पृथ्वीवर म्लेंच्छ बादशहा हा मऱ्हाटा पातशहा येवढा छत्रपती जाला ही गोष्ट काही सामान्य जाली नाही.'

शिवाजीमहाराजांच्या स्वराज्यनिर्मितीमागच्या प्रेरणा उदात्त होत्या. ती एक जुलमी राजवटीविरुद्धची आणि तसेच धार्मिक स्वातंत्र्यावर घाला घालणाऱ्या असहिष्णू सुलतानाविरुद्धची क्रांतीच होती. वतनदारीसारख्या रयतेला पिळणाऱ्या संस्था नष्ट करून प्रजेला अधिक सुखकारक राज्य द्यावयाचे हा पहिल्या मराठी राजांचा ध्यास होता, म्हणूनच तर जदुनाथ सरकारांसारख्या इतिहासकाराने म्हटले आहे की,

'Last constructive genius produced by the Hindu race who aimed at giving his subject peace, universal toleration, equal opportunities for all castes and creeds (and) a benificient active and pure system of administration.'

तर गो. स. सरदेसाईंनी म्हटले आहे की, 'genius far in advance of his times.'

वरील दोन विद्वानांची मते लक्षात घेऊनही असे म्हणता येईल की, छत्रपती शिवाजीमहाराज हे आपल्या काळाच्या पुष्कळ पुढे पाहू शकत असले तरी काळाची चौकट सोडून त्यांनाही फारसे बाहेर पडता आले नाही. त्या काळात कुठेच लोकशाही नव्हती. जगभर जवळजवळ सर्वत्रच आनुवंशिक हक्काने प्राप्त होणारी राजेशाही हाच एकमेव राज्यप्रकार मानला जात होता. या प्रकारात एखाद्या सत्प्रवृत्त आणि कर्तबगार राजाला दीर्घायुष्य लाभले किंवा योगायोगाने, वंशपरंपरेने का होईना पण एकामागून एक बरेच राजे तेवढेच प्रजावत्सल आणि पराक्रमी निघाले तर लोककल्याणकारी अशी तत्त्वे व धोरणे खोलवर रुजू शकतात, त्यासाठी उभारलेली शासनयंत्रणा भक्कम होऊ शकते. मराठ्यांच्या या नवीन स्वराज्याबाबत तसे झाले नाही. १६८० मध्ये वयाच्या अवघ्या पन्नासाव्या वर्षी शिवाजीमहाराजांचा अंत झाला; आणि आपली तत्त्वे व ध्येयधोरणे आपल्याबरोबर संपणार अशी जी त्यांना भीती वाटत होती, ती साधार असल्याची चिन्हे दिसू लागली होती.

छत्रपती संभाजीमहाराजांची विवाद्य कारकीर्द

छत्रपती शिवाजीमहाराजांचे पुत्र छत्रपती संभाजीराजे हे महाराष्ट्रातील मोठे विवाद्य प्रकरण समजले जाते. काहींना ते व्यसनी, दुराचारी आणि बेजबाबदार वाटतात तर काहींना शौर्याचा मूर्तिमंत अवतार त्यांच्यात दिसतो. रियासतकार सरदेसाई यांना संभाजी महाराज 'उग्रप्रकृती' वाटतात; तर प्रा. सदाशिव आठवले यांच्यासारख्या अभ्यासकाराला संभाजीमहाराज म्हणजे स्वराज्याचा पहिला अपयशी वारस वाटतात. वा. सी. बेंद्रे, डॉ. कमल गोखले इत्यादींनी मराठीमध्ये संभाजीमहाराजांची चरित्रे रेखाटली असून, पी. एम. जोशी यांनी इंग्रजीमध्ये संभाजीमहाराजांचे चरित्र साकारले आहे. त्यांनी त्यांना उपलब्ध नवीन कागदपत्रांतून वरील दोन विद्वानांपेक्षा वेगळी मते मांडून, संभाजीमहाराजांची कारकीर्द राज्यरक्षण आणि धर्मरक्षणाच्यादृष्टीने चांगलीच होती, असा सर्वसाधारण अभिप्राय दिलेला आहे.

अलीकडे डॉ. जयसिंग पवार यांनी 'छत्रपती संभाजी स्मारक' ग्रंथ संपादित करून, संभाजी महाराजांविषयीची अनेक विद्वानांची मते एकत्रित करून, संभाजी महाराजांच्याविषयीचे विविध पैलू पुढे आणले आहेत. छत्रपती शिवाजीमहाराजांवर एकांगी टीका करणाऱ्यांनीही औरंगजेबाने संभाजीमहाराजांचा जो वध घडवून आणला त्यामुळे मराठे भडकून उठले व त्यामुळेच पुढील काळात औरंगजेबाशी जवळ जवळ २७ वर्षे लढत राहिले व त्यांनीच औरंगजेबाला पराभूत केले हेही मान्य केले आहे.

छत्रपती राजाराममहाराज, महाराणी ताराबाई आणि स्वराज्यरक्षण

शिवाजीमहाराजांचे दुसरे पुत्र छत्रपती राजाराममहाराज हे दुर्बळ होते; पण वडिलांच्या स्वराज्याचा अर्थ त्यांना चांगला समजलेला होता. संताजी घोरपडे, धनाजी जाधव,

रामचंद्रपंत अमात्य, प्रल्हाद निराजी इत्यादी कित्येक सेनानायक आणि मुत्सद्दी त्यांच्या पाठीशी खंबीरपणे उभे राहिले. खुद्द महाराष्ट्राच्या भूमीवरील धोकादायक परिस्थिती ओळखून संभाजीमहाराजांची राणी येसूबाई यांच्या सल्ल्याने राजाराममहाराज कर्नाटकात गेले आणि तिथे शिवाजीमहाराजांनी जिंकलेला जिंजीचा किल्ला ही त्यांनी आपली राजधानी बनविली. शिवाजी आणि संभाजीमहाराजांची राजधानी रायगड शत्रूच्या हाती पडली. त्या किल्ल्याबरोबरच राणी येसूबाई व पुढे शाहूमहाराज म्हणून प्रसिद्धीला आलेले त्यांचे पुत्र औरंगजेबाच्या कैदेत पडले. १६८९ ते १७०० या काळात स्वराज्यात सर्वत्र प्रचंड गोंधळ माजला. मराठ्यांचे किल्ल्यामागून किल्ले मुघलांनी घ्यावेत आणि मराठ्यांनी छुपे हल्ले करून मुघल सैन्याला सतावीत मिळतील तसतसे ते पुन्हा सोडवावेत, जमेल तेवढा काळ धरून ठेवावेत आणि प्राणावर बेतल्यावर पुन्हा सोडून द्यावेत असे उद्योग होत होते. स्वराज्यात उभे राहायला जागा असो, नसो मराठे लढवय्ये मुघलांच्या मुलूखात पार माळव्यापर्यंत जाऊन धुडगूस घालायलाही कमी करीत नव्हते. इ.स. १७०० मध्ये राजाराममहाराजांचा मृत्यू झाला आणि इ.स. १७००-१७०७ पर्यंत त्यांची पत्नी ताराबाई यांनी समर्थ नेतृत्व देऊन मुघलांशी संघर्ष जारी ठेवला. कवी देवदत्त याने त्यांचे वर्णन करताना 'ताराबाई रामराणी भद्रकाली कोपली' असे केल्याचे आढळते. पावशतक महाराष्ट्रात मोठ्या सैन्यानिशी मुक्काम ठोकून बसलेला औरंगजेब मराठ्यांचे राज्य पार खिळखिळे करण्यात यशस्वी झाला, पण ते मोडू शकला नाही. आपण मराठ्यांना संपवू शकलो नाही या विवंचनेतच तो १७०७ मध्ये मरण पावला.

छत्रपती शिवाजीमहाराजांसारखा लोकोत्तर नेता नसतानाही आणि परिस्थिती अत्यंत बिकट असतानाही असंख्य मराठ्यांनी सतत जीव धोक्यात घालून या काळात स्वराज्याच्या काही मुलखाचे पण मुख्यतः स्वराज्य कल्पनेचे, स्वातंत्र्याच्या तत्त्वाचे जे रक्षण केले ते फार महत्त्वाचे आणि मोलाचे मानावे लागेल. अर्थात, या शौर्याच्या आणि त्यागाच्या कथेला दुसरी बाजू नाहीच असे नाही. या कसोटीच्या काळात कित्येक मराठे मुघलांना मिळाले, तर कित्येक वतने मिळण्याच्या अटींवरच मराठ्यांच्या बाजूला चिकटून राहिले. शिवाजीमहाराज ज्या वतनदारीविरुद्ध कटाक्षाने उभे राहिले त्या वतनदारीचे आणि तिला चिकटलेल्या मतलबी, हेव्यादाव्यांच्या आणि सवत्यासुभ्यांच्या राजकारणाचे पुनरुज्जीवन झाले.

छत्रपती शाहूमहाराजांचे आगमन आणि नव्या राजकारणाची नांदी

औरंगजेबाच्या मृत्यूनंतर (इ.स. १७०७) मुघली परंपरेप्रमाणे अनेक वारसदारांमध्ये दिल्लीच्या तख्तासाठी आपापसात झगडे सुरू झाले. त्याचवेळेस त्यांच्या छावणीत असलेले शाहूमहाराज मुक्त झाले आणि थेट महाराष्ट्रात आले. छत्रपती शाहूमहाराजांना सोडण्याची योजना स्वतः औरंगजेबाचीच होती. त्यात शाहूमहाराजांनी आपले मांडलिकत्व

पत्करावे आणि त्याचबरोबर मराठी मुलूखाच्या स्वामित्वाविषयी त्यांच्यात आणि त्यांची चुलती महाराणी ताराबाई यांच्यात भांडण लागावे असे दोन हेतू होते. अंशतः ते दोन्ही साध्य झाले. शाहूमहाराज महाराष्ट्रात परतल्याबरोबर छत्रपतिपदाचा खरा वारस कोण? असा ताराबाईंनी प्रश्न उपस्थित करून एक नवाच मुद्दा मांडला. शिवाजीमहाराजांचे राज्य त्यांच्या पुत्राने - संभाजीने धुळीस मिळविले. नंतर राजाराममहाराजांनी अपार श्रमसायास करून स्वपराक्रमे नूतनच राज्य संपादिले. ताराबाईंच्या या पवित्र्यामुळे छत्रपती शाहूमहाराज आणि महाराणी ताराबाई यांच्यात संघर्ष होऊन शेवटी अठराव्या शतकाच्या दुसऱ्याच दशकात सातारा आणि कोल्हापूर अशा दोन ठिकाणी दोन छत्रपतींच्या गाद्या तयार झाल्या. नाममात्र का होईना, पण शाहूमहाराज दिल्लीश्वरांचे मांडलिक बनले. छत्रपती शिवाजीमहाराजांची स्वतंत्र, सार्वभौम स्वराज्याची कल्पना तत्त्वतः तरी सोडली गेली, हे निश्चित!

छत्रपतींच्या दोन गाद्यांपैकी कोल्हापूरकर हे पुढील काळात सातारकरांच्या तुलनेने खूपच मागे पडले. किंबहुना, कोल्हापूरचे अस्तित्व सर्वांना माहिती असले आणि मान्यही असले तरी रायगडचे मूळ छत्रपतींचे सिंहासन साताऱ्यासच आहे अशीच सार्वत्रिक भावना होती. बाळाजी विश्वनाथ भट यांचीही तीच भावना होती; आणि म्हणूनच त्यांनी शाहूमहाराजांना ताराबाईंविरुद्धच्या संघर्षात साथ दिली; आणि त्याचे फळ म्हणून शाहूमहाराजांनी त्यांना आपल्या मंत्रिमंडळात पेशवेपद दिले. १७ नोव्हेंबर १७१३ या दिवशी आणि तेव्हापासूनच मराठ्यांच्या राज्यांतर्गत पेशवाईचा उदय झाला. बाळाजी विश्वनाथांनी शाहूमहाराजांचे आसन स्थिर होण्यासाठी त्यांना जी मदत केली, त्यामुळेच शाहूमहाराजांनी बाळाजी विश्वनाथांना 'पेशवेपद' दिले व त्यातून पेशवाईचा उदय झाला, हे खरेच; पण त्याचे तेवढे एकच कारण नाही तेव्हा पेशवाईच्या उदयाची इतर कारणे कोणती याचा शोध घेणे युक्त होईल.

पेशवाईच्या उदयाची कारणे

व्यक्तिशः बाळाजी विश्वनाथ भट हे अत्यंत कर्तबगार होते. अनेक उलाढाली करणे, कठीण प्रसंगी न डगमगणे, धरलेला पक्ष सिद्धीस नेणे, विरोधी पक्षांची समजूत घालणे या बाबतीत ते निष्णात होते. बाळाजी विश्वनाथांमुळेच शाहूमहाराजांचे आसन स्थिर तर झालेच व त्यांच्यावरील कठीण प्रसंग दूर होऊन त्यांना स्वस्थता लाभली व त्यांच्या राज्याची घडी बाळाजींनी उत्तम बसवून दिली. शाहूमहाराजांनी त्यांना दिलेली 'अतुल पराक्रमी सेवक' ही पदवी म्हणूनच योग्य होती.

छत्रपती शाहूमहाराजांचे सुरुवातीचे तीनही पेशवे म्हणजे बाळाजी विश्वनाथ, थोरले बाजीराव आणि बाळाजी बाजीराव उर्फ नानासाहेब हे एकाहून एक पराक्रमी, बुद्धिमान व मुत्सद्दी निघाल्याने छत्रपती शाहूमहाराजांनी प्रसन्न होऊन बाळाजींच्याच

घराण्यात पेशवेपद राहू दिले. इतर सरदारांना पेशव्यांच्या हाताखाली काम करण्याची त्यांनी आज्ञा दिली. साहजिकच अष्टप्रधान मंडळात पेशव्यांची सत्ता अतोनात वाढली. शाहूमहाराजांच्या मृत्यूनंतर मराठ्यांच्या सत्तेचेच ते स्वामी झाले. पेशव्यांच्या सत्तेच्या उदयावर व उत्कर्षावर मार्मिकपणे टिप्पणी करताना डॉ.एस.एन.सेन लिहितात, 'मालकाकडून सेवकाकडे होणारे हे सत्तेचे हस्तांतरण इतके हळूहळू, सावकाश आणि सावधपणे पार पाडले गेले की, या हस्तांतरणामधील एकापुढे एक होणाऱ्या घटना समकालीन लोकांच्याही दृष्टिपथातून निसटल्या होत्या.' डॉ. एच. एन. सिन्हा यांच्या मतानुसार पेशव्यांच्या उदयाचे प्रमुख कारण म्हणजे शाहूमहाराजांच्या अडचणी आणि तत्कालीन महाराष्ट्रातील राजकीय अशांतता हे होत. त्यांचा उत्कर्ष आकस्मिक किंवा अभूतपूर्व नव्हता. शाहूमहाराज ज्यावेळेस गादीवर बसले त्यावेळेस त्यांना अनेक संकटांना तोंड द्यावे लागले. अशा परिस्थितीत शाहूमहाराजांचा स्वभावही पेशव्यांच्या उत्कर्षाला बऱ्याचअंशी पूरक ठरला. शाहूमहाराज अत्यंत गुणग्राहक होते. त्यांनी प्रत्येकाला आपल्या गुणांचा विकास करण्याची संधी दिली. एकदा जबाबदारी सोपविल्यानंतर कोणत्याही कार्यात ते क्वचितच हस्तक्षेप करीत असत. त्यामुळे पेशव्यांसारख्या कर्तबगार माणसांच्या कार्याला असाधारण वाव मिळू लागला. महाराष्ट्रातील बहुतेक सर्व मराठे सरदार अतिशय स्वार्थी व संकुचित मनोवृत्तीचे झाले होते. परिस्थितीमुळे राजाराममहाराजांनी सुरू केलेल्या जहागिरदारी प्रथेमुळे बराच मोठा सरंजामी वर्ग निर्माण झाला होता. शाहूमहाराजांच्या दरबारातील प्रतिनिधी, जाधव, दाभाडे, भोसले, आंग्रे हे सरदार फार स्वार्थी बनले होते. अर्थात, ही सर्व मंडळी स्वार्थी होती याचा अर्थ असा नव्हे की, पेशवे स्वार्थी नव्हते. परंतु, पेशव्यांवर शाहूमहाराजांचा अधिक विश्वास असल्यामुळे पेशव्यांचा आणि पेशवाईचा उदय झाला.

पुणे जिल्ह्यातील खेडच्या लढाईत (१७०७) जरी शाहूमहाराजांनी ताराबाईंचा पराभव केला असला तरी ताराबाईंनी शाहूमहाराजांची बाजू लंगडी करण्यासाठी काही मराठा सरदारांना चिथवून त्यांच्या प्रदेशात धुमाकूळ घालण्यास प्रोत्साहन दिले. राजघराण्यात प्रभुत्वाकरिता चाललेल्या या संघर्षात पेशव्यांना आपली सत्ता वाढविण्यास आपोआपच संधी मिळाली.

शिवाजीमहाराजांच्या मृत्यूनंतर अष्टप्रधान मंडळ मुघल-मराठे युद्धाने जवळ-जवळ नष्टच झाले होते. राजाराममहाराजांनी या व्यवस्थेचे पुनरुज्जीवन करून त्यास प्रतिनिधी हे नवीन पद जोडले.

दक्षिण हिंदुस्थानचा मुघल सुभेदार निजाम-उल-मुल्क हा अत्यंत धूर्त, कारस्थानी, मुत्सद्दी व पाताळयंत्री माणूस होता. मराठ्यांचा तो कट्टर शत्रू होता. दक्षिणेत हैद्राबादला स्वतःचे स्वतंत्र राज्य स्थापन करण्यात तो पूर्णपणे यशस्वी झाला होता. चौथाई आणि

सरदेशमुखीच्या वसुलीमुळे त्याच्या प्रदेशाला मराठ्यांचाच सदैव उपसर्ग होत असे. त्याने शाहूमहाराजांवर सतत संकटे आणण्याचा प्रयत्न केला होता. परंतु, कर्तबगार पेशवे त्याच्या कारवायांना पुरून उरले. निजामाचे सर्व प्रयत्न त्यांनी निष्फळ ठरविले; याही कारणाने पेशव्यांचा आणि पेशवाईचा उदय झाला.

पेशव्यांच्या उत्कर्षाचे प्रमुख कारण त्यांचे व्यक्तिगत चारित्र्य व योग्यता हे होते. बाळाजी विश्वनाथ, बाजीराव व बाळाजी बाजीराव हे सर्व पेशवे बुद्धिमान, शूर आणि मुत्सद्दी होते. शाहूमहाराजांशी ते सदैव स्वामिनिष्ठ राहिले.

बाळाजी विश्वनाथ भट – छत्रपती शाहूमहाराजांचे पहिले पेशवे

पेशवापद हे मराठ्यांच्या इतिहासात काही छत्रपती शाहूमहाराजांच्या वेळेस एकाएकी निर्माण झाले व ते बाळाजी विश्वनाथांना मिळाले असे झाले नाही. बाळाजी पेशवेपदावर येण्यापूर्वी मराठेशाहीत एकूण ६ अधिकारी पेशवे पदावर येऊन गेले. बाळाजी विश्वनाथ भट यांनी शाहूमहाराजांच्या कारकिर्दीच्या प्रारंभी आणि त्यापूर्वीही अनेक पराक्रम केले होते. त्यामुळे त्यांच्याकडे पेशवेपद येणे स्वाभाविक होते व तसे ते आले.

पेशवेपदावर आल्यावर आंग्रे यांच्याशी समेट, पश्चिम किनारपट्टीचे आंग्रेंच्या साहाय्याने संरक्षण, दिल्लीच्या राजकारणात सामर्थ्यवान सरदारांना पाठिंबा देऊन बाळाजी विश्वनाथ पेशव्यांनी मराठी राज्यासाठी चौथाई, सरदेशमुखीच्या सनदा प्राप्त करून घेतल्या. ही त्यांची अतिशय महत्त्वाची कामगिरी समजली जाते. त्र्यं.शं. शेजवलकरांनी या सनदांना गुलामगिरीच्या सनदा वगैरे म्हटले असले व त्यातील तथ्यांश मान्य केला तरीदेखील त्यामुळे बाळाजींच्या कामगिरीला लगेच काही उणेपणा येत नाही. विरोधकांचा बंदोबस्त केल्यानंतर बाळाजी विश्वनाथांनी मराठी राज्याची आर्थिक व राजकीय घडी बसवून दिली आणि भावी मराठी संयुक्त राज्यव्यवस्थेचा पाया घातला. बाळाजींनी पेशवा हा मराठी राज्यातील सर्वांत महत्त्वाचा अधिकारी राहील अशी व्यवस्था केली. त्यांनी स्थापन केलेल्या पेशवाईमुळेच पुढील पन्नास वर्षांत ब्राह्मणांची अनेक घराणी उदयास आली. त्याचप्रमाणे पेशव्यांनी शिंदे, होळकर, पवार, गायकवाड वगैरे मराठ्यांची घराणीही पुढे आणली. बादशाहीमधील सय्यद बंधू सारख्यांशी तसेच सवाई जयसिंग यांच्याशी स्नेह संपादन करून बाळाजींनी निजामाला दूर ठेवले; कारण निजाम मराठ्यांच्या उत्कर्षाला विरोध करत होता. बाळाजी हे उत्तम वसुली अधिकारी होते. चौथाई, सरदेशमुखीतील ६०% वसुलीचा मोकासा सरदार वर्गात वाटून त्यांनी मराठी सरदारांस मोठे कार्यक्षेत्र मोकळे करून दिले. बाळाजींची व्यवस्था सदोष होती, हे खरे! तथापि, ज्या सरदारांनी मुघल सैन्याला तोंड देताना स्वतःच्या पुढील उत्कर्षाची अपेक्षा बाळगली होती; त्यांना संतुष्ट ठेवणे आणि राजघराण्यातील दुहीला तात्पुरता तरी पायबंद घालणे

या दोन्ही गोष्टी सांभाळणे अटळ होते; अशा परिस्थितीत जास्तीत जास्त चांगले जे काही करता येईल तेच त्यांनी केले आणि म्हणूनच छत्रपती शाहूमहाराजांनी त्यांच्या मृत्यूनंतर त्यांचा मोठा मुलगा बाजीराव यांच्याकडेच पेशवेपद दिले. त्या बाजीरावांनी १७२०-४० या कालखंडात मराठ्यांच्या सत्तेचा विस्तार अधिक जोमाने केला, त्यांच्या त्या पराक्रमाला या प्रबंधाच्या नायकाची चिमाजीआप्पांची अतिशय चांगली साथ मिळाली त्यामुळे बाजीरावांच्या कारकिर्दीत मराठी राज्य चहूदिशांना पसरले.

२ व्यक्तिमत्त्व, जडणघडण आणि कौटुंबिक जबाबदारी

बाळाजी विश्वनाथांचे १७२० मध्ये अचानक निधन झाले आणि छत्रपती शाहूमहाराजांनी त्यांचे ज्येष्ठ चिरंजीव थोरले बाजीराव यांना दरबारी लोकांचा विरोध पत्करूनही १७ एप्रिल १७२० रोजी पेशवेपदावर नेमले. इ.स. १७२० – ते इ.स. १७४० या काळात बाजीरावांनी दक्षिणोत्तर अनेक शत्रूंशी मुकाबले करून मराठ्यांच्या प्रदेशविस्ताराला गती दिली. बाजीरावांच्या विस्तारवादी धोरणासंदर्भात डॉ. वि. गो. दिघे लिहितात, 'बाजीरावाला दक्षिण भारतात प्रभुत्व व उत्तर भारताचे नेतृत्व प्राप्त करावयाचे होते.'

डॉ. दिघे म्हणतात त्याप्रमाणे बाजीरावांनी असे प्रभुत्व निर्माणही केले. ते करण्यासाठी त्यांना राणोजी शिंदे, मल्हारराव होळकर, दमाजी गायकवाड, गोविंदपंत बुंदेले, उदाजी पवार यांची अपूर्व मदत झाली. तथापि, या सर्वांपेक्षा एका व्यक्तीची खूपच मदत झाली, ती व्यक्ती म्हणजे त्यांचे धाकटे बंधू चिमाजीआप्पा होत.

चिमाजीआप्पांचा जन्म अंदाजे १७०६ मध्ये झाला असावा. त्यांचे मूळ नाव अंताजी (अनंत) असून लहानपणी लाडाने त्यांना 'चिमण' असे म्हटले जात असे. तेच पुढे चिमाजीआप्पा असे रूढ झाले. गुजराती लोक त्यांना 'चिमणराज' म्हणत. थोरल्या बाजीरावांप्रमाणेच ते शूर, रणधुरंधर, मुत्सद्दी, कर्तबगार होते. वडील बाळाजी विश्वनाथ पेशवे हुसेनअली सय्यदच्या मदतीसाठी दिल्लीला जाण्यापूर्वी भरलेल्या खास दरबारात ६ ऑक्टोबर, १७१८ रोजी बाजीरावांना सरदारी व चिमाजीआप्पांना हुजूरची मुतालिकी मिळाली. थोरल्या बाजीरावांना पेशवेपद मिळाले, त्याच समारंभात १७ एप्रिल १७२०

रोजी चिमाजीआप्पांना 'पंडित' हा किताब आणि सरदारी मिळाली. त्याचबरोबर दमाजी थोरातांकडील सरंजाम, जो पूर्वी सातारा दरबारने जप्त केला होता; तोही चिमाजीआप्पांना मिळाला. आत्तापर्यंतची चिमाजीआप्पांची मुतालिकी महादजीपंत पुरंदऱ्यांना मिळाली. वडिलांबरोबर यांनीही थोरातांच्या कैदेत काही दिवस काढले होते. चिमाजीआप्पांचे त्यांच्या हयातीत दोन विवाह झाले. पहिला विवाह १७१६ मध्ये विश्वनाथ कृष्ण पेठे यांच्या कन्या रखमाबाई यांच्याशी झाला. या विवाहासाठी बाळाजी विश्वनाथ पेशव्यांनी ब्रह्मेंद्रस्वामी धावडशीकरांकडून ७०० रुपये कर्ज काढले होते. या पहिल्या विवाहापासून चिमाजीआप्पांना एक मुलगा झाला (३१ ऑगस्ट १७३०). हेच पानिपतच्या लढाईतील सुप्रसिद्ध सदाशिवराव तथा भाऊसाहेब पेशवे, तथापि त्यांचा जन्म झाला आणि अल्पावधीतच त्यांच्या मातोश्री, चिमाजीआप्पांच्या प्रथम पत्नी रखमाबाई बहुधा बाळंतरोगाने वारल्या (३१ ऑगस्ट १७३०). चिमाजीआप्पांचे पहिले चरित्रकार कृ. वा. पुरंदरे म्हणतात, 'अशा रीतीने आप्पाला अल्पवयात नश्वर प्रपंचातील सुख-दुःख अनुभवास आले व आयुष्यातील पहिला अंक संपून पडदा पडला.'

चिमाजीआप्पांच्या पहिल्या पत्नी वारल्यानंतर राजकारणाच्या गडबडीमुळे त्यांच्या दुसऱ्या विवाहाचा योग बराच लांबला. १० डिसेंबर १७३१ रोजी नारो भिकाजी थत्ते यांच्या कन्येशी झाला. विवाहानंतर त्यांचे नाव अन्नपूर्णाबाई असे ठेवले. त्या स्वभावाने गरीब व अतिशय पतिनिष्ठ होत्या. चिमाजीआप्पांच्या निधनानंतर १७ डिसेंबर १७४० रोजी त्या पुण्यात ओंकारेश्वरी सती गेल्या. 'पेशवे घराण्यातील सुनांमध्ये सती जाण्याचा पहिला मान अन्नपूर्णाबाईंचा आहे, हे निःसंशय,' असे श्री. प्रमोद ओक म्हणतात.

सन १७२४ पर्यंत चिमाजीआप्पा मुख्यतः दक्षिणेत राहून, ठिकठिकाणी माणसे पाठवून, चौथाई-सरदेशमुखीचा ऐवज जमा करून, मोहिमांसाठी पैसा पुरवीत. शाहूमहाराजांचा त्यांच्यावर फार लोभ असे. त्याबद्दल चिमाजीआप्पाही फार दक्ष असत. यामुळेच सातारा दरबारी बाजीरावांविरुद्ध सूत्रे हलू लागल्यावर त्यांवर नजर ठेवणे चिमाजीआप्पांना सोपे जात असे. १७२४ पासून त्यांनी मुलूखगिरीला सुरुवात केली; इथूनच त्यांच्या कर्तबगारीला प्रारंभ झाला. पुढे त्यांनी अनेक मोहिमा अंगावर घेऊन त्या यशस्वीपणे पार पाडल्या, पण त्या सर्व मोहिमांचा भार वाहत असतानाही त्यांनी कौटुंबिक जबाबदाऱ्यांकडे कधीच दुर्लक्ष होऊ दिले नाही. त्या जबाबदाऱ्या कशा पार पाडल्या याचीच चर्चा प्रामुख्याने या प्रकरणात करावयाची आहे.

चिमाजीआप्पांची कर्तबगारीची पहिली चार-पाच वर्षे पेशव्यांचा खाजगी कारभार पार पाडण्यातच गेलेली दिसतात. त्यांची सरदारी स्वतंत्र असल्यामुळे तिचीही जबाबदारी त्यांना सांभाळावीच लागत असे. बाजीरावांचा मुलगा बाळाजी बाजीराव उर्फ नानासाहेब याच्या शिक्षणाची काळजी चिमाजीआप्पांनीच घेतली. किंबहुना, बाळाजी बाजीराव

चिमाजीआप्पांच्या तालमीत जास्त तयार झाले. वा.कृ.भावे यांनी असे म्हटले आहे की, 'बाजीरावामागून त्याचा पुत्र नानासाहेब अधिकच विद्वान बहुश्रुत निपजला; कारण त्याच्या बालपणात पेशवे घराण्याची मुळी बरीच खोलवर गेली. घराण्याचे वजन व दरारा वाढला आणि त्याच्या व त्यांच्या बंधूंच्या शिक्षणाची काळजी वाहणारा चतुर, सहृदय व कुटुंबवत्सल असा चिमाजीआप्पांसारखा चुलता लाभला.'

पेशव्यांनी जी बांधकामे केली त्यामध्ये देवालयांचा प्रामुख्याने उल्लेख करावा लागेल. अशी देवालयांची बांधकामे करण्यासाठी वेगवेगळ्या लोकांना बाजीराव आणि चिमाजीआप्पा यांनी द्रव्यसाहाय्य करून हातभार लावला. बाळाजी विश्वनाथ पेशवे यांच्या पश्चात बाजीराव आणि चिमाजीआप्पा हेही आपल्या हातून काशीस काही धर्मरक्षणाचे कार्य घडावे या हेतूने सदाशिव नाईकांबरोबर पत्रव्यवहार करीत असत. सदाशिव नाईक याने आपल्याला बाजीराव - चिमाजीआप्पांकडून अशा कामास द्रव्य मिळेल म्हणून या दोघांना लिहिलेले एक पत्र उपलब्ध आहे. हे पत्र त्याने काशीहून लिहिले असून, त्यात तो म्हणतो, 'हे धर्मवासना या वयात धरणे हे पुण्य वडिलांचे आहे.' महाराजाही लिहिले, 'घाटाविसी व अकरा ब्रह्मपुऱ्याविसी लिहिले. तरी रावजी! मजवरी श्री आयुष्य देईल तरी तुमची सेवा (परलोकची) करावी हा हेतू बहुत आहे... नागेशाचे देवळापासून आग्रेश्वराच्या घाटापर्यंत स्थळ आहे. बाकी राहिले काम तेही हातास येईल. सर्व स्थळ हातास आल्याउपरी अकरा ब्रह्मपुऱ्या होतील. संन्याशास स्थळे होतील. परंतु ते स्थळ बांधावे.'

बाजीराव सतत बाहेरच असल्याने कुटुंबाच्या दृष्टीने अनेक जबाबदाऱ्या चिमाजीआप्पांवर येऊन पडत होत्या; पण वेळप्रसंगी बाजीराव बाहेरच्या बाहेर काही निर्णय घेत असे व त्याची अंमलबजावणी करण्याची जबाबदारीही चिमाजीआप्पांवर येऊन पडत असे. बाजीरावसाहेब चिमाजीआप्पांना लिहितात, 'राजश्री बाळाजीपंत येथे आम्हांजवळ होते. यांची माणसे नासिकास आहेत. त्यास धामधुमीचा प्रसंग दिसत असता माणसे तेथे ठेवावी हे अनुचित यास्तव, माणसे देसी आणावयासी आज्ञा करून त्यास तुम्हांकडे पाठविली आहेत. हे नासिकाहून माणसे पुण्यास आणवितील. त्यास रहावयास घर - जागा - साहित्य उत्तम करून देणे व येक गाव यास वरघाटे जवळपास कुटुंबा अनकुलता होय. यैसा पाहून देणे.'

बाजीरावांना छत्रपतींकडून मिळालेल्या जहागिरी, किल्ले वगैरेंची माहिती बाजीराव चिमाजीआप्पांना देऊन कधी कधी त्यांच्या देखभालीची प्रसंगी डागडुजीची जबाबदारीही चिमाजीआप्पांवर सोपवीत असत. १७३३ मध्ये बाजीरावांनी चिमाजीआप्पांना लिहिलेले एक पत्र त्यासंदर्भात बोलके आहे. त्या पत्रात बाजीराव चिमाजीआप्पांना लिहितात, 'चिरंजीव राजश्री आप्पा यांसी आसीर्वाद उपरी. सोमसेट मधवे याजकडील मजकूर

लिहिला तो कळला. पावागडचा मजकूर लिहिला तो कळला. ऐशास आम्ही राजश्री स्वामीस लिहिले होते, त्याचे जाब आले की, तुम्ही गडची बहादुरी करून गड खामसा जतन करणे, म्हणून लिहून आले व रा.येसवंतराऊ दाभाडे सेनापती व उमाबाई व बांडे यास राजपत्रे आली. त्याच्या नकल्या पाठविल्या आहेत. त्याजवरून कळेल. आम्ही राजश्री मल्हारजी होळकर व रा.राणोजी सिंदे यास सत्वर लिहिणे ते लेहून पत्र पाठविले आहेत. तुम्हीही त्यास लिहिणे ते लिहिले पाहिजे. सारांश, गड जतन होय ते करावे. कदाचित त्याजकडील कोणी आडवे आले तरी त्याचे पारिपत्य करणे ते करीत ते करावे.'

छत्रपती शाहूमहाराज आणि पेशव्यांच्या कडील दोन्ही ठिकाणचे खाजगीकडील व्यवहारही चिमाजीआप्पांनाच पार पाडावे लागत असत. अंबाजी पंत पुरंदरे चिमाजीआप्पांना लिहितात की, 'सौ.राजसबाई प्रसूत झाली. कन्यारत्न जाले. छत्रपती २३ मोहरमी इंदुबारी बारसे झाले. अवघ्या सरकारकुनांच्या बाइकांनी जाऊन सिष्टाचार केला.'

पेशव्यांकडील कोणाचे लग्न-कार्य, मुंज ठरल्यास त्यासाठी लागणाऱ्या वस्तू, पैसा-अडका याची सर्व व्यवस्थाही चिमाजीआप्पांनाच करावी लागत असे. नानासाहेबांची मुंज ठरल्यावर १७ डिसेंबर १७२७ रोजी चिमाजीआप्पा श्रीवर्धनच्या गोविंद कृष्ण मुतालिक देशमुखांना लिहितात की, 'पाने विड्याची दोन लाख व नारळ दोनसे ऐसे महाडास रवाना करणे. याखेरीज कापड जिनस इकडे मिळत नाही याकरिता तेथे खरेदी करून पाठविणे. अशा प्रकारच्या कार्याच्या शुभेच्छाही चिमाजीआप्पांना स्वीकाराव्या लागत असत. नानाच्या मुंजीचे कार्याचे निमंत्रण छत्रपती शाहूमहाराजांना गेल्यावर त्यांनी त्यासाठीच्या शुभेच्छा चिमाजीआप्पांना पाठविल्या.'

छत्रपती शाहूमहाराजांच्या पत्नी राणीसाहेब सकवारबाई काही एका आजाराने आजारी पडल्या होत्या. तेव्हा पुरंदरेंनी त्याची माहिती त्वरित चिमाजीआप्पांना दिली. बाबूजी नाईक बारामतीकर स्वत: तापाने आजारी पडला तेव्हा त्याने त्याची बातमी पहिल्यांदा चिमाजीआप्पांना कळविली.

छत्रपती शाहूमहाराजांपूर्वी महाराष्ट्रात नाव घेण्याजोग्या फळबागा व फुलबागा अगदी विरळा होत्या. त्या गोष्टींकडे लक्ष देण्याइतके पूर्वीच्या महाराजांना स्वास्थ्य नव्हते. शिवापूरची शहा बागही शिवकालातील प्रसिद्ध फळबाग होय. नाना जातींची फळे-फुले लोकांच्या पाहण्यात येत नव्हती. येथे फळे-फुले बहरण्यासाठी चांगली जमीन व पाणी होते. तथापि, राज्यकर्त्यांकडून त्याकडे फारसे लक्षच न दिल्याकारणाने येथे फक्त रायवळ आंबे, आंबट बोरे, जांभळे, करवंदे येवढेच काय ते होत असे.

छत्रपती शाहूमहाराजांनी ही परिस्थिती बदलण्याचे ठरविले व त्यादृष्टीने प्रयत्न आरंभिले. त्यादृष्टीनी त्यांनी या संबंधीची कामगिरी आपले पेशवे बाजीराव यांच्यावर

सोपविली. बाजीरावांना या कामात चिमाजीआप्पांनी मोठीच मदत केली. बाजीरावांना महाराजांनी इतरांसंबंधी नेहमीच तगादा लावावा व बाजीरावाने ती कामगिरी मग चिमाजीआप्पांवर सोपवावी असेच नेहमी चालत असे.

या संदर्भात चिमाजींना ब्रह्मेंद्रस्वामींकडेही लक्ष द्यावे लागत असे. स्वामीही आप्पांस पत्रे लिहून यासंबंधीची कामगिरी सांगत असत. १७३७ मध्ये ब्रह्मेंद्रस्वामी आप्पास लिहितात, 'बनसोड आंबा आला आहे. त्याचे आंबे सुमारे १०० व त्याखेरीज आणखी इरसाल आंबे १०० एकूण दोनशे आंबे धावडदशीस पाठवावे. बहिरंभटाने आम्हांस महालुंग भेटीस ठेवले. त्याचे झाड कोणे ठिकाणी आहे, त्याचे ठिकाण लावणे. आम्ही धावडदशीस जाऊ तेव्हा त्याचे डहाळ्यासाठी माणूस पाठवू.'

पुण्याजवळच्या शिवापूर येथील शहाबागेची तिच्यातील मासलेवाईक आंबेफळाविषयी प्रसिद्धी होती. शाहूमहाराजांची इच्छा सर्व महाराष्ट्रभर या फळांची लागवड व्हावी अशी होती; म्हणून त्यांनी बाजीराव व चिमाजीआप्पांना पत्रे लिहून शिवापूरचे आंबे गावोगाव रवाना करविले व मुलखातील कुणब्यांकडून त्यांची लागवड करून घेण्याचे प्रयत्न केले. महाराजांच्या आज्ञेवरून त्यांचा जवळचा कारकून हे बाजीराव व चिमाजीआप्पांना लिहितात, 'शिवापूर येथील खाजगी बागांपैकी आंबे सुमारे दहा हजार स्वामींचे जिल्हेत गावगन्ना लावणीस दिले, हे वर्तमान पहिले तपसीलवार सेवेसी लिहिले होते. प्रस्तुत आंब्याचे कागद बागांवरील कमाविसदारास देऊन पाठविले आहेत; तरी स्वामींनी आंबे आणवून तमाम गावगन्ना वाटणी करून लावणीस द्यावे आणि कुणबीयास दहशत पडे आणि लावणी मुलकात आंब्याची होय ते अगत्यरूप करावे.'

छत्रपती शाहूमहाराजांच्या पश्चात पेशव्यांनी त्यांचे कार्य अखंड चालविले. राजांचे कारकिर्दीत सातारा प्रांतात बागबगिचे झाले. पुढे पेशव्यांनी पुणे ही आपली राजधानी केल्यावर त्यात व इतरत्र बागा लावण्याकडे लक्ष पुरविले. बाजीराव व चिमाजीआप्पा यांनी आपल्या कारकिर्दीत गावोगाव आंब्याची झाडे लावण्याचा प्रयत्न केला; तसा आपल्या कारकिर्दीत व्हावा अशी नानासाहेबांची इच्छा होती. ती त्यांनी पुढीलप्रमाणे व्यक्त केली आहे, 'राव आप्पाचे वेळेस गावोगाव आंबे लाविले ते झाले. पुढे अगदी न जाले. त्यास जुन्नर, पुणे, खानदेश, गंगथडी बालेवाट सर्वत्र ताकीद असावी. गाव पाहून शे-दोनशे इतके वर्षांस लावावी. दहा-वीस हजार कमी होईल. परंतु, आंबराई फार होईल यात लौकिक व पुण्य आहे व कोणाचाही द्वेष नाही.'

स्वाऱ्या, शिकारी, धावपळ यांतून सवड मिळाली की, सर्व आप्तेष्टांनी एकत्र यावे, दोन-चार दिवस गुण्यागोविंदाने घालवावेत असा चिमाजीआप्पांचा प्रयत्न असे. १७३४ मध्ये चिमाजीआप्पांनी आपला मामेभाऊ बापूराव मल्हार बर्वे यांस असेच बोलविले होते. शिमगी पौर्णिमेला त्याने पुण्यात यावे, असे चिमाजीआप्पांनी त्याला

कळविले होते. चिमाजीआप्पांच्या पत्रास बापूरावाने उत्तर दिले, 'या बाजूस मुघलांचा त्रास आहे. वसुलाचे दिवस आहेत. घोड्यावर बसून सत्वर यावे तर शरीर समर्थ नाही.'

चिमाजीआप्पा हे पेशवे घराण्यातील कर्ते पुरुष म्हणून त्यांना परस्परांविषयी विलक्षण प्रेम व माया असून सर्वांना एकत्र आणून चारदिवस गुण्यागोविंदाने घालविण्याकडे कल असे. बाजीराव व चिमाजीआप्पा राम-लक्ष्मणासारखे, दोघांची संतती मनाजोगी वीर्यशाली. संपत्तीची कमतरता संसाराला नव्हती. सर्वांच्या डोक्यावर राधाबाईंचे (बाजी-चिमाजीची मातु:श्री) आशीर्वाद चिमाजीचे चातुर्य व शहाणपण सर्वांहून अधिक व त्याला मदत त्याचा पुतण्या बाळाजी बाजीराव उर्फ नानासाहेब याची. त्यावेळची पेशव्यांच्या घराण्यातील सगळीच माणसे रत्नाप्रमाणे तेजस असून, चिमणाजीची योग्यता त्याहून काही निराळीच! चिमणाजीआप्पांना घराण्याचा अभिमान मोठा. जे कोणी जवळचे-दूरचे आप्तस्वकीय त्याजविषयी चिमणाजीआप्पांना आपलेपणा वाटून त्या सर्वांना वर्षाच्याकाठी एखाद्या दिवशी तरी एकत्र जमवून आनंद करावा असा त्याचा प्रयत्न असे; कारण सर्वांना मोकळा दिवस वर्षाकाठी एखादाच मिळत असे; म्हणून १७३४ मध्ये शिमग्याला पुणे मुक्कामी आप्तेष्टांना आग्रहाने बोलाविले होते. तथापि, मराठ्यांचा प्रदेश शत्रूंनी वेढलेला, उशा-पायथ्याशी बसलेला मोघल घराला त्रास देईल यासाठी त्याचा मामेभाऊ कोढुण्याचा इनामदार बापूराव बर्वे हा कार्यक्रमाला येऊ शकला नाही, याचा उल्लेख मागेच आला आहे.

चिमाजीआप्पा मातृभक्त होते. आईच्या धर्मकृत्याची जबाबदारी चिमाजींनी स्वत:वर घेतली होती व ती व्यवस्थित पार पाडली होती. राधाबाई काशीला निघाल्या त्यावेळेस चिमाजींचा मुलगा सदाशिवराव अवघा पाच वर्षांचा होता. त्या आपल्या नातवास बरोबर घ्यावे, अशी राधाबाईंची इच्छा. ती इच्छा चिमणाजी कशी पुरविणार नाही? परंतु, ते लहान मूल एखाद्यावेळी हट्ट धरावयाचे, इतक्या दूरदेशी गेल्यावर बापाची आठवण काढावयाचे व रडत बसावयाचे म्हणून चिमणाजींनी त्याला आजीबरोबर पाठविले नाही. आजी यात्रेला निघून गेली. सदाशिवाची आई त्याच्या लहानपणीच वारली. त्यामुळे त्याला आजीचा लळा अधिक. आजीला वाटेत चुकल्या-चुकल्यासारखे व पोराला तोडल्या-तोडल्यासारखे होऊ लागले. त्यासाठी त्यांनी चिमाजीआप्पांना पत्र लिहून नातवाला कोणाबरोबर तरी रवाना करावे, असे लिहिले. आईची मर्जी मोडली, अशी चुटपुट चिमाजीआप्पांना लागून राहिली आणि आई त्यास सोडून दूरदेशी जसजशी जाऊ लागली तसतसे आपण पाप तर केले नाही ना? असे त्यांना वाटू लागले. ते १४ फेब्रुवारी १७३५ च्या पत्रात आपल्या आईस लिहितात, 'तुमची आज्ञा क्षेपनिक्षेप पाठवावे ऐसीच असली तर लक्षप्रकारे पाठवून देऊ. तुमच्या समाधानापेक्षा आम्हांस दैवत दुसरे नाही.... तुमचा निरोप घेतला त्यासमयी आपण पायउतारा; तुमचे पालखी

समागमे घटकाभर येऊन मग निरोप घेऊन यावे यैसे होते. परंतु, ते समयी चित्तात आले नाही. त्यामुळे चित्तात अलीकडे आलियावर हळहळ वाटली.'

यावर भाष्य करताना वा. कृ. भावे लिहितात, 'किती गाढ भक्ती व किती नाजूक व प्रबळ प्रवृत्ती. आई पालखीत बसली असताना तिच्या पालखीबरोबर तिच्याशी बोलत काही पावले तसाच गेलो नाही, यामुळे केवढ्या सुखास आपण अंतरलो असे चिमणाजी मनात वारंवार आणून दुःख करीत आहे! चिमणाजीने आईच्या प्रयाणसमयी जे जरूर ते सर्व काळजीपूर्वक केले असेल. परंतु, आई काशीच्या बिकट यात्रेकरिता दूर गेल्यावर ते मायेमुळे त्याला कमी भासू लागले इतकेच. धाकट्या सदाशिवाला आणखी सव्वीस वर्षांनी पानिपतच्या रणभूमीवर लाखो मराठ्यांना घेऊन अबदालीशी झुंजण्याकरिता ठाण मांडणाऱ्या त्या भावी पराक्रमी वीराला, आईवीणा पोरक्या दिसणाऱ्या त्या आमच्या पोराला, आपल्याइतके ममतेने कोणी सांभाळणार नाही म्हणून त्याची आजी राधाबाई त्याला काशीला घेऊन जाणार होती आणि देवधर्म करीत असता आपल्या मुलाचा पायगोळा कशाला म्हणून आप्पा, सदाशिवाचा बाप त्याला घरी घेऊन येणार होता.'

राधाबाईसंबंधाने चिमाजीआप्पांची भक्ती या प्रकारची. बाळाजी हा चिमाजीचा पट्टशिष्य. चुलत्यावरही त्याची कडी. तो शाहूमहाराजांपाशी साताऱ्यास असे. आजी यात्रेला गेल्यावर तिच्या खुशालीकडे कुटुंबातील लहानथोरांचे डोळे लागून राहिले होते. तिच्याकडून पत्र आले की, त्याची बातमी परगावीही कळविली जावी. ती ऐकताच प्रत्येकाला हर्ष व्हावा! चिमाजीआप्पा पुण्यास होते की दुसरीकडे होते. त्यांनी नानासाहेबांना आपल्या आईचे क्षेमकुशल कळविले; ते समजून नानासाहेबांनी चिमाजीआप्पांना १९ डिसेंबर १७३५ रोजी लिहिले, आधुनिक पत्राच्या शीर्षभागी लिहिल्यासारखी तारीख ऐतिहासिक विषयावरील पुस्तकात योग्य वाटत नाही. सर्वत्र शैली बदलावी, ही सूचना. (उदा. १९।१२।१७३५ ऐवजी, १९ डिसेंबी १७३५ असे छापावे.) मातु:श्रीबाई प्रयाग करून गयेस सुखरूप पावली म्हणून स्वामींनी लिहिले; त्यावरून बहुत हर्ष झाला, ते पत्री लिहावे ऐसे नाही.'

चिमाजीआप्पा व बाळाजी बाजीराव उर्फ नानासाहेब हे दोघे साताऱ्यास छत्रपतींजवळ राहात असत व बाजीराव पेशवे हे पुण्यात राहात असत. त्याच्याबरोबर कुटुंबातील इतर माणसे खूश असत. बाजीरावांचे घर नेहमी घोड्याच्या पाठीवर असल्यामुळे घरी वडीलधारी माणसे हवीत म्हणून मातोश्री राधाबाई पुण्यात राहात असत. त्यांना काय दोन्ही पुत्र सारखेच. किंबहुना, जो तिला सोडून दूर गेलेला त्याच्याकडे तिचा ओढा अधिक. बारीक-सारीक जिन्नसही तिने त्याच्याकडे पाठवावेत तांदूळ म्हणा, पोहे म्हणा, आवळकाठी म्हणा, चिमाजीआप्पांना मिळत का नसेल? पण नाही. आईचा जीव उभा राहिला पाहिजे ना? राधाबाईला वाटे सारे मिळेल, पण मायेने केलेले जिन्नस माझ्या

आप्पाला व नानाला कोण देईल? त्या काळी मुलांची खेळणी आजच्यासारखी विपुल झाली नव्हती. हस्तिदंती व काचेच्या बाहुल्या पुण्यासारख्या शहरात पेशव्यांसारख्या समर्थ पंडित प्रधानालाही उपलब्ध नव्हत्या. पुण्यापेक्षा तेव्हा साताऱ्याचा मान मोठा. ती मराठी राज्याची राजधानी. देशोदेशीचा जिन्नस तेथे बाजारात यावयाचा किंवा महाराजांच्या राजवाड्यात कोणी नजराणा म्हणून पाठवायचा. या समजुतीने राधाबाई चिमाजीआप्पांना लिहितात, 'मुलास खेळावयास हस्तिदंती बाहुली व काचेची बाहुली पाठवून देणे. पूर्वी तांदूळ व पोहे तुमच्याकडे पाठविला. त्याचा जाब आला नाही. तांदूळ, पोहे व आवळकाठी यांचे प्रयोजन असेल तर लिहून पाठविणे.'

छत्रपती शाहूमहाराज सन १७३१ मध्ये साताऱ्याहून जेजुरीस व सासवड या बाजूस येणार असे ठरले. जेजुरीस जाण्याचा हेतू 'खंडेरायाचे दर्शन' हा खराच पण त्याचबरोबर साताऱ्यास परत येताना मधल्या रानात शिकार करण्याचाही त्यांचा विचार होता; म्हणून त्यांच्या शिकारीची व्यवस्था ठेवण्यासाठी ३१ जानेवारी १७३१ रोजी महादोबा पुरंदऱ्याने चिमाजीआप्पांना पत्र लिहिले. त्यात तो लिहितो, 'जेजुरीपासून पुरंदऱ्यापर्यंत डोंगरचे रान कोणी छडू न पावे. बाकी ससे, हरणे व डुकरे सावजे रानात असतील, ती माणसांच्या वागीमुळे धुडावतील. आता माणसे जागी ठेवून पाहिले.(पूर्वी) राजश्री आले होते ते वेळेस अस्वले धरली होती, ते रान देखील चौक्या जतन करून ठेवणे. छत्रपती शाहूमहाराजांचे निरनिराळ्या भागातील मंदिरांना भेटी देणे वगैरेंसारख्या गोष्टींचे नियोजन करून त्या गोष्टी व्यवस्थित पार पडतील इत्यादी पाहण्याची जबाबदारीही चिमाजीआप्पांवर येऊन पडत असे आणि आप्पाही त्या व्यवस्थित पार पाडत असत. कधी कधी नानासाहेब पेशवाही या कामात लक्ष घालत असत आणि तसे वर्तमान चिमाजीआप्पांस कळवीत असे.'

कोणी कोणाला काही वस्तू पाठविल्या तर त्याची माहिती चिमाजीआप्पा इतरांना देत असत. तसेच त्यांनाही इतर लोक पत्रात काही गोष्टी कळवीत असत. उदा.१७३५ मध्ये निजामाच्या दरबारी शामाजी गोविंद नावाचा पेशव्यांचा नोकर होता. त्याने चिमाजीआप्पांना पत्र लिहिले आहे. त्यात बाजीरावांनी एक रथ लष्करातून पाठविला त्याचे वर्णन आहे. शामाजी म्हणतो, 'श्रीमंत राजश्री पंतप्रधान स्वामींनी लष्करातून रथ बाबूजी नाईक यांचा व सरकारचे दोन बैल पाठविले. आज्ञापत्र सादर झाले की, रथाचे पटे वगैरे सामान तुटले आहे. ते कुळ धड करून पुण्यास रवाना करणे. त्यावरून हल्ली रथास पटे नवे चढवून व बैलास झुली व रथास घटाटोप पडवे खारव्याचे करून वगैरे सामान दाघदोजी करून रथ सेवेसी रवाना केला आहे.'

ब्रह्मेंद्रस्वामी धावडशीकर हे पेशवाईतील मोठे प्रकरण; ते पेशव्यांचे गुरू होते; सावकार होते. शाहूमहाराजांचीही त्यांच्यावर मर्जी होती; त्यामुळे त्यांच्या संदर्भातील-

ही बरीच कामगिरी चिमाजीआप्पांवर येऊन पडत असे. ती कामगिरी चिमाजीआप्पा चोख पार पाडीत असत; पण त्याचबरोबर वेळप्रसंगी ब्रह्मेंद्रस्वामीदेखील चिमाजींना चार गोष्टी चांगल्या सांगत असत. त्यांच्या सुख-दु:खात सहभागी होत असत. पेशवे बाजीराव एकाएकी मरण पावले त्यावेळेस स्वामींनी चिमाजीआप्पांना लिहिलेल्या पत्रात म्हटले होते, 'बाजीराव सारका शिष्य गेला. याउपर मुलखांतून जावे किंवा प्राण सोडावा; काय करावे ते लिहिणे.'

चिमाजीआप्पांनी ब्रह्मेंद्रस्वामीस जे उत्तर लिहिले, ते असे

'आजपावेतो कृपा कटाक्षे पहात आहात तैसेच स्वस्थचित राहाल तर चि.नानास बाजीरावाची जागा आहे. स्वामींची कृपा मस्तकी असलियावरी यापेक्षा अधिकपणे स्वामींच्या शिष्यत्वाचे नाव राखिल. उमेद तो आमची या प्रकारची आहे. सर्व हिंमत स्वामींच्या आशीर्वादाची आहे. स्वामींनी नानांवर, आम्हांवर, सर्व बालकांवर नजर देऊन संतोषरूप राहावे. आशीर्वाद असल्यावर काय न्यून होणार! सर्व प्रकारचे उर्जितच होईल.'

कधी कधी ब्रह्मेंद्रस्वामी आप्पांच्या जवळपासच्या माणसांची लग्नकार्ये करून देण्याचे कामही चिमाजीआप्पांना सांगत असत व चिमाजीआप्पा ती कार्ये पार पाडीत असत. मार्च-एप्रिल १७४० च्या आसपासचे एक पत्र उपलब्ध आहे. त्यात स्वामी चिमाजीआप्पांना लिहितात, 'रामाजीचे लग्न झाले होते. ते बाईको वारली. हाली त्याचे लग्न वैशाख मासी योजिले आहे. लग्नास खर्च पाच शत रुपये लागतात. यैशास ब्राह्मण तुमचे पदरी घातला आहे. ब्राह्मणाचे लग्न केलियास बहुत पुण्य आहे. याचे येश आपण घ्यावे.'

पेशवे आणि निजाम यांचे युद्धप्रसंग वारंवार घडत; तरी त्यांचे खाजगी संबंध कधी कधी लोभाचे असत. सदाशिवराव भाऊंची मुंज झाली. हे वर्तमान निजामास १७३६ मध्ये समजले. तेव्हा नबाबाच्या दरबारातील पेशव्यांच्या सुहृदाकडून चिमाजीआप्पांना पत्र आले ते असे, 'नबाब पुसत होते की, राजश्री चिमणाजी पंडित यांचे घरी शादी झाली, ती कोणाची?' आम्ही सांगितले की, 'पुत्राची मुंज झाली. बेटा कैसा आहे? आम्ही अर्ज केला बहुत माकुल आहे. त्यावरी खुदा म्हणून त्रिवचन बोलले. याकरिता वस्त्रे उत्तम नबाबास नजर पाठविली तरी उत्तम आहे. पाठवावी.'

कोल्हापूरकर संभाजीराजे आणि छत्रपती शाहूमहाराज यांच्या भेटीगाठी होऊन दोन राज्यांचे एक राज्य करण्यासंदर्भात जे प्रयत्न केले जात होते त्याचीसुद्धा माहिती चिमाजीआप्पांच्याकडे येत होती. संभाजीमहाराज आणि शाहूमहाराज यांच्या भेटीसंदर्भात अंबाजीपंत पुरंदरे यांनी चिमाजीआप्पांना पाठविलेल्या पत्रात म्हटले आहे, 'स्वामींच्या व राजश्री संभाजीराजे यांच्या भेटी मार्गशीर्ष वद्य सप्तमी इंदुवासरी पालीचे मुक्कामी झाल्या. तेथून सातारियास आले. समागमे आईसाहेब (जिजाबाई) होती. आमच्या

वाड्यात राहावयास स्थळ दिल्हे होते. राजश्री शाहूमहाराजांनी बहुत आदर केला. हत्ती, घोडे, कापड देखील पन्नास हजार रुपयांचे वित्त पावते केले. दक्षिण प्रांत अंमल बसवून द्यावा ऐसे मान्य करून राजश्री पंत प्रतिनिधी फौजेसह वर्तमान द्यावेसे केले आणि कित्येक समाधानपूर्वक बोली करून निरोप दिल्हे. पौष शुद्ध प्रतिपदेस राजश्री संभाजीराजे निरोप देऊन पन्हाळियास गेले. भेटीगाठी झाल्या तरी दोन्ही राजबंधूंचे खरेखुरे मनोमीलन होऊ शकले नव्हते. पुढील काळात त्या दोघांच्यात संघर्ष सुरू राहिला. अशा भेटीतील बहुत आदर केला.' इ. उपचार त्या प्रसंगाला शोभेसे असले तरी त्यांचा उपयोग दोन्ही राज्यांच्यादृष्टीने तितकासा उपकारक ठरू शकत नव्हता. तथापि, अशाही नैमित्तिक भेटीगाठींची माहिती अंबाजीपंत पुरंदऱ्यांसारखा माणूस चिमाजीआप्पांसारख्यांना देत असे, हे विशेष.

संभाजीराजांनी सिंहगडावर छत्रपती राजाराममहाराजांच्या समाधीवर १७३२ मध्ये छत्री बांधली. यासंबंधी चिमाजीआप्पांना पाठविलेल्या पत्रात म्हटले आहे, 'राजमान्य राजश्री चिमणाजी पंडित याप्रती आज्ञा केली ऐसी जे की, सिंहगडी कैलासवासी महाराजांचे वृंदावन बांधावयास काम चालीस लाविले आहे. त्याच्या साहित्यविषयी तुम्हांकडे हरजी ढमढेरे पाठविले आहेत; तरी अनुकूल पडेल ते साहित्य करून वृंदावन होय ऐसे करणे.'

छत्रपती शाहूमहाराजांच्याकडील आणि पेशव्यांच्याकडील खाजगीची जवळजवळ सर्वच कामे चिमाजीआप्पांना पार पाडावी लागत असत. तथापि, कोल्हापूरकर संभाजीराजेही आपल्याकडील खाजगीचे काम चिमाजीआप्पाच करू शकतील, असा विश्वास धरून वरीलसारखे एखादे काम सांगताना आढळतात. छत्रपती शाहूमहाराजांकडे काही चाकरमाने पाठविणे वगैरेंसारखी कामगिरी चिमाजीआप्पांना पार पाडावी लागत असे. १७३५ च्या चिमाजीआप्पांना आलेल्या एका पत्रात म्हटले आहे, 'चाकरमान्या पाटलाचा निजध्यास बहुत राजश्रीस लागला आहे तरी सत्वर पाठवून देणे.'

छत्रपती शाहूराजे आपल्या खाजगीकडील वा इतरही कामे चिमाजीआप्पांना ज्याप्रमाणे सांगवून करवून घेत असत त्याप्रमाणे चिमाजीआप्पांनी केलेल्या विनंतीला मान देऊनही त्यांच्या व्यक्तिगत कार्यातही सहभाग घेत असत. १७३६ मध्ये चिमाजीपुत्र सदाशिवराव यांचा व्रतबंध झाला. त्याचे निमंत्रण चिमाजीआप्पांनी छत्रपती शाहूमहाराजांना देणे हे अगदी स्वाभाविक होते. छत्रपती शाहूराजांना प्रत्यक्षपणे या व्रतबंधाच्या कार्यास हजर राहून बटूस आशीर्वाद देता आले नाहीत, पण छत्रपतींनी आपल्या शुभेच्छा मात्र न चुकता चिमाजीआप्पांना पाठविल्या.

छत्रपतींच्या दरबारात कधी कोणी आजारी वगैरे असतील तर त्याची बातमी चिमाजीआप्पांना कळविण्यात येई व त्यानंतर आप्पा त्यानुसार त्यात लक्षही घालत असत. असेच एक पत्र पेशवे दप्तरात आहे. पुरंदऱ्यांनी शाहूमहाराजांच्या राणीस बरे

नसल्याचे पत्र चिमाजीआप्पांना लिहिल्याचे उपलब्ध आहे; तर बाबूजी नाईक स्वत:लाच बरे नसल्याने आप्पांनी सांगितलेले काम जरा पुढे ढकलावे लागत असल्याचेही आप्पांना पत्राने कळविताना आढळतो; तर दुसऱ्या एका पत्रात नागोजीराव आप्पांना आपल्या घोडीला बरे नसल्याचे कळविताना आढळतो. 'मध्यंतरी त्या घोडीच्या पोटात काहीच गेले नव्हते. आता थोडे बरे आहे; पण या घोडीला बरे वाटलेच नाही तर आप्पांनी त्यांच्याकडील घोडी पाठवावी' अशीही विनंती नागोजीराव त्या पत्रात करताना आढळतो.

छत्रपती शाहूमहाराजांना प्राणी-पक्षी पाळण्याचा नाद होताच ते त्यासाठी कशा प्रकारे जमवाजमव करीत असत याचा एक उल्लेख मागे येऊन गेला आहे. निरनिराळ्या ठिकाणांवरून आणि निरनिराळ्या लोकांकडून अशा वस्तू घेऊन त्या छत्रपतींना पुरविण्याची कामगिरीही पार पाडावी लागत असे. छत्रपतींना बदकाच्या जोड्या पाठविण्याविषयी चिमाजीआप्पांना पत्र आले. त्यात म्हटले होते, 'भोपत पायेदामी (जाळ्याने पक्षी धरणारा) यास आम्ही विचारले की, कडूसात कोणत्या पाटलाच्या घरी बदकाचा जोडा आहे, त्याचे नाव सांगणे.' तो बोलला की, 'पाटलाचे नाव ठावक नाही पाटलाचा आहे की आणखी कोणाचा आहे हे न कळे. परंतु, त्या गावात आहे म्हणून बोलिला. तरी स्वामींनी कडूसच्या पाटलाचे घरी अगर गावात ज्याचे घरी असेल त्याचा तहकीकात करून आणविला पाहिजे. जोड्यास बदकाच्या बुरुंजी करंडे करून चारापाणी वाटेने घालून निगेने रवाना करणे.'

साताऱ्यास महाराजांच्या शिकारखान्यात नवीन नवीन तऱ्हेचे पशुपक्षी येऊन त्यांची सजावट नीट होत चालली असता, ते इतरत्र आपल्या पसंतीच्या ठिकाणीही काही काही प्राण्यांचा संग्रह करीत. साताऱ्यापासून थोड्या अंतरावर असलेल्या चंदन-वंदन या दोन डोंगरी किल्ल्यांवर जात व राहतही असत. किल्ल्यावरची जागा कबुतरे बाळगण्यास व उडविण्यास प्रशस्त जाणून त्याजवर कबुतरे ठेवण्यात आली. किल्ल्यावर मोरांचा उपद्रव फार व वारा बहुत. याजकरिता त्यांच्या आज्ञेवरून ती कबुतरे तेथून काढून किल्ल्याखाली गडकरी यांच्या वाडीस ठेवली. ती दीडशेजोडी झाली होती. त्यातून महाराजांनी खेडच्या मुक्कामी चांगली कबुतरे निवडून शंभरजोडी घेतली. बाकी पन्नास जोडी राहिली. ती वाडीस ठेवली होती. त्यात अलीकडे दमाजी गायकवाड साताऱ्यास गेले. त्यांच्या पाठीवर त्रिंबकरावनाना होते. त्या दंग्यात वाडी वाटेवर होती. ती लुटली गेली. ते समयी कबुतरे दंग्यात गेली; असे पत्र नानासाहेब पेशव्यास मुधोजी भोसले हवालदार व कारकून किल्ले चंदनगड याने लिहिले. या पत्राची तारीख रियासतकार सरदेसाई यांनी २९ सप्टेंबर १७५८ अशी दिली आहे; यावरून शाहूमहाराजांच्या मृत्युनंतर साताऱ्यास ताराबाईंची कारस्थाने सुरू झाली. त्या धांदलीत नानासाहेबाने चंदनगडावरची विचारपूस केली. तेव्हा त्यांना ही माहिती पुरविण्यात आली असावी. कदाचित त्याला

पुण्यात शिकारखाना नवा काढताना वरील कबुतरांची गरज भासली असावी.

शाहूमहाराजांना एकदा आपल्या शिकारखान्यात वनगाई, कस्तुरीमृग व हुमे हे पक्षी ठेवण्याची इच्छा झाली. हे प्राणी काश्मिरात मिळत असल्याचे शाहूमहाराजांनी ऐकले होते. त्यांच्या दरबारात इतर अनेक राजांच्या वकिलांप्रमाणे श्रीनगरच्या राजाचाही वकील होता; त्याने सांगितले की, हुमे पक्षी जिवंत मिळत नाही. तेव्हा वनगाई व कस्तुरीमृग आणण्यासाठी एकादा छोटेखानी कारकून श्रीनगरला पाठविण्याचे ठरले. शाहूस लावा (लावी) पक्षी पाहिजे होते. ते त्याजकडे पाठविले असल्याचे त्याचे चिटणीस निळो बल्लाळ यांनी लिहिले. दोन बाजबुरे (बहिरी ससाणा) पक्षी शाहूमहाराजांनी मागितल्यावरून त्याकरिता पाच हजार रुपये कारकुनापाशी दिल्याचे अंबाजी त्रिंबक याने बाजीराव पेशव्यांना कळविले. वाघ निदान वाघीण बाळगण्याचे शाहूमहाराजांच्या मनात आल्यावर त्या तजविजीस अधिकारी व कारकून मंडळी लागली. मल्हारजी होळकर यांनी महाराजांकडे चित्ता पाठविला. त्याला रतीब सुरू झाला.

जलाशयात मासे धरणे हा शाहूमहाराजांचा एक मनोविनोद होता. माशाच्या जाळ्यास जो गळ असतो त्याचे दोरीस बारीक सुताची गरज लागली. सूत ते काय, कोठेही मिळाले असते; पण शाहूमहाराजांचे अशातशाने समाधान होण्यातले नव्हते. त्यांची चिकित्सा विलक्षण होती. मासे पकडण्यासाठी टाकावयाच्या जाळ्याच्या गळाचे सूत त्यांना हवे तसे बारीक सातारा व पुणे प्रांती आढळेना म्हणून जासूद जोडा पाठवून बऱ्हाणपुराहून ते आणविण्याची त्याने आज्ञा केली. मासेसुद्धा केव्हातरी पकडावयाचे नसून त्यांचा हंगाम अगदी ठरलेला.

दसरा-दिवाळीपर्यंत माशाचे शिकारीचा हंगाम आहे. यास्तव माशाचे डाग राजश्रींनी (महाराजांनी) जाग जागत घातले आहेत. माशाचे शिकारीची चर्चा निघाली असता, गळाचे दोरीस बारीकसूत असावे म्हणून महाराज बोलले. बऱ्हाणपूर खानदेशचे सूत बारीक मिळते; तरी मुजरद जासूद घोडा पाठवून सावकाराच्या घरून बारीक सूत घेऊन पाठवावे. याही कामात महाराजांची निकड होती. महाराजांचे राज्य 'नवी विटी नवे राज्य,' या म्हणीसारखे होते. कोठे जेजुरीस देवदर्शनाकरिता प्रवासास जावयाचे असल्यास त्यांच्याकडे पुरेसे किंवा त्यांच्या योग्य तसे शोभण्यासारखे उंटही नसावे, असे पुढील पत्रावरून वाटते. महादोबा पुरंदऱ्यांनी ३१ जानेवारी १७३१ रोजी चिमाजीआप्पांना लिहिले, 'निदान दहा उंट खामखा आणवावे. आणण्यासाठी शहरास (औरंगाबादेस) व नबाबाच्या (निजामअलीच्या) लष्करात माणसे पाठवावी.' राजे, महाराजे, श्रीमंत सरदार यांच्यापाशी हत्ती हा पाहिजेच. त्यांच्यावाचून गजान्त लक्ष्मीची सिद्दी कशी होणार? त्या काळी हत्तीचा उपयोग मोठेपणाप्रमाणेच युद्धकार्यातही होत असे. रणभूमीवरचा राजा अगर सेनापती आपल्या सैनिकास दिसावा यासाठी तो हत्तीवर बसे. शत्रूची फळी फोडून

त्याची दाणादाण उडवून देत आणि किल्ल्याचे दरवाजे हत्तीच आपल्या अजस्र धडकीने खुले करीत. यादृष्टीने राजाच्या लवाजम्यात व लष्करात हत्तीला फार मोठा मान होता. त्या बाबतीत बाजीराव व चिमाजीआप्पा या बंधूंना असे पत्र गेले की, स्वामींनी राजश्री नारबावा यास आज्ञा केली, 'राजश्री चंद्रसेन जाधवराव यास पत्र पाठविणे की, दोन हत्तीणी उत्तम खरेदी करून पाठवून देणे.' रा.देवराव यास आज्ञा लिहीली, 'पाच हजार रुपये शहरास पाठवून उत्तम दोन हत्तीणी घेऊन येणे.'

वरील हकिकतींवरून साताऱ्यास हत्ती, वाघ, घोडे, कुत्रे, बहिरीससाणे, बदके, कबुतरे इत्यादिकांचा प्रेक्षणीय प्राणिसंग्रह जमविला असल्याचे सिद्ध होते. १७४९ मध्ये छत्रपती शाहूमहाराज मृत्यू पावल्यानंतर साताऱ्याच्या गादीवर रामराजे आले; पण ते फारसे कर्तबगार न निघाल्यामुळे सत्तेचे केंद्र साताऱ्याहून पुण्यास गेले. त्याचबरोबर साताऱ्याच्या प्राणिसंग्रहावरचे लक्ष सहजच उडाले व 'जेथे सत्ता तेथे वैभव' या न्यायाने पुण्यास प्राणिसंग्रह ठेवण्याची पेशव्यांना आवश्यकता निर्माण झाली. या संग्रहास सुरुवात थोडीशी पहिल्या बाजीरावांनी केली असली तरी नानासाहेबांच्या कारकिर्दीच्या उत्तरार्धात तो संग्रह बराच वाढला व सवाई माधवरावांच्या वेळी नाना फडणविसांनी पराकाष्ठेस नेऊन पोहचविला. बाजीराव व चिमाजीआप्पा यांनी कुत्रे बाळगले होते तसेच नमुनेदार घोडे व पाखरेही बाळगली होती. छत्रपतींच्या घरासाठी काही गोष्टी जशा चिमाजीआप्पांना काळजीपूर्वक करून घ्याव्या लागत असत; म्हणजेच छत्रपतींच्या खाजगीकडे जसे चिमाजीआप्पांना लक्ष घालावे लागत असे त्याचप्रमाणे स्वत:च्या (पेशव्यांच्या खाजगीकडे) अगदी वाड्यातील भांडीकुंडी खरेदी करण्याच्या संदर्भातदेखील आप्पांना लक्ष देऊन त्याची पूर्तता करावी लागत असे; या संदर्भात वासुदेव जोशींना आप्पांनी सांगितलेल्या कामाची त्यांनी पूर्तता केली व सांगितल्याप्रमाणे कल्याणहून भांडीकुंडी करून पाठविल्याच्या संदर्भातील एक पत्र उपलब्ध आहे.

पेशव्यांचा देवधर्म, ब्राह्मणभोजने, अनुष्ठाने यावर बराच विश्वास होता व त्यास चिमाजीआप्पाही अपवाद नव्हते. अनुष्ठाने वगैरे व त्यासाठीची ब्राह्मणदक्षिणा व इतर गोष्टी त्याही बाजीराव सांगतील त्याप्रमाणे करवून घेणे हीदेखील एक जबाबदारी चिमाजीआप्पांवर असे व ती ते व्यवस्थित पार पाडत. यां संदर्भातील त्यांचे एक पत्र गोविंद कृष्णा मुतालिक यांना ८ जुलै १७२७ रोजीचे उपलब्ध आहे. त्यात ते म्हणतात, 'श्रीहरी हरेवरी ब्राह्मण अतिरुद्र श्रावणामासी करितील यासी येणेप्रमाणे साहित्य करून देणे.. येथून ब्राह्मणांची यादी पाठविली आहे. याखेरीज तीर्थरूप राजश्री राऊ यांच्याकडून ब्राह्मणांची यादी आली तरी तुम्ही हे यादीखेरीज दुसरा ब्राह्मण न लावणे. ब्राह्मणाची यादी अलाहीदा पाठविली असे जाणिजे. याखेरीज श्री कालभैरव येथे अनुष्ठानास ब्राह्मण यासी भात मण दीड मण व रु.११.११ निमे येणेप्रमाणे देणे जाणिजे. ब्राह्मणास

पाने व सुपारी लागल तरी ती देत जाणे. जाणिजे अनुष्ठानास ब्राह्मणास नारेल दहा-दहा देणे. अनुष्ठानाखेरीज ब्राह्मण असती तर सर्वांस दर अदमासी भात तीन मणप्रमाणे तीन खंडी अठरा मण भात देणे जाणिजे.'

एखाद्या भागात पुण्याहून कोणाची नेमणूक झाली आणि संबंधित ठिकाणी जर मुळच्या लोकांकडून अडवणूक केली जात असेल व त्यासंबंधीची तक्रार चिमाजीआप्पांकडे गेली तर चिमाजी संबंधितांना ताकीद देऊन आपण एकोप्याने एकत्र राहण्याविषयी स्पष्ट शब्दांत समज देत असत. या संदर्भात त्यांनी २२ ऑक्टोबर १७२७ रोजी दंडराजपुरीच्या गोविंद कृष्ण मुतालिक यांना धाडलेले पत्र पुरेसे बोलके आहे. त्या पत्रात आप्पा लिहितात, 'राजमान्य राजश्री गोविंद कृष्ण मुतालिक दि.देशमुखी प्रांत दंडराजपुरी.... वेदमूर्ती गोविंदभट करमरकर वास्तव्य हरिहरेश्वर यास तुम्हांकडून सालामज कुळी देशमुखीच्या येवजी भातमण पाच मण बारूले मापे देखिले आहेत. याप्रमाणे भट मारलिनेस पावऊन पावलियाचे कबज घेऊन हिसेब खर्च लिहिणे. त्रिंबक विश्वनाथ श्रीवर्धनी तुम्हांपासी लिहीणार हुजरून नेमून दिले आहेत. त्या त्याच्या हाते लिहीण्याचे प्रयोजन घेणे. दुसरीयास ठेवाल तर न ठेवणे ते तुम्ही येका मते कार्य प्रयोजन करीत जाणे. त्रिंबक विश्वनाथास दुसरीकडे पाठवाल तर न पाठवणे, जाणिजे.'

पेशवे बाजीराव आणि चिमाजीआप्पांच्या काळात मराठ्यांचे साम्राज्य वाढत होते. त्याचप्रमाणे मराठा सरदारांचे आपापसात झगडेही होत असत. वेळप्रसंगी ते अगदी एकमेकांशी शत्रूसारखे वागत. अशावेळेस त्यांनी तसे वागू नये अशा प्रकारची ताकीद त्यांनी त्या सरदारांना द्यावी असे बाजीरावांनादेखील वाटत असे व तशा प्रकारच्या सूचना बाजीराव चिमाजीआप्पांना करीत असे; कारण चिमाजीआप्पांचा धाक आणि दरारा उभयतांना वाटत असे. १७२७ मध्ये बाजीराव पेशव्यांनी चिमाजीआप्पांना लिहिलेल्या पत्रात कंठाजी कदम आणि उदाजी पवार यांना आप्पांनी ताकीद देऊन आपासातील झगडा करू नये असे सांगावे अशा सूचना केल्या होत्या.

खुद्द छत्रपती शाहूमहाराज आणि इतर सरदार यांच्या वास्तव्यामुळे अथवा स्वाऱ्यांमुळे एखाद्या ठिकाणास उपसर्ग झाला तरीदेखील संबंधित अधिकारी या बाबी चिमाजीआप्पांना पत्राने कळवीत आणि अर्थातच त्यावर त्यांच्याकडून तोडगा काढला जावा, अशी अपेक्षा करीत असत. जानेवारी १७२९ मध्ये पुणे जिल्ह्याचा अधिकारी बापूजी श्रीपती यांनी चिमाजीआप्पांना लिहिलेल्या पत्रात म्हटले आहे, 'दुष्काळामुळे शेतकऱ्यांचे नुकसान झालेच परंतु स्वामींच्या मुक्कामामुळे मुलकाचा बहुतच तसनस झाला. स्वामीखर्चेही बहुतच पडिला व कुणब्यास वेट बिगार फारच पडली.'

एखाद्या लढाईत घरातील माणूस धारातीर्थी पडला तर त्याच घरातील दुसरी व्यक्ती आता त्यासंबंधात आप्पा काय निर्णय घेतात याकडे डोळे लावून बसत असत;

कारण बाजीराव पेशवे सतत रणमैदानावर असल्याने अशा प्रकारचे निर्णय चिमाजीआप्पाच घेत असत. ३ ऑक्टोबर १७३२ च्या एका पत्रात मोरशेट कारंजे चिमाजीआप्पांना लिहितात, 'राजा नरसिंगराऊ ढमढेरे हे बुंदेलखंडात पडिले. त्यांचे भाऊ महादजी ढमढेरे गतवरसी गुजरातेस गायेकवाड याजकडे गेले होते. सांप्रतही तिकडेच आहेत, जात होते. त्यास आम्हीं सांगितले की, 'श्रीमंत राजश्री पंतस्वामीस पुसिले वेगळे न जाणे. त्यांनी निरोप दिल्हा तरी जाणे म्हणवून राहावून सेवेसी पत्र लिहीले असे. यांचे विसी आज्ञा करणे ते केली पाहिजे. हुजूर बोलाविले तरी उत्तर आलियावरी सेवेसी पाठवून देऊन सेवेशी श्रृत होय हे विनंती.'

आपल्या सरदारांच्या घरातील लग्नकार्ये यास हजर राहून त्या कार्यास मदत करणे हेही काम चिमाजीआप्पांवरच येऊन पडत असे व लोकांनाही त्यांची हजेरी आवश्यक वाटत असे म्हणून सरदारही चिमाजीआप्पांच्या नावाने निमंत्रणे पाठवीत असत. ३० नोव्हेंबर १७३६ च्या पत्रात सुलतानजी निंबाळकर चिमाजीआप्पांना लिहितात, 'राजश्री चिमणाजी पंडित गोसावी यांसी – सकलगुणालकरण अखंडित लक्ष्मी आलंकृत राजमान्यश्री सुलतानजीराऊ निंबाळकर दंडवत विनंती उपरी. येथील कुशल जाणून स्वकीये कुशल लेखन करीत गेले पाहिजे विशेष. चिरंजीव दुर्गाबाईंचे लग्न मार्गशीर्ष वद्य पंचमी शनिवारी नेमस्त केले आहे. तरी गोसावी यांनी सहपरिवारे येऊन मंडप शोभिवंत केला पाहिजे.' छोट्यामोठ्या तक्रारीही लोक चिमाजीआप्पांकडे करीत असत. एका तक्रारीत म्हटले आहे, 'पुरवणी तीर्थरूप राजश्री आपास्वामींचे सेवेसी विनंती उपरी चवघे लोहार व येक सुतार व पाचजण घिसाडी यैसे स्वामींनी दुसऱ्या समागमे पाठविले, ते गोखाडचे मुक्कामी आले. आकिवाटच्या मोर्च्याचे कामावर राजश्री स्वामींनी ठेविले ते आठदहा रोज होते. ते हि न पुसतच पलोन गेले.'

ब्राह्मण मंडळींना वतने मंजूर करणे व त्या त्या घराण्यांकडे ते चालविण्याविषयीदेखील चिमाजीआप्पा आज्ञा करत असत व त्यांनी काढलेल्या आज्ञेनुसार पुढे कारभार चालत असे. १७५१ च्या एका पत्रात केशव जोशी चिपळूणकर यांनी आपल्या घराण्यांना चिमाजीआप्पांकडून ज्योतिषवतन मिळाले असून ते आपल्याच नावे चालत राहावे असे म्हटले आहे.

एखाद्या लग्नकार्यातदेखील कुणी आणि का हजर रहावे अगर राहू नये याविषयी देखील चिमाजीआप्पांकडे निर्णय घेण्याविषयीची वेळ येत असे व ते त्या संबंधिताशी लागलीच बोलत असत. याविषयीचे एक पत्र अतिशय बोलके आहे. चिमाजीआप्पांनी महादोबा पुरंदऱ्यास लिहिलेल्या पत्रात म्हटले आहे, 'आसीर्वाद उपर. जो विचार सांप्रत प्राप्त झाला आहे त्याची भटी दरूस्त झाली पाहिजे यास्तव तुम्हीं लग्नानिमित्त सासवडास जाण्याचा विचार सर्वथा न करणे.'

गावातल्या जत्रा-यात्रा त्यानिमित्त होणारी गर्दी त्यामुळे उभ्या पिकांना होणारा त्रास अशा गोष्टी होऊ नयेत यासाठी चिमाजीआप्पांनी लक्ष घालावे, असे सांगणारीही काही पत्रे आहेत. पिलाजी जाधवांनी आळंदीच्या यात्रेसंबंधात चिमाजीआप्पांना लिहिलेले पत्र उपलब्ध आहे. ते म्हणतात, 'मौजे आळंदीस श्रींची यात्रा भरणार, ह्यास यात्रेस जे स्थळी राहते तेथे जोंधळे आहेत ते अद्यापि जाले नाहीत. यात्रेस आपलेही जाणे होईल यास्तव अगोदर डेरे देणे त्यास पुणे वाटेवरी आहे तेथेच देवावे आणिखी कोणी सिवारास उपसर्ग करितील त्यास अगोदर ताकिदीस कोणी पाठऊन दिल्हा पाहिजे. साल मजकुरी गुदस्तास नुकसानी बहुत जाली आहे. दोन कुळे पळोन गेली, तरी येविसी राजश्री गोविंद कृष्ण यासी पत्र पाठऊन तेथील जीवनमाफी खंडणी केली पाहिजे.'

आपापसातील आर्थिक व्यवहारांमध्ये चिमाजीआप्पांनी लक्ष घालून त्या बाबतीत योग्य व्यक्तीस योग्य न्याय मिळवून द्यावा अशा प्रकारची अपेक्षाही संबंधितांची असे. या संदर्भातील रामचंद्र महादेव यांनी मोरशेट कारंजे, साताऱ्याचे बँकर यांच्याविषयी चिमाजीआप्पांकडे केलेली तक्रार उपलब्ध आहे. त्यासंबंधित पत्रात ते लिहितात, 'श्रीमंत राजश्री चिमणाजी पंत स्वामींचे सेवेसी पंत रामचंद्र महादेव कृतानेक नमस्कार-विनंती येथील कुशल जाणोन स्वकीय कुशल लेखन आज्ञा केली पाहिजे. यानंतर राजा मोरसेट करंजेच्या माणको उमाजी व राजश्री फत्तेसिंग याजकडील जुन्नर सुभ्याच्या जकाती सांगितल्या. त्यास कसबे उंबरे येथील सनद घेतली आहे म्हणोन येकिले; तरी उंबराची जकात आम्हांकडे आजी बारा-तेरा वर्षे आहे, तो येवज किलास पावत असतो. मध्ये माणको उमाजी याणी एक वर्ष ताकीदपत्र आपले आणोन नवी जाजती जकात बसवावी म्हणोन खटपट करीत होता. परंतु, चालो दिले नाही. या उपरी मोरसेटनी जुन्नर सुभ्याचा कारभार केला ते वर्षी जबरदस्तीने वणियापासून आडिचसे रुपये घेतले. आम्हीं कल्याणास होतो तेथून आल्यावर वाणी आम्हांजवळ आले. तेव्हा माणको उमाजीस आणोन निर्वाह घेतला. येशास नवी कानु होते येसे नाही. सुदामत इपासून चालत आले आहे त्यापइ चालवून जाजती करकर करितील ते चालणार नाही. आपणांस ते हकिकत लिहा यास्तव लिहिले असे. वरकड पैकियाकरिता पाठविला तरी दोन-तीन सिवसा पाठऊन देतो. खेड व कडूस व पावल ती गावाविसी आपण वचन दिले नाही. चित्तात येइल तरी सनदा पाठवाव्या. आम्हांपासून चाकरी होऊन येते न येते हे पहावे. आम्हांस कोकणात मानत नाहीत. लोहगडी सीत बहुत याकरिता आपणास लित आहे राजश्री पंत प्रधान यास विनंती करून आपण सनदा पाठविल्या पाहिजेत. अध्यापि तीन गाव न होत तर खेड कडूस दोन्ही गाव तरी आम्हाकडे देविले पाहिजे.'

प्रदेशप्राप्ती अगर चाकरी करण्याच्या संदर्भात जर दोन सरदारांच्यामध्ये वादविवाद निर्माण झाला तर तेथे मध्यस्ती करण्याची जबाबदारी चिमाजीआप्पांवर येऊन पडत

असे. भगवंतराव अमात्य आणि तानाजीराव खानविलकर यांच्यात असा वाद निर्माण झाला असता, या प्रकरणात मध्यस्ती करून आपणास न्याय द्यावा अशी विनंती तानाजीराव करताना दिसतात. म्हटलं तर साध्या-साध्या पण तितक्याच महत्त्वाच्या गोष्टी कुटुंबाच्यादृष्टीने आपण चिमाजीआप्पांना प्रथम सांगाव्यात, असेच बहुतेकांना वाटत असे. त्यादृष्टीने आनंदराव सुमंत यांच्या सुनेच्या मृत्यूच्या संदर्भातील अगदी एक लहानसे पत्र उपलब्ध आहे, ते पाहण्यासारखे आहे. पत्रलेखक लिहितो, 'राजश्री आप्पा स्वामींचे सेवेशी विनंती उपरी राजश्री आनंदराऊ पंडित सुमंत यांची सून धाकटी राजश्री, मोरो शामराज यांची कन्या तीस वेथा ज्वराची जाली होती. उपाये बहुत केला. परंतु, वेथा बरी झाली नाही. मृत्यू पावली स्वामीस वर्तमान कळावे याकरिता लिहिले असे.'

पेशवा बाजीराव सातत्याने दौऱ्यावर असे व त्याकाळात ते चिमाजीआप्पांवर वेळप्रसंग येईल तशी तात्कालिक कामगिरी सोपवीत असत. याचे काही उल्लेख मागे आले आहेत. असेच एक पत्र बाजीरावांनी चिमाजीआप्पांना लिहिलेले उपलब्ध असून, त्यामध्ये पेशवे बाजीराव चिमाजीआप्पांना काही लोक तुमच्याकडे पाटविले आहेत. त्यांना आपल्या चाकरीत ठेवून घेण्याविषयी लिहिताना आढळतात.

अशा प्रकारे बाजीराव पेशवे पदावर आल्यापासून चिमाजीआप्पांवर घरची-दारची अशी दुहेरी जबाबदारी येऊन पडली. सर्वसामान्य माणसापासून ते छत्रपती शाहूमहाराजांपर्यंत अनेकजण चिमाजीआप्पांना हरतऱ्हेची कामगिरी सांगत असत आणि आप्पा मोठ्या कुशलतेने ती कामगिरी पार पाडत असत असेच म्हणावे लागेल.

चिमाजीआप्पांची मस्तानी संदर्भातील भूमिका – एक कौटुंबिक कटू कर्तव्य

चिमाजीआप्पांना त्यांच्या आयुष्याच्या शेवटी शेवटी आपल्या कुटुंबाच्या संदर्भात एक अतिशय कटू कर्तव्य करावे लागले होते. ते कर्तव्य म्हणजे चिमाजीआप्पांचे मोठे भाऊ थोरले बाजीराव साहेब आणि त्यांचे कुटुंब यांच्यात 'मस्तानी' संबंधाने निर्माण झालेला संघर्ष.

मस्तानीच्या पूर्ववृत्ताबद्दल एक उल्लेख मिळतो तो असा की, निजामाविरुद्धच्या युद्धानंतर मस्तानीची चिमाजीआप्पांशी योगायोगाने भेट झाली. यानंतर चिमाजीआप्पांनीच तिला पुण्याला आणून बाजीरावांना अर्पण केली.

ही हकिकत खरी मानणे म्हणजे न्यायनिष्ठुर व करारी चिमाजीआप्पांसारख्या चारित्र्यसंपन्न सेनापतींवर अन्याय करण्यासारखे आहे.

मस्तानीबद्दल आजपर्यंत बरेच लेखन झाले असले तरी अजूनही तिच्याबद्दल विश्वसनीय माहिती मिळत नाही तथापि बाजीरावाच्या आयुष्यात मस्तानी नावाची सुंदर स्त्री येऊन गेली, व तिच्यायोगाने बाजीरावाचे आयुष्य काही काळ तरी ढवळून निघाले व त्यात चिमाजीआप्पांना स्वतःची अशी काही एक भूमिका त्या संदर्भात घेणे भाग पडले.

बाजीरावांना मद्य-मांस सेवनाची सवय जडली. त्याचा सगळीकडे बभ्रा होऊ लागला. निकटवर्तीयांची कुचंबणा होऊ लागली. हे आचार सत्य होते, असे समकालीन कौटुंबिक पत्रावरून स्पष्ट होते. बाजीरावांना मांसाहार आणि मद्यप्राशनाची (शराब) सवय जडली होती, हे खरे आहे. अठरापगड जातीपंथाच्या सैन्यात बाजीरावसाहेब मोकळेपणाने वावरत असत. सामान्य सैनिकांत बंधुतुल्य भावनेने मिसळत असत. त्यांच्याप्रमाणे खातपीत असत. 'मद्य-मांस' ही सवय सैन्यातील सवंगड्यांकडून लागली नसेलच असे ठामपणे म्हणता येत नाही. तसेच मद्य-मांस प्राशनाची सवय केवळ मस्तानीच्या सहवासामुळे लागली यालाही काही ठाम आधार नाही.

या कालखंडातील बाजीरावांच्या मांसाहाराबद्दल बहुधा एकच अस्सल उल्लेख उपलब्ध आहे. नानासाहेबांना लिहिलेल्या पत्रात चिमाजीआप्पा म्हणतात, (१६ जानेवारी १७४०) 'त्यामुळे पाटलासी सहजात (बाजीराव) बोलले जे कोंबड्याचे प्रयोजन आहे घेऊन येणे. काय बोलतो हा अर्थ चितात नाही. हे विचार मस्तानीजवळून निर्माण जाले असेत. ती पीडा जाईल तेव्हा पुण्यच प्राप्त होईल न होईल येसे दिसत नाही... तुम्हाकडील बोभाट मस्तानीने लिहिला तर तो लटके म्हणावयास आम्हास कार्यास येई. छ १७ सवाई हे आसीर्वाद.'

मस्तानीमुळे पेशवे परिवारात उद्‌भवलेला वाद, हे राज्यकर्ते घराणे असल्यामुळे कौटुंबिक पातळीवर मर्यादित न राहून या प्रकरणाला सार्वजनिक रूप आले. समाजातील ब्राह्मण पुरोहित वर्गाने पेशवे परिवारातील सांस्कृतिक - धार्मिक कृत्यांवर व्यापक बहिष्कार घालण्याची भाषा सुरू केली.

'बहिष्कार' प्रकरण जेव्हा उग्रस्वरूप धारण करू लागले, तेव्हा श्रीमंत गं. भा. राधाबाईंनाही समाजातील ढोंगीपणाचा संताप आला. पुण्यातील ब्रह्मवृंदांनी बहिष्कार चालू ठेवल्यावर पेशवे वाराणसीहून ब्राह्मण घेऊन येतील व सर्व धर्मकृत्ये चालवितील असे गं. भा. राधाबाईंनी स्पष्टपणे बजावले.

पेशव्यांच्या घरातील मस्तानीच्या संदर्भातील वादळाचे पडसाद सर्वत्र उमटले हे खरे आहे. मस्तानीमुळे लोकापवादाला खतपाणी मिळाले. या प्रकरणाला वेळेवर आवर घातला पाहिजे अशी गं. भा. राधाबाई आणि चिमाजीआप्पांची भूमिका होती. मस्तानी पुत्र समशेरबहाद्दूरांबद्दल बाजीरावांना सुरुवातीपासूनच फार आपुलकी वाटत असे. हे अपत्यप्रेम राज्याचा घात करील, भविष्यात समशेरबहाद्दूर राज्याचा वाटा मागू लागले तर मराठी साम्राज्याचे अस्तित्व धोक्यात येईल, हीच या माता-पुत्रांना खरी भीती वाटत होती. मस्तानीच्या आहारी गेल्यामुळे बाजीरावांचे राजकारणाकडे दुर्लक्ष होईल, पेशव्यांनी दरबारी कामात लक्ष घालणे कमी केले तर त्यांची राज्यकारभारावरची पकड सैल होईल, परकीय शत्रू या परिस्थितीचा फायदा घेतल्याशिवाय राहणार नाही. ही

संभाव्य संकटपरंपरा टाळणे राज्यहितासाठी आवश्यक होते. या जाणिवेतून गं.भा. राधाबाई आणि चिमाजीआप्पांनी कठोर भूमिका घेतली होती. या काळातील समाजरचना, धार्मिक कल्पना, कर्मठ रूढि-परंपरांचा समाजावरील प्रभाव, धार्मिक-सामाजिक संकेतांविरुद्ध गेल्यास धर्मपंडितांकडून देण्यात येणाऱ्या प्रायश्चित्तांबद्दलची भीती, जातिव्यवस्थेची कठोर बंधने व बंदिस्त सामाजिक चौकट या गोष्टींचा विचार केला तर तत्कालीन ब्राह्मण समाजाकडून या प्रकरणाला झालेला विरोधही फारसा चूक ठरत नाही; या विरोधाचे 'धार्मिक' आणि 'राजकीय' असे दोन भाग पडतात. समाजाचा व ब्राह्मणांचा विरोध प्रामुख्याने सामाजिक, सांस्कृतिक आणि धार्मिक कारणांसाठी होता. 'समाजबाह्य वर्तन' हे त्यामागचे मूळ सूत्र होते. गं. भा. राधाबाई आणि चिमाजीआप्पा आणि त्यांच्या निकटवर्तीयांकडून झालेला विरोध हा प्रामुख्याने राजकीय आणि पारिवारिक कारणांसाठी होता. (त्यांना सामाजिक, धार्मिक विरोध अमान्य होता असे नाही.) तुलनेने पेशवा परिवाराच्या विरोधामागची भूमिका जास्त व्यापक होती.

१७४० सालच्या निकरावर आलेल्या परिस्थितीतील तत्कालीन समाजाप्रमाणेच थोरले बाजीरावदेखील कर्मठच होते; कट्टर सनातनी होते. स्वधर्मनिष्ठ, स्वधर्माभिमानी होते. दैनिक धर्मकृत्ये ते अतिशय श्रद्धेने करीत असत. मस्तानी प्रकरणामुळे ते कदाचित सुधारक असावेत अशी समजूत होईल, पण वस्तुस्थिती तशी नव्हती. मस्तानीसंबंधात राधाबाई आणि चिमाजीआप्पांना कर्तव्यबुद्धीने कठोर व्हावे लागले. बाजीराव पेशव्यांच्या गैरहजेरीत मस्तानीला कसे वागवावे, हा प्रश्न निर्माण होऊ लागला. स्वतःच्या जबाबदारीवर काहीही निर्णय घ्यायला इतरांना अधिकार पोहचत नव्हता. शेवटी पुण्याच्या कारभाऱ्यांनी छत्रपती शाहूमहाराजांना सर्व हकिगत कळवून योग्य तो आदेश देण्याची विनंती केली. गोविंद खंडेराव चिटणिसांनी शाहूमहाराजांचा आदेश नानासाहेबांना कळविला. त्या आदेशात म्हटले होते, 'ऐशियास राजश्री स्वामींची मरजी पाहता ते वस्तु त्याबरोबर न द्यावी; ठेऊन घ्यावी, चौकी बसवावी, याजमुळे राजश्री राऊ खटे जाले तऱ्ही करावे ऐसे नाही. त्याची वस्तु त्यास द्यावी. त्याचे समाधान करावे. दुर्वेसनाचा मजकूर त्या वस्तुवर नाही. त्यांच्या चित्तात पश्चाताप होऊन टाकतील तेव्हाच जाईल ऐसे असता त्या वस्तूस अटकाव करून सखा तोडू नये ऐसी मर्जी आहे.'

वरील पत्रावरून मस्तानीच्या अटकसत्राला दुजोरा मिळतो. मात्र, मस्तानीला प्रत्यक्ष अटक करण्यापूर्वी प्रथम तिचा विश्वास संपादन करावा कारण केव्हाही भेटायला येताना मस्तानी सोबत माणसे घेऊन येते, असे नानासाहेबांना लिहिलेल्या १२ जानेवारी १७४० च्या पत्रात चिमाजीआप्पा म्हणतात; मस्तानीच्या संदर्भात बाजीरावांशी सविस्तर बोलणे झाले. त्याबद्दल नानासाहेबांना बाजीरावांचे वक्तव्य सांगताना लिहितात, 'जे गड मुक्तेश्वराहून गंगोदकाच्या कावडी आल्या आहेत. या उदके आपण स्नान करावे व

आम्हासही स्नानास उदक देऊन स्नान जालियावर गंगोदक आमच्या हातावर घालावे मस्तानी आणून देणे म्हणजे महिन्या-दो चौ मध्ये आपण प्राशनाचे सोडतो.'

गं. भा. राधाबाई आणि चिमाजीआप्पा यांच्या पत्रातील उतारे त्यांची भूमिका स्पष्ट करतात. राधाबाई चिमाजीआप्पांना लिहितात, 'चिरंजीव राजश्री राव याजपाशी बहुत युक्तीच्या विचारे जो विचार करणे तो करून येणे. चालीवर नजर देऊन जे कर्तव्य ते करावे.' या पत्राचे उत्तर चिमाजीआप्पांनी आईला दिले ते असे, 'रायासीही च्यार गोष्टी नम्रतेने बोलणे तैशा बोललो. सांप्रत पहिल्यापेक्षा बोलून चालून, भोजन करून सुखरूप आहेत. देवाची दया आहे तर दिवसेंदिवस संतोषीच होत जातील. चितांत मात्र वेध आहे, तो कललाच आहे, सविस्तर नानाही सांगतील त्याजवरून कलेल ही विनंती.' बाजीराव पेशवे मस्तानीसह राहू लागल्यावर त्यांचेकडे इतरांचे जाणे-येणे बहुतेक बंदच झाले. चिमाजीआप्पा मात्र आगाऊकल्पना देऊन भेटीला जात. थोरले बाजीराव आणि मस्तानीचा संपर्क तोडण्यासाठी मस्तानीला कैद करण्याचा निर्णय दोन वेळा आप्पांना परिस्थितिवश घ्यावा लागला. पहिली कैद १७३९ आणि दुसरी कैद १७४० मध्ये अमलात आली. मस्तानीला १७३९ मध्ये राहत्या वाड्यात कैद केले होते. काही महिने कैदेत काढल्यानंतर ती युक्तीने बाजीरावाकडे पळून गेली. त्याबद्दलची समकालीन नोंद अशी, 'मार्गेस्वर सुध५ मंदवारी रात्री मस्तानी, राजश्री रायाची कलावंतीण आपले हवेलीतून निघोन पाटसास रायाकडे गेली. तिचा व रायाचा अति सहवास जाला. यामुळे राऊ विलासी फार जाले.' याजकरिता मातु:श्री व अपानी रायांना सांगितले की, 'इचा वियोग चार दिवस करावा. ऐसे म्हणोन तिजला हवेलीत ठेविले. बाहेर जाईल रायाकडे म्हणोन चौक्या ठेविल्या. राऊ रागेच कुरकुंबास श्रींच्या दर्शनास गेले. पाटसी येऊन राहिले. तिजला त्याखेरीज खमेना, त्याजलाही खमेना. याजकरिता युक्तीने हवेलीतून निघोन गेली असे.'

सरतेशेवटी नानासाहेबांनी बाजीरावसाहेब पुण्यात नसताना चिमाजीआप्पांच्या सल्ल्यानुसार मस्तानीला युक्तीने २६ जानेवारी १७४० रोजी कैद केले आणि त्याच दिवशी त्यांनी आप्पांना पत्राने कळविले. त्या पत्रात ते म्हणतात, 'मस्तानीस बागात बोलाऊन कैद केली. कोणी हत्यार धरिले नाही. रात्री घरास घेऊन जाऊ. मग घरी ठेवावीसा विचार जाहला तर घरात स्वामींच्या लिहिल्याप्रमाणे बंद करून ठेऊ अथवा चोरून दहा माणसे बराबर देऊन कोथळा घनगड येथे भलते जागा पाठवू. स्वामींनी रायाचा जीव जतन करावा. येथून घरात गेल्यावर सुचेल ते करू मारीत नाही. घरी ठेऊन घेऊ अथवा गडावर चोरून पाठवू. भोवती चौकी केली पाहिजे. कपाळी असेल ते होईल, हे विनंती.'

या कैदेत मस्तानी सुमारे तीन महिने होती. दरम्यान, अशा काही राजकीय

घडामोडीही घडून आल्या की, ज्यामुळे बाजीरावांना नासिरजंगाच्याविरुद्ध मोहिमेवर जावे लागले. दरम्यान बाजीराव व नासिरजंग यांची बरखेडे येथे एक 'सदिच्छा भेट' झाली. त्या वेळी चिमाजीआप्पाही हजर होते. बाजीरावांनी त्यांना मुद्दाम बोलावून घेतले होते. या काळात चिमाजीआप्पांची बाजीरावांबरोबर मस्तानी संबंधात खूप सविस्तर चर्चा झाली. त्या संदर्भात पुण्याला नानासाहेबांना २९ मार्च १७४० रोजीच्या पत्रात म्हणतात, 'जेथपर्यंत यत्न चाले तो केला परंतु ईश्वराचे चित्तास न ये, त्यास आमचा उपाय काय? त्यांचे प्राक्तनी असेल ते सुखरुप होऊ. आपण निमित्त घ्यावे असे नाही. पुण्यास गेल्यावर तिची रवानगी त्याजकडे करावी. आपले निमित्य बारावे. त्यांचे प्राक्तनी असेल ते होईल. ते ऐसा विचार केला आहे. त्यांचे शरीरी समाधान नाही. यास्तव स्वारीस जावे ऐसा अर्थ नाही, घरास यावयाचा विचार करावा म्हणोन आम्ही लिहून पाठविले आहे. त्यांचे विचारास येईल तसे करतील त्यास आमच्या लिहिण्याचे पथ्य आहे, असे नाही.'

या पत्रावरून बाजीराव आणि चिमाजीआप्पा या दोघांचीही मन:स्थिती चांगलीच स्पष्ट होते. त्यानंतर चिमाजी आप्पा पुण्याला आले व बाजीराव पेशवे खरगोण प्रांताच्या जहागिरीची व्यवस्था लावण्यासाठी तिकडे रवाना झाले. पुढे २८ एप्रिल १७४० रोजी त्यांचा मृत्यू झाला. मस्तानी सती गेली असे म्हणतात. त्यात तथ्य असावे असे विद्यमान पुरावे पाहता म्हणता येते. मात्र, त्याची सिद्धता करण्याचे येथे प्रयोजन नाही.

माळव्याची स्वारी, सिद्दीसातचे रणकंदन, वसईचा पाडाव करणारे चिमाजीआप्पा अशारीतीने बंधूंच्या सुधारणेत एक प्रकारे अयशस्वीच झाले असेच म्हटले पाहिजे.

३ माळवा आणि बुंदेलखंडातील कामगिरी

सतराव्या शतकाच्या उत्तरार्धापासून मराठ्यांनी स्वराज्याचे साम्राज्यात रूपांतर करण्याचे स्वप्न पाहण्यास सुरुवात केली आणि तेव्हापासूनच त्यांचा संपर्क माळवा, गुजरात आणि बुंदेलखंड या प्रदेशांशी येऊ लागला. या तिन्ही प्रदेशांत पहिल्या बाजीराव पेशव्यांच्या काळात म्हणजेच प्रस्तुत अभ्यासाच्या नायकाच्या चिमाजीआप्पांच्या काळात मराठ्यांनी साम्राज्यवृद्धीसाठी प्रयत्न केले. प्रस्तुतच्या प्रकरणात चिमाजीआप्पांनी जी काही कामगिरी माळव्यात आणि बुंदेलखंडात करून दाखविली त्या कामगिरीचा आढावा घेण्याचे योजिले आहे.

माळवा म्हणजे मध्य भारतातील एक सुपीक प्रदेश होय. प्राकृतिक दृष्टीने विचार करता माळवा हा सातपुडा पर्वताच्या मुख्य श्रेणीपासून उत्तरेस वाहणाऱ्या चंबळ नदी पाणलोटाचा प्रदेश होय. माळवा पठाराच्या स्वाभाविक सीमा म्हणजे उत्तरेकडे मुकुंददरा डोगररांग, पूर्वेस सागरचे पठार, दक्षिणेस विंध्य पर्वत व पश्चिमेला विंध्य पर्वतातून फुटलेली व पुढे अरवलीला मिळणारी डोंगराची रांग या होत. समुद्रसपाटीपासून सुमारे ५००-६०० मीटर उंचीवर असलेल्या या प्रदेशातील जमीन सुपीक व काळी असून, पठारावर पूर्व-पश्चिम बेटवा, चंबळ व मही नद्यांचे भाग येतात. चंबळ ही तर या प्रदेशातील प्रसिद्ध नदी. याशिवाय क्षिप्राकाली, सिंध व पार्वती या इतरही नद्या आहेत. सरासरी ७० सेंमी. पावसाच्या प्रदेशात गहू, हरभरा, कापूस व अफू ही महत्त्वाची पिके घेतली जातात.

अशा या सुपीक प्रदेशावर प्राचीन काळात पुष्कळ घडामोडी घडून आल्या. मात्र, या प्रदेशांवर स्वारी करणारा पहिला इस्लामी शासक म्हणजे गुलामवंशीय अल्तमश

होय. त्याने माळव्यावर हल्ला करून १२३५ मध्ये उज्जैन शहरातील अनेक भव्य इमारती नष्ट केल्या. गुलामवंशानंतर खिलजी, घोरी या घराण्यांची माळव्यावर काहीकाळ सत्ता होती. त्यानंतरच्या काळात सोळाव्या शतकाच्या अखेरीस अकबराने माळवा मुघल साम्राज्यास जोडला. अकबराने उज्जैन ही माळव्याची राजधानी केली. त्याकाळी माळव्यात उज्जैन, रायसेन, मांडू, हंडीया वगैरे बारा जिल्ह्यांचा समावेश होता. मुघलांच्या काळात माळव्याची चांगलीच भरभराट झाली होती.

छत्रपती शिवाजीमहाराजांनी सतराव्या शतकाच्या उत्तरार्धात महाराष्ट्रात स्वराज्याची स्थापना केली. अखेरपर्यंत त्यांना प्रथम स्वराज्यनिर्मितीसाठी आणि नंतर त्याच्या रक्षणासाठी सतत कोणाशी ना कोणाशी झगडावे लागत होतेच. छत्रपतींच्या काळात मराठी स्वराज्याच्या सीमा चार-पाच जिल्ह्यांपर्यंत मर्यादित राहिल्याने, सुरतेवर स्वारी करून एक प्रकारे गुजरातेत शिरले; मात्र, माळव्यात गेले नाहीत. औरंगजेबाने त्यांना आग्रा येथे स्थानबद्ध करून ठेवले. त्यामुळे महाराजांना उत्तरेचे दर्शन झाले पण वेगळ्याप्रकारे!

मराठ्यांचे दुसरे छत्रपती तर महाराष्ट्राच्या भूमीतच मुघल बादशहाशी खुद्द औरंगजेबाशीच झुंजत राहिले आणि अखेर १६८९ मध्ये त्याच औरंगजेबाच्या पाशवी आक्रमणाचे बळी ठरले. मात्र, मराठ्यांचे तिसरे छत्रपती व शिवाजीमहाराजांचे दुसरे पुत्र छत्रपती राजाराममहाराज यांनी स्वराज्यविस्ताराचे स्वप्न पाहिले होते. त्यांच्या स्वप्नांचे प्रतिबिंब ४ जून १६९१ रोजी त्यांनी हणमंतराव घोरपड्यांना लिहिलेल्या पत्रात स्पष्ट होते. त्या पत्रात ते म्हणतात, 'महाराष्ट्रधर्म रक्षावा हा तुमचा संकल्प स्वामींनी जाणून उभयतांस जातीस व फौजेस सहा लक्ष होनांची नेमणूक चालविण्याचा निश्चय करून दिधला असे; पैकी रायगड प्रांत व विजापूर, भागानगर व औरंगाबाद हे चार काबीज केल्यावर दर कामगिरीस पाऊण लाख याप्रमाणे तीन लाख व बाकीचे तीन लाख प्रत्यक्ष दिल्ली घेतल्यावर द्यावयाचे असा निश्चय केला आहे. एकनिष्ठेने सेवा करावी, स्वामी बहुतेक प्रकारे चालवितील.'

तथापि, मराठ्यांचा माळव्यात प्रवेश नेमका केव्हा झाला, याबद्दल वाद आहे. सर जॉन माल्कमने मराठे १६९० मध्येच माळव्यात घुसल्याचे मत दिले आहे; तर सर जदुनाथ सरकारांनी फारसी बखरीच्या आधारे १६९९ मध्येच मराठे माळव्यात घुसले असे म्हटले आहे.

औरंगजेबाच्या कडव्या धार्मिक धोरणाने त्याची हिंदूप्रजा आणि रजपूत राजे-रजवाडे, जमीनदार मुघलशाहीवर नाराज झाले आणि त्यांनी मराठ्यांशी सर्वतोपरी मिलाप केला. त्यामुळेच मराठ्यांना विंध्य पर्वतातील घाट आणि नर्मदेवरील उतारांची माहिती मिळून त्यांचा माळव्यात प्रवेश सुकर झाला. माळव्यात कित्येक रजपुतांच्या जहागिरी होत्या. त्यांच्याशी स्नेहाचे संबंध राखल्यामुळे मराठ्यांना माळव्यावरील

आक्रमणात तेथील लोकांचे साहाय्य झाले.

राजाराममहाराजांच्या काळातच मराठे १६९९ मध्येच नर्मदा पार झाले. या सुमारास बादशहा व छत्रपती या दोघांनीही परस्परांच्या प्रदेशांवर मोहिमा उघडल्या. दोघांच्याही सैन्यांनी परस्परांचे प्रदेश उजाड करून सर्वत्र घबराट माजविली होती. दसरा झाल्यावर कृष्णा सावंत यास महाराजांनी पंधरा हजार घोडदळांसह उत्तरेस स्वारीसाठी पाठविले. कृष्णा सावंताने नर्मदा पार करून धामोनीच्या प्रदेशांवर स्वारी केली. मराठ्यांच्या इतिहासातील मुघली मुलखावर धाड घालणारा पहिला वीर म्हणजे कृष्णा सावंत होय.

राजाराममहाराजांच्या मृत्यूनंतर औरंगजेबाने एकामागोमाग एक किल्ले सर करण्याचा सपाटा लावला. त्याच्या मोहिमेला उत्तर म्हणून बादशहाचे उत्तरेशी दळणवळण तोडावयाचे व उत्तरेतील सुभ्यातून येणारी लष्करी सामग्री, धान्य आणि पैसा हस्तगत करावयाचा या हेतूने मराठी फौजा खानदेश, गुजरात, माळवा या प्रांतात घुसू लागल्या. दक्षिण सुभ्यातही त्यांनी जागोजागी छावण्या घातल्या व खंडणी वसूल करण्यास सुरुवात केली. थोडक्यात म्हणजे, राजारामांच्या मृत्यूनंतर अल्पावधीतच मराठ्यांनी मुघलांची राज्ययंत्रणा खिळखिळी करून सोडली.

१६९९ मध्ये कृष्णा सावंताप्रमाणेच काळोजी पवार माळव्यात आला होता. त्याचा दरारा पाहून त्याला उत्तरेत काळू मराठा दख्खनवाला ही म्हण प्रचलित झाली होती. इ.स.१७०० च्या २ किंवा ३ मार्च रोजी छत्रपती राजाराममहाराजांचा मृत्यू झाला. त्यानंतर राजारामांची पत्नी ताराबाई यांनी सर्व सूत्रे हाती घेतली. त्यानंतर त्यांनी मुघलांना 'दे माय धरणी ठाय' करून सोडण्याचे धोरण अंगीकारले. नेमके त्याच वेळेस औरंगजेबाने हट्टाला पेटून सातारा, पन्हाळा, विशाळगड वगैरे नामांकित किल्ले हस्तगत करण्यास सुरुवात केली. त्याने महाराष्ट्रातील काही किल्ले एकामागून एक हस्तगत केले पण त्याची पाठ वळताच मराठे पुन्हा आपले गेलेले गड-किल्ले हस्तगत करीत राहिले. दक्षिणेत औरंगजेब आपले वर्चस्व टिकवण्याच्या धडपडीत असतानाच मराठ्यांच्या फौजा बादशाही मुलखात धामधूम करु लागल्या.

१७०३ च्या डिसेंबरात नेमाजी शिंदे, केसोपंत पिंगळे यांनी सर्जाखानाशी लढाई करून त्यास कैद केले व ३ लाख रुपये दंड घेऊन सोडूनही दिले. त्यानंतर नेमाजी शिंदे, केसोपंत पिंगळे व परसोजी भोसले पन्नास हजार फौज घेऊन नर्मदा उतरून काळबागपर्यंत पोहचले. बादशहाने गाजीउद्दीनास त्यांच्यावर रवाना केले. गाजीउद्दीनाने माळव्यातून कूच केले. सिरोंजजवळ त्याची नेमाजी शिंदेशी गाठ पडली. लढाई झाली तथापि मराठ्यांना माघार घ्यावी लागली. मराठ्यांवर विजय मिळविल्याबद्दल बादशाहाने गाजीउद्दीनास 'सिपाह सालार' ही पदवी दिली. भीमसेन सक्सेना म्हणतो, 'खान सिरोंजजवळ आला पण त्याने नेमाजीशी युद्ध केलेच नाही उलट त्याने नेमाजीवर मोठा

विजय मिळविला' असे बादशहाला कळविले. खरी गोष्ट जेव्हा बादशहाला कळली त्यावेळेस त्याने दिलेली पदवी व बढती काढून घेतली.

या लढाईनंतर मराठे बुंदेलखंडाच्या रोखाने जात असताना, गाजीउद्दीन फिरोजजंग याने पाठलाग करून मराठ्यांचा पराभव केला. मराठी फौजेने गोळा केलेली लूट त्यांनी हस्तगत केली. तथापि, त्यांना विजयासाठी अनेक सैनिक खर्ची करावे लागले. खानाच्या विजयाची वार्ता बादशहास तोरण्यावर समजली. बादशहा खूश झाला. त्याने त्यांच्यावर बक्षिसांचा वर्षाव केला. खानाशी झालेल्या चकमकीनंतर नेमाजी आपल्या फौजेसह बनारसच्या प्रदेशाकडे निघाला. परंतु, तिकडील जमीनदारांनी वाट अडविल्यामुळे त्याला परतावे लागले. त्यानंतर मराठ्यांची फौज बहुतेक स्वराज्यात परत आली असावी. मराठ्यांच्या मोहिमेच्या काळात शाहिस्तेखानाचा मुलगा अबुकबरखान हा माळव्याचा सुभेदार होता. वऱ्हाडात रुस्तुमखानास कैद करून मराठे माळव्यात आल्याचे समजताच अबुकबरखान घाबरून गेला. शत्रूचा प्रतिकार करण्याऐवजी त्याने पळ काढून उज्जैनच्या किल्ल्याचा आश्रय घेतला. मांडवगडचा किल्लेदार नवाशीजखान याने मराठ्यांना तोंड देण्याची तयारी करून, खानास कुमक पाठविण्याची विनंती केली. परंतु, खानाने त्याच्याकडे साठ घोडे पाठविले. सुभेदाराने असा कामचुकारपणा व भित्रेपणा दाखविल्याबद्दल नवाशीजखानाचा धीर सुटला व त्याने मांडवगडहून पळ काढून धार येथे आश्रय घेतला. बादशहाला हे समजताच त्याने त्याला बडतर्फ करून खानदेशात पाठविले. अशा प्रकारे मराठे माळव्यात धुमाकूळ घालत असता त्यांची दुसरी फौज हैद्राबादहून पुढे होऊन मच्छलीपट्टणम्पर्यंत जाऊन पोहचली होती (फेब्रुवारी १७०४). या फौजेत बारा हजार घोडदळ व दहा हजार पायदळ होते. मच्छलीपट्टणम्जवळच्या पालाकोलू या ठिकाणावर मराठ्यांनी हल्ला केला व तेथून आजूबाजूच्या प्रदेशात फौजा पाठवून सक्तीने चौथाई वसूल केली. तेथील मुघल अंमलदार मराठ्यांना प्रतिकार करू शकले नाहीत. मराठ्यांच्या दृष्टीने स्वराज्यातील मुघली फौजांवर हल्ले करून त्यांना हैराण करण्याचा काळ आता संपला होता. आता हल्ले मराठे करीत होते व तेही बादशाही मुलखावर! स्वातंत्र्ययुद्धाच्या या तिसऱ्या काळात ताराबाईंचा पवित्रा आक्रमक होता. मराठे त्या काळात सर्वत्र पसरले होते. त्याचे वर्णन करताना भीमसेन सक्सेना म्हणतो, 'मराठे सर्वत्र टोळ आणि मुंग्यांप्रमाणे पसरले होते.'

मराठ्यांनी माळव्यावर कब्जा मिळविण्यासाठी हे जे प्रयत्न आरंभिले होते त्याविषयी रियासतकार लिहितात, '२५ वर्षांच्या युद्धानुभवाने मराठ्यांच्या राजकीय आकांक्षा आणि आत्मप्रत्यय वाढला. तसा वास्तविक शिवाजींच्या वेळीही वाढला नव्हता. अर्थात, त्यांच्या उद्योगास भरपूर क्षेत्राची गरज या वेळी विशेष निर्माण झाली. औरंगजेबाचा उच्छेद करण्यासाठी त्यांनी 'माळवा' प्रांत आक्रमिला होता. जिंजी, तंजावरपर्यंतचे

दक्षिण हिंदुस्थान त्यांनी पूर्वीच व्यापले होते. मुघलांनी दक्षिण देश जिंकण्याचे योजले तेव्हाच त्यांचा 'माळवा' हा प्रांत त्यांच्या उद्योगाचा पाया बनला होता. उलटपक्षी, मुघलांचे निवारण करणे असेल तर मुघलांचा मूळ पायाच उखडून काढला पाहिजे हे मराठ्यांनीही तितकेच ओळखले होते. पैसा, फौज, युद्धसामुग्री जी काही औरंगजेब दक्षिणेत आणीत ती माळव्यातून येत असता येथेच लुटून हस्तगत करण्याचा सपाटा त्यांनी आरंभिला म्हणून बादशहाच्या नाड्या तेथे विशेष आखडल्या गेल्या. आपल्या स्वराज्यात युद्धप्रसंग घडू न देता तो माळव्यात उत्पन्न करणे फायदेशीर आणि अपरिहार्य होते.'

दरम्यानच्या काळात माळवा प्रांताची राजकीय दुरवस्था निर्माण झाली म्हणून मराठ्यांनी आपले लक्ष माळव्याकडे वळविले. १७०८ नंतर छत्रपती शाहूमहाराजांनी आणि त्यांच्या आद्य सल्लागारांनी माळव्याकडे अथवा उत्तरेकडे लक्ष पुरविले. याचेही कारण माळवा प्रांताची दुरवस्था होय. १७११ आणि १७१३ मध्ये मराठी फौजा माळव्यामध्ये शिरल्या आणि त्यांनी अमझेरा, वडनगर, वारवा या परगण्यांतून खंडणीची वसुली केली असे जयपूर अखबारावरून समजते. इ.स.१७१३ मध्ये जयसिंगाची माळव्याला सुभेदार म्हणून नेमणूक झाली. मराठ्यांच्या माळव्यावर स्वाऱ्या चालूच होत्या. इ.स.१७१५ च्या १-२ एप्रिलला खंडेराव दाभाडे आणि कान्होजी भोसले यांनी तीस हजार फौजेनिशी नर्मदा ओलांडून माळव्यात प्रवेश केला पण जयसिंगाने त्यांचा पराभव केला. मराठ्यांवर मिळविलेल्या या विजयाचे बक्षीस म्हणून मुघल बादशहा मुहम्मदशहाने जयसिंगाचे व त्याच्या हस्तकांचे अभिनंदन केले. यापूर्वी मराठ्यांनी माळव्यात अपयशाचा अनुभव घेतला नव्हता. जयसिंगाने माळव्याचा बंदोबस्त उत्कृष्ट केला. वरीलप्रमाणे माळव्यात जयसिंगाकडून पराभव झाल्याने मराठ्यांनी माळव्यातून माघार घेतली; परंतु, पुढे अल्पावधीतच ते माळव्यात घुसले. १७१७ मध्ये खंडेराव दाभाडे माळव्यात येऊन त्याने अष्टे, देवगड, सिरोंज वगैरे परगणे जिंकून तेथून चौथाई वसूल केली. संताजी भोसले आणि संताजी सावंत त्याला पंचवीस हजार फौजेनिशी सामील झाले. संताजी भोसलेने नर्मदा उतरून उज्जैनला वेढा घातला. उज्जैन त्यास घेता आले नाही; पण जयसिंगाच्या दुय्यम अधिकाऱ्यांचा मराठ्यांनी पराभव केला. त्याचा एक अधिकारी रूपराम याला पकडून दंड केला व हडिया परगणा मराठ्यांनी मिळविला. ऑक्टोबर १७१७ मध्ये बादशहाने जयसिंगाकडून माळवा सुभा काढून घेऊन त्यावर मोहम्मद अमिनखानची नेमणूक केली. अशा प्रकारे माळव्यातील जयसिंगाचा कारभार संपला.

१७१८ मध्ये मराठ्यांनी माळवा प्रांतात ठाणे दिले. त्यास काढून टाकण्याकरिता मुघल बादशहाने महंमद अमिनखान याची त्या प्रांतावर नेमणूक केली; पण तो लवकरच जानेवारी १७१९ मध्ये माळवा सोडून दिल्लीत गेला. इ.स. १७१९ मध्ये दिल्लीत राज्यक्रांती

घडून येऊन मराठ्यांना सनदा प्राप्त झाल्या तसेच महाराणी येसूबाई आणि परिवाराची सुटका झाली. २० मार्च १७१९ रोजी बाळाजी विश्वनाथाने दिल्ली सोडली. जुलै १७१९ मध्ये तो साताऱ्यास आला आणि अल्पावधीतच २ एप्रिल १७२० रोजी त्याचा मृत्यू झाला. बाळाजी विश्वनाथाच्या मृत्यूनंतर त्यांचा थोरला मुलगा बाजीराव यांची शाहूमहाराजांनी पेशवे पदावर नेमणूक केली. पहिल्या दोन वर्षांत पेशव्यांनी खानदेश, वैजापूर, बीजागड व नेमाड या भागात मुलूखगिरी केली.

०३ नोव्हेंबर १७२२ रोजीच्या पत्रात बाजीराव पेशवा उदाजी पवारास लिहितो, 'प्रांत गुजरात व प्रांत माळवा निमेल मोकासा हुजूरून आम्हांकडे आहे. त्यांपैकी निमे तुम्हास मोकासा सरंजाम करून दिल्हा असे. आमची इमारत सर्व तुम्हावरच आहे.'

माळव्यातील राजकारण मध्यवर्ती सत्तेचा प्रतिनिधी यादृष्टीने चिमाजीआप्पांकडे असले, तरी चिमाजीआप्पांच्या माळव्यातील चढाऊधोरणांच्या मागे उदाजीराव पवार व आनंदराव पवार हे दोघे बंधू प्रामुख्याने होते, हे लक्षात घेतले पाहिजे. इ.स.१७२३ मध्ये खुद्द पेशवे बाजीराव चिमाजीआप्पांची भेट घेण्यासाठी बदकशान येथे गेले. १७२४ मध्ये पुन्हा पेशवे आणि निजाम यांची भेट नालछा येथे झाली. त्यानंतर पेशवे चार वर्षे माळव्यात जाऊ शकला नाही; पण त्यांच्यावतीने अंबाजीपंत पुरंदरे, बाजी भीवराव, केसो महादेव, कृष्णाजी हरी हे दक्षिण माळव्यात मुलूखगिरीवर होते.

२४ मे १७२७ च्या पत्रात बाजीराव उदाजीराव पवाराची नेमणूक माळव्यातील चौथ व देशमुखीवरच्या अधिकावर केल्याचे त्या भागातील देशमुख देशपांडे यांना कळवितात. ऑक्टोबर १७२८ ते मे १७२९ पर्यंत पेशव्यांनी म्हणजे वस्तुत: पेशव्यांचे भाऊ चिमाजीआप्पा यांनी माळव्यात स्वारी करून गिरीधरबहाद्दूर व दयाबहाद्दर यांचा पाडाव केला. पेशव्यांच्यावतीने चिमाजीआप्पांनी माळव्यात जी स्वारी केली, त्यास नेहमीप्रमाणे पेशव्यांची असलेली आर्थिक अडचण कारणीभूत होतीच, हे पेशव्यांच्या तत्कालीन काही पत्रांवरून स्पष्ट होते. बाजीराव चिमाजीआप्पांना लिहितात, 'चिरंजीव राजश्री चिमाजी यासी आसीर्वाद उपर. येथे कर्जदारियाची व दरमाहेच्या पैकियाची वोढ सातारियास आहे. त्यास तुम्ही तिकडे गेलियावर आधी यैवज साधेल तो हरयेत्ने पाठऊन देणे, म्हणून तुम्हांस सांगितले. तुम्हीही मान्य केले आहे. तद्नुरूप यैवज जेथुन पाठवावा हे विवंचनात असाल त्यास मार्ग दुर्घट, ऐवज आला पाहिजे, हा कदाचित विचार प्राप्त होईल, तर केशवदास कुवरजी साहुकार औरंगाबादेस मातबर आहेत. याचे गुमास्ते उजनीस किसनाजी साहुकार आहेत. त्यास केसोदास याचे पात्र (पत्र) पाठविले आहे; जर तुम्हांस यैवज पाठवावयाचे कार्य लागले तर रा. जगन्नाथ नाईक याचा गुमास्ता काढू. यास उजनीस पाठऊन व केशवदास कुवरजी याचे पत्र पाठऊन त्या गुमास्तियास बोलाऊन, आपणाजवळ आणून पैका त्याचे पदरी घालून, त्याची हुंडी

करून पाठविणे; म्हणजे यैवज सातारियास वोढीच्या प्रयोजनास परविष्ट होईल. राजश्री कृष्णाजी नाईक जोसी याचा पैका बहुतच द्यावा आहे. त्यास मारनिलेकडील शामजी नाईक यास येथे ठेवून घेतले आहे. तुम्हां बराबरी माहादाबा नाईक व बाल मुकुंदजी हे दोघेजण आहेत. त्याचे पदरी पैका घालून सुरक्षित पावे ते गोष्ट करणे. पन्नास-साठ रुपयेपर्यंत घालणे. रोखात पावलियाचा जाब घेणे अगर तसालमातचा जाब घेणे. राजश्री स्वामींकडील पैकियासाठी कारकून व जमादार समागम आहेत. त्यास येक रुपयापर्यंत पैका देणे जर, ईश्वरइच्छेने पैका फारसा (मिळाला) तर उभयतांचे समाधान रक्षून नेमस्त गोष्ट दरनदी सागेल यैसे करून ठेवणे. जिकडे पैसा फारसा मिळत आसेल तिकडे जाणे. कर्जदार आधी वाटणे. लोकास पैसा फारसा न देणे. तनु पोटाची मात्र राखणे.' यावर चिमाजीआप्पा लिहितात, 'सातारियास ऐवज रवाना करावयाविसी लिहिले. या खेरिज दुसरा निजध्यास नाही. सांप्रत उज्जैनीस आलो आहोत. येथील बोली लागली आहे. नियेत जाहला नाही. पैका अनुकुल होईसा दिसतो.' पुढच्या एका पत्रात चिमाजीआप्पा लिहितात, 'नंदलाल मंडलोई याजकडे अंबाजीपंतांचे स्वारीबाबत रुपये ९५०० साडेनव हजार बाकी राहिले आहेत. तो ऐवज रा. जगन्नाथ नाईक पुरंदरे याजकडे देविला आहे. नाईक मारनिलेचे माणूस नंदलाला जवळ आहे. अद्याप रुपये त्यांनी दिल्हे नाहीत. ऐसीयास त्याजला बरी ताकिद करून सदरहू रुपये व्याजसुद्धा घेऊन जगन्नाथ नाईक याचा गुमास्ता वादू तेथे आहे. त्याचे पदरी घालणे.' पुढच्या एका पत्रात बाजीराव पेशवे आप्पांना लिहितात, 'कलेल तैसे करून मातबर पैका घेणे आणि कर्ज फिटून फौज फिरे ते करणे.' वरील पत्रव्यवहार स्पष्ट करतो की, माळव्यावर चिमाजीआप्पांनी जी स्वारी केली त्यापाठीमागे नेहमीप्रमाणेच पेशव्यांची आर्थिक नड होती व ती नड भागविण्यासाठी चिमाजीआप्पांनी माळवा ताब्यात आणण्याच्यादृष्टीने टाकलेले एक पाऊल होते. तथापि, या आर्थिक कारणापलीकडे सवाई जयसिंगास मराठ्यांनी माळव्यात स्वारी करावी असे वाटत होते. त्यासाठी सवाई जयसिंगाने दुर्गादास नावाचा आपला घरचा माणूस मुद्दाम दक्षिणेत पाठविला आणि पेशवे बाजीराव आणि त्यांचे बंधू चिमाजीआप्पा यांना लिहिले, 'दसरा होताच फौजांनिशी यावे म्हणजे मोठे मनोरथ सफल होतील. फौज माळव्यात येऊन धामधूम केली पाहिजे.'

हे पत्र विशेष अभ्यासनीय असून या पत्रावर भिस्त ठेवूनच बाजी-चिमाजी यांनी उत्तरेच्या स्वारीचा बेत निश्चित केला. धनोत्पादनासाठी फौज पाहिजे, फौजेस खर्च पाहिजे आणि खर्च भागण्यास किफायतशीर काम पाहिजे. एकंदर राज्यकारभार सुरळीत चालविण्याची जबाबदारी पेशव्यांवर होती. कोठेतरी संधी साधून एखादा परिणामकारक विजय मिळविल्याशिवाय पेशव्यांची हुकमत कोठेच चालेना. अशा या अडचणींचा भरपूर खल निकटवर्ती सल्लागारांशी १७२८ च्या पावसाळ्यात स्वस्थपणे केला आणि

मनात काही एक विशिष्ट कार्यक्रम उत्तरेच्या स्वारीचा आखला, त्यात चिमाजीचे बालपण, खानदेशातून फौजा गोळा करीत नर्मदेवर जाऊन तेथे जशी परिस्थिती दिसेल, तशी पुढे आघाडी मारावी आणि बाजीरावाने अहमदनगर, देवगड, हडिया अशा पूर्वमार्गाने चिमाजींच्या मार्गावर ध्यान ठेवीत, त्याचा पाठपुरावा करावा असे ठरवून दोघे मार्गास लागले. यात त्यांचा उद्देश प्रथम दाभाडे, भोसले, सरलष्कर इत्यादिकांस वठणीवर आणावे असाही होता; कारण ते शिरजोर बनले तर त्यांच्या जागी आपल्या हुकमतीत वागणारे नवीन साहाय्यक मिळविण्याचा होता. बाजी भिवराव रेठरेकर, गणपतराव मेहेंदळे, नारो शंकर, अंताजी माणकेश्वर, गोविंद बल्लाळ खेर अशी अनेक जिव्हाळ्याची माणसे चिमाजीआप्पांबरोबर या स्वारीत पहिला अनुभव मिळवून पुढे प्रसिद्धीस आली.

ज्या माळव्याच्या स्वारीची जबाबदारी चिमाजीआप्पांवर येऊन पडली त्या वेळी आप्पा विशीच्या पुढे होते. तत्कालीन रिवाजाप्रमाणे स्वत:च्या जबाबदारीवर स्वतंत्र मोहीम पार पाडण्याच्या स्थितीत ते होते, यात शंका नाही. तशात आप्पांनी खाजगी कारभारात व वेळोवेळी लष्करी सरदारीच्या दरबारात आपली लायकी सिद्ध केली होती. तरीही पेशवे बाजीरावांनी त्यांच्याबरोबर काही अनुभवी व कर्ती माणसे दिली होती. हे सर्व लोक पेशवे घराण्यावर प्रेम करणारे असून, त्यांच्या हातून महत्त्वाची राजकारणे गेलेली होती. फौज तोलदार होती. तिची नक्की संख्या मिळत नाही पण ती कमीत कमी आठ-दहा हजार तरी असावी. बरोबर काफिला होता. आप्पांची स्त्री लहान, तेव्हा बरोबर जिऊबाई मामीही होत्या. शाहू दरबारात व पेशव्यांच्या घरी उभयता बंधूंनी त्याच्या शक्या-शक्यतेची चर्चा केली व माळव्याची ही मुलूखगिरी आप्पांनी करावी असे मुक्रर ठरले. स्वत:च्या जबाबदारीवर मुलूखगिरीवर जाण्याचा हा त्यांचा पहिलाच प्रसंग होता; याच्या यशावर त्यांचे भावी आयुष्य अवलंबून होते, असे म्हणण्यास हरकत नाही. तशात भोवतालचे वातावरण शिपाईगिरीला उत्तेजक व तारुण्यातील हौस यामुळे आप्पाने ही मोहीम शिरावर घेतली व पुढील तजविजीस ते लागले.

बहुधा दसऱ्याला स्वारीची निश्चिती झाली नसावी, म्हणून दिवाळी होताच आप्पा सुमुहूर्ताने पुण्याहून माळव्याच्या रोखाने चालू लागले. कार्तिक शुद्ध षष्ठीचा पहिला मुक्काम 'गणेश नजीक वाघाळे' येथे झाला. घोडनदी-संगमनेर-पिंपळ-चांदवड या मार्गे कार्तिक वद्य पक्षात त्यांनी खानदेशात पदार्पण केले. इतर स्वाऱ्यांच्या मानाने ही स्वारी झपाट्याने चालविलेली दिसते; यावरून या वेळी चाहूल लागू न देता माळव्यात घुसण्याचा मराठ्यांनी अल्लाउद्दीनी कार्यक्रम आखलेला दिसतो. आप्पा एका महिन्यात मार्गशीर्ष शु. पंचमीस ससैन्य दक्षिणतीरी येऊन धडकले. एका दिवसात नर्मदा पार करून नर्मदा उत्तरतीरी धर्मपुरीस फौज येऊन उतरली. पुढील हालचालींचा निश्चित कार्यक्रम आखण्यात एक दिवस धर्मपुरीस मुक्काम केला.

मोहीमशीर सरदारांस मार्गक्रमीत असता राज्यकारभारास नडणाऱ्या ठोकरा दूर कराव्या लागत. आप्पांनाही ही कामगिरी करावी लागली. नाशिक-संगमनेर येथील जकातीच्या बाबतीत पवारांनी तुरूकताजखान यांनी डोहणा केला आहे. त्यास एक-दोन मुक्काम गंगे अलीकडे करून तुरूकताजखान यास जे परगणे जाहले तेथील अंमल निसटून जाणे; जर सुदामतप्रमाणे निष्टावेळा तरी मुखत घासदाणे घेणे. गंगा म्हणजे गोदावरी व गंगथडी म्हणजे गोदाकाठचा प्रदेश. वरील कामगिरी करून आप्पा ०९ नोव्हेंबर १७२८ च्या सुमारास गंगापार झाले.

चिमाजीआप्पांच्या माळव्यावरील स्वारीच्या अगोदरच कंठाजी कदम व सेनापती खंडेराव दाभाडे यांनी १७२८ च्या आरंभी माळव्यात स्वारी करून डोंगरपूर, बालवाडा, झाबवा व इतर अनेक ठिकाणे लुटून मुलूख खराब केला. हा प्रदेश पेशव्यांच्या कक्षेतला असल्यामुळे शाहूमहाराजांनी कदम व सेनापतींनी तेथून घेतलेला पैसा बाजीरावांकडे त्यांना भरण्याविषयी आज्ञा केली, तिचा अंमल करण्याकरितादेखील माळव्यात जाणे पेशव्यांना जरूर वाटले असल्यास नवल नाही. न जाणो प्रसंग कसा येतो, यास्तव विरोधी सरदारांची समजूत घालून व विशिष्ट करार करून त्यांचे साहाय्य संपादण्याचा प्रयत्न बाजीरावांनी केला. राणोजी उर्फ सवाई संताजी भोसले यांच्या हद्दीतून पेशव्यांच्या फौजा जावयाच्या म्हणून त्याच्याशी ७ ऑक्टोबर १७२८ रोजी करार करून, बाजीरावांनी असे ठरविले की, 'चिमाजीआप्पांच्या माळव्यातील स्वारीत सवाई संताजी भोसले यांनी मदत करावी तसेच त्या भागातील एकमेकांच्या मोकाशास एकमेकांनी उपसर्ग न लावणे तसेच जे मिळेल त्यातील २०% वाटा काढून ठेवून बाकीचा ८०% फौजेवर खर्च करावेत.' मार्गशीर्ष शु.पंचमीस आप्पा नर्मदेच्या दक्षिणतीरी येऊन थडकले. एका दिवसात नर्मदा पार करून नर्मदा उत्तरतीरी धर्मपुरीस डेरे देऊन पुढील हालचालींचा कार्यक्रम त्यांनी येथेच ठरविला. त्यांनी या स्वारीत जे मुक्काम विविध ठिकाणी केले त्याची सविस्तर नोंद पुढीलप्रमाणे आहे.

छ २१ जमादिलाखर समान अशरीन	२२ जानेवारी १७२८
छ मजकुरी रा. उदाजी पवार यांची भेट जाली.	
छ २५ रजब समान अशरीन	२५ फेब्रुवारी १७२८
फालगुन बहुल द्वादसी भानुवासर मु. नजीक पालखेड मुघलासी जुज जाल.	
मुकाम	समान अशरीन
छ १ साबान	मु.गलनिंब
छ २ साबान	
चैत्र शु. चतुर्थी भानुवासर	मु.गलनिंब
छ ३ साबान	मु.खरडी

(बाजीरावाचे मुकाम समान अशरीन)

ता. मुकाम

१ गलनिंब

२ गलनिंब

३ खरडी पा सेवगाव नजीक पैठण गंगा दक्षिण तीर

४ खरडी पा सेवगाव नजीक पैठण गंगा दक्षिण तीर

५ सौम्यवासर चैत्र शु.७ (६ एप्रिल १७२८) नजीक मुंगी प्रा सेवगाव छ मजकुरी तह मुघलासी जाला.

६ नजीक मुंगी प्रा सेवगाव

७ नजीक मुंगी प्रा सेवगाव

८ नजीक मुंगी प्रा सेवगाव

९ टाकसरी मुंगी प्रा सेवगाव

१० गंगातीर

११ लाखेफळ प्रा सेवगाव

१२ सावखेडे

१३ गळनिंब

१४ जांबगाव गोदा दक्षिणतीर

१५ पाचलेगाव प्रा नेवासे

१६ पाचलेगाव प्रा नेवासे

१७ राहुरी

१८ बारागाव नांदूर

१९ बारागाव नांदूर

२० वावरथ

२३ निघोज प्रा पारनेर

२४ निरगुड

२५ निरगुड

२६ निरगुड

२९ कोथळे

तिसा अशरीन

स्वारी राजश्री चिमणाजी बलाळ

रबिलाखर

छ १७ राखर कार्तिक वा ४ पिंपळस जांबली प्रा चांदवड ९ नोव्हेंबर १७२८

छ १९ राखर	झाडी प्रा निंबाईत
छ २३ राखर	वारी प्रा धुळे
छ २५ राखर	तोरखेड प्रा नंदुरबार
छ २७ राखर	मदीने प्रा सुलतानपूर
छ २९ राखर	बारी करवंदीचे तोंडी नजीकवड
छ २ जावल	मु. राजपुरानजीक
छ ३ जावल	नर्मदा दक्षिणतीर
छ ४ जावल	नर्मदा उत्तरतीर नजीक धर्मपुरी
छ ६ जावल	नालछा सरकार मांडवा सुभा माळवा
छ ८ जावल	मार्गसीर्ष शु. १०भृगुवासर (२९ नोव्हेंबर १७२८) मु. आबझीरे
छ ८-११ जावल	मार्गसीर्ष शु. १०भृगुवासर (२९ नोव्हेंबर १७२८) मु. आबझीरे
छ १२	आऊ (राऊ)
छ १६	जेपाळपूर
छ २२-२७ जावल	नजीक उजनी
छ २९ जमादिलावल	उजेनी
छ २२ जमादिलखारपर्यंत	उजेनी
छ २३ जाखर	कालडोहो
छ २५ जाखर	कायेत
छ २७ जाखर	नजीक शाहजापूर
छ २८ जाखर	सारंगपूर
रजब तिसा अशरीन	
छ १७	प्रा बुंदीकोटा
छ २२	बुंदीकोट्याची बारी चढून नदीतीर
छ २३	मु. वाकीर प्रांत कोटे राजगडचा वसूल
छ ३०	मुकुंददरा
साबान फाल्गुण	
छ १	चुकला प्रा भानपुरा
छ २-३	भानपुरा
छ ४-५	नजीक रामपुरा
छ ६	देवठे

छ १०	कनोड पा मंदोसर
छ १२	प्रा जावदे नजीक देवले
छ १३	नजीक सुतोडा प्रा मालवे
छ २२	मु मही
छ २२	मही नदी
छ २७	राणोजी शिंदे यास अपतागीर
छ २९	अनास नदी
छ ३०	नजीक झालोद
छ २	जावल तिसा अशरीन

राणोजी शिंदे व मल्हारजी होळकर कहीस गेले होते त्यास मोजे ठिकरी प्रा खंगोण एथील घासदाणा खंडला. रु. १००

धर्मादाव खासा राजश्रीपंत	धर्म रेवातीरी
१८''	राजश्री आपा
.।।।.	रखमाबाई
८''	जिऊबाई

नर्मदेच्या पुढे विंध्यपर्वत असून त्याचा भेद करण्यास जवळचा मार्ग म्हणजे अमझऱ्याचा घाट; पण मराठ्यांची स्वारी माळव्यात येत आहे हे माळव्याचा मुघल सुभेदार गिरीधरबहाद्दूर यास समजल्यामुळे त्याचा सेनापती व चुलत भाऊ दयाबहाद्दर मार्ग रोखून अमझऱ्याचा घाट अडवून बसला. आप्पांच्या बातमीदारांनी ही बित्तंबातमी आणली होती. समोरून चालत जाऊन तोंड दिल्यास निभाव लागण्याची खात्री नव्हती. आप्पाजवळ निव्वळ घोडदळ असून दयाबहाद्दराने तर वाटेवर तोफखाना पसरून त्याच्या आश्रयाने लढण्याची जय्यत तयारी केली होती. डोंगराळ मुलखात फौजेच्या हालचाली करणे मुळीच शक्य नव्हते. जुन्या कागदपत्रात 'फौज' शब्द घोडदळाला अनुसरून असतो. शत्रूला मैदानात खेचून मगच त्याच्याशी दोन हात केले पाहिजेत हे आप्पांनी निश्चित करून कानास कान लागू न देता त्यांनी अशी काही झुकांडी दिली की, त्यामुळे स्वत:च्या प्रदेशातच दयाबहाद्दर चकला व मराठ्यांच्या मनीषेप्रमाणे माळव्याच्या सपाट मैदानात लढाईचा बनाव रचला गेला. नर्मदेच्या उत्तरतीरावर आल्यावर राजमार्ग सोडून आडमार्गाने मांडव्याच्या घाटाने आप्पांची फौज माळव्यात नालछी सरकार माळवाप्रांत येथे छ. ६ जवळ मार्गशीर्ष शु.षष्ठी तारीख २७ डिसेंबर १७२८ रोजी दाखल झाली. तेथे दोन दिवस मुक्काम होता. छ. ८ चा मुक्काम अमझऱ्याचा आहे. छ. ११ पर्यंत ते होते. त्याने छ. ९ ला आपले व गिरीबहाद्दूरचे युद्ध झाले असे बाजीरावास लिहिले आहे. म्हणजे छ. ६ ते छ. ९ चे दरम्यान केव्हातरी युद्ध झाले. मराठे माळव्यात उतरलेले पाहून

अमझऱ्याचा तळ हलवून दयाबहाद्दर निघाला व त्याने आप्पांना गाठले व युद्धाला तोंड लागले. अर्थात, युद्धभूमी अमझरे नसून नालछा व अमझरे यांच्या दरम्यान आहे.

युद्धाला तोंड लागले

आप्पा माळव्यात उतरताच दयाबहाद्दर मोठ्या हिकमतीने त्यांच्यावर चालून आला. जय्यत तयारीसह चतुरंग फौजेने दयाबहाद्दर सुसज्ज असून, त्याच्याजवळ भरपूर युद्धसाहित्य होते. त्याच्या तुलनेत आप्पांचा जमाव किरकोळच म्हटला पाहिजे; त्यांच्याजवळ केवळ फौज. आप्पा दयाबहाद्दरवर चालून जाता तर त्याच्या तोफखान्यापुढे त्यांच्या फौजचे तेज पडते ना. परंतु, आप्पांच्या सुदैवाने तळ सोडून दयाबहाद्दरच त्यांच्यावर चालून आला व तोफखाना आपोआपच निरुपयोगी ठरला. उभय दलांची गाठ पडली. युद्धास तोंड लागले. दोन प्रहर युद्ध चालले होते. हातघाईच्या लढाईत यशापयश सैनिकांच्या संख्येवर अवलंबून नसून, त्यांचे शौर्य, चापल्य हेच त्यांची निवड करतात. शेवटी दयाबहाद्दरचा आप्पांच्या कसलेल्या फौजेपुढे निभाव न लागून विजयश्रीने आप्पांनाच माळ घातली. सुभेदार गिरीधरबहाद्दूर, सेनापती दयाबहाद्दर मातब्बर एक-दोन सुभेदार ठार होऊन मुघली फौजेचा धुव्वा उडाला. सकल फौज हत्ती, नगारे, निशाणे, तोफा, सकल सरंजाम हस्तगत झाला. लष्कर लुटले, हत्ती आमच्या पाडाऊ आले. हे सर्व बहुधा एकाच लढाईत झालेले दिसते.

आप्पाकडील उदाजी पवार, बाजी भीवराव, मल्हारराव होळकर, राणोजी शिंदे वगैरेंनी पराक्रमाची शर्थ केली. बाजी भीवरावास गोळी लागून जखम झाली. या लढाईची हकिकत खुद्द बाजीराव पेशवे, कृष्णराव महादेव, धनाजी ढमढेरे, पिलाजी जाधवराव, मल्हार दादाजी वगैरेंच्या तत्कालीन पत्रावरून समजते. युद्धानंतर पेशव्यांना व इतर सरदारांना जी पत्रे गेली त्यांतील एकही समग्र पत्र आपल्यापुढे नाही. तथापि, पेशवे दप्तराच्या तेराव्या खंडात यासंबंधीच्या पत्राचे उतारे मात्र आज छापील स्वरूपात अस्सल दस्तऐवज म्हणून आपल्यापुढे आहेत, हे मात्र खरे. चिमाजीआप्पांची पत्रे अमझरा मुक्कामाची बाजीरावांना पोहोचली. त्यात म्हटले होते, 'गिरीधरबहाद्दूर वहमे करून युद्धास आला. त्याचे आपले युद्ध दोन प्रहर बहुत झाले सेवावर्तमान बुडवून यश प्राप्त झाले.'

या पत्रापूर्वीचे बाजारी वर्तमान पेशव्यांना कळाले होते की, 'तुमचे व गिरीधरबहाद्दूर यांचे युद्ध जाहले. गिरीधरबहाद्दूर याजकडील कित्येक सरदार व लोक मारून गिरीधरबहाद्दूर बुडविला, लष्कर लुटून खासा दस्त जाहला.' बाजीराव पेशवे चिमाजीआप्पांना लिहितात, 'वडिलांचे व धन्याचे पुण्येकरून शत्रूचा पराजय केला, यश संपादिले यावरून बहुत समाधान झाले. श्री सदैव तुम्हास याच प्रकारे यशस्वी करो. विचारे करून उज्जनीवर दाब घालून गिरीधरबहाद्दूरच्या कुल जागिरी जप्त करून पोख्ता टका साधणे आणि

कर्जाचा परिहार करणे. उदाजी पवारांनी व हुजुराच्या पथकांनी कष्ट, मेहनत बहुत केली म्हणून लिहिले ते कळते. पुढेही सर्वांविशी भरवसा त्यांचाच आहे. तुम्ही समस्तांची समाधाने करोन. स्वामी कार्य व कीर्ती संपादे ते केले पाहिजे. तुम्ही आपले स्वत:चे शहाणपण वागणे, सुस्ती करीत न जाणे, चित्तात अहंता न आणणे, द्रव्य साधने ते करणे. आमचा विचार चांदा देवगडावरून बुंदेलखंडाकडे जावा ऐसा आहे.'

धनाजी ढमढेरे आप्पांना लिहितात, 'गिरीधरबहाद्दूर यास बुडवून यश घेतले आहे. हे वर्तमान संतोषाचे आले आहे. त्यावरून बहुत समाधान जाहले. आपण येशस्वी आहेत. पुढेही श्री याचप्रकारे यश देईल.'

कृष्णराव महादेव चासकर आप्पांचे अभिनंदन करताना लिहितो, 'दयाबहाद्दर याने चालोन येऊन बारि धरिली. मग आपण सख्ती करून युद्धप्रसंग बरा दाट जाला. दयाबहाद्दर व त्याचे सरदार ठार झाले. लुटून फन्ना केला म्हणून लिहिले. त्यावरून बहुत संतोष जाला. स्वामी पुण्य पुरुष, येशस्वी, श्रींची दया व वडिलांचे पुण्य समर्थ यामुळेच यैसी यशे स्वामींचे पदरी पडतात. दयाबहाद्दर त्याप्रांते मोहारा सामान्य नव्हता. त्यासच मोडिला. याउपरी पृथ्वी स्वामीस वस्य आहे. या उपरी श्री कधीही न्यून पडो देणार नाही.'

मल्हार दादोजी बर्वे लिहितो, 'यानंतर स्वामी सेनासमुदाये(सहवर्तमान)माळवे प्रांत स्वारीस गेले. त्यात दयाबहाद्दर ठार झाला. तसेच मोठाले सरदार ठार होऊन सर्व फौज हस्तगत; हत्ती, नगारे, निशाणे, तोफा सकल सरंज्जाम हस्तगत जाला, हे संतोषाचे वर्तमान स्वामीने आपणास लिहिले. त्यावरून परम समाधान झाले की, प्रथम स्वारीस स्वामी गेले. वडिलांचे आसीर्वाद व महाराज स्वामींच्या प्रतापे थोर यश पदरी पाडिले. कीर्ती घोष दिगंत गेला स्तुतीवाद आपण काय लिहावा?' उत्तरोत्तर श्रीने यैसीच येशे द्यावी इतकी इच्छा आहे. दादोजी सोमवंशी आप्पांचे या विजयाबद्दल अभिनंदन करताना म्हणतो, 'दयाबहाद्दर फौजेनिसी वहमियाने चालोन आले, त्याचे व आमचे दोन प्रहर युद्ध झाले. दयाबहाद्दर ठार पडले व वरकड मातबर येक-दोघे सरदार त्यांकडील पडले, हत्ती, निशाणे, नगारे व घोडी पाडाव करून लुटून फन्ना केला, धन्याचे व वडिलांचे पुण्ये फत्ते जाली म्हणून युद्धाचे वर्तमान तपासिले आणि लिहिले, त्यावरून संतोशाच्या कोटी जाल्या. कस्त आपण सीमेपरती केली व महद यश संपादिले. आपण येशस्वीच आहात.'

पिलाजी जाधव आप्पांना लिहिताना म्हणतो की, 'दयाबहाद्दर अमझऱ्याचा घाट बंद करून अमझरियावरी राहिला होता. त्यास तो घाट टाकून मांडवगडचे घाटे चढोन गेलियावरी तो चालोन आला. याजकरिता जरूर जाणून युद्ध करणे लागले. त्यास राजश्री स्वामींचे प्रतापे पराभवाते पावला. खासा वगैरे सरदार ठार पडले. लष्कर लुटले, हत्ती आठरा पाडाऊ आले, म्हणून तपासिले लिहिले, त्यावरून बहुत समाधान जाले. वडिलांचे

पुण्य आपले पदरी समर्थ आहे. श्रीने येश थोर दिल्हे.'

बाजीराव पेशवे चिमाजीआप्पांना लिहितात, 'नर्मदा पार होऊन मालवियास गेलेस, 'गिरीधरबहाद्दूर यास बुडवून उज्जनीस गेले, हे सविस्तर वर्तमान लिहून पाठविले, ते कळले.'

या युद्धात मिळविलेल्या विजयाबद्दल अभिनंदन करताना अंबाजी गणेश चिमाजीआप्पांना लिहितात, 'दयाबहाद्दर यासी युद्धप्रसंग जाला, स्वामीची फत्ते झाली हे वर्तमान ऐकून बहुत संतोष जाला, स्वामी समर्थ आहेत. थोर येश आले. पुढेही असेच उदंड येष येणार. यैसी ईश्वरी कृपा स्वामींवर आहे.'

तर बापूजी श्रीपत लिहितो, 'दयाबहाद्दर यामध्ये व आपल्यामध्ये युद्ध जाले. दयाबहाद्दर याचा पराजय जाला, खासा ठार जाला. त्याचे लष्कर अगदी लुटिले म्हणून लिहिले. यैसियास दयाबहाद्दर याचा पराजय होऊन स्वामीस यश आले, हे वर्तमान कळोन बहुत समाधान वाटले. थोर येश स्वामीस आले. ये गोष्टीने त्या प्रांतात स्वामीचा नक्ष बसला; स्वामी येशस्वीच आहेत. पुढेही त्या प्रांतातील शत्रूचा पराजय होऊन स्वामीच्या मनोदयारूप होऊन येईल.'

मानकोजी पाटील ढमढेरे लिहितो, 'उजनीचा सुभा दयाबहाद्दर बुडविला. यैसे वर्तमान यैकोन बहुत संतोश जाला.' धोंडो महादेव म्हणतो, 'स्वामी रूषी पर्वताहून नर्मदा पार गेले त्याउपरी यवनाकडील दयाबहाद्दरासी आपणासी योद्ध प्रसंग जाला, त्यास पराभवाते पाठविले. दिगविजय जाला हे ऐकोन परमसंतोश जाला तो कोठपर्यंत लिहावे? स्वामी पुण्येपुरूश येशस्वी आहेत. आम्हांला त्यांचे छत्र आहे. साउबांचा दिगविजय हेच इच्छित आहे. त्यास सांप्रत ऐकोन आनंदाते पावला.'

चिमणाजी दामोदर म्हणतो, 'उज्जनच्या सुभियाचे वर्तमान तुमच्या विजयाचे यैकिले. यावरून समाधान जाहाले ते कोठवर ल्याहावे? परंतु, तत्वता कळले नव्हते. तो तुमच्या लष्करातून रा.भास्कर महादेव, रा.अंताजी रुद्र यांच्या गोटातून आले. याही सविस्तर वर्तमान सांगितले. ते रोजी साकर वाटिली. हर्ष यैसा जाहला की, बहुतांच्या तोंडास कालिमा लागली. या कार्यावरून येशाचे नगारे विख्यात जाहले. श्री तुम्हांस कल्याण करू.'

पेशव्यांचे मुतालिक (श्रीवर्धनचे) गोविंद कृष्णा आप्पांचे अभिनंदन करताना लिहितो, 'गगनास गवसणी घालून उत्तर दिश्या जिंकोन, दक्षणेकडील शह जिंकोन, सर्वांचे गर्व परिहार करून येश-कीर्ती भूमंडली न माये, यैसा कीर्ती घोष स्वामींचे पदरी पडला, हे संतोषाचे वर्तमान ऐकोन सेवकास बहुत अल्हाद जाहला, तो त्रैलोक्यात न माये ऐसा जाहला.'

पेशव्यांच्या तीन-चार पत्रांत गिरीधरबहाद्दूरचे नाव असून, बाकीचे फक्त

दयाबहाद्दरचेच नाव घेतात. यावरून या वेळी गिरीधरबहाद्दूर व दयाबहाद्दर दोघेही हजर असून, लढाईत दोघेही मारले गेले यात शंका नाही. या पत्र लिहीणाऱ्यांपैकी काही लोक यापूर्वीच्या माळव्यातील मोहिमांत हजर होते व त्यांचा फक्त दयाबहाद्दराशीच संबंध आला होता. खंडोजी पंत ढमढेरे उज्जनीचा सुभा दयाबहाद्दराने बुडविला, असे म्हणतो. त्यामुळे सामान्य सरदारांना फक्त दयाबहाद्दराचे विशेष महत्त्व वाटून त्यांनी त्याचा उल्लेख केला.

चिमाजीआप्पा हिंदुस्थानात दयाबहाद्दर याजवर गेले. माळवेप्रांती दिल्लीचे बादशहाकडून राजा गिरीधर होता. त्यास उदाजी पवार व चिमाजी दामोदर यांनी युद्धात ठार मारला होता. त्याचे जाग्यावर दिल्लीहून त्याचा आप्त दयाबहाद्दर म्हणून आला. त्याजवर चिमाजीआप्पा व पिलाजी जाधव, मल्हारराव होळकर यांनी सुद्धा जाऊन लढाई केली व त्यास ठार मारला. लढाई उज्जनीवर झाली. दयाबहाद्दर मयत झाल्यावर त्याचे जाग्यावर दिल्लीचे बादशहाकडून महंमदशहा बंगश याची नेमणूक झाली होती.

पेशवे दप्तराचे निरनिराळे खंड प्रकाशित होण्यापूर्वी आप्पाच्या स्वारीची राजवाडे-खंडातील उपरोक्त नोंद बहुतांशी प्रमाण मानली जात होती. परंतु, आत्ता त्यांची यात खऱ्या-खोट्याची एकच गल्लत झाली आहे. राजा गिरीधर होता त्यास उदाजी पवार, चिमाजी दामोदर यांनी युद्धात मारला होता. यावरून आप्पांची स्वारी होण्यापूर्वीच गिरीधरबहाद्दूर मारला गेला, असा याचा अर्थ होतो. आप्पाच्या या स्वारीचा उल्लेख करताना खुद्द बाजीराव पेशवे आपल्या निरनिराळ्या पत्रांतून गिरीधरबहाद्दूरचा उल्लेख करत आहे.

गिरीधरबहाद्दूर यापूर्वीच मरण पावला असून, बाजीराव पेशवे त्याचा उल्लेख चुकीचा करतात, असे म्हणण्याची सोय नाही. चूक एखाद्या पत्रात होईल. पाच-सहा पत्रांत बाजीराव चूक करतात, असे कसे म्हणावे? तेव्हा याच मोहिमेत आप्पांनी गिरीधरबहाद्दूर व दयाबहाद्दर दोघेही बुडवून ठार केले यात शंका नाही. ज्या वेळी गिरीधरबहाद्दूर ठार झाला त्या वेळी त्याला कोणाच्या हातून मोक्ष मिळाला, हे पाहिले पाहिजे. चिमणाजी दामोदर या वेळी आप्पाबरोबर मुळी नव्हताच. इतकेच नव्हे तर तो आता निजामाचा नोकर झाला होता. उदाजी पवार मात्र या लढाईत होता व त्याने विशेष पराक्रम गाजवला.

गिरीधरबहाद्दूर याचे युधी राजश्री उदाजी पवार यानी व हुजूरच्या पथकांनी कस्त मेहनत बहुत केली म्हणून लिहिले यैसियास पहिल्यापासून यैसीच असाधारण कर्मे करून येश संपादित आले आहेत. पुढेही सर्वांविसी भरवसा त्यांचाच आहे. तुम्ही समस्तांची समाधाने करून पुढेही स्वामीकार्ये करून कीर्ती संपादित केली पाहिजे, असे बाजीराव पेशवे चिमाजीआप्पांना लिहितात. तेव्हा राजा गिरीधर उदाजी पवाराचे हाती निजधामास

गेला, असे म्हणण्यास हरकत नाही. खुद्द चिमाजीआप्पाही राजा गिरीधरही याच स्वारीत मृत्यू पावल्याचे ध्वनित करत आहे. आप्पाचा मुक्काम उज्जैनीस असता त्यांनी कोणालातरी पत्र लिहिले आहे. त्यात ते लिहितात, उपपौरात निलोबा तेथे रात्री पावले. सांगून पाठविले ते वर्तमान कळले. यैसियास दयाबहाद्दरचे लोक उज्जनीस आहेत त्याचे कासाद दिल्लीहून आले होते. आम्हांस येथे सापडले. त्याजपासी वकिलाचे कागद होते, ते वाचून पाहिले, त्यात सविस्तर सौदाचे सुभेदारीचा व गिरीधरबहाद्दूरच्या लोकांच्या सुभेदारीचा मजकूर होता. जर गिरीधरबहाद्दूर हयात असता तर माळव्याच्या सुभेदारीवर दुसऱ्याची योजना होण्याचे कारणच नव्हते. तेव्हा तो गेला म्हणून दिल्ली दरबारात नव्या सुभेदाराच्या नेमणुकीचा विषय चर्चिला जात होता, यात शंका नाही. माळव्यात उतरल्यापासून उज्जनीस जाण्यास आप्पांना तेवीस-चोवीस दिवस लागले; यावरून ही मोहीम एकाच लढाईत आटोपली असेल असे दिसत नाही. दोन-चार दिवसांच्या अंतराला ज्याअर्थी तीन वार लागले त्याअर्थी वाटेत अडथळे आले व त्याचा समाचार घेतघेतच स्वारी पुढे सरकली; म्हणजे अमझरा ते उज्जैन यांच्या दरम्यान अनेक लढाया झाल्या असाव्यात. परंतु, पुराव्याच्या अभावाने तर्कावरच अवलंबून राहावे लागते.

उज्जैन ते पुणे असा आप्पांचा मुक्काम

माळव्यात उतरल्यापासून उज्जनीस जाण्यास आप्पांना तेवीस-चोवीस दिवस लागले, यावरून ही मोहीम एकाच लढाईत आटोपली असेल असे दिसत नाही. माळव्याच्या सुभेदारी लष्कराकडून मराठ्यांना उपद्रव होण्याची भीती आता राहिली नव्हती; कारण ते उज्जैनीस आले ते सुभेदार त्याचा सेनापती व फौज संपूर्ण गारद करूनच आले होते. उज्जैनीस प्रवेश करताना आप्पांना अत्यंत विचार करावा लागला. एक तर ती माळव्याची राजधानी व दुसरे महास्थळ. पैसा मिळविणे तो हे नाजूक प्रश्न सोडवूनच मिळवावयास पाहिजे होता. पेशव्यांची पैसा मिळविण्याची सक्ती. लढाईतून मोकळे झाल्यावर पेशव्यांनी आप्पांना कळविले की, 'जर ही गोष्ट जाहली असली तरी उज्जनी सुभ्याचा बंदोबस्त करून मग कोण्हीकडे पोट भरावयास असुद्या. मुलकात जाऊन फौजेची उस्तवारी करणे. उज्जनी शहराचाही पैका बरा घेणे; लोक कोण कोण कसे आहेत ते सविस्तर लिहून पाठविणे.' गिरीधरबहाद्दूर यास बुडविल्यावर तुम्ही पुढे उज्जनीकडे गेलेच असाल. त्यास विचारे करून, उजनीवर दबाव आणून, पोख्ता टका साधणे, आणि कर्जाचा परिहार होये तो करणे.

'तुम्ही त्या रानी पोट भरणे. आम्ही त्या रानी जातो. पुढे विचारासारिखा मनसबा करणे लागेल तो तुमचे-आमचे विचारे लिहून पुसून केला जाईल. वर्तमान वरचेवरी लिहीत जाणे. चितात अहंता न आणणे. पैका मिळोन कर्ज कसे फिटते ते करणे. उजत राहे आणि कार्य साधे तो अर्थ करणे.'

या सूचनेप्रमाणे आप्पांनी उजनीनजीक आल्यावर उद्योग चालविला होता; पण उज्जनच्या दरोग्याचे कान दिल्लीकडे असल्याने तिकडील घटनेप्रमाणे तो आपल्या बोलीचा चढउतार करीत होता. त्याने बोलीची दिरंगाई चालविली; एकदा बोली होऊन मातबर ओलाही आप्पाकडे आल्या. परंतु, इतक्यात दिल्लीला नवी घटना जन्मास येऊ लागली व खंडणीची अंमलबजावणी लांबणीवर पडली.

माळव्याच्या सुभेदारीवर गिरीधरबहाद्दूरचा मुलगा भवानीदास अगर सैद नजिमुद्दीन अलीखान याची नेमणूक करावी अशी दरबारात वाटाघाट सुरू झाली. दरबारातील तुरेबाजखानाने बादशहाने राजा गिरीधरच्याच मुलाची नेमणूक करावी म्हणून सैद नजिमुद्दीन अलीस सुचविले. त्यास तो लिहितो, 'भवानी रामाचा (गिरीधरच्या मुलाचा) चुलता दयाबहाद्दर आणि बाप राजा गिरीधरबहाद्दूर यांच्या निष्ठेची बादशहास माहिती आहे. राजाने आपले कर्तव्य करताजाव खर्ची घातला. सैद नजिमुद्दीनने भवानीरामाची शिफारस न करिता स्वत:च ती जागा आपणाकडे घेण्याचा प्रयत्न चालविलेला दिसतो. आप्पांची ही मोहीम सवाई जयसिंग व सैद यांच्यामुळे जन्माला आली होती. अर्थात, दिल्लीकडील गरम वातावरणाच्या कडक वाटणाऱ्या झळा या आप्पांना शीतलच भासल्या असाव्यात. आता दिल्लीला अनुकूल अथवा प्रतिकूल कसाही बनाव बनला तरी मराठे काही दाद देणारे नव्हते. आप्पांची यशस्वी फौज दिल्लीच्या नूतन सुभ्यास नरम करण्यास समर्थ होती. बरे मातबर फौज चालून येईल; तर जवळच बुंदेलखंडात पेशवे दहा-पंधरा हजार फौजेनिशी हजर असून ते बोलाविण्याची वाट पाहात होते. बाजीरावांनी आप्पांना लिहिलेल्या पत्रात याची स्पष्टता केली आहे. आम्ही तिकडे यावे म्हणून तुम्ही दोचौ पत्री लिहिले त्यासी आम्ही ही गढे छत्रसालाचे मुलकात आलो आहे. येता तुम्हास आम्हास जवळच आहे. काम मातबर असले तरी लेहून पाठवणे. त्यासारखे बर्तोन नाही तर पोट तुम्ही तिकडे भरणे आम्ही इकडे भरितो.'

कदाचित दिल्लीकडून कोण्ही नवा सुभा रवाना होऊन येईल तरी पुढे चालून जाऊन बुडवावा. मालवियात फौजेचा पराक्रम न होयसारिखा करा. जर फौज तिकडून जोरावर येत असिली आपल्या गावात न सापडे, तुम्ही आम्ही येक होऊन घ्यावी यैसा विचार दिसून आलियास आम्हास लिहून पाठविणे. आम्हीही सत्वरीच येऊन सामील होऊन मनसुबा केला जाईल.

उज्जैनकर अळमटळम करू लागलेले पाहून त्याची खोड मोडण्याचा प्रकार पेशवे पुढील पत्रात लिहितात, 'बोली जाहली होती त्याप्रमाणे बोला मातबर घेतला असिला आणि पैकियाचा निर्वाह होत असिला तरी उत्तम जाहले. कदाचित दिल्लीकडून कोण्ही सुभा येणार असिला त्याची वार्ता आईकून बळ धरीत असले पाहिजे आणि पैका न देत तरी त्या पैकियासाठी तेच स्थळी गुंतून राहता येत नाही. वरकडही काही स्थळे

आणि प्रांत पडला आहे. तेथील पैका वसूल जाहला पाहिजे. यास्तव तेथे न गुंतावे. राजश्री बाजी भिवराऊ यास अगर दुसरा सरदार हजार स्वारानिसी उजनीस ठेवून माणूस आतबाहेर फटकू न द्यावा. जे माणूस शहरचे सापडेल ते जिवे मारावे. दरवाजे बंद करावे. आपण अवघ्या प्रांताचा व जी महास्थळे असतील तेथील पैका जप्त करून वसूल घ्यावा. जो मुलूक कबजी असेल त्यास पुढे कौल देऊन अंमलदार राहतील तरी ठेवावे.'

रंगपंचमीपर्यंत आप्पा उत्तरेतच होते. या स्वारीत त्यांनी अनेक उद्दिष्टे साधली. फौजेचे पोट भरणे, पैसा गोळा करणे ही मराठ्यांची नेहमीची स्वारीची ध्येये तर त्यांनी साधलीच. परंतु, या खेपेला या किरकोळ गोष्टीबरोबरच एक महत्त्वाचे काम चिमाजीआप्पांना करावयाचे होते. आप्पा स्वारीला निघाल्यानंतर काही दिवसांनी बाजीराव पेशवे बुंदेलखंडाच्या स्वारीला निघाले. आप्पांच्या स्वारीपेक्षा पेशव्यांच्या स्वारीचे महत्त्व अधिक होते आणि या दोन्ही स्वाऱ्या परस्परांना पूरक होत्या. फाल्गुनात पेशवे बुंदेलखंडात उतरले व लगेच महंमदखान बंगश, त्याचा मुलगा कासीमखान यांच्याशी ते लढू लागले. अशा वेळी आप्पांनी माळव्यात राहणे जरूर होते. एकमेकांनी हकाटावर राहून जरूर लागताच मदतीस धावले पाहिजे, अशा बेताने दोघेही आपापल्या हालचाली करीत होते. परंतु, कोणालाही कोणाची मदत न घेता आपापली मुलूखगिरी यशस्वी करता आली. एकाच वर्षात या उभयता बंधूंनी महत्त्वपूर्ण यश संपादन केल्यामुळे पेशवे घराण्याचा लौकिक तर वाढलाच परंतु पेशव्यांचा शाहू दरबारावर व दिल्लीचे बादशाहीत विशेष बोलबाला होऊ लागला. पेशवे घराण्यावर प्रेम करणाऱ्या दरबाऱ्यांकडून या अलौकिक विजयाबद्दल अभिनंदनांचा वर्षाव होऊ लागला.

हे यश खरोखरच अभिनंदनीय होते यात शंका नाही. माळव्याचा सुभेदार व त्याचा सेनापती लोळवला जाऊन त्याची सर्व सलतनत मराठियांस मिळून मराठी भाल्याचा तीक्ष्णपणा उत्तर हिंदुस्थानात गाजला गेला. मुघल-मराठ्यांत यापूर्वी दक्षिणेत अनेक अद्भुत संग्राम झाले व त्यात त्यांनी मी-मी म्हणवणारे मुघल सेनानी धुळीला मिळविले होते; पण त्या वेळी ते स्वदेशात असून, त्यांना युद्धभूमीची खडान्‌खडा माहिती तरी होती. तर मराठे परदेशात शत्रुच्या मुलखात असून, एकसारखे दोन महिने अडीअडचणींचा प्रवास करून दमल्या भागलेल्या मुघलांपेक्षा लढाऊ सामग्रीने व संख्येने कमी असताही त्यांनी यशस्वी व्हावे यावरून त्यांच्या सेनापतीच्या व त्यांच्या हाताखालच्या सरदारांचा महाराष्ट्राने आपुलकीच्या भावनेने गौरव करावा हे क्रमप्राप्तच आहे. बादशाहीला तर असा हादरा बसला की, आप्पांची फौज दोन-तीन महिने तिकडे असतानाही ती त्याच्या यत्किंचितही वाटे जाऊ शकली नाही. तसेच मुघल बादशाहीतील हिंदुस्थानी खानडौरानच्या पक्षाला मराठ्यांच्या मदतीने आपले आसन स्थिर करू शकू अशी खात्री पटली गेली. यानंतर मुघल पक्षाचा सुभेदार माळव्यावर नेमला न जाता खानडौरानच्या स्वारीचे जे

दुय्यम उद्दिष्ट जे पैका मिळवून दारातील सावकारी धरणेकरी उठविणे बहुधा फारसे साधले नसावे. या विजयावर भाष्य करताना रियासतकार सरदेसाई म्हणतात, 'चिमाजीने अकस्मात मुघल फौजेवर पाठीमागून मारक प्रहार केला, म्हणूनच एवढा हा विजय मराठ्यांचे पदरात पडून त्यांचा दरारा देशभर बसला. औरंगजेबाच्या कैदेतून केवळ स्वतःच्या बुद्धिबळाने शिवाजीने आपली सुटका केल्याबरोबर त्याचा जसा विजयोत्सव देशभर पसरला तशाच तोडीचा विजयोत्सव पुनरपि चिमाजीच्या पराक्रमाने उत्पन्न होऊन हिंदी राष्ट्रात मराठ्यांना थोरपण प्राप्त झाले. सातपुडा व विंध्याद्रि यांच्या दरम्यान जे कोळी वगैरे नानाविध लोक ठिकठिकाणी भूमे म्हणून होते, त्यांची भरपूर मदत मराठ्यांना मिळाली.'

माळव्यात मराठ्यांना चिमाजीआप्पांच्या नेतृत्वाखाली हे अपूर्व यश मिळाले. परंतु, आपापसात त्यांना माळव्यात तीन वाटे हवे होते. अन्यथा, अडचणी निर्माण होतील. हे स्पष्ट करणारे एक अप्रकाशित पत्र याविषयी बोलके ठरते.

'श्रीमंत आप्पा स्वामींचे सेवेसी वि.सेवक कृष्णाजी हरी कृ.सा.न.वि.वि. स्वामीचे कृपे दृष्टी करून तागाइत का वद्य सप्तमीपर्यंत सेवकाचे वर्तमान यथोस्थित असे. स्वामीची आज्ञा घेऊन राबोस (?) रा मल्हारजी होळकर यांची भेटी होऊन सिनरास आलो. अलीकडे वर्तमान परस्पर ऐकिले की पवारांची समजावीसी जाली. ते मालवियात या समागत जातात म्हणून वर्तमान ऐकिले. त्यासी ते ती जाइची विभागी या निमित्त आमचे विषयी त्यास पत्र असले पाहिजे. आमचे विषयी त्यासी (शिंदे / होळकर यांना) पत्र द्यावयाची आज्ञा केली पाहिजे. स्वामीचे आज्ञेप्रमाणे मालवियात जातो. पुढे तरी स्वामीने आमचा अभिमान धरोन जेणे करून आमचे उर्जित घेऊन एकवेळ कर्जमुक्त होऊ ती गोष्ट केली पाहिजे.'

गिरीधरबहाद्दूर मेल्यामुळे दिल्लीच्या बादशहाने माळव्याच्या सुभेदारीवर याचा मुलगा भवानीराम याची नेमणूक केली. आप्पा स्वारी संपवून पुण्यास गेले. १७२९च्या पावसाळ्यात दोघेही भाऊ साताऱ्यास शाहूमहाराजांच्या दर्शनास गेले. मुख्य काम पार पडल्यामुळे खुद्द पेशवे बाजीराव पुढे १७३६ पर्यंत उत्तरेत गेले नाहीत. त्यांना तिकडे जाण्याचे प्रयोजन पडले नाही किंवा दुसऱ्या निकडीच्या उद्योगामुळे त्यास तिकडे जाता आले नाही. मराठी राज्याची हद्द १७२९ मध्येच यमुना नदीस जाऊन भिडली आणि या प्रदेशाच्या व्यवस्थेची व वाटणीची तजवीज बहुतेक तिकडे वावरणाऱ्या सरदारांनी व चिमाजीआप्पांनी स्वत: १७३२ मध्ये उत्तरेत जाऊन केली.

वर म्हटल्याप्रमाणे दोघेही बंधू साताऱ्यास महाराजांच्या दर्शनास गेले तरी मागे त्यांनी छावणीला मल्हारराव होळकरांना ठेवले होते. माळव्याचा लढा चालूच होता. तेथील नाक मांडवगडचा किल्ला अद्याप मराठ्यांच्या हाती आला नव्हता. सुभेदार

भवानीराम याचा सवाई जयसिंग व सैद अजमुद्दीखान यांनी पाठपुरावा करावा असा बादशहाचा हुकूम होता. परंतु, माळव्याच्या सुभेदारीवर या दोघांचा डोळा असल्याने त्यांनी भवानीरामास मदत केलीच नाही उलट, ते मराठ्यांचे पक्षपाती असल्याने त्यांनी त्याच्या कारभारात अडथळे निर्माण केले. एकंदरीत भवानीरामाचा जम न बसता त्याची फटफजिती झाली व तो केवळ एका वर्षातच पदभ्रष्ट झाला. सुभेदारीची माळ पुन्हा सवाई जयसिंगाच्या गळ्यात पडली. तथापि, पुढे अल्पावधीतच बादशहाने महंमदखान बंगश यास माळव्याचा सुभेदार नेमले.

१७३०च्या नोव्हेंबरात पैशांची तरतूद करून, फौज जमवून बंगशाने आग्रा सोडले व माळव्यात शिरताच मराठ्यांविरुद्ध मोहीम सुरू केली. २७ जानेवारी १७३१ रोजी मल्हारराव होळकराबरोबर त्याची गाठ पडून शहाजहानपूरजवळ लढाई झाली. २५ फेब्रुवारी १७३१ ला पुन्हा धारनजीक मराठ्यांची बंगशाबरोबर चकमक उडून मराठ्यांना मागे हटावे लागले. याप्रमाणे १७३१ मध्ये मराठ्यांची पिछेहाटच होत गेली. त्यांनी आत्तापर्यंत माळव्यातील काबीज केलेल्या ठाण्यांपैकी उज्जैन, धार, मांडू इ. ठाणी त्यांना सोडून द्यावी लागली. इतकेच नव्हे तर नर्मदेच्या उत्तरतीरी त्यांनी बांधलेले बहुतेक किल्लेसुद्धा बंगशाने काबीज केले.

तथापि, अल्पावधीतच १७३१ च्या हिवाळ्यात अगदी सुरुवातीलाच मराठी फौजांनी पुन्हा एकदा नर्मदा ओलांडली. सुभेदार महंमदखान बंगशाच्या मदतीस जाऊन स्वत:ची खराबी करून घेण्यापेक्षा मराठ्यांना पैसा देऊन आपला बचाव करणे, माळव्यातील जमीनदारांना जास्त सुरक्षित वाटले. माळव्यात मराठी फौजा चौफेर वावरत असल्यामुळे खजिना रिकामा पडत चालला. सुभ्यातील छोटे-छोटे संस्थानिक, राजेरजवाडे, जमीनदार उघडउघड रीतीने मराठ्यांना सामील झाले. दिल्लीहून कुमक आल्याशिवाय मराठ्यांचा प्रतिकार आपल्या हातून शक्य नाही असे बंगशाने बादशहास कळविताच त्याला परत बोलावून मराठ्यांच्या हालचालीस पायबंद घालण्याचे बादशहाने ठरवून मराठ्यांशी सलोख्याने राहू इच्छिणाऱ्या जयसिंगास माळव्याची सुभेदारी पुन्हा १७३२ मध्ये दिली. दिल्ली दरबारने माळव्याचे सुभेदारीवर दुसऱ्यांदा जयसिंगाची नेमणूक केल्याने व दरम्यान मराठ्यांची तृष्णा वाढल्याने जर आपण जयसिंगास प्रतिबंध केला नाही तर माळव्यातील स्थान ढळल्यावाचून राहणार नाही अशी मराठ्यांची भीतीही रास्त होती; कारण दिल्ली दरबारने मराठ्यांच्या बंदोबस्ताकरीताच त्याची या जागी नेमणूक केली होती. त्याने फौजा पाठविण्याचा विचार केला. या जयसिंगाच्या हालचालीची बातमी येताच शाहूमहाराजांच्या दरबारात चलबिचल सुरू झाली. जिकडे ज्यांचे संबंध तिकडील भानगडीत प्रथम लक्ष घालणे जरूर होते. माळव्यात गडबड होत आहे तेव्हा तिकडील जबाबदारी चिमाजीआप्पांवर येऊन पडली व १७३२ च्या विजयादशमीनंतर आप्पा

उत्तरेच्या स्वारीकरिता डेरेदाखल मार्ग क्रमू लागले. आप्पा खानदेशात गेल्यावर त्यांना छत्रपतींकडून पत्र आले– 'सांप्रत उत्तरेकडील फौजांचा चळचळाट दक्षण प्रांतास यावयेचे उद्देश जाला आहे म्हणून तत्त्वत: वर्तमान लिहिले आहे. ऐशास तुम्ही त्याप्रांते जात आहा. तिकडील खबर तुम्हांकडे येत असेल, परंतु तुम्हांस कळावे, तुम्ही सावध असावे यास्तव हे आज्ञापत्र सादर केले आहे. तरी उत्तरेकडील बातमी चौकस राखोन जो मनसुबा कर्तव्य तो विचारे करून करणे.'

खानदेशात शिरल्यावर चिमाजीआप्पांनी आपल्या फौजेचे दोन भाग केले. मल्हारजी होळकर आणि राणोजी शिंदे यांनी गुजरातेतील कामगिरी करून माळव्यात उतरावे आणि खुद्द चिमाजींनी नेमाडातून यावे अशी ही योजना होती. या योजनेनुसार आप्पांची फौज दोन वाटांनी चालू लागली. वाटेत चिमाजीआप्पांनी मानाजी जाधवाच्या जहागिरीत धुमाकूळ घातला. परिणामी रागाने त्याने चिमाजींविरुद्ध छत्रपतींकडे तक्रार केली. त्यात म्हटले होते, 'चिमाजीपंतांनी आम्हास दरबारच्या गोष्टी सांगितल्या, आम्हांस भेटीस घेऊन गेले. बोलो नये तो बोलला की, तुम्ही महाराजांची पाठ करून राहता तर एक दिवस मारून नाराज करीन. त्रिंबकराव दाभाडा मारला. महाराजांनी आमचे काय केले? तुम्ही वीट करून किती दिवस राहाल? ऐसा आम्हांसी आकस लाविला आहे की, तमाम सरदार आमचे चाकर आहेत. तुम्हीही एकभावाने चाकरी करावी. त्यास आम्ही जवाब देतो की, महाराजांचे पाय सोडून दुसऱ्याची चाकरी करणार नाही. हे गोष्टीचे पारिपत्य महाराजांनी केले पाहिजे.'

अशा प्रकारे माळव्यातील मराठ्यांचे आक्रमण दोन दिशांनी चाले. शिंदे होळकरांच्या हाताखालील फौजा गुजरातमार्गे पश्चिम माळव्यात शिरत. दुसरी फौज ईशान्य दिशेने बुंदेलखंडात जाऊन, बुंदेल्यांची मदत घेऊन, ग्वाल्हेरपर्यंतचा मुलूख उद्ध्वस्त करीत. १७३३ मध्ये मराठे आणि जयसिंग यांचे मंदसोरजवळ युद्ध झाले. जयसिंग पराभूत झाला. परंतु, दरम्यान मराठ्यांच्यात फूट दिसू लागली. उदाजी व कृष्णाजी पवारांनी सवाईजीकडे बोली लावून त्याजकडे जाण्याची सिद्धता केली होती. परंतु, भले लोक मध्यस्त होऊन पवारास पुनीत करून घेतले व तो प्रसंग टळला.

१७३४ मध्ये मराठ्यांनी बुंदीवर हल्ला करून जयसिंगाने गादीवर बसविलेल्या दलेलसिंगास हुसकावून लावून बुधसिंगास गादी मिळवून दिली. अशा प्रकारे मराठ्यांनी राजस्थानच्या राजकारणात प्रवेश केला. १७३४ चा पावसाळा संपताच आपली जरब मुघलांना दाखविण्याकरिता शिंदे, होळकरांनी माळवा, बुंदी, कोटा, आहारवाडा मुलखातून झपाट्याने खंडण्या घेण्यास सुरुवात केली. त्यांना दाबण्यासाठी मीर बक्षीखान दिल्लीतून बाहेर पडला. त्याने मारवाडातील राजेरजवाडे सामील करून घेतले. प्रचंड सेना घेऊन तो निघाला. समोरासमोर लढाईत आपला निभाव लागणार नाही हे ओळखून शिंदे,

होळकरांनी मुकुंददरा नदीच्या पिछाडीकडून मुघलांचा नाश चालविला. त्यामुळे मीर बक्षीला मिळालेले संस्थानिक त्यास सोडून गेले. अशा परिस्थितीत त्याने जयसिंगाच्या मध्यस्थीने माळव्याच्या चौथाईबद्दल २३ लक्ष रुपये मराठ्यांना देण्याचे मान्य केले. शिंदे, होळकर १७३५ मध्ये पुण्यास आले. तथापि, अल्पावधीतच निजामाने माळवा सुभा आपल्या मुलाच्या नावे करून एकप्रकारे पेशव्यांनाच आव्हान दिले.

निजाम–बाजीराव भोपाळ प्रसंग : त्यातील चिमाजीआप्पांची कामगिरी

१७३६ च्या दिवाळीस बाजीराव बादशहाच्या भेटीस उत्तरेस निघाले. ते ऐकून निजाम अस्वस्थ झाला; जर उभयतांची भेट होऊन बाजीरावांना बादशहाचा आश्रय मिळाला तर आपली दक्षिणेची सुभेदारी हातची जाईल अशी भीती त्याला वाटत होती; म्हणून दोघांमध्ये भेट होऊ न द्यावी व उत्तरेच्या व दक्षिणेच्या फौजांमध्ये बाजीरावांनाच ठेचून काढण्याचा शिकस्तीचा प्रयत्न करावा अशा उद्योगास निजाम लागला. त्याने भराभर आपल्या सरदारांस निकडीचे हुकूम पाठवून फौजा सिद्ध केल्या आणि आपल्या हस्तकांकरवी दिल्लीतही तशी खटपट चालविली. या गोष्टी पेशव्यांना कळल्या. त्यांनी व शाहूमहाराजांनी आपल्या ठिकठिकाणच्या सरदारांना निकडीचे हुकूम पाठवून निजामास इकडेच पायबंद द्यावा आणि त्याच्या मुलखात उपद्रव चालवावा अशी योजना केली असे उभय पक्षांचे प्रयत्न चालल्यामुळे १७३७ च्या जानेवारीपासून अडीच वर्षे नादिरशहाची स्वारी आटपेपर्यंत सर्व देशभर युद्धाचा वणवा कमी–अधिक प्रमाणात उसळला होता. रियासतकारांच्या शब्दांत सांगावयाचे झाल्यास या बनावाला मुघल–मराठ्यांचे अडीच वर्षांचे युद्ध असे सार्थ नाव दिले पाहिजे.

निजाम २ जुलै १७३७ रोजी दिल्लीस दाखल झाला. ३ जुलैस दरबारात बादशहाशी त्याची भेट होऊन निजामखानास पोशाख देण्यात आला. निजामाचे शहाणपणा, अनुभव व कर्तबगारी याजवर दरबारची आता सारी भिस्त ऐकून तो सुचवील तो उपाय अमलात आणण्याची बादशहाने तयारी दाखविली. 'निजामाने कुल येख्तियार आपल्या नावे करून घेतला व पातशहासी करार केला की, पाच सुभे देणे, हरिभक्तांस रेवा पार होऊ देत नाही.' पातशहाने निजामाच्या म्हणण्यास मान्यता देऊन माळवा, आग्रा या सुभ्यांवर निजामाचा पुत्र गाजीउद्दीन याची नेमणूक केली. आग्रा सुभा खुद्द जयसिंगाकडे असून, माळव्याचा कारभार नायब सुभेदार म्हणून गेल्यावर्षीपासून पेशवे पाहात होते. आपल्या मुलाच्या नावे माळवा करून घेतला म्हणजे पर्यायाने पेशव्यांना निजामाने युद्धाचे आव्हानच दिले होते. पावसाळा संपताच तीस हजार उत्कृष्ट सैन्य व तोलदार तोफखाना घेऊन निजाम माळव्याच्या रोखाने वाट चालू लागला. निजामाने आग्रानजीक यमुना, उतरली व नदीच्या डाव्या किनाऱ्याने कूच करून काल्पीच्या उतारास ती नदी ओलांडली व बुंदेलखंडातून माळव्यावर चढाई केली. बुंदेलखंडातून कूच करण्यात मार्गाची सुगमता हा

तर निजामाचा एक उद्देश होताच; त्याचबरोबर मराठ्यांना नेहमी सामील होऊन बादशाही मुलखावर हल्ला चढविणाऱ्या बुंदेल्यांचा भेद करून त्यांचे साहाय्य मराठ्यांना मिळू नये हाही तितकाच महत्त्वाचा उद्देश होता. तो अंशत: तरी सिद्दीस गेला. दतियेकर, वोडसेकर छत्रसालाचा मुलगा सभासिंग व अहिर हे आपल्या फौजांनिशी येऊन निजामास सामील झाले. निजामाची फौज वाढत जाऊन सत्तर हजार तमाम भारी चांगली व सवाशेचे हातनाला व जेजालाचे व बाणाचे व सुरत नालाचे उंट तीन हजार इतकी भली मोठी फौज जमा झाली.

१२ नोव्हेंबर १७३७ ला धामोणी येथे निजामाचा मुक्काम झाला. धामोणीवरून सिरोंजमार्गे कूच करीत डिसेंबरच्या दुसऱ्या आठवड्यात तो भोपाळनजीक पोहचला. माळव्यातील मराठ्यांची ठाणी सर करावयाची, दक्षिणेकडील आपली फौज बोलावून दोन्ही फौजा एकत्र झाल्या म्हणजे मराठ्यांबरोबर मुकाबला करावयाचा अशी योजना निजामाने आखली.

निजाम–बादशहाच्या अंत:स्थ कारस्थानाचा सुगावा लागताच पेशव्यांनीही कलमजारी सुरू केली. वसईची मोहीम अर्धवट सोडून सर्व सैन्य एकत्र होताच खरगोणहून पुनाशाजवळ ऐंशी हजार फौजेसह नर्मदा पार करून नोव्हेंबरच्या (१७३७) शेवटच्या आठवड्यात माळव्याचा मार्ग धरला. दक्षिणेतील मुघली सैन्य निजामास सामील झाल्यास शत्रू पक्ष आपल्याला भारी पडेल हे जाणून पेशव्याने आपली पिछाडी रक्षिण्याचे काम चिमाजीआप्पांवर सोपविले. तापीवर वरणगावनजीक राहून चिमाजीआप्पांनीही उत्तम रीतीने कामगिरी बजाविली.

निमाजाच्या हालचालींची संपूर्ण माहिती बाजीरावांना चिमाजीआप्पांनी व इतरांनी वेळेवर दिली होती; पण शक्यतोवर आपणामध्ये पूर्वीचाच स्नेहभाव चालू आहे, असा देखावा दोघांनीही परस्परास दाखविला; पण नर्मदा पार झाल्यावर निजामाला आपले उद्देश लपविणे शक्य झाले नाही. सिरोंजेस आलियावर या प्रांतीचे तमाम जमीनदार निजामास भेटले. मुलकात फितवा केला. त्याची फौज पाच–सहा हजार मराठे व दुसरे पंधरा हजार एकूण वीस हजार आहे. लोक सर्व नाखूश आहेत. स्वामींच्या आगमनामुळे निजाम तटस्थ होऊन बसला आहे. आपली फौज दहा–वीस कोस निघून गेल्यावर हे दोचौ हजारानिशी दिल्लीस जाणार. स्वामींच्या आगमनाचे वर्तमान ऐकोन परमआनंद जाला. तो कोठवर लिहावा? असे माळव्यातील वकिलाने कळविले. निजामाच्या आगमनाने तिकडील मराठ्यांस दहशत बसत होती; पण तितक्यात बाजीरावही उत्तरेकडून माळव्यावर येऊ लागले, जेणेकरून मराठ्यांना धीर आला.

सुमारे एक महिना निजाम आणि बाजीरावाचा मुक्काम आपापल्या फौजांसह एकमेकांच्या जवळ होता. स्नेह असता त्यांच्या गाठीभेटी होणे अवश्य होते. वैरभाव

असता तर याचवेळी त्यांचा संग्राम घडणे शक्य होते. पुढे सहा महिन्यांनी भोपाळावर त्यांचा मुकाबला झाला तो याचवेळी का झाला नाही, अशी शंका निर्माण होते. निजाम आपल्यावर चढाई करणार याची खात्री होती तर पुढे दिल्लीस जाऊन लष्करी तयारी भरपूर करण्याची संधी बाजीरावांनी निजामास का दिली? या वेळी हलका असताच त्यासी गाठ घालणे एका अर्थाने सुलभ होते. त्याऐवजी बाजीरावाने पिलाजीरावास निजामाचे भेटीस पाठवून बाह्यत: गोडी दाखविली आणि वर्दळीस न येता दक्षिणेत प्रयाण केले. बाजीरावाची तयारी तशी कमी नव्हती पण या वेळी निजामाशी तशी चढाई न करणेच त्याला श्रेयस्कर वाटले. गेल्या आठ महिन्यांच्या मोहिमेत बाजीरावांचे सर्व लोक थकले असून त्यांना विश्रांतीची जरूर वाटत होती; परत येते वेळी सरदारांना ठिकठिकाणच्या जबाबदाऱ्या त्याने अगोदरच ठरवून दिल्या होत्या. उन्हाळा भयंकर असून गनिमी युद्धाची एकही मोहीम उष्ण हवेत मराठ्यांनी कधी अनुभवली नव्हती. मुघलांच्या बाजूस तोफखाना भरपूर असून त्याला धावपळीच्या हिकमतीने जिंकण्याची तयारी अगोदरपासून ठरवावी लागते. शिवाय निजामाकडून प्रत्यक्ष आगळीक अशी काही घडली नव्हती. पर्जन्यापूर्वी स्वदेशी जाण्याचा मराठ्यांचा रिवाज असल्याने मुद्दाम थकलेल्या लोकांना महाराष्ट्राबाहेर पुन: युद्धोत्सुक बनविणे बाजीरावास योग्य वाटले नाही. निश्चित यश येण्याची खात्री असल्याशिवाय एकंदर हयातीत उगाच संग्राम अंगावर ओढून आणण्याचे साहस कधी स्वीकारले नाही. तथापि, उभय पक्षांची अंत:करणे साशंक झाली होती त्यास निश्चिती आणण्याकरिता बाजीरावाने बापूराव मल्हार व पिलाजी जाधव यांना निजामाचे भेटीस पाठविले.

पिलाजीने कळविले, 'काली ता.२५ मे रोजी नवाबाची भेट जाहली. बहुत आदर करून खुषी जाहले. वस्त्रे आपण दिल्ही ती गुजराणली आपनास शिरपाव पाठवून देत आहेत. परवा कूच करून पुढे जाणार. वरकड कितेक वर्तमान भेटीनंतर निवेदन करीन. सेवेसी येऊन पोचेपर्यंत मुक्काम केला पाहिजे. भोपाळकर यार महंमदखानाच्या मुलकास तूर्त उपसर्ग न द्यावा. नवाबाबरोबर पुत्र चि. आपास दुराईसराई पावेतो पाठवितो.' निजाम दिल्लीची वाट चालू लागला. बाजीराव पुण्यास आला.

निजामाच्या आगमनाने दिल्लीत खुशाली निर्माण झाली. वजीर कमरूद्दीनखानाने पन्नास मैल सामोरे येऊन निजामाचा सत्कार केला व 'आसाफजा' असा सर्वांत उच्च किताब दिला. १० ऑगस्ट रोजी व्यंकाजीराम लिहितो, 'दिल्लीचा मजकूर की निजामांनी पातशहाशी करार केला जे आपणास पाच सुभे देणे आणि करोड रुपये देणे म्हणजे आम्ही हरिभक्तांस रेवापार होऊ देणार नाही; आणि कदाचित फार शेखई करतील तर दक्षिणची चौथही उठवून देऊ. ऐसी बहुत प्रकारे वल्गना केली ती पत्री कोठवर लिहावी?'

मराठ्यांस माळव्यातून कायमचे हाकलून देण्याची बादशहाची अट कबूल करून,

ऑक्टोबरात निजाम तीस हजार स्वार, उत्कृष्ट तोफखाना व कारभाराचा सर्वाधिकार घेऊन दिल्लीहून निघाला. सरळ चंबळेहून येणारा मार्ग अडचणीचा असल्यामुळे आग्र्याचे खाली यमुना उतरून दुआबात जाऊन पुन्हा काल्पीजवळ यमुनेअलीकडे तो बुंदेलखंडात दाखल झाला.

दरम्यान, चिमाजीआप्पांनी वसईची मोहीम जोरात चालविली होती; पण वसईपेक्षा उत्तरेचा बनाव जास्त घाईवर आला. माळव्यात तीस-चाळीस वर्षांच्या प्रयत्नाने जमविलेले आधार सर्वथा नाहीसे होऊन असंख्य सरदारांचा व सैनिकांचा पराक्रम वाया जाण्याचा प्रसंग आला. बाजीरावांनी सर्वांशी बोलून विचार-विनिमय केला. छत्रपती शाहूमहाराजांची भेट स्वस्थपणे घेऊन, पुढील उपक्रमांची योजना आखली. नेमक्या याच वेळेस सय्यद जमालउद्दीन यास निजामाने खानदेशवर रवाना केले. त्याचा व आवजी कवडे याचा झगडा झाला. आवजी कवडेच्या मदतीस अंताजी माणकेश्वर होता. त्यांचे एकत्र पटले नाही; म्हणून पेशव्यांनी अंताजीस उत्तरेस कामगिरी दिली. नोव्हेंबरमध्ये नासिरजंगाने सैन्याची जोरात जमवाजमव सुरू केली. त्याच्या धडपडीनंतर त्याच्याकडे पंधरा-वीस हजार फौज जमली; पण चिमाजीआप्पा तापीतीरावर वरणगावनजीक ठासून बसले. त्यांनी नासिरजंगास पुढे जाऊ दिले नाही. सय्यद जमालउद्दीन व आवजी कवडे यांचा संग्राम बराच काळ चालला.

बाजीरावाजवळ ऐंशी हजार फौज जमली. उभयता बंधू पुण्यातून स्वार झाले ते १२ नोव्हेंबरला नेमाडात सांगवी येथे गेले. तेथून चिमाजीआप्पा परत वऱ्हाड खानदेशच्या सरहद्दीवर वरणगाव येथे तापीतीरी आले आणि बाजीराव खरगोणजवळ डिसेंबर आरंभी नर्मदा पार होऊन निजामाचे रोखाने भोपाळकडे गेला.

यावेळेस छत्रपती शाहूमहाराजांनी सरदारास आज्ञा पाठविली की, 'दक्षिणेची फौज नवाबास सामील होऊ न द्यावी. नवाब भूपाळ गडाचे आश्रयास गेला. पंडित प्रधान चौगीर्द चौक्या देऊन बसले आहेत. नबाबांनी दक्षिणची फौज टाकोटाक बोलाविली आहे; तरी तुम्ही क्षणाचा उजूर न करीता चिमणाजी बल्लाळ यास सिताफीने जाऊन सामील होणे.'

निजामाबरोबर पुत्र गाजीउद्दीन फौजेची व्यवस्था पाहात होता. बुंदेलखंडातून येताना दतिया, वोडसा छत्रसालचे पुत्र व नातू इ. सर्वांना आपल्याबरोबर घेतले होते. बाजीरावास नर्मदा उतरू द्यावयाची नाही हा तर निजामाचा मुख्य पण होता, तो बाजीरावांनी ओळखून निजामास अलीकडे येऊ न देता आपणच माळव्यात जाऊन त्यास अचूक गाठले.

बाजीराव एकदम चालून आल्याचे पाहून निजामाची तारांबळ उडाली. नासिरजंगाने औरंगाबाद सोडून १५ डिसेंबरास बऱ्हाणपूरकडे कूच केले. फुलंब्रीस असता तेथून

आस्ते आस्ते तो पुढे निघणार, त्यापूर्वीच भोपाळचा संग्राम सुरू झाला होता. शुजायतखान त्यास येऊन मिळणार तो त्याची वाट रघुजी भोसल्याने लाविली. दमाजी गायकवाड शाहूमहाराजांच्या आज्ञेने चिमाजींच्या साहाय्यास निघाला; अशा स्थितीत नासिरजंग पुढे जाणार तो चिमाजीआप्पांनी पाठीमागून हल्ले करून त्याचा उच्छेद आरंभिला.

धावपळीच्या युद्धात आपण मराठ्यांना पुरे पडणार नाही, हे ओळखून भोपाळच्या तट व तलावाचा आश्रय घेऊन निजाम तोफांच्या साहाय्यावर मराठ्यांच्या हालचालींची वाट पाहात बंदोबस्ताने राहिला. अशा परिस्थितीत मराठ्यांनी सर्व मार्ग रोखून धरले. धान्य महाग झाले. चौ दिवसात रुपयाचे पीठ-चार शेर जाले. हत्ती-घोड्यास तर वैरण नाही. एक दिवस झाडांच्या साली व लव्हाळे चारले. अशी उपासमार चालू असतानाच मराठ्यांनी रात्रीच्या वेळी बाहेरून बाण व आगीचे गोळे नबाबाचे फौजेत फेकून त्यास इतके हैराण केले की, रात्रंदिवस त्या ताटकळत उभ्या राहू लागल्या.

चिमाजीआप्पा लिहितात, 'रायाची पत्रे ४ रमजानची (१६ डिसेंबर) आली. नबाब भूपाळगडी कोंडला आहे. दाणा वैरण बंद. असा समय कधी त्यास घडला नाही. अतिसंकटी पडला आहे. त्याचे साहाय्यास औरंगाबादची फौज येणार आहे, ती तिकडे गोवून पाडावी म्हणजे नबाबाचा पाडाव उत्तम होतो.' दाणा गल्ला, वैरण काडी कूल बाद झाली आहे. बंगसाचीच गत जाली आहे. स्वामींचा आशीर्वाद निजाम या ठिकाणी बुडत आहे. किल्लेबंद झाल्यामुळे त्यांची अब्रू राहिली नाही. १४ डिसेंबर रोजी मोठी लढाई झाली. मराठ्यांकडील दोघे सरदार जखमी झाले. तीनशे माणसे मेली.

चार दिवस निजामाने वेढ्यात कसेबसे काढले. तेवढ्यात त्याचे रजपूत साथीदार बेजार होऊन निघून जाण्याच्या बेतात आले. निजामाजवळ तोफा होत्या म्हणून त्याचा थोडाबहुत बचाव झाला, पण मराठे तोफांच्या माऱ्यात न येता दुरून वेढ्याचा ताण बसवू लागले; म्हणून ही लढाई तीन आठवडेपर्यंत लांबली. निजामास दक्षिणेकडून किंवा उत्तरेकडून साहाय्य येण्याची आशा राहिली नाही तेव्हा तो घाबरून गेला व त्याने बाजीरावाकडे याचना केली. निजामची बेअब्रू होऊ नये, अब्रू राखली तर सर्व मतलब नबाब मान्य करतील या धोरणास अनुसरून तह कायम झाला. ७ जानेवारी १७३८ रोजी झालेल्या तहातील कलमे अशी होती-

१) माळवा संपूर्णपणे पेशव्यांना देणे.

२) नर्मदा व चंबळ या प्रदेशांमध्ये मराठ्यांना पूर्ण स्वातंत्र्य देणे.

३) या दोहोंबद्दल बादशहाची सनद आणून देणे.

४) मराठ्यांच्या खर्चाचे पन्नास लक्ष रुपये बादशहापासून देणे.

अशा प्रकारे पुष्कळ वर्षांची मोठी मोहीम संपली. नर्मदा आणि चंबळ या नद्यांच्या दरम्यानचा मुलूख बहुतेक स्वराज्यदाखल मराठ्यांनी हस्तगत केला. बाजीरावाच्या

पराक्रमाचे हे आत्यंतिक फल होय. त्या लढाईनंतर बाजीराव काहीकाळ तिकडे राहिला; कारण जिंकलेल्या प्रदेशात त्याला आपला अंमल बसवावयाचा होता. ६ फेब्रुवारी १७३८ रोजी यशवंतराव पवार लिहितो, 'आम्ही पंतप्रधान स्वामी समागमे कोटा प्रांतास आलो. कुली परगणा लुटून नेस्तनाबूत केला, तेव्हा कोटेकरांनी खंडणी दहा लक्ष द्यावेसे करार केला. ऐवज हातास आलियावरी तोडसा दतियाकडे जाऊ.'

पुढे भोपाळच्या विजयाप्रीत्यर्थ व त्यातील बहादुरीबद्दल बाजीरावांनी रोख रकमा व बक्षिसांचे वाटप केले. तिकडे मुघलांच्या पाठीवर फौजांसह सरदार ठेवून १७३८च्या जुलै महिन्यात बाजीराव पेशवे पुण्यास आले.

या विजयाचे श्रेय नि:संशयपणे बाजीरावाचे आहे यात वाद नाही. तथापि, या विजयाचे काही अंशी तरी श्रेय चिमाजीआप्पांना दिले पाहिजे. रियासतकारांच्या शब्दांत सांगावयाचे झाल्यास, 'भोपाळच्या संग्रामातील यशाचा वाटा चिमाजीआप्पासही बऱ्याच अंशी दिला पाहिजे. उत्तरेच्या मार्गावर तापीनदीच्या काठी चिमाजीआप्पा बंदोबस्तास ठासून बसला. औरंगाबादच्या फौजेस त्याने अडवून ठेवले. रघुजी व दाभाडे यांच्या हालचालींवर नजर ठेवून त्याने बाजीरावाचा शक्य तेवढा पाठपुरावा केला; म्हणूनच निजामास जेरीस आणणे शक्य झाले. बाजीराव व चिमाजीआप्पा यांचे बंधुप्रेम इतिहासात वाखाणले जाते, ते युक्तच आहे. मोठी कार्ये अशी पाठपुराव्याशिवाय सिद्धिस जात नसतात.'

बाजीरावांच्या भोपाळविजयावर भाष्य करताना डॉ.दिघे लिहितात, 'भोपाळचा विजय बाजीराव पेशव्याच्या कर्तृत्वाचा परमोच्च बिंदू होय. कारकिर्दीच्या सुरुवातीपासून पेशव्याने जो उद्योग आरंभिला तो उत्तम रीतीने सफल झालेला पाहण्याचे भाग्य त्यास लाभले. १७२७ पूर्वी सातारा, पुणे, नाशिक या चिमुकल्या टापूत आत्मरक्षण कसे होईल, याची चिंता बाळगून राहणाऱ्या मराठ्यांनी आता सर्व हिंदुस्थानभर थैमान घालण्यास सुरुवात केली. १७०० च्या सुरुवातीस मराठ्यांनी प्रथम नर्मदा ओलांडली. १७१८ मध्ये ते हुसेन अलीचे साहाय्यक म्हणून दिल्लीस गेले. १७२० मध्ये बाजीराव पेशवाईवर आल्यापासून या उत्तर राजकारणाला रंग आला. शाहूंच्या दरबारात थोडाफार जम बसताच पेशव्याने उत्तरकडे भराऱ्या मारण्यास सुरुवात केली. महाराष्ट्रात उसळणाऱ्या चैतन्याची दाद नसल्यामुळे आरंभीच्या स्वाऱ्यांकडे दुर्लक्ष झाले. १७२८ च्या नोव्हेंबरात मात्र चिमाजीआप्पांनी माळव्याचा सुभेदार गिरीधरबहादूर खासा दस्त केला व पेशव्याने बंगशास जैतापुरावर नामोहरम केले. तेव्हापासून मुघल दरबारास या संकटाची खरी जाणीव झाली; पण दरबारात इतकी बजबजपुरी माजलेली होती की, शत्रू-निवारणाचे खरे उपाय न शोधता शत्रूचे बळ वाढेल असले उपाय अंमलात आणले गेले. १७३२-३७ या वर्षांत सवाई जयसिंगाच्या सहकार्याने पेशव्याने माळव्याचा अंमल केला. नाममात्र

उरलासुरला अधिकार १७३६ मध्ये नायब सुभेदारीवर बाजीरावास नेमून बादशहा गमावून बसला. माळव्यात भरभक्कम पाय रोवून मराठ्यांनी पुढे चाल केली. मराठ्यांचे संकट घराजवळ पोचल्यावर मराठ्यांना नर्मदापार काढून लावण्याचे भगीरथ प्रयत्न १७३६ च्या नोव्हेंबरपासून सुरू झाले. १७३७ च्या मार्चमध्ये दिल्लीपर्यंत दौड मारून पेशव्याने मुघलांची त्रेधा उडविली; तर १७३८ च्या जानेवारीत मुघल बादशहा व निजाम यांच्या संयुक्त फौजांचा पाडाव करून मराठे हिंदुस्थानातील दुसऱ्या कोणत्याही सत्तेला वरचढ आहेत हे त्याने सिद्ध केले. भोपाळचा विजय उत्तरेत स्थापन होत चाललेल्या मराठी साम्राज्याचा पहिला जाहीरनामा होय.'

भोपाळच्या संग्रामाबद्दल स्वत: बाजीराव पेशवे म्हणतात, 'सारांश नबाबास अडचणीचा प्रसंग प्राप्त झाला म्हणून आपण हावभरी होऊन नबाबास बुडवायाच्या सायासास लागावे तर नबाबाची फौज, तोफखाना व बंदोबस्त पाहता अवघाच ध्यानात आला. रोहिले, बुंधेले व रजवाडेच सवाईची फौज याखेरीज तोफखाना. तोही कोणे प्रकारचा हे तुम्ही जाणतच आहात. सभोवता आदाबा चालून तमाम फौजेनिशी तोफखान्याचे पाठी चालावे तर राऊत अगर पायीचे माणूस निघावया गरज नाही. बंदोबस्तीने चालत उठावे तर घोडे माणूस बहुत खर्च होऊ लागले. धावयाविणे तग धरून बुडवावे तर मुघल लोक मागे सरखणार. झुंजता दिसगत लागल्या चार दिवस निघोन जातील. हा अर्थ व तुम्ही एक विचार चितात आणून सौरस्थाचा प्रसंग संपादिला. जो नबाब चौथाई व सरदेशमुखीची नावे घेत नव्हता त्याने 'माळवे दरोबस्त' पेसेखास दस्तकाने लिहून (दिल्हे) व लिहता उच्चार केला की, या मागे कधीच गोष्ट न जाहली व नबाबांनी हे गोष्टी मान्य करणे दुरापास्त. पुण्याचे नाव सुभेदारी करून समागमे आणिले. त्या माळव्याची दरोबस्त सनद करून देतो. नबाबाच्या चित्तात काचात आला. परंतु काय कराल? संकटाचा प्रसंग देखोन घ्यावे लागले. जे राजेरजवाडे याचे, आपले बरे उच्छून कश्यप धरून होते ते त्यास हातचे सोडावे लागले. हे दु:ख लहान सामान्य न जाहले! आपा! राजश्री स्वामीचे तपोबल, वडिलांचे पुण्य समर्थ तरीच ही गोष्ट घडोन आली. अन्यथा होणे कळलेच आहे! आज पातशाहीत नबाबासारिखा अमीर दुसरा कोण आहे? याणे जो पाया घालून दिला तो अवघ्यात श्रेष्ठ आहे. करार जाला यात अंतर न करावे ऐसी नानरोटी नबाबांनी दिली. अत:पर खता करतील, कदाचित काळम दुर्बुद्धी जाली तर केले पावतील, श्री त्यास जय देणार नाही.'

भोपाळच्या लढाईत बाजीरावांनी निजामाला नेस्तनाबूत का केले नाही, असा प्रश्न बऱ्याच वेळेला विचारला जातो. परंतु, त्यावेळेस ती गोष्ट मराठ्यांच्या शक्तीबाहेरची होती. निजामाजवळ उत्कृष्ट तोफखाना होता व त्या तोफखान्याने मराठ्यांची पुष्कळ हानी केली. तोफखान्याच्या बाबतीत मराठे अत्यंत कमजोर होते. त्यामुळे लढाईचा डाव

मराठ्यांवर केव्हा उलटेल याचा नियम नव्हता. बाजीरावांच्या केवळ रणकौशल्याने तो प्रसंग टळला. शिवाय निजामाला मदत करणारे इतर भाऊबंद व पुत्र होते. एका निजामाला मोडले म्हणजे संपूर्ण निजामशाही मोडली असे होणार नव्हते. शिवाय निजाम हा बादशाहीचा सरदार होता व निजामाला मोडला असता तरी ते बादशाही मोडू शकणार नव्हते. याची स्पष्ट कल्पना बाजीराव पेशव्यांना होती; हेच त्या भोपाळ प्रकरणावरून दिसून येते.

भोपाळ प्रकरणावर भाष्य करताना डॉ. प्र. ल. सासवडकर म्हणतात, 'पालखेड व भोपाळ या युद्धामुळे युद्धकलेत व राजकारणात बाजीराव निजामाहून वरचढ ठरला. पालखेड व डभई या लढायांमुळे बाजीरावाला महाराष्ट्रात श्रेष्ठत्व लाभले; पण भोपाळच्या संग्रामामुळे त्याची कीर्ती भारतभर झाली. बाजीरावाच्या वर्तमान धोरणाचे शिखर त्याने गाठले.'

ना. के. बेहेरे लिहितात, 'या लढाईत जर बाजीराव हरला असता तर मराठे पुन्हा डोके वर काढू शकले नसते. मराठी इतिहासात त्यामुळे ही लढाई अत्यंत आणीबाणीची समजली जाते. या लढाईने पेशव्याची कर्तबगारी पूर्णपणे कसास लागली व मराठेशाहीचे पुढारीपण त्यांच्याकडे आपणहोऊन चालत आले. मुघल बादशाहीशी समोरासमोर टक्कर मारणारा व तिची धुळधाण उडवणारा महापुरुष मराठी राज्यात वावरत आहे, हे सर्वांना कळून चुकले.'

भोपाळ आणि एकूणच निजाम प्रकरणावर वरीलपेक्षा जरा भिन्न मतप्रदर्शन दोन विद्वान इतिहासकारांनी केलेले आढळून येते. ते दोन इतिहासकार म्हणजे कै. प्रा. त्र्यं. शं. शेजवलकर आणि प्रा. सदाशिव आठवले हे होत. प्रा. शेजवलकर लिहितात, 'निजामाने स्वत: आपल्या पुत्राच्या नावे झालेला माळव्याचा सुभा बाजीरावास सन १७३८ च्या आरंभी लिहून दिला व त्याबद्दल बाजीराव हुरळला व त्याने चिमाजीस लिहिले, श्री त्यास जय देणार नाही. तथापि, निजामाने दिल्लीस जाऊन मराठ्यांचा जोर कसा मोडावा याबाबत खटपट चालविली. बाजीरावाच्या १७३७ साली दिल्लीच्या दरवाज्यापर्यंत केलेल्या स्वारीची व भोपाळास निजामास मिळालेल्या पराभवाची वार्ता हिंदुस्थानाची सरहद्द ओलांडून इराणास नादिरशहास मिळाली व आपले धर्मबंधू दिल्लीपती आहेत ते काफिरास खंडणी देण्याइतके दुर्बल झाले आहेत हे ऐकून तो इकडे येण्यास निघाला. एवढाच बाजीरावाच्या पराक्रमाचा परिणाम हिंदुस्थानावर झाला. जो निजाम बाजीरावाला छदाम देईना त्याला नादिरशहाचा कैदी म्हणून दिल्लीकडून त्याला द्यावयाची खंडणी लोकांना मारून वसूल करून द्यावी लागली व जी बादशाही राखण्यास पेशवे निघाले होते तिला मरणाधिक धक्का नादिरशहाने दिला. ज्या माळव्याची सनद मिळावी म्हणून बाजीराव हुरळला होता त्या सुभ्याची मुख्य नव्हे – नायब सुभेदारी मिळविण्यासाठी

पुढे नानासाहेब पेशव्यास आणखी पाच वर्षे थांबावे लागले व तीही मिळण्यास बादशहाच्या बंगालच्या सुभेदारीच्या मदतीस ऐंशीहजार फौजेनिशी जाऊन कलकत्त्याजवळ रघुजीस पिटून लावावे लागले. एवढी जबर व मराठी राज्यास कायम दुबळे करणारी किंमत देऊन पेशव्यांना आपले बस्तान बसवावे लागले. बरे, बाजीराव हा नुसता शिपाईगडी होता म्हणून त्याच्या हातून अशी चूक झाली असे म्हणावे तर त्याच्या मरणानंतरही चिमाजीआप्पा ती चुकीची पद्धत अनुसरताना दिसतो व सवाई जयसिंग व अमीरखान याची बाजू धरून मोडलेल्या बादशाहीची उजागरी करण्याच्या हिमतीच्या गोष्टी सांगताना आढळतो.'

प्रा. सदाशिव आठवले म्हणतात, 'निजामाला कित्येकदा धूळ चारूनही त्याने (बाजीरावाने) त्याला जीवदान दिले याचे कारण उघड आहे. स्वकीय शत्रूविरुद्धही त्याची प्रत्यक्ष मदत घेतली न घेतली तरी बाजीराव आणि निजाम हे आतून एकमेकांचे पाठीराखे आहेत अशी हवा असणे ही बाजीरावास उपकारक ठरणारी गोष्ट होती. तशी ती बाजीरावाने ठेवली. सेनापती दाभाडे वगैरे सरदार आणि पेशवा बाजीराव यात काळे-गोरे निवडण्यासारखे काही नाही. खुद्द छत्रपती शाहू आणि पेशवा बाजीराव हेही एकमेकांना आपल्या अधिकाराची व ताकदीची चुणूक दाखवीत आणि आपला काय संबंध आहे हे सूचित केलेले असे.'

मराठ्यांच्या आपापसातील चुरशी हे आपले मोठे बळ आहे, हे निजाम फार चांगले जाणून होता. त्याचा त्याने भरपूर फायदा घेतला. मात्र, आपसात भांडणारे सेनापतीच पेशवे, सरदार व पेशवे आणि शाहू बाजीरावसुद्धा हे सगळे मतलबी असले आणि मतबलासाठीच आपल्याशी संधाने राखीत असले तरी या सगळ्यात बाजीराव हा अतिशय समर्थ आणि मुत्सद्दी आहे आणि आपल्याला त्याच्यापासूनच धोका आहे. हे निजामाला ठाऊक होते आणि म्हणूनच तो त्याचा पुरा मोड करण्याची संधी घेण्यास टपलेला असे; पण त्याचबरोबर ते शक्य नाही, असे दिसताच त्याचा स्नेह राखण्यासाठी उतावीळ होई.

बाजीरावाची ताकद पाहता पालखेड व भोपाळ यासारखे त्यांचे विजय लक्षात घेता त्याने निजामास का साफ बुडविले नाही, असा प्रश्न कोणालाही पडेल; हा प्रश्न अनेक इतिहासकारांनी उपस्थित केला आहे आणि अनेकांनी आपापल्या दृष्टिकोनातून त्याचे अर्थही लावले आहेत. मूळ साधनांवरून, विशेषत: बाजीरावाची स्वत:ची काय भूमिका होती हे सांगणाऱ्या कागदपत्रांवरून स्वच्छ दिसते की, तत्कालीन राजकारणात पेशवा म्हणून टिकून राहण्यासाठी त्याला निजामास राखणे भाग होते.

दिल्लीची मुघल बादशाही बुडवायची, केव्हाही धर्मांध होऊ शकणारी इस्लामी सत्ता संपवायची हिंदुपदपातशाही म्हणजे निदान एक सहिष्णू असे शासन स्थापन करावयाचे, असे कोणतेही ध्येय्य डोळ्यांसमोर ठेवून बाजीराव कार्यप्रवण होता, असे म्हणणे धाडसाचे

होईल; पण तो होता म्हणून निजाम पूर्ण संपला नाही तरी आवरला गेला, यात शंका नाही. निजाम हाच त्या वेळी दिल्लीची बादशाही सावरून तिचा अंमल हिंदुस्थानभर जारी करू शकेल अशी हिम्मत दाखविणारा एकमेव मुसलमान सरदार होता. तो वाढला नाही म्हणून बाजीरावांच्याकाळी आणि पुढेही मराठ्यांची सत्ता वाढली. बाजीरावाने दूरदृष्टीने अगदी योजनापूर्वक बादशाहीचे आणि निजामाला पायबंद घालण्याचे धोरण आखले होते असे काही दिसत नाही. त्याची उद्दिष्टे अगदी मर्यादित आणि संकुचित; स्वत:चे घर, प्रदेशविस्तार, द्रव्यार्जन अशी असतील; पण त्याने जो उद्योग केला तो फलदायी ठरला, यात शंका नाही. निजामाला रोखून मराठ्यांचे राजकारण पुढे नेण्याचे कार्य बाजीरावानंतरच्या मराठ्यांना या पेशव्याने सुलभ करून ठेवले.

माळवा प्रांती चिमाजीआप्पांनी कोणती कामगिरी व कशी बजाविली आणि त्याचबरोबर त्यांना खुद्द पेशवा बाजीराव आणि इतर मराठे सरदार यांची कशी मदत झाली, हे आपण आत्तापर्यंत पाहिले. तथापि, माळव्याचे मुघल सुभेदार कोण? केव्हा व कसे होते? व त्यांनी नेमक्या काय खटपटी केल्या? तसेच त्यांना तेथे दाबण्याचे काम मराठा सरदारांनी कसे केले तेही याच ठिकाणी पाहणे सयुक्तिक होईल.

बाळाजी विश्वनाथांनी दिल्लीहून सनदा आणण्यापूर्वीपासून देखील माळवा, वऱ्हाड व हैद्राबाद या सुभ्यातून सरकारी उत्पन्नाचा काही अंश वसूल करण्याचा हक्क शाहूमहाराजांनी गाजविलेला दिसतो.

सय्यद बंधूंच्यावेळी दिल्लीस नवी राजवट सुरू झाल्यामुळे शाहूमहाराजांच्या या परंपरागत हक्कास लेखी मान्यता मिळविण्यात आली इतकेच! पण पुढे दिल्लीत पक्षपात होऊन गोंधळ माजल्यामुळे गुजरात व माळवा येथील सुभेदार व शाहूमहाराजांचे हे परंपरागत हक्क कधी मानत असत अथवा कधी मानत नसत. त्यामुळे आपले हक्क तलवारीच्या जोरावर प्रस्थापित करणे व दिल्ली येथील एखाद्या अनुकूल अशा पक्षामार्फत बादशाही राजकारण करणे मराठ्यांना प्राप्त झाले. अशा या चढाओढीत चिमाजीआप्पाकालीन सुभेदारांची मराठ्यांशी अनुकूलता अगर प्रतिकूलता येणे स्वाभाविक होते.

निजाम-उल्-मुल्क

माळव्याच्या सुभेदारीवर याची नेमणूक सय्यद बंधूंनी ता. २० फेब्रुवारी १७१९ या दिवशी केली; पण निजाम हा फौज जमवून स्वतंत्र होण्याची खटपट करतो आहे असे दिसून आल्यावर सय्यद बंधूंनी त्याला परत बोलाविले; पण बादशहाने गुप्तरीतीने प्रोत्साहन दिल्यामुळे ते सय्यदांच्या म्हणण्यास मान देईना. शेवटी सय्यदांनी पाठविलेल्या सरदारांचा पराभव करून निजाम दक्षिणेस निघाला. तेव्हा सय्यद हुसेन अलीखान हा निजामावर चालून गेला; पण २८ सप्टेंबर १७२० रोजी वाटेत त्याचा खून झाला; आणि दुसरा भाऊ कैद झाला. अशा रीतीने सय्यद बंधू संपले व निजामास वजिराचे पद देण्यात आले.

तेव्हा दक्षिणेत मुबारिजखानास ठेवून निजाम उत्तरेस दिल्लीकडे गेला. मुबारिजखानाने मराठ्यांच्या चौथाईच्या हक्कास हरकत घेतली. यामुळे मराठे व मुबारीजखान यांच्यात चकमकी सुरू झाल्या. इकडे सय्यद बंधूंची कारकीर्द संपताच माळव्याच्या सुभेदारीवर जहीरद्दवाला यास नेमण्यात यावे अशी सूचना निजामाने केली होती, ती न ऐकता बादशहाने माळव्यावर गिरीधरबहाद्दूरचीच नेमणूक केली.

गिरीधरबहाद्दूर

दि. ३ ऑगस्ट १७२२ रोजी त्याची माळव्यावर नेमणूक केली गेली. दि. ३० ऑगस्ट १७२२ ते १५ मे १७२३ पर्यंत तो माळव्यात होता. त्यावेळेस निजाम दक्षिणेत वजीर झाला होता. बादशहाने नेमलेला गुजरातचा सुभेदार हैदर कुलीखान याला काढून टाकण्याची निजामाची इच्छा असल्यामुळे निजाम गुजरातेत आला. तेव्हा बदकशान येथे निजाम व बाजीराव यांची भेट झाली. (दि. १३ फेब्रुवारी १७२३) निजामाने गुजरातच्या सुभ्यावर आपला चुलता हमीदखान याला नेमले. नंतर भोपाळच्या मोहंमदखानाचा बंदोबस्त करून निजामाने माळव्याची सुभेदारी आपला पुतण्या अजीमुल्ला याच्याकडे दिली. बाजीराव व निजाम यांचे संबंध या वेळी सलोख्याचे असल्यामुळे कंठाजी कदम, उदाजी पवार व पिलाजी गायकवाड या मराठे सरदारांना गुजरात व माळवा येथे आपला वसूल करण्यास फारशी अडचण भासली नाही.

अजीमुल्ला – नायब सुभेदार

निजाम पुतण्याची नेमणूक माळव्यात करून दिल्लीस गेला. तेथे दक्षिणेचे सहा सुभे बादशहाच्या मुलाच्या म्हणजे शहाजाद्यांच्या नावे करावे अशी वाटाघाट दरबारात चाललेली त्याने पाहिली व एकंदरीत आपला व बादशहाचा जम बसत नाही, असे त्याला दिसून आले. तेव्हा काहीतरी निमित्त सांगून तो माळव्यात आला. या वेळी बाजीरावही नर्मदेपार सैन्यासह होते. वजीर होण्यासाठी निजाम दक्षिणेतून दिल्लीस गेला. तेव्हा त्याने मुबारिजखानास हस्तक ठेवले होते. त्याला आता दक्षिणेची सुभेदारी देऊन बादशहाने त्याला निजामाविरुद्ध लढण्यास प्रवृत्त केले. त्यामुळे निजाम व मुबारिज यांनी मराठ्यांना आपापल्या पक्षात ओढण्यास सुरुवात केली. त्या प्रसंगाने निजाम बाजीराव यांची नालछा येथे १८ मे १७२४ रोजी भेट झाली. या भेटीतच निजामास मदत करण्याचे बाजीरावाने ठरविले असावे.

पुढे मुबारिजखानाविरुद्ध लढाईत मराठ्यांनी निजामास मदत केल्याचे निजाम कृतज्ञतापूर्वक लिहितो. बाजीरावास तो 'शहामतपनाह' (शौर्यनिधी) तर सुलतानजी निंबाळकरास 'तहब्बुर दस्तगाह' (रणशूर) आणि पिलाजी जाधवास जलादत इतिगाह (शौर्यकर्माचे मर्मज्ञ) अशा शब्दांत गौरवताना दिसतो. या युद्धात मुबारिजखान ०१

ऑक्टोबर १७२४ रोजी ठार झाला व निजाम दक्षिणेस निघाला. तेव्हा दक्षिणेची सुभेदारी निजामास दिली; पण माळव्याच्या सुभेदारीवरून अजीमुल्लास काढून राजा गिरीधरबहाद्दूरास दुसऱ्यांदा माळव्याच्या सुभेदारीवर नेमणूक दिली.

या वेळी मराठे-निजाम सलोखा होता. गिरीधर हा निजामविरोधी पक्षाचा असल्यामुळे अंबाजीपंत पुरंदरे व संताजी भोसले हे गुजरात माळव्याकडे गेले तेव्हा त्याने मराठ्यांना प्रतिबंध केला. नंतर शाहूमहाराजांनी गिरीधरास असे न करण्याविषयी पत्र पाठविले. तरीही त्याने व दयाबहाद्दराने दाद दिली नाही. अंबाजीपंत गुजरातेत गेला तेव्हा तेथील सुभेदार हमीदखान (निजामाचा चुलता) याला काढून सर-बुलंदखानाची नेमणूक बादशहाने केली होती. त्याने मराठ्यांना चौथाई देण्याचे कबूल केले; त्यामुळे गुजरातेतील वसूल येण्यास अडचण राहिली नाही. माळव्यात मात्र दयाबहाद्दरने विरोधी धोरण पत्करले. याचवेळी हमीदखानाने माळव्यावर स्वारी करण्याचे योजून मराठ्यांकडे साहाय्य मागितले. हा हमीद निजामाचा चुलता व सर-बुलंदखानाचा प्रतिस्पर्धी होता. त्या वेळी हमीदला मदत केली तर सर-बुलंदखानाचा स्नेह संपतो व मदत न केल्यास निजाम असंतुष्ट होतो, असा पेच मराठ्यांना पडला होता. त्यांनी हमीदला निश्चित असे काही उत्तर दिले नाही, हे पाहून पुढच्या वर्षी निजामाने कोल्हापूरच्या संभाजीचा पक्ष पत्करून मराठ्यांच्या मुलखावर चाल केली. तेव्हा बाजीरावांनी पालखेड येथे त्याचा पराभव करून दक्षिणेतील चौथाईचा हक्क त्याच्याकडून मान्य करून घेतला.

नंतर मराठे दयाबहाद्दरास वठणीवर आणण्याच्या कामगिरीवर लागले. उलटपक्षी, दिल्ली दरबारने दयाबहाद्दरचा पाठपुरावा करण्याचे ठरवून सय्यद नजमुद्दीअलीखान याला व सवाई जयसिंगास त्याच्या मदतीस जाण्यास सांगितले. तेव्हा जयसिंगाजवळ दादोराव भीमसेन नावाचा मराठ्यांचा वकील होता. त्याने जयसिंग व सय्यद यांचा समेट घडवून आणून त्यांनी दयाबहाद्दरच्या मदतीस जाऊ नये, असा करार घडवून आणला.

जयसिंगाची ही इच्छा आपणास माळव्याची सुभेदारी मिळावी अशी असल्यामुळे त्याने दादोरावास सांगितले की, 'मराठ्यांच्या फौजा माळव्यात येऊन धामधूम करू लागल्या म्हणजे बादशहा तुमचे म्हणणे आपोआप कबूल करेल.'

यानंतर चिमाजीआप्पा दसऱ्यानंतर माळव्यात सैन्यासह आले व अमझारा येथे त्यांची दयाबहाद्दरशी गाठ पडून दयाबहाद्दर ठार झाला. पुढे चारच महिन्यांनी बुंदेलखंडात छत्रसालच्या मदतीस जाऊन बाजीरावांनी महंमदखान बंगश याचा पराभव केला. त्यामुळे माळव्याच्या पूर्वेस व पश्चिमेस मराठ्यांची पकड कायम झाली.

भवानीराम

गिरीधरबहाद्दूर आणि दयाबहाद्दर मारले गेल्याने माळव्याची सुभेदारी गिरीधरबहाद्दूरचा मुलगा भवानीराम याला देण्यात आली. त्याने आपल्या सुभेदारीच्या

जोरावर माळव्याचा कारभार हाती घेऊन मराठ्यांचा प्रतिकार चालविला. उज्जैनचा बंदोबस्त करून त्याने ते शहर हातचे जाऊ दिले नाही. बादशहाने त्यास दोन लक्ष रुपये व चिमणबहाद्दूर असा किताब दिला.

दरम्यान, चिमाजीआप्पांनी अमझारा येथे तीन दिवस मुक्काम करून थकलेल्या मराठी फौजेस विश्रांती दिली आणि कूच करून ते उज्जैन येथे दाखल झाले. त्यापूर्वीच उज्जैनीस उदाजी पवाराने वेढा घातला होता. एक महिन्यापर्यंत भवानीरामाने उज्जैनचा उत्कृष्ट बचाव केला. त्याबद्दल बादशहाने त्याची वाहवा केली.

दरम्यान, सय्यदाने त्याला मदत करावी म्हणून बादशहाने सय्यदाला भवानीरामाच्या मदतीसाठी माळव्यात पाठविले. परंतु, मलाच माळव्याच्या सुभेदारीवर नेमले आहे, अशी अफवा उठवून या सय्यदाने भवानीरामाचा गोंधळ उडविला आणि मराठ्यांचे पाऊल दिवसेंदिवस पुढे पडू लागले. त्यामुळे भवानीरामाला काढून दरबारने जयसिंगाची नेमणूक केली.

मराठ्यांचा मुकाबला करण्यासाठी जयपूरचा सवाई जयसिंग याची माळव्याच्या सुभेदारीवर नेमणूक केली. १७२९ च्या ऑक्टोबरमध्ये तो आपल्या सुभेदारीवर दाखल झाला. मराठ्यांनी माळव्यात पाय रोवला असल्याचे व त्याहीपेक्षा प्रजेची मने आपल्या कारभाराने जिंकल्याचे त्याने पाहिले आणि मराठ्यांच्या तलवारीपेक्षा प्रजेच्या अनुरागामुळेच हळूहळू माळव्याचा प्रदेश बादशाही वर्चस्वातून सुटत असल्याचे त्याच्या लक्षात आले. या परिवर्तनाचा तो बादशाही सेवक असला, तरी त्याला विषाद न वाटता आनंदच वाटला; कारण माळवा मराठ्यांच्या हाती जाण्याच्या प्रक्रियेत मराठ्यांच्या पराक्रमाइतकेच जयसिंगाच्या धर्माभिमानी मुत्सद्देगिरीचेही मोठेच साहाय्य झाले होते. गिरीधरबहाद्दूर आणि दयाबहाद्दर मारले गेल्याबद्दल दरबारात दरबारी रीतीने त्याने अश्रुविमोचन आणि दुःख प्रदर्शन रीतीला धरून केले असले तरी त्याचवेळी नंदलाला मंडलोईला धन्यवाद देण्यास तो चुकला नाही, 'हजार शाबास है कि फकत हमारे कोलके उपर आपसब मालवे के सरदार रहकर अपना धर्म का कल्यान होना और मालवे मे धरमकी यह बात विचार कर मालवेमेसे मुसलमानोंकु चौपट किये और धर्म कायम रखा। हमारा मनोरथ आपने पुरा किया।'

परंतु, कितीही धर्माभिमानी असला तरी जयसिंग व्यवहार विसरला नव्हता. बादशाही अंमलही माळव्यात राहावा आणि मराठ्यांचीही सत्ता सुरक्षित राहावी, हा मध्यमाचा निर्वाह करण्यासाठी त्याने बादशहाच्या वतीने शाहूमहाराजांशी तडजोड केली. माळव्याच्या चौथाईबद्दल दहा लक्ष रुपये उत्पन्नाचे वार्षिक महाल जहागिरी दाखल शाहूचा दत्तकपुत्र कुशलसिंग याचे नावे करून द्यावेत. शाहूच्या एका सरदाराने फौजेनिशी माळव्यात राहून बादशाहाची नोकरी व वरील जहागिरीची वहिवाट करावी आणि प्रांतात बंदोबस्त राखावा.

शाहूमहाराजांचा वकील दादो भीमसेन जयसिंगाजवळ होता. त्याने शाहूमहाराजांची लेखी मान्यता या ठरावास आणून दिली. जयसिंगाने त्यांची योजना बादशहापुढे ठेवली तेव्हा ताबडतोब त्याने तिला मान्यता दिली व या ठरावावर स्वत:ची स्वाक्षरी देखील केली. माळव्याचा वार्षिक वसूल एक कोटी रुपयांचा होता. त्याचे दहा टक्के म्हणजे दहा लक्ष रुपये मराठ्यांना देऊन, माळव्याची समस्या कायमची मिटवून टाकण्याची जयसिंगाची योजना बादशाहीच्या दृष्टीनेसुद्धा फायद्याची व परिणामी हिताची होती यात शंका नाही. तथापि, माळव्याच्या सुभेदारीचे काम करण्यात तो लक्ष घालत नाही व मराठ्यांशी सलोखा राखतो असे कळल्यावरून माळव्याची सुभेदारी त्याच्याकडून महंमदखानास देण्यात आली.

महंमदखान बंगश

१९ सप्टेंबर १७३० रोजी त्याची माळव्यावर नेमणूक झाली. तेव्हापासून माळव्याच्या प्रश्नाचा निकाल तडजोडीने होण्याची आशा संपली. बाजीरावाने पालखेड येथे निजामाचा व जैतापूर येथे बंगशाचा पराभव केल्यामुळे दोघेही त्याचा सूड घेण्यास टपले होते. त्याचवेळी त्र्यंबकराव दाभाडे यांनी शाहूमहाराजांचा हुकूम अमान्य करून, उघड विरोधास सुरुवात केली. त्यामुळे निजाम व बंगश यांनी १७ मार्च १७३० या दिवशी नर्मदेकाठी भेटून दाभाड्यास मदत करून बाजीराव पेशव्यांचा पाडाव करण्याचे ठरवले. परंतु, डभईच्या युद्धात दाभाडेच मारला गेल्याची वार्ता त्यांच्या कानावर आली आणि ते भिऊन आपापल्या ठिकाणी परत गेले. पुढच्या वर्षी शिंदे-होळकर मोठ्या सैन्यानिशी माळव्यात आले. बंगशाने दिल्ली दरबार आणि निजामाकडे मदत मागितली. परंतु, कोणाकडूनही मदत आली नाही त्यामुळे त्याला मराठ्यांशी तहाचे बोलावे लागले. ही बातमी ऐकताच जयसिंगाच्या पक्षवार्ता मुत्सद्यांनी बंगशाच्या जागी जयसिंगाची नेमणूक करविली.

जयसिंगाची ही माळव्यातील सुभेदारीची दुसरी खेप. दि. २८ सप्टेंबर १७३२ पासून पुढे पाच वर्षे टिकली. त्यात पहिल्याच वर्षी शिंदे-होळकरांनी गुजरातेतून व चिमाजीआप्पांनी बुंदेलखंडातून ग्वाल्हेरपर्यंत चाल केली. तेव्हा त्यांना अडविण्यात यश न आल्याने जयसिंगाने सहा लाख खंडणी व २८ महाल देण्याचे कबूल केले. त्यानंतर १७३४-३६ या काळात जयसिंग आणि मराठे यांच्यात हर्षामर्षाचे पुष्कळच प्रसंग घडून आले.

१७३६ मध्ये बादशाहीशी चालू झालेल्या तडजोडीच्या बोलणीचा निकाल लागण्यापूर्वी पावसाळा जवळ आला. त्यामुळे शिंदे-होळकरांना माळव्यात ठेवून बाजीरावांना परत यावे लागले. पुढच्या वर्षी सादतखानाने विरोध करून मराठ्यांशी तडजोड करणे कठीण केले; त्यामुळे बाजीरावाने दिल्लीपर्यंत फेरफटका मारला, हे पाहून बादशहाने शेवटचा उपाय म्हणून निजामास दक्षिणेतून दिल्लीस बोलाविले व त्याने माळव्याची सुभेदारी आपल्या मुलाच्या नावे म्हणजे गाजीउद्दीनच्या नावे करून घेतली.

निजाम-उल्-मुल्क

माळव्याची सुभेदारी ३ ऑगस्ट १७३७ रोजी निजामास मिळाली. पुढे पावसाळा संपल्यावर तो मोठ्या सैन्यानिशी माळव्यातून मराठ्यांना घालविण्यासाठी निघाला. पण भोपाळ येथे बाजीरावाने कोंडून त्याला पराभूत केल्यामुळे माळवा मराठ्यांना दिल्याबद्दल कागदावर सही करणे त्याला भाग पडले.

अशा प्रकारे आत्तापर्यंत मुघल बादशहाकडून माळव्यावर केव्हा केव्हा कुणाकुणाला माळव्यात सुभेदारी मिळाली व त्या सुभेदारांनी तेथे काय कामगिरी केली त्याचा आढावा घेतला. मराठ्यांच्या मार्फत माळव्यात चिमाजीआप्पांसोबत आणखी कुणी कुणी काय काय कामगिरी बजाविली त्याचा आढावाही घेणे आवश्यक ठरते.

राणोजी शिंदे, मल्हारराव होळकर, उदाजी पवार आणि गोविंदपंत बुंदेले हे चिमाजीआप्पांचे माळवा-बुंदेलखंडातील प्रमुख साथीदार होते. बुंदेलखंडात गोविंदपंतांनी विशेष कामगिरी गाजविली मात्र उर्वरित तिघांचा संबंध माळव्याशीच जास्त आला. तसेच माळव्याच्या आरंभीच्या उद्योगात सरदार पिलाजी जाधवांचा उल्लेख केला पाहिजे, एवढी त्यांची कामगिरी मोठी आहे; पण कित्येक कारणांनी शाहूमहाराज आणि बाजीराव पेशवे या दोघांचीही त्यांच्यावर इतराजी झाली. त्यांचा मोठा गुण धडाडी नसून, 'सावधपणा' होता. केवळ पेशव्यांच्या भजनी न राहिल्यामुळे तो मागे पडला असावा, असे अनुमान रियासतकार काढताना दिसतात. दावलजी सोमवंशीने रदबदली करून त्यांचे व पेशव्यांचे रहस्य जुळवून दिले पण अढी पूर्णपणे गेल्याचे दिसत नाही.

राणोजी शिंदे

शिंद्यांचे घराणे सातारा जिल्ह्यातील कण्हेरखेडचे. घरची गरिबी असल्याने प्रथम त्याने बाळाजी विश्वनाथांच्या पागेत बारगिरीची नोकरी पत्करली. लवकरच त्याच्यावर पेशव्यांची मर्जी बसली. राणोजी शिंदे, उदाजी पवार व मल्हारराव होळकर हे आरंभी बाजीरावांबरोबर खेळगडी म्हणून एकत्र वाढले, असा समज आहे. निजामावरील मोहिमेत राणोजीने निष्ठा आणि शौर्य हे गुण दाखविल्याने बाजीरावाने त्यास इतर सरदारांबरोबर माळवा व हिंदुस्थानच्या कामगिरीवर पाठविले. तिकडे पराक्रम करून तो उदयास आला. उदाजी पवार व त्यांचे बंधू बाजीरावांशी निष्ठेने वागेनात म्हणून त्यास बाजूस सारून पेशव्याने राणोजी शिंद्यास विश्वासाचे कामी घेतले. चिमाजीआप्पांनी माळव्यात दयाबहाद्दरला बुडविला त्या लढाईत राणोजी शिंदे होता. त्याने पराक्रमाची शर्थ केली.

चिमाजीआप्पांच्या ग्वाल्हेरच्या स्वारीत राणोजी शिंदेंनी गुजरातेतील कामगिरी करून माळव्यात उतरावे अशी योजना करण्यात आली होती. यावरून राणोजी शिंदेंच्या कामगिरीबद्दल पेशव्यांचा असलेला विश्वासच प्रगट होतो. सुप्रसिद्ध वसईच्या लढाईतदेखील शिंदेंचा सहभाग होता. य. न. केळकरांनी त्याचे वर्णन पेशव्यांच्या ठेवणीतील वीररत्न असा केलेला

आढळतो. कृ. वा. पुरंदरे यांनी होळकर, शिंदे, पवार इत्यादींना बाजीरावांचे राजकारणी शिष्य म्हटले असून, त्यांच्यात प्रतवारी लावणे कठीण आहे, असे मत दिले आहे. राणोजी शिंदेंजवळ स्पष्टवक्तेपणा व वेळप्रसंगी धन्याचीही भीडभाड न ठेवण्याचा स्वभाव होता. शिंद्यांच्या घराण्याचा मराठेशाहीच्या इतिहासाशी निकटचा संबंध आहे. इतकेच नव्हे तर, पाऊण शतकाचा इतिहास बराचसा एकाच घराण्याने बनविलेला आहे असे म्हणण्यास चिंता नाही; असे जे मत रियासतकारांनी दिले आहे, ते योग्यच म्हटले पाहिजे.

मल्हारराव होळकर

होळकरांचे मूळ नाव वीरकर असून, पुणे जिल्ह्यातील होळ या गावावरून 'होळकर' हे नाव पुढे रूढ झाले. मल्हारराव होळकरांचा जन्म १५ किंवा १६ मार्च १६९३ रोजी झाला. वर्षाचा असतानाच वडील वारले. परिणामी आई त्याला घेऊन खानदेशात भोजराज बारगळ याच्याकडे गेली. तो छोट्या-मोठ्या लढायांत भाग घेऊन प्रसिद्धीस आला. १७२० च्या बाळापूरच्या लढाईत मल्हाररावाने चांगलाच पराक्रम केला. १७२१ पासून तो बाजीरावांकडेच राहू लागला. १७२५ मध्येच बाजीरावांनी त्याला २५०० स्वारींची मनसब दिली. बाजीरावाच्या माळव्यावरील स्वारीत अनेक कर्त्या माणसांबरोबर मल्हाररावही हजर होता. मैदानावर गाजविलेल्या पराक्रमाबद्दल बाजीरावांनी त्याचा गौरव केला. १७२९-३० मध्ये चिमाजीआप्पांनी काढलेल्या खास स्वारीतही मल्हारराव होळकराने महत्त्वाची भूमिका बजाविली. त्या स्वारीत मल्हाररावाबरोबरच उदाजी पवाराचाही सिंहाचा वाटा होता. वसईच्या मोहिमेच्या वेळेस पेशव्यांनी आपला बहुतेक फौजफाटा कोकणात उतरविला. त्यातही मल्हारराव होळकर होताच. या युद्धात त्याच्या पायाला जखमही झाली होती. १७३९ मध्ये झालेल्या वसईच्यायुद्धात मराठ्यांना जो विजय मिळाला त्या विजयाच्या मानकऱ्यांमध्ये मल्हाररावाचे नाव निश्चितपणे घ्यावे लागेल.

पवार बंधू

बाळाजी विश्वनाथांच्या मृत्यूनंतर इ.स. १७२० मध्येच बाजीरावांना पेशवाईची वस्त्रे मिळाल्यावर अगदी पहिली गोष्ट जर त्याने कोणती केली असेल, तर शाहूमहाराजांकडून उदाजीराव व आनंदराव पवार यांना आपल्याकडे मागून घेण्याची आणि शाहूमहाराजांनीही, 'उदाजी पवारास राजश्री पंतप्रधान यांचे ताबीयात केले.' उदाजी पवार व आनंदराव पवार या दोघा भावांच्या कर्तृत्वाचा पाया एक-दीड तपापूर्वीच रोवला गेला होता. 'आमची इमारत सर्व तुम्हांवरच आहे येवेशी आपले समाधान असो देणे.' असे लिहिण्यामागे बाजीरावांना त्यांच्या कर्तृत्वाची कल्पना होती हेच होय. बाजीरावाने केवळ उदाजी व आनंदराव यांनाच वस्त्रे व बक्षिसे दिली

नसून, त्यांच्या आठ कारकून मंडळींना व सुमारे चौदा हाताखालील सरदारांनाही बक्षिसे दिली होती.

चिमाजीआप्पांना बाजीराव नेहमी, 'उदाजी पवार यांचे विचार पोख्ता मनसबा असेल तो करणे उदबाचे समाधान बहुत रक्षणे, रा.उदाजी पवार व मल्हारजी होळकर यांचे समाधान बहुता रीतीने गोडी गोडीने शब्द राखणे.' असे लिहून मार्गदर्शन करीत असत. १७२२ नंतर माळव्यात अनेक मोहिमा होऊन आमझऱ्याच्या लढाईतील दयाबहाद्दरच्या पाडावानंतर माळवा मराठ्यांच्या अंमलाखाली जवळ-जवळ आल्यासारखा झाला. माळव्यातील घाट रस्ते, मुलूख किल्ले यांची माहिती नंदलाल मंडलोईच्या मैत्रीने उदाजीरावाने अवगत केल्यामुळे माळव्यातील राजकारण, मध्यवर्ती सत्तेच्यादृष्टीने चिमाजीआप्पांकडे असले तरी त्यांच्या माळव्यातील चढाऊ धोरणाच्या पाठीमागे उदाजीराव व आनंदराव पवार हे दोघे बंधू प्रमुखत्वाने होते असे विधान केल्यास ते अतिशयोक्त होणार नाही.

गोविंदपंत बुंदेले

गोविंदपंत बुंदेले हे मुळचे रत्नागिरी जिल्ह्यातील नेवरे गावचे. त्यांचे वडील तेथील कुलकर्णी होते. १७१० च्या सुमारास त्यांचे वडील वारले. त्या वेळी ते १४-१५ वर्षांचे होते. सुरुवातीला ते मल्हारराव होळकरांकडे काम करीत असावेत. बाजीरावांबरोबर गोविंदपंत बुंदेलखंडाच्या स्वारीत होते. अंताजी माणकेश्वराच्या शिफारसीमुळे छत्रसालाकडून बाजीराव पेशव्यांना जो प्रदेश मिळाला, त्याची व्यवस्था पाहण्यासाठी गोविंदपंतांची बुंदेलखंडात कमाविसदार म्हणून १७३३ मध्ये नेमणूक झाली.

१७३३ ते १७६० या काळात त्यांचे कार्यक्षेत्र बुंदेलखंड आणि अंतर्वेद (दोआब) हेच होते. त्यांनी तेथे मराठ्यांचा जम बसविला. त्यांचे कार्यक्षेत्र बुंदेलखंडात असल्यामुळे व बुंदेलखंडाशी समरस झाल्यामुळे इतिहासात त्यांचे मुळचे खेर हे आडनाव मागे पडून बुंदेले या नावाने प्रसिद्धीस आले. मराठ्यांच्या इतिहासात गोविंदपंत बुंदेले हे पंतसाहेब या नावाने ओळखले जातात. त्यांनी उत्तर बुंदेलखंडात जालवन, गुसराई, काल्पी या ठिकाणी मराठा सत्तेची केंद्रे आणि संस्थाने निर्माण केली; याला लागूनच दोआबच्या प्रदेशात मराठ्यांची सत्ता प्रस्थापित झाल्यामुळे गंगेचे किंवा त्रिवेणी संगमाचे पवित्र पाणी वारंवार गोविंदपंतांच्या मार्फत बुंदेलखंडातून पुण्याला पेशव्यांसाठी व सातारला छत्रपतींसाठी पाठविण्याची जबाबदारी गोविंदपंतांवर असून, त्यासाठी होणारा खर्च गोविंदपंतांनाच करावा लागत असे. त्याचबरोबर डाळिंबे, गुलाबपाणी, गुलकंद वगैरे वस्तूही त्यांच्यामार्फत पुण्याला येऊ लागल्या. कुणबिणी, नर्तकींची आयातही तिकडून पुण्यात त्यांच्यामार्फत पेशव्यांसाठी होऊ लागली. बुंदेलखंडातून बंदुकाही गोविंदपंतांना पाठवाव्या लागत. पानिपत युद्धापूर्वी नानासाहेब पेशव्यांनी गोविंदपंतांना ११०० बंदुका पाठविण्यास सांगितले होते.

छत्रपती आणि पेशवे यांच्या धार्मिक, राजकीय, सामाजिक आणि काही बाबतीत खाजगी कामे सांभाळण्याचे कार्य त्यांनाच करावे लागत असे. छत्रपती शाहूमहाराजांच्या मृत्यूनंतर त्यांच्या अस्थी गंगेत विसर्जित करण्याचे कार्यही गोविंदपंतांनाच करावे लागले होते.

१७६१ च्या पानिपतच्या युद्धात मराठा सैन्याला रसद आणि खजिना पुरविण्याची अवघड कामगिरी गोविंदपंतांवर सोपविण्यात आली होती. त्याचप्रमाणे शुजाउद्दौलाच्या प्रदेशात उपद्रव करण्याचे काम आणि अबदालीची रसद तोडण्याची जबाबदारी पंतांवर सोपविण्यात आलेली होती. ही कामे करीत असतानाच नजीबखानाचे दोन सरदार एकाएकी गोविंदपंतावर चालून गेले. गोविंदपंतांना वार्धक्यामुळे आणि लठ्ठपणामुळे घोड्यावर बसून त्वरित पळता आले नाही म्हणून ते सापडले व त्यांचा शिरच्छेद करण्यात आला; त्यांचे शीर नजीबखानासमोर नजर करण्यात आले; त्याने ते नंतर अब्दालीस नजर केले.

रसद पुरविण्याच्या कामात गोविंदपंतांनी कुचराई केली आणि पानिपतच्या युद्धात मराठ्यांचा पराभव झाला असा आरोप इतिहासाचार्य राजवाडेंनी गोविंदपंतांवर केलेला आढळतो. तथापि, कै. प्रा. त्र्यं. शं. शेजवलकरांनी या गोष्टीचे खंडन केले आहे.

बुंदेलखंडात आणि दोआबात पावशतक गोविंदपंतांनी परिश्रम आणि सतत उद्योग करून मराठ्यांची सत्ता प्रस्थापित केली. मराठी सत्तेचा आणि संस्कृतीचा विस्तार बुंदेलखंडात करण्यात गोविंदपंतांनी अत्यंत मोलाची कामगिरी बजावली असे नि:संदिग्धपणे म्हणता येईल. बाळकृष्ण दीक्षित या समकालीनाने गोविंदपंतांच्या मृत्यूनंतर थोर माणूस जगातून गेला, असे उद्‌गार काढले आहेत. त्यातच गोविंदपंतांची थोरवी आणि मोठेपणा सामावलेला आहे.

माळव्याची वाटणी व ताबा

युद्ध व कारस्थान या दोन्ही मार्गांनी बाजीराव आणि चिमाजीआप्पा यांनी माळव्यात बस्तान बसविण्याचे प्रयत्न सुरू ठेवले होते. निजामास अडविण्याच्या हेतूने राजा गिरीधराची नेमणूक बादशहाने माळव्यावर केली होती. त्याला जयसिंग व अजितसिंग याचे साहाय्य होते. वास्तविक माळवा व आग्रा या दोनही प्रांतांची (सुभ्याची) व्यवस्था बादशहाने जयसिंगाच्या हवाली केली होती; पैकी आग्रा प्रांत जयपुरास लागून असल्यामुळे तो जयसिंगाने आपल्याकडे घेतला आणि माळव्यावर गिरीधर यास आणले. परंतु, गिरीधर जयसिंगाच्या विरुद्ध वागू लागला तेव्हा मंडलोई वगैरेंच्या मार्फत मराठ्यांशी बोलणे करून त्याजकरवी माळव्यावर स्वारी केली. जयसिंगाचे पाठबळ नसते तर मराठ्यांचा शिरकाव माळव्यात सुलभरीतीने झाला नसता.

जयसिंगाच्यामार्फत माळव्याची चौथाई संपादन करावी, असा उपक्रम कैक वर्षांपासून बाजीरावांनी चालवून त्या कामावर अनेक हस्तक त्यांनी वेळोवेळी तिकडे रवाना केले. त्यांच्याकडून कार्य पूर्णत्वास जात नाहीसे पाहून इ.स.१७२८ मध्ये बाजी-चिमाजी या दोघा बंधूंनी स्वत:च भिन्न मार्गांनी माळव्यावर स्वारी केली. आमझाऱ्याच्या लढाईने वस्तुत: माळवा प्रांत मराठ्यांच्या कब्जात येऊन त्याची वाटणी शिंदे, होळकर आणि पवार यांच्यात झाली. मराठ्यांचा प्रत्यक्ष कब्जा पुढे चौदा वर्षांनी सन १७४३ मध्ये बादशहाने राजरोस मान्य केला. प्रा. त्र्यं. शं. शेजवलकरांना मात्र हे मान्य नाही. ते म्हणतात, 'ज्या माळव्याची सनद मिळाली म्हणून बाजीराव हुरळला होता त्या सुभ्याची मुख्य नव्हे नायब सुभेदारी मिळविण्यासाठी पुढे नानासाहेब पेशव्यास आणखी पाच वर्षे थांबावे लागले व तीही मिळण्यास बादशहाच्या बंगालच्या सुभेदाराच्या मदतीस ऐंशी हजार फौजेनिशी जाऊन कलकत्त्याजवळ रघुजीस पिटून लावावे लागले. एवढी जबर किंमत देऊन पेशव्यांना आपले बस्तान बसवावे लागले.'

शेजवलकरांची वरील टीका मान्य करूनही मराठ्यांना माळवा प्रांत हस्तगत करणे इतके सोपे का गेले, याचा विचार करता काही कारणे स्पष्ट दिसतात -

बाजीराव-चिमाजी यांचा दक्षिणोत्तर जोर वाढत चालला असण्याच्या काळात औरंगजेबाच्या निधनोत्तर काळात बादशाहीचा ऱ्हास जोरदारपणे होत चालला होता. माळव्याची अंत:स्थ स्थितीही निकृष्ट बनली होती. चहूकडे अन्याय व अनीती यांचा जोर एवढा वाढला की, रयत व वतनदार यांना क्षणाची शाश्वती राहिली नाही. मांडवगडच्या एका वतनदाराने पेशव्यास आपले वतन विकले. त्या खरेदीखतात म्हटले होते की, 'आमचे वडील निवर्तल्यावर पातशाही गर्दी जाली. बंडखोरी व फितूर नानाप्रकारचा जाहला. तालुका हैराण जाहला; राहावयास स्थळ नाहीसे झाले, मुले-लेकरे अन्न वस्त्राविणे हैराण जाली. कर्जदारांचा तगादा लागला, ईश्वराचा कहर जाणोन नाइलाजाने श्रीमंत पंतप्रधान स्वामीपाशी येऊन विनंती करून निमे वतनाचे भाऊ करून खरीदखत करून दिल्हे असे.'

अशा बिकट परिस्थितीत माळव्यात मराठे पोहोचल्याने व त्यांनी इतरांपेक्षा जरा बरी वर्तणूक तेथे ठेवल्यानेच तेथे त्यांना आपला जम बसविता आला. माळव्याचे मुख्य द्वार मांडवगड व प्राचीन राजधानी धारानगरी पण मुसलमानी अंमलात उज्जनीस सुभ्याचे ठाणे होते. पहिली दोन ठिकाणे उदाजी पवाराने हस्तगत केली, पण मांडवगडबद्दल बादशहास अत्यंत खेद वाटला. त्यावरून जयसिंगाने छत्रपती शाहूमहाराजांना भीड घालून त्याजकडून मांडवगड परत देण्याचा हुकूम मिळविला.

१४ ऑगस्ट १७२९ रोजी उदाजी पवारने नंदलाल मंडलाईला धाक दाखविणारे पत्र लिहिले, त्यात तो लिहितो, 'आमचे अंमलदार जाऊन दीड-दोन महिने जाले,

अद्याप अंमल चालत नाही. तरी माळवा प्रांत आपला आहे. येथेही अंमल न चाले ऐसे काय आहे? सख्यत्वे करून अंमल दिल्हा तरी उत्तमच आहे. हरकोणी सुप्रवर्तोन वर्तेल त्याचे उर्जित होईल; नाही तरी विचार कलतच आहे. तुम्ही तो सर्व गोष्टीने सुज्ञ आहा, ल्याहावे ऐसे नाही; तरी राजश्री नारो शंकर यास अंमल कुलबाब कुळकान सुरळीत देणे उजूर एकंदर न करणे.'

बाजीरावांनी असेच एक पत्र मंडलोईस लिहिले होते. त्यात म्हटले होते, 'रा. कुसाजी गणेश हुजूर आले, त्यांसी कित्येक अर्थ निवेदन केला, त्यावरून सविस्तर कळले. ऐशियास आमची स्वारी त्या प्रांते सत्वरित आहे. माळवियाच्या बंदोबस्ताचा अर्थ रा. लाला हरनारायण यांणी लिहिला व जबानी सांगोन पाठविला होता. त्यास प्रांत माळवियाचा बंदोबस्त जालिया रयत निरुपद्रवी राहून दुतर्फा किफायतच आहे. एतद्‌विषयी येथून उज्जनच्या सुभ्यास व लाला हरनारायण यास कित्येक अर्थ लेख करून पत्रे पाठविली व जबानी जिल्हे सांगतील. तरी तुम्ही त्यास विचाराच्या चार गोष्टी सांगोन मुलकाचा तह करून दुतर्फा कमावीस सुरळीत चालविणे. जरी ये गोष्टी त्यांचे विचारास न ये तरी आम्ही ते प्रांती येतच आहो. आमची फौज तिकडे आलियावर मुलूख सप्रयुक्त राहतोसा नाही, खराब होईल. वरकड कितेक अर्थ जिल्हे तुम्हांस सांगतील. त्याजवरून कळेल. सारांश, तुम्ही मातबर कार्यकर्ते एकनिष्ठ आहा. हरएक विचारास चुकता असे नाही. तुमचे सर्व प्रकारे अमान्य आहे. तद्नुरूप भलाइस होणे ते होईल. आपला खातरजमा असो देणे आमची स्वारी रेवातीरास येताच तुम्ही मातबर मनुष्य हुजूर पाठवून देणे व त्याजकडील मातबर मनुष्य घेऊन तुम्हीच रेवातीरी भेटीस येणे.'

सारांश, माळव्यात मराठ्यांचा प्रवेश सुकर होण्यास नंदलाल मंडलोई, जयसिंग इ.उत्तरेकडच्या हिंदू पुढाऱ्यांचे कार्यही पुष्कळअंशी कारणीभूत ठरले, असेच म्हटले पाहिजे; म्हणून तर नंदलाल मरण पावला त्यावेळेस त्याचा पुत्र तेजकर्ण यास बाजीरावांनी व चिमाजीआप्पांनी सांत्वनपर पत्र लिहून पुढे यथायोग्य चालविण्याविषयी वचन दिले.

रियासतकार म्हणतात, 'एक जोराचा मारक प्रहार झाला की जेत्याचे मुख्य काम भागते. तोच प्रकार माळव्याचा झाला यात आश्चर्य नाही. चिमाजींच्या विजयाचा फायदा घेऊन बाजीरावानेही लगोलग पूर्वेकडून बुंदेलखंडावर झडप घालून बंगशाच्या जाचातून छत्रसालास सोडविले. पुष्कळ दिवस हे प्रकार इतिहासात अनिश्चित राहिल्याने खऱ्या बनावात जे मोठे वैगुण्य राहिले होते ते आता स्थळकाळ व्यक्तीला स्पष्ट निर्देशनाने लोप पावले आहे, शके १६५० च्या कीलक संवत्सराने मराठी राज्यास केवढी शुभाशंस आणिली हे व्यक्त होते.'

मराठी राज्याची हद्द १७२९ मध्ये यमुना नदीस जाऊन भिडली आणि या प्रदेशाच्या व्यवस्थेची व वाटणीची तजवीज बहुतेक करून तिकडे वावरणाऱ्या सरदारांनी व

चिमाजीआप्पांनी स्वत: १७३२ मध्ये उत्तरेत जाऊन केली. निमे स्वराज्याचा अंमल पेशव्यांच्या मार्फत हुजूर सरकारात यावा, निमेत फौजेचा खर्च करून पेषकशी (नजराणा) येईल ते हुजूर यावी ऐसे तर करून दिले. शिंदे, होळकर व यशवंतराव पवार या सर्वांशी तह केला की, जो मुलूख सरकारात येईल त्याचे हिस्से करून एक विचारे चालावे. हिस्से केले त्यात शेकडा ३१ रु. सरकार एक हिस्सा, शिंदे ३० रु. एक हिस्सा, होळकर ३० रु. एक हिस्सा तर पवार ९ रु. याप्रमाणे करार करून फौजा ठेवून दिल्लीस जयसिंग राजासुद्धा जाऊन बादशहाचे दौलतीविषयी चाकरीत उणे पडो देऊ नये.

येणेप्रमाणे ठराव केला. या करारात वेळोवेळी फेरफार झालेले आहेत तरी त्यातील मूळ तत्त्व कायम आहे. पुढे या उत्पन्नाचे हिस्से थोडे निराळे झाले; म्हणजे मुख्य सरकार ४५, शिंदे २२.५, होळकर २२.५ व पवार १० असे हिस्से ठरवून महालाचे वसूल सर्वांनी मिळून करावे असे ठरले.

सारांश

राजाराममहाराजांच्या काळापासून माळवा मिळविण्यासाठी सुरू झालेला झगडा पेशवा बाजीरावाच्या काळापर्यंत अखंड सुरू राहिला. त्या दरम्यान पेशवे, शिंदे, होळकर, पवार या सर्वांनीच माळवा मिळविण्यासाठी पराक्रमाची शर्थ केली. माळव्याची संपूर्ण जबाबदारीच चिमाजीआप्पांवर येऊन पडली होती म्हणा अथवा बाजीरावांनी ती त्यांच्यावर सोपविली होती असे फार तर म्हणता येईल. वर एके ठिकाणी म्हटल्याप्रमाणे भले माळव्याच्या सनदा नानासाहेब पेशव्यांच्या काळात मराठ्यांना प्राप्त झाल्या असतील पण ७ जानेवारी १७३८ च्या करारानंतर माळव्यावर दिल्लीहून नवीन सुभेदाराची नेमणूक न होता माळवा सुभा मराठी अंमलाखाली राहिला व राजारामाच्या कारकिर्दीत माळव्यावर सुरू झालेल्या स्वाऱ्यांचा प्रदेशविस्ताराच्यादृष्टीने पेशवा बाजीरावाच्या काळातच शेवट झाला असला व तो करण्यात बाजीरावांइतकाच किंबहुना त्यापेक्षा थोडा अधिकच चिमाजीआप्पांनी आपला वाटा उचलला असे म्हटले पाहिजे.

बुंदेलखंड

मराठा कालखंडात बुंदेलखंड म्हणून ओळखला जाणारा हा प्रदेश सध्या मध्यप्रदेशात येतो. पूर्वेला विंध्य पर्वतश्रेणी, पश्चिमेला चंबळ नदी, दक्षिणेला नर्मदा व उत्तरेला यमुना या त्यांच्या चतु:सीमा. जबलपूर जिल्ह्याचा काही भाग, हमीरपूर, जालौन, झाँसी, दतिया, बांदा, सागर, पन्ना, छतरपूर, ओर्च्छा इत्यादी पूर्वीची संस्थाने बुंदेलखंडात मोडत होती. हा भाग बहुतांशी पहाडी आहे. बेनवा, घसान, केन, बीरमा, बागई इत्यादी नद्या या प्रदेशात वाहतात. त्याचे क्षेत्रफळ सुमारे २१,५०० चौ.मैल आहे.

बुंदेलखंड हे या प्रदेशाचे नाव बुंदेले राजपूत यांच्यावरून पडले असावे, असे

इतिहासतज्ज्ञ सांगतात. बुंदेलखंड हे नाव रूढ होण्यापूर्वी या प्रदेशाला 'चेदिदेश' असे म्हणत असत. त्याच्यावर शिशुपालाचा अधिकार होता. चंदेलराजे हे शिशुपालाचे वंशज समजले जातात. या चंदेलवंशात जेजाक किंवा जयशक्ती नावाचा एक प्रतापी राजा झाला. या समस्त प्रदेशावर तो राज्य करीत असल्यामुळे त्याच्या नावावरून त्या प्रदेशाला 'जेजाकभुक्ती' म्हणून ओळखू लागले. त्या भागातील अनेक शिलालेखांतून या राजाचे नाव येते.

बुंदेलखंडाच्या एका भागाला प्राचीनकाळी 'दशार्ण देश' म्हणत. हे नाव तिथल्या नदीवरून पडले आहे. भगवान गौतम बुद्धांच्या काळात इ.स.पू. ५६७ - इ.स.पू. ४८७ (इ.स.पू. ६ वे शतक) दशार्ण आणि चेदी ही दोन गणराज्ये होती. गौतमबुद्ध हे या प्रदेशात आले होते व तिथल्या लोकांनी त्यांच्यासाठी एक विहारही बांधला होता, हे बौद्धग्रंथावरून कळते. मौर्यांच्या काळात बुंदेलखंड हा प्रदेश मौर्य साम्राज्याचा एक भाग होता. अग्निमित्र शुंग हा बेरूनगर या ठिकाणी राहून या प्रदेशाचे राज्य सांभाळीत असे. त्यानंतर तेथे गुप्तांची सत्ता आली, गुप्तवंश (इ.स. २४५ - ६००) समजला जातो. गुप्तानंतर हर्षवर्धनाने राज्य केले (इ.स. ६०६ - ६४७) पर्यंत. इ.स.च्या सातव्या शतकापासून येथे कलचुरींची कारकीर्द सुरू झाली. इ.स.च्या अकराव्या शतकाच्या अखेरीस चंदेलांनी हा प्रदेश जिंकून घेतला. इ.स.च्या सतराव्या शतकाच्या शेवटच्या दशकापासून ते अठराव्या शतकाच्या चौथ्या दशकाच्या प्रारंभापर्यंत छत्रसालाने ज्यावर सत्ता गाजविली त्या प्रदेशाच्या म्हणजेच बुंदेलखंडाच्या चतु:सीमा परंपरेने चालत आलेल्या एका कवितेत नमूद झालेल्या आहेत, त्या अशा -

इत जमुना इत नर्मदा इत चंबल इत टोंस
छत्रसाल सों सदन की रही न आहू होंस

याचा अर्थ, इकडे यमुना तर तिकडे नर्मदा आणि इकडे चंबळ तर तिकडे टोंस या नद्यांनी वेढलेला सर्व प्रदेश छत्रसालाच्या हुकमतीखाली होता. त्याला त्यात आव्हान देण्याची कुणाचीही ताकद नव्हती. परंपरेने याच बुंदेलखंडाच्या सीमा धरलेल्या आहेत; मात्र, त्या सर्वमान्य नाहीत.

वरील काव्यपंक्तीत छत्रसालाच्या प्रत्यक्ष ताब्यातील मुलूख आणि त्याचे वर्चस्व मान्य करणाऱ्या सत्ताधीशांचा काही प्रदेश या सगळ्याचा समावेश आहे. आज सर्वसाधारणपणे उत्तरेस यमुना, दक्षिणेस सध्याच्या मध्यप्रदेश राज्यातील सागर व जबलपूर जिल्ह्यांच्या हद्दी, पश्चिम व वायव्य दिशेस सिंध (सिंधू नाही) नदी व पूर्वेस टोंस नदी व मिर्झापूर टेकड्या यामधील भूप्रदेशास 'बुंदेलखंड' म्हटले जाते. सध्याच्या भारताच्या राज्यव्यवस्थेत बुंदेलखंडास वेगळे प्रशासकीय स्थान नाही. याचा काही भाग मध्यप्रदेशात तर काही उत्तरप्रदेशात समाविष्ट आहे. ब्रिटिश अमदानीत या प्रदेशात पन्ना, दतिया

इत्यादी कित्येक मांडलिक संस्थाने होती. ती १९४७ नंतर स्वतंत्र भारतात विलीन झाली व ते भूभागही उत्तरप्रदेश व मध्यप्रदेश या राज्यांतून स्वतंत्र जिल्हे किंवा जिल्ह्यांचे भाग म्हणून सामावले गेले.

या भागाला निश्चितपणे बुंदेलखंड हे नाव केव्हा पडले, ते सांगता येणार नाही; पण बुंदेले नावाच्या जमातीने येथे बस्तान मांडून राज्य किंवा राज्ये उभी करण्यापूर्वी याला हे विशिष्ट नाव मिळाले असणे शक्य नाही. ही अगदी उघड गोष्ट आहे. त्याचबरोबर हेही तेवढेच स्पष्ट आहे की, बुंदेलखंड या संज्ञेने येथे बुंदेल्यांची सत्ता होती. याखेरीज दुसरे कोणतेही सांस्कृतिक वैशिष्ट्य सूचित होत नाही.

बुंदेल्यांचे ते बुंदेलखंड हे समजण्यासारखे आहे; पण मुळात बुंदेले स्वत:ची त्या नावाने का ओळख देऊ लागले याचा थोडासा शोध घ्यावा लागेल. त्याबद्दलची एक दंतकथा प्रसिद्ध आहे. इतिहास म्हणून तिला फारसा अर्थ नाही; पण खुद्द बुंदेलखंडात त्या कथेला मानतात. ती कथा अशी – वीरभद्र नावाच्या काशीच्या राजाला दोन राण्या होत्या व पाच पुत्र होते. पहिल्या राणीपासून चार तर दुसऱ्या राणीपासून एकच पुत्र होता. द्वितीय राणीचा 'पंचम' नावाचा पुत्र सर्वांत ज्येष्ठ नसतानाही वीरभद्राने त्यालाच आपले वारस म्हणून जाहीर केले होते; पण वीरभद्राच्या मृत्यूनंतर पंचमच्या चारही सावत्र भावांनी संगनमत करून त्याला राज्याबाहेर हाकलून दिले. पंचम काशीतून बाहेर पडला तो विंध्य पर्वतावरील विंध्यवासिनीच्या मंदिरापाशी (मिर्झापूरच्या पश्चिमेस आठ-नऊ किमी.) मुक्काम ठोकून बसला. त्याला घोर तपश्चर्या करून, देवी प्रसन्न करून घ्यावयाची होती व त्याला दैवी सामर्थ्याच्या जोरावर पुन्हा गादी मिळवावयाची होती; पण सात दिवसांनंतर जेव्हा त्याला देवी पावण्याचे काही चिन्ह दिसेना, तेव्हा त्याने स्वत:चे मस्तक धडावेगळे करून तिच्या पायावर टाकण्याचे ठरवून घाव घातलाही. मात्र, तेवढ्यातच देवी प्रगट झाली. तिने त्याचा हात धरून त्याला वाचविले आणि राज्य प्राप्त करून देण्याचे तत्काळ कबूल केले. तथापि, पंचमाने स्वत:च्या मानेवर घाव घातला आणि देवीने त्याचा झटकन् हात पकडून त्यास थोपविले. त्या क्षणी पंचमास थोडेसे शस्त्र लागून त्याच्या रक्ताचा थेंब, एक बिंदू तिच्या पायाशीच पडला. या पंचमापासून बुंदेले आपली उत्पत्ती सांगतात आणि त्या एका बिंदूमुळे आपण स्वत:ला 'बुंदेले' म्हणवतो असाही अभिमान बाळगतात. पंचमासंबंधीच्या तपशिलात काही फरक असलेल्या आणखीही कथा प्रचलित आहेत.

पूर्णत: ग्राह्य असा काहीही पुरावा नसला तरी 'पंचम' नावाचा कुणी बुंदेल्यांचा पूर्वज असेल असे मानायलाही काहीच हरकत नाही. त्याने राज्यप्राप्तीसाठी विंध्यवासिनीची आराधना केली असेल हेही संभवते; पण त्या रक्ताच्या बिंदूवरून हे नाव पडले हा मात्र कल्पनाविलासच आहे. बुंदेला शब्दाचे मूळ अन्यत्र शोधले पाहिजे आणि ते सापडतेही.

एका हकिकतीवरून पंचमाने विंध्यवासिनीची कृपा संपादून घेतल्यानंतर स्वत:ला विंध्येला म्हटल्याचे नमूद आहे. विंध्येलावरून लोकभाषेत बुंदेला रूढ होणे कितीतरी अधिक स्वाभाविक आणि संभवनीय वाटते. पंचमाच्या एका पूर्वजाचे नावही विंध्यराज होते. तेव्हा काशीतील पंचम, त्याचा अधिपती हे विंध्यवासिनीचे भक्त असावेत अणि म्हणूनच त्यांना तिचे निवासस्थान जो विंध्य पर्वत त्यावरून स्वत:ला विंध्यराज, विंध्येला इत्यादी म्हणवून घेऊन आपला भाव प्रगट केलेला असावा. तेव्हा बुंदेल हे घराण्याचे व जातीचे नाव विंध्यशीच निगडित आहे. याविषयी फारशी शंका राहण्याचे कारण दिसत नाही.

राजा पंचमच्या मृत्यूनंतर वीर गादीवर बसला. वीर राजाने आपल्या राज्याचा विस्तार करून जालवण जिल्ह्यातील करम हौनी या नगराला आपली राजधानी नेली. त्याने सत्तार खान या सेनापतीचा पराभव करून कालिंजर आणि काल्पी ही ठाणी जिंकली. वीर बुंदेलाच्या वंशातील सोहनपाल याने खंगार राजाला ठार मारून त्याची राजधानी गढ कुंडार आणि त्यालगतचा प्रदेश आपल्या अंमलाखाली आणला. ओर्च्छाच्या आसपास खंगारची राज्ये होती. त्याची राजधानी गढ कुंडार झाशीपासून पूर्वेकडे तीस मैल अंतरावर होती. याच वंशातील राजा रुद्रप्रताप याने १५३१मध्ये नवीन राजधानी म्हणून ओर्च्छा या नगराची स्थापना केली.

बाबराच्या आक्रमणामुळे निर्माण झालेल्या उत्तर भारताच्या अस्थिर राजकीय परिस्थितीचा लाभ घेऊन रुद्रप्रतापने आपल्या राज्याचा विस्तार केला. रुद्रप्रताप इ.स. १५३१ मध्ये मरण पावला. त्यानंतर त्याचा मुलगा भारतीचंद्र गादीवर बसला. त्याने आपल्या राज्याचा विस्तार यमुना नदीपर्यंत केला. या वेळी दिल्ली सम्राट शेरशहा याने कालिंजरवर इ.स.१५४५ मध्ये आक्रमण केले. भारतीचंद्राने आपला भाऊ मधुकर शहा याला शेरशहाचा प्रतिकार करण्याकरिता पाठविले होते. १५५४ मध्ये भारतीचंद्र मरण पावला. भारतीचंद्राच्या मृत्यूनंतर त्याचा भाऊ मधुकर शहा १५५४ मध्ये गादीवर बसला. त्याच्या काळात मुघल आणि बुंदेले यांत संघर्ष सुरू झाला. मधुकर शहाने ग्वाल्हेर आणि सिरोंजच्या आसपासच्या प्रदेशावर आक्रमण करून बादशहा अकबराचा राग आपल्यावर ओढवून घेतला. अकबराने आपले मांडलिकत्व स्वीकारण्यास त्यास भाग पाडले. मधुकर शहा १५९२ मध्ये मरण पावल्यानंतर त्याचा मोठा मुलगा रामशहा गादीवर बसला. वीर सिंह देव बुंदेला याने अबुलफजलचा वध करून जहांगीरची मर्जी संपादन केली होती.

जहांगीर बादशहा झाल्यानंतर त्याने इ.स. १६२७ मध्ये रामशहाला पदच्युत करून वीर सिंहास ओर्च्छाच्या गादीवर बसविले. रामशहाला चंदेरी आणि बानपूरची जहागिरी देण्यात आली. वीरसिंह देवाने कारभार चांगला केला. १६२७ मध्ये तो मरण पावला व त्याच्या जागेवर त्याचा मुलगा जुझारसिंग ओर्च्छाचा राजा झाला. बादशहा

शहाजहानने १६२९ मध्ये त्याच्यावर आक्रमण करून ओच्छांवर जम बसविला व देवसिंहाला ओच्छांच्या गादीवर बसविण्यात आले मात्र जुझारसिंगाच्या नातलगांच्या विरोधांमुळे तसेच तेथील जनतेच्या विरोधामुळे देवसिंहाने दोन वर्षांतच तेथून काढता पाय घेतला. ओच्छांचे राज्य मुघल साम्राज्यास १६३७ मध्ये जोडण्यात आले, तेव्हा मुघलांविरुद्ध चंपतराय बुंदेला याने संघर्ष सुरू केला. दिवसेंदिवस तो शक्तिशाली होऊ लागला. अशातच पहाडसिंग हा रजपूत सेनानी त्याला भेटला. काही काळ त्यांचे संबंध चांगले राहिले. मात्र, अधिक काळ त्यांची मैत्री टिकली नाही; कारण चंपतरायने मुघलांविरुद्ध सुरू केलेल्या स्वातंत्र्ययुद्धामुळे बुंदेलखंडात त्याला लोकप्रियता मिळाली. पहाडसिंगाने चंपतरायचा काटा अप्रत्यक्षपणे दूर करण्याचा प्रयत्न केला. तेव्हा चंपतरायने मुघलांची नोकरी करण्याचे ठरविले आणि मुघल सैन्यात तो दाखलही झाला होता. जेव्हा दाराशुकोला औरंगजेबाने कंदहार जिंकण्याकरिता पाठविले तेव्हा त्याच्याबरोबर चंपतराय होता. २८ एप्रिल १६५३ रोजी कंदहारला वेढा देण्यात आला. त्या वेळी लाखाटेकडी, रेडोबतच्या बाजूने बाकीखान, सय्यद मिर्झा यांच्या बरोबर चंपतरायला ठेवण्यात आले होते. चंपतरायने बुरुजावर चढण्याचा प्रयत्न केला; परंतु तो फसला. चंपतरायच्या शौर्यामुळे सम्राट शहाजहानने झाशीपासून ५३ मैल पूर्वेकडे असलेली ३ लक्ष उत्पन्नाची कोंचची जहागिरी त्याला दिली. पहाडसिंगास याचा राग येऊन त्याने ९ लक्ष रुपये नजराणा दाराकडे पाठवून कोंचचा परगणा स्वत:ला मिळवून घेतला. त्यामुळे चंपतराय निराश होऊन दरबार सोडून महोबा येथे आपल्या वडिलोपार्जित जहागिरीत परत आला. १६५७ मध्ये शहाजहानच्या मुलांमध्ये उत्तराधिकारासाठी युद्ध सुरू झाले. तेव्हा चंपतराय दाराविरुद्ध औरंगजेबाला मिळाला. १५ एप्रिल १६५८ रोजी धरमत येथे युद्ध होऊन दाराचा सेनापती महाराजा जसवंतसिंग याचा पराभव झाला.

चंपतरायला एक घोडा आणि सन्मानवस्त्रे देण्यात आली. पुढे झालेल्या सामुगडच्या युद्धात औरंगजेबाच्या मदतीला चंपतराय होताच. विजयानंतर चंपतरायाला औरंगजेबाने एक हत्ती दिला. त्यानंतर मात्र औरंगजेबाने चंपतरायविरुद्ध लढायला सुरुवात केली. चंपतरायने भांडेर लुटले व तो उराजच्या किल्ल्यात आला. औरंगजेबाने चंपतरायवर पाठविलेल्या शुभकरण बुंदेल्याला चंपतरायविरुद्ध उल्लेखनीय यश मिळाले नाही. ९ जून १६५९ रोजी दाराला कैद करण्यात यश मिळविल्यानंतर औरंगजेबाने चंपतरायाचे पारिपत्य करण्याची जबाबदारी चंदेरीचा राजा देवीसिंह बुंदेला याजवर सोपविली. १६६० मध्ये चंपतरायाला मुघलांच्या पुढे आपला टिकाव लागणार नाही याची जाणीव झाली आणि सम्राटाशी तह करण्याचा निश्चय केला. आपला भाऊ सुजनसिंह याजबरोबर आपला मुलगा रतन शहा यालाही त्याने औरंगजेबाबरोबर बोलणी करण्यास पाठविले. परंतु, त्यांच्याकडे दुर्लक्ष करण्यात आले. परिणामी ते बुंदेलखंडात परतले. सुजनसिंह वेदपूरच्या

किल्ल्यात असताना ओर्च्छाच्या सैन्याने किल्ल्याला वेढा दिला. तेव्हा शत्रूच्या हाती पडण्याऐवजी आत्महत्या करणे चांगले असे समजून सुजनसिंहाने आत्महत्या केली. त्याच्या बायका सती गेल्यावरच वेदपूरच्या किल्ल्यावर ओर्च्छाच्या सैन्याला ताबा मिळाला.

ही बातमी चंपतरायाला कळताच चंपतराय जतवाराहून माळवा प्रांताच्या सारंगपूर परगण्यातील सहारा या ठिकाणी राजा इंद्रमणी धंदेरा यांच्याकडे आश्रयाला आला; त्या ठिकाणी तो आजारी पडला. या वेळी इंद्रमणी सहारा येथे नव्हता. ओर्च्छाच्या राजाने चंपतरायाचा पाठलाग केला. सहाराजवळ तो आला आणि धंदेरा सैनिकांनी त्यांच्यावर एकाएकी हल्ला केला तेव्हा त्याची राणी लालकुंवर हिने आत्महत्या केली आणि नंतर चंपतरायानेही केली.

धंदेऱ्यांनी चंपतरायाचे शीर कापून औरंगजेबाकडे पाठविले. ते त्याच्याकडे ७ नोव्हेंबर १६६१ रोजी पोचले. या नंतर जवळजवळ १० वर्षे बुंदेलखंड थंड होते; ते १६७१ पासून पुन्हा तापू लागले आणि ते तापविणारा होता तो चंपतरायाचा मुलगा छत्रसाल! की ज्याच्या काळात मराठ्यांचा, चिमाजीआप्पांचा आणि बाजीराव पेशव्यांचा संबंध बुंदेलखंडाशी येऊन मराठ्यांच्या बाबतीत एक निराळाच इतिहास घडला.

छत्रसाल आणि छत्रपती शिवाजीमहाराज

छत्रसालाला बुंदेलखंड मुघलांच्या मगरमिठीतून मुक्त करून स्वतंत्र राज्य स्थापन करण्याची प्रेरणा छत्रपती शिवाजीमहाराजांपासूनच मिळाली होती. भगवानदास गुप्ता या छत्रसालाच्या चरित्रकाराने स्पष्टच म्हटले आहे की, 'In later life, he looked upon Great Shivaji as his Political and Military Guru.' छत्रपती शिवरायांनी मुघलांविरुद्ध व आदिलशाहीविरुद्ध यशस्वी लढा देऊन स्वराज्य स्थापन केले. त्यांचे संपूर्ण कार्य छत्रसालापुढे होते. चंपतरायच्या मृत्यूनंतर त्याच्या मृत्यूचा वचपा काढण्याची व बुंदेलखंडातून मुघल सत्तेचे उच्चाटन करण्याची प्रबळ भावना छत्रसालाच्या मनात निर्माण झाली. या कार्याकरिता स्वराज्यसंस्थापक व मराठी राज्याचा अधिपती म्हणून शिवाजीमहाराजांकडून आपणास प्रत्यक्ष मार्गदर्शन मिळेल असे छत्रसालाला वाटले. शिवाजीमहाराजांनी मुघलांविरुद्ध अभूतपूर्व यश संपादन केल्यामुळे भारतातील हिंदूंना हिंदूधर्माच्या बाबतीत शिवाजीमहाराजांच्या रूपात संजीवनीच मिळाली. औरंगजेबाच्या अत्याचारामुळे हिंदू त्रस्त झाले होते.

छत्रसाल बुंदेला शिवाजीमहाराजांच्या देदीप्यमान व्यक्तिमत्त्वाने प्रभावित झाले. परकीय सत्तेच्या शृंखलातून स्वत:च्या देशाला मुक्त करणाऱ्या स्वराज्यनिर्मात्या शिवाजीमहाराजांच्या विरुद्ध परकीय मुघलांना आणि हिंदू धर्मावर अत्याचार करणाऱ्या औरंगजेबाला मदत करणे छत्रसालाला लांछनास्पद वाटले. छत्रसालाचे स्वातंत्र्यप्रेम

आणि स्वाभिमान जागृत झाला. १६६६ च्या डिसेंबर महिन्यात एके दिवशी शिकारीच्या निमित्ताने मुघल छावणीतून निघून छत्रसाल आणि त्याची पत्नी देवकुंवर असे दोघे भीमानदीच्या काठी शिवाजीमहाराजांना भेटले. काही दिवस त्यांनी शिवाजीमहाराजांबरोबर पुण्यात घालविले. छत्रसालाने शिवाजीमहाराजांकडून रणकौशल्य, मुत्सद्देगिरी आणि राज्यकारभाराचे ज्ञान मिळविले. महाराजांजवळ राहून मराठा स्वातंत्र्यसंग्रामात सक्रिय सहकार्य करण्याची छत्रसालाची तीव्र इच्छा होती. छत्रपती शिवाजीमहाराजांचा या गोष्टीला विरोध होता; कारण शिवाजीमहाराजांपुढे संपूर्ण भारतात हिंदुपदपातशाही प्रस्थापित करण्याचे ध्येय होते. तेव्हा त्याने बुंदेलखंडात जाऊन तो भाग मुघलांच्या अंमलापासून मुक्त करण्याचा सल्ला शिवाजीमहाराजांनी छत्रसालाला दिला.

यासंदर्भात शेजवलकर म्हणतात, 'शिवाजीच्या वागणुकीत प्रांतीयतेचा लवलेशही नव्हता. छत्रसालाने बुंदेल्यांची संघटना करावी. शिखांनी पंजाब्यांची करावी. राजसिंहाने रजपुतांचा पुढाकार घ्यावा आणि अशा रीतीने दृढ स्थानिक पायावर हिंदूंची संघटना व्हावी, असे त्यास वाटत होते. अर्थात, त्याच्या सावधगिरीच्या राजकारणाचा इष्ट तोच परिणाम होऊन सर्व हिंदुस्थानात औरंगजेबाविरुद्ध बंड उठले व त्याचे राज्य खिळखिळे झाले.'

छत्रपती शिवाजीमहाराजांच्या उपदेशाचा सारांश नामवंत लालकवी लिखित 'छत्रप्रकाश' ग्रंथात पुढीलप्रमाणे आहे – 'हे पराक्रमी! शत्रूचा नाश करून विजय प्राप्त करा. स्वदेशावर स्वत:चे राज्य प्रस्थापित कर. जेव्हा मुघल तुमच्यावर आक्रमण करतील, तेव्हा मी शत्रूचे तुमच्यावरील आक्रमण दूर करण्याचा प्रयत्न करीन. शत्रूविरुद्ध जय मिळाला तर राज्य आणि अमरकीर्ती प्राप्त होईल. याकरिता आपण बुंदेलखंडात जा व विजयश्री प्राप्त करा.' भीमसेन सक्सेना (औरंगजेबाचा दरबारी इतिहासकार जन्म १६४९) या समकालीन लेखकाने तारीख–ए–दिल्कुशामध्ये म्हटले आहे की, 'छत्रसालाला फार थोडी मनसब होती, तो अडचणीत होता. त्यामुळे लष्करातून निघून शिवाजीकडे गेला. उत्तर भारतातील लोकांवर शिवाजीचा फार थोडा विश्वास होता. त्याने छत्रसालाला बरेच द्रव्य दिले आणि त्याचा योग्य सत्कार करून त्याला परत जाण्यासाठी निरोप दिला. निरुपाय होऊन छत्रसाल आपल्या देशी गेला. त्याने उत्कृष्ट सैन्य तयार करून आपले राज्य ताब्यात घेतले.'

छत्रसालाने शिवाजीमहाराजांकडून उपदेशामृत ग्रहण केले. दक्षिणेतील प्रज्वलित अग्नीचा स्फुलिंग छत्रसालाने बुंदेलखंडात आणून नर्मदेच्या उत्तरेस स्वातंत्र्यरूपी अग्नीच्या ज्वाळा निर्माण केल्या. शिवाजीमहाराजांकडून मार्गदर्शन आणि प्रेरणा मिळाल्यानंतर छत्रसालाने दतियाचा नरेश शुभकरण बुंदेल्याची भेट महाराष्ट्रातच घेतली. शुभकरण मुघलांकडून मराठ्यांच्याविरुद्ध लढत होता. छत्रसालाने शुभकरण बुंदेल्याची बुंदेलखंड–

मुक्तीकरिता मदत मागितली. दुर्दैवाने त्याने ती नाकारली. इतकेच नव्हे तर छत्रसालाला त्याच्या स्वातंत्र्यप्राप्तीच्या विचारांपासून परावृत्त करण्याचा प्रयत्न केला. त्याने छत्रसालाला औरंगजेबाकडून मनसबदारी मिळवून देण्याचे आश्वासन पण दिले. परंतु, छत्रसाल आपल्या ध्येयापासून मुळीच विचलित झाला नाही. या वेळी छत्रसालाचे भवितव्य अंधकारमय होते, तरी निराश न होता छत्रसाल बुंदेलखंडात गेला व त्याने शिवाजीमहाराजांप्रमाणेच शून्यातून सृष्टी निर्माण केली. सैन्य उभे करण्याचा आणि मुघलांना बुंदेलखंडातून हाकलून स्वराज्य स्थापन करण्याचा त्याने दृढ निश्चय केला. वरील हकिकतीचा इत्यर्थ असा नव्हे की, बुंदेलखंडातील स्वातंत्र्य संघर्षाचे सर्व श्रेय छत्रपती शिवाजीमहाराजांकडेच जावे. तेथे लढा चालू होता आणि त्यात केव्हा ना केव्हा छत्रसाल ओढला गेलाच असता; पण इ.स.१६७०-७१ मध्येच छत्रसालाने निर्धाराने ते कार्य हाती घेतले याला अंशत: तरी छत्रपती शिवाजीमहाराज कारणीभूत झाले, हेही तितकेच खरे!

छत्रसालाचे प्रयत्न

औरंगजेबाच्या धार्मिक अत्याचाराच्या वरवंट्याखाली सर्व हिंदू भरडून निघाल्यामुळे वातावरण अत्यंत क्षुब्ध झाले होते. १६६९ च्या एप्रिलपासून भारतातील हिंदूंची पवित्र आणि श्रद्धेची मंदिरे उद्‌ध्वस्त करण्याचे धोरण त्याने स्वीकारल्याने हिंदूंच्या भावना दुखावल्या गेल्या. ग्वाल्हेरचा फौजदार फिदाइखान ओर्च्छा येथील प्रसिद्ध मंदिर नष्ट-भ्रष्ट करण्याच्या उद्देशाने सैन्य घेऊन ओर्च्छाकडे निघाला. या वेळी ओर्च्छा नरेश सुजानसिंह, त्याचा भाऊ इंद्रसिंग, दतियानरेश शुभकरण बुंदेला हे मुघलांकडून मराठ्यांविरुद्ध लढण्यात गुंतले होते. या पार्श्वभूमीवर छत्रसालाचे जाज्वल्य मातृभूमी प्रेम उठून दिसते. छत्रसालाने बुंदेलखंडात स्वातंत्र्यलढा सुरू करण्याचा दृढ निर्धार केला होता. त्याने ओर्च्छा नरेश सुजानसिंहाची भेट घेऊन त्याचे सहकार्य स्वातंत्र्ययुद्धाकरिता प्राप्त केले. औरंगाबाद येथे चुलत भाऊ बलदेव याची भेट घेऊन तो १६७१ मध्ये बुंदेलखंडात आला. बुंदेलखंडातील जनता छत्रसालाकडे हिंदूधर्माचा रक्षणकर्ता आणि मुक्तिदाता या दृष्टीने पाहू लागली. त्या वेळी छत्रसालाचे वय २१ वर्षे असून त्याच्याजवळ ५ घोडेस्वार आणि २५ पायदळ इतके सैन्य होते. प्रथम स्वत:चा भाऊ रतनशहा याला आपल्या बाजूने वळविण्याचा छत्रसालाचा प्रयत्न अयशस्वी झाला. बलदेव मात्र आपल्या माणसांसह छत्रसालाला येऊन मिळाला. छत्रसालाचे बुंदेलखंडातील आगमन औरंगजेबाच्या धार्मिक अत्याचाराच्या पार्श्वभूमीवर लोकांना वरदान वाटले. मुघलांविरुद्ध युद्ध करण्यात छत्रसालाला जनतेने सहर्ष सहकार्य दिले. बुंदेले छत्रसालाच्या सैन्यात दाखल होऊ लागले. अनेक सरदार-जहागीरदार छत्रसालाला येऊन मिळाले. मुसलमान सरदार बाकीखान छत्रसालाला

येऊन मिळाला. शिवाजीमहाराजांकडून स्वराज्याची दीक्षा घेतल्यानंतर आसपासच्या प्रदेशात चौथ वसूल करून आपली शक्ती वाढविण्यास छत्रसालाने सुरुवात केली. छत्रसालाजवळ ३५ घोडेस्वार आणि ३०० पायदळ इतके सैन्य जमा झाले.

बुंदेलखंड मुघलांच्या सत्तेपासून मुक्त करण्याकरिता स्वातंत्र्याचा लढा १६७१मध्ये सुरू झाला व ६० वर्षे हा मुक्तिसंग्राम बुंदेलखंडात टिकला. १६७१ ते १६७५ या चार वर्षांत छात्रसालाने बुंदेलखंडात काही लढाया करून पुष्कळ कमाई केली. बागलसिंग गुजर याने आपला पराभव मान्य करून वार्षिक तीन हजार रुपये कर देण्याचे मान्य केले.

धामोनीच्या फौजदाराने छत्रसालावर हल्ला केला तथापि तो पराभूत झाला आणि त्याने छत्रसालाला तीस हजार रुपये देण्याचे मान्य केले. त्यानंतर त्याने केशवराज बुंदेला यावर हल्ला करून त्यात त्याचा पराभव केला. केशवराज मारला गेला. त्याच्या मुलाला छत्रसालाने त्याची जहागिरी परत दिली. मुलाने छत्रसालाचे मांडलिकत्व मान्य केले. १६७३ मध्ये छत्रसालाने सागर जिंकून तेथे आपला लष्करी तळ उभारला; तर १६७५ मध्ये पन्ना जिंकून आपल्या राज्याची राजधानी तेथेच वसविली.

मुघलांकडून नव्याने मोठा हल्ला होण्याची शक्यता तूर्त तरी नाही, थोडीशी फुरसत मिळते आहे असे पाहून छत्रसालाने सर्व बुंदेलखंडभर दौरा काढला. आपल्याला नक्की पाठबळ किती आहे आणि तसेच पाठीत खंजीर खुपसला जाण्याची भीतीही कुठे, कशी, किती आहे याचा अंदाज घेणे आवश्यक होते. छत्रसाल धाडसी योद्धा तसेच सावध राजकारणीही होता.

बुंदेलखंडात त्याच्या उत्साहात भर घालणाऱ्या पुष्कळ गोष्टी घडल्या. सख्खा भाऊ अंगदराय, चुलत भाऊ बलदिवाण तसेच दुसरा एक सख्खा भाऊ रतनशहा आता त्याला येऊन मिळाला होता. आणखी पुष्कळ नवे साथीदार लाभत होते. त्यांत काही जहागिरदार होतेच; पण सर्वसामान्यांकडूनही त्याला खूपच दाद मिळत होती. १६७१ पासून पुढील चार-पाच वर्षांत त्या मुघलांविरुद्धच्या लढायांत जे जय मिळाले होते त्याने लोक प्रभावित झाले होते हे खरेच पण कधी आर्जवाने तर कधी जरबेने लोकांना आपलेसे करण्याची कलाही छत्रसालाच्या अंगी होती. हजारो अनुयायी मागे असलेला एक समर्थ नेता म्हणून तो आता नक्की उभा राहिलेला होता. अशा परिस्थितीत औरंगजेब बादशहा गप्प बसणे शक्य नव्हते. त्याने छत्रसालाच्या बंदोबस्ताकरिता तहव्वरखानाची नेमणूक केली. तहव्वरखान तयारीनिशी बुंदेलखंडावर १६७८ च्या अखेरीस छत्रसालावर चालून आला. परंतु, त्यात तोच पराभूत झाला.

तहव्वरखानाला बुंदेलखंडातील कामगिरी जमत नाही असे दिसून आल्यावर औरंगजेब अस्वस्थ झाला. छत्रसाल धामोनीच्या प्रदेशातही धुमाकूळ घालत होता; आणि तेथील फौजदार सुद्रुद्दीन त्याच्यापुढे हात टेकीत होता. सगळा प्रकार लक्षात घेऊन बादशहाने

अलाहाबादचा सुभेदार, ग्वाल्हेरचा फौजदार आणि ग्वाल्हेरजवळच असलेला एक फौजबंद जमीनदार या सगळ्यांना तहव्वरखानाला जाऊन मिळण्याचे आणि छत्रसालाचा कायमचा बंदोबस्त करण्याचे हुकूम सुटले. बुंदेलखंडात जिकडून तिकडून फौजा घुसू लागल्या.

छत्रसाल थोडा गंभीर झाला. येवढे सगळे एकत्र झाले तर आपला निभाव लागणे कठीण जाईल हे त्याला दिसू लागले. त्याने खूप विचार केला आणि एक निराळाच डाव टाकला त्यात नवीन असे काहीच नव्हते पूर्वी त्याच्या पित्याने चंपतरायाने तसे खेळ केलेच होते. औरंगजेबाची सपशेल माफी मागून त्याची चाकरी पत्करण्याची आपली इच्छा आहे असे त्याने जाहीर केले त्यासाठीच त्याने तहव्वरखानाशीच संधान बांधले. तर तहव्वरखान दमला होता, आणि धास्तावलाही होता; म्हणून त्याने बदललेल्या छत्रसालाचे स्वागत केले. छत्रसाल विरुद्धच्या युद्धांनी नाही; तेथील बंडाळ्यांना बरीच गंभीर वळणे पडली होती. तहव्वरखानाने छत्रसालास बादशहापर्यंत नेले. राजपुतान्यात बादशहाला बरीच राजकारणे साधावयाची होती. तेथील बंडाळ्यांना बरीच गंभीर वळणे लागण्याची शक्यता होती. तेव्हा छत्रसाल तूर्त शरण येऊन गप्प राहणार असेल तर तसे होऊ द्यावे, मागाहून त्याचा समाचार घेता येईल असा विचार करून त्याने तहव्वरखानाच्या शिफारसीवरून छत्रसालाला भेटीची परवानगी दिली. १३ डिसेंबर १६७९ रोजी अजमेरनजीक औरंगजेबाच्या तळावर ही भेट झाली. छत्रसालाने बादशहाला मुजरा केला आणि एक मोहरही नजर केली. बादशहाने त्याला माफी दिली पण त्याच्यावर काही कामगिरी सोपविलेली दिसत नाही. तेव्हा ही फक्त शरणागतीच असावी, चाकरीचा प्रश्न नसावा असे वाटते. राजपुतान्यातील बादशहाच्या या भेटीनंतर तो लगेचच परतला होता.

बुंदेलखंडात परतल्यानंतर १६८० च्या अखेरपर्यंत सारख्या एकामागून एक चढाया करीत आणि मुघल मनसबदारांना आणि फौजदारांना परतवून लावण्यात, छत्रसाल यशस्वी होत होता. १६८१ मध्ये अफ्रासियाबखान हा एक मोठा नेता बुंदेलखंडावर चालून आला होता. त्याचा हल्ला परतवून लावण्यात आला खरा; पण ते प्रकरण छत्रसालाला जरा जडच गेले. त्यानंतर धामोनीचा फौजदार इखलासखान बरीच मोठी फौज घेऊन बुंदेलखंडावर चालून आला. त्याने मोठ्या मुत्सद्देगिरीने छत्रसालाशी बोलणे लावले अन् त्याला बादशाही सेवेत येण्याचे आवाहन केले. छत्रसाल ६०० पायदळ व ५०० स्वारांसह बादशाही फौजेत सामील झाला.

वरील वाटाघाटीनंतर छत्रसाल काही काळ दक्षिणेत राहून परत आपल्या मुलखात परत गेला, दरम्यान औरंगजेब दक्षिणेत उतरला. परिस्थिती बदलत गेली. परिस्थितीचा योग्य फायदा घेऊन छत्रसालाने बुंदेलखंडातील आपला लढा चालूच ठेवला. हा त्याचा उद्योग अठरावे शतक उजाडण्यापर्यंत चालूच राहिला.

अठरावे शतक उजाडले तेव्हा औरंगजेब अनेक काळज्यांनी ग्रासून गेला

होता. १६८१-८२ पासूनच्या दोन दशकांच्या काळात मुघल बादशाहीच्यादृष्टीने पाहता पुष्कळ चांगल्या गोष्टी घडून आल्या. छत्रपती शिवाजीमहाराजांचा मृत्यू, त्यांच्यानंतर त्यांच्या दरबारातील गोंधळ यांच्या वार्ता ऐकून औरंगजेबास चेव आला होता. तो स्वत: दक्षिणेत उतरून तळ ठोकून बसला होता. शहजादा अकबराचे बंड तर मोडायलाच हवे होते; पण १६५८ मध्ये गादीवर बसल्यापासून सतत पंचवीस वर्षे हैराण करीत राहिलेल्या मराठ्यांनाही जाता-जाता सहज चिरडून टाकू, असे त्याला वाटत होते. आपली साम्राज्यसत्ता दक्षिणेत अधिकाधिक घट्ट करायची तर विजापूर आणि गोवळकोंडा येथील मुसलमानी शाह्याही संपविणे आवश्यक होते. ते सगळे हेतू मनात धरून आपण यशस्वी होऊच, अशा जबरदस्त विश्वासाने तो नर्मदा पार करून आला होता. बुंदेलखंडात, राजपुतान्यात आणि पंजाबातही बंडे होतच होती. त्यांच्याकडे दिल्लीतील अधिकाऱ्यांनी लक्ष द्यावे आणि आपण स्वत:ही दक्षिणेतून हुकूम देऊ अशी व्यवस्था त्याने लावली होती.

दक्षिणेत औरंगजेबाने काहीच साधले नाही असे नाही. १६८६-८७ मध्ये वरील दोन्ही शाह्या त्याने बुडविल्या. १६८९ मध्ये छत्रपती संभाजीमहाराजांचा वध करून, त्यांची बायका-मुले आपल्या ताब्यात घेतली होती. दुसऱ्या वारसाला, छत्रपती संभाजीमहाराजांचा भाऊ छत्रपती राजाराममहाराज यांना, जिंजीपर्यंत पळविले होते. पुढील सहा-सात वर्षांत त्याने मराठ्यांचे सर्व किल्ले जिंकून घेतले होते; आणि छत्रपती राजाराममहाराज जिथे आश्रय घेऊन राहिले होते त्या जिंजीलाही मुघल सैन्याचा पक्का वेढा होता.

पण वर दिलेले जमेचे तपशील लक्षात घेतले तरीही दक्षिणेत तळ ठोकून औरंगजेबाने मुघल साम्राज्य सावरले असे मुळीच घडले नाही. मराठ्यांचे किल्ले व प्रदेश जिंकले तरी मुघलांचा कुठेही खरा अंमल असा बसलाच नाही. मराठे त्यांना सतावीतच राहिले. त्यांच्या सेनानायकांत फितुरी फार माजली.

१६९७ च्या ऑक्टोबरमध्ये राजाराममहाराज किल्ल्यातून निसटले व लवकरच महाराष्ट्रात दाखल झाले; पण १७०० मध्ये त्यांचा अकाली मृत्यू झाला; पण तरीही मराठ्यांचे पाय मागे आले नाहीत. राजारामांची पत्नी ताराबाई या रणरागिणीने विलक्षण धैर्याने आणि शौर्याने मराठ्यांचा स्वातंत्र्यसंग्राम पुढे चालू ठेवला. औरंगजेबाच्या भोवताली जवळपास महोबाजवळ या गोष्टी घडत असतानाच दूरवर आणखीन नवे प्रश्न उभे राहात होते.

मराठ्यांचे अनुकरण उत्तरेत मुख्यत: बुंदेले राजपुतांनी केले. छत्रपती शिवाजीमहाराजांप्रमाणेच औरंगजेबाच्या जुलमाचा प्रतिकार दुसरा कोणी केला असेल तर तो छत्रसाल बुंदेल्यानेच! कृष्णा सावंत, नेमाजी शिंदे वगैरे काही मराठी वीरांनी नवीनच राजकारणे मांडली होती. नर्मदा ओलांडून ते उत्तरेस बादशहाचा गुजरात, माळवा, बुंदेलखंड

वगैरे प्रदेशांत धुमाकूळ घालू लागले होते. त्या भागातून आधीच बादशहाविरुद्ध उठाव झाले होते. छत्रसालासारखे तिकडील बंडखोर आणि हे नव्याने मुसंड्या मारणारे एकत्र आले तर काय होईल, ही एक नवी चिंता बादशहास लागली. मराठ्यांच्या पराक्रमाच्या हकिकती ऐकल्यावर छत्रसालाला नवा उत्साह आला होता. त्याच्या डोक्यात नवी राजकारणे घोळू लागली होती; त्याने नेमाजी शिंदेंशी संपर्क साधला; १७०३च्या ऑक्टोबरात छत्रसालच्या सूचनेप्रमाणे तो माळव्यात शिरला. त्याआधी त्याने वऱ्हाडात लुटालूट केली. नंतर त्याने सिरोंज वगैरे ठिकाणी लुटून प्रलय आरंभिला. त्याचे पारिपत्य करण्यासाठी औरंगजेबाने आदमशहा, बेदरबख्त, गाजीउद्दीन फिरोजजंग (पुढे प्रसिद्धीस आलेल्या निजाम-उल्-मुल्कचा हा बाप होय.) त्याचे बरोबर भारी फौज देऊन त्यांना रवाना केले. १७०४ च्या जानेवारीत फिरोजजंगने नेमाजीचा पराभव केला. नेमाजी आणि छत्रसाल यांना एकत्र येऊ न देण्यात तो यशस्वी झाला. नेमाजी बुंदेलखंडात आणखी आत शिरू पाहात होता; पण फिरोजजंगाने त्याला दक्षिणेकडेच हाकलले.

रियासतकार म्हणतात, 'या वेळी उत्तरेतील राजपुतांचे व दक्षिणच्या मराठ्यांचे बादशहाविरुद्ध चांगले सूत जमले होते. सवाई जयसिंग, मारवाडचा अजितसिंग व मेवाडचा अमरसिंग या प्रमुख राजपुतांचे बादशाहीविरुद्ध मराठ्यांशी संगनमत जमले. म्हणूनच पुढे मराठी राज्याचा विस्तार ताबडतोब झाला. शाहूचा जम लगोलग बसण्यास हे एक विशेष कारण झाले. राजपूत सरदारांचा त्याला पूर्ण पाठिंबा मिळाला. परिस्थिती अनुकूल आहे असे दिसत असताना मुघलांशी सरळ लढाया करण्याचे सोडून १७०६ पासून पुढे १३ वर्षे छत्रसाल चक्क बादशहाच्याच सेवेत दाखल झाला.'

१७१३ मध्ये महाराष्ट्रात बाळाजी विश्वनाथांच्या काळात पेशवाईचा उदय झाला. शाहूमहाराजांचे पहिले पेशवे म्हणून त्यांनीच कामगिरी पार पाडली. त्यांच्या कामगिरीवर खूश होऊनच शाहूमहाराजांनी अनेकांचा विरोध पत्करून त्यांचा मुलगा बाजीराव यांची पेशवेपदावर नियुक्ती केली. त्याच्याच कारकिर्दीत बुंदेलखंडाशी व छत्रसालाची चिमाजीआप्पांचा संबंध आणि संपर्क आला. तो येण्यास महंमदखान बंगश कारणीभूत ठरला.

बुंदेले - बंगश संघर्ष आणि बुंदेल्यांची मराठ्यांना साद

बंगश ही एक अफगाणिस्तानातून आलेल्या पठाणांची जमात होती. बंगश म्हणजे डोंगरी प्रदेश आणि अशा प्रदेशाचे रहिवासी म्हणून ते लोक 'बंगश' म्हणून ओळखले जात. अशी कित्येक कुटुंबे लष्करी नोकरी किंवा दंगेधोपे यांतले जे जमेल ते करून गंगा-यमुना दुआबाच्या वरच्या भागात वस्त्या करून राहिले होते.

मलिक ऐनखान नावाचा एक बंगश औरंगजेबाच्या कारकिर्दीच्या काळात केव्हातरी हिंदुस्थानात आला होता. याच्याबद्दल फारशी माहिती मिळत नाही. याच्या दोन मुलांपैकी

मोठा हिम्मतखान औरंगजेबाच्या सेवेत होता. हा औरंगजेबाबरोबर दक्षिणेत गेला होता आणि तिकडेच एका मोहिमेत केव्हातरी मारला गेला. याचाही छत्रसालाशी कधी संबंध आला नाही. महंमदखान हा ऐनखानाचा दुसरा मुलगा; याचा मात्र छत्रसालाशी जवळ जवळ दशकभर संबंध आला.

१६८५ च्या सुमारास महंमदखान बंगशाने आपल्या शिपाईगिरीच्या जीवनाचा प्रारंभ केला. त्या वेळी तो वीस-बावीस वर्षांचा असावा. तेव्हा तो यासीनखान नावाच्या एका बंगश नायकाच्या टोळीत सामील झाला होता. हा यासीनखान चार-पाच हजारांची फौज बाळगून असे. भरपूर पैसा घेऊन कोणालाही युद्धात साहाय्य करणे किंवा अशी काही नेमणूक मिळालीच नाही तर जिथे सोपे सोयीचे होईल तेथे धाडी घालणे अशा प्रकारचा यासीनखानाचा धंदा होता. यासीनखानाला बऱ्याच वेळेला बुंदेलखंडातच कामगिऱ्या मिळत. बुंदेले राजे व जहागीरदार आपापसातल्या लढायांसाठी यासीनखानाची मदत घेत. महंमदखान हा निधड्या छातीचा लढवय्या होता. यासीनखानाबरोबर त्याला युद्धाचा खूप अनुभव मिळाला आणि बुंदेलखंडाच्या प्रदेशाचीही त्याला चांगली माहिती झाली. बुंदेलखंडातील राजकारणे हेरता आली.

१७०० च्या दरम्यान केव्हातरी यासीनखान मारला गेला. त्यानंतर त्याच्या टोळीचे नेतृत्व त्याचा मामा शादीरखान याच्याकडे गेले. या खानाशी महंमदखानाचे अजिबात पटेना. तो त्या टोळीतून बाहेर पडला व तोच उद्योग त्याने स्वतंत्रपणे सुरू केला. यासीनखानाच्या टोळीतील कित्येक पठाण शादीरखानाला सोडून जाऊन महंमदखानास मिळाले. त्याने काही नवीन भरतीही केले. त्याच्या हुकमतीखाली हजार-बाराशे फौज आली.

सय्यद बंधूंच्या बोलावण्यावरून १७१२ मध्ये महंमदखान त्यांच्या मदतीस गेला. फरुखसिअरला बादशाही तख्तावर चढविण्याचे कामी त्याची सय्यद बंधूंना फार मोठी मदत झाली. १७१३ च्या प्रारंभी सय्यदांच्या शिफारशींप्रमाणे नवीन बादशहाने महंमदखान बंगशाला ४ हजारी मनसबदार केले व त्याला 'नवाब' ही पदवी दिली. फौजेच्या खर्चासाठी त्याला जहागिरी देण्यात आली. त्याला बुंदेलखंडातच जमिनी देण्यात आल्या. त्यात सय्यदांचे दोन-तीन हेतू होते. त्याला थोडे दूर ठेवणे आवश्यक होते. बुंदेलखंडाची त्याला चांगली माहिती होती आणि तिकडे थोडा स्वतंत्रपणे वागला, तरी तिकडे तो बादशाही अंमल व्यवस्थित ठेवील असा सय्यदांना विश्वास वाटत होता. शिवाय ते छत्रसाल बुंदेल्यांना चांगले ओळखून होते. त्याने गडबड केलीच तर जागच्या जागी बंदोबस्त होऊ शकला असता.

१७१९-२० मध्ये फरुखसिअरला तख्तावरून खाली ओढून महंमदशहाला त्याठिकाणी बसविण्याचे कामी महंमदशहा बंगशाने सय्यदांना भरपूर साहाय्य दिले आणि

नंतर पुढे बादशहानेच जेव्हा खुद्द सय्यद अब्दुल्लाविरुद्ध शस्त्र उपसले. तेव्हा बादशहाच्या मदतीस हा बंगश धावला. यातून त्याचा दरारा वाढत गेला. दरबारात त्याचे मानमरातब अधिकाधिक वाढत गेले. घझनफर जंग (रणसिंह) या एका मोठ्या पदवीने त्याला गौरविले गेले. बुंदेलखंडातील एरच, काल्पी, भांडेर हे परगणे त्याला देण्यात आले; तर १७ डिसेंबर १७२५ रोजी त्याला अलाहाबादचा सुभेदार करण्यात आले.

मात्र, अशा तऱ्हेने महंमदखान बंगश चढत होता. त्याचबरोबर त्याच्यासमोर काही प्रश्नही उभे राहात होते. सय्यद बंधूंचे प्रस्थ संपल्यानंतर दरबारात अनेक नवीन महत्त्वाकांक्षी आणि उपद्व्यापी माणसे बादशहाभोवती गोळा होत होती. एका पठाणाचा एवढा उत्कर्ष त्यांना सहन होत नव्हता. त्यांच्यापासून त्याला सावध राहावयास हवे होते. राजपूत राजेही आता महंमदशहाला निराळे सल्ले देऊ लागले होते. हिंदू सत्ताधीशांबाबत आणि हिंदू रयतेबाबत बादशहाने उदार धोरण ठेवावे यासाठी ते दबाव आणीत होते.

महंमदखान आणि छत्रसाल : सलामीचे सामने, प्रारंभीचा संघर्ष

बुंदेलखंडात बंगश पठाण छत्रसालाने बादशाहीविरुद्ध आपला लढा सुरू केला, तेव्हापासूनच म्हणजे १६७०-७१ पासूनच धुमाकूळ घालत असले तरी त्यांचा छत्रसालाशी फार संघर्ष झाल्याचे दिसत नाही. त्याच्या मुलखात त्यांनी कधी उच्छाद मांडला असेल पण त्यातून मोठे युद्धप्रसंग उद्भवले नव्हते. याचे कारण असे की, दिल्लीदरबारच्यादृष्टीने बंगशही बुंदेल्यांसारखेच बंडखोर होते. त्यामुळे त्यांना पातशाहीकडून कसलाही पाठिंबा मिळण्याची शक्यता नव्हती.

महंमदखान बंगशाच्या उदयापासून प्रकरण निराळे झाले होते. तो पातशाहीत प्रतिष्ठित मनसबदार झाला होता. चढत चढत तो अलाहाबादच्या सुभेदारीवर आला होता. बुंदेलखंडाच्या प्रदेशात त्याला त्याच्या प्रत्यक्ष अखत्यारीत राहतील असे परगणे तर मिळाले होते; आणि शिवाय सर्व बुंदेलखंडाच्या एकंदर बंदोबस्ताची जबाबदारी त्याच्यावरच टाकण्यात आली होती. तो एक पातशाही मनसबदार म्हणून, एक सुभेदार म्हणून बुंदेलखंडात छत्रसालाला आव्हान देऊ शकत होता; पण १७०६ सालापासून छत्रसालही बादशहाच्या चाकरीत होता. तेव्हा महंमदखानाला छत्रसालास नेस्तनाबूत करावे असे कितीही वाटत असले तरी उघडपणे त्याच्याविरुद्ध युद्ध पुकारू शकत नव्हता. आपले सैन्यबळ वाढविणे, बुंदेलखंडाच्या जवळ आपली भक्कम अशी ठाणी वसविणे अशा गोष्टी मात्र तो करू शकत होता. योग्यवेळी आक्रमक व्हावयाचे ही दृष्टी ठेवून त्याची तयारी चाललेली असे. तथापि, १७२० मध्ये बंगश आणि बुंदेले यांच्यात संघर्ष सुरू झालेच आणि ते देखील बुंदेल्यांच्या चालीमुळेच!

छत्रसाल आणि त्याचे पुत्र हिरदेसा आणि जगतराज यांच्यात पुष्कळ मतभेद होते. त्या दोघा भावांचे आपापसात पटत नव्हते; पण बंगशावर हल्ला चढवायला आता चांगली वेळ आली आहे याबाबत तिघांचेही एकमत झाले. सय्यद बंधूंनंतर बादशाही चांगलीच खिळखिळी झाली आहे असे पाहून रजपूत सत्ताधीश नव्या उभारीने पुढे सरसावू लागले होते. जोधपूरचा अजितसिंग सय्यदांना पूर्ण शरण जाऊन हात-पाय गाळून बसला होता, तो आता बंड करून उठला आणि कित्येक छोटे राजे व जहागीरदार बादशाही अधिकाऱ्यांना उठवून लावीत होते. जयपूरचा सवाई जयसिंग मोठा धोरणी, मुत्सद्दी होता. त्याने तडकाफडकी काही केले नाही; पण शांतपणे परिस्थिती लक्षात घेऊन जिकडे तिकडे संधाने बांधली. सय्यद संपले तरी आणखी कोणी मुसलमान जबरदस्त होणारच नाही असे धरूनचालता येणार नव्हते. महंमदखान बंगश हा एक त्याला मोठा धाक वाटत होता. तो त्याने छत्रसालाला दाखवून दिला. जयसिंगाने पुन्हा पुन्हा पटवून दिल्यावर महंमदखानास आवरले नाही तर बुंदेलखंड आपल्या हाती राहात नाही, हे छत्रसालाच्या लक्षात आले व तो चढाई करण्यास सज्ज झाला.

१७२० मध्ये छत्रसालाच्या सैन्याच्या एका तुकडीने काल्पीत मुसंडी मारली. पहिल्याच धडकेत तेथील सेनाधिकारी पीर अलीखान व त्याचा मुलगा ठार झाले. काल्पीतून बुंदेल्यांना हुसकावून लावण्यासाठी महंमदखानाचा दिलेरखान नावाचा एक खंबीर सरदार तेथे धावून आला. छत्रसाल स्वत: तीस हजारांची फौज आणि तोफखाना घेऊन दिलेरखानावर चालून गेला. दिलेरखान बुंदेल्यांशी कमालीच्या जिद्दीने लढला; पण मारला गेला आणि त्याच्या फौजेने पळ काढला.

बेधडक पण बेफिकीर बंगश

१७२४ पर्यंत स्वत: महंमदखान बंगशाला छत्रसालाच्या मुलखाकडे लक्ष देता आले नव्हते; कारण दिल्लीदरबारातील भानगडी तसेच जयसिंग, अजितसिंग, अमरसिंग इत्यादी रजपुतांचे उद्योग व त्यांची राजकीय बंडे!

१७२४ मध्ये तो बुंदेलखंडात घुसला. छत्रसालाच्या सैन्याशी त्याच्या चांगल्या झटापटी झाल्या. दोन्ही सैन्ये चांगली सहा महिने एकमेकांशी लढली. मात्र, बंगशाने माघार घेऊन एक तात्पुरता तह केला. त्यानुसार एकमेकांच्या प्रदेशात उपद्रव न मांडण्याचा एक ठराव झाला आणि मग महंमदखान बंगश ग्वाल्हेरकडे गेला.

तो तह तात्पुरता दोघांनाही सोईचा वाटला होता म्हणून झाला एवढेच! मनापासून तो कोणालाच पाळायचा नव्हता. १७२५-२६ ही दोन वर्षे बंगश आणि बुंदेले दोघेही एकमेकांचे मुलूख उद्ध्वस्त करीतच राहिले. तथापि, फार जोराची अशी लढाई कोणत्याच बाजूने होत नव्हती. महंमदखान बंगश आणि त्याचे साथीदार बुंदेल्यात थोडेफार तोडाफोडीचे

प्रयत्न करीत होते; पण ते फारसे जमत नव्हते. इकडे छत्रसालालाही बुंदेल्यांची एकीकरणे फारसे जमत नव्हते; छत्रसालाला एकट्याला लढणे क्रमप्राप्त होते. हिरदेसा आणि जगतराज या त्याच्या मुलांनी मात्र या वेळी खूप नेटाने लढाया चालविल्या होत्या. हिरदेसाने तर पित्याचा सबुरीचा सल्ला न ऐकता बऱ्याच प्रदेशांवर आपला ताबा बसविला होता.

ग्वाल्हेरचा धोका संपला होता. राजपुतान्यातले दंगेही आटोक्यात आले होते. तेव्हा आता महंमदखान बंगशावर बुंदेलखंडाची कामगिरी सोपविणे शक्य झाले होते. बादशहा मुहंमदशहा तिकडील उठावाच्या बातम्यांनी फारच अस्वस्थ झाला होता. महंमदखान बंगशाच्या अनुपस्थितीत दुसरे काही सरदार त्या आघाडीवर पाठविण्यात आले होते; पण कुणीही बुंदेल्यांना आवरू शकले नव्हते. हे काम महंमदखान बंगशावरच सोपविणे आवश्यक आहे हे बादशहाच्या चांगले लक्षात आले होते. त्याला सैन्यबळ आणि द्रव्यबळ कमी पडू नये म्हणून महिना दोन लाख रुपये देण्याची व्यवस्था करण्यात आली होती.

यथावकाश या वेतनाऐवजी कायम जहागिरी द्यावयाची होती. आता महंमदखान बुंदेलखंडावरच सर्व लक्ष केंद्रित करून छत्रसालाविरुद्ध निर्धाराने आणि नेटाने मोहीम चालवणार होता. बादशहा महंमदशहाचा त्याला पूर्ण पाठिंबा होता. बादशहाला त्याच्याबद्दल विश्वासही आला होता; दरबारात आपले पारडे सर्वांहून अधिक जड होईल अशा तऱ्हेची कामगिरी पार पाडण्याची संधी महंमदखान बंगश पुरेपूर घेणार होता.

१७२७ च्या जानेवारीमध्ये बंगशाने यमुना ओलांडून बुंदेलखंडात प्रवेश केला. छत्रसालाचे एक लाख पायदळ आणि वीस हजार स्वार एवढे सैन्य प्रतिकारास सिद्ध होते. प्रारंभी महंमदखान बंगशाजवळ एवढे संख्याबळ नव्हते; पण त्याला आता भला मोठा तनखा मिळत होता. त्यातली कवडी न कवडी खर्च करून तो झपाट्याने सैन्यभरती करीत राहिला. अनेक ठिकाणी एकाचवेळी चकमकी सुरू झाल्या आणि पूर्ण वर्षभर चालू राहिल्या. पावसाळ्याच्या तीन-चार महिन्यांत दोन्ही बाजूंचे थोडे जोर कमी झाले असले तरी हल्ले-प्रतिहल्ले थांबले नाहीत. इ.स.१७२७ च्या डिसेंबरपर्यंत बंगशांनी बुंदेलखंडाचा पूर्वेकडचा प्रदेश जवळजवळ सगळाच व्यापला. बुंदेल्यांनी डोंगरदऱ्यांचे आश्रय धरून बंगशांवर छुपे हल्ले चालू ठेवले होते, हे खरे, पण पूर्व बुंदेलखंड हातातून गेले हे छत्रसालाला लक्षात घ्यावेच लागले.

१७२८ साल उजाडले तेव्हा छत्रसालाच्या व त्याच्या पुत्रांच्या बऱ्याच फौजा पश्चिम बुंदेलखंडाकडे सरकल्या होत्या. महंमदखान आणि त्याचे मुलगे त्यांच्या पाठीवर होतेच. बुंदेले आपल्यापरीने शिकस्त करीत होतेच पण आपला टिकाव लागणार नाही हे ओळखून पळच जास्त काढीत होते. एका समोरासमोरच्या लढाईत छत्रसालपुत्र जगतसिंग जखमी होऊन कोसळला होता. त्याला रणांगणावरून कसेबसे दूर नेण्यात आले होते;

पण त्याचे सैन्य जेव्हा सैरावैरा धावू लागले तेव्हा त्याची पत्नी जैत कुंवर पुढे सरसावली होती. तिने मुघल फौजेशी सामना करून त्यांना मागे पिटाळून लावले होते. बुंदेल्यांनी अभिमान धरावा असे यासारखे प्रसंग सोडले तर १७२७-२८ मध्ये बुंदेल्यांची सर्वसाधारण पिछेहाटच झाली असे दिसते.

१७२८ च्या सप्टेंबरमध्ये मुघल फौजेने जैतपूरला वेढा घातला. झाशीच्या पूर्वेस तेथून सुमारे ८५ किमी. मीहर आणि पन्नाच्या वायव्येस ६५ किमी. असलेले हे ठाणे पश्चिम बुंदेलखंडाच्या संरक्षणाच्यादृष्टीने फारच महत्त्वाचे होते. जवळ-जवळ सगळी बुंदेली सेना तिकडेच धावली होती. जैतपूरच्या भोवताली चकमकी चालूच होत्या; पण बंगशांनी जैतपूर हेच आपले लक्ष्य ठेवले होते. स्वत: छत्रसाल रणांगणावर होता. लढता-लढता जखमी झाला होता. अखेरीस या सालच्या डिसेंबरात एका हमरी-तुमरीच्या लढाईनंतर जैतपूर किल्ल्यासह महंमद बंगशाच्या ताब्यात आले होते आणि त्याचबरोबर छत्रसालाला आपण पूर्ण पराभूत झाल्याचे समजून चुकले होते.

मुघल बादशहाची राजधानी दिल्ली येथे लाला भगीरथ, दादो भीमसेन आणि निजामाकडील मराठ्यांचे वकील आनंदराव सुमंत ही मंडळी दिल्ली दरबारातील घडामोडी छत्रपती शाहूमहाराजांना सातारा येथे कळवीत असत. १७२८ मध्ये जयसिंग आणि छत्रसालाकडून छत्रपती शाहू व पेशवा बाजीरावांकडे मदतीची पत्रे आली. छत्रसाल आणि महंमदखान बंगश यांजमधील युद्ध सतत दोन वर्षे चालू होते. छत्रसालाने बाजीराव पेशव्यांकडे मदत मागितली आणि १७२८ च्या ऑक्टोबर महिन्यात माळवा आणि बुंदेलखंड प्रदेशात आक्रमण करण्याचे ठरले. माळवा जिंकून बुंदेलखंडात छत्रसालाला बंगशाविरुद्ध मदत करणे आवश्यक होते. त्यामुळे दोन्ही मोहिमा बाजीराव पेशव्यांनी सातारा येथे छत्रपती शाहूमहाराजांच्या संमतीने अंमलात आणण्याचे ठरविले. अर्थात, त्या दोघांनाही पैशांची आवश्यकता होती. चिमाजीआप्पांनी माळव्याची आणि खुद्द बाजीराव पेशव्यांनी बुंदेलखंडाची मोहीम हाती घेतली. चिमाजीआप्पा प्रथम माळव्यावर आक्रमण करण्यास निघाले.

बाजीरावांचे बुंदेलखंडाकडे प्रयाण

चिमाजीआप्पांच्या मागोमाग बाजीराव पेशवे नोव्हेंबर १७२८ मध्ये पिलाजी जाधव, सरलष्कर दावलजी सोमवंशी, गोविंदपंत बल्लाळ यांना घेऊन १४ हजार पायदळ व २५ हजार घोडेस्वार एवढ्या सैन्यासह बुंदेलखंडाकडे निघाले. बाजीरावांनी वाशीम येथे आल्यानंतर २८ डिसेंबरला चिमाजीआप्पांना कळविले की, आम्ही छत्रसालाच्या मुलखात जात आहोत. यावरून छत्रसालाचे निर्वाणीचे बोलाविणे येण्यापूर्वीच बाजीराव छत्रसालाच्या मदतीकरिता निघाले होते, हे स्पष्ट होते. बाजीराव वाशीम, कळंब, बोरी हा मार्ग स्वीकारून देवगडाकडे निघाले.

महंमदखान बंगशाने जैतपूर जिंकल्यावर छत्रसाल आणि त्याचे तीन पुत्र महंमदखानास शरण जाऊन आपणहोऊन आपल्या कुटुंबासह त्याचे स्वाधीन झाले होते. पाठोपाठ छत्रसालानेही तेच केले. त्याने मुघलांचे मांडलिकत्व स्वीकारून मुघलांचे जिंकलेला प्रदेश परत करण्याचे व मुघल सैन्य ठेवण्याचे मान्य केले. बाजीराव पेशव्यांनी देवगडचा राजा चांद सुलतान याचा पराभव केला व ते ४ फेब्रुवारी १७२९ ला गढा मंडला मार्गाने चिमाजीआप्पांच्या मदतीस बुंदेलखंडात येण्यास निघाले. या वेळी छत्रसालाने महंमदखान बंगशाविरुद्ध चिमाजीआप्पा आणि बाजीराव पेशवे यांना मदतीकरिता पत्रे पाठविली. बाजीरावांनी लगेच चिमाजीआप्पांना पत्र पाठवून आपण छत्रसालाच्या मदतीस जात आहोत असे कळविले.

राजकारण कसे शिजले?

छत्रसालाकडून बाजीरावांकडे मदतीची मागणी आली म्हणून बाजीराव बुंदेलखंडात शिरले असा प्रचलित इतिहास आहे व तो वर दिलेल्या संदर्भानुसार बरोबर आहे असेही सिद्ध करता येते. तथापि, कै. द. वा. पोतदार म्हणतात त्याचीही नोंद घेतली पाहिजे. ते म्हणतात, 'बुंदेले कैफियत आणि सैरमुता-खरीन यांमध्ये मागणीचा उल्लेख येतो.' सैरचे अनुमान असे आहे की, 'ही मागणी उज्जैनीस अर्थात चिमाजीआप्पांकडे झाली, पेशवे बाजीराव इतक्या लवकर देवगडवरून बुंदेलखंडात येतील अशी कल्पना बंगशला नव्हती.' त्यामुळे बंगश गाफील राहिला. युद्धाची कोणतीच तयारी नव्हती. आपल्या फौजेसही रजा दिली. त्याच्याजवळ फक्त चार हजार सैन्य होते.

बाजीराव गढाजवळ आले असताना त्याला ४ फेब्रुवारीला अत्यंत गुप्तपणे (कदाचित दुर्गादासामार्फत) दुर्गादासाबरोबर छत्रसालाकडून आलेले ते पत्र म्हणजे शंभर दोहऱ्यांचे एक दीर्घ काव्यच होते. ते सर्व उपलब्ध नाही; पण त्यातील एक दोहा परंपरेने बुंदेलखंडाच्या लोकांच्या स्मृतीत राहिलेला आहे तो असा :

जो गति ग्राह-गजेंद्र की सो गति भइ है आज ।
बाजी जात बुंदेल की राखो बाजी लाज ।।

हीच छत्रसालाची विनवणी होय. काव्य छत्रसालानेच रचले असावे; कारण छत्रसाल उत्तम कवी होता. वरील दोहा काही ठिकाणी असाही म्हटला जातो की,

जो बीती गजरायपर सो बीती अब आय ।
बाजी जाति बुंदेलकी राखौ बाजीराय ।।

मूळ स्वरूपात तो कसाही असला तरी दोन्हींवरून एक गोष्ट स्पष्ट होते की, छत्रसाल असाहाय्य आणि हतबल झाला होता आणि बुंदेल्यांची सगळी जातच नामशेष होण्याच्या मार्गावर होती. बाजीरावच आपल्या मदतीला धावेल व तो व्यक्तिश: आपली सुटका करील आणि बुंदेल्यांनाही वाचवील असा छत्रसालाला विश्वास वाटत होता. बंगशाच्या

मगरमिठीतून छत्रसालाला सोडविण्यासाठी वरील काव्यमय पत्र मिळाल्याबरोबर बाजीराव सैन्यासह अपरिचित अशा मार्गाने निघून ५ मार्च रोजी खिजरी येथे, त्यानंतर पवईजवळून व तीन दिवसानंतर विमपूर येथे आले. तेथे पेशव्यांनी छावणी टाकली. पिलाजी जाधव, तुकोजी पवार इ. मोठे सरदार व सुमारे ३० हजार घोडदळ त्यांच्या समवेत होते. ९ मार्च रोजी बाजीरावांनी राणोजी घाटगा आणि संभाजी सूर्यवंशी या दोन जासुदांना छत्रसालाकडे पाठवून त्यांनी छत्रसालाला आपल्या आगमनाची सूचना दिली. बाजीरावांनी १० जासुदांची एक तुकडी बंगशाची माहिती गोळा करण्याकरिता पाठविली. चिंतामण नावाच्या माणसालाही छत्रसालाकडे पाठविले.

पेशवे बाजीराव १० मार्चला विक्रमपूरहून निघून राजगढला आले. छत्रसालाचा मुलगा भारतीचंद याने १२ मार्च रोजी बाजीरावांची भेट घेऊन परिस्थितीची जाणीव करून दिली. नंतर ते राजगढावरून बसारी येथे आले. १३ मार्च रोजी पुन्हा एकदा बाजीराव आणि भारतीचंद यांची भेट झाली. १४ मार्च रोजी छत्रसाल आणि बाजीराव यांची भेट झाली. छत्रसालाचा वकील आसाराम हाही त्या वेळी उपस्थित होता. बाजीरावांना छत्रसालाकडून मेजवानी देण्यात आली. मेजवानी आणि सत्काराचा खर्च ४९८९/- झाला. १७ मार्च रोजी पुन्हा एकदा बाजीराव व छत्रसाल यांची भेट होऊन छत्रसालाने बाजीरावांना ८० मोहरा भेट दिल्या. या दोन्ही भेटीत बंगशाविरुद्धच्या मोहिमेचा आराखडा ठरला असला पाहिजे. छत्रसाल ४५ हजार फौजेसह बाजीरावांना मिळाला.

जैतपूर-सुपाचे युद्ध

महोबाजवळ बाजीराव आणि छत्रसाल सैन्यासह आले आहेत, ही बातमी बंगशाला कळली तेव्हा बंगशाने मोठ्या मुश्किलीने १० हजार पायदळ आणि १० हजार घोडेस्वार इतके सैन्य उभे केले. बंगश जैतपूरजवळ छावणीच्या सभोवताली खंदक खोदून युद्धाला सज्ज झाला. बाजीराव व छत्रसाल यांनी सत्तर हजार सैन्यानिशी १९ मार्चला महोबाहून कूच करून बंगशाच्या सैन्याला चारीबाजूंनी वेढले व रसद बंद केली. बंगशाच्या सैन्याला अन्न मिळेनासे झाले. ३० रुपये देऊनही मोठ्या मुश्किलीने एक शेर धान्य मिळू लागले. यानंतर तोफांचे गाडे ओढणारे बैल, म्हातारे उंट व घोडे मारून त्यांच्या मासांवर गुजराण होऊ लागली. रोगांमुळे मरून पडलेल्या प्राण्यांवरही शिपाई व इतर लोक तुटून पडू लागले. बाहेरच्या वेढ्यातील मराठ्यांनी खाशा युक्त्या काढल्या त्यांना आतील अस्वस्थतेची पूर्ण माहिती होती. ते शत्रूला पीठ पुरवायला सिद्ध झाले आणि तसे निरोप गेले. किल्ल्यावरून लांब काडीला बांधून पैसे यायचे आणि ते घेऊन, त्याच ठिकाणी एक पुरचुंडी बांधून, त्यातून पीठ वर जायचे. शंभर रुपये शेर हा भाव होता. या पिठातही 'हाडांची पूड मिसळलेली असायची' असा बभ्रा झालेला होता.

तथापि, बंगशाने दम सोडला नाही. तो कडवा, शूर आणि अनुभवी लढवय्या होता; म्हणूनच तर त्याला गजनफर जंग अशी सार्थ पदवी मिळाली होती. बाहेरून मदत मिळवायची तो खटपट करीत होता. आपला मुलगा कायीमखान यास त्याने पूर्वीच पूर्वेकडे म्हणजे प्रयाग, बुंदेलखंडाच्या सरदेला तरावणा किल्ल्यावर पाठविले होते. तेथे आपल्या बापास मराठ्यांनी घेरल्याची बातमी लागताच कायीमखान बापाच्या मदतीस धावून आला; पण त्याची व बापाची गाठ पडू न देता जैतपूरनजीक सुपे येथे त्यास मराठ्यांनी घेरले. तेव्हा तो शंभर स्वारांनिशी पळून गेला. लष्कर लुटण्यात आले. या लुटीत घोडी व १३ हत्ती मिळाले.

यासंबंधी पिलाजी जाधव मराठी लष्करातून नारायण दीक्षित पाटणकर यांना लिहितो, 'देवगडचे सख्य संपादून गढ्यावरून आलो. तो महंमदखान बंगस प्रयागचा. सुभा वीस हजार फौजेनिशी आला. त्यास सिकिंदा करून कोंडिला आहे. रसद कुळी बंद केली आहे. या आठा दिवसात त्यास बुडवून टाकितो किंवा सल्ल्यास आला तरी सल्ला करून लवकरीच देशास येतो. यमुनातीरपर्यंत अंमल जाला.' यावरून बंगशाची फौज या वेळी वीस हजार होती, हे स्पष्ट होते. बंगशाकडे चार हजार फौज होती हे जदुनाथांचे विधान या पुराव्यामुळे विश्वसनीय धरता येत नाही. कायीमखान धाऊन न येता तर मराठे बंगशास खामखा बुडवीतच होते. या विजयाचा वृत्तान्तही पिलाजी जाधवाच्या एका पत्रात आला आहे. त्यात तो म्हणतो, 'महंमदखान बंगस प्रयागचा सुभा छत्रसाल राजस्थान बुंदेलखंड याजवर मसलत करून चालोन आला होता. त्यास आम्ही व ते एकत्र होऊन बंगसास वेढा घालून बसलो होतो. अितकीयात बंगसाचा लेक कायमखान तीस हजार फौजेनिशी आम्हावर चालोन आला त्याशी आम्हाशी लढाई झाली ईश्वर अिच्छेने फौजेनिशी हा बुडविला.'

२८ एप्रिल १७२९ रोजीचे चिमाजीआप्पांना आलेल्या पत्रात लिहिले होते, 'कै.नानांच्या पुण्यप्रतापे करून तांब्र लुटून फन्ना केला. सहा हजार फौज बुडविली. सरदार मृत्यू पावला. एकोणीस हत्ती पाडाव आले. वर्तमान ऐकोन राजश्री बहुतसे संतोषी जाले. एकनिष्ठ सेवक आहेत, त्यास श्री यश देतो ऐसे बोलले मातुश्रीबाई वगैरे सर्वांस संतोष जाहला.'

मे १७२९ मध्ये बाजीरावांनी जैतपूरच्या किल्ल्याला होणारी रसद तोडून बंगशास जेरीस आणले. किल्ल्यातील सैनिकांना अन्नधान्य मिळेनासे झाले. १०० रुपये देऊनही एक शेर कणी मिळत नव्हती. निराश होऊन बंगशाने आत्मसमर्पण केले; आणि कौल घेतला व बंगशाच्या फौजेस मराठ्यांनी धर्मवाट दिली. पावसाळा जवळ आल्यामुळे मराठे देशी जाण्यास उत्सुक होते. छत्रपती शाहूमहाराजांनी बाजीरावांना परत बोलाविलेच

होते. पेशव्यांनी २३ मे रोजी जैतपूरहून गढा-बऱ्हाणपूर मार्गाने दक्षिणेकडे प्रस्थान केले. १६ जुलै रोजी ते पुण्यास परतले. दरम्यान बंगश जैतपूर सोडून निघून गेला. एवढेच नव्हे तर बंगशाने मराठ्यांना लेखी करार करून दिला की, पुन्हा बुंदेलखंडावर चढाई करणार नाही. बंगशावर बसविलेली कोंडी एवढी जबरदस्त होती की, खुद्द बाजीरावांनाही पुढे नऊ वर्षांनी भोपाळला जेव्हा शत्रूला असाच कोंडला तेव्हा जुनी आठवण होऊन बाजीरावांनी ब्रह्मेंद्र स्वामींस लिहिले की, 'मुघलांचा अर्गानर्गा केला आहे, दाणागोटा वैरणकाडी कुलबंद जाली आहे, बंगसाचीच गत यास जाली आहे!'

बंगशाने अडविलेले जैतपूर हे मजबूत ठाणे होते; म्हणून तर एवढी फौज जवळ असताही मराठे गड लवकर सर करू शकले नाहीत. जैतपूर गडाची जागा बळकट होती. त्याचे वर्णन सुमारे सोळा-सतरा वर्षांनी पुन्हा मराठ्यांना जैतपूर गडास वेढा घालून बसावे लागले होते. त्याप्रसंगी बाळाजी बाजीराव उर्फ नानासाहेबाने त्याचे वर्णन केले आहे. नानासाहेब पेशवा मल्हारराव व राणोजी या दुकलीस लिहितो, 'जैतपूर लहान सामान्य जागा नव्हती!.... जैतपूर बांकी जागा.... आपलेकडील हजार माणोस मेले. चार हजार जख्मी झाले... शाबास तुमची आणि तुमच्या लोकांची.... मोठी गोष्ट जाहली.... तुम्हासारखे उमदे सरदार इरेस पडल्यावर जैतपूर काय आहे.'

५ मे रोजी शिंदे-होळकरांनी पेशव्यांस कळविले, 'बुंदेल्यांनी जैतपुरास जे जाला बर्कंदाज दारूगोळा बाजेसमान बहुत ठेविले. आपलेकडील हजार माणूस मेले, चार हजार जखमी झाले; आजीच किल्ला फत्ते केला.' यावर नानासाहेबाने लिहिले, 'विस्तारे लिहिले ते कळाले, श्रवण होऊन संतोष जाहला. शाबास तुमची व लोकांची, तुम्हा सारखे सरदार इरेस पडल्यावर, जैतपूरची कथा काय!' नानासाहेबांच्या या उद्‌गारावरून जैतपूरची बळकटी आणि तेथील बाजीरावांच्या विजयाचे महत्त्व यथायोग्य लक्षात येते. थोड्याच दिवसांत बंगश जैतगड सोडून निघून गेला. जाताना बंगशाने लेखी करार करून दिला की, पुन्हा बुंदेलखंडावर चढाई करणार नाही आणि पूर्वीच्याच खंडणीवर संतोष मानू. बाजीरावही १६ जुलै रोजी पुण्याला परतले. काही असो, मराठ्यांनी बुंदेलखंडातून बंगशाची पुरी उचलबांगडी केली, यात काही शंका नाही.

बुंदेलखंडाचा तिसरा हिस्सा

महंमदखान बंगशविरुद्ध बाजीरावांनी छत्रसालाला वेळेवर मदत केली. छत्रसाल वृद्ध झाला होता आणि आपल्या मुलांना मुघलांविरुद्ध पेशव्यांची कायमची मदत मिळावी या दृष्टीने छत्रसालाने बाजीरावांना आपला तिसरा पुत्र मानून आपल्या राज्याचा तिसरा हिस्सा देण्याचे मान्य केले. परंतु, छत्रसालाकडून कोणताही प्रदेश १७२९ मध्ये मिळाला नाही. छत्रसालाने प्रत्यक्षात बाजीरावांना बुंदेलखंड राज्याचा तिसरा हिस्सा देण्याविषयी

टाळाटाळ केली. एवढेच नव्हे तर मोठा मुलगा हिरदेस यास उपदेश केला की, माझ्या मृत्यूनंतर तिसरा हिस्सा देण्यास जास्तीत जास्त उशीर करावा. छत्रसालाने आपल्या राज्याचे उत्पन्नही कमी सांगितले. यात मुख्य उद्देश हा होता की, बाजीरावांना बुंदेलखंड राज्याचा कमीत कमी हिस्सा मिळावा. साठ वर्षांच्या सतत कठोर परिश्रम आणि संघर्षानंतर निर्माण झालेल्या राज्याचे तुकडे आपल्या डोळ्यांसमोर करणे छत्रसालाला योग्य वाटत नव्हते.

पेशव्यांना राज्याचा हिस्सा देण्याबाबत, वाटाघाटी करण्याबाबत छत्रसालने आपले दोन वकील हरिदास पुरोहित व आसाराम पुरोहित यांना पुणे येथे पाठविले. परंतु, बुंदेला केसरी छत्रसालाचे निधन ४ डिसेंबर १७३१ रोजी पन्ना येथे झाले. त्या वेळी त्याचे वय ८२ वर्षांचे होते. त्यामुळे वाटाघाटी होऊ शकल्या नाहीत व दोघेही बुंदेलखंडात परत आले. बाजीराव पेशव्यांनी मुधोजी हरी यास हिरदेसाशी राज्याचा तिसरा हिस्सा देण्याबाबत बोलणी करण्याकरिता पन्ना येथे पाठविले. मुधोजीबरोबर आसाराम व हरिदास पुरोहित हे छत्रसालाचे वकीलही होते. मुधोजीबरोबर सैन्यही देण्यात आले होते. नोव्हेंबर १७३२ मध्ये चिमाजीआप्पांना सैन्य देऊन बुंदेलखंडात पाठविले.

बुंदेलखंड प्रकरणावर भाष्य करताना रियासतकार म्हणतात, हे एकंदर प्रकरण म्हणजे मराठे व राजपूत यांचे मुघल बादशाहीविरुद्ध धर्मयुद्धच होय. लोकभावनेत तरी बाजीरावाला हिंदूंचा पुरस्कर्ता हे नाव मिळाले. एकाच स्वारीत जगड्व्याळ विजय दोघा बंधूंनी मिळविल्यामुळे शाहूमहाराजांना एवढी धास्ती निर्माण झाली की, त्यांनी ताबडतोब त्या दोघा बंधूंना साताऱ्यास बोलावून घेतल्याचेही रियासतकार सांगतात.

चिमाजीआप्पांचे बुंदेलखंडात प्रयाण आणि सव्वादोन लाखांची प्रदेश प्राप्ती

चिमाजीआप्पांचा बुंदेलखंडात जाण्यामागे मुख्य उद्देश छत्रसालाने दिलेल्या वचनाप्रमाणे राज्याचा तिसरा हिस्सा प्राप्त करणे हा होता. ११ नोव्हेंबर १७३२ रोजी चिमाजीआप्पा सैन्य घेऊन भासली, नरसापूर, मेहुणवार, खांडवा, सुहागपूर, टेंभुर्णी मार्गाने बुंदेलखंडात आले आणि २४ डिसेंबर १७३२ रोजी हिरदेनगर येथे पोहचले. चिमाजीआप्पांबरोबर गोविंद बल्लाळ खेर, बाजी भिवराव रेटरेकर होते. चिमाजीआप्पांनी गोविंद पंतांवर पन्ना नरेश हिरदेसाह आणि जैनपूर नरेश जगतराज याजकडून बुंदेलखंडातील तिसरा हिस्सा प्राप्त करण्याची जबाबदारी सोपविली. चिमाजीआप्पांनी गोविंदपंतांच्या मार्फत जगतराज आणि हिरदेसाह यांजबरोबर बोलणी केली. चिमाजीआप्पांनी हिरदेसाह याजकडून सव्वा लाखांची जहागीर आणि राजगडचा किल्ला व जैनपूरचा राजा याजकडून एक लाखाची जहागीर प्राप्त केली. अशा प्रकारे १७३३ च्या सुरुवातीस एकूण सव्वा दोन लाख रुपये उत्पन्नाचा मुलूख आणि राजगडचा किल्ला देण्याबाबत करार झाला. सव्वा

दोन लाखांच्या करार प्रकरणी हरिदास पुरोहित आणि आसाराम मध्यस्थ होते. कराराप्रमाणे वसुली कमी झाली तर उरलेली रक्कम हिरदेसाह आणि जगत्राज यांनी भरावयाची होती. मराठे उत्तरेकडे आक्रमण करतील तर जगत्राज आणि हिरदेसाह यांनी आपल्या सैन्यासह मराठ्यांना मदत करावयाची होती. जिंकलेला अर्धा प्रदेश मराठ्यांना आणि अर्धा दोनभावांना मिळण्याचे ठरले. प्राप्त झालेल्या सव्वादोन लाखांच्या जहागिरीची व्यवस्था आणि वसुलीचे काम करण्याकरिता चिमाजीआप्पांनी गोविंदपंत बल्लाळ उर्फ गोविंदपंत बुंदेले यांना जानेवारी १७३३ मध्ये नेमले.

हिरदेसाहचा दिवाण हिंमतराय आणि सेनापती किसनसिंग चिमाजीआप्पांच्या मदतीला आले. चिमाजीआप्पांनी ओर्च्छाचा राजा रामचंद्रवर आक्रमण करून त्याला चौथ देण्यास भाग पाडले. चिमाजीआप्पा सैन्यासह मे १७३३ मध्ये पुण्यास परतले. याविषयी बोलताना रियासतकार म्हणतात, 'एकंदरीत अनेक सत्ताधीशांची गुंतागुंतीची राजकारणे चालल्यामुळे या स्वारीत चिमाजीच्या हातून तडकाफडकी लाभांश जरी झाला नाही तरी त्याने गोडीने बोलून उत्तरेतील मराठी अंमलास नेट आणला. समरंगणावर विजय ताबडतोब मिळविता येतो पण त्याचे प्रत्यक्ष फायदे पदरात पडण्यास वाटाघाटी व राजकारणे यांना विलंब कसा लागतो याचे उदाहरण ही स्वारी होय.'

बुंदेलखंडात मुधोजी हरी आणि गोविंद बल्लाळ खेर हे ससैन्य होते. जगत्राजाने पेशव्यांना दिलेला एक लाखांचा (उत्पन्नाचा) प्रदेश कमी सुपीक असल्याने आणि त्यात बंडखोर लोक असल्याने त्या प्रदेशात अंमल बसविणे मुधोजी आणि गोविंदपंत यांना कठीण झाले. त्यातच दुष्काळ पडल्याने वसुली झाली नाही व त्यामुळे मुधोजीला आपल्या सैन्याला पगार देता आला नाही. तेव्हा गोविंदपंतांनी हिरदेसाह आणि त्याचा मंत्री हिंमतराव याची भेट घेऊन जहागिरीबाबत तक्रार केली. तेव्हा हिरदेसाह आणि जगत्राजचे म्हणणे असे होते की, जर त्यांनी दिलेली जहागिरी जर त्यांना (गोविंदपंतांना) योग्य वाटत नसेल तर दोन लाख वार्षिक नगदी देण्यास ते तयार आहेत. परंतु, नगदी रक्कम घेण्यास पेशव्यांनी नकार दिला. ओर्च्छावरील मराठ्यांचे आक्रमण जगत्राजाला आवडले नाही; कारण ओर्च्छाचा राजा जगत्राजाचा नातलग होता; म्हणून जगत्राज मराठ्यांना प्रदेश देण्याचे टाळत होता; तरी गोविंदपंतांनी १७३४ मध्ये पन्नास हजार रुपये वसूल करून ३ जुलै १७३४ रोजी पेशव्यांकडे पाठविले.

पिलाजी जाधवाचे बुंदेलखंडात प्रयाण

१७३४ च्या नोव्हेंबर महिन्यात बाजीरावांनी पिलाजी जाधव आणि पुत्र बाळाजी बाजीराव उर्फ नानासाहेब यांचेबरोबर सैन्य देऊन उत्तरेकडे पाठविले. त्यांनी २८ डिसेंबर रोजी नर्मदा नदी ओलांडली. ओर्च्छा राज्यातील अमोला या ठिकाणी १५ जानेवारी १७३५ रोजी पिलाजी जाधव पोहोचला. तेथून कुरई आणि झाशीकडे निघाला. या वेळी

पन्ना येथील राजा हिरदेसाह आपले सैन्य देऊन पिलाजी जाधवला सामील झाला. पिलाजी जाधवाने वजीर कमरूद्दीन खानास १३ फेब्रुवारी १७३५ रोजी जेरीस आणले. पिलाजी जाधव बुंदेलखंडात येऊन बायकामंडळींसह ५ जून रोजी पुण्याला परतला. परंतु, कमरूद्दीन खानाचे सैन्य बुंदेलखंडात असल्यामुळे गोविंदपंतांना १७३४ च्या ऑगस्ट महिन्यानंतर वसुली करताना त्रास झाला. याही आक्रमणात बुंदेलखंडाचा प्रदेश पेशव्यांना मिळाला नाही.

बाजीरावांचे उत्तरेकडे प्रयाण

माळव्याची सनद आणि बुंदेलखंडात मराठ्यांची सत्ता मजबूत करणे या दृष्टीने ८ ऑक्टोबर १७३५ रोजी बाजीराव, राणोजी शिंदे, मल्हारराव होळकर सैन्यासह उत्तरेकडे गेले. १८ ऑक्टोबर १७३५ रोजी गोविंदपंतांना पालखीचा मान आणि बुंदेलखंडाच्या खंडणीतून ७५० रुपये नेमणुकीचे पत्र देण्यात आले. बाजीराव पेशव्याच्या दिल्ली आक्रमणाच्यावेळी आपले जड सामान आणि बुणगे, पुत्र जनार्दन, बाजी भीवराव रेठरेकर यांना जगतराज आणि हिरदेसाह बुंदेलाबरोबर देऊन बुंदेलखंडात पाठविले. परंतु, प्रदेशाची प्राप्ती झाली नाही.

आणखी पावणेतीन लाखांची जहागिरीची प्राप्ती आणि करार

बाजीरावांनी भोपाळ येथे निजामाला जेरीस आणून ७ जानेवारी १७३७ रोजी दोराहसराईचा तह करण्यास भाग पाडले. या तहाने माळवा आणि चंबळ-नर्मदा नद्यांमधील प्रदेश (बुंदेलखंड) या दोन सनदा आणि ५० लाख रुपये बादशहाकडून प्राप्त करून देऊ असे निजामाने वचन दिले. बाजीरावांनी अहिरवाडा जिंकून सागरजवळ कुरवाईस मोर्चे लावले. याच ठिकाणी हिरदेसाह आणि जगतराज यांनी बाजीरावांची भेट घेतली आणि कुरवाई जून १७३८ मध्ये जिंकल्यानंतर १२ जुलै १७३८ रोजी पेशवा बाजीराव आणि पन्नाचा राजा हिरदेसाह यांच्यामध्ये करार झाला. या करारानुसार पावणेतीन लाखांची जहागीर हिरदेसाहकडून बाजीरावांना प्राप्त झाली. म्हणजे पूर्वीची सव्वादोन लाखांची आणि आत्ताची पावणेतीन लाखांची म्हणजे पाच लाखांची जहागीर बाजीरावांना जुलै १७३८ मध्ये मिळाली. त्याचबरोबर धामोणीचा किल्लाही प्राप्त झाला. या करारानुसार बुंदेलखंडाचे मुघलांच्या आक्रमणापासून संरक्षण करण्याची हमी पेशव्याने घेतली आणि मराठ्यांच्या मुघलांविरुद्धच्या स्वारीत पन्ना नरेश हिरदेसाह याला मदत करावी, असे ठरले. बुंदेलखंडाचे उत्पन्न एक कोटी असेल (छत्रसालाच्या मतानुसार) तर तिसरा हिस्सा तेहतीस लाखांपैकी फक्त पाच लाख उत्पन्नाचा मुलूख बाजीराव पेशव्यांना १७३८ मध्ये प्राप्त झाला. तेव्हा उरलेले २८ लाख रुपये उत्पन्नाचा मुलूख पेशव्यांना मिळाला नाही. १७३८ च्या तहानंतर एका वर्षात पन्ना नरेश हिरदेसाह १७३९ मध्ये मरण पावला.

त्याचा मोठा मुलगा सभासिंग पन्नाच्या गादीवर बसला. पुढे अल्पावधीतच १७४० मध्ये बाजीरावांचे निधन झाले. बाजीरावाला आपल्या हयातीत बुंदेलखंडाचा तिसरा हिस्सा तेहतीस लाख उत्पन्नांपैकी फक्त ५ लाख उत्पन्नाचा प्रदेश मिळाला.

नानासाहेब आणि बुंदेलखंड

छत्रसालाकडून बाजीरावांना मिळालेल्या आश्वासनानुसार उरलेला प्रदेश आपल्या अधिकारात आणण्याच्यादृष्टीने नानासाहेब बुंदेलखंडात १ डिसेंबर १७४१ रोजी पिलाजी जाधव, महादबा पुरंदरे, बाजी भीवराव रेठरेकर यांना घेऊन निघाले. १७४२ मध्ये खुद्द पेशव्यांनी आपला मुक्काम बुंदेलखंडात ठेवला आणि तेथे आपली सत्ता मजबूत करण्याची पहिली मूर्त योजना आखली. उत्तरेकडे जालवण, चुरखी, गुलसराई या प्रदेशात मराठ्यांची सत्ता नानासाहेबांनी प्रस्थापित केली. तथापि, नानासाहेबांच्या प्रत्यक्ष बुंदेलखंडातील मुक्कामातूनही बुंदेलखंडाचा तिसरा हिस्सा मिळाला नाही.

नानासाहेबांचे बुंदेलखंडात आगमन – १७४५

बुंदेलखंडातील उरलेला हिस्सा प्राप्त करण्यासाठी नानासाहेबांनी बुंदेलखंडात जाण्याचा निश्चय केला. २० नोव्हेंबर १७४४ रोजी नानासाहेब पिलाजी जाधव, जयाजी शिंदे, मल्हारराव होळकर यांच्यासह सैन्य घेऊन पुण्याहून निघाले आणि ११ मार्च १७४५ रोजी भोपाळ नबाब यार महंमद याचा पराभव करून भेलसावर मराठ्यांनी आपला अधिकार स्थापन केला. भेलसाहून एप्रिलमध्ये नानासाहेब चंदेरी येथे येऊन राजा मानसिंगाकडून ७० हजार वार्षिक खंडणी वसूल करून रामनगर, उमलिया, सराई सिद्धपूर, गडरोली व फतियाबाद ही गावे राजाकडे ठेवून उरलेला प्रदेश पेशवे सरकारांनी आपल्या अधिकारात घेतला.

सभासिंग आणि जगतराज यांच्याबरोबर नानासाहेबांचा करार

नानासाहेब तिसरा हिस्सा प्राप्त करण्यासाठी जून १७४५ पर्यंत बुंदेलखंडातच राहिले. ओच्छा राज्यात ते १६ एप्रिल ते १७ जून पर्यंत होते. नंतर कलेगांव, पुनोद, वीर, सागर, खकोरा, जतारा येथून १५ जून रोजी नानासाहेब सैन्यासह खेमलासे येथे आले व १६ जून रोजी कुरवाई येथे पोचले. तेव्हा नानासाहेबांनी मल्हारराव होळकर आणि जयाजी शिंदेंमार्फत सभासिंग आणि जगतराजाशी बुंदेलखंडाचा तिसरा हिस्सा देण्याबाबत बोलणी केली. तेव्हा छत्रसालाचा नातू पन्नाला नरेश सभासिंगाने २० जून १७४५ रोजी नानासाहेब पेशव्यांबरोबर करार केला व पन्नाला राजाच्या उत्पन्नाचा २५% हिस्सा देण्याचे मान्य केले; तसेच जगतराजानेही आपल्या जैतपूर राज्याच्या उत्पन्नाचा २५% देण्याचे मान्य केले.

जैतपूरवर आक्रमण – एप्रिल १७४६

जगत्राजाने करार केल्यानंतरही २५% उत्पन्नाचा मुलूख आणि खंडणी न दिल्याने जयाजी शिंदेंनी एप्रिल १७४६ मध्ये जगत्राजाची राजधानी जैतपूरवर आक्रमण केले. जैतपूरचा किल्ला बुंदेलखंडात मध्यवर्ती ठिकाणी महोबाच्या पूर्वेकडे आणि उत्तरेकडे झाशीपासून ६७ मैलांवर आहे. जयाजी शिंदे सैन्य घेऊन जैतपूरवर चालून आले असताना जगत्राज आणि सभासिंग दोघेही डांग प्रदेशात पळून गेले. जैतपूरच्या प्रदेशात सैन्य, दारूगोळा व अन्न-धान्य असल्याने जयाजी शिंद्यांनी २० एप्रिल रोजी किल्ल्याला वेढा दिला. बाहेरून बुंदेल्यासैन्याच्या दबावामुळे जयाजीने मदतीसाठी मल्हारराव होळकरांना सैन्य घेऊन बोलाविले. जायाजी बरोबर नारो शंकर, लक्ष्मण राणे, गोविंद बल्लाळ हे होते. मल्हारराव सैन्यासह तांडा, पावागड, डोंगरगडच्या बाजूने स्वारी आटोपून २६ एप्रिलला जैतपूर येथे जयाजीला सामील झाला. मल्हाररावाने बुंदेल्यांच्या महत्त्वाच्या ठाण्यांवर सैन्याच्या तुकड्या पाठवून बुंदेल्यांचा मोड केला. जैतपूर किल्ला दोन सुरुंग लावून उडविला. जयाजीने विशेष पराक्रम आणि परिश्रम केल्याने ५ मे रोजी जैतपूरच्या किल्ल्यावर मराठ्यांचा अधिकार प्रस्थापित झाला. या युद्धात मराठ्यांकडील १ हजार माणसे मेली, ४ हजार माणसे जखमी झाली. किल्ला लक्ष्मण शंकर दाणीच्या स्वाधीन करण्यात आला. बुंदेल्यांच्या सैन्याला चारहीबाजूंनी वेढण्यात येऊन रसद बंद केल्यानंतरच बुंदेले तह करण्यास तयार झाले. तहाची बोलणी करण्याकरिता जगत्राजाकडून बाला सुकदेव, कृष्णसिंग, रायाराव आणि सभासिंगाकडून हंसराज बक्षी आणि इतर एक-दोन माणसे आली. बाकी १५ लक्ष रुपये आणि वार्षिक २१ लक्ष रुपये असे एकूण ३६ लक्ष रुपये नगदी देण्यास तयार झाले. रक्कम मिळेपर्यंत बुंदेले राजांनी आपली दोन मुले ओलीस ठेवावी असेही ठरले. जेव्हा ओलीस ठेवण्यासाठी दोन राजकुमारांना आणण्यासाठी सैन्य पाठविले तेव्हा बुंदेल्यांनी राजकुमारांना सोपविण्याचे टाळले; आणि अन्न-धान्य व मिठाची मागणी केली. तेव्हा करार पूर्ण झाल्यावर अन्न-धान्य देण्यात येईल असे मराठ्यांनी सांगितले. बुंदेले राजांना ओर्च्छा राजांप्रमाणेच आपली गत होईल ही भीती वाटल्यामुळे जगत्राज आणि सभासिंग, कालिंजर आणि अजयगडकडे पळून गेले. तेव्हा त्यांचा पाठलाग करण्यात आला. घोडे, हत्ती, उंट व लूट मराठ्यांच्या हाती आली. तेव्हा बुंदेल्यांचे पूर्ण पारिपत्य करण्यासाठी पावसाळ्यात मल्हारराव आणि जयाजी शिंदे यांनी आपल्या सैन्याचा तळ कालिंजरजवळ दिला. जयाजीने सर्व मुलखाची जप्ती केली.

या युद्धात गढाकोटाचा राजा पृथ्वीसिंह (सभासिंहाचा धाकटा भाऊ) याने मराठ्यांना मदत केली. पृथ्वीसिंहाबरोबर विठ्ठल शिवदेव, गोविंद हरी, अंताजी माणकेश्वर, धोंडो दत्तात्रेय यांच्या बरोबर सैन्य पाठवून मराठ्यांनी अधिकार स्थापन केला. पृथ्वीसिंहाला

वार्षिक खंडणीत २१ हजारांची सूट देण्यात आली. साबाजी शिंदे, ज्योताजी भोसले, राणोजी जांभुळकर, संताजी वाघ, खराडे यांचेबरोबर सैन्य पाठवून हमीरपूर, पडवारी, जलालपूर या जैतपूर राजाच्या ठाण्यावर मराठ्यांनी स्वामित्व मिळविले. पेशव्यांनी ७ जून १७४६ रोजी जयाजी आणि मल्हारराव यांना शाबासकीचे पत्र पाठविले. त्या पत्रात म्हटले होते, 'बुंदेल्यांनी जैतपुरास जेजाला बर्कराज दारूगोळा बाजेसामान बहुत ठेविला. आपलेकडील हजार माणूस मेले, चार हजार जखमी झाले, आजीच किल्ला फत्ते केला म्हणून विस्तारे लिहिले. ते कळाले. श्रवण होऊन संतोष जाहला. शाबास तुमची व लोकांची! तुम्हांसारखे उमदे सरदार इरेस पडल्यावर जैतपूरची कथा काय!'

नानासाहेबास तिसरा हिस्सा प्राप्त झाला

जयाजी शिंदे आणि मल्हारराव होळकर यांनी जैतपूर राज्याची बरीच ठाणी जिंकल्यामुळे जैतपूर नरेश जगत्राज आणि पन्ना नरेश सभासिंग यास बुंदेलखंडाचा तिसरा हिस्सा देणे भाग पडले. छत्रसालाने आपल्या राज्याचा तिसरा हिस्सा बाजीराव पेशव्यांना देण्याचे वचन दिले होते, परंतु आपल्या हयातीत त्याने काहीच दिले नाही. इतकेच नव्हे तर आपल्या दोन्ही मुलांना पन्नाचा राजा हिरदेसाई आणि जैतपूरचा राजा जगत्राज यास अंतःस्थ सूचना केली होती की, मराठ्यांना बुंदेलखंडाचा तिसरा हिस्सा देण्यास विलंब करावा; त्यामुळे बाजीरावांच्या आणि चिमाजीआप्पांच्या कारकिर्दीत १७३८ पर्यंत फक्त ५ लक्ष उत्पन्नाचा प्रदेशच पेशव्यांना मिळाला. छत्रसालाने वचन दिल्याप्रमाणे तिसऱ्या हिश्श्याचा उरलेला भाग प्राप्त करण्याकरिता पेशव्यांना दोनदा बुंदेलखंडावर चालून जावे लागले. इतकेच नव्हे तर जैतपूरवर आक्रमण करावे लागले. तेव्हा जयाजी शिंदे आणि मल्हारराव होळकर यांच्या परिश्रम व पराक्रमामुळे बहुतेक सर्व प्रदेश सैन्याच्या जोरावर प्राप्त केल्यानंतर जगत्राज आणि सभासिंगाकडून तिसरा हिस्सा नानासाहेब पेशव्यांना १७४७ मध्ये मिळाला. तोही ३३ लाख रुपये उत्पन्नाचा नव्हे तर ३१ लाख २३ हजार ८१६ रु. उत्पन्नाचा!

सारांश

महंमदखान बंगशाच्या विरुद्ध छत्रसालाला मदत करण्यासाठी बाजीराव बुंदेलखंडात गेले. त्यांच्याबरोबर चिमाजीआप्पाही गेले. त्यांनी ओर्च्छा, दतिया वगैरे राज्यांवर खंडण्या बसविल्या व वसूल केल्या. एकंदरीत अनेक सत्ताधीशांची गुंतागुंतीची राजकारणे चालल्यामुळे बुंदेलखंड प्रकरणात चिमाजींच्या हातून तडकाफडकी लाभांश जरी झाला नाही तरी त्यांनी गोडीने वागून उत्तरेतील मराठी अंमलास नेट आणिला. मात्र, बाजीरावांना तिसरा पुत्र मानून छत्रसालाने बुंदेलखंडाचा तिसरा हिस्सा म्हणजे ३३ लाख रु. उत्पन्नाचा प्रदेश थोरल्या बाजीरावांना दिला, हे म्हणणे मात्र नवीन साधनांच्या आधारे टिकत नाही.

उलट, छत्रसालाने दिलेले वचन पूर्ण करून घेण्यासाठी बाजीराव आणि त्यांचा पुत्र बाळाजी बाजीराव उर्फ नानासाहेब पेशवे यांना केव्हा युद्ध करून तर कधी गोडीगुलाबीने बोलणी करून टप्प्याटप्प्याने बुंदेलखंडाचा हिस्सा प्राप्त करून घ्यावा लागला अशीच इतिहासाची साक्ष आहे.

रियासतकार सरदेसाई बुंदेलखंड प्रकरणावर भाष्य करताना म्हणतात, 'हे एकंदर प्रकरण म्हणजे मराठे व रजपूत यांचे मुघल बादशाहीविरुद्ध धर्मयुद्धच होते. लोकवार्तेत तरी बाजीरावाला हिंदूंचा पुरस्कर्ता हे नाव मिळाले.' तथापि, डॉ. व्ही. जी. दिघे म्हणतात, 'जयपूर, जोधपूर, उदेपूर, बुंदेले यांच्याकडे चौथ सरदेशमुखीची मागणी करावयाची व राजेरजवाड्यांनी याबाबत खळखळ करावयाची; हे काय मैत्रीचे द्योतक का हिंदू संघटनेचे? सर्व राजेरजवाड्यांनी मैत्रीच्या नात्याने त्यांचा संघ बनविला आहे. त्यांनी मिळून पातशाहीचा कारभार कोणत्या धोरणावर चालवावयाचा आहे, परस्परांचे संबंध कसे असावे यासंबंधीचे विवेचन तत्कालीन कागदपत्रांत मिळत नाही तोपर्यंत बाजीराव पेशव्यांच्या हिंदूधर्माच्या आस्थेबद्दल मुग्धता पाळलेली बरी. गोब्राह्मणप्रतिपालक, काशीप्रयाग तीर्थे सोडविणे या निव्वळ घोषणा होत. सर्व हिंदू सत्ताधीशांची मुसलमानांच्याविरुद्ध एकजूट असल्याचा देखावा अठराव्या शतकात तरी दिसत नाही.'

सदाशिव आठवले म्हणतात, 'मराठे हिंदूंच्या रक्षणासाठी कटिबद्ध होते, असे म्हणावे तर तिचा अर्थ समजणे कठीण आहे. मराठ्यांच्या स्वाऱ्यांमुळे हिंदूप्रजाही त्रस्त होत होती.'

डॉ. व्ही. एस. कदम यांनीही रियासतकारांच्या हिंदू पदपातशाहीच्या धोरणाला 'लंगडे समर्थन' असे म्हटले आहे.

प्रा. सदाशिव आठवले आणखी एके ठिकाणी त्यांच्या लेखनात बुंदेलखंड प्रकरणावर भाष्य करताना म्हणतात, 'एकंदरीत संपूर्ण बुंदेलखंड मराठ्यांच्या अंमलाखाली आला नसला, तरी काही भागांवर त्यांची स्पष्ट मालकी तर उरलेल्या भागावर राजकीय वर्चस्व प्रस्थापित झाले यात शंकाच नाही. बाजीरावाने सोडून दिलेले राजकारण त्याच्या पुत्राने बाळाजी बाजीराव उर्फ नानासाहेबाने चार पावले पुढे नेले, एवढे निश्चित म्हणता येईल.'

डॉ. दिघे लिहितात, 'शिवाजी जर स्वराज्यसंस्थापक तर बाजीरावास साम्राज्य संस्थापक म्हणावयास हरकत नाही. स्वकीयांचा विरोध, दरबारी अडथळे, निजामाची कारवाई या सर्वांस तो पुरून उरला. माळवा, बुंदेलखंडात या पुरुषाने मराठ्यांची सत्ता प्रस्थापित केली. पानिपतच्या पराभवानंतर पंजाब, अकबराबाद व दुआब यांतून मराठे मागे हटले पण माळवा, बुंदेलखंडात कायम राहिले यातच बाजीरावाने उभारलेल्या स्थैर्याची साक्ष आहे.'

एकंदरीत माळव्यात राजाराममहाराजांच्या काळात मराठ्यांच्या विस्तारवादाला सुरुवात झाली. तेथे पेशव्यांनीच जम बसविला; तर बुंदेलखंडात पेशवे, बाजीराव आणि चिमाजीआप्पांनी राजकारण सुरू केले. बाजीरावांच्या मुलाने बाळाजी-बाजीराव उर्फ नानासाहेब पेशव्यांनी ते पूर्णत्वास नेले. बाजीरावांच्या बरोबरीने वरील तीनही ठिकाणी कमी-अधिक फरकाने चिमाजीआप्पांनी कामगिरी करून दाखविली; म्हणून वरील दोन्ही भागात मराठ्यांच्या विस्ताराला गती आली. मराठ्यांच्या प्रदेशविस्ताराचा विचार करताना चिमाजीआप्पांच्या उल्लेखाशिवाय ती प्रकरणे पूर्ण होऊ शकत नाहीत असेच इतिहास सांगतो.

४ गुजरात आणि राजपुतान्यातील कामगिरी

कच्छ, सौराष्ट्र, काठेवाड आणि गुजरात हे प्रदेश मिळून सध्याचे गुजरात बनले आहे. याच्या वायव्येस पाकिस्तान, उत्तरेस व ईशान्येस राजस्थान, पूर्वेस माळवा व धुळे जिल्हा (महाराष्ट्र) आणि पश्चिमेस अरबी सागर आहे.

या प्रदेशाचे तीन नैसर्गिक प्रदेश आहेत – १) किनाऱ्यावरील प्रदेश रेती व लवणे यांनी व्यापलेला आहे. दक्षिणेकडील भागात दलदल पसरलेली आहे. या भागात गवत चांगले वाढते आणि ऊस व कापूस ही पिकेही भरघोस येतात. गुजरातला एक हजार मैल लांबीचा समुद्र किनारा लाभलेला असून प्राचीन काळी या बंदरातून दूरदेशी मोठा व्यापार चालत असे. २) हा विभाग मैदानी प्रदेशाचा आहे. दक्षिणेकडे सुरतेजवळ फक्त १५ मैल रुंद आहे; पण उत्तरेकडे हळूहळू वाढत जातो. हा सपाट भूभाग साबरमती, मही, बनारस, सरस्वती, नर्मदा या नद्यांमुळे फार सुपीक बनलेला आहे. शिवाय मच्छू, भादर, शेमुंजी, दमणगंगा या लहान लहान नद्यांनीही दमणला समृद्ध केले आहे. ३) अरवली, विंध्य, सातपुडा व सह्याद्री यांच्या रांगा या भागात येतात. या पर्वतांच्या कुशीतून वाहणारे असंख्य जलौघ गुजरातमधील नद्यांना जल प्रदान करतात. या भागात विपुल व अनेक दुर्गम गिरीशिखरे आहेत.

गुजरातमध्ये सर्वसाधारणपणे ७५ ते १२५ सेंमी. पाऊस पडतो. हा प्रदेश कृषिप्रधान असून गहू, तांदूळ, ज्वारी व कापूस ही येथील मुख्य पिके आहेत. खनिज संपत्तीही या प्रदेशात विपुल प्रमाणात सापडते. अशा या संपन्न प्रदेशात प्राचीन काळी आणि अर्वाचीन काळातही बराच चांगला-वाईट इतिहास घडत आला आहे.

१३०० पर्यंत गुजरातमध्ये हिंदू राजवट होती. तथापि, त्यावर्षी अल्लाउद्दीनने ती

संपुष्टात आणली. त्यानंतर ४०० वर्षे तेथे मुसलमानी अंमल होता. १५७३मध्ये अकबराने गुजरात जिंकून तो मुघल राज्याचा एक सुभा बनविला. तेव्हापासून १८५ वर्षे राजघराण्यातील सुभेदार व ठाणेदार यांच्यामार्फत गुजरातवर मुघलांचे राज्य होते. याच कालखंडात १५०० नंतर पोर्तुगीज लोकांनी गुजरातच्या किनाऱ्यावरील दीव, दमण वगैरे ठाणी काबीज केली. अशा या गुजरातशी मराठ्यांचा प्रथम संबंध आला तो स्वराज्यसंस्थापक शिवछत्रपतींनी केलेल्या सुरतस्वारीनिमित्त!

६ जानेवारी १६६४ ते १० जानेवारी १६६४ या काळात दस्तुरखुद्द शिवाजीमहाराजांसह मराठ्यांनी सुरतेवर स्वारी केली. महाराज सुरतेवर चालून गेले याचे कारण म्हणजे महाराजांना औरंगजेबाला धडा शिकवावयाचा होता. त्याने मराठ्यांवर जे युद्ध लादले होते त्याचा खर्च वसूल करावयाचा होता. त्यासाठी सुरत हेच योग्य ठिकाण होते; कारण ते त्या काळातील अतिशय श्रीमंत शहर होते; पण त्याचबरोबर त्यास भक्कम तटबंदी नव्हती. ही सर्व माहिती महाराजांनी अचूक मिळविली आणि सुरतेवर मोहीम काढली. महाराजांनी १ जानेवारी १६६४ रोजी स्वारीकरिता नाशिक सोडले आणि ५ जानेवारी रोजी ते सुरत शहरापासून २८ मैलांवर असलेल्या गणदेवी या ठिकाणी पोहोचले. तेथे आल्यावर त्यांनी सुरतेचा सुभेदार इनायतखान व इतर व्यापारी यांच्याकडे खंडणीची मागणी करण्यासाठी दूत पाठविले. ती मागणी धुडकावली तेव्हा महाराजांनी सुरतलुटीची आज्ञा आपल्या लोकांना दिली. त्यांनी सतत चार-पाच दिवस दि. ६ ते १० जानेवारी १६६४ पर्यंत सुरत अक्षरश: लुटली. या चार दिवसांत महाराजांना नेमकी किती संपत्ती मिळाली याविषयी इतिहासकारांच्यात मतभेद आढळतात. रियासतकारांच्या मतानुसार प्राचीन काळापासून संपत्तीचे माहेरघर असे ते दोन लाख अठरा पगड वस्तीचे शहर मुघली फौजेस दाद लागण्यापूर्वीच शिवाजीने सावकाशपणे पाच दिवसांपर्यंत लुटून सुमारे पाऊण कोटींची मालमत्ता लांबविली.

वा. सी. बेंद्रे यांच्या मतानुसार, 'या लुटीमुळे मुघल व आदिलशहाबरोबर झालेल्या झगड्याचा खर्च वसूल झाला शिवाय पुढील एक-दोन वर्षांच्या खर्चालाही साह्य झाले.'

सुरत प्रकरणावर मत व्यक्त करताना सेतु माधवराव पगडी म्हणतात, 'महाराजांचे हे कर्तृत्व (सुरत स्वारी) पाहून मन थक्क होते; म्हणजे असा एखादा मनुष्य होऊन गेला अशी कल्पना करणेसुद्धा अशक्य होते.'

आइनस्टाइनने जसे महात्मा गांधींच्याबद्दल उद्गार काढले, 'Generations to come, it may well be, will scarce believe that such a man as this one ever in flesh and blood walked upon the Earth.,' त्याचप्रकारे महाराजांबद्दल म्हणावेसे वाटते.

डॉ. जयसिंगराव पवार यांनी या प्रकरणावर जो अभिप्राय व्यक्त केला आहे तो जास्त सयुक्तिक वाटतो. ते म्हणतात, 'या प्रकरणाचे महत्त्व केवळ संपत्तीच्या संख्येत नाही तर मुघलांच्या बेइज्जतीत होते. पश्चिम किनाऱ्यावरील अत्यंत संपन्न शहर लुटून महाराजांनी औरंगजेबाची बेइज्जत केली होती व त्याचबरोबर आपली इज्जत वाढविली होती. यामध्येच या स्वारीचे खरे महत्त्व आहे.'

या सर्वांपेक्षा थोडेसे वेगळे मत शिवाजींच्या चारित्र्याविषयी देताना प्रा. सदाशिव आठवले म्हणतात, 'एका परमुलखात लूट करणे आणि परकीयांच्या रयतांना पीडा देणे आणि लुटणे हे शिवाजीच्या राजनीतीला वर्ज्य नव्हते; तरी या प्रकारातही जेवढी माणुसकी दाखविणे शक्य आहे, तेवढी दाखविण्याविषयी तो दक्ष असे आणि म्हणूनच सुरतेच्या लुटीसारख्या प्रकरणातही शिवाजींचे व्यक्तिमत्त्व आणि चारित्र्य कुठेही डागाळलेले दिसत नाही.'

रियासतकार म्हणतात, 'सुरत हे व्यापाऱ्याच्या योगाने धनसंपन्न झालेले शहर मुघल सरकाराची पश्चिमेकडील राजधानीच होती. मक्केच्या यात्रेकरूंची ने-आण या सुरतेतूनच केवळ धार्मिक भावनेतून बादशहा करी. असे हे शहर लुटून शिवाजीला बादशहावर सूड उगवावयाचा होता. करा कसा तो सुरतेचा बचाव! अशा प्रकारचे आव्हानच शिवाजीने बादशहाला या प्रसंगी दिले.'

मराठ्यांच्या आरमारानेही यावेळेस पुष्कळ चांगले काम केले. खंबायतच्या आखातापर्यंत शिवरायांची जहाजे पोहचली आणि मुसलमान यात्रेकरूंना घेऊन मक्केस जात असलेल्या मुघल जहाजांवर हल्ला चढविला. यात्रेकरूंपासून चांगली रक्कम घेऊन त्यास नंतर सोडून दिले. पुढील दोन वर्षे नेताजी पालकर मुघलांच्या मुलखात सारखा नाचत होता.

छत्रपती शिवाजीमहाराजांची सुरतेवर दुसरी स्वारी (ऑक्टोबर १६७०)

महाराजांच्या लक्षात सुरतेची संपत्ती होती. तिचा विनियोग स्वराज्याच्या कामी करण्याची संधी पुन्हा ऑक्टोबर १६७० मध्ये लाभली. सुलतान मुअज्जम (औरंगजेबाचा मुलगा) याचे शिवाजीमहाराजांशी संगनमत होते. त्याने सुरतेचा सुभेदार मरण पावताच तेथील शिबंदी काढून घेतली. शिवाजीमहाराजांना ही बातमी समजताच महाराज पंधरा हजार स्वारांसह सुरतेच्या वेशीवर येऊन धडकले. त्यांच्याबरोबर त्या वेळी बहुतेक मोठे सरदार होते. ते सर्व सुरतेत शिरले. मराठ्यांनी जाळपोळ व लूट केली; पण कोणी विरोध केला नाही. मराठ्यांनी शहरी तटाला वेढा दिला. जवळ-जवळ निम्मे शहर जाळून टाकले.

शिवरायांच्या या सुरतेवरील धडकेची धडकी व्यापाऱ्यांना एवढी बसली होती की, मराठ्यांचा मुक्काम ३५ मैलांवरील पेठगावी आहे असे कळले तेव्हा पुन्हा त्यांची

धाड येईल या भीतीने लगेच सगळीकडे पळापळी होऊन शहर सामसूम झाले. वारंवार खोट्या हुली उठत त्यामुळे लोक संशयग्रस्त व गोंधळलेले राहिले; त्यातून शिवरायांचा तळ ३५ मैलांवरच राहिल्यामुळे केव्हाही ते येऊन पोहोचतील ही धास्ती म्हणून सुरतेचा व्यापार कायम बसला.

पुढील साली (सन १६७१) शिवाजीमहाराजांचा पेशवा मोरोपंत पिंगळे याने बागलाणातील किल्ले हस्तगत करण्याचा सपाटा चालविला. दिलेरखान व महाबतखान या दोन मुघल सुभेदारांनी हे किल्ले परत मिळविण्याचा पुष्कळ प्रयत्न चालविला. त्यामुळे साल्हेरचा रणसंग्राम गाजला. साल्हेर किल्ला गुजरातच्या वाटेवर असून नाकेबंदी केलेला होता. त्याला १६७२ मध्ये महाराजांनी वेढा घातला. किल्लेदार फतुल्लाखान जिवावर उदार होऊन लढला परंतु त्याला कंठस्नान घालून मराठ्यांनी तो किल्ला जिंकला. १६७२ तो परत जिंकण्याकरिता महाबतखान व दिलेरखान यांनी जून महिन्यात वेढा घातला. मोरोपंत पिंगळे व प्रतापराव गुजर निकराने लढले. मुघलांचा पराभव झाला. वर्तमान ऐकून महाराज बहुत खूश झाले. साखरा वाटल्या. खबर घेऊन जासूद आले. त्यांचे हाती सोन्याची कडी घातली. फौजेत ज्यांनी-ज्यांनी विशेष बहादुरी दाखविली त्यांस वस्त्रे व भूषणे देऊन संतुष्ट केले. या वेळेपासून गुजरातच्या मार्गातील साल्हेर मराठ्यांच्या ताब्यात आला. त्यानंतर मोरोपंताने मुल्हेर लगेच हस्तगत केले आणि दोन्ही ठिकाणांचा योग्य बंदोबस्त केला.

रामनगरवर मराठ्यांचा ताबा : मोरोपंत पिंगळे यांनी जव्हारचा राजा विक्रमशहा याचा पाडाव केल्यावर लगेच १९ फेब्रुवारी १६७२ रोजी रामनगरचा राजा सोमशहा याचा पराभव केला. रामनगर शहर हस्तगत झाले. ते पुढे आठ वर्षे मराठ्यांच्या ताब्यात राहिले.

आपले संरक्षण कोळी लोकांपासून करावे म्हणून रामनगरच्या चोथिया राजास दमण प्रांतातील काही गावकरी चौथ देत असत. ती आपणास मिळावी अशी मागणी शिवरायांनी केली. त्याबद्दल अनेक वर्षे वाटाघाटी चालल्या; पण अखेरीस १० वर्षांनी गोवा सरकारने शिवाजीमहाराजांची चौथाईची मागणी मान्य केली. याच चौथाईच्या लोभाने मराठी सत्ता पुढे गुजरातमध्ये फैलावली.

प्रतापराव गुजर व हंबीरराव मोहिते यांनी १६७३ मध्ये आणखी एकदा सुरतेवर स्वारी करण्याचा आव आणला. मराठा सैन्य नर्मदा पार झाले. हंबीररावाने या सैन्याचे दोन विभाग सुरतेजवळ केले. एक तुकडी जाळपोळ, लुटालूट करीत बऱ्हाणपूरच्या दिशेने गेली. दुसरी हंबीररावाच्या अधिपत्याखाली भडोच लुटण्यासाठी गेली. या वेळी सुरतेच्या रयतेस उद्देशून एक पत्रक प्रतापराव गुजरने काढले व शहरावर एकदम फौज न पाठवता तुम्हांस मेहरबानीने आगाऊ सूचना दिली आहे. ईश्वराची तुमच्यावर कृपा

असेल तर हा हुकूम पाळण्याची सुबुद्धी तुम्हांस तो देईल नाही तर तुमचे हाल तुम्ही जाणा असे बजाविले. तर सुरतेच्या अधिकाऱ्याने शहाजादा सत्तर हजार फौज घेऊन तुमचे पाठीवर येत आहे. तो आल्यावर तुमच्या प्रेतांमुळे गिधाडांची मात्र चंगळ उडेल असे उद्धट उत्तर दिले.

सुरतच्या अधिकाऱ्यांनी लेखणीमध्ये जी भाषा वापरली त्यामुळे रयतेची भीती मात्र पळाली नाही. १६७४ मध्ये मोरोपंत पिंगळ्यांच्या सैन्याच्या हालचालींची नुसती चाहूल लागली तोच तेथील व्यापारी बांधाबांध करू लागत. भिल्ल लोक रामनगरच्या खिंडीत जमा होत. अशीच हूल १६७५ मध्ये उठली होती. १२ ऑक्टोबरपासून पुष्कळ दिवसपर्यंत सुरतकरांना शिवाजीमहाराजांचे भय वाटत होते. परंतु, रामनगरच्या भिल्लांनी त्यांना अडविल्यामुळे त्यांचे सैन्य औरंगबादकडे वळले.

१६७६ मध्ये महाराज सुरतेवर येणार अशी चाहूल दोनदा लागली. प्रत्यक्षात तसे काही झाले नाही. मात्र, त्यानंतर सुरतेचा सुभेदार हबकला. त्याने ५०० शिपायांची भरती करून सुरतच्या किल्ल्याचा कडेकोट बंदोबस्त केला. १६७० च्या सुरतेवरील महाराजांच्या दुसऱ्या स्वारीपासून १६७७ च्या मेपर्यंत सुरतकरांना मराठ्यांचा सारखा धाक वाटत होता. सुरतकरांप्रमाणे इंग्रजानांही महाराजांच्या स्वारीची भीती वाटत होती. थोडक्यात असे म्हणता येईल की, शिवकाळी इ.स.१६६४ पासून १६८० पर्यंत मराठी सैन्य गुजरातेत सारखे फिरत होते व आपला दरारा वाढवत होते.

छत्रपती शिवाजीमहाराजांनंतर १६८० मध्येच त्यांचे पुत्र छत्रपती संभाजी हे त्या गादीवर आले. त्यांच्या १६८० ते १६८९ या ९ वर्षांच्या काळात ते स्वत: आणि त्याबरोबर संपूर्ण मराठी राज्य सर्व बाजूंनी शत्रूंनी उठाव केल्यामुळे सुरतेला किंवा गुजरातमध्ये जाऊ शकले नाही. मात्र, शिवाजीमहाराजांच्या मृत्यूसमयी मराठ्यांचे मुघलांशी युद्ध चालूच होते. औरंगजेबाच्या फौजा राजपुतान्यावर चालून गेल्या होत्या. त्यावेळेस त्याचा मुलगा शहाआलम दक्षिणेत होता. त्याला बादशहाने राजपुतान्यात बोलाविले आणि त्याचे जागी खानजहान उर्फ बहादूरखान यास पुन्हा दक्षिणेत पाठविले. जवळचा किल्ला अहिवंत गड शिवाजीमहाराजांनी हस्तगत केला होता. त्यास त्याने वेढा घातला होता. जुलै १६८०मध्ये दसरा होताच छत्रपती संभाजी महाराजांनी आपली फौज मुघलांवर रवाना केली आणि सुरत, बऱ्हाणपूर वगैरे शहरे लुटण्याची आवई घातली. त्याचबरोबर बहादूरखान बागलाण सोडून परत गेला. इतक्यात त्यास बादशहाचा हुकूम आला की, शाहजादा अकबर बंड करून निघाला आहे. त्यास पकडून घ्यावा. औरंगजेब पदच्युत झाल्याची बातमी येऊन मुलखात खळबळ माजली आणि मराठ्यांना जोर चढला.

हंबीरराव मोहित्यांनी धरणगाव लुटून बऱ्हाणपुरास चाल केली, त्या वेळी मुघल फौजा बाहेर होत्या. तीन दिवसपर्यंत हंबीररावाने बऱ्हाणपूरचे बाहेरचे पुरे लुटून घरे खणून

जाळली आणि लाखो रुपयांची मत्ता पैदा केली. बऱ्हाणपूरचा फौजदार गर्भगळित झाला.

१६८९ मध्ये संभाजी महाराजांचा मृत्यू झाल्यावर छत्रपती पदावर राजाराममहाराज आले. त्यांचा बराच काळ महाराष्ट्राबाहेर जिंजी येथे गेला. परंतु, महाराष्ट्रात परत आल्यावर गुजरातकडे लक्ष देण्यास सुरुवात केली. खंडेराव दाभाडे यांजकडे सेनाधुरंदर पद देऊन गुजरात, बागलाण वगैरे प्रांतात ठेविले. खंडेरावाचा बाप येसाजी बिन बजाजी यास तळेगाव इनाम दिला. त्या सनदेत राजाराममहाराज म्हणतात, 'तुम्हीं स्वामी सेवा बहुत एकनिष्ठपणे केली व पुढेही करीत आहा, दृढ निश्चयाचे सेवक! दाभाड्यांनी सुरत जिल्ह्यात चौथाई व सरदेशमुखी गोळा करण्याचा प्रयत्न केला. १७०० ते १७०४ या काळात खंडेरावाने सुरतेस दोन स्वाऱ्या केल्या.'

१७०५ मध्ये खंडेराव दाभाडे सुसज्ज फौजेसह गर्जत गुजरातमध्ये घुसला. घोड्याला टाच मारून नर्मदा पार झाला. गनिमाच्या दोन तुकड्या त्यास आडव्या आल्या. त्यांचा फज्जा उडवीत, त्यांना तुडवीत त्यांची संपत्ती लुटली व मिळेल तेवढी संपत्ती घेऊन तो सोनगडास परत आला.

१७०० च्या २ किंवा ३ मार्च रोजी राजाराममहाराजांचा मृत्यू झाला. मराठी सत्तेच्या दृष्टीने ती मोठीच हानी होती. मात्र, ती हानी भरून काढण्यासाठी राजारामांच्या विधवा पत्नी ताराबाई पुढे सरसावल्या. राजाराममहाराजांच्या पश्चात त्यांनी आपला लहान मुलगा शिवाजी याला गादीवर बसविले व राज्यकारभाराची सूत्रे आपल्या हाती घेतली. त्यापूर्वी पती राजारामाच्या काळातही त्यांनी त्यांच्या समवेत राजकारणात भाग घेऊन अत्यंत निष्ठुरपणे न्यायनिवाडेही केले होते. त्यावरून त्यांच्या स्वभाववैशिष्ट्यांवरही प्रकाश पडतो. त्यांच्या कणखर वृत्तीवर प्रकाश टाकणारे तत्कालीन एक कवनही उपलब्ध आहे. त्यात कवी म्हणतो,

'राजाराम दक्षण देशी, चंदावरी राहिला।
रोगेक्षिण परंतु सुकृत बळे तारामती रक्षिला।
ताराबाई पुरूषा शूरत्व आणि बळे।
घेऊनी नृपराम स्वामींसह तेजे प्राप्त दळे।'

औरंगजेबाकडील खाफीखानदेखील, ताराबाई, राजाराममहाराजांच्या काळातच कारभार करीत होता. तो म्हणतो की, 'ताराबाई ही राजारामांची थोरली बायको. ती बुद्धिमान व शहाणी होती. सैन्याची व्यवस्था आणि राज्यकारभार याबाबतीत नवऱ्याच्या हयातीतच तिचा मोठा लौकिक झाला होता.' पुढे जाऊन तो असे लिहितो, 'राजारामाची बायको ताराबाई हिने विलक्षण धामधूम उडविली. त्यामध्ये तिच्या सैन्याच्या नेतृत्वाचे व मोहिमांच्या व्यवस्थेचे गुण प्रकर्षाने प्रकट झाले. त्यामुळे मराठ्यांचे आक्रमण आणि त्यांची धामधूम दिवसेंदिवस वाढतच गेली.'

दक्षिणोत्तर अथवा महाराष्ट्रात कोठेही शत्रूशी लढताना जो प्राणपणाने लढा देत असे त्याचे कौतुक करण्यास ताराबाई कसूर करत नव्हत्या. १२ मार्च १७०१ च्या पत्रात विठोजी केसकरांचे कौतुक करताना त्या लिहितात, 'तुम्ही हमेशा कस्त करून गनीमास नतीजा पाठविता. एक-दोन वेळा मोर्चा पाठविला मारिला, औरंगजेबाचा जरी ठेचगा द्यावा अशी उमेद धरिता म्हणून हे वर्तमान देवजी रघुनाथ व फडणीस यांनी विदित केले. त्यावरून तुमचा मुजरा झाला ऐसियास तुम्ही एकनिष्ठ सेवक तैसेच आहा. याउपरी औरंगजेब आला तरी त्याचा हिसाबन धरिता स्वामींची जागा जतन करणे. स्वामी उर्जीत हरबाग करतील दिलासा असू देणे.'

ज्याप्रमाणे ताराबाई आपल्या सरदारांच्या कर्तृत्वाचे कौतुक करण्यात कसूर करत नव्हत्या त्याप्रमाणे फितुरांना परत बोलावण्यासही तयार असत; पुणे पुराभिलेखागारात असलेल्या अप्रकाशित पत्रांवरून फितुरांना त्या परत कशा बोलावीत होत्या या गोष्टीवर प्रकाश पडतो. २० मे १७०२ रोजीच्या गोविंद कृष्ण देसाई आणि आप्पाजी माणकोजी अतकारे यांना लिहिलेल्या पत्रात त्या म्हणतात, 'कोणाही गोष्टीचा शक न धरिता हुजूर येणे म्हणून परत बोलाविले आहे.'

१७०२ ते १७०४ या काळात मराठे ताराबाईंच्या काळात नेमाजी शिंदेंच्या नेतृत्वाखाली माळवा, राजस्थान (उज्जैन) आणि गुजरातमध्ये घुसले. दक्षिण सुभ्यात त्यांनी जागोजागी छावण्या घातल्या. चौथाई वसूल करण्यास सुरुवात केली. थोडक्यात, मुघलांची राज्ययंत्रणा मराठ्यांनी खिळखिळी करून सोडली. ताराबाईंच्या कारकिर्दीत मराठे दक्षिणोत्तर पसरले होते. भीमसेन सक्सेना त्याचे वर्णन, 'सर्वत्र मराठे हे टोळ आणि मुंग्यांप्रमाणे पसरले होते.' अशा शब्दांत करतो.

१७०५ च्या शेवटी शूर सेनानी धनाजी जाधव आपली तुफानी फौज घेऊन दक्षिण गुजरातमध्ये शिरला. त्याच्या तुफानी माऱ्यापुढे मुघली फौजेच्या ठिकऱ्या उडाल्या. त्याने आपल्या सैन्याच्या बळावर बराच प्रदेश उद्ध्वस्त केला. मुघली नायब सुभ्याने पुन्हा एकदा शक्ती एकटवून धनाजीस विरोध करण्याचा प्रयत्न केला. दोन्ही सैन्ये रतनपूर येथे लढली. मुघल सेनेचा धुव्वा उडाला. त्यांचे दोन सेनानी धनाजीने पकडले आणि ओलीस ठेवले. १५ मार्च१७०६ मध्ये मराठ्यांनी मुघलांचे गोट लुटले. मुघल काही काळ मागे गेले पण पुन्हा नव्या जोमाने सैन्य जमवून ते मराठ्यांवर चालून आले. मग मात्र मराठ्यांनी त्यांच्यावर पूर्ण विजय मिळविला, चौथाई वसूल केली, जिथे मिळाली नाही तेथे लुटी केल्या.

१७०७ मध्ये औरंगजेबाच्या मृत्यूची बातमी समजताच मराठी फौज पूर्व गुजरातमध्ये शिरली. पूर्व गुजरातेत संचार करीत करीत तिने झाबुआ पाठीशी टाकून गोध्रा गाठले. इथे मराठ्यांना थोडा प्रतिकार मुरादबक्षाकडून झाला. तो झटकून मराठी सेना खेडा

जिल्ह्यातील महुडा मुक्कामी गेली. तिथून मिळेल ते लुटीत ती झंझावाती वेगाने बेटव्यापर्यंत पोचली. बेटव्यापासून सुभेदाराचा तळ अवघ्या साडेचार मैलांवर (सुमारे ७ किमी.) होता. मराठ्यांच्या या तुफानी संचारवार्तेने राजधानी अहमदाबादेत एकच हलकल्लोळ उडाला. लोक घरे-दारे सोडून जाण्याकरिता रस्त्यावर जमले. केविलवाण्या मुद्रेचे लोकांचे थवेच्या थवे रस्त्यावर दिसू लागले. हल्ल्याच्या भीतीने अहमदाबादला कापरे भरले. शहराचे वैभव गुदमरून गेले, मृतप्राय झाले. मुघल सुभेदार स्वत:स सावरण्याच्या उद्योगाला लागला, त्यात त्याला यश आले. मराठी सैन्य त्याच्याकडून २ लक्ष १० हजार रुपये घेऊन परतले.

याचवर्षी शाहूमहाराज मुघलांच्या कैदेतून सुटून महाराष्ट्रात आले. त्यांनी प्रत्येक मराठा सरदारास उपयुक्त कामगिरी दिली. खंडेराव दाभाड्यास बागलाण प्रांत हस्तगत करण्याचा हुकूम सोडला. या वेळी बागलाण मुलूख खानदेशात मोडत होता. दाभाड्यांनी ही कामगिरी चोख बजाविली. चौथाई वसूल केली आणि बऱ्हाणपूर ते सुरत या मार्गावर आपल्या चौक्या बसविल्या. या वेळी दाभाडे गुजरातमध्ये सारखा नाचत होता. एकवेळ त्याची घोडी सोरटी सोमनाथपर्यंत जाऊन पोहचली.

१७११ मध्ये मराठ्यांची खडाजंगी मुघलांशी अंकलेश्वर आणि भडोच येथे झाली. दाभाड्याने सुरत मार्गावर चौक्या बसविल्यामुळे व्यापारी व मार्गस्थ यांचेकडून पट्टी वसूल करणे त्यास सोईस्कर झाले. सन १७१३ मध्ये सुरतहून औरंगाबादकडे महंमद ताबल्लीशी हा सरदार खजिना घेऊन चालला होता. खंडेराव दाभाडेस त्याची चाहूल लागली. सुरतेच्या पूर्वेकडील जंगलात खंडेरावाची माणसे दबा धरून बसली होती. त्यांनी खजिना लुटला. याही अगोदर सरबुलंदखान स्वत:च्या नायब सुभेदारीच्या जागी हजर होण्याकरिता अहमदाबादेस चालला होता. त्यास दाभाड्याने सागबाऱ्याच्या जंगलात गाठले आणि त्याची सगळी चीजवस्तू काढून घेऊन त्यास सोडून दिले.

दाभाड्याने आपले बस्तान सुरत मार्गावर एवढे बसविले की, त्या मार्गाने जाणाऱ्याला जबर दंड भरल्याशिवाय पुढे जाता येणे अशक्य झाले. सन १७१६ मध्ये मराठ्यांचा लोंढा तापीतीरी घुसला. मुघल आडवे आले. त्यांना सपासप बाजूला काढले आणि मराठ्यांनी आपला जम सुरत अठाविशी भागात बसविला.

मराठ्यांचा हा गुजरात संचार आणि त्यांचे विजय, वाढीस लागलेली सत्ता हे सगळे दखखनचा सुभेदार सहीद हुसेन याच्या डोळ्यांत सलले. मराठ्यांना जरबेत आणले तर दिल्ली दरबारी आपली पत वाढेल अशा विचाराने तो हुरळून गेला असावा. त्याने बक्षी झुल्फिकारबेगबरोबर ताजी फौज दिली. 'खंडेरावास पिटाळून लावून सुरत मार्गावरील चौक्या हस्तगत कर.' असा हुकूम सुभेदाराने त्याला सोडला. हुकमाचा बंदा बक्षी झुल्फिकारबेग चालून गेला. दाभाडे बागलाण जंगलात शिरला. मुघलांवर त्याने अकस्मात

हल्ला केला. झुल्फिकार बेग आणि त्यांचे साथीदार यांनी त्या युद्धात भूमीवर देह ठेवले. मराठ्यांनी या युद्धात मुघल सैन्याचा पार धुव्वा उडविला. मुघलांकडील उंट, बैल किंवा घोडासुद्धा मराठ्यांनी जिवंत राहू दिला नाही.

आपल्या विजयाची बातमी घेऊन हा शूर मराठा वीर साताऱ्यास शाहूमहाराजांकडे गेला. पराक्रमाची बातमी ऐकून शाहूमहाराज बेहद्द खूश झाले आणि गुजरात सरंजामास लावून दिला. इतक्यात हुसेन अलीचा दिवाण मुखमसिंग दाभाड्यावर चालून आला. दाभाड्याचा पाठलाग करताच सेनापतीने त्यास चांगलेच चकविले. हिरमुसला होऊन बिचारा मुखमसिंग हात हलवीत स्वस्थळी गेला. सेनापतीच्या ताब्यात सुरत मार्गावरील चौक्या होत्या. त्या जणू मुघलांच्या छाताडावर रोखलेल्या बंदुकाच वाटल्या.

पुढील दोन-तीन वर्षे दाभाड्याला गुजरातेत जाता आले नाही. तो पेशवा बाळाजी विश्वनाथांबरोबर दिल्लीस गेला. आपल्या पश्चात त्याने आपला विश्वासू पिलाजी गायकवाड यास गुजरातची कामगिरी दिली. पागेचे आधिपत्य दिले. पिलाजी हुकुमाचा बंदा. त्याने दोन-तीनशे ताज्या दमाची घोडी नवापूर परगण्यातून घेऊन सुरत प्रांतावर स्वारी केली. मुघल सेनानी सय्यद अमीन आणि महंमद पन्हा हे त्यास आडवे आले. त्यांचा फज्जा उडविला. सुरतेवर चौथ बसवून इंग्रज व्यापाऱ्यांसह सर्वांकडून वसूल केला.

दुसऱ्या वर्षीच्या स्वारीतूनही खूप मिळकत आणली. नवापुरापुढे दहा कोस अरण्यात जागा कायम करून छावणी केली. जागा पाहून सोनगड किल्ला बांधला आणि तेथूनच सुरत अठाविशीतून पुढील दोन वर्षे खंडण्या गोळा केल्या. मराठी अंमल त्या भागात बसविला. या कामी त्याने जव्हार-रामनगर भागातील कोळी व भिल्ल यांना वश करून आपल्या बाजूस घेतले. त्यांची मैत्री संपादिली आणि त्यांच्याच साहाय्याने आपला जम त्याने गुजरातवर बसविला.

१७१९ पासून गुजरातकडील मराठ्यांच्या कामगिरीस आगळेच तेज आले. त्यावर्षी मराठे दिल्लीला गेले. सय्यद बंधूंशी सख्य राखून त्यास साहाय्य केले आणि मोबदला म्हणून स्वराज, चौथाई आणि सरदेशमुखीच्या सनदा आणिल्या. स्वराज्य-सनदेने शिवरायांनी सार्वभौमत्वाखाली आणलेला महाराष्ट्रातील मुलूख मिळाला. चौथ व सरदेशमुखीच्या सनदांनी दख्खनच्या सहा सुभ्यांतील वसुलाचा हक्क मराठ्यांना मिळाला.

शाहूमहाराजांनी चौथाई सरदेशमुखीची मागणी करताना गुजरात प्रांत आपल्या मागणीत निर्देशिलेला होता; पण सनद मंजूर करताना गुजरात वगळून सहा सुभ्यांची चौथाई व सरदेशमुखीचा दिल्ली दरबारने उल्लेख केला. कदाचित दिल्ली दरबारला गुजरात प्रांत मराठ्यांच्या वर्चस्वापासून अलिप्त ठेवावा असे वाटणे शक्य आहे; पण पुढील वीस

वर्षांत गुजरातमध्ये आपापले वर्चस्व राखण्याकरिता मुघल-मराठे संघर्ष तीव्रतेने झाले. त्यातच मुघल-मराठे यांच्या आपापसातील वैरामुळे जास्तच गोंधळ माजला. एका बाजूस दाभाडे-गायकवाड यांच्या परिश्रमाने गुजरातेत मराठी सत्ता वाढीस लागली असता हे दोन्ही सरदार मराठा मध्यवर्ती सत्तेची-पेशव्यांची हुकमत मानीत नाहीत म्हणून दाभाडे-गायकवाड-पेशवे झगडा. दुसऱ्या बाजूस मुघल सुभेदार आणि त्यांचे हस्तक खंबायत व गुजरातेतील मुसलमान घराणी तसेच सुरत, भडोच आणि खंबायत येथील इंग्रज गव्हर्नर यांची आपसात भांडणे. या सर्व भांडणशाही मोडून काढून मराठ्यांनी गुजरातेत मराठी सत्ता स्थापन केली.

खंडेराव दाभाड्याचे वडील येसूपाटील बीनपाटील हे शिवाजीमहाराजांपाशी हुजरेपणाची सेवा निष्ठेने करीत असत. संभाजीमहाराजांच्या सेवेत खंडेराव, वडीलबंधू शिवाजी दाभाडे असे तिथे होते. राजाराममहाराज त्या वेळी जिंजीस गेले त्यावेळेस खंडेराव दाभाडे त्यांच्यासोबत होते. त्यांनी कामगिरी चोख बजाविली म्हणून महाराष्ट्रात आल्यावर राजाराममहाराजांनी १६९९ मध्येच खंडेराव दाभाड्यांना 'सेनाखासखेल' ही पदवी देऊन गौरव केला. खंडेराव दाभाडे यापुढे धनाजी जाधवाबरोबर रतनपूर व बागलाणच्या लढाईमध्ये गुजरात कामगिरीवर होते. सन १७०७ मध्ये धनाजी जाधवांच्या उपदेशानुसार खंडेराव शाहूमहाराजांच्या पक्षास मिळाला. बागलाण व गुजरातमधील त्यांची १७१२-१७१६ पर्यंतची कामगिरी लक्षात घेऊन शाहूमहाराजांनी त्यास सेनापती पद दिले. तर त्रिंबकराव-खंडेरावाचा मुलगा यास 'सेनाधुरंदर' हे पद दिले. डिसेंबर १७१६ मध्ये सय्यदाचे सैन्य राजधानीवर चालून येत असता त्याला पिटाळून लावण्याची कामगिरी खंडेरावाने घेतली.

१७१७च्या ऑगस्टमध्ये खंडेरावाने मुघली मुलखात दौड केली आणि अहमदनगर लुटले. दिल्लीस जाताना तो जातीने सैन्यासह होताच. बाळापूरच्या लढाईतही तो होताच. असा हा मराठ्यांचा गुजरातमध्ये जम बसविणारा शूर सेनापती खंडेराव दाभाडे मूतखड्याच्या आजाराने २७ सप्टेंबर १७२५ रोजी मरण पावला.

खंडेरावास तीन मुलगे होते. त्रिंबकराव, यशवंतराव आणि बाबूराव, पैकी शाहूमहाराजांनी त्रिंबकरावास सेनापतीची व यशवंतरावास सेनाखासखेलाची वस्त्रे दिली. दाभाडे हे गुजरात हे आपल्या पराक्रमाचे खास क्षेत्र समजत असत. पिलाजी गायकवाडाने दाभाड्यांतर्फे १७१९ मध्ये सुरतेवर स्वारी केली. त्या ठिकाणी मुघली फौजेस धूळ चारली. खंडण्या वसूल केल्या आणि सोनगड येथे कायमचे ठाणे केले. पुढे सुरत अठाविशीतून दोन वर्षे खंडण्या गोळा केल्या. मुसलमान अधिकारी हिंदूंवर जुलूम करीत. त्यांच्या बायकांची अब्रू घेत तेव्हा मुसलमानी अंमल गुजरातेतून लवकर नाहीसा व्हावा या हेतूने गुजरातेतील पटेल वर्ग मराठ्यांना साहाय्य देऊ लागला. त्यांच्या मदतीने

पिलाजी गायकवाडने डिसेंबर १७२३ पर्यंत मही नदीच्या तटापर्यंत जाऊन सबंध खंडण्या वसूल केल्या आणि तो फिरून सोनगडास आला. शाहूने बांडे व पवार यांनाही गुजरातची कामगिरी सांगितल्याने त्यांनी दोहदच्या बाजूने गुजरातेत प्रवेश केला आणि खंडण्या वसूल केल्या.

गुजरातेतील या उद्योगाने दिल्ली दरबार संतापला. मराठ्यांचा बंदोबस्त करण्यासाठी सरबुलंदखानास गुजरातेत नेमले. तो १७२५ ते १७३० पर्यंत गुजरातचा कारभार पहात होता. परंतु, एकूणच १७२५ च्या डिसेंबरपर्यंत त्याच्याकडून खूपच ढिलाई झाली आणि या परिस्थितीचा फायदा घेऊन कंठाजी कदम व पिलाजी गायकवाड यांनी समग्र प्रांतातून आपले हक्क वसूल केले. पुढे त्यांना महाराष्ट्रातून सत्तर हजार फौजेनिशी पवार व सोमवंशी मदतीस आले. ही मदत घेऊन कंठाजीने वडनगरवर व पिलाजीने बडोद्यावर चाल केली. हे सर्व १७२६ च्या उन्हाळ्यात घडून आले. याप्रमाणे मराठी सत्तेचा गुजरातेत उदय झाला.

मराठे गुजरातेत का गेले?

आत्तापर्यंत आपण पाहिले की, छत्रपती शिवाजीमहाराजांच्या काळापासूनच मराठे गुजरातेत सुरत, भडोच, अंकलेश्वर, अहमदाबादपर्यंत सतत जातच राहिले. येथे प्रश्न निर्माण होतो की, मराठे गुजरातेत का गेले? तर त्याही प्रश्नाचे उत्तर असे की, अगदी शिवाजीमहाराजांच्या वेळेपासून मराठ्यांना स्वराज्य उभारण्यासाठी पैशांची आवश्यकता होती आणि गुजरातमध्ये श्रीमंती असल्यामुळे तेथे पैसा मिळणे सहज शक्य होते व मराठ्यांना तसा तो मिळालादेखील. तथापि, पैसा हे एकच कारण त्यांच्या गुजरात मोहिमांमागे होते असे म्हणणे त्यांच्यावर अन्याय केल्यासारखे आहे. अर्थात, शिवाजीमहाराजांनी स्वारीच्या वेळेस मुसलमान सरदारांना वगैरे लुटले परंतु त्यांनी इंग्रज व्यापाऱ्यांना मात्र हात लावला नाही हे इंग्रजांनीच लिहिलेल्या बातमीपत्रावरून लक्षात येते. दाभाडे आणि पुढे पिलाजी गुजरातवर चालून गेले ते देखील बडोद्याच्याच गुजराती महाराजांनी स्त्रियांच्या अब्रूरक्षणासाठी मराठ्यांना (पिलाजीला) आमंत्रण दिले म्हणून!

बडोदे शहराचा कारभार त्या वेळी पाटणच्या नबाबाची बेगम लाडबीबी हिच्या हाती होता. बाई राजकारणात कुशल पण दुर्वर्तनी होती. तिच्या कृपेतल्या एका सुताराकडून ती स्त्रियांवर जुलूम करवीत असे. तिचा कारभारी सुरेश्वर देसाई म्हणून हिंदूच होता. गृहस्थ राजनिष्ठ व निःस्पृह होता; परंतु, या देसायाची सून सुताराकडून पळवून नेण्यात आली व तिने तिसऱ्या मजल्यावरून उडी टाकून आत्महत्या केली; तेव्हा मात्र डोळे मिटून बसलेल्या कारभारी साहेबांची न्यायबुद्धी खडबडून जागी झाली. त्याने कर्नाळी येथे मुक्काम करून असलेल्या पिलाजीची भेट घेऊन त्याला आपले गाऱ्हाणे सांगितले व अशा जुलमी राणीचे पारिपत्य करावे अशी विनंती केली. इतकेच नव्हे तर या कामात

सर्व प्रकारची मदत करण्याचे आश्वासन दिले. सुरेश्वर देसायाबरोबरच गुजरातेतील पादरा, भायली, छाणी येथील पटेल मंडळी हीच तक्रार घेऊन आली होती. या संधीचा फायदा घेऊन पिलाजीने बडोदे शहरावर स्वारी केली. लाडबिबीला हाकलून लावले व बडोदा हस्तगत केले. त्या वेळी बडोदा येथील रहिवाशांनी पिलाजीचे स्वागत करून त्याचा जयजयकार केला. रहिवाशांनी भव्य स्वागत करून त्याचा जयघोष केला.

वि. गो. खोबरेकरांनीही मराठे गुजरातमध्ये का गेले? या प्रश्नाचे उत्तर देताना असेच म्हटले आहे. ते म्हणतात, 'मराठे मुलूखगिरीकरिता गुजरातेत गेले असे म्हणण्यापेक्षा त्यावेळच्या मुसलमानी सत्तेचा जुलूम तेथील रयतेस सहन न होऊन त्यांनी मराठ्यांना तेथे बोलाविले. पिलाजीस सोनगडाहून पाद्र्याचा देसाई आणि त्याचे सहकारी यांनी पाचारण केले. त्यावेळे इस्लाम सत्ताधीश सत्तेने मदांध होऊन स्त्रियांच्या पातिव्रत्याचा भंग करीत. दिवसाढवळ्या बलात्कार, अब्रू घेणे ही कामे त्यांच्या हातचा मळ झालेली होती. कुलीन, सुंदर स्त्रिया त्यांच्या जनानखान्यात कुंटिणी म्हणून त्यांना हव्या हव्याश्या वाटू लागल्या. यातून वरच्या वर्गानांही तोच त्रास सहन करावा लागत होता. गावपाटील म्हणजे देसाई, पाटीदार वगैरे वजनदार हिंदू लोक या छळातून मुक्त झाले नव्हते. त्यांच्या बायका, मुली वगैरेंची तीच गत होती. त्यापासून मुक्त होण्याकरिता पिलाजी गायकवाडास त्यांनी बोलाविले. पिलाजी गुजरातमध्ये आले ते थेट गुजरातमधून काठेवाडपर्यंत गेले. गुजरात-काठेवाड आपल्या ताब्यात आणिला आणि गुजरात-काठेवाडच्या रयतेस अभय दिले. मराठ्यांच्या सत्तेच्या आगमनाबरोबर तेथील रयतेस स्वत:च्या जीवित, वित्त, शील-सुरक्षिततेची हमी मिळाली आणि हिंदूंनी मुसलमान होणे थांबले, बाटगेपणा गेला.'

वरील तज्ज्ञांनी दिलेली कारणे काहीअंशी खरी मानली तरी त्यापलीकडे मराठ्यांच्या गुजरातवरील स्वारीमागे नेहमीप्रमाणे त्या-त्या भागातील त्या-त्या व्यक्तींचे काही हितसंबंध गुंतलेले दिसतात. गुजरातेत दाभाडे, गायकवाड, बांडे, पेशवे तसेच चिमाजीआप्पा या सगळ्यांचे हितसंबंध गुंतलेले होते; म्हणूनच ते सर्व जण गुजरात आपल्या ताब्यात आणण्यासाठी प्रयत्न करताना दिसतात. प्रसंगी आपापसात झगडतानाही दिसतात, ते का? तर गुजरातेतील हितसंबंधांचे अनेक घोटाळे माजलेले दिसतात. तसेच वैयक्तिक राग-लोभाचे प्रकारही होतेच. पालखेडवर पेशव्याने निजामाचा पाडाव केल्याबरोबर दिल्ली, माळवा, गुजरात येथील राजकारणास भिन्न स्वरूप प्राप्त झाले. लगेच पेशव्याने माळवा काबीज केले. (याची सविस्तर चर्चा प्रकरण तीनमध्ये केली आहे.) बुंदेलखंडही काबीज केले. (याचीही सविस्तर चर्चा प्रकरण तीनमध्ये केलेलीच आहे.) चिमाजीआप्पांनी गुजरातेत उतरून तोही प्रांत आपल्या ताब्यात आणला. त्याचवेळेस निजामाने दाभाड्यांना हाताशी धरून पेशव्यांना नेस्तनाबूत करण्याचा प्रयत्न केला. त्याचवेळेस बाजीराव पेशवे

आणि चिमाजीआप्पांचा वाढता पराक्रम आणि तेज यांमुळे जुन्या मंडळींना त्यांच्याबद्दल वैषम्य वाटू लागले. त्याला दाभाडेही अपवाद नव्हते. खंडेराव बाजीरावांनी योजलेल्या योजनांपासून दूर राहात असत. अशावेळेस शाहूमहाराज खंडेरावांची समजूत काढत असत. शाहूमहाराजांनी खंडेरावास लिहिले, 'बोलणे करण्यास माणसे पाठवितो, आपले विचाराविरहित आमचा विचार नाही. तुम्ही प्रसंगी असलेस म्हणजे आम्ही आहो परस्परे एकमेकांचे न्यून न दाखववावे यातच लौकिक आहे.' खंडेरावानंतर त्रिंबकराव दाभाडे सेनापती झाला. त्याबरोबरच पेशवे-दाभाडे बेबनाव अधिकच जोमाने सुरू झाला. त्रिंबकराव वयाने आणि पराक्रमानेही बाजीरावांपेक्षा आणि अर्थातच चिमाजीआप्पांपेक्षा वयाने थोरला होता. बाप हयात असतानाच बाजीरावांबरोबर तो कर्नाटक मोहिमेत गेला होता.

तो गुजरातच्या मामल्यातही लक्ष घालू लागला होता. त्याचबरोबर त्याची आई (खंडेरावाची बायको) उमाबाईही कारभारात लक्ष घालीत होती. अर्थात, तिची योग्यता होती; कारण जिजाबाई, ताराबाई, होळकरांची गौतमाबाई व पेशव्यांची आई राधाबाई यांच्याप्रमाणे तीही केवळ संसारदक्ष नव्हती तर राजकारणातही कुशल होती; इतकी की प्रसंगी लढाईवरही जात असे. गुजरातेत लक्ष घालणे दाभाड्यांना अगदी निकडीचे झाले होते. मूळ गुजरातचे क्षेत्र राजारामापासून चालत आले होते. अशा परिस्थितीत गुजरातच्या दाभाड्यांच्या खास क्षेत्रात कंठाजी कदम हा घुसला होता. कुणातर्फे याचा उलगडा होत नाही.

तथापि, तो पेशव्यांचा हस्तक म्हणून गुजरातेत घुसला होता; असे पुढील एका ठिकाणच्या बाजीरावांच्या उद्‌गारावरून स्पष्ट होते. बाजीराव चिमाजीआप्पांना लिहितात, 'राजश्री उदाजी पवार हे कंठाजी कदम याजवल कटकट करितात म्हणून कळले तर या सरदाऱ्या मातब्बर आहेत असले क्षुल्लक दावे यांनी करावे हे पाजीपणाचे कर्म आहे. शेवटी पुरते कार्य साधेल तेव्हा जे करणे तेव्हा ते करावे. परिछिन्न ताकीद करावी हाच कागद त्यास दाखवावा.'

गो. के. चिटणीस म्हणतात, 'माळवा, खानदेश, गुजरात यांच्या सरहद्दी एकमेकांना भिडल्या असल्यामुळे पेशव्यांचा हस्तक कंठाजी कदम बांडे हाही गुजरातमध्ये स्वाऱ्या करीत होता. या स्वाऱ्या आणि मोहिमा त्रिंबकराव दाभाडे आणि पिलाजीरावांना नापसंत होत्या.' शत्रूची कंठाजीच्या या मुलूखगिरीला संमती नव्हती असा चिटणीसांचा अभिप्राय आहे. कंठाजी कदम बांडे याच्या अधिकारात गुजरात, बागलाण शाहूमहाराजांनी दिला नव्हता तरीसुद्धा तो पेशव्यांच्या संमतीने तिकडे मोहिमा आणि स्वाऱ्या करीत होता. शाहूमहाराजांनी त्याला बंदी घातली तरी तो ऐकत नव्हता.

या वेळी गुजरातचा निम्मा मोकासा चिमाजीआप्पांकडे होता. तो १५ डिसेंबर १७३० रोजी शाहूमहाराजांनी काढून घेऊन तो त्रिंबकराव दाभाडे यास दिला. राजश्री बाजीराव पंडित प्रधान यासी मुकासा दिला होता तो दूर करून हाली रा. त्रिंबकराऊ दाभाडे सेनापती याजकडे मुकासा दिला असे. पेशजी निमे यशवंतराव दाभाडे यासी मुकासा आहे. त्याप्रमाणे उभयता वसूल घेतील तुम्ही प्रांत मजकुरी आपली दखलगिरी न करणे.

१ ऑगस्ट १७२७ रोजी जो चौथाईचा हक्क पूर्वी बाजीराव पेशव्यांचे भाऊ चिमाजीआप्पा यांना दिला होता तो परत घेऊन दाभाड्यांना दिला. पेशवे व दाभाडे यांच्यामध्ये जो कलह झाला आणि त्याची परिणती नंतर दोघांच्यात लढाई होण्यामध्ये झाली. त्याला हा गुजरातचा मोकासा कारणीभूत ठरला. चिमाजीआप्पा आता संतापले आणि त्यांनी त्याचा वचपा काढण्याचे ठरविले.

चिमाजीआप्पांचा गुजरातेतील मोकासा

बाजीराव आणि चिमाजीआप्पा यांचे बंधुप्रेम इतिहासप्रसिद्ध आहे; असे असले तरी त्यांचे राजकीय आणि प्रापंचिक हितसंबंध अगदी निराळे होते. बाजीरावांना शाहूमहाराजांनी माळवा मुलूखगिरीकरिता दिला होता; तर चिमाजीआप्पांना गुजरातचा निम्मा मोकासा दिला होता. त्यामुळे गुजरातेतल्या घडामोडींकडे चिमाजीआप्पांना त्याच्या हितसंबंधाच्या दृष्टीने लक्ष ठेवणे भागच होते आणि चिमाजीआप्पांचे सामर्थ्य बाजीरावांना उपकारक असल्यामुळे त्यांनाही गुजरातेतल्या चिमाजींच्या हितसंबंधाकडे दुर्लक्ष करणे परवडणारे नव्हते. गुजरातेत चिमाजीआप्पा आणि बाजीराव साहेब यांनी सर बुलंदखानाकडून चौथाई वसूल करण्याचा जो उद्योग केला होता त्या मागील संगनमताचे कारण हे असे होते. या संदर्भात चिमाजीआप्पांचे चरित्रकार कृ. वा. पुरंदरे म्हणतात, ‘बाजीराव व चिमाजी एकत्र व एकविचारे स्वाऱ्या करून राजकारण घाटीत असले तरी त्यांचे राजकीय आणि प्रापंचिक संबंध अगदी वेगळे होते. आप्पा बाजीरावांवर विसंबून नसून, त्याची सरदारी अगदी स्वतंत्र होती. शिवाय पेशव्यांकडे त्याच्या असाम्या असत. त्यांची तैनात त्यांच्या नावे खर्ची पडे. त्याचे जामदारखाने स्वतंत्र असून, त्यांच्या जमाखर्चाची अलग टिपणे होती. त्यांची फौज स्वतंत्र, त्यांच्या दिमतीचे सरदार वेगळे आणि फौजेच्या खर्चास दिलेले मुकासेही वेगळे. गुजरातेतील हक्क व प्रदेश आप्पाच्या तैनातेस असल्याने तेथे जन्मास येणारी घटना त्यालाच डोळ्यांत तेल घालून पाहावी लागे. बाजीरावांच्या पारड्यात चिमाजींचे सामर्थ्य बिनतक्रार येऊन पडत असल्याने ते घटणे अगर वाढीला लागणे त्यालाही आपलेच वाटे.’

बाजीराव पंतप्रधान आणि त्रिंबकराव सेनापती बहुधा दोघेही समवयस्क, दोघेही

तडफदार व आपापल्या पदाचे अभिमानी असल्यामुळे त्यांचे पटल्याचे दिसत नाही. उलट बेबनाव उत्पन्न होऊन तो दिवसेंदिवस वृद्धिंगत होत गेला.

कृ. वा. पुरंदरे लिहितात, 'पेशवे सेनापतीचे हे एकत्र उद्योगच यांच्यातील वितुष्टास विशेषत: कारणीभूत ठरले त्यामुळे त्यांचे हितसंबंध एकाच क्षेत्रात आले व सान्निध्यामुळे भांड्याला भांडे लागून त्यातून द्वेषाच्या ठिणग्या पडल्या. व त्याच पुढे बळावून डभईवर डोंब उसळला.'

खंडेराव दाभाडेच्या मृत्यूबरोबरच त्याचा मुलगा त्रिंबकराव दाभाडे याची पेशवे व चिमाजीआप्पा यांच्याशी तेढ सुरू झाली. दाभाड्यांचा निकाल त्यांच्यावर हल्ला करूनच लावावा असे चिमाजीआप्पा एका पत्रात म्हणतात, सिकेकरार सेनापती आपली हाती देऊ लागले तर गुजरातचा मामला दिल्याखेरीज होत नाही. फौज रवाना करून मुलूख पालथा घालावा म्हणजे डोळे उघडतील. हा सुगावा त्रिंबकरावास लागताच त्याने मावळात व कल्याण व भिवंडीत पेशव्यांच्या हद्दीत उपद्रव मांडला आणि निजामाकडे संधान जोडून पेशव्यांना शह देण्याची खटपट सुरू केली. उलटपक्षी उदाजी पवार व कंठाजी कदम यांनी गुजरातेत धामधूम सुरू केली. तक्रार आली तेव्हा कदमांनी जाऊन सेनापती व त्यांच्या मातोश्रीस भेटून समजूत करावी असा निकाल चिमाजीआप्पांनी लिहून पाठविला. या अशा सर्व घडामोडींच्या पार्श्वभूमीवर शेवटी पेशवे-दाभाडे यांच्यातील प्रसिद्ध डभईची लढाई घडून आली. तथापि, त्या अगोदर खुद्द चिमाजीआप्पांची एक स्वारी गुजरातवर झालेली होती. ती स्वारी म्हणजे पेटलादची स्वारी होय. ती स्वारी सप्टेंबर १७२९ ते जुलै १७३० या काळात चालू होती.

आप्पा गुजरातेत गेले ते त्यांचे जे हितसंबंध तेथे गुंतले होते त्यामुळे. आप्पांकडे शाहूमहाराजांची लष्करी सरदारी होती. लष्करी सरदारांना पोसण्याकरिता मराठी राज्यात काळीच्या वसुलाची मोकासा नावाची जी एक बाब होती ती लावून दिलेली असे. छत्रपती शाहूमहाराजांच्या आमदानीत त्यांच्या ताब्यातील त्या प्रदेशात जो काळीचा रोकड वसूल होई त्याचे साधारणत: दोन समविभाग केले जात. त्यांना स्वराज्य व मुघलाई हे नाव दिलेले असे. या स्वराज्यात पुन्हा सरदेशमुखी बाबतीत मोकासा वगैरे विभाग असून ते निरनिराळे सरदार वगैरेंवर दिलेले असत. पैकी मोकासा ही बाब सरंजामी सरदारांना फौजेच्या खर्चाकरिता तोडून देऊन तो विभाग त्यांनी वसूल करावा असे दिसते. गुजरातेत मराठ्यांनी अनेक स्वाऱ्यांतून निरनिराळ्या बाबी बादशाही सुभेदाराकडून मिळविलेल्या होत्या. शिवाय त्यातील बराचसा प्रदेश त्यांच्या खास अमलातही होता. गुजरातेत शाहूमहाराजांच्या सरदारांपैकी बांडे, दाभाडे, गायकवाड व चिमणाजी बल्लाळ उर्फ चिमाजीआप्पा याचे हितसंबंध निगडित झालेले होते. ही मंडळी आपला प्रदेश व आपल्या उत्पन्नाच्या इतर बाबी खेळीमेळीने वसूल करीत नसून, ते

त्याकरिता आपापसात सतत झगडत. एवंच एकाच मध्यवर्ती सत्तेचे घटक आपापसात भांडत राहात.

ही प्रथा त्या काळी भारतवर्षात सर्व लहान-मोठ्या सत्ताधीशांकडे पडलेली होती. हे सर्व मध्यवर्ती सत्तेच्या दुर्बलतेचे प्रतीक होते. लहानमोठ्या कारभाऱ्यांनी मध्यवर्ती सत्तेच्या हुकमतीत राहून राज्यकारभार चालविण्याची श्रीशिवछत्रपतींची शिस्त त्यांच्या पश्चात लय पावून लहानमोठ्या कामगारांनी वेळीअवेळी आपल्या जबाबदारीवर मुख्य सत्तेस धाब्यावर बसवून स्वतंत्रपणाने वागण्याला, शाहूमहाराजांच्या कारकिर्दीत उत्तरोत्तर सर्वच शिकले. याबाबतीत मराठ्यांचे गुरू मुसलमान असून, त्यांनी कित्येक ठिकाणी गुरुंवर मात केलेली आहे. गुजरातेकरिता पेशवा व सेनापती डभईवर लढले व पेशव्यांकडून सेनापती मारले गेले. हा आपापसातील भाऊबंदकीचा पहिलाच प्रकार नसून त्याचे लोण बरेच मागे जाऊन पोहचते. पेशवे व त्यांचे सरदार परसत्तेला खो देण्याकरिता स्वाऱ्या काढीत. आप्पांची गुजरातवरील पहिली स्वारी ही त्याच प्रकारात मोडणारी आहे. सन १७२६ मध्ये अंबाजीपंतांची माळवा गुजरातवर स्वारी झाली. त्या वेळी गुजरातचा मुघल सुभेदार सर बुलंदखान यांजकडून मराठ्यांना तेथील चौथसरदेशमुखी प्राप्त झाली व ती छत्रपतींनी सेनाखासखेल त्रिंबकराव दाभाडे व चिमणाजी बल्लाळ यांजकडे फौजेच्या खर्चास लावून दिली.

प्रांत गुजरात व माळवा येथील तह रा. अंबाजी त्रिंबक, मुतालिक दिम्मत पंतप्रधान यांनी सरबुलंदखानापाशी चौथाई सरदेशमुखीचा तह केला आहे, तरी तुम्ही प्रांत मजकुराचा चौथाईचा आकार होईल त्यांपैकी बाबती वजा करून राहिला ऐवज मोकासाबाब निम्मे चिमणाजी बल्लाळ याजकडे व निम्मे त्रिंबकराव दाभाडे यांजकडे पावावे. तरी तुम्हीं त्याप्रमाणे उपसर्ग न करणे. तसेच आंमली प्रदेशांपैकी प्रदेश चिमणाजी बल्लाळ, दाभाडे, गायकवाड, बांडे याजकडे होता व त्याचे अधिकारी आपापल्या प्रदेशाची वहिवाट करीत आणि मुघली हक्क वसूल करीत, या स्वारीच्या आधीच बांड्यांच्या पावागडला चिमाजीआप्पांच्या फौजेने मोर्चे दिले होते.

बयाजी साखरे पावागडहून लिहितो, 'कंठाजी बांडे किलियाखाले चापानेरच्या कोटात आहेत. आपण मार देतो स्वामीच्या प्रतापे कोण्हे गोष्टीची फिकीर नाही स्वामीस कार्यामुळे विलंब लागला तर पाच-सात हजार दुसरे रवाना करणे म्हणजे दुश्मनास मारून लुटून घेऊन म्हणजे सेवकाचे साहे होईल.' याचा अर्थ आप्पा आता जे गुजरातेत उतरत होते ते बांड्याशी दोन हात करण्याकरिता आणि हीच कामगिरी बहुतांशी या मोहिमेने बजाविली. या स्वारीत दुसरीही एक गोष्ट घडून आली. बांडे-गायकवाडांचा बंदोबस्त करीत असता गुजरातचा सुभेदार सर बुलंदखान याच्याशी आप्पांचा संबंध आला होता. सर बुलंदखान हा गुजरातचा ५३ वा सुभेदार तो १७२५-३० या काळात गुजरातचा

सुभेदार होता. मराठ्यांचा कटाक्ष चौथाईचा हक्क इतर प्रांतांप्रमाणे कायमपणे गुजरातवर बसविण्याचा असून त्या दिशेने त्यांचे प्रयत्न चालू होते. मराठ्यांनी गुजरात प्रांत बळकाविला हे बादशहास सहन न झाल्याने १७२५ मध्ये सर बुलंदखानास मोठ्या त्वरेने गुजरातेत पाठविले. सोबत मातब्बर सरदार, ५० लक्ष रोख दिले. अशा जय्यत तयारीनिशी आलेल्या सरबुलंदखानाशी लढण्यासाठी मराठे गुजरातवर चालून गेले. तेव्हा कंठाजी बरोबर सर बुलंदखानाने तह केला. अहमदाबाद शहर शिवाय महीनदीच्या पश्चिमेकडील सर्व भागांवर चौथाई वसूल करण्याचा हक्क कंठाजीस दिला. सर बुलंदखानाने कंठाजी बरोबर केलेला हा तह कंठाजीचा त्रास तात्पुरता मिटविण्यासाठी केलेले ढोंग होते; पण त्यामुळे पेशवे-दाभाडे यांचा कलह वाढत गेला.

गुजरातेत बांडे व पवार हे शाहूमहाराजांच्या तर्फे मुलूखगिरीवर असून पिलाजी गायकवाड सेनापतींच्यावतीने लढत होता. बांडे व पिलाजी यांच्यामध्ये तंटा उपस्थित होऊन त्यांची १७२५ च्या एप्रिलमध्ये खंबायतजवळ जोराची लढाई झाली. त्यात पिलाजीचा पराभव झाला. कंठाजीने खंबायतमधून काही वसुली केली. तेथे इंग्रजांची वखार होती. त्यांच्याकडूनही कंठाजीने पाच हजार रुपये मागितले. अशातच उदाजी पवार यासही बाजीरावांनी चौथाई वसूल करण्याकरिता गुजरातेत पाठविले; त्यास पिलाजीने विरोध केला. डभई येथे उदाजी व पिलाजी यांची लढाई होऊन तेथील कोट उदाजीने हस्तगत केला. त्यावर कंठाजी व पिलाजी एक होऊन उदाजीवर चालून आले. तेव्हा उदाजीने गुजरातचा नाद सोडून माळव्यात प्रयाण केले. इकडे कंठाजी व पिलाजी यांनी बडोदे व डभई येथे आपला बंदोबस्त केला. तसेच कंठाजी कदमाचा दत्तक मुलगा कृष्णाजी याने चंपानेर काबीज करून तेथे आपली व्यवस्था लावली.

मराठ्यांशी सामना करण्यास आपणास पैशांची व फौजेची मदत पुरेशी नाही असे सर बुलंदखान बादशहाकडे सारखा सांगत होता. मराठ्यांची सरशी पाहून स्वत: बादशहाने गुजरातेत येण्याचा विचार केला. परंतु, तो सिद्धीस गेला नाही. तरी त्याने मोठी मदत सर बुलंदखानास पाठविली. हा प्रकार बाजीरावांना कळल्याबरोबर त्यांनी आपला वकील शामराव यास सर बुलंदखानाकडे पाठवून दक्षिणच्याप्रमाणेच गुजरातची चौथाई आम्हांस द्यावी म्हणजे आम्ही सर्व शत्रूंचा बंदोबस्त करून बादशाहीचा कारभार सुरळीत चालवू; असे बोलणे १७२९ मध्ये चालू केले. खान पटकन कबूल होईना, घोळ घालू लागला. त्यात वर्ष गेले तेव्हा खानास पेचात आणावे या हेतूने चिमाजीआप्पा डिसेंबर १७२९ मध्ये माळव्यातून उदाजी पवारासह गुजरातेत आले. बरोबर सज्ज फौज फार होती. पावागडास मोर्चे दिले. किल्ल्यात बांडे होता. पावागड एका आठवड्याच्या आत चिमाजीआप्पांच्या ताब्यात आला. बांडेच्या लोकास चिमाजीआप्पांनी किल्ल्यातून हाकलून दिले आणि अहमदाबादच्या रोखाने चिमाजीआप्पांनी चाल केली. खानाची

फौज या वेळी कच्छच्या लढाईत होती त्यावेळेस खानाकडे चिमाजीआप्पांना तोंड देण्याकरिता सैन्यच राहिले नाही. चिमाजीआप्पांनी ही संधी साधून पेटलाद व घोलका ही शहरे उद्‌ध्वस्त केली आणि खानापासून चौथाईची मागणी केली. या घडामोडी खानाला उघड्या डोळ्यांनी पाहाव्या लागल्या. इतक्यात, खानास कळले की, कंठाजी कदम आपला हक्क शाबूत राखण्याकरिता मोठी फौज घेऊन गुजरातेत उतरत आहे.

पेशवा बाजीरावांनीही खानास कळविले की, चौथाई सरदेशमुखीचे हक्क करार करून द्याल तर आमच्या फौजा परत येतील. माळव्यात १७२८मध्ये बुंदेलखंडात बाजीरावांनी गाजविलेले पराक्रम, निजामास नरम आणण्याचे त्याचे उद्योग लक्षात घेता, पेशव्यांची मागणी नाकारणे खानास जड जाऊ लागले. शिवाय दिल्लीकडून मागितलेली पैशांची व फौजेची मदत वेळच्या वेळी मिळतही नव्हती. दुसरा विचार पेशव्यांची मागणी मान्य केली, त्यांना चौथाई-सरदेशमुखीचे हक्क दिले की, पेशवे स्वतःहून बांडे-दाभाडे-गायकवाड यांचा बंदोबस्त करतील, त्यांना हुसकावून देतील. मराठे आपापसात भांडताहेत असा गमतीदार देखावा दिसेल आणि झालेही तसेच. सरबुलंदखानाने नाइलाजास्तव चिमाजीआप्पांशी १३ मार्च १७३० रोजी करार केला. करार शामराव याचेमार्फत झाला. सुरतखेरीज करून तमाम गुजरात प्रांताच्या चौथाई सरदेशमुखीचे हक्क शाहूमहाराजांस (पेशव्यांतर्फे) कराराने लिहून दिले. अहमदाबाद शहराच्या उत्पन्नावर पाच टक्केच घ्यावे असा करारात उल्लेख होता. दक्षिण प्रांतात हे हक्क दिल्यापासून सुव्यवस्था होऊन रयतेची आबादानी झाली. तसाच परिणाम गुजरातेतही व्हावा म्हणून हे हक्क मराठ्यांना लिहून दिले आहेत, असा उल्लेख सरबुलंदखानाने आरंभीच त्या करारात केलेला आहे.

हक्काची अंमलबजावणी होण्याकरिता खानाने एक प्रत ताकीदपत्र म्हणून गुजरात प्रांतातील सर्व जहागीरदार, फौजदार, ठाणेदार, देसाई, कानगरे, मोकादम व शेतकरी यांच्या नावे जाहीर केली. त्यातील सारांश, बाजीरावांनी मुलखाची आबादी, रक्षण आणि शत्रूंचे पारिपत्य करण्याचे कबूल केले तेव्हा त्याने २५०० स्वारांनिशी या मुलखात राहावे. या स्वारांच्या सरंजामाबद्दल या प्रांताची चौथाई राजे शाहूमहाराजांकडे मुर केली आहे; तरी तुम्ही कोणत्याही प्रकारची तफावत न करिता चौथाईचा हिस्सा कमाविसदारास देत जावा. कमाविसदारांनी हिश्शाखेरीज जाजती उपसर्ग करू नये. बाजीरावांनी चौथाई वसुलीकरिता प्रत्येक परगण्यात दोन-तीन माणसे ठेवीत जावी. त्यांनी सरकारचे अंमलदार व कामदार यांचे एकविचारे असावे.

पिलाजी गायकवाड भिल्ल व कोळी लोकांस सामील करून घेऊन, प्रांतास उपद्रव देईल तर त्याचा बंदोबस्त करण्याची हमी बाजीरावांनी घेऊन, ती या करारात लिहून दिलेली होती. त्यात म्हटले होते, 'सरदेशमुखीच्या अमलाविशी गुजरात सुभ्याची पत्रे सरबुलंदखान याची की गुजरातचे चवेचाळीस महाल खंडेराव याजकडून तगीर करून

बाजीराव याजकडे करार केले. हिशेबप्रमाणे देत जावे.'

सरबुलंदखानाने मराठ्यांना प्रांतातून हाकलून लावले नाही. उलट, चौथाई सरदेशमुखीचा करार कायम करून दिला. हा प्रकार बादशहा व त्याचा वजीर खानडौरान यांना पसंत पडला नाही. खानडौरान व सर बुलंदखानाचे वाकडे होते. खानडौरानने बादशहाची समजूत करून दिली की, खान सरबुलंद निजामाप्रमाणेच स्वतंत्र होण्यासाठी बंडखोरी करतो आहे. त्याला परत बोलवावे व मारवाडचा राजा अभयसिंग याला त्याच्या जागी पाठवावे; कारण अभयसिंगाचे दिल्ली दरबारात प्रस्थ वाढल्याने वजिरास तो तिथे नको होता. बादशहाने हे बदल ताबडतोब अमलात आणले. अभयसिंगाला गुजरातचा सुभेदार नेमले. अभयसिंगाने १० ऑक्टोबर १७३०ला अहमदाबाद काबीज करून सरबुलंदखानास पकडून दिल्लीस पाठविले. तेथे बादशहाने खानाची फारच विटंबना केली.

डभईची स्वारी

पेटलादची स्वारी आप्पांना फारशी लाभदायक ठरली नाही व गुजरातेत या वर्षाच्या चातुर्मासात अकल्पित घटना जन्मास आली. आत्तापर्यंतच्या इतिहासावरून असे दिसून येते की, शाहूमहाराजांचे एका क्षेत्रात वावरणारे सरदार आपापल्या हक्कांचे व प्रदेशांचे संरक्षण गुण्यागोविंदाने करून मराठी राज्यास स्थैर्य आणण्याऐवजी आपापसात भांडून राज्याच्या अपायाचेच खेळ खेळत आले. त्यामुळे मराठी राज्यरूपी सूर्याला ग्रासू पाहणारा राहू जो निजाम त्यास ही सुवर्णसंधी वाटे व तिचा तो पुरेपूर फायदा घेत असे. गुजरातेतील प्रमुख सत्ताधीश पेशवे व सेनापती यांच्यात एकसारखी चुरस वाढत चालली होती; त्यामुळे हिंदुस्थानातील राजकारणावर त्याचा विपरीत परिणाम होत होता. तेव्हा गुजरातचा प्रश्न समाधानकारकपणे सोडवून, राज्याचा मुख्य आधारस्तंभ पेशवे व सेनापती यांना हातात हात घालून राज्यकारभार चालविण्यास प्रवृत्त करण्याकरिता छत्रपती शाहूमहाराजांनी गुजरातचा प्रश्न सोडविण्याचे ठरविले.

कृ. वा. पुरंदरे यांनी आपल्या चिमाजीआप्पा या पुस्तकात डभईची स्वारी या प्रकरणात चिमाजी बाजीराव यांचा गुजरात प्रकरणाबाबत जो पत्रव्यवहार दिला आहे व त्यावर बाजीरावाचा जो निर्णय दिला आहे, त्यावरून सर बुलंदखानाकडून चौथाईच्या सनदा वसूल करण्यामागे दाभाड्यांवर कुरघोडी करण्याचा बाजीरावाचा उद्देश असल्याच्या अनुमानास हालवून खुंटा बळकट करण्याचा 'स्थूणनिखननन्यायाने' अधिक पुष्टी मिळते. चिमाजीआप्पांच्या पत्राची पार्श्वभूमी अशी आहे की, गुजरातेत दाभाडे आणि पेशवे यांची सुंदोपसुंदी चाललेली व त्यांच्या अंमलाचा होत असलेला चढ-उतार शाहूमहाराज पहातच होते. तसेच दि. २२ एप्रिल १७२६ रोजी सरबुलंदखानाने अंबाजीपंत पुरंदऱ्यांशी गुजरातच्या चौथाईचा-सरदेशमुखीचा करार केला व अडीच हजार स्वारांच्या सरंजामाबद्दल

गुजरातेतील मुलूख तैनात केला. यातील निम्मा चिमणाजी बल्लाळ व निम्मा त्रिंबकराव दाभाडे यांना दिला. दुसरे कारण म्हणजे १ जुलै १७२७ रोजी चिमणाजी बल्लाळचा म्हणजे चिमाजीआप्पांचा गुजरातेतील निम्मा मोकासा शाहूमहाराजांनी काढून घेतला. तिसरी गोष्ट म्हणजे १७३० मध्ये चौथ व सरदेशमुखी खंडेरावांकडून तगीर करून बाजीराव यांजकडे करार केला. याशिवाय १७२५ची बाजी भिवराव व बाजीराव पेशवे यांची गुजरातची स्वारी व १३ डिसेंबर १७२५ची कंठाजी कदम व पिलाजी गायकवाड यांस शाहूमहाराजांचे पत्र की, तुम्हीं हमीदखानास सामील होऊ नका. पंत-प्रधानाच्या फौजेशी तुम्ही भांडू नका, इत्यादी.

चिमाजीआप्पांनी या संदर्भात बाजीरावांना लिहिलेले पत्र महत्त्वाचे ठरते. चिमाजीआप्पा लिहितात, 'अपत्ये चिमाजीचा कृतानेक साष्टांग नमस्कार. विनंती उपरी. येथील कुशल तागाइत छत्रपती१२ जमदिलौव यथास्थित असे विशेष. स्वामींनी दोन-तीन पत्रे पाठविली, ती पावली. राजश्रींच्या चित्तात गुजरातच्या सनदा अथवा सहीची पत्रे करून देऊन दाभाड्याचा आपला कजिया लावावा ऐसा अर्थ आहे. यैसियास सनदा अथवा सहीची पत्रे दिल्ही आणि काही पैका मान्य करी यैसे म्हणू लागले तर पैका मान्य करावा किंवा न करावा, सनदा अगर सहीची पत्रे घ्यावी की न घ्यावी, याचा विचार काय तो लिहून पाठविणे म्हणून लिहिले. ऐसियास हंगाम वसुलाचा गेला. अगदी वसूल पिलाजीने मुलकातील घेतला. याकरिता पैका मान्य करणे तो विच्यारे करून थोडा-बहुत करावा. वरकड दाभाड्यांनी कजिया केला तर तो आम्ही सांभाळतो. त्याची फिकीर आहे ऐसे नाही, परंतु ते निजामास भेटले तर परछिन्न त्यांचा हुद्दा दूर करावा येवढी गोष्ट मात्र राजश्रींशी खरी करून घेऊन सनदा देतील त्या मान्य कराव्या. पैका तो ये वर्षी हातचा गेला. परंतु, नक्षाची गोष्ट आहे. याकरिता मान्य करावी. आता आमची फौज पाच-सात हजार त्याप्रांती गेली तर त्याच्या फौजांनी येऊन आमच्या फौजेपुढे उभे राहावते ऐसे नाही. याकरिता सनदा करून दिल्ह्या तर कबूल कराव्या ऐसे आमचे विच्यारे आहे.'

एवंच गुजरातची भूमी ही पेशवा व सेनापती यांच्या सैन्याची रणभूमी होऊन राहिली होती. मराठी राज्याच्यादृष्टीने ही स्थिती अनिष्ट वाटल्यामुळे १७३० च्या कार्तिकात शाहूमहाराजांनी गुजरातचा प्रश्न उपस्थित केला व त्याचा कायमचा निकाल लावण्याचे ठरविले. गुजरातेतील हक्क व प्रदेश पेशवे अगर सेनापती यांपैकी कोणीतरी एकाचे माथीचे मारून घ्यावेत अशी इच्छा छत्रपतींनी प्रदर्शित केली. त्यांनी प्रश्न प्रथम पेशव्यांपुढे टाकला. पेशवे व चिमाजीआप्पा राजकारण एकाविचाराने करीत असत. तथापि, अखेरचा निर्णय पेशवा बाजीरावांचा असे. वरील संदर्भ कराराच्या पत्रांवरून असे दिसते की, 'पेशवा व दाभाडे यांचा गुजरातवरून कलह लागावा, अशी छत्रपतींची

इच्छा असावी, असे चिमणाजी आप्पांना वाटले; त्यामुळे गुजरातच्या सनदा घेण्यास ते तयार असले तरी ती योजना पेशव्यांनी फेटाळली; कारण पेशव्यांना दाभाड्यांशी कलह नको होता; पण हाच प्रश्न छत्रपतींनी दाभाड्यांपुढे टाकला तेव्हा त्याने ते मान्य केले.'

पुरंदरे म्हणतात, 'आपल्यावर सेनापतीने मात केलेली पाहून पेशवा चिडला व परिणामांचा विचार न करता रणचंडीची आराधना करू लागला.' वर संदर्भ ८८ चे चिमाजीआप्पांचे पत्र इतके संदिग्ध आहे की, त्याचा अर्थ मोठ्या कष्टाने लावावा लागतो आणि जो लागतो तो म्हणजे दाभाड्यावर मात करण्यासाठी बाजीरावांनी सर बुलंदखानाकडून सनदा मिळविल्या असाच लागतो. बाजीरावांच्या आज रूढ असलेल्या उदात्त प्रतिमेशी ते विसंगत आहे, हे उघडच आहे पण त्याला इलाज नाही. बाजीराव मृत्यूनंतर मोठा झालेला आहे. आजचा तीनशे वर्षांनंतर दिसणारा बाजीराव आणि समकालीनांना दिसणारा बाजीराव अगदी वेगळे आहेत. त्यांच्यावेळचे त्यांचे दाभाडे, आंग्रे, भोसले प्रतिनिधी वगैरे समकालीन, त्यांना आपल्या बरोबरचा स्पर्धकच समजत. शिवाजीमहाराजांनासुद्धा त्यांच्या काळी सारेच प्रतिस्पर्धी मुसलमान तर सोडाच पण मराठे व ब्राह्मणही त्यांना मोठा मान देत ही गैरसमजूत आहे, असे शेजवलकरांनी दाखवून दिले आहे. शेजवलकर म्हणतात, '४ जुलै १६७७ च्या पत्रात 'पंढरपूरच्या बडवे घराण्यातील एक शिवकालीन पुरुष सिवाजी भोसल्याचे भेटीस गेला' असे म्हणतो; शिवाजीच्या या एकेरी उल्लेखावरून शिवकालातील त्याच्यावेळचे सर्वच लोक त्यास मान देत नव्हते असे दिसते.'

बाजीरावांचा प्रकारही यापेक्षा वेगळा असेल असे नाही. दुसरे असे की, बाजीराव मोठे होते म्हणजे ते सर्वच बाबतीत मोठे होते असे समजणे बाजीरावांवरच अन्याय करण्यासारखे आहे. मोठे असले तरी ते माणूसच होते व माणसांच्या काम, क्रोध, मद, मत्सर, मोह, लोभ या षड्रिपूंपासून तेही मुक्त नव्हते. गुजरातचा प्रश्न चिघळण्यास दाभाड्यांप्रमाणेच बाजीरावांचेही हे स्वभावगुण किंवा स्वभावदोष कारणीभूत झाले, हे उघड आहे.

दाभाड्यांची शाहूमहाराजांकडे तक्रार

दाभाड्यांच्या मुलखात (गुजरातेत) बाजीराव पेशवे आणि चिमाजीआप्पांनी जी मुलूखगिरी केली तिचे परिणाम चांगले झाले नाहीत. एकटा सर बुलंदखान दाभाड्यांना 'आटपो वा न आटपो' तो बाजीराव किंवा चिमाजीआप्पांचा प्रश्न नव्हताच; पण बाजीराव-चिमाजीआप्पांनी गुजरातेत घुसखोरी केली आणि त्यामुळे दाभाडे मंडळी पिसाळली आणि त्यांनी आपला दावा छत्रपतींच्या दरबारात न्यायासाठी गुदरला.

दाभाडे बखरीमध्ये दाभाडे यांची तक्रार आली आहे. ती वाचली म्हणजे गुजरातेतल्या

या पेशवे-दाभाडे संघर्षावर चांगला प्रकाश पडतो. पेशवे बाजीराव यांनी सेनापतींशी बोलणे चालविले की, माळवा व गुजरात या प्रदेशांमध्ये ज्या मोहिमा होतील आणि जे प्रदेश ताब्यात येतील, त्यांची सामाईक वाटणी पेशवे-दाभाडे यांच्यामध्ये करावी. सेनापती यांनी हे म्हणणे नाकारले. त्यांनी बाजीरावांना स्पष्टच सांगितले की, 'महाराजांनी माळवा प्रांत पेशव्यांना सोपवला आहे आणि गुजरात हा सेनापतींना मोहिमा जिंकण्यास दिला आहे आणि म्हणून त्यांच्या भागात म्हणजे गुजरातेत इतरांनी हस्तक्षेप करण्याचे कारण नाही. दाभाड्यांनी स्वपराक्रमाने पिलाजी गायकवाड यांच्या साहाय्याने गुजरातमध्ये आपले पाय रोवले आणि बराच भाग आपल्या अंमलाखाली आणला आणि आता या प्रदेशामध्ये बाजीराव हस्तक्षेप करतात हे दाभाडे, गायकवाड आणि त्यांच्या साहाय्यकांना कसे आवडणार? दाभाडे आणि गायकवाड यांची नाराजी व नापसंती अगदी योग्यच होती. गुजरातच्या चौथाईची अर्धी-अर्धी वाटणी पहिल्यापासूनच दाभाडे-गायकवाडांनी नाकारली होती. ऑगस्ट १७२९ मध्ये खंडेराव दाभाडे यांच्या वेळी गायकवाडांनी कंठाजी कदम बांडे यांना गुजरातेतून काढून लावले त्या वेळीसुद्धा शाहूमहाराजांनी दाभाडे यांची निम्मी चौथाई चिमाजीआप्पा यांना दिली होती. मग आता पेशवे अर्धी चौथाई का मागतात? आता गुजरातेत पेशव्यांनी आपला वाटा ठेवू नये, असे म्हणणे दाभाड्यांचे पडले. गुजरातची मुलूखगिरी आपणास दिली असता पेशवे तेथे आपला अधिकार का चालवतात? तेथील सुभेदाराला का भेटतात? आणि त्यांच्याशी त्यांना विचारल्याशिवाय करार का करतात? आमचे दुय्यम गायकवाड यांना गुजरातेतून हुसकावून काढण्याकरिता पेशव्यांचे प्रयत्न चालू झाले आहेत हे बरे नव्हे.'

बाजीरावांचा अन्याय स्पष्ट दिसत असून दाभाड्यांची तक्रार रास्त होती. तथापि, शाहूमहाराजांनी तक्रारीकडे विशेष लक्ष दिले नाही आणि बाजीरावांचा पक्ष घेतला. सर बुलंदखानाकडून चौथाई-सरदेशमुखी मिळविण्याचा वृत्तान्त ८ जुलै १७३० रोजी चिमाजीआप्पांनी शाहूमहाराजांना कळवला. तेव्हा त्यांनी संतोषच प्रगट केला; पण दाभाडे यांच्या हक्कावर गदा आली आहे याची खंतपण त्यांना त्या वेळी जाणवली आहे. तेव्हा त्यांनी कराराची अंमलबजावणी करताना त्रिंबकराव यांना सूट दिली. चौथाई मोकासाच्या आणि सरदेशमुखीचा थोडासा हिस्सा आणि तो वसूल करण्याचा हक्क त्यांना दिला. त्यामुळे दाभाडे नाराज होणार नाहीत असे महाराजांना वाटले.

शाहूमहाराज दाभाड्यांना जाणत होते आणि बाजीराव-चिमाजींनाही जाणत होते. दाभाड्यांच्या पराक्रमाबद्दल तर त्यांच्या शत्रूनेही शंका घेतली नसती. तेव्हा शाहूमहाराजांनी ती घेण्याचा प्रश्नच नव्हता; पण त्यांचा पराक्रम आपल्याला बाधक होईल याची त्यांना खात्री देता येत नव्हती. बाजीरावांचे दोषही महाराजांना माहीत नव्हते, असे नाही. आपल्या ज्येष्ठ मंत्र्यांशी ते फटकून वागतात हे ते पाहतच होते.

परंतु, सर्व दोषांवर मात करणारे बाजीराव आणि चिमाजीआप्पांचे गुणही ते जाणतच होते. बाळाजी विश्वनाथांपासून पेशव्यांनी आपली सारी निष्ठा सर्वस्वी शाहूमहाराजांना वाहिलेली होती. तसा भरवसा आजवरच्या अनुभवांवरून दाभाड्यांबद्दल त्यांना वाटत नव्हता. अशा परिस्थितीत जे आपणाकडे परवा नव्हते, पण काल होते; आज आहेत पण उद्या असतील याची शाश्वती नाही, त्या दाभाडे मंडळींवर विसंबण्यापेक्षा ज्यांनी आजपर्यंत आपणास अंतर दिले नाही त्या बाजी-चिमाजीची पाठराखण शाहूमहाराजांनी केली.

दाभाड्यांचे निजामाशी संधान

शाहूमहाराजांकडून आपणास न्याय मिळत नाही असे दिसून आल्यावर त्रिंबकराव दाभाड्याने निजामाशी संधान बांधले. रियासतकार म्हणतात, 'गुजरातच्या क्षेत्रात पेशव्याने हस्तक्षेप केला, त्यामुळे दाभाडे संतप्त झाला आणि निजामाकडे संधान करून बाजीरावाचे वर्चस्व नाहीसे करण्याच्या उद्योगाला लागला. निजामास झाले तरी तेच पाहिजे होते किंबहुना बाजीरावाचा उच्छेद करण्याच्या कारस्थानाचा मूळ प्रेरक निजाम हाच होता आणि शाहू-बाजीराव यांची उचलबांगडी करून शाहूमहाराजांच्या जागी कोल्हापूरच्या संभाजीला आणण्याचे त्याचे कारस्थान पालखेडावर बाजीरावाने हाणून पाडले, ते सिद्धीस नेण्यासाठी या वेळी निजामाने दाभाड्यांसारख्या शाहूच्या पदरच्या मातब्बर असंतुष्टाला हाताशी धरले इतकेच!'

निजामाची भेदनीती बाजीरावांच्या लक्षात आली नसती, तरच नवल! निजामाच्या दरबारातील त्यांचा वकील कुंटे याने बाजीरावांना निजामाच्या या कूटयोजनेची आणि दाभाडे मंडळींच्या त्याच्याशी चाललेल्या योजनांची बातमी देताना लिहिले की, निजामास उमाबाईंची व कंठाजीची पत्रे आली की, 'आम्ही कवडी मागत नाही, फुकाचा आश्रय तेवढा नबाबांनी द्यावा म्हणजे प्रधानपंतास आम्ही मोडू. जर त्यांनी आम्हांस मोडले तर तुम्हीं आम्हांस जागिरा मनसब द्यावी आणि आम्ही मोडले तर शाहूचे राज्यच बुडवितो.' शाहूचे राज्य बुडविल्यावर संभाजीराजास स्थापून त्रिंबकरावास सेनापती व कंठाजीस सर लष्करपद द्यावे अशी पत्रे गयासनखानजीचे विद्यमाने आली. त्यावर नबाब बोलले, 'संभाजीचा लकडा आमचे पाठीवर आहे त्यास एकवेळ राज्यी बसौन शाहूस मोडावे. फुकटा फुकट मनसबा आला आहे. परभारे घरात कलह लागोन, जो भांडेल तोच उणा जाहला आपले काय गेले!'

दाभाड्याचा स्वभाव चंचल व ओढा प्रथमपासूनच कोल्हापूरकरांकडे असल्यामुळे त्यांनी सातारच्या गादीवर कोल्हापूरच्या संभाजीस आणण्याचा विचार केला आणि त्या दिशेने प्रयत्न सुरू केले. गनिमाअीत राहून राजियास मोडून संभाजीस आणावे. असा या

राजद्रोही सरदारीचा कावा होता. निजामाकडे जाता-जाता गुजरातेत दाभाड्यांनी जो करार केला. त्याची हकिकत बाजीरावांनी शाहूकडे कळविली. त्यात म्हटले होते, 'येक गाव बस्ता न मिळे. साल मजकुरी चौभाग चाळीस हजार जमा होणे कठीण. आज दोन वर्षे दुहीमुळे समागमी चालतात यासी निष्ठुर बोलावे तरी प्रसंग. समाधाने सांगोन पाहिले तथा पित्यांचे मानस नाही. आम्ही कर्जामुळे खराब. फौज सिद्ध ठेवून देशांतर करावे म्हणून योजिले तयास समागमी अि. अि.'

आपला सुसज्ज तोफखाना आणि लष्कर यांच्यासह निजामाने दाभाड्यास सक्रिय मदतीचे आश्वासन दिलेच, पण बुंदेलखंडातून बाजीरावांच्या हातून पराभूत झालेला महंमदखान बंगश माळव्यावर सुभेदार म्हणून या वेळी आलेला होता. त्यालाही कळविले की, 'पिलाजी गायकवाड व उदाजी पवार यांचे बाजीरावांशी वाकडे आलेले असून ते मुसलमानाशी संगनमत करण्यास तयार आहेत. आपण सर्व एक झालो म्हणजे यश येण्यास विलंब लागणार नाही. आम्ही लवकरच नर्मदेवर येऊन तुम्हांस भेटतो.'

उभय पक्षांची भेदनीती

सामोपचाराची बोलणी संपली तेव्हा त्रिंबकरावाने शाहूमहाराजांच्या पक्षातील व बाजीरावांकडील माणसे फोडण्याचा उद्योग सुरू केला; त्याने असे वर्तमान जाहीर केले की, 'आमच्या राजाचे राज्य या ब्राह्मणाने (म्हणजे बाजीरावांनी) घेतले असल्यामुळे सर्व मराठे सरदारांनी आमच्या निशाणाखाली जमावे आणि बाजीरावांचे पारिपत्य करावे.'

त्रिंबकरावांच्या या आवाहनाला प्रतिसाद देऊन त्याच्या निशाणाखाली कान्होजी भोसले, उदाजी पवार, आनंदराव पवार, सरलष्कर निंबाळकर, चिमणाजी दामोदर, कंठाजी कदमबांडे, रघुजी कदमबांडे, कुंवरबहाद्दूर असे नामांकित सरदार जमा झाले. शाहूंचे राज्य त्याला पटत नव्हते. पिलाजी गायकवाड व उदाजी पवार आणि कंठाजी कदमबांडे यांच्या पूर्वी एकमेकांशी लढाया झाल्या होत्या; पण बाजीरावांना विरोध या एकाच समान धाग्याने ही आवळ्या-भोपळ्याची मोट बांधली गेली होती. हा सारा प्रकार पाहिला म्हणजे 'राजकारण किती विचित्र असते' या वचनाची प्रचिती आल्याशिवाय राहात नाही.

परंतु, भेदनीतीचे हत्यार निजाम आणि दाभाड्यांनाच तेवढे वापरता येत होते आणि बाजीराव पेशवे त्यात केवळ बाळ होते अशातला प्रकार नव्हता. आवजी कवडे, भावसिंग ठोके, मुदाणेकर, दलपतराव ठोके, आभोणेकर, बजाजी आरोळे, सिन्नरचा देशमुख कुँवर बहाद्दूर इ. दाभाड्यांच्या पदरची मंडळी बाजीरावांनी युक्तीने फोडली आणि त्यांजकरवी निजामाच्या व दाभाड्यांच्या प्रदेशात केवळ प्रलय उडवून दिला. 'तुम्ही मुघलाईत याल तर खापर हाती घेऊन भीक मागाल' असे बाजीरावांच्या निजामशाहीतील तकिलांनी त्या फितुरी मंडळींस खासे भविष्य दाखवून दिले.

रियासतकार म्हणतात, 'भेदनीतीचा प्रभाव निजामाने मराठी दरबारात चालविला. तेच हत्यार बाजीरावाने जास्त परिणामाने वापरून दाखविले.'

शाहूमहाराजांचा दाभाड्यांना हितोपदेश

गोष्टी या थराला आल्या की, पेशवा आणि सेनापती या मराठी राज्याच्या महावृक्षाच्या दोन शाखा एकमेकांवर घासू लागल्या आणि त्यातूनच वणव्याच्या ठिणग्या उडू लागल्या. सेनापतींसारखा जबाबदार अधिकारी पुरुष आणि तो पेशव्यांच्या रागाने निजामासारख्या राज्याच्या पुरातन दावेदाराशी मिलाफी करतो आणि स्वराज्यातल्या प्रजेला हैराण करतो; यामुळे शाहूमहाराज पराकाष्ठेचे अस्वस्थ झाले आणि दाभाड्याला स्थितीवर आणण्यासाठी त्यांनी त्याला गौरवूनच पण त्याची कानउघाडणी करणारे स्वदस्तुरचे पत्र लिहिले की, 'अलीकडे तुमचा मुक्काम कोठे आहे, काय मनसबा योजिला आहे, हे कळत नाही. तुम्ही साहेबांचे एकनिष्ठ कार्याचे सेवक, यास्तव साहेब तुम्हांवरी बहुत सद्यचिते कृपा करीत असता, हाली चित्तात विपर्यास आणून दुसऱ्याचा आश्रय करून राज्यास अपाय करावा, आपल्या एकनिष्ठतेस बोल लावून घ्यावा, यात फायदा काय! हे तुम्हां लोकास उत्तम नव्हे. जे विश्वासघातकी स्वामी द्रोही जाले, त्यांचा परिणाम कळतच आहे. साहेबांचे राज्यास कल्याण आणि तुमचे स्वहितजन बरे म्हणे ऐसा मनसबा करणे. दिवसेंदिवस तुमचे उर्जित होऊन साहेब संतोषी होत, तो विचार करणे. परराज्य साधे पावे साहेबांचा दाब बसे. ठाणी व जागे साध्य होते. दुष्टांस नतीजा पावे, ऐसा यत्न उपाय करणे. तुम्ही साहेबांचे विश्वासू सेवक इतबारी आहा, आपल्या थोरपनास उचित ते स्वामिकार्य करून साहेबास संतोषवाल हा भरवसा आहे. आमच्या स्वराज्यात रयतेस उपद्रव लागो न देणे. कोणी दुष्ट शत्रू लबाडी करतील, त्यास शासन करणे. तुम्ही अखत्यारी सेवक म्हणवीत आहा हे जाणून हे पत्र तुम्हांस पाठविले आहे.'

एवढे पत्र लिहूनच शाहूमहाराज थांबले नाहीत तर गुजरातचा मोकासा पूर्वीप्रमाणे दाभाड्यास देऊन त्याच्या असंतोषाचे मूळ मुळापासून नाहीसे करण्याची आपल्याकडून शिकस्त केली.

नारोरामाची शिष्टाई

एवढेच नव्हे तर दाभाड्याची समजूत घालण्यासाठी शाहूमहाराजांनी आपल्या विश्वासातल्या नारोराम मंत्री याला तळेगावला पाठविले. बाजीरावांनीही आपला मुजुमदार नारो गंगाधर आणि अंबाजी त्रिंबक पुरंदरे यास त्रिंबकरावाच्या आणि त्याची आई उमाबाई हिच्या भेटीसाठी तळेगावला पाठविले. बाजीरावाची आई राधाबाई हीदेखील उमाबाईंची भेट घेण्यासाठी तळेगावला आली. ब्रह्मेंद्रस्वामीनेही उमाबाईला आपला मुलगा ताळ्यावर आणण्यासाठी लिहिले; पण दाभाड्यांच्या हट्टापुढे कशाचाही उपयोग

झाला नाही. उमाबाईने तर राधाबाईंची भेट घेण्याचेही टाळले. नारोरामाची भेट उमाबाई व त्रिंबकरावाने घेतली आणि शाहूमहाराजांबद्दल आपली निष्ठा असली तरी बाजीरावांनी खानदेश प्रांतात लोहनेर वगैरे गावास जो उपद्रव दिला त्याबद्दल तक्रार केली. स्वत: दहा हजार फौज तयार करून होता. त्याला शाहूमहाराजांकडे समजाविण्यासाठी समक्ष नेण्याचा नारोरामाने पुष्कळ प्रयत्न केला, तो येईना तेव्हा कृष्णाजी दाभाडे याला बरोबर घेऊन तो शाहूमहाराजांकडे गेला. आपल्या शिष्टाईची माहिती त्याने बाजीरावांना दिली आणि दाभाड्यांशी कलह वाढवू नये आणि बाकीचे मराठे परराज्यात गेले तसा दाभाडे गृहकलहामुळे गेला हे निमित्त आपणावर घेऊ नये असा त्याला कळकळीचा उपदेश केला. तो म्हणतो, 'आम्ही येथे आल्यानंतर येथील वर्तमान मनात आणिता याचन दुराग्रह विशेषच दिसोन आला. पुरातन जे आहे, ते एक खेडे उणे न होता आमचे आम्हाकडे देऊन सेवा घ्यावी हा बायांचा मुद्दा. ये गोष्टीची उदासीनता करून जावे तरी गरगशा तुरतच वाटणार. राज्यातील मऱ्हाटे चौघे चौकडे गेले, राहिले त्यासही घालविता हे निमित्त उत्तम नव्हे. याकरिता आम्ही सांगणे ते सांगोन घेण्यापावितो न्यावे हा उपाय करीत होतो. परंतु, त्याचे कोणी समागमे येत नाही. लोहनेर व इत्यादीक तिकडील खेड्यांची वर्तमाने ऐकोन विशेषच संतप्त होतात. आपला मुलूखात देश व बागलाण सुरतपर्यंत त्याजकडील अमलास तफावत करीत नाही असता उगेच नाना प्रकारचे उपद्रव करितात म्हणून याणि सांगितले. अशास किरकोळी बोभाट होऊ द्यावा यात काही अधिकोत्तर नाही. राज्यातील मऱ्हाटे घालवितात हे निमित्त न घ्यावे जे करणे ते राज्यकारभारास व्यत्यय न दिसे ते केले पाहिजे. श्रीने तुम्हांस बहुत यश दिल्हे. ते जतन करणे. निमित्य सर्वच न देणे गनीम बहुत दगेखोर आहेत. सावधपणे राहत जाणे. याच्या मुलखास उपसर्ग न देणे. किरकोळी केलीयाने उपहास मात्र होतो. इतकाच अर्थ आहे.'

नारोरामाच्या सदिच्छेबद्दल प्रश्नच नाही. इतकेच की ती अस्थानी होती. बाजीरावांचे सरदार फोडून त्याचे प्रदेशाला उपद्रव देण्यास सुरुवात प्रथम दाभाडे व निजाम यांनी केली. बाजीरावांनी दाभाड्यांचे सरदार फोडून याच्या मुलखास उपद्रव दिला, ती केवळ क्रियेस प्रतिक्रिया होती. इतकेच नव्हे तर बाजीरावांना सबंध गुजरातचा मोकासा शाहूमहाराजांनी दिला होता, तो रद्द करून दाभाड्यास द्यावा व कज्जा करावा, असे महाराजांनी सुचविले. तेव्हा बाजीरावांनी व चिमाजीआप्पांनीही त्याला संमती दिली होती; फक्त एकच शर्त घातली होती की, 'दाभाड्यांनी कज्जा केला तर तो आम्ही सांभाळता त्याची फिकीर बिलकूल नाही पण ते जर निजामास जाऊन भेटले तर त्यांचा हुद्दा परिच्छिन्न दूर करावा. एवढी गोष्ट महाराजांपाशी पक्की ठरवून मग दाभाड्यांना गुजरातच्या सनदा द्याव्या.' या शर्तीत अयोग्य असे काही म्हणता येणार नाही.

थोडक्यात

नारोराम गेला तो दाभाड्याला उपदेश करायला. त्यात त्याला सपशेल अपयश आले. दाभाडे त्याच्याबरोबर छत्रपतींची भेट घ्यायलासुद्धा येण्यास तयार झाला नाही. महाभारतातल्या श्रीकृष्णाच्या शिष्टाईप्रमाणे नारोरामाचीही शिष्टाई विफल झाली. सुईच्या अग्रावर राहील एवढीसुद्धा भूमी आम्ही पांडवांना देणार नाही. युद्धात आम्ही मोडू पण वाकणार नाही; पराक्रम हेच पौरुष आहे, असे म्हणणाऱ्या दुर्योधनाप्रमाणे त्रिंबकरावही गुजरातच्या मामल्याची निरगाठ तलवारीच्या तडाख्याने तोडण्यास इरिशिरीने उभा राहिला. विरुद्धपक्षाचा जोर वाढत चालला, असे स्पष्ट दिसू लागताच १७३०चा दसरा झाल्यावर बाजीराव पेशवे आणि चिमाजीआप्पा बाहेर पडले. चिमाजीआप्पा पिलाजी जाधवास घेऊन खानदेशात निजामाच्या हालचालींवर नजर ठेवीत राहिले. स्वत:बाजीराव सुरतेस आले. पुढे तसेच अहमदाबादला गेले; तर निजामाला अडविण्यासाठी चिमाजीआप्पा मोठ्या त्वरेने महीच्या उत्तरेस मेमदाबादला पोहोचले. दरम्यान बाजीरावांनी दाभाड्याची कारस्थाने शाहूमहाराजांना कळविली. मराठी राज्याचे दोन हिस्से करून कोल्हापूरच्या संभाजीला पुढाकार द्यावयाचा असाही या कारस्थानांचा आशय होता; त्यामुळे शाहूमहाराजांनाही सेनापतीबद्दल राग उत्पन्न झाला.

युद्धाचे पडघम वाजू लागले

अश्विन शुद्ध अष्टमी, ८ ऑक्टोबर १७३० रोजी त्र्यंबकराव दाभाडे तळेगावाहून निघाला. त्याच्याबरोबर दहा हजार फौज होती. इंदुरी येथे मुक्काम करून अश्विन वद्य प्रतिपदेला त्याने खंडेरावाचे वर्षश्राद्ध केले व तो नारायणगावमार्गे गुजरातकडे चालू लागला. नारायणगावहून तो संगमनेरला आला, तेथे त्याला निजामाचा सरदार तुरूकताजखान भेटला. संगमनेराहून पुढे गिरणानदीवर चाळीसगावजवळ निजामाची आणि त्याची भेट झाली. या ठिकाणी सिन्नरचा देशमुख कुंवर बहाद्दूर याला निजामाने दाभाड्याच्या मदतीस दिले. भेट झाल्यानंतर निजाम महंमदखान बंगशाच्या भेटीसाठी नर्मदाकाठच्या अकबरपूरकडे रवाना झाला आणि त्र्यंबकराव पुढे चालू लागला. याच वाटेवर कोल्हापूरच्या संभाजीचा प्रधान झालेला चिमणाजी दामोदर त्र्यंबकरावाला येऊन मिळाला. त्र्यंबकरावाच्या या सर्व हालचाली शाहूमहाराजांना कळतच होत्या. सामोपचाराला दाद न देता निजामाशी सख्य करून आपसातला तंटा तलवारीच्या मार्गाने सोडविण्याचा त्र्यंबकरावाचा अट्टाहास पाहून महाराज अस्वस्थ झाले. धारेला लागलेल्या आणि बुडू पाहणाऱ्या माणसाला मदतीचा शेवटचा हात द्यावा किंवा मुमूर्षाला हेमगर्भाची मात्रा देण्याची शिकस्त करावी त्याप्रमाणे नारोराम मंत्र्याबरोबर आपला चुलता कृष्णाजी दाभाडे याला त्रिंबकरावाने पाठविले होते. त्याच्याकडे सेनापतीचे मुद्दे समजावून घेऊन सबंध गुजरात दाभाड्याला दिल्याचे आज्ञापत्र १५ डिसेंबर १७३० रोजी महाराजांनी काढले.

त्यात चिमाजीआप्पांचा मोकासा पूर्वी होता तोसुद्धा रद्द केला आणि सारा गुजरात त्र्यंबकराव व यशवंतराव दाभाडेबंधूंना बहाल केला. 'प्रांत गुजरातपैकी निम्मे राजश्री चिमणाजी बल्लाळ यांसी मुकासा दिला होता तो दूर करून हाली रा. त्रिंबकराव दाभाडे याजकडे मुकासा दिला असे. पेशजी निमे यशवंतराव दाभाडे यासी मुकासा आहे. त्याचा उभयता वसूल घेतील. तुम्ही प्रांत मजकुरी आपली दखलगिरी न करणे.'

शाहूमहाराजांच्या या आज्ञापत्राचा त्र्यंबकरावावर परिणाम होणे कठीण होते; कारण अशी काही आज्ञापत्रे शाहूमहाराजांनी काढली होती आणि नंतर ती रद्द केली होती; त्यामुळे आजचे हे आज्ञापत्र उद्या रद्द होणार नाही, याची शाश्वती पूर्वानुभवावरून त्याला काहीच देता येत नव्हती आणि त्याहीपेक्षा त्रिंबकरावाला जेथे शाहूमहाराजच नको होते व त्यांच्या जागी कोल्हापूरच्या संभाजी महाराजांची स्थापना करून 'नवी विटी नवे राज्य' करावयाचे होते, तेथे त्याच्यादृष्टीने शाहूमहाराजांचे हे आज्ञापत्र असून नसल्यातच जमा होते; त्यामुळे त्र्यंबकरावांची गुजरातकडे चाललेली घोडदौड रोखण्यास शाहूमहाराजांच्या आज्ञापत्राचा काही उपयोग झाला नाही.

बाजीरावांचे उत्तरेस कूच – डभईवर दाभाड्यांचे कंदन

त्र्यंबकरावाच्या मागोमाग १० ऑक्टोबर १७३० रोजी बाजीराव दसरा करून, चिमाजीसह गुजरातकडे निघाले. त्र्यंबकरावाला इजा करावी असा उद्देश नव्हता व शाहूमहाराजांचाही तसा हुकूम नव्हता. उलट, निजामापासून वेगळे करून त्र्यंबकरावाला इजा करून घेऊन यावे अशीच शाहूमहाराजांची बाजीरावांना आज्ञा होती की, 'तुम्ही त्यामागे जाऊन सेनापती यास बुद्धिवाद करोन सांगोव येता बरोबर घेऊन यावे. येथे उभयतांचा तह करून देऊन एक विचारे चालेल असे करिता येईल. तथापि, महाराजांनी बाजीरावास असाही हुकूम दिला की, यावयाचा प्रसंग न करिता त्याच प्रांते रहावयाचा विचारच सोडला तरी राज्यकारभाराविरुद्ध वर्तणारास येथायुक्तरीतीने वर्तावे उचितच आहे. तुम्ही येख्तियारीच आहात.' शाहूमहाराजांच्या आज्ञेनुसार बाजीराव समजुतीचे प्रयत्न करताना दिसतात. तथापि, सेनापती पुढे चालून आले. निजामही त्याचे बरोबर होता. उभयतांची फौज चाळीस हजार; बाजीरावांकडे पंचवीस हजार. याचा विचार कसा करावा? या समयी सेनापती विरोध करून व बाहाती आमची फौज बुडवितात. त्याअर्थी सेनापतींनी विरुद्ध केल्याने याशीच लढाई देणे प्राप्त आले. सरकारची आज्ञा आणविण्यास अवकाश नाही म्हणून आपले फौजेतील धारकरी किती हे निवड केली व त्यांचे फौजेत किती ही बातमी आणिता आपणाशी याहून अधिक माणसे कामाची आहेत असे दिसून आले.

मल्हार रामराव चिटणीस लिहितात, 'महाराजांचे पायाशी सेनापतीने वदणे न

धरिले तेव्हा त्यास यश कदापि यावयाचे नाही म्हणोन तसेच पुढे चालोन आले. आम्हांस सरकारी प्रांतात उपद्रव करावयाचा नाही. नबाब फौजसुद्धा पिच्छावरी आहेत, याजकरिता त्या मार्गाने जाणार म्हणोन लिहिले असता त्रिंबकराव सेनापती लढाईचा इरादा करून चालून आले. आपण जातीने हत्तीवर बसून युद्धास प्रवर्तले. तीन प्रहारपर्यंत लढाई झाली. दोहोंकडील नामी माणसे रणात बहुत पडली. सेनापती हत्तीवरून विरोध करिता बोटांची साले गेली. बाजीराव यांनी धारकरी याजबरोबर जातीने घोडा घालून तरवार केली. नामी लोक निवड करून हत्तीपर्यंत जातीने चालून अडून उभे राहिले. लोक थोडे राहिले. हत्तीवरील माहूत पडला असता जातीने पायाने हत्ती चालवून तिरंदाजी केली. बाजीराव यांनी सांडणीस्वार पाठविला, जे अशी लढाई शत्रूशी करून महाराजास संतुष्ट करावे, आम्ही लढाई तहकूब करतो आणि भेटीस येतो. परंतु, वीरश्रीस पडून तसाच हत्ती पुढे चालविला. बाजीराव यांनी आपले लौकिकास ताकीद केली की, कोणी सेनापतीस जाया करू नये, परंतु इतक्यात सेनापतीच्या कपाळास गोळी लागली, ठार झाले; हे पाहून बाजीराव मागे सरले.'

'लूट पाठलाग करू नये; हत्ती, घोडे पाडाव झाला असेल ते सोडून द्यावे, मातब्बर मजला करून निघून जावे असे सांगून निघाले, महाराजास वर्तमान लिहून पाठविले आणि महाराजास येऊन भेटले. महाराजांनी चित्तात आणिले जे अविवेके करून, नवाबाशी राजकारण केले, दुर्बुद्धी धरून आगळीक करून आपणातच लढाई केली त्याचे फळ झाले. परंतु, मोठेमाणूस पदरचे व्यर्थ जाया झाले ती गोष्ट पुन: येत नाही. पुढे उभयतांचे मनास आणून करणे तसे करता येईल, असे म्हणून प्रधान यास पुण्यास जावयास निरोप दिला.'

ही लढाई १ एप्रिल १७३१ रोजी डभईनजीक भिलापूर येथे झाली. त्या लढाईचे वर्णन खुद्द बाजीरावाने ब्रह्मेंद्रस्वामींस कळविले. बाजीरावांनी पत्रात म्हटले होते, 'त्रिंबकराव दाभाडे, उदाजी व आनंदराव पवार, कंठाजी व रघुजी कदम आणि पिलाजी गायकवाड व चिमणाजी पंत दादा ऐसे तीस हजार फौजेनिशी आम्हाशी युद्धास आले. त्रिंबकराव दाभाडे, जावजी दाभाडे व मालोजी पवार व पिलाजी गायकवाडाचा पुत्र असे चौघे ठार झाले. उदाजी पवार व चिमणाजीपंत पाडाव जाहले. आनंदराव पवार व पिलाजी गायकवाड व कुँवर बहाद्दूर जखमी होऊन पळून गेले. फौज लुटली, हत्ती पाडाव केले. सारांश, स्वामींचे आशीर्वादे फत्ते जाहली. आपणास कळावे यास्तव लिहिले आहे. आमचेकडील नारायण ढमढेरे ठार पडले व आणखीही कितेक लोक पडले व जखमी झाले. परंतु, काय झाले कळले पाहिजे.'

याच लढाईचे वर्णन करणारे खुद्द बाजीरावांचे आणखी एक पत्र कृष्णाजी कदम

यास लिहिलेले उपलब्ध आहे. त्यात बाजीराव म्हणतात, 'राजश्री कृष्णाजी कदम गोसावी यासी, अखंडित लक्ष्मी आलंकृत राजमान्य श्री बाजीराऊ बल्लाळ प्रधान आसीर्वाद. राजश्री त्रिंबकराव दाभाडे सेनापती व बांडे, गाईकवाड, उदाजी पवार व निजाम मुलकाची फौज यैसी डबईस आली, आम्हीही आपली फौजेनिशी डबईनजीक दो कोसावरी दोन रोज मुक्काम केला. नित्य सेनापती कोसावरी येऊन युद्धास उभे राहात. तेथे युद्धास न लगे यास्तव डबई येथे आलो. सेनापती कुल फौज गोळा करून युद्धास आले. युद्ध जाले. सेनापती ठार पडले. मालोजी पवार पडले, जावजी दाभाडे पडले. चिमाजीपंत धरोन आणिले. पंधरा सतरा हत्ती व नगारे, निशाणे पाडाव जाली. बांडे, गाईकवाड, आनंदराऊ पळोन गेले. तुम्हास कळावे यास्तव लिहिले असे. मुस्तफीखान आहे त्यास व पिलाजीचे फौजेस ताराज करणे. आपला अंमल मुक्त करणे.'

या युद्धावरील व त्यात सेनापतींनी बजाविलेली कामगिरी हिचे वर्णन करणारा मल्हारदास शाहिराचा पोवाडा प्रसिद्ध आहे. बाजीरावाने डभईवर सेनापतीस ठार मारले असा गहजब दक्षिणेत आला, उमाबाईने आकांडतांडव केले, त्यामुळे खुद्द शाहूमहाराजांनी तळेगावला जाऊन उमाबाईस समजुतीसाठी साताऱ्यास आणिले. चहुकडे या प्रकरणाची चर्चा चालू झाली.

डभईवर जय मिळाल्यावर बाजीराव पेशवे क्षणभरही तळावर रेंगाळले नाहीत कारण त्यांना निजामाच्या पाठलागाची धास्ती होती. त्याला चुकविण्यासाठी ते डभईहून निघाले. ते अंकलेश्वरावर दाखल झाले. तेथून पुढे जाता-जाता त्यांना सुरतेच्या बाजूला निजामाच्या सैनिकांनी गाठले. धावती चकमक झाली पण पेशवे निसटले आणि लांब लांब मजला करीत साताऱ्यास दाखल झाले. २९ मे - ९ डिसेंबर पर्यंत बाजीरावांचा मुक्काम साताऱ्यास होता.

त्रिंबकराव काय, बाजीराव काय दोघेही निजामाच्या दृष्टीने सारखेच होते. त्यामुळे निजामानेच म्हटल्याप्रमाणे येक उणा जाहला आपले काय जाते! तेवढेच समाधान मनाशी बाळगून निजामाला हात चोळत औरंगाबादला जाणे भाग पडले. बाकी बाजीरावांविरुद्ध त्र्यंबकरावाला हाताशी धरून त्याने ती जंगी मोहीम उभारली होती, त्यात तो सपशेल हरला होता हे उघड होते. तरी त्याने अकबरपूरला बंगशाबरोबर बाजीरावांच्या प्रदीर्घ वाटाघाटी करीत असता तेथूनच गुजरातच्या अभयसिंगाला उपदेश केला होता की, 'मी या भागात येईपर्यंत बाजीराव बहुधा तुम्हांला भेटला नसेल. त्याचा पराभव करून नाश करण्याचे मी मनात आणले तर उदाजी आणि इतर सरदार मला या कामी निश्चित सहकार्य देतील. त्याला कैद करणे व ठार मारणे मला मुळीच कठीण नाही पण तुमच्या-आमच्या मैत्रीत बिघाड नको म्हणून आतापावेतो मी नर्मदाकाठीच छावणी देऊन आहे. माझी येवढीच इच्छा आहे की, आपण बाजीरावापासून चार पावले दूर रहा,

तो आक्रमक गर्वाने फुगला आहे. तुम्हांस तो उपद्रव देईल तर मला वेळीच कळवा, म्हणजे मी नर्मदा ओलांडून धाव घेईन व आपण त्याचा पुरता फडशा पाडू. योग्य समयी प्रहार करणे हा खरा उपाय आहे.'

प्रत्यक्षात निजामाने त्यांना पकडले नाही, कैद केले नाही की, ठारही मारले नाही. अर्थात, असे असले तरी त्याने आपण बाजीरावांची फजिती केली व आपण बाजीरावांबरोबर झालेल्या लढाईत शौर्य गाजविले अशा आशयाचे एक लांबलचक पत्र बादशहाला पाठविले. त्यात त्याने लिहिले, 'केवळ बादशहाची कामगिरी करावी म्हणून मी या मोहिमेची आणि त्यांना (मराठ्यांना) मोडून काढण्याची तयारी केली ती ऐकून त्यांनी बडोद्याचा वेढा उठविला. त्यांचा निर्धार नाहीसा झाला आणि त्यांनी सुरतेच्या दिशेने पळ काढला. मी लांब मजला मारून सुरतेच्या जवळ पोचलो. ते अपेशी लोक अगदी गाफील होते. मुजाहिदांचा धर्मयोद्धा म्हणजे निजामाचे सैन्याने त्यांच्यावर एकदम हल्ला केला. त्यामुळे ते घाबरून जाऊन आणि फजित पावून पळाले. त्यांनी आम्हांला तोंड दिले नाही. ते घाबरून पळून जात असता समुद्राच्या खाडीपाशी आले. आमच्या समशेरी म्हणजे अजगरांचा श्वासोच्छ्वास होय किंवा जादूगारांची जादू नाहीशी करणारी पैगंबर मुसाची काठीच होय. घाबरून आणि धास्ती खाऊन मराठे समुद्रात पडले आणि सर्वनाशाच्या दर्यात बुडाले. समुद्रात घोड्यांना सोडून अतिशय कष्टाने आणि फजितीस पडून ते कसेबसे निसटले. त्या कुटिल काफरांना दमणपर्यंत पिटाळण्यात आले. धन्य परमेश्वराची, बाजीरावाच्या उच्छादातून गुजरातचा सुभा मोकळा झाला आहे. माळव्याचा सुभापण त्या दुष्टाच्या हातून यावर्षी सुरक्षित राहिला आहे. सुरतेचे बंदर म्हणजे मक्का आणि हरमन शरीफ (करबला इ.क्षेत्र) यांचे प्रवेशद्वारच होय. तेही त्या कलह करणाऱ्याच्या हाती लागले नाही. आमच्या गाजींच्या प्रयत्नाने त्या बंडखोरांचा पुंडावा नाहीसा झाला आणि वर उल्लेखिलेली स्थळे त्याच्या हातून सुरक्षित राहिली. तो दुष्ट (बाजीराव) हा अत्यंत फजित पावून, पराभूत होऊन आणि हानी सोसून पळून गेला.'

डभईच्या संग्रामाचा सारा वृत्तान्त जेव्हा शाहूमहाराजांना समजला आणि त्र्यंबकराव लढाईत मारला गेल्याचे कळले तेव्हा त्यांना दुःख आवरेना. ते जातीने साताऱ्याहून तळेगावी उमाबाईंच्या सांत्वनासाठी आपल्या मातब्बर मंत्र्यांसह निघाले. ते तळेगावास आल्यावर उमाबाईने त्यांना वाड्यात मेजवानी केली. तेथे मोहरा रुपयांचा चौथरा करून त्यावर छत्रपतीस बसविले. त्या वेळी शाहूमहाराजांनी गळ्यात पडदाळे व तरवार घालून बाजीरावांना हाती धरून उमाबाईस म्हटले, तू आपले हाती याचा गळा काप. नंतर शाहूमहाराजांनी दाभाडे-पेशव्यांचा एक तह करून दिला. माळवा व गुजरातची सरहद्द ठरवून निम्मे स्वराज्याचा ऐवज पेशव्यांच्या मार्फत सरकारात द्यावा असा उभयतांचा तह करून द्यावा व बाकीच्या अर्ध्यात आपला व फौजेचा खर्च भागवावा. सर्व व्यवहारांचा

हिशेब वेळच्या वेळी सरकारात द्यावा. जातीचे खर्चाची नेमणूक करून देऊन नजराणा येईल तो हुजूर द्यावा, असा उभयतांचा तह करून दिला. त्रिंबकरावांचा भाऊ यशवंतराव यास सेनापतीची वस्त्रे दिली आणि दुसरा भाऊ बाबूराव यास 'सेनाखासखेल' हे पद दिले व पिलाजी गायकवाडास दाभाड्यांचा कारभारी नेमून उभयतांनी उमाबाईंच्या आज्ञेत चालावे असे ठरवून दिले. गायकवाडांनी दाभाड्यांची सेवा अत्यंत निष्ठेने केली. ते डाव्या हाताने पेशव्यांना मुजरा करीत कारण त्यांनी उजवा हात दाभाड्यांना वाहिलेला होता.

दरम्यान, २ जून १७३१ रोजी दावलजीराव सोमवंशी सरलष्कर यांनी चिमाजीआप्पांचे अभिनंदन करणारे पत्र आप्पांना लिहिले. त्यांनी म्हटले होते, राजश्री चिमणाजीपंत गोसावी यांसी, दाभाडीयाचे व आपले युद्ध जाले, त्रिंबकराव दाभाडे पडले. आपणास येश आले हे परस्परे वर्तमान ऐकोन समाधान जाले.

उमाबाई एक शोकांतिका

त्रिंबकराव दाभाडेंची आई उमाबाईंचे जीवन ही एक कादंबरी आहे. तिच्या लहानपणी ताराबाईंकडे येणाऱ्या एका ज्योतिषाने तिचे भवितव्य वर्तविले होते की, 'पायात सोन्याचा तोडा घालशील पण पायात लोखंडाच्या साखळ्याही पडतील.' उमाबाईंचे हे जातक वर्तविणारा हा ज्योतिषी खरोखरच भविष्याचा वेध घेणारा द्रष्टा असला पाहिजे; कारण छत्रपती शाहूमहाराजांच्या हुकूमाने उमाबाईने रणांगणावर तलवार गाजवून खान बाबीचे जेव्हा पारिपत्य केले तेव्हा शाहूमहाराजांनी साताऱ्यास बोलावून खास सन्मान केला. जरीबुट्टी, पांढरा शालू, पांढरी पश्चिमी शाल, दाणेदार मोत्यांच्या पाटल्या व बक्षीस दिले आणि खास तयार केलेले सोन्याचे तोडे दिले व म्हटले, 'हा मान खास राहिलाच. एरवी कोणाही स्त्रीला सोन्याच्या तोड्याचा मान नाही; पण हा मान आम्ही मातुःश्रींना देत आहोत.' छत्रपतींनी सोन्याचे तोडे दिले आणि नानासाहेब पेशव्यांनी ताराबाईंशी कारस्थान केल्याबद्दल आणि अर्धा गुजरात देण्यासाठी उमाबाईला पुण्यात स्थानबद्ध केले आणि तिचा उजवा हात असलेल्या दमाजी गायकवाडच्या पायात लोखंडी बेड्या घालून त्याला लोहगडावर ठेवले. तेव्हा लाक्षणिक अर्थाने का होईना, त्या लोखंडी साखळ्या उमाबाईंच्या पायात पडल्या. ज्योतिषाचे भविष्य खरे झाले. उमाबाई आणि तिचा पुत्र त्रिंबकराव यांचे शौर्य अप्रतिम होते; परंतु, तिची धनीण असलेल्या ताराबाईंप्रमाणेच दैवाचे फासे उलटे पडले आणि ते गुणवैभव कामी आले नाही.

ज्याचा तोच जबाबदार

खंडेराव, उमाबाई, त्र्यंबकराव या दाभाडे घराण्यातील एकेकाळी मराठी राज्याच्या क्षितिजावर आपल्या प्रखर तेजाने तळपून गेलेल्या तेजस्वी नक्षत्रांचा अशा प्रकारे अस्त व्हावा, ही बाब बहुत दुःखाची आहे; पण याबद्दल शाहूमहाराज किंवा त्यांचे सेवक

असलेले पेशवे बाजीराव किंवा त्यांचे भाऊ चिमाजीआप्पा यांना दोष देणे न्यायाला धरून होईल असे नाही. साताऱ्याचे छत्रपती शाहू की, कोल्हापूरच्या ताराबाई संभाजी या द्वंद्वाचा दाभाड्यांना अखेरपर्यंत निर्णय करता आला नाही आणि परिणामी त्यांच्या या दुहेरी आणि उभयान्वयी निष्ठेनेच त्यांचा बळी घेतला असे म्हणणे भाग आहे. गुजरातेतील दाभाड्यांच्या अमलाचा चढ-उतार पाहिला तर त्याचा आलेख दाभाड्यांच्या या निष्ठेच्या समप्रमाणात असल्याचे दिसून येईल. राजाराम ताराबाईंकडे खंडेराव दाभाडे होता तेव्हा त्यांच्याकडे सबंध गुजरात होते. १७०७ मध्ये खंडेराव दाभाडे ताराबाईंकडून शाहूमहाराजांकडे आला तेव्हा कराराप्रमाणे शाहूमहाराजांनी सारे गुजरात त्यांच्याकडे ठेवले. १७०८ साली तो ताराबाईंकडे गेला तेव्हा शाहूमहाराजांनी त्याच्या कोल्हापूरच्या देशमुखीचे वतन जप्त केले व फत्तेसिंग भोसल्यास दिले.

नाशिकचे मोकासा वतन बाळाजी विश्वनाथांना दिले. पुन्हा १७१० मध्ये खंडेराव शाहूमहाराजांकडे आला. तेव्हा त्यास 'सेनाखासखेल' केले; पण फिरून १७११ मध्ये तो ताराबाईंकडे गेला; पण पुन्हा शाहूमहाराजांकडे आला तेव्हा त्यास सेनापतिपद दिले; पण पदाचा सरंजाम दिला नाही आणि गुजरातचा अर्धा मोकासा चिमाजीआप्पांना व अर्धा दाभाड्यास दिला; पण पेशव्यांच्या व दाभाड्यांच्या सरदारांच्या गुजरातेतील कटकटीमध्ये शाहूमहाराजांनी सबंध गुजरात दाभाड्यांना दिला. तरीसुद्धा १७२७ मध्ये संभाजीस पुढे करून निजामाने शाहूमहाराजांचे आसनच धोक्यात आणले असता बाजीराव त्याच्याशी लढत होता. अशा परिस्थितीत बाजीरावांना मदत करण्याऐवजी दाभाड्यांनी निजामाला मदत करण्याच्या हेतूने बाजीरावांचा माळवा प्रांत लुटला. तेव्हा १७३० मध्ये शाहूमहाराजांनी दाभाड्यांकडून गुजरात काढून ते पेशव्यांना दिले. दाभाडे निजामाशी संधान बांधू लागला तेव्हा त्याला परावृत्त करण्यासाठी १५ डिसेंबर १७३० रोजी शाहूमहाराजांनी सबंध गुजरात दाभाड्यांना दिला.

तरीही दाभाडे ऐकेनात, निजामाला ते फितूरच झाले तेव्हा शाहूमहाराजांनी बाजीरावांना दाभाड्यावर केवळ नाइलाज म्हणून रवाना केले, पण तेव्हादेखील दाभाड्याला निजामाकडून वेगळे करून हुजूर समजाविशीसाठी आणावे असाच शाहूमहाराजांचा हुकूम होता. खुद्द बाजीरावालासुद्धा त्र्यंबकराव दाभाड्याचा नाश करण्याची इच्छा नव्हती; असण्याचे कारणही नव्हते. डभईच्या लढाईच्या वेळीसुद्धा बाजीरावाच्या सैन्याच्या आघाडीच्या आवजी कवड्याच्या तुकडीवर हल्ला करून पहिली आगळीक त्र्यंबकरावाने केली. ऐन लढाईच्या धुमश्चक्रीतही बाजीरावाने त्याला लढाई तहकूब करण्याची कळकळीची विनंती केली. लढाईत त्र्यंबकराव मारला गेला तो बाजीरावांच्या माणसांकडून नव्हे तर त्याचाच सावत्र मामा असलेल्या भावसिंग ठोक्याच्या बारगिराकडून.

अति सर्वत्र वर्जावे । प्रसंग पाहोनी वर्तावे ।
हटनिग्रही न पडावे । विवेकी पुरूषे ॥

हा श्री समर्थ रामदासस्वामींनी सांगितलेला राजकारणातला मध्यम मार्ग त्र्यंबकरावांच्या मनास आला नाही आणि त्यामुळे रामदासांनीच वर्णन केल्याप्रमाणे –

बहुतचि करिता हट । तेथे येऊनि पडले तट ।
तेथे कोणा येकाचा सेवट । जाला पाहिजे ॥

बहुत हट्ट केल्यामुळे त्र्यंबकरावाचा शेवट झाला. त्याला तो स्वत:च जबाबदार होता. शाहूमहाराजही नव्हते आणि बाजीराव आणि चिमाजीआप्पा नव्हतेच नव्हते असे नाइलाजाने म्हणणे भाग आहे.

प्रा. त्र्यं. शं. शेजवलकर म्हणतात, 'राजे व त्यांचे प्रधान सकारण म्हणजे न्यायत: किंवा अकारण म्हणजे व्यक्तिप्रेमामुळे जे हुकूम फर्मावीत ते न मानण्याचा व पटण्याचा गुण मराठ्यांत पूर्वापार दिसतो. यांना शिस्तीत ठेवण्यासाठी व त्याकडून हुकुमाप्रमाणे काम करून घेण्यास शिवाजी व माधवराव याप्रमाणे करडे राज्यकर्ते लागतात. महाराज असे करडे राज्यकर्ते नव्हते, हे उघडच आहे; अन्यथा डभईचे रामायण घडलेच नसते.'

डभई प्रकरणाची फलश्रुती

दाभाडे अथवा डभई प्रकरणामुळे दाभाडे तर संपलेच पण छत्रपतीही उताराला लागले आणि पेशवे मात्र बळावले. पेशवे माजले किंवा ते छत्रपतींची अवज्ञा करू लागले असे यात दुरान्वयानेही सुचवावयाचे नाही. त्यांच्यापाशी स्वामिनिष्ठा आणि कृतज्ञता उदंड होती आणि छत्रपतींच्या पायरीला पाय लावण्याचा विचार त्यांच्या स्वप्नातही आला नाही, हे खरे आहे ! तरीसुद्धा सेवकावर स्वामी फार अवलंबून राहू लागला की, शेवटी स्वामी सेवकाच्या ताब्यात जातो व सेवकच स्वामींचे स्वामी होऊन बसतात. ही कटू जगरहाटी आहे. त्याला शाहूमहाराज तरी अपवाद कसे ठरणार? डभईच्या लढाईनंतर थोड्याच दिवसांत एक प्रसंग घडला, तो पाहिला म्हणजे त्या सत्याची प्रचिती येईल. मानसिंग जाधव हा छत्रपती राजारामांचा जावई. सिंदखेडचा रघुजी भोसले याचा मुलगा. शाहूमहाराजांचा तो आप्त. शाहूमहाराजांच्या आश्रयाखाली वाढला. तो एकदा चिमाजीआप्पांविरुद्ध तक्रार घेऊन शाहूमहाराजांकडे आला.

चिमाजीपंतांनी आम्हास दबावाच्या गोष्टी सांगितल्या. आम्हांस भेटीस घेऊन गेले. त्यांची–आमची भेट जाहली. त्यास तेथे जे आम्हांस बोलू नये ते बोलला की, तुम्ही महाराजांची पाठ करून राहता तर एके दिवस मारून तक्राराज करीन. त्रिंबकराव दाभाडा मारला, महाराजांनी आमचे काय केले? तुम्हीं वीट करून किती दिवस राहाल? ऐसा आम्हांसी आकस लाविला आहे की तमाम सरदार आमचे चाकर आहेत. तुम्हींही

एक भावाने चाकरी करावी. त्यास आम्हीं जबाब देतो की, महाराजांचे पाय सोडून दुसऱ्याची चाकरी करणार नाही. हे गोष्टीचे पारिपत्य महाराजांनी केले पाहिजे.

आपला आप्त असलेल्या पदरच्या सरदाराला दबावाच्या गोष्टी सांगितल्यामुळे महाराजांनी चिमाजीआप्पांचे काय पारिपत्य केले त्याचा उलगडा होत नाही.

जो सेवकावरी विश्वासला । तो सेवकी जेर केला ।
समर्थ पराधीन झाला । हे अपूर्व ।।

मानसिंग जाधवाच्या बोलण्यातून दिसून आलेली स्वामिसेवकासंबंधी ही अपूर्व घटना घडून आली हीच दाभाडे प्रकरणाची फलश्रुती मानावी लागेल. आप्पास्वामी मानसिंग जाधवाला जे बोलले, त्या बोलण्याचा अर्थ असा होता की, छत्रपती शाहूमहाराज हे छत्रपती असले तरी वस्तुस्थिती अशी होती की, बाजीरावसाहेब पेशवे आता उंच पदाला पोचता-पोचता छत्र नसलेल्या छत्रपतींच्या पदापर्यंत पोचण्याच्या मार्गाला लागले होते. तमाम सरदारांनी त्यांचे चाकर झाले पाहिजे. आप्पांच्या बोलण्यातला माजोरीपणा व रासवटपणा बाजूला ठेवला तरी ही गोष्ट खरीच होती की, आपला आरोप, आपला झपाटा, आपली ईर्ष्या आणि हिंमत आणि सर्वांत विशेष म्हणजे शाहूमहाराजांच्या चरणावरची अनन्य साधारण निष्ठा या गुणसंपदेच्या बळावर आपल्या ज्येष्ठ-कनिष्ठांना आणि बरोबरीच्यांना पार मागे टाकून पेशवे बाजीराव केव्हाच पुढे निघून गेले होते.

एकाच छत्राखाली नांदणारे दोन सरदार आपसात लढले आणि पेशव्यांकडून सेनापती मारला गेला हा प्रकार कोणासच योग्य वाटला नाही. तथापि, सर्व अन्याय बाजीराव चिमाजींचाच होता असे कोणी मानले नाही. सेनापतीला कृतकर्माचे प्रायश्चित्त मिळाले असाच अभिप्राय सामान्यत: प्रगट झालेला आढळतो. निजामास सामील होऊन सेनापतीने राजद्रोह आरंभिला. बाजीरावांनी त्याचा बंदोबस्त केला नसता तर पुन्हा मराठी राज्यास अपाय होण्याची पाळी आली असती. अगदी निकरावर आले तेव्हाच शाहूमहाराजांनी सेनापतीचा बंडावा मोडण्याची आज्ञा पेशव्यांना केली. चंद्रसेनाचा पूर्वीचा प्रकार आता दाभाड्याने करू नये अशी तजवीज करणे शाहूमहाराजांना भाग होते.

तथापि, सेनापती बलवान होता हे ओळखून बाजीराव व चिमाजी यांनी सावधगिरीने डाव खेळून त्यास गोत्यात आणले. दाभाडे सोयीने शाहूमहाराजांच्या भेटीस गेला असता किंवा कैद झाला असता तर बाजीरावाचे काम झाले असते; पण त्र्यंबकराव बाणेदार असून थोडासा गैरसावध राहिला म्हणून फसला. खुद्द बाजीराव व चिमाजीआप्पा चालून येत आहेत हे पाहून सेनापतीचे कित्येक साथीदार त्याला सोडून गेले. पुढे शाहूमहाराजांनी उदार अंत:करणाने वागून राज्याच्या हिताच्यादृष्टीने प्रकरण मिटवले. इकडे दाभाडे प्रकरण चालू असतानाच शाहूमहाराजांनी संभाजीस भेटीस आणून वारणेचा तह घडविला.

दाभाडे-पेशवे उभयतांची गोडी करून देण्याचा शाहूमहाराजांनी प्रयत्न केला.

कागदोपत्री त्यास यश आले; कारण १५ जानेवारी १७३७ च्या पत्रात उल्लेख केला आहे की, 'उमाबाई व प्रधान यांची गोडी झाली. ते पुणेस आली. हेही तळेगावास गेले, बहुत उचित झाले.' परंतु, ही गोडी फार काळ टिकली नाही. उमाबाई व दाभाडे पुढे मराठ्यांच्या राजोद्योगात भाग घेईनासे झाले. त्रिंबकरावांनंतर सेनापतीच्या घराण्यात पराक्रमी पुरुष निघाला नाही. परिणामी गायकवाडांना पुढे येण्यास संधी मिळाली. पुढील काळात दाभाड्यांचे कर्तृत्व नाहीसे होऊन गुजरातेतील कारभार गायकवाडच मुखत्यारीने पाहू लागले. त्रिंबकरावांचा भाऊ यशवंतराव याला शाहूमहाराजांनी प्रोत्साहन देण्याचा प्रयत्न केला; पण त्याचा उपयोग झाला नाही. तो कसा? हे समजण्यासाठी पुढील पत्र उपयुक्त ठरते – 'राजमान्य राजश्री यशवंतराव दाभाडे सेनापति यांसी आज्ञा केली ऐसीजे. राजश्री बाजीराव पंडित प्रधान उत्तर प्रांतास जातात, त्यास आपली फौज सामील करणे म्हणून तुम्हांस आज्ञा केली होती. परंतु, फौज त्या समागमे दिली नाही व हुजूरही यावयाचा प्रसंग जाला नाही. रनाळ्यास कालहरण करीत राहिले आहा, यावरून काय म्हणावे? तुम्ही सेनापती आणि हेनुर तुमची सेवा करून जग नामोष करून द्यावयाची होत असता उरे व उमीद धरीत नाही. तेव्हा पुढे आता तुमचे हाते काय होणे? हल्ली राजश्री प्रधानपंतास व निजाम-उल्-मुल्कास समीपता घेऊन गाठ पडली असेल. औरंगाबादची फौज जमा जाहली आहे. ते निजामकडेस कुमकेस जाणार. गेलियाने निजाम भारी होईल. याजकरिताच इकडेच अडकवून पाडावी, जाऊन घ्यावे असे आहे. तरी तुम्ही आपले सारे फौजेनिशी, राजश्री चिमणाजी बल्लाळ यास शिताबाने सामील होऊन स्वामी संतोषी होत असे करणे. पत्र पावतेक्षणी फौजेनिशी जाऊन सामील होणे. दिरंग एक क्षणाचा न करणे. बहुत शिताबीने जाणे. घालसरीवर सर्वथा न घालणे. सुज्ञ असा.'

सेनापतीस सामील झालेल्या सरदारांवर बाजीरावांनी राग ठेवला नाही. पवार, गायकवाड यास त्यांची कामे पूर्ववत सांगितली. राणोजी व मल्हारराव यांनी आपली भीड खर्चून आनंदराव पवारांची समजूत काढली. राजश्री चिमणाजी दामोदर यासी घोडा नजर केला. चिमणाजी दामोदरानेही पेशव्यांशी सख्य जोडले. हे पुढील पत्रावरून स्पष्ट होते, चिमणाजी दामोदर लिहितो, 'श्रियासह चिरंजीव विजइभव राजमान्ये राजश्री चिमाजी आपास प्रति चिमणाजी दामोदर कृतानेक आसीर्वाद तुम्ही गेलियास तागाइत वर्तमान कळत नव्हते. याकरिता तुमच्या विजयाचे ऐकिले. त्यावरून समाधान जाहले ते कोठवर ल्याहावे?..... प्रतिपदेच्या मुहूर्ते स्वार होऊन रूणानुबंधे दर्शन होईल तर, उत्तम आहे. आमचे स्मरण न टाकणे.'

रियासतकार डभई प्रकरणावर भाष्य करताना म्हणतात, 'सेनापतीच्या प्रकरणाने बऱ्याच गोष्टींचा निकाल लागला. डोईजड सरदारांस नरम करण्यास शाहू कमी करीत नाही अशी सरदारांची खात्री झाली. चंद्रसेन व त्रिंबकराव असे एकामागोमाग दोन

सेनापती बंडखोर निघाले आणि त्यास वठणीवर आणण्यास पेशव्यांनी कमी केले नाही. यावरून मराठी राज्य फुटू न देण्याची पेशव्यांची व शाहूमहाराजांची धमक व्यक्त होते. प्रथम पालखेडावर, त्यानंतर संभाजीच्या प्रकरणात व हल्ली सेनापतीने व निजामाने शाहू व पेशवे याजला मोठ्या उपद्व्यापाचा विरोध केला असता, तीनही प्रसंगी बाजीरावांनी त्यास चीत केले. त्यामुळे त्याचा लौकिक वाढला आणि मराठ्यांच्या राज्यकारभारास सुस्वरूप येऊन पुढील पाच-दहा वर्षांत बाजीरावांचे हातून राज्याची वृद्धी चांगली झाली. शत्रूंवरसुद्धा मराठ्यांची छाप पडली आणि राजपुताना दिल्लीपावेतो मराठ्यांच्या उद्योगास जोर आला.'

मोठा माणूस घरच्या लोकांना कधीच मोठा नसतो; या न्यायाने बाजीरावांबरोबर मराठी राज्यात अष्टौप्रहर नांदणाऱ्या श्रीपतराव प्रतिनिधी, फत्तेसिंग भोसले, आनंदराव सुमंत, नारोराम मंत्री प्रभृतींच्या सहकाऱ्यांच्या व सहप्रवाशांच्या ध्यानात ही गोष्ट आली नाही आणि आली असली तरी त्यांनी त्याच्याकडे लक्ष दिले नाही. शेक्सपियरच्या 'ज्युलियस सिझर' नाटकांत कॅशिअसने आश्चर्याने आणि मत्सराने विचारलेल्या प्रश्नाचे मर्मही हेच होते- 'Upon what meat doth our this Caesar feed. That he is grown so great ?' 'हा आपला सिझर खातो तरी काय की, ज्यामुळे एवढा मोठा झाला आहे?' पण बाजीरावांच्या ऱ्हस्वदृष्टी आणि पूर्वग्रहदूषित सहकाऱ्यांच्या लक्षात आले नाही, तरी वस्तुस्थिती बदलत नव्हती. आंधळ्याला खांब दिसत नाही, हा काही खांबाचा दोष नाही, तो आंधळ्याचा दोष आहे.

वस्तुस्थिती ही होती की, १७२८ मध्ये पालखेडवर कोल्हापूरच्या संभाजीला हाताशी धरून व १७३१ मध्ये त्र्यंबकराव दाभाडेला साधन म्हणून वापरून दोन वेळा निजामाने शाहूमहाराजांच्या आव्हानालाच सुरुंग लावण्याचा प्रयत्न केला होता आणि तो केवळ बाजीराव पेशवे आणि चिमाजीआप्पांच्या निष्ठेमुळे आणि युद्धचातुर्यामुळे निष्फळ झालेला होता.

बाजीराव-निजाम समझोता

स्वकीय असलेल्या मंत्री, प्रतिनिधी, सेनापती प्रभृतींच्या ही वस्तुस्थिती लक्षात आली नसली, तरी निजामाच्या लक्षात आली होती. हाच त्याचा शहाणपणाचा पुरावा होता. बदलत्या काळाची पावले ऐकण्याइतके त्याचे कान तिखट होते आणि काळाच्या भिंतीवरची गूढलिपी तो वाचू शकत होता; तसा तो शहाणा आणि चाणाक्ष होताच व त्या शहाणपणाच्या जोरावरच बाजीरावांच्या-चिमाजींच्या झंझावाततही त्याने आपले संस्थान सलामत राखले होते. १७२५ मध्ये शाहूमहाराज व बाजीरावांच्या मदतीने हैद्राबादला स्थिरपद झाल्यावर पुढच्याच वर्षी १७२६ मध्ये शाहूमहाराजांचा व मराठ्यांचा

कर्नाटकात असलेला अंमल उखडून काढण्यासाठी निजाम कर्नाटकात उतरला. त्या वेळी त्र्यंबकराव दाभाडे प्रतिनिधी फत्तेसिंग भोसले या शाहूमहाराजांच्या सरदारांशी बाजीरावांची दावण बांधली गेली असल्याने निजामाला घालावा तसा पायबंद बाजीरावाला घालता आला नव्हता.

त्यामुळे शेर होऊन पुढच्याच वर्षी १७२७ मध्ये कोल्हापूरच्या संभाजी महाराजांना आपल्या छत्राखाली घेऊन निजामाने शाहूमहाराजांनाच राज्यावरून काढण्याचे कारस्थान केले; पण पालखेड मुक्कामी बाजीरावांनी निजामाचे छत्रही काढून घेतले आणि त्याच्या छत्राखाली की छत्रीखाली कोल्हापूरचे संभाजी महाराज उभे होते, ती छत्रीही काढून घेतली. त्या अनुभवाने शहाणा होऊन १७३०च्या मार्चमध्ये निजामाने संभाजीमहाराजांना पुढे करून व सूत्रधार म्हणून आपण पार्श्वभूमीला राहून शाहूमहाराजांवर सरळ स्वारी करण्याचा घाट घातला; पण त्या वेळी बाजीराव तर राहोच पण निजामाकडे येणे-जाणे असलेल्या श्रीपतराव प्रतिनिधीनेसुद्धा संभाजीमहाराजांना व त्यांच्यामागे उभ्या असलेल्या निजामाला यथास्थित खडे चारले. एवढा मुखभंग होऊनही पुन्हा १७३१ मध्ये त्र्यंबकराव दाभाडेला पुढे तोंडावर देऊन त्याच्यामागे संभाजीमहाराज व त्याच्यामागे आपण अशी व्यूहरचना करून पुन्हा एकदा शाहूमहाराजांना बडतर्फ करून त्यांचे राज्य संभाजीमहाराजांना देण्याचा डाव निजामाने खेळला; पण बाजीरावांनी डभई मुक्कामी लाथेने बुद्धिबळाचा डाव उडवून द्यावा त्याप्रमाणे निजामाचा हाही डाव सपशेल उधळून लावला. इजा-बिजा-तिजा तीनवेळा निजामाने विषाची परीक्षा पाहिली चौथ्यांदा परीक्षा पाहण्याची इच्छा त्याला राहिली नाही.

दीपसिंग वकिलाने त्याच्यापूर्वीच सांगितले होते की, 'एका बाजीराऊजीशिवाय आणि कोणी सत्यवचनी, प्रामाणिक पोख्तकारी चलन साहेब फौज दुसरी दिसत नाही. पातशहाची तुमच्यावर गैरमर्जी असता बाजीरावासारख्या मोहऱ्याशी बिघाड करणे तुम्हांस उचित नाही,' त्या वेळी दीपसिंगाचे बोलणे निजामाला पटले नाही; पण तीनवेळा 'बाजीराव' हे काय प्रकरण आहे, याचा त्याला अनुभव आला आणि मग मात्र दीपसिंगाचे बोलणे पटण्यास त्याला वेळ लागला नाही. डभईच्या लढाईनंतर बादशहाला लिहिलेल्या खलित्यात शिरस्त्याप्रमाणे त्याने बाजीरावाला शिव्यांची लाखोली वाहिलीच, पण बाजीरावांची अशा प्रकारे पूजा बांधतानाही त्यांच्या हातून नकळत, आवडीने नसले तरी नावडीने का होईना, बाजीरावांचे गुणच गायिले गेले.

विनंती की, फुटक्या नशिबाचे व कोल्ह्याच्या वृत्तीचे असलेले मराठे यांची दांडगाई आणि त्यांनी चालविलेला उच्छादही अमर्याद वाढला. फुटक्या नशिबाचा आणि निर्दय बाजीराव हा त्या दुर्दैवी लोकांचा पुढारी असून, त्या कमनशिब्यांचे जणू दैवतच आहे. त्याचा स्वभाव मुळापासूनच कुटिल आणि वृत्ती कलहप्रिय असून, तो

सैतानाचा दास आहे. सत्ता स्थापन करण्याच्या ईर्ष्येने तो अखंड प्रयत्न करत आहे. युद्धे करणे, उच्छाद मांडणे हा त्याचा स्वभावच आहे; तो नेहमी आपल्याच विचारांत असतो. त्याची आणि त्याच्या दुष्ट जमातीची स्थिती अशी झाली आहे की, नव्या नव्या उपमांमुळे त्यांची डोकी गर्वाने आकाशापर्यंत भिडली आहेत.

थोडक्यात, मऊ लागले म्हणून निजाम कोपराने खणावयास गेला पण त्याला जबरदस्त ठोकर बसली तेव्हा त्याने बाजीराव असेपर्यंत शाहूमहाराजांच्याकडे फिरून वळून पाहणे नाही असा धडा घेतला व २७ डिसेंबर १७३२ रोजी मांजरा नदीच्या काठी बाजीरावांची समारंभाने भेट घेऊन त्यांच्याशी संधी केली त्यानुसार बाजीराव मुघलांच्या नर्मदोत्तर प्रदेशात जे उद्योग चालवील त्यात निजामाने व्यत्यय न आणण्यास निजामाच्या दक्षिणेतील उद्योगात आपण दखलगिरी करणार नाही असे पेशव्यांनी कबूल केले. १७२७ पासून १७३१ पर्यंत बाजीराव आणि निजाम यांचे जे युद्धपर्व चालू होते त्याचा हा तूर्त स्वल्पविराम म्हणण्यास हरकत नाही.

चिमाजीआप्पांची ग्वाल्हेर स्वारी

चिमाजीआप्पांची ही तिसरी स्वारी होय. ही स्वारी ग्वाल्हेरची स्वारी म्हणून ओळखली जाते. ती ऑक्टोबर १७३२ ते जून १७३३ या काळात घडून आली. मागील दोन स्वाऱ्यांमुळे गुजरात व माळव्यामध्ये जे उद्योग झाले त्याची प्रतिक्रिया सुरू झाल्यामुळे ती स्वारी जन्माला आली. डभईच्या लढाईत त्र्यंबकराव मारला गेला यापेक्षा फायदा पेशव्यांना झाला नाही. सेनापती व त्यांचे दुय्यम बांडे, गायकवाड यांनी पेशव्यांकडे गेलेला मुलूख सोडविला व ते पूर्ववत तेथे कारभार ठासून चालवू लागले. उत्तरेच्या स्वारीला ज्यांनी जायचे त्यांच्या ताब्यात गुजरातेतील प्रदेश असल्यावाचून गत्यंतर नव्हते. तेव्हा पुनश्च गुजरातेत आपले दुरावलेले संबंध प्रस्थापित करणे पेशव्यांना आवश्यक वाटत होते. तसेच माळव्यातही मराठ्यांच्या सत्तेला 'खो' बसणारी परिस्थिती निर्माण झाली होती. दिल्ली दरबारने माळव्याच्या सुभेदारीवर राजा सवाई जयसिंग याची दुसऱ्यांदा नेमणूक केली. जरी जयसिंग मराठ्यांच्या बाजूने होता तरी मराठ्यांची साम्राज्याची तहान-भूक एवढी वाढलेली होती की, तिला प्रतिबंध न केल्यास आपलेही स्थान ढळल्यावाचून रहाणार नाही अशी त्याला भीती वाटू लागली व दिल्ली दरबारनेही त्याची मराठ्यांच्या बंदोबस्तासाठी नेमणूक केली होती. त्याने अधिकार ग्रहण केल्याबरोबरच स्वत:च चढाईचे धोरण स्वीकारून दक्षिणेत फौजा पाठविण्याचा विचार केला. जयसिंगाच्या हालचालीची वार्ता येताच शाहूमहाराजांच्या दरबारात चलबिचल सुरू झाली. जिकडे ज्याचे हितसंबंध तिकडे त्याने लक्ष घालणे जरूर होते. माळव्यात गडबड होत आहे तेव्हा तिकडील बंदोबस्त करण्याची जबाबदारीही पेशव्यांवर येऊन पडली. १७३२ च्या विजयादशमीनंतर आप्पा उत्तरेच्या स्वारीकरिता डेरेदाखल होऊन मार्ग क्रमू लागले.

आप्पा खानदेशात गेल्यावर त्यांना छत्रपतींकडून इशाऱ्याचे पत्र आले की, 'सांप्रत उत्तरेकडील फौजांचा चळचळाट दक्षिण प्रांतास यावयाचे उद्देशे जाला आहे म्हणून तत्त्वत: वर्तमान लिहिले आहे. ऐशास तुम्ही त्या प्रांते जात आहा. तिकडील खबर तुम्हांकडे येत असेल परंतु तुम्हांस कळावे, तुम्ही सावध असावे यास्तव हे आज्ञापत्र सादर केले आहे. तरी उत्तरेकडील बातमी चौकस राखोन जो मनसुबा कर्तव्य तो विचार करून घेणे.'

खानदेशात शिरल्यावर आप्पांनी आपल्या फौजेचे दोन विभाग केले. मल्हारजी होळकर व राणोजी शिंदे यांनी गुजरातेतील कामगिरी करून माळव्यात उतरावे आणि आप्पांनी नेमाडातून माळव्यात यावे अशी ही योजना होती. योजनेनुसार दोन वाटांनी आप्पांची फौज चालू लागली.

आप्पा का. शु. १३ पुण्याहून स्वारीस निघाले. नेहमीच्या रिवाजाप्रमाणे वाटेत प्रदेशातील तक्रारी दूर करीत पुढे जावयाचे. त्याप्रमाणे आप्पांचा पारनेरनजीक लोणीवर मुक्काम असता तेथून त्यांनी पिलाजी जाधवजवळ दोन हजार फौजा देऊन त्यास आज्ञा केली की, मानाजी जाधव लुटून त्यास धरून घेऊन येणे; जर त्याने हत्यार धरले तर त्यास मारून टाकणे.

मानाजी हा छत्रपती शाहूंचा सरदार असून तो राहुरी प।।। संगमनेर येथे राहात होता व त्याच्या ताब्यात खंडेरावाचे दोन परगणे होते. खंडेराव कोण व त्याचा मानाजीशी संबंध काय, हे समजत नाही. शिवाय आप्पांनी मानाजीवर स्वारी का पाठविली, याचाही उलगडा होत नाही. स्वारीच्या वेळी हा चिमाजीआप्पांच्या लष्करातच पण जरा दूर होता. पिलाजी आपणावर चालून येत असल्याची कल्पना मानाजीस नसल्याने तो बेसावध होता. मध्यरात्री फौज त्याच्या गोटाजवळ आल्यावर तो खबरदार होऊन त्याने दोन हात करण्याकरिता पुढे स्वार रवाना केले. तो सातशे स्वारांचा धनी. आता सावध होऊन उभा राहिला आहे तेव्हा तो काही जीत हाती लागतो यैसे नाही नास होईल. दोन चारशे माणसे जाया होतील, असा पोक्त विचार करून पिलाजीने मानाजीला तुम्ही राजश्री चिमाजीपंतांच्या भेटीला येणे असा पोक्त विचार पाठविला. त्यावर त्याने जाब दिला, 'तुम्हीं फौज दोन हजार घेऊन आला आहा तर आपण काही जोरावरी भेटीस येतो यैसे नाही.'

शेवटी उजाडल्यावर स्वत: पिलाजी व दादाजी शितोळे त्याच्या डेऱ्यास आले. त्यांनी प्रथम दबावाच्या गोष्टी सांगितल्यावर मानाजीने, तुमचे दबाववाणीने आपण भेटीस येतो यैसे नाही. महाराजांचे निशान आपणापाशी आहे भरून स्वस्त होईल. चाकर महाराजांचा आहे. तुमच्या चितास येईल ते करणे असे म्हणून त्यास गप्प केले. शेवटी आप्पाच्या भेटीस मानाजी गेला. या भेटीत उभयतांची जी बोलणी झाली ती मानाजीने

छत्रपतींना कळविली. त्यास तेथे जे बोलू नये तो बोलिला की, 'तुम्ही महाराजांची पाठ करून रहाल तर एक दिवस मारून ताराज करीन. त्रिंबकराव दाभाडा मारिला महाराजांनी. आमचे काय केले? तुम्ही धीर करून किती दिवस राहाल? दोघांची वीण बसली नाही. मानाजीच्या परगण्यात चिमाजीआप्पांनी धुमाकूळ घातल्याने त्याने रागाने परगणे सोडून त्याच्या स्वाधीन करून छत्रपतींकडे तक्रार केली.'

गुजरातेतील हालचाली

शिंदे-होळकरांच्या फौजेने कानसूल येथून आप्पांचा निरोप घेतला. नर्मदेवर आल्यावर त्यांनी आपल्या फौजेचे दोन विभाग केले. आनंदराव पवार व विठोजी सुळे यांना परस्पर माळव्यात रवाना केले आणि राणोजी शिंदे, मल्हारराव होळकर व उदाजी पवार पावागडास जाऊन चंपानेर सर केले. पावागडचा बंदोबस्त केला. उमरठ व आणखी एक शहर मोडून तेथील व्यवस्था लावून तातडीने माळव्यात उतरले. कारण सवाई जयसिंग व आप्पा यांची गाठ पडून खटखट होणार होती व आप्पांनीही बोलावणे केले होते. या वेळी शिंदे-होळकरांना गुजरातेत विशेष अडथळा झाला नसावा; कारण तेथे दुसरी एक भानगड चालू होती. घोलासिंग नावाचा एक चळवळ्या जन्माला येऊन सेनापती बांडे, गायकवाड यांना त्रास देत होता. त्याने एप्रिल १७३२च्या सुमारास पिलाजी गायकवाडास दगा केला; व तो अहमदाबाद शहर बळकावून बसला. तेव्हा त्याला शिक्षा करण्याकरिता उमाबाई, पिलाजीचा पुतण्या दमाजी गायकवाड हे अहमदाबादपर्यंत चालून गेले आणि अहमदाबाद आणि आसपासच्या प्रदेशाला वेढा घातला. पुरंदरे म्हणतात, 'यांच्या या चालून जाण्यामुळेच शिंदे-होळकरांना अडथळा न येता आपले कार्य साधता आले. येथे एक गोष्ट लक्षात घेतली पाहिजे की, मागील गुजरातच्या स्वारीत पावागड, चंपानेर ही स्थळे वास्तविक आप्पांनी घेतली असता, आता शिंदे-होळकर घेत आहेत, याचा अर्थ या मधल्या काळात ही स्थळे आप्पांच्या हातून सुटली होती, असाच होतो. मराठ्यांच्या या आक्रमणात एक रजपूत सरदार मारला गेला तेव्हा त्याने वठणीवर येऊन दमाजी गायकवाडास चौथाई सरदेशमुखीचा करार लिहून दिला. अहमदाबादच्या खजिन्यातून रोख रुपये ऐंशी हजार देण्याचे ठरले.'

ही रक्कम पदरात पडेपर्यंत जवान मर्दखान बाबी यास ओलीस ठेवले. दमाजीने दुसऱ्याच वर्षी जोधपूरवर हल्ला केला; त्यामुळे अभयसिंग स्वप्रांती गेला. रतनसिंग भंडारी त्याच्या गैरहजेरीत सुभ्याची व्यवस्था पाहात होता. दमाजीने त्याच्यावरही हल्ला केला. रतनसिंगास पळताभुई थोडी करून सोडले. १७३४ मध्ये दमाजीने बडोद्यावर हल्ला केला. तेथील किल्लेदार शेरखान बाबीस हुसकावून लावले आणि बडोदा ताब्यात घेतले. ते पुढे राजधानीचे शहर बनले. पुढे येथूनच मराठ्यांच्या काठेवाडात मुलूखगिऱ्या झाल्या. दमाजीशी कसाबसा तह करून अभयसिंगास आपले राज्य बचावण्यासाठी गुजरात

सोडून परत जावे लागले. पुढे अभयसिंगाने आपले भाऊ आनंदसिंग व रायसिंग यांना गुजरातमध्ये पाठविले. त्यांनी शिंदे-होळकरांची मदत घेऊन जवानमर्द बाबी यावर चाल केली. शिंदे-होळकरांना पावणे दोन लाख रुपये देऊन जवानमर्दने आपला बचाव केला.

बडोद्याची स्थापना केल्यावर दमाजीला उमाबाई दाभाडे हिने महाराष्ट्रात बोलाविले. दमाजीने गुजरातची व्यवस्था पाहण्यास आपला हस्तक रंगोजी यास ठेवून तो महाराष्ट्रात आला होता. १७३५ मध्ये कंठाजी कदम खेड्यास राहून पेशव्यांतर्फे आसपासच्या मुलखात धुमाकूळ घालून चौथाई वसूल करीत होता. त्याचा व रंगोजीचा खटका उडाला. दमाजी रंगोजीच्या मदतीस धावून आला. बांडेशी त्याची गाठ पडली. बांडेस हार खावी लागली तो पळून गेला. उत्तर गुजरातेतील चौथाईचे स्वामित्व गायकवाडाकडे आले.

त्रिंबकराव दाभाडेंच्या मृत्यूनंतर गुजरातेतील पेशव्यांच्या हिश्शाचा वसूल दाभाड्यांनी पेशव्यांना पोचता करावयाचा असे ठरले. उमाबाई दाभाडे हिने पेशव्यांकडील ऐवजाच्या वराता गायकवाडाकडे दिल्या. त्याचा भरणा करण्याकरिता गायकवाड मुलूखगिरीस गेला; पण पैसा पूर्ण वसूल झाला नाही. तो सर्व ऐवज उमाबाईने डिसेंबर १७३६ मध्ये पेशव्यांना गंगातीरी पोचता केला. याचवर्षी दमाजीला आपला पराक्रम दाखविण्याची एक संधी आली. इ.स.१७३७ मध्ये मोमीनखान याची सुभेदार म्हणून गुजरातवर नेमणूक झाली. मोमीनखान गुजरातमध्ये आला. त्याला रतनसिंग कारभार देईना. मोमीनखानाने दमाजीची मदत मागितली. दमाजीने आपला हस्तक रंगोजीस (रेणुकापंत) मोमीनखानाच्या मदतीस पाठविले. त्यांनी अहमदाबाद शहरास मोर्चे लावले. रंगोजी मोमीनखान आणि स्वत: दमाजीची अशी तिघांची फौज एकत्र झाल्याने मोर्चास जोर चढला. शहरात गडबड उडाली. बाजारभाव कोसळले. शेवटी २६ मे १७३७ रोजी अहमदाबाद मराठ्यांनी हस्तगत केले. या विजयामुळे मोमीनखानाने अहमदाबाद सोडून सबंध गुजरातचा निम्मा वसूल व अहमदाबाद शहराचा निम्मा भाग मराठ्यांना लावून दिला. खंबायत सुपुर्द केले. त्याप्रमाणे सबंध प्रांताचा अर्धा वसूल दमाजीस मिळू लागला. यावेळेपासून दमाजीचा हस्तक वसुलाच्या कारभाराची व्यवस्था पाहण्याकरिता अहमदाबादेस राहू लागला. अशा रीतीने गुजरातेत मराठी सत्ता दमाजीच्या कर्तृत्वाने प्रबळ झाली. मराठे गुजरातेत सत्ताधीश झाले आणि मुघल नावाला राहिले.

गुजरातेतील मराठी सत्तेची वाढ हे मुख्यत: दाभाडे आणि गायकवाडांच्या कर्तृत्वाचे फळ होय. डभई युद्धानंतरची गुजरातमधील प्रगती ही तर दमाजीच्याच कर्तृत्वाचे फळ होय; कारण त्रिंबकराव दाभाड्याचा भाऊ बाबूराव दाभाडे कर्तव्यशून्य निघाला. दारू पिऊन आयुष्य घालवू लागला. छत्रपती शाहूमहाराजांनी याबाबतीत त्याची कानउघाडणी केली पण त्याचा काही फायदा झाला नाही. उत्तरोत्तर दाभाडे आपल्या निस्तेजाने मागे पडले. गायकवाड तेजाळले. बाबूराव दाभाडे १७३६ मध्ये मरण पावला. तेव्हा सेनाखासखेल हे

बहुमानाचे पद दमाजीस देऊन राजांनी दमाजीच्या पराक्रमाचा गौरव केला.

दाभाडे मागे पडत गेल्यानंतरच्या काळातील गुजरातेतील मराठी सत्तेच्या विकासाचे श्रेय गायकवाडांकडेच जाते. पिलाजीस गुजरातची जहागिरी मिळाल्यावर त्याने तेथील रजपूत व कोळी या लढाऊ लोकांच्या फौजा तयार केल्या. भिल्ल, कोळी, देसाई वगैरे स्थानिक बहुजन समाजाचा त्याने स्नेह संपादन केला. मुसलमान अंमलदाराच्या गिधाडी धाडीपासून आपल्या बायकांचे रक्षण करण्याकरिता किंवा तसल्या मुसलमानांचा सूड घेण्याकरिता स्थानिक देसाईंना पिलाजी गायकवाडाने मदत केली व अशा बंडाळीस एकदम आळा घातला. छत्रपती शिवाजीमहाराजांनी जसे मावळे जमविले तसेच गायकवाडांनी चावडा लोक आपल्या हाताशी धरले; त्यामुळे मराठी सत्ता गुजरातेत स्थिर व मजबूत होण्यास मदत झाली.

चिमाजीआप्पा आणि राजपुताना

मराठे-रजपूत संबंधाचे मुख्यत: तीन भाग पाडता येतील, पैकी एक अगदी आरंभापासून ते औरंगजेबाच्या मृत्यूपर्यंत. दुसरा औरंगजेबाच्या मृत्यूपासून १७६१ पर्यंत आणि तिसरा १७६१ पासून ते मराठी सत्ता अस्तंगत होऊन ब्रिटिशांचे राज्य चालू होईपर्यंतचा होय.

आपल्याला या ठिकाणी विशेषत: १७२० ते १७४० या दोन दशकातील घडामोडींचाच विचार करावयाचा आहे. तथापि, त्या काळातील घडामोडी चांगल्या रीतीने समजण्यासाठी थोडा पूर्वेतिहास समजून घेणे भाग आहे. पहिल्या भागात म्हणजे औरंगजेबाच्या मृत्यूपर्यंतच्या काळात मुघल-रजपूत-मराठे संबंध अगदी सर्वसामान्य स्वरूपाचे राहिले. महाराष्ट्रात असलेल्या पाच ज्योर्तिलिंगांपैकी त्र्यंबकेश्वरला सिंहस्थाच्या निमित्ताने अनेक रजपूत धार्मिक विधी करण्यासाठी येत; त्यामुळे नाशिक येथे रजपुतांचे काही तीर्थोपाध्येही अस्तित्वात आले.

मराठे आणि रजपूत राजकीय संबंध दुसऱ्या भागात येऊ लागला. तो संबंध म्हणजे रजपूत मुघली सैनिक किंवा मनसबदार या नात्याने येत होता. त्या काळात निदान राजकारणात तरी रजपूत मराठ्यांशी स्वतंत्ररीत्या संबंध ठेवू शकत नव्हते. प्रत्येकवेळी मुघलांचे सेवक या नात्यानेच त्यांचा मराठ्यांशी संबंध आला. त्यातही या काळातील रजपूत मुघलांचे पहिल्या प्रतीचे प्रतिनिधी अगदी क्वचितच असत. मुस्लीम प्रमुख सरदारांच्या किंवा प्रतिनिधींच्या हाताखाली आणि क्वचितच मुघली सरदारांच्या बरोबरीने रजपूत मराठ्यांशी संबंध ठेवीत. त्या वेळी मुघलांचे दक्षिणविषयक धोरण आक्रमक असल्याने मराठ्यांचे व रजपुतांचे कधीच एकमेकांशी पटले नाही. या काळात मराठे मुघलांना सतत विरोध करीत राहिल्याने रजपुतांचाही त्यांच्याशी सतत विरोधच होता

आणि मुघल सत्तेचा एकंदर भारतीय व महाराष्ट्रीय समाजावर एवढा मोठा प्रभाव होता की, कित्येक मोठे मराठे सरदार मुघलांच्याकडे नशीब अजमावण्यासाठी गेले पण एकही मुस्लीम किंवा रजपूत मनसबदार मराठ्यांकडे आलेला दिसत नाही.

रजपुतांमध्ये मुस्लीम साम्राज्याविषयी खास प्रेम किंवा निष्ठा होती असा याचा अर्थ नव्हता तर जयपूर, जोधपूर इ. ठिकाणच्या संस्थानिकांनी मुघलांपुढे शरणागती व मुघलांशी लग्नसंबंध जोडण्याचा जो मार्ग दाखविला त्याचा हा परिणाम होता. याचाच दुसरा अर्थ हा की, मराठे मुघलांशी निकराने का लढत होते हे सर्वसामान्य रजपूत लोक व संस्थानिक यांना समजलेच नाही किंवा ते समजूनही आपण मराठ्यांसारखे स्वतंत्र होऊ आणि त्यासाठी प्राणपणाने लढू, ही भावना त्यांच्यामध्ये निर्माण झाली नाही किंवा ती निर्माण होऊनही आचरणात आणावी एवढे शौर्य व उदारता ते दाखवू शकले नाहीत. याचा अर्थ हा नव्हे की, औरंगजेबाच्या अखेरीपर्यंत रजपूत मनसबदार स्वतंत्र, सुखी व आपल्या कर्तबगारीला योग्य असे स्थान मुघलाईत मिळवू शकत होते असे उदाहरण त्यावेळच्या मुघल इतिहासात क्वचितच आढळेल की, जेव्हा मुघल बादशहाने केवळ रजपूत सरदारांवर एखादी मोठी मोहीम स्वतंत्रपणे सोपविली होती. मिर्झा राजा जयसिंग येथे आला होता, पण त्याचवेळी त्याच्या गळ्यात दिलेरखानाचे लोढणे होते. याचा दुसरा अर्थ कोणाही दुसऱ्या मनसबदारावर मुघलांनी पूर्ण विश्वास टाकला नव्हता; म्हणजे जी स्थिती आदिलशाहीत मराठी सरदारांची होती तीच स्थिती मुघलाईत रजपूत मनसबदारांची होती.

औरंगजेबाच्या मृत्यूनंतर झालेले मुघल बादशहा क्रमाने अधिकाधिक दुर्बल व परावलंबी बनत गेल्याने रजपूत मनसबदार काहीसे अधिक स्वतंत्रतेने वागू लागले होते. तरीही आपले मुघलांशी असलेले संबंध तोडून आपण स्वतंत्र व्हावे ही कल्पना कोणाही लहान-मोठ्या रजपूत मनसबदाराच्या मनात आलेली दिसत नाही. याचे एक कारण परंपरेने चालत आलेली 'गुलामी मनोवृत्ती.' दुसरे कारण जयपूर, जोधपूर सारख्या मनसबदारांनी मुघलबादशहांना आपल्या मुली देऊन जोडलेली नाती-गोती आणि तिसरे कारण मुघली सत्ताकेंद्राचे राजस्थानशी असलेले सान्निध्य होय. अशी नाती-गोती जोडण्यात जयपूर व जोधपूर येथील राजघराणी प्रमुख होती आणि त्यांच्याच पावलावर पाऊल ठेवून लहान रजपूत मनसबदारांनी मुसलमान मनसबदारांना आपल्या मुली दिल्या होत्या.

औरंगजेबानंतरचा १७६१ पर्यंतचा जो काळ आहे (म्हणजेच त्यात बाजीराव, चिमाजीआप्पांच्या काळाचाही अंतर्भाव आहे.) त्यामध्ये या स्थितीत काही फरक पडला. दुसऱ्या काळाच्या विभागात रजपूत मनसबदार पहिल्या विभागाएवढे इमानी नोकर म्हणून वागलेले दिसत नाही. ते अधिकाधिक वर्तनस्वातंत्र्य दाखवू लागले. तरीही आपण सर्वांनी एक होऊन मुघलांविरुद्ध पूर्ण स्वातंत्र्य पुकारावे असे कोणी दर्शविल्याचे

आढळत नाही. उलट, मुघल सत्तेच्या या पडत्या काळात जुने-नवे, लहान-मोठे रजपूत मनसबदार आपसात भांडतच राहिले. एवढेच नव्हे तर आपापसातील ही भांडणे मिटविण्यासाठी नव्याने उदयास आलेल्या मराठी सत्तेकडे साहाय्यासाठी धाव घेऊ लागले. ही धाव घेण्याचे मुख्य कारण म्हणजे त्यांपैकी कोणाही एकात स्वतंत्रतेने विरोधकांशी लढून आपले स्थान अधिकाधिक मोठे व बळकट करण्याचे तर राहूद्याच पण टिकविण्याचीही ताकद राहिली नव्हती. त्यामुळे कोणाही रजपूत मनसबदारावर आपला प्रदेश शत्रूविरुद्ध टिकविण्याचे संकट आले म्हणजे मराठ्यांकडे धाव घेऊ लागलेला दिसतो. जयपूर-जोधपूरकरांसारख्या मातब्बर संस्थानिकांची जर ही अवस्था होती, तर बुंदी, कोटा इ. लहान मनसबदारांची अशी अवस्था न होणे अशक्यच होते.

मराठ्यांचा रजपुतांशी अधिक घनिष्ठ संबंध येण्यास याहून बलवत्तर असे एक कारण होते. औरंगजेबानंतर मराठ्यांची सत्ता वाढत अशा थराला येऊन पोहचली की, मुघल बादशहालाच मराठ्यांचे साहाय्य घेण्याची अधिकाधिक आवश्यकता वाटू लागली.

औरंगजेबाने आपल्या आयुष्याचा उत्तरार्ध दक्षिण जिंकण्यामध्ये घालविला. या काळात असे दिसू लागले होते की, औरंगजेबानंतर मुघल साम्राज्याला उतरती कळा लागणार म्हणजे त्याचा ऱ्हास होत जाणार. त्याचप्रमाणे असेही विचारवंतांच्या लक्षात येऊ लागले की, बादशहा दुर्बल झाल्यामुळे मुघली दरबारात दोन पक्ष पडणार. खुद्द औरंगजेबाच्या काळात या दोन्ही बाबी कधी सुव्यक्त झाल्या नाहीत; पण दि. २० किंवा २१ फेब्रुवारी १७०७ रोजी औरंगजेब मरण पावताच या दोन्ही बाबी क्रमाने स्पष्ट होऊ लागल्या आणि विशेषत: दुसरी बाब म्हणजे दरबारातील दुफळी ही तर मुघल साम्राज्याचा नाश होईपर्यंत प्राय: कायम राहिली. बाळाजी विश्वनाथ पेशव्यांनी मराठी राज्य बळकट करून ते वाढविण्याच्या दृष्टीने जे प्रयत्न केले त्याचा परिणाम म्हणून त्यांच्यानंतर १७२० मध्ये पहिले बाजीराव राज्याचे मुख्य प्रधान बनल्यावर त्यांच्या कर्तबगारीमुळे त्यांना अनन्यसाधारण महत्त्व आले. ते येण्यास दुसरे कारण म्हणजे छत्रपती शाहूमहाराजांचा स्वभाव. तिसरे कारण म्हणजे पेशवे बाजीराव व त्यांचे सख्खे भाऊ चिमाजीआप्पा आणि त्यांनी वाढविलेले सरदार यांनी केलेले पराक्रम, दाखविलेली धडाडी आणि मुत्सद्दीपणा हे गुण होत.

बाजीराव आणि चिमाजीआप्पा व त्याचे सरदार शिंदे, होळकर, पवार, गायकवाड व जाधव यांनी महाराष्ट्रात केलेले पराक्रम तसेच निजामाशी पालखेड, भोपाळ इ. ठिकाणी झालेल्या युद्धप्रसंगात मराठ्यांनी दाखविलेले शौर्य, त्याचबरोबर माळव्याचा सुभेदार गिरीधरबहाद्दूर आणि त्याचा नातलग दयाबहाद्दर तसेच बुंदेलखंडात छत्रसालादी राजाविरुद्ध चालून आलेल्या महंमदखान बंगश याजवर मिळविलेला प्रचंड विजय यामुळे औरंगजेबानंतर मराठ्यांचा प्रभाव त्वरेने एवढा वाढला की, प्रत्येकालाच मराठ्यांचे

साहाय्य अथवा मैत्री हवीहवीशी वाटू लागली.

या परिस्थितीचा फायदा घेऊन दिल्ली दरबारातील सत्तांतरात भाग घेऊन मराठी राज्याचा विस्तार करण्याचे मराठ्यांनी ठरविले. सुदैवाने त्यांना या वेळी चांगला हात दिला तो या स्वराज्यविस्ताराच्या धाडशी कल्पनेला शौर्याची आणि मुत्सद्देगिरीची जोड देऊन बाजीरावांनी मराठ्यांची दृष्टी उत्तराभिमुख केली. या गोष्टीने आपापसातील यादवीत क्षीण होत जाणाऱ्या मराठ्यांच्या सामर्थ्याला प्रथम बाजीरावांनी नवीन क्षेत्र दाखवून दिले आणि मराठेशाहीच्या वैभवात भर टाकली. ही त्यांची कामगिरी क्रांतिकारक म्हटली पाहिजे. औरंगजेबाच्या मृत्यूनंतर १७१० मध्ये रजपूत संस्थानिकांनी उदेपूर येथे करार केला की, आता आपल्या मुली मुघल बादशहाला द्यावयाच्या नाहीत व त्यांची नोकरीही करायची नाही.

साहजिकच अकबराच्या वेळेपासून चालत आलेल्या परंपरेवर गदा आल्याने १७१४ मध्ये सय्यद बंधूंनी राजपुतान्यावर स्वारी केली. त्यात त्यांचाच पराभव झाला. पण उदयपूर, जोधपूर व जयपूर या त्रिकूटांपैकी जोधपूरचा अजितसिंग स्वार्थाला बळी पडून राजपूत त्रिकूटातून फुटला व त्याने आपली मुलगी इंद्रकुमारी मुघल बादशहा फरूक सिअर यास देऊन आपल्या मुलासाठी सरदारी मिळविली.

अजितसिंग व अभयसिंग यांनी बादशाही कृपेचा फायदा घेऊन आपले राज्य वाढविण्याचा उद्योग केला. अजितची नेमणूक गुजरातच्या सुभ्यावर झाली, तेव्हा १७१६ मध्ये बाप-लेकांनी तिकडे जाऊन बराच नवीन प्रदेश हस्तगत केला. हे बाप-लेक कपटी व स्वार्थी होते. त्यांनी आपल्या मतलबास्तव बादशहास मुलगी दिली की त्यांना खरोखरच तसे करणे भाग पडले हे निश्चित सांगता येत नाही, मात्र एवढे खरे की, बादशहाकडे मुलगी देऊ नये हा करार मोडण्यास प्रथम कारणीभूत झाले आणि त्यामुळेच राजपुतान्यात अंतर्वैमनस्य उत्पन्न होऊन तेथे पुढे मराठ्यांचा प्रबंध झाला. जयपूरचा राजा सवाई जयसिंग याची व पेशवा बाळाजींची मैत्री शंकराजी मल्हारने जुळवून दिली. ती जयसिंगाच्या मृत्यूपर्यंत कायम होती. राजपूत व मराठे दोघेही बादशाहीतील कमकुवतपणाचा फायदा घेऊन आपले मतलब साधू लागले होते, हेच खरे!

मराठा मंडळात ठरल्याप्रमाणे पेशव्यांच्या वाटणीस बागलाण, खानदेशकडील मुलूख आला व खानदेश बागलाणातून चौथ, सरदेशमुखीचा वसूल गोळा करण्यासाठी फौज फिरविता फिरविता पेशव्यांनी माळव्यात प्रवेश करून, मराठ्यांचे माळवा व गुजरातमध्ये प्रभुत्व निर्माण केले. साहजिकच त्यामुळे राजस्थानात प्रवेश करणे मराठ्यांना सुलभ झाले, असे प्रा. चंद्रकांत अभंग यांनी म्हटले आहे.

मेवाडच्या संग्रामसिंहाचा राज्याभिषेकोत्सव चालू असतानाच मराठ्यांनी मेवाडच्या सीमेवरील मंदसोरजवळील गावावर मे १७११ मध्ये हल्ला करून खंडणी वसूल केली;

ज्यांनी दिली नाही त्यांची लूट करण्यात आली. मराठ्यांची राजस्थानमधील ही पहिली स्वारी होय. या घटनेने मेवाडचा राणा संग्रामसिंह अत्यंत घाबरून गेला व त्याने जयपूरचा राजा सवाई जयसिंग यांच्याशी मराठ्यांच्या विरोधात मदत करण्यासंबंधी सवाई जयसिंगाशी संपर्क प्रस्थापित केला त्याचबरोबर अन्य रजपूत राजांशी संपर्क प्रस्थापित करून मराठ्यांच्या आक्रमणाची समस्या फक्त मेवाडपुरती मर्यादित नसून, ती सर्व राजस्थानचीच आहे असे पटवून दिले. मराठ्यांच्या विरोधात सर्व रजपूत राजांनी एकत्र येऊनच मराठ्यांना रोखले पाहिजे यासाठी संग्रामसिंह प्रयत्नशील राहिला. मुघल बादशहाने मेवाडकरांना कुठलीही लष्करी मदत केली नाही; तर सवाई जयसिंगानेही लष्करी मदतीचे आश्वासन न देता चिंता व्यक्त करण्यापलीकडे काही केले नाही.

१७१३ मध्ये सय्यदाच्या विचाराने बादशहाने जयसिंगाची नेमणूक माळव्याच्या सुभ्यावर केली. तो पूर्ण तयारी करून १७१३ च्या डिसेंबरात दिल्लीहून उज्जैनकडे येण्यास निघाला. तो सर्व तयारीनिशी १७१४ च्या फेब्रुवारीत उज्जैनीस दाखल झाला. उत्तर-दक्षिण मधील व्यापाराचा व दळणवळणाचा मोठा मार्ग माळव्यातून असल्यामुळे मराठे, अफगाण वगैरेंची लूटमार करून लोकांस उपद्रव देत तो बंद करण्याचे काम जयसिंगास करावयाचे होते. नंदलाल चौधरी त्याचा मुख्य हस्तक होता. छत्रसाल बुंदेला व त्याचे पुत्र हेही त्याच्या साहाय्यास जात. मराठ्यांच्या स्वाऱ्या माळव्यावर चालूच होत्या. एप्रिल १७१५ मध्ये खंडेराव दाभाडे व कान्होजी भोसले यांनी तीन हजार फौजेनिशी नर्मदा ओलांडून माळव्यात प्रवेश केल्याची बातमी जयसिंगास आली. उज्जैनजवळची गावे लुटून त्यांनी देवाळपूरचा विध्वंस केला अशीच दुसरी एक टोळी वढवाहजवळ नर्मदा उतरून कंपेल परगण्यात शिरली. जयसिंग भेलशावर होता. तेथून त्याने आपला दूधभाई रूपराम यास ताबडतोब मराठ्यांवर पाठवून मागोमाग आपणही आला. बुधसिंग हाडा, छत्रसाल बुंदेला वगैरे अनेक सरदार जयसिंगाबरोबर होते. १० मे १७१५ रोजी उभय फौजांच्यात मोठा रणसंग्राम होऊन पुष्कळ मराठे कापले गेले. त्यांचे सामान व लूट जयसिंगाने काबीज केली. मराठे पळून पळसूरच्या उतारावर मुक्कामास राहिले. जयसिंगाने भल्या पहाटे त्यांच्यावर हल्ला केला तेव्हा सर्व लूट व जखमी लोक टाकून मराठे नर्मदा पार जीव घेऊन पळाले. या बहाद्दूरीबद्दल बादशहाने जयसिंगाचे व त्याच्या हस्तकांचे अभिनंदन करून मिळालेली लूट त्यांना बहाल केली. यापूर्वी मराठ्यांना अशा अपयशाचा अनुभव कधी आला नव्हता. जयसिंगाने माळव्याचा उत्कृष्ट बंदोबस्त केला त्यामुळे काही वर्षे माळव्यात शांतता राहिली.

पण ही व्यवस्था अल्पकाळच टिकली. बादशहा व सय्यदबंधू यांचे भांडण विकोपास चालले तेव्हा बादशहाने जयसिंगास त्वरित दिल्लीस बोलाविले मात्र दिल्लीच्या भानगडीत पडण्याची त्याला अजिबात इच्छा नव्हती. त्यामुळे तो १७१५ च्या ऑक्टोबरात

माळवा सोडून खुशाल जयपुरास जाऊन बसला. दुधभाइ रूपराम याने अल्पकाळ माळव्याचा बंदोबस्त केला. १७१७ च्या आरंभी संताजी भोसलेंनी पुन्हा मोठ्या फौजेनिशी नर्मदा उतरून उज्जैनला वेढा घातला. रूपरामास पकडून त्याजकडून भला मोठा दंड व हंडिया परगणा मिळविला. सन १७१७ च्या ऑक्टोबरमध्ये महंमद अमीनखान याची नेमणूक माळव्यावर झाली आणि जयसिंगाचा हा पहिला कारभार संपला.

१७२० मध्ये पहिले बाजीराव पेशवेपदी आरूढ झाल्यावर त्यांनी मराठा-राज्यविस्ताराचे धोरण दक्षिणेऐवजी उत्तराभिमुख केले.

रियासतकार सरदेसाई यांना त्यांचे उत्तराभिमुख धोरण म्हणजे स्वधर्म (हिंदू) प्रतिष्ठा वाढविण्याचा उद्योग वाटतो.

सी. के. श्रीनिवासन यांनीही बाजीरावांच्या उत्तराभिमुख धोरणामागे हिंदू स्वातंत्र्याचा कैवार होता असे वाटते.

स्वा. वि. दा. सावरकरांनी म्हटले आहे, 'हिंदू स्वातंत्र्याच्या महत्कार्याच्या पुरस्काराकरिता कोणाही पुरुषाने बाजीरावांपेक्षा अधिक मनोभावे प्रयत्न केले नाहीत.'

सरदार पण्णीकर व एस. एन. सेन यांचेही अभिप्राय असेच आहेत. याउलट, डॉ. दिघे आणि प्रा.आठवले यांनी आपली मते नोंदविलेली आढळतात. दत्तोपंत आपटे यांचे मत अधिक समतोल वाटते. ते म्हणतात, आपल्या विरुद्ध पक्षाच्या सरदारांपेक्षा आपण जास्त आहोत हे सिद्ध करून व शाहूंचा मान राखून सातारा-दरबारात जसे आपणास महत्त्वाचे स्थान प्राप्त करून घेता आले त्याचप्रमाणे दिल्ली दरबारात आपले वजन कायम करता येईल अशी विचारसरणी बाजीरावांच्या उत्तर हिंदुस्थानातील धोरणाच्या मुळाशी होती.

१७२४ पासून मेवाडवरील मराठ्यांची आक्रमणे वाढली. मराठ्यांनी गुजरातेत प्रवेश करून मेवाडच्या सीमेवरील गावात लूटमार सुरू केली. परिणामी संग्रामसिंह मराठ्यांच्या विरोधात चीड व्यक्त करण्यापलीकडे काही करू शकत नव्हता. त्याने पुन्हा सवाई जयसिंगाशी संपर्क साधून मराठ्यांच्या विरोधात ठोस पावले उचलण्यासंबंधी पत्रव्यवहार केला. माळव्याचा सुभेदार या नात्याने सवाई जयसिंगाने बादशहाला मराठ्यांच्या माळवा-मेवाडवरील आक्रमणाबद्दल सूचित केले. तेव्हा मुघल बादशहाने सवाई जयसिंगास मराठ्यांच्या आक्रमणाला पायबंद घालण्याचे आदेश दिले. मेवाडच्या महाराणा संग्रामसिंहाने मुघल बादशहा मुहंमदशहा याच्याशी मराठ्यांच्या विरोधात लष्करी मदत मिळविण्यासाठी संपर्क साधला असता मेवाडचा महाराणा मूठभर मराठ्यांना घाबरला याबद्दल आश्चर्य व्यक्त करतो. मेवाडमधील मराठ्यांच्या आक्रमणाची माहिती महाराणाने निजामाला कळवून त्याच्याकडून मदतीची अपेक्षा केली. मराठ्यांच्या विरोधातील या कार्यवाहीची माहिती शाहूमहाराजांना समजताच त्यांनी आपले दोन प्रतिनिधी गोपाळपंत आणि

आपाजीपंत यांना मेवाडच्या दरबारात महाराणाशी खंडणीसंबंधी चर्चा करण्यास पाठविले.

उदयोन्मुख मराठी सत्तेशी टक्कर देण्यापेक्षा त्यांच्या काही मागण्या राणाने पूर्ण केल्या तरी मराठ्यांची आक्रमणे थांबली नाहीत. उलट, १७२६ पर्यंत मराठ्यांनी वारंवार आक्रमणे केल्याने मेवाडची आर्थिक हानी खूपच झाली. मेवाडचा महाराणा संग्रामसिंहाने जयपूरचा राजा सवाई जयसिंगास मराठ्यांच्या विरोधात कोटा येथील महाराव दुर्जनसाल याच्याकडून मराठ्यांच्या विरोधात लष्करी मदतीचे आश्वासन मिळविले. मराठ्यांच्या वाढत्या शक्तीचे भय प्रत्येकास वाटत होते. माळवा सुभा गुजरातच्या सीमेला लागून असल्याने राजस्थानी भागात मराठ्यांनी चांगलीच लूट केली होती; असे असले तरी सवाई जयसिंग अथवा संग्रामसिंह मराठ्यांना रोखण्यासाठी निश्चित अशी योजना बनवू शकले नाहीत तर मराठ्यांच्या आक्रमणाची दखल मात्र पत्रव्यवहारापुरतीच मर्यादित राहिली.

१७२८ मध्ये जनकोजी शिंदेंच्या नेतृत्वाखाली मराठी सैन्याने मेवाड राज्यातील शाहूपुरा प्रांतातील बलांड व कादीसहणा गावांपर्यंत आक्रमण करून लूटमार केली. परिणामी शाहूपुरा येथील सैनिकांनी मराठ्यांच्या विरोधात शस्त्र चालवून मराठ्यांना मेवाडच्या सीमेबाहेर लावले असे असले तरी मराठ्यांनी याचवर्षी मेवाडच्या अंकित असलेल्या बासवाड व डुंगरपूर या छोट्या राज्यांकडून चौथची रक्कम वसूल करण्यात यश मिळविले. चिमाजीआप्पांच्या नेतृत्वाखाली मराठी सैन्याने रामपुरा, भातपुरा, जावद, बुंदी, कोट्यापर्यंत जाऊन ठिकठिकाणी चौथ-सरदेशमुखी १७२९ पर्यंत वसूल केली.

मेवाडच्या महाराणाबद्दल शाहूमहाराजांना आस्था असल्याने वारंवार मेवाडवरील आक्रमणाने मेवाड-मराठा संबंध दुरावतील काय? अशी भीती त्यांना वाटल्याने त्यांनी आपल्या अधिकाऱ्यांना मेवाडकरांना त्रास न देण्यासंबंधीचे आदेश दिले, पण ही कार्यवाहीही कागदोपत्रीच राहिली. शाहूमहाराजांच्या आदेशाचे पालन प्रत्यक्ष व्यवहारात झालेच नाही.

शेवटी संग्रामसिंहाने जयसिंगाशी चर्चा करून मराठ्यांबरोबर शांतताचर्चा करून मराठ्यांबरोबर शांतता तह करण्यासाठी नोव्हेंबर १७३० मध्ये शाहूमहाराजांच्या दरबारात दीपसिंह शिष्टमंडळ पाठविले. परंतु, दीपसिंह शिष्टमंडळ शांतता समझोता करण्यात अपयशी ठरले. कोटा राज्याची सीमा माळव्याला लागून असल्याने कोटा राज्यावरही मराठ्यांची आक्रमणे कायम चालूच होती. १७२६ मध्ये कृष्णाजीपंत व अंबाजीपंतांच्या नेतृत्वाखाली मराठ्यांनी बुंदी व कोटा प्रांतातून लूट प्राप्त केली होती. त्यानंतर १७३३ मध्ये पिलाजी जाधवांच्या नेतृत्वाखाली मराठी सैनिकांनी कोट्यात प्रवेश करून चौथची रक्कम वसूल केली. त्याचबरोबर काही गावेही लुटली. यासमयी कोट्याचा महाराव दुर्जनसाल याने मोठ्या हुशारीने मराठ्यांना दीड लाख रुपयांच्या बदल्यात नाहरगडवर आक्रमण करण्यास प्रोत्साहित केले. नाहरगडचा सामंत नाहरसिंह महारावच्या विरोधातील होता. पारंपरिक शत्रुत्व असल्याने महारावने जागीर जप्त करण्याची धमकी नाहरगडच्या सामंतास दिल्याने

त्याने घाबरून जाऊन इस्लाम धर्माचा स्वीकार केला व आपले नाव 'नाहरसिंह' सोडून 'नाहरखान' असे ठेवले व मुघल बादशहाशी सरळ संपर्क प्रस्थापित केला.

मुघल बादशहाच्या कीर्तीमुळे महाराव नाहरखानाविरुद्ध काहीही कारवाई करू शकत नव्हता. तेव्हा त्याने (महारावने) मराठ्यांना नाहरखानावर आक्रमण करण्यास भाग पाडले. मराठ्यांनी पिलाजी जाधवच्या नेतृत्वाखाली नाहरखानाचा पराभव करून नाहरगड परगणा महारावाच्या हाती सुपुर्द केला. त्यामुळे महारावांचा उद्देश सफल झाला व महत्त्वाच्या कोटा राज्याकडून पैसे मिळविण्याचा मराठ्यांचा मार्ग प्रशस्त झाला.

सवाई जयसिंगाविरुद्ध मराठे

दीपसिंह शिष्टमंडळ अपयशी झाले. त्यानंतर मराठ्यांच्या मेवाडवरील आक्रमणाचा जोर वाढल्याने चिंताग्रस्त संग्रामसिंगाने तिसऱ्या वेळी माळव्याचा सुभेदार बनलेल्या जयपूरच्या सवाई जयसिंगाशी मराठ्यांच्या विरोधात लष्करी मदतीचा करार केला.

या करारानुसार-

१) दोघांनी मिळून मराठ्यांना माळव्यातून बाहेर काढणे.

२) ९ हजार घोडेस्वार व ९ हजार पायदळ संग्रामसिंहाने पाठवायचे.

३) माळव्याची सारावसुली दोघांत निम्मी-निम्मी वाटून घेणे.

४) कराराच्या पहिल्या वर्षी मेवाडचे सैन्य माळव्याचे संरक्षण करील.

५) कराराच्या दुसऱ्या वर्षी पहिले सहा महिने मेवाडचे सैन्य तर दुसऱ्या सहामाहीत जयपूरचे सैन्य माळव्याचे संरक्षण करेल.

हा करार कार्यान्वित होण्याअगोदरच मराठ्यांची भारी सेना चौथ वसुलीसाठी माळव्यात पोहोचली. मराठा सैन्याने मेवाड राज्याच्या जवळ असलेल्या मंदसोर या ठिकाणी फेब्रुवारी १७३३ मध्ये सवाई जयसिंगाच्या फौजेशी युद्ध सुरू झाले. सवाईचा चंडोल कामास आला. होळकरांकडील शे-दोनशे घोडी जाया झाली व दहा-वीस माणसे कामास आली. झालेल्या युद्धात मराठ्यांनी सवाई जयसिंगाचा दणदणीत पराभव करून त्याला तह करण्यास भाग पडले. त्या तहानुसार जयसिंगाने मराठ्यांना सहा लक्ष रुपये रोख व माळव्यातील २८ परगणे देण्याचे कबूल केले. या करारानंतर जयसिंग जयपूर येथे परतला.

बुंदी प्रकरण

बुंदी हे लहान संस्थान जयसिंगाच्या हद्दीवर असल्यामुळे तेथील अधिपती बुधसिंग हा संस्थानाबाहेर गेल्याची संधी साधून जयसिंगाने अकस्मात झडप घालून राजधानी ताब्यात घेतली आणि करवरच्या सलीमसिंगाचा धाकटा मुलगा दलीलसिंग याची संस्थानाच्या गादीवर स्थापना केली. दिल्लीच्या दरबारात जयसिंगाचे वजन असल्यामुळे

दलीललसिंगाच्या स्थापनेस बादशहाची मान्यता मिळू शकली आणि पुढे जयसिंगाने त्याला आपली मुलगी देऊन जावई बनविल्यापासून तर बुंदीकर हे जयपूरचे सोयरेच बनले; हा प्रकार बुंदीचा राजा बुधसिंग व त्याचा मुलगा उम्मेदसिंग यांना मान्य होणे शक्य नव्हते. राज्यभ्रष्ट होण्याचा प्रसंग आल्याने त्यांना धडपडणे प्राप्त झाले, पण जयसिंगापुढे त्याचे काही चालेना. एवढ्यात दलीलसिंगाचा भाऊ प्रतापसिंह याला हा अन्याय सहन झाला नाही म्हणून म्हणा, किंवा धाकटा भाऊ गादीवर बसला म्हणून म्हणा त्याने बुधसिंगाची बाजू घेण्याचे ठरविले आणि साताऱ्यापर्यंत शाहूमहाराजांकडे जाऊन दाद मागितली. त्यांनी या कामी साहाय्य देण्याचे कबूल करून शिंदे-होळकरांना याविषयी लिहिले. ते लक्षात घेऊन मल्हारराव होळकराने २२ एप्रिल १७३४ रोजी प्रतापसिंगाबरोबर सैन्यासह जाऊन बुंदीवर हल्ला केला आणि तेथील राज्यचालक (दलीलसिंगाचा बाप) सलीमसिंग यास कैद केले. अर्थात, बुधसिंगाच्या बायकोने म्हणजे बुंदीच्या राणीने मल्हाररावाच्या या कृत्याबद्दल मन:पूर्वक आभार मानले व अंत:करणातील कृतज्ञतेचे चिन्ह म्हणून मल्हाररावाच्या हातात रक्षाबंधन करून त्याच्याविषयीचा बंधुभाव व्यक्त केला. एका उच्चकुळातील रजपूत राणीने मल्हाररावासारख्या शूर योद्ध्याचा उघड सन्मान करण्यासाठी त्याला भाऊ मानणे ही गोष्ट त्याकाळात मराठे व रजपूत यांच्यात ऐक्याची भावना जागृत करण्यास कारणीभूत झाली असेल, यात शंका नाही.

मल्हाररावाला तर यापुढे जयसिंगासारख्या जबरदस्ताशी टक्कर देण्यासाठी कंबर बांधणे भागच होते. त्यातच बुंदीहून मराठ्यांचे सैन्य निघून गेलेले पाहून जयसिंगाने पुन्हा आपल्या जावयास म्हणजे दलीलसिंगास संस्थानच्या गादीवर बसविले. परिणामी मल्हारराव व जयसिंग यांचे वितुष्ट अधिकच वाढले. मंदसोर येथील सवाई जयसिंगाचा पराभव व बुंदी येथील सत्तांतरातील मराठ्यांचा हस्तक्षेप या दोन्ही प्रकरणांमुळे राजस्थानातील राजांना खऱ्या अर्थाने मराठ्यांच्या आक्रमणाचे स्वरूप लक्षात आले व भविष्यात मराठे किती त्रासदायक ठरू शकतील याची जाणीव झाली.

मेवाडचा महाराणा संग्रामसिंहाने मराठ्यांच्या विरोधात राजपूत राज्यांचा संघ बनविण्याचा अनेक वेळा अयशस्वी प्रयत्न केला होता. परंतु, सीमाविस्तारातून उद्‌भवलेले संघर्ष, स्वार्थ, परस्पर द्वेष व पारंपरिक भांडणे यामुळे ते कधीही एकत्रित येऊ शकले नाहीत; असे असले तरी राजपूत राजांचा संघ तयार करण्याच्यादृष्टीने त्याने वातावरण तयार करण्यात यश मिळविले. १७३३ मध्ये मंदसोर येथील सवाई जयसिंगाचा पराभव व त्याच्या वर्चस्वाखालील बुंदीवरील मराठ्यांच्या आक्रमणामुळे सवाई जयसिंगाची माळव्याची सुभेदारीच धोक्यात आलेली होती. मेवाडच्या सीमेवरील गावांना तर मराठ्यांच्या स्वाऱ्यांचा कायमच त्रास होत होता. इतर राजपूत राजांनाही मराठ्यांच्या दहशतीने

ग्रासले होते. अशा मराठा विरोधी वातावरणाचा सवाई जयसिंगाने उपयोग करून घेऊन सर्व राजपूत राजांची सभा अजमेरजवळ व मेवाड सीमेवरील हुडी या गावी मंगळवार १७ जुलै १७३४ रोजी आमंत्रित केली. या संमेलनास मेवाडचा महाराणा द्वितीय जगतसिंह, जयपूरचा सवाई जयसिंग, जोधपूरचा महाराजा अभयसिंह, कोटाचा महाराव दुर्जनसाल हाडा, बिकानेरचा महाराजा सुजानसिंह, नागोरचा राजा बख्तसिंह, बुंदीचा राव दलेलसिंह, करोलीचा राजा गोपालसिंह, किशनगडचा राजसिंह इ. अनेक रजपूत राजांनी व सामंतानी या हुडी संमेलनात भाग घेऊन मराठ्यांच्या आक्रमणास कसे रोखावयाचे यावर भरपूर चर्चा केली. मेवाडची परंपरागत प्रतिष्ठा लक्षात घेऊन या संमेलनाचे अध्यक्षपद महाराणास देण्यात आले.

चर्चेअंती खालील ठराव करण्यात आले -

१) सर्व जण सुख-दुःखाच्या परिस्थितीत एकमेकांचे सहकार्य घेतील व देतील. एकाचा अपमान हा सर्वांचा अपमान समजण्यात येईल.
२) राजस्थानातील एकमेकांच्या शत्रूला आश्रय द्यायचा नाही.
३) पावसाळा संपल्यानंतर सर्व राजे रामपुरा येथे आपापल्या सैन्यांसह उपस्थित राहतील. राजा उपस्थित राहू शकत नसेल तर राजपुत्राने सैन्याचे नेतृत्व करावे.
४) एखाद्या युवराजाचा चुकीचा निर्णय दुरुस्त करण्याचा अधिकार महाराणास राहील.
५) सर्व राजे संघटित होऊनच सर्वांच्या संमतीने मराठ्यांच्या विरोधातील अभियान चालवितील.

वरील कराराची वेळ येताच मात्र कराराप्रमाणे फारसे कोणी न वागल्याने करार कागदावरच राहिला.

या हुडी संमेलनास राजस्थानच्या इतिहासात एक विशिष्ट स्थान आहे. १५२७ मध्ये मेवाडच्या महाराणा संग्रामच्या नेतृत्वाखालील सर्व रजपूत राजांनी एकत्र येऊन बाबराशी युद्ध केले होते. तशाच प्रकारे मराठ्यांपासून राजस्थान वाचविण्याकरिता सर्वांच्या सहमतीने योजना तयार करण्यात आली. तरी ती अपयशी ठरली.

अर्थात, त्या अपयशास पुढील कारणे कारणीभूत होती -

१) हुडी संमेलनात ज्याच्याकडे नेतृत्व दिले तो महाराणा जगतसिंह अनुभवहीन, अपरिपक्व व विलासी जीवनात रममाण होणारा होता. कुशल सेनापतीचा कुठलाही गुण त्याच्यात नव्हता. नेतृत्व करण्याची क्षमता नव्हती.
२) सर्व रजपूत राजे एकत्र आले ते आपला काही स्वार्थ साधला जाईल या विचाराने. परंतु, त्यातून आपला काही फायदा होत नाही हे लक्षात येताच

त्या संमेलनातील ठरावाकडे दुर्लक्ष करण्यात येऊ लागले.

३) पावसाळा संपल्यानंतर कोणी किती सैन्यानिशी उपस्थित राहावयाचे याविषयी निश्चित अशी योजना नव्हती.

४) रजपुतांच्यात पारंपरिक वैमनस्य होते.

५) मारवाडचा अभयसिंह विरुद्ध नागोरचा बख्तसिंह भाऊ-भाऊ असूनही त्यांच्यात सीमासंघर्ष चालू असल्याने ते एकमेकांचे तोंड पाहू इच्छीत नव्हते.

६) राजस्थानातील सर्व राजे वरवरचे होते. आत्मविश्वासाचा अभाव असल्याने स्वत:चे संरक्षण कसे होईल या दृष्टीने विचार करत होता.

७) सर्वांत महत्त्वाचे व हुडी संमेलन अयशस्वी होण्याचे कारण म्हणजे सवाई जयसिंगाची उदासीनता. तत्कालीन राजकीय परिस्थितीत राजस्थानचे नेतृत्व करण्यास अनुभवी सवाई जयसिंग योग्य व प्रतिभाशाली सेनापती ठरला असता. परंतु, त्याच्यावर राजस्थानी राजांचा अविश्वास असल्याने नेतृत्व अनुभवहीन द्वितीय जगतसिंहाकडे देण्यात आले. त्याचबरोबर तो बुंदी समस्येत गुंतल्याने त्याचे हुडी संमेलनाच्या ठरावाकडे आपोआप दुर्लक्ष झाले. अशा प्रकारे पारंपरिक वैमनस्यामुळे हुडी संमेलन अयशस्वी ठरले. मेवाडच्या द्वितीय जगतसिंहाने याचे नेतृत्व केल्याने मराठ्यांनी त्याला दोषी समजून मेवाडच्या विरोधात मोहीम सुरू केली व सर्वांत महत्त्वाचे म्हणजे हुडी संमेलन मराठ्यांच्या मनात राजपुतांविषयी प्रखर द्वेषभावना निर्माण करण्यास कारणीभूत ठरले.

राजस्थानातील मुघल-मराठा संघर्ष

हुडी संमेलनात राजस्थानातील सर्व राजांनी एकत्र होऊन मराठ्यांचा पाडाव करण्याचा निर्णय घेतल्याने मराठे रजपुतांवर प्रक्षुब्ध झाले होते. रजपूत राजांनी मात्र पारंपरिक वैमनस्यामुळे हुडी संमेलनातील ठरावाकडे दुर्लक्ष करून एकमेकांच्या विरुद्ध अभियान चालविले होते. अशा परिस्थितीत मुघलांनीच मराठ्यांचे सामर्थ्य खच्ची करण्यासाठी व मराठ्यांना माळवा व राजस्थानातून बाहेर हुसकावण्यासाठी दोन मोठ्या सैनिकी तुकड्या केल्या. त्यांपैकी एकीचे नेतृत्व खान-ए-डौरानकडे तर दुसरीचे नेतृत्व कमरूद्दीनखानकडे देण्यात आले. ऑक्टोबर १७३४ मध्ये कमरूद्दीनखान २५ हजार सैन्यासह बुंदेलखंडातून माळव्यात पोहचला तर खान-ए-डौरान नोव्हेंबर १७३४ राजस्थानमार्गे माळव्यात पोहोचला. वजीर कमरूद्दीनखान याच्या सैन्यास पिलाजी जाधवाने गाठून दोन लढाया दिल्या तेव्हा तो पाच लाख रुपये देण्यास कबूल झाला.

मल्हाररावाने काही निवडक स्वारांनिशी जयपूर-जोधपूरच्या प्रदेशात अचानक प्रवेश करून पुष्कळ लुटी पैदा केल्या. दि. २८ फेब्रुवारी १७३५ रोजी त्यांनी सांबरचे समृद्ध शहर लुटून घेतले. सांबरचा फौजदार साफ नागवला गेला. तेथील काझीने बायकांस स्वहस्ताने ठार मारून रणांगणात शिरून प्राणत्याग केला. युद्धोत्सुक मराठ्यांचा पराभव करणे अशक्य असल्याची जाणीव सवाई जयसिंगाला झाल्याने त्याने २४ मार्च १७३५ रोजी मराठ्यांशी समझोता करण्यासाठी सभा आमंत्रित केली. या सभेच्या निर्णयानुसार कोटा येथे मीर बक्शी खान-ए-डौरान व रजपूत राजांनी मराठ्यांशी शांततातह करून चौथच्या स्वरूपात २२ लक्ष रुपये देण्याचे मान्य केले.

राधाबाईंची काशीयात्रा

पहिले बाजीराव पेशवे आणि चिमाजीआप्पा यांच्या मातोश्री राधाबाई यांची काशीयात्रा ही केवळ खाजगी कौटुंबिक बाब नसून तो एक प्रकारचा राजकारणी विषय पेशव्यांचे सामर्थ्य व लौकिक दाखविणारा आहे. राधाबाईंनी यात्रेसाठी दि. १४ फेब्रुवारी १७३५ रोजी पुणे सोडले. दि. २६ मे १७३६ रोजी त्या परत आल्या. नेमक्या याच काळात उत्तर हिंदुस्थानात कशा प्रकारचा राजकीय धुमाकूळ चालू होता हे वर नमूद केलेल्या घटनांवरून स्पष्ट होतच आहे. प्रवासादरम्यान कधी कधी राधाबाई आणि त्यांचे व्यवस्थापक यांना धास्तीही वाटे, हे बापूजी नाईकाने बऱ्हाणपूरहून लिहिलेल्या एका पत्रावरून स्पष्ट होते. तो म्हणतो, 'आम्ही अविवेके निघालो. पथ दूर, राजकीय वर्तमान की परस्पर युद्ध होते. एखादा वाईट प्रसंग आला तर घरास तरी सुरक्षित कसे यावे? बुंदेलखंडावरून जावे तर कमर्दीखानचा शह, सवाईजीकडे जावे तो ते दूर गेले. लोकापवादाकरिता धाडस करावे तर स्वामींचे नाव थोर, स्वामी पुण्यवान आहेत ते चिंता नाही. येथील अविधाने शे-दोनशे राऊत नर्मदेपावेतो दिले उदइक पुढे जातो.'

राधाबाईंबरोबर विशेष परिवार नव्हता. नातू नानासाहेबांना बरोबर पाठवावे असे राधाबाईंना वाटत होते. तथापि, त्यावेळेस ते केवळ पाचच वर्षांचे असल्यामुळे पाठविले नाही. परंतु, याची बोच मात्र चिमाजीआप्पांना लागून राहिली होती. आपली भावना स्पष्ट करण्यासाठी ते मातोश्रींना लिहितात, 'मातु:श्री बाई यासी, अपत्ये चिमाजीने कृतानेक साष्टांग नमस्कार विनंती उपरी येथील कुशल तागायत फाल्गुन सुध त्रितीया सध्या तुमच्या आसीर्वादे करून सुखरूप असो, विशेष. चिरंजीव सदाशिवास पाठवायचा आपला विचार आपल्यासी बोलून आलो होतो. त्यास विचार पाहता चिरंजीवास जयसिंगाचे घरी बहुमान होईल हा एक अर्थ, वरकड चिरंजीवांचे यात्रेचे दिवस हे आहेत ऐसे नाही. बहुमानाची गोष्ट म्हणावी तर तुमच्या आसीर्वादे आम्हांस काय न्यून आहे? दोन पर्याय तो या प्रकारचे आहेत. परंतु, तिसरा पर्याय तो तुमची आज्ञा, क्षेपनिक्षेपास यावे येसीच

असली तर लक्षप्रकारे पाठवून देऊ, तुमच्या समाधानापेक्षा आम्हांस दुसरे दैवत नाही. तुम्ही यात्रा करावयास जाता, देवधर्म तीर्थ करावयास चिरंजीवांचा पायगोवा होईल ऐसे आहे; आपण तुमचा निरोप घेतला ते समई आपण पायउतारा तुमचे पालखी समागमे घटकाभर येऊन मगच निरोप घेऊन यावे ऐसे होते, परंतु ते समयी चित्तात आले नाही यामुळे चित्तात अलीकडे आलियावर हळहळ वाटली. आपले समाधानपूर्वक आसीर्वाद पत्र आले म्हणजे चित्तातील हळहळ दूर होईल, हे विनंती.'

मातोश्रीबाईंबरोबर बाबूजी नाईक, त्याचा भाऊ आबाजी, महादोबा पुरंदरे, वासुदेव जोशी कल्याणकर इ. माणसे होती. मुद्दामच लोकमत अजमाविण्यासाठी बाजीराव आणि चिमाजीआप्पांनी मातुश्रींना यात्रेला अशी सडी पाठविली. रियासतकार सरदेसाई म्हणतात, 'परिणामावरून त्यांचा हा प्रयोग यशस्वी झाला यात संशय नाही. मराठ्यांसंबंधाने उत्तरेत बिलकूल आदर वसत नव्हता असे प्रतिपादन जे करितात, त्याचे हे उदाहरण उत्कृष्ट खंडन आहे. निदान बाजीरावाचे वेळी उत्तरेत निर्भेळ आदर दिसून येत होता.'

पुणे, बऱ्हाणपूर, बढवाई, उदेपूर, नाथद्वारे जयपूर, मथुरा, वृंदावन, कुरुक्षेत्र, प्रयाग, काशी, गया, बुंदेलखंड सागरवरून बढवाहाजवळ नर्मदा उतरून पुण्यास दाखल अशी प्रवासाची नोंद मिळते. १ जून १७३६ रोजी मातोश्रींच्या काशीयात्रेनिमित्त मावंदे केले.

ठिकठिकाणी मातोश्रींचा कसा बहुमान व सत्कार होत होता हे स्पष्ट करणारी काही पत्रे उपलब्ध आहेत. उदेपूरहून बाबूजी नाईक लिहितो, 'बढवाईहून वैशाख शु.७ निघून वद्य १० स उदेपूरास आलो. आठ-दहा दिवस राणाजींनी आपले संनिध ठेवून उत्तम प्रकारे सन्मान केला. महालांत मातुश्रीस नेले. राणाजी त्यांचे दर्शनास गेले. मोत्यांची माळ, पदक व हातचे सोन्याचे कडे असा बहुमान दिला. हत्ती छावा व पाच हजार रुपये खर्चास दिल्हे. दिवाण बिहारीदास यांनी एक हजार नजर केली. दरमजला लवकरच जयपुरास जाऊन सवाईंची भेट घेऊ.'

'उदेपूराहून नाथद्वार करून मंडळी जयपुरास गेली. मातु:श्रीबाईस बादशहाची दस्तके त्रिस्थळी यात्रा करून सुखरूप नर्मदा पार करून द्यावे ऐसी दिल्ही असून दोन सरदार व एक हजार स्वार बरोबर दिल्हे आहेत. जागा-जागा उमरावांनी अहेर, मेजवान्या, जवाहीर, हत्ती-घोडे देऊन गौरवून आपापल्या हद्दीतून पोहोचवून देतात. द्रव्यही खर्चास देतात.'

जयपुराहून पेशव्यांचा वकील सदाशिव बल्लाळ कुंटे लिहितो, 'मातु:श्री राधाबाईंचे आगमन आषाढारंभी जयनगरास झाले. बाबूजी नाईक घेऊन आले. तेथून निघणे दसरा जाहलिया उपर होईल. मातु:श्री पुण्यवान याजकरिता सर्व गोष्ट नीट पार पडली. पुढेही त्यांचेच पुण्याने गोष्टी होतील. यात्रा सुखरूप होऊन स्थळास जातील. सवाई जयसिंग

बोलले की, रायांशी माझा अकृत्रिम स्नेह आहे. येथे स्वामींच्या नावावर सर्व जण गर्भगळीत आहेत.'

बाजीरावांकडे आणि चिमाजीआप्पांकडे मातु:श्रींच्या प्रवासादरम्यान त्यांच्या दक्षणा देण्याच्या संदर्भातील आपपरभावाबद्दल तक्रार करणारी काही पत्रे आहेत. उदा.वाराणसीहून नारायण दीक्षित लिहितो, 'मातु:श्री राधाबाई का. शु.१२ स श्रीस आली. तीर्थ विधी करून पौष व.५ स स्वार होऊन गयेस गेली. येथे जो धर्म जाला तो पत्री लिहिता येत नाही. महाराष्ट्र ब्राह्मणास एक कपदिका कोणास पावली नाही व चितपावनास पाच-सात सहापर्यंत पावले. वरकडास एक-दोन दहा-पाचास काहीच पावले नाही. आमचा विद्यार्थी शिवभट तुमच्याकडे पाठविला आहे, यास दोन-चार शत ऋण आहे, ते फिटेलासे करावे.'

अशी एखाद-दुसरी तक्रार सोडल्यास राधाबाईंच्या प्रवासाबद्दल कुठे तक्रार आढळत नाही. त्यामुळेच रियासतकार म्हणतात, 'राधाबाईंसारख्या धुरीण स्त्रियांच्या तीर्थयात्रा म्हणजे दक्षिणोत्तर समाजास एकत्र आणणारे बंधन होय.... सामाजिक आचार-विचारात अशा प्रवासामुळे महत्त्वाचे फरक घडत गेले.' मराठ्यांचा अंमल त्या वेळी लोकास पसंत पडत होता असे अनुमान बांधल्यास ते गैर नाही हे सर्वसाधारणपणे मान्य करण्यास हरकत नसावी. अर्थात, काही विद्वान इतिहासकारांनी या विषयीही मतभेद व्यक्त केलेले आहेत.

राधाबाईंच्या या यात्रेने राजपूत-मराठे मैत्रीपूर्ण संबंध निर्माण होण्यास मदत झाली. त्याचबरोबर एकंदरीत राजस्थानात मराठ्यांचा प्रभाव कितपत आहे हे पाहण्याचेही बाजीराव आणि चिमाजीआप्पांचे धोरण यशस्वी झाले.

स्वत: जयसिंगानेच बाजीरावांना मुघल बादशहाशी समझोता करण्याच्या दृष्टीने राजस्थानात आमंत्रित केले म्हणून अश्विन शु.त्रयोदशीस बाजीराव राजस्थानकडे निघाले. शिंदे-होळकरांशिवाय त्यांनी बाजी भीवराव वगैरे कित्येक जिव्हाळ्याचे सरदार बरोबर घेतले.

पेशव्यांच्या राजस्थान मोहिमेची जी उद्दिष्टे होती ती म्हणजे मेवाडच्या महाराणाशी मैत्रीपूर्ण संबंध प्रस्थापित करणे, राजस्थानातील सर्व रजपूत राजांसहित हिंदूंचा संघ तयार करणे, राजपूत राजांची शक्ती अजमावणे, राजस्थानातील चौथ सरदेशमुखीदाखल खंडणी वसूल करणे व मुघल बादशहाकडून आपल्या दरसालच्या मागणीस मान्यता मिळवून कायदेशीरपणा आणणे आणि स्वत:साठी मेवाडमध्ये जहागिरी मिळविणे.

उपरोक्त उद्देशाच्या पूर्ततेसाठी पेशवे तापी उतरून खानदेशातून कुकशीच्या मार्गे कुकसीवर विजय मिळवून लुनावाडा, बासवाडा, डुंगरपूर प्रांतांतून महाराणाच्या भेटीसाठी मेवाडच्या दक्षिण सीमेवरील प्रांतात येऊन पोहचले. महाराणाच्या भेटीसाठी शिवसिंहाने

पेशव्यांशी विरोध न करता वार्षिक तीन लक्ष रुपये चौथाई देण्याचे कबूल करून त्यास मार्गस्थ केले. त्यामुळे बाजीरावांचा आत्मविश्वास वाढला व त्यांच्या लक्षात आले की, आत्मविश्वास नसलेले भयभीत रजपूत राजे विरोध करण्याच्या मन:स्थितीत नाहीत. २५ जानेवारी १७३६ रोजी बाजीरावांचा मेवाडमध्ये प्रवेश झाला व ते उदयपूरकडे निघाले. पेशव्यांच्या स्वागतासाठी सलुम्बरच्या रावत केसरीसिंहास महाराणाने पाठवून त्यांना उदयपूर येथे आमंत्रित केले. फेब्रुवारी १७३६ च्या पहिल्या सप्ताहात बाजीराव उदयपूर येथे पोहचले. तेव्हा त्यांची व्यवस्था आहाड गावातील चंपा बागेत करण्यात आली. मुक्कामाच्या दुसऱ्या दिवशी पेशव्यांच्या सन्मानार्थ महाराणाने दरबार भरविला. मध्यभागी सुवर्णमडित अशी दोन सिंहासने समोरासमोर ठेवण्यात येऊन एकात महाराणा तर दुसरे पेशव्याने सुशोभित करावे अशी योजना होती. पेशव्यांना सामोरे जाऊन महाराणाने त्यांचे स्वागत केले व आसन ग्रहण करण्याची विनंती केली. तेव्हा बाजीराव म्हणाले, 'आपण चक्रवर्ती मी आपल्याबरोबर बसणे योग्य नाही' असे यजमानास खूश करणारे समर्पक उत्तर देऊन महाराणाच्या समोर पण थोडेसे खाली असलेल्या आसनावर पेशवे अधिष्ठित झाले. प्रारंभिक औपचारिक चर्चेनंतर दरसाल दीड लाख खंडणी राणाजीने कबूल करून तारण म्हणून वनहाडा परगणा मराठ्यांनी मागितला; पण तो कायमचा देण्यासाठी राणा तयार झाला नाही. शेवटी परगण्यातील सर्व वसूल पेशव्यास देण्याचे निश्चित करून खालीलप्रमाणे करार निश्चित करण्यात आला–

१) रु. ४५०००/- १७३५-३६ सालचे उन्हाळी रब्बीचे.
२) रु. ६००००/- १७३६-३७ सालचे उन्हाळी रब्बीचे.
३) रु. १२००००/- १७३७-३८ सालचे उन्हाळी रब्बीचे.
४) रु. १५००००/- १७३८-३९ सालचे उन्हाळी रब्बीचे.
५) रु. ५२००००/- १७३९-४३ एकंदरीत चार वर्षाची रक्कम, याशिवाय मेजवानीचे २ लक्ष रुपये.

पुढीलप्रमाणे खंडणी अदा करण्यात आली :-

१) रु. ६६०००१/- मेवाडच्या राजकोषातून सदाशिव बल्लाळ मार्फत.
२) रु. १००००/- मेवाडच्या राजकोषातून रामचंद्र मार्फत.
३) रु. ४५५०००/- मेवाडच्या राजकोषातून गोविंदराव मार्फत.

उदयपूर मुक्कामी ठिकठिकाणच्या राजांनी पेशव्यांना भेटीदाखल मौल्यवान वस्तू दिल्या. सवाई जयसिंगाचा दिवाण अभामल पेशव्यांच्या भेटीस आला. त्याचबरोबर पेशव्यांना नजराणा म्हणून दोन लक्ष रुपये रोख, शिवाय जवाहीर व वस्त्रे, पाच घोडे व हत्ती असा पाच लाखांचा दस्तऐवज सवाई जयसिंगाच्या मध्यस्थीने पाठविला व त्वरेने

जयपूरभेटीस बोलाविले. जयपुरास आल्यावर जयसिंगाच्या मध्यस्थीने बादशहास भेटावे असे ठरले. महाराणाने पेशव्यांना पिछोला सरोवरातील जगमंदिर पाहण्यास बोलाविले. त्यासमयी तेथे पेशव्यांना दगा करावयाचा अशी अफवा पेशव्यांच्या कानी पडताच पेशव्यांनी महाराणाकडून दंडादाखल सातलक्ष रुपये वसूल केले. पेशव्यांनी फेब्रुवारी १७३६ मध्ये जगमंदीर पाहताना पुढीलप्रमाणे खर्च केला. ४ खैरात, ३५ ईनाम, ३ नावाडे, ५ मगरीवाले.

मुघल बादशहाची दुर्बलता व भयभीत राजपूत राजांची लष्करी क्षमता बाजीरावाच्या लक्षात आली व त्यांनी ८ फेब्रुवारी १७३६ रोजी उदयपूर सोडले. जयपूरकडे जाताना वाटेत नाथद्वाराचे पवित्र क्षेत्री दोन दिवस मुक्काम करून पत्नी काशीबाईंसमवेत यथासांग पूजा-अर्चा केली. ब्राह्मण, गोसावी, फकीर यांना उदारहस्ते दानधर्म करून पेशवे जयपूर मार्गक्रमण करू लागले. खुद्द मुघल बादशहाने उदयपूर मुक्कामी खान-ए-डौरान मार्फत निजाबत अलीखान यास पेशव्यांशी सलोख्याची बोलणी करण्याकरिता पाठविले. मार्गातील छोट्या-मोठ्या राजांचे व सामंताचे नजराणे व मेजवान्या स्वीकारीत पेशवे ३ मार्च १७३६ रोजी जयपूरजवळ पोहचले. दुसऱ्या दिवशी उभयतांची भेट अजमेरजवळ भमोला येथे झाली. पेशव्यांना मेजवानीदाखल ५०००/- रुपये, मौल्यवान अलंकारानी सजविलेला आपल्या संग्रहातील एक हत्ती, ३५ उंट, शृंगारलेल्या दोन पालख्या सवाई जयसिंगाने नजर केल्या.

त्या वर्षीच्या चौथाईदाखल वीस लाख रुपये रोख पेशव्यांनी पदरात पाडून घेतले. माळव्याच्या सुभेदारीचे फर्मान बादशहाकडून मिळवून देण्याचे या भेटीत जयसिंगाने पेशव्यास आश्वासन दिले.

मेवाडच्या महाराणाने व जयपूरच्या सवाई जयसिंगाने पेशव्यांच्या सर्व अटी कबूल केल्यामुळे त्यांच्या मुलखास उपद्रव देता येईना. पेशव्यांबरोबर प्रचंड सैन्य होते. लष्कराचा खर्च कसा भागवायचा? हा प्रश्न पेशव्यांपुढे होता. तो प्रश्न सोडविण्यासाठी पेशव्यांनी मारवाडची मोहीम सुरू केली. गेल्या वर्षीपासून दिल्ली दरबारात सवाई जयसिंग व पेशव्यांच्या विरुद्धच्या गटात मारवाडचा अभयसिंह सामील झालेला होता. सवाई जयसिंगाचे पेशव्यांना संतुष्ट ठेवण्याच्या धोरणाचे न पटल्याने त्याने सवाई जयसिंगाच्या विरुद्ध असलेल्या कमरूद्दीनखान, सादतखान, मुहंमदखान बंगश यांना साथ द्यावयास सुरुवात केली. बिकानेरच्या प्रश्नावरूनही दोघांमध्ये सशस्त्र संघर्ष झाला होता. तेव्हा त्याला जरब बसविणे गरजेचे होते व सवाई जयसिंगही खूश होणार होता. जयपूरचे कछवाह व मारवाडचे राठोड यांच्या परस्पर वैमनस्याचा फायदा घेण्यासाठी व सैन्याचा खर्च भागविण्यासाठी बाजीरावांनी शिंदे-होळकरांच्या नेतृत्वाखाली मारवाडात फौजा रवाना केल्या. मराठी सैन्याने शाहपुरा क्षेत्र लुटले. त्यानंतर ते मेडता येथे पोहोचले.

मेडता येथे बुंदीचा शासक दलेलसिंह याचा भाऊ प्रतापसिंह मराठ्यांना येऊन मिळाला. त्याच्या मध्यस्थीने मारवाडचा सेनापती विजयराज भंडारीकडून मोठी खंडणी मिळविण्याचा अयशस्वी प्रयत्न झाल्यावर मराठ्यांनी मेडत्यावर आक्रमण करून राठोडांना पळवून लावले. मेडता नगरवर वर्चस्व प्रस्थापित केल्यानंतर मराठ्यांनी मेडता किल्ल्यास वेढा दिला. विजयराज भंडारीस शाहपुराचा राजा उम्मेदसिंह सिरोजियाने मदत केल्याने वेढा दोन महिने चालू राहिला. राठोडांनी दोन वेळा मराठ्यांवर निकराचे हल्ले करून, मराठ्यांचा आघाडीचा मोर्चा काबीज केला; पण बाहेरून राठोडांना साहाय्य न झाल्याने त्यांना माघार घ्यावी लागली. शेवटी सेनापती विजयराज भंडारीने मराठ्यांची मागणी मान्य करून आपली सुटका केली. मेडत्यानंतर मराठ्यांनी नागोरवर आक्रमण केले. तेथील राजा बख्तसिंहाकडून चौथाईची वसुली केली. त्यानंतर अजमेर येथे लूटमार करण्यात आली. मारवाडचा बराचसा भाग उद्ध्वस्त करीत लुटीने लादलेले उंट, घोडे, हत्तींसह शिंदे–होळकर आनंदराव पवार यांचे सैन्य एप्रिलच्या शेवटी माळव्यात पोहचून पेशव्यांना सामील झाले.

पेशवे–निजाम यांच्या संघर्षात निजामाचा भोपाळ येथे पराभव केल्यानंतर ज्या राजांनी निजामास साहाय्य केले त्यांना शिक्षा करणे बाजीरावांना क्रमप्राप्तच होते. डिसेंबर १७३७ मध्ये कोटा येथील महाराव दुर्जनसाल सैन्यासह निजामाच्या मदतीस पोहचला. परंतु, रस्त्यातच मल्हारराव होळकर व यशवंतराव पवाराने दुर्जनसाल व सफदरजंगाच्या सैन्याला पराभूत केले. या कोटेकरांच्या विश्वासघातकीपणामुळे मराठ्यांनी प्रथम कोट्यावर चाल केली. कोटा शहरावर मराठ्यांचे वर्चस्व प्रस्थापित झाल्यावर कोटाच्या किल्ल्यावर हल्ला चढविण्यात आला. ४० दिवस मराठ्यांनी किल्ल्यावर गोळीबारी चालू ठेवली. महाराव दुर्जनसालने पलायन करून गागदोन गाठले. शेवटी पेशव्याने त्यास १० लक्षांची हुंडी देण्यास भाग पाडले. ८ लक्ष रुपये रोख व २ लाखाची हुंडी घेण्यात आली. दक्षिण राजस्थानातील राजे व सामंताकडून चौथाई वसूल करण्यासाठी राणोजी शिंदेंनी बाळाजी यशवंत गुळगुळे यास कोटा येथे कमाविसदार म्हणून नियुक्त केले.

कोटा–मराठे संबंध मैत्रीपूर्ण करण्यात बाळाजीने दुर्जनसालास मदत केल्याने महारावाने बाळाजीस परगणा उरमाल येथील बरखेडी गाव जागीर म्हणून दिले. पेशव्यांचा वकील म्हणूनही त्यानेच कामकाज चालविले. अशा प्रकारे मराठ्यांनी राजस्थानातील मुघलांचे वर्चस्व संपुष्टात आणून तेथे आपले प्रभुत्व स्वीकारण्यास रजपूत राजांना भाग पाडले. इ.स.१७३८ पासून कोटेकर एक लाख रुपये दरवर्षी खंडणी म्हणून देऊ लागले. हळूहळू मराठ्यांनी तेथे आपला प्रशासकीय विभागही प्रस्थापित करून गुळगुळे वकीलामार्फतच खंडणी वसूल केली जाऊ लागली. १५ जुलै १७३८ रोजी पेशवे पुण्यास पोहोचले.

इ. स. १७३९ मध्ये नादिरशहाची स्वारी दिल्लीवर होऊन त्याच्यानावे गजसिका चालू झाल्या. तेव्हा रजपूत-मराठे इ. हिंदू सत्ताधीशांना नादिरशहाचा विचार करणे क्रमप्राप्त झाले. रजपूतांची सर्व भिस्त पेशव्यांवर असून पेशव्यांची व आपली फौज एकत्र करून नादिरशहा अजमेरकडे आल्यास त्याला विरोध करायच्या योजना मांडण्यात आल्या. हिंदुस्थान हादरले पण मराठ्यांचा आत्मविश्वास ढळला नाही. त्याचे प्रत्यंतर धोंडो गोविंदाच्या पत्रात मिळते. तो लिहितो, 'तहमास्वकुलीच निजामाच्या नामर्दीने यश आले. आता राहिले राजे त्यात मातब्बर सवाईजी त्यांचा विचार स्वामीस विदित आहे. स्वामी माळव्यात यावे अशी मसलत आहे. यावे तेव्हा बहुत खबरदारीने मातब्बर फौजेने यावे. तहमास्वकुलीस काही देव नाही. जे पृथ्वीस कापून काढील. जबरदस्तासी सुलूख करील परंतु स्वामींने पैरवी करून यावे, आता सारे रजपूत व स्वामी जालिया काही निकाल पडेल.'

परंतु, ही मसलत होऊ शकली नाही; कारण वसईत फत्ते होऊन मराठी फौजा हिंदुस्थानात जाण्यास निघतात, तो नादिरशहा परत फिरल्याची बातमी आली. तेव्हा बऱ्हाणपूरहून बाजीराव परत फिरले व २७ जुलै १९३९ रोजी पुण्यास पोहोचले.

नादीरशहाच्या स्वारीमुळे उरलीसुरली मुघल बादशाही अत्यंत क्षीण झाली. राजस्थानातील मुघलांचे वर्चस्वही संपुष्टात आले. राजस्थानातील मुघल साम्राज्य नष्ट झाल्याने अराजक माजले. प्रबळ राजे दुर्बलांवर आक्रमण करून सीमाविस्तार करू पाहताच संघर्षमय वातावरण बनले. राजस्थानातील सरदार सामंतांत संघर्ष सुरू झाले. कटकारस्थाने, जातीय संघर्ष यांना जोर आला. उत्तराधिकाराच्या प्रश्नावरून यादवी सुरू झाली. या यादवीत आपल्या पक्षाला विजय मिळावा म्हणून दोन्ही पक्ष मराठ्यांची मदत घेऊ लागले. त्यामुळे मराठ्यांचा राजस्थानच्या राजकारणात प्रवेश झाला व मराठे त्याचे भाग्यविधाते बनले. अर्थातच त्या भाग्यविधात्यांमध्ये प्रमुख दोन नावे होती ती म्हणजे पंतप्रधान (पेशवे) बाजीराव आणि त्यांचे भाऊ चिमाजीआप्पा!

५ कोकण स्वारी आणि वसई मोहिमेतील कामगिरी

महाराष्ट्राला सलग अशी किनारपट्टी लाभलेली आहे. तिची लांबी साधारणत: ६०० किमी. व रुंदी ५५ ते ६५ किमी. अशी आहे. अरबी समुद्रापासून सह्याद्रीच्या पायथ्यापर्यंतचा हा भाग ऐतिहासिकदृष्ट्या महत्त्वाचा असून प्राचीन काळात तो अपरान्त व कोकण या नावाने ओळखला जात असे. उत्तरेस गुजरात व महाराष्ट्राला विभागणारी दमणगंगा व दक्षिणेस गोव्यापर्यंतची तेरेखोलची खाडी या दरम्यान कोकणचा किनारा पसरलेला आहे. ब्रिटिशांनी सत्ता हातात घेतल्यानंतर या भागाचे तीन जिल्हे निर्माण केले. ते म्हणजे ठाणे, कुलाबा व रत्नागिरी हे होत. महाराष्ट्र राज्य निर्माण झाल्यानंतर कुलाब्याचे नामांतर 'रायगड' असे करण्यात आले. रत्नागिरी जिल्हा प्रशासनाच्या दृष्टीने फारच लांबलचक असल्याने त्याचे विभाजन करून रत्नागिरी आणि सिंधुदुर्ग असे दोन जिल्हे दि. १ मे १९८१ रोजी करण्यात आले.

कोकणचे प्राकृतिक महत्त्व वैशिष्ट्यपूर्ण आहे. अरबी समुद्रापासून सह्याद्रीच्या पायथ्यापर्यंत चढत जाणारी जमीन व तिला अनेक ठिकाणी छेद देणाऱ्या नद्या व खाड्या यांनी कोकणचे विवक्षित भाग झालेले आहेत. या नद्या व खाड्यांचे मुख बहुधा समुद्रात असून त्या वर चढावापर्यंत जातात. तानसा, वैतरणा, भातसा, उल्हास, सूर्या, काळू, कुंडलिका, भोगावती, सावित्री, वशिष्ठी, जगबुडी, शास्त्री, मांडवी व जुआरी या महत्त्वाच्या नद्या किनारपट्टीला विभाजित करतात. यातील बहुतेक नद्या मुखाजवळ खाऱ्यापाण्याच्या असल्यामुळे त्यांना 'खाडी' असे म्हटले जाते. यांतील काही खाड्या व नद्यांमध्ये जलमार्गाने दूरवर जाता येत असल्यामुळे त्यांच्या मुखाशी किंवा तीरावर चिंचणी, तारापूर, आगाशी, वसई, सोपारा, कल्याण, ठाणे, चौल, मांदाड, महाड अशी

बंदरे निर्माण झाली. इंग्रजांनी आपल्या सोयीसाठी सावित्री नदीमध्ये रेषा काढून किनारपट्टीचे उत्तर कोकण व दक्षिण कोकण असे भाग केले. प्राकृतिक दृष्ट्याही या दोन भागांत वैविध्य आढळते. उत्तर कोकण काळ्या दगडाचा व बराचसा रखरखीत भाग असून दक्षिण कोकण रुंदीला अरुंद, हिरवागार व जांभ्या दगडाचा असून लालमातीचा असा प्रदेश आहे.

अशा या कोकणवर शिलाहारांनी काही काळ (इ.स.८१०-१२१०) राज्य केले. भोजराजा धाराधीश यांनी कोकणवर इ.स.१०२० मध्ये स्वारी केली. त्यानंतरच्या काळात काही काळ कदंबांनीही राज्य केले. तेराव्या शतकाच्या शेवटी देवगिरीच्या यादवांची सत्ता संपूर्ण महाराष्ट्रावर होती. त्यात वेंगुर्ल्यापर्यंतचे राज्य होते.

१५१० मध्ये पोर्तुगिजांनी गोवे शहर ताब्यात घेतले. १५२० मध्ये पोर्तुगिजांनी साष्टी, बारदेश हे प्रांत ताब्यात घेतले. १५६९ मध्ये पोर्तुगीज आरमाराने कोचीनपासून कँबेपर्यंतचा प्रदेश लुटला. १६२६ मध्ये मुंबईवर आक्रमण करून, ती जिंकून घेण्याच्या इराद्याने इंग्रज व डच आरमार मुंबईजवळ आले. डचांनी मुंबईच्या किल्ल्यातील दोन तोफा जिंकून घेतल्या आणि ते सैनिक संध्याकाळी गलबतावर पोहचले. विजापूरचे सुलतान कमीअधिक प्रमाणात पोर्तुगिजांशी लढत राहिल्यामुळे पश्चिम किनाऱ्यावरील त्यांच्या सत्तेचा ऱ्हास होत राहिला. मराठ्यांनी कोकणवर ताबा मिळवेपर्यंतच्या काळापर्यंत कोकण मुसलमानांकडेच राहिले.

छत्रपती शिवाजीमहाराज आणि कोकण-सिद्दीशी लढा व महाराजांचे अपयश

बखरकाराने ज्याचे वर्णन 'सिद्दी म्हणजे घरात जैसा उंदीर' असे केले आहे असा सिद्दी ज्या कोकणात वावरत आहे त्या कोकणपट्टीवर मराठ्यांची सत्ता प्रस्थापित करणे म्हणजे मोठे अवघड काम होते. छत्रपती शिवाजीमहाराजांनी विजापूरकर, मुघल, पोर्तुगीज अशा अनेकांबरोबर मुकाबले केले होते. प्रसंगानुसार मुत्सद्देगिरीचे डावपेच खेळून किंवा बंदुका आणि तलवारी चालवून या भागात आपला अंमल बसविण्याचा उद्योग चालू ठेवलेला होता. महाराजांच्या आयुष्यात हा उद्योग पूर्णपणे सफल झाला होता, असे म्हणता येणार नाही; पण जे काही थोडेफार बस्तान बसले तेवढ्यासाठीसुद्धा महाराजांना कल्पनातीत प्रयास पडले. मराठ्यांची या भागातील आगेकूच रोखून सिद्दीच्या शक्तीने महाराजांना त्यांच्या आयुष्यात आणि मुख्यत: पाण्यात सर्वांत जबरदस्त शत्रू भेटला तो सिद्दीच.

सिद्दीच्या मुलखाचे भौगोलिक महत्त्व

सुरुवातीला आपण कोकणच्या भूगोलाचा अगदी थोडक्यात विचार केलाच आहे. तथापि, जंजिऱ्याच्या सिद्दीच्या संकटाचे स्वरूप नीट ध्यानात येण्यासाठी कोकणपट्टीचा भूप्रदेश, समुद्र, खाड्या आणि सागरातील मुंबईसह सर्व लहान-मोठी बेटे यांची भौगोलिक

स्थाने लक्षात घेणे आवश्यक आहे.

महाबळेश्वरपासून उगम पावलेली सावित्री नदी, कुलाबा म्हणजे आत्ताचा रायगड जिल्ह्याच्या दक्षिण टोकाला महाड आणि दासगावहून पुढे जाऊन बाणकोट येथे अरबी समुद्राला मिळते. या नदीच्या मुखापाशी उत्तरेस सिद्दीचे राज्य होते. जवळच उत्तरेस राजपुरीची खाडी आहे. या खाडीच्या मुखाजवळ जो किल्ला आहे तोच जंजिरा किल्ला होय. जंजिरा म्हणजे 'पाण्यातील किल्ला' असे सामान्यनाम आहे. तथापि, या किल्ल्याचे विशेषनामही 'जंजिरा' असेच आहे. या वेळी इंग्रजांच्या ताब्यात असलेले मुंबई बेट या ठिकाणाहून ७५ किमी. किंवा ४५ मैलांवर आहे. पोर्तुगिजांचे चौल, पुढे मराठ्यांची आरमारी राजधानी झालेले कुलाबा वगैरे ठिकाणे जंजिऱ्याच्या जवळपासच आहेत. कुलाबा आणि मुंबई यांच्या दरम्यान असलेली खांदेरी आणि उंदेरी ही जवळजवळची जुनी बेटेही या भागातील घडामोडीत महत्त्वाची ठरली.

सिद्दीची पूर्वपीठिका–सिद्दीचे आणि आदिलशहाचे संबंध

जंजिऱ्याच्या सत्ताधीशाला 'सिद्दी' म्हणून ओळखले जाई; यावरून आणि त्याचप्रमाणे या प्रदेशाला 'हबसाण' असेही म्हटले जाई. त्यावरूनही हे लोक मुळात परकीय होते हे स्पष्ट होते. पंधराव्या शतकाच्या शेवटच्या दशकापासून तर सतराव्या शतकाच्या पहिल्या साडेतीन दशकापर्यंत म्हणजे जवळजवळ दीडशे वर्षे हा प्रदेश अहमदनगरच्या निजामशाहीत मोडत असे.

निजामशहाने दंडराजपुरी आणि जंजिरा ही ठिकाणे याकुतखान सिद्दीच्या ताब्यात देऊन तेथील बंदोबस्त राखणे, समुद्रमार्गाने होणाऱ्या व्यापार वाहतुकीवर देखरेख ठेवणे आणि मक्केच्या यात्रेस जाणाऱ्या मुसलमानांची जलप्रवासाची सोय करणे, ही कामे त्याच्याकडे सोपविली. याकुतखान आणि त्याच्या नंतरच्या सिद्दी अधिकाऱ्यांनी ही कामे उरकण्यासाठी थोडे आरमार उभे केले. सोळाव्या शतकाच्या अखेरीस जंजिऱ्याचा भक्कम किल्ला बांधण्यात आला. पुढे १६३६ मध्ये विजापूरकर आणि मुघल या दोघांनी मिळून निजामशाही संपूर्ण बुडविली आणि तिच्या अधिकारातील प्रदेश दोघांत वाटून घेतला.

त्यात हे हबसाण आदिलशाहीत समाविष्ट झाले. जंजिऱ्याच्या अधिकाऱ्याला 'वजीर' असा किताबही मिळाला. जेव्हा शिवाजीमहाराजांचा राज्यस्थापनेचा उद्योग सुरू झाला तेव्हा कायदेशीरदृष्ट्या जंजिरा हा विजापूर राज्याचाच एक भाग असल्यामुळे महाराजांपुढे आदिलशहाच्या इतर अनेक सरदारांप्रमाणे याचाही बंदोबस्त करायचा एवढेच काम राहिले असते; परंतु, प्रत्यक्षात परिस्थिती मात्र बरीच वेगळी होती. जंजिऱ्याचे सिद्दी निजामशाहीखाली असल्यापासूनच स्वतंत्रपणे कारभार करण्यास सोकावलेले होते. आदिलशाहीला तर ते मुळीच जुमानीत नव्हते. समुद्रात भक्कम तटबंदीच्या मागे अत्यंत

सुरक्षित राहून भोवताली फिरत असणाऱ्या आपल्या शस्त्रसज्ज गलबताच्या बळावर ते समुद्रावर हवी तशी सत्ता गाजवीत असत. चाचेगिरी करून व्यापारी जहाजे उघड-उघड लुटूनही ते अगणित द्रव्य मिळवीत. त्याच्या जोरावर आपल्या भूप्रदेशाचे रक्षण करून शेजारच्या प्रांतातून सतत लूटमार करू शकेल एवढे सैन्यही बाळगले होते. या सिद्दीच्या राजवटी क्रूरपणाच्या कृत्यांनी भरलेल्या आहेत. प्रजेला नागविणे, देखण्या स्त्रिया पळवून त्यांना गुलाम म्हणून विकणे हे सिद्दीचे नित्याचेच व्यवहार होते. पश्चिम किनाऱ्यावर सत्ता स्थापन करावयाची तर सिद्दीशी गाठ आहे, हे महाराजांना स्पष्ट दिसत होते. केवळ अफजलखानासारख्या विजापूरच्या एखाद्या सरदाराचा बंदोबस्त करण्याइतके हे काम सोपे नाही, हेही त्यांच्या लक्षात आले होते. सिद्दीची सारी शक्ती त्याच्या आरमारात आहे आणि त्याच्याशी दोन हात करायचे तर आपले स्वत:चे आरमार असले पाहिजे हेही महाराजांनी जाणले होते आणि किनाऱ्यावर पाय ठेवल्याच्या दिवसापासूनच ते त्या दृष्टीने प्रयत्नशील होते.

अमात्यांच्या आज्ञापत्रात आरमाराचे महत्त्व वर्णन करताना म्हटलेच आहे की, 'आरमार म्हणजे एक स्वतंत्र राज्यांगच आहे. जसे ज्याच्याजवळ अश्वबळ तशी त्याची प्रजा आहे, तद्वतच ज्याच्याजवळ आरमार त्याचा समुद्र याकरिता आरमार अवश्यमेव करावे.'

१६५५ पर्यंत महाराजांच्या स्वराज्याची हद्द दंडराजपुरीला जाऊन भिडली होती. दंडराजपुरी या आपल्या ठिकाणाहून मराठ्यांच्या प्रदेशात घुसून सिद्दीच्या फौजा, मुलूख उद्ध्वस्त करीत आणि रयतेला हैराण करीत. दंडराजपुरी आणि जंजिरा काबीज करून सिद्दीचा समूळ नायनाट करण्याचा प्रयत्न महाराज अगदी १६५५ पासूनच करीत होते. १६५७ मध्ये निळोपंत व रघुनाथपंत यांच्या बरोबरच्या फौजा आणि दौलतखान आणि मायनाक भंडारी यांच्या अधिकाराखाली नव्याने बांधलेले आरमार यांनी सिद्दीशी जंजिऱ्या किल्ल्यालगतच पहिली लढाई दिली. या युद्धात मराठ्यांना पराभूत होऊनच परतावे लागले. १६५९ मध्ये मात्र व्यंकोजी दत्तो आणि मोरोपंत पिंगळे यांच्या फौजांनी आरमाराला साथ देऊन सिद्दीकडून दंडराजपुरी घेतली. जंजिरा मात्र घेता आला नाही.

दंडराजपुरीची व्यवस्था लावून तिथे सात हजार सैन्यही ठेवण्यात आले. व्यंकोजी दत्तोची त्या विभागाचा सुभेदार म्हणून नेमणूक झाली. अफजलखान प्रकरण, पन्हाळाचा वेढा वगैरे नंतर लगेच झालेल्या घडामोडीच्या प्रसंगी महाराजांच्या अडचणींचा फायदा घेऊन सिद्दीने गेलेला मुलूख परत मिळविण्यास उचल खाल्ली होती, पण मराठा सरदारांनी त्यास पुढे सरकू दिले नाही.

त्यानंतर महाराज आणि सिद्दी यांच्यात दहा वर्षे मोठा संघर्ष झालेला दिसत नाही. दरम्यान, महाराज आपले आरमारी सामर्थ्य कमी पडले हे ओळखून ते वाढविण्यात

मग्न झाले. १६६४ पर्यंत इंग्रजांनीही भीती व्यक्त करावी इतपत ते सुसज्ज झाले होते. या वेळी महाराज कदाचित जंजिऱ्यावर चालूनही गेले असते पण १६६५ मध्ये मिर्झाराजे जयसिंग यांच्या नेतृत्वाखाली मुघल फौजा शिवाजीमहाराजांना नेस्तनाबूत करण्यासाठीच महाराष्ट्रात उतरल्या आणि महाराजांपुढे कसेबसे स्वत:चे अस्तित्व टिकविण्याचाच प्रश्न राहिला. दरम्यान, महाराज जयसिंगाबरोबरील करारानुसार आग्रा येथे औरंगजेबाच्या भेटीस गेले आणि बादशहाच्या त्या राजधानीतून निसटून परत महाराष्ट्रातही आले (१२ सप्टेंबर १६६६). मात्र, त्यानंतर ते सिद्दीकडे वळले. १६६९-७० मध्ये महाराजांनी सिद्दीविरुद्ध आक्रमक पवित्रा घेतला. मराठ्यांनी जोरदार हल्ले सुरू केल्यावर सिद्दीकडून आदिलशहाकडे मदतीची मागणी करण्यात आली; पण आदिलशहाकडून कोणतीच हालचाल होईना तेव्हा मुघलांकडे असलेल्या संधानाचा फायदा घेऊन आपण मुघल बादशहाचे सेवक आहोत असा जंजिरेकरांनी पुकारा केला. फत्तेखान सिद्दी हतबल होऊन जंजिरा मराठ्यांना देण्याचीही भाषा बोलू लागला. तथापि, मुघलांची मदत सिद्दीला मिळाली. सिद्दीला मुघल बादशहाची मदत मिळाल्यामुळे प्राप्त परिस्थितीत महाराजांना माघार घ्यावी लागली. जंजिरा जिंकण्याचा महाराजांचा डाव हुकला. एवढेच नाही तर १६७१ मध्ये जंजिरेकरांनीच चढाई केली आणि मराठ्यांच्या ताब्यातून दंडराजपुरीही गेली.

यावेळेपर्यंत सिद्दीच्या राजकारणाच्या बाबतीतल्या अनेक गोष्टींचा अर्थ महाराजांना उमगला होता. आपले वाढलेले आरमारी सामर्थ्यसुद्धा सिद्दीच्या सागरी सामर्थ्यापुढे अपुरे पडले हे त्यांना समजून चुकले. सिद्दीला मुघलांचा आधार मिळाल्यावर तर त्या दोघांच्या एकत्रित शक्तीपुढे आपण अगदीच दुबळे हेही त्यांच्या लक्षात आले. पोर्तुगीज आणि इंग्रज यांच्याशी राजकारणी संधाने बांधण्यातली निष्फळता त्यांच्या अनुभवास आली होती. १६७४ पर्यंत हबसाण आणि आसपासच्या भागात मराठे आणि सिद्दी यांच्यात सततच चकमकी चालू राहिल्या. कधीकधी लढाया मराठे जिंकत सिद्दीच्या जहाजांची मोडतोड करीत; पण एकंदरीत सिद्दीच आघाडीवर राहिला.

सिद्दी अधिकारी मराठी मुलखात हवा तसा हैदोस घालीत. धार्मिक छळ, क्रूर कत्तली, स्त्रियांच्या विटंबना इ. सगळ्या गोष्टी राजरोसपणे चालू होत्या. महाराज हे सर्व स्वस्थपणे पाहू शकत नव्हते. जे काही सामर्थ्य होते तेवढ्यानिशीच त्यांनी सिद्दीशी सामना करून काहीतरी सोक्षमोक्ष लावून घेण्याचा निर्धार केला. यापुढचे मराठ्यांचे या आघाडीवरचे कार्य महाराजांच्या राज्याभिषेकानंतरचे आहे.

मराठ्यांना जंजिऱ्याला पुन्हा अपयश : खांदेरीचे अर्धे यश

१६७५ पासून १६८० मराठ्यांच्या सिद्दीशी झालेल्या सामन्यांचे स्वरूपही यापूर्वीच्या मुकाबल्यांहून वेगळे होऊ शकले नाही. मध्यंतरीच्या काळात महाराजांनी आरमार आणखी

वाढविले होते. १६७५-७६ मध्ये महाराजांचे भूदल आणि नौदल फार मोठ्या तयारीनिशी जंजिऱ्यावर चालून गेले. जंजिरा बेटापासून किनाऱ्यापर्यंत मोठा बांध घालून सरळ रस्त्यानेच आपली प्रचंड सैन्ये थेट बेटांवर घुसवायची अशा धाडसी योजनाही मराठ्यांनी आखल्या. त्यावर हुकूम करून थोडीबहुत प्रगतीही केली. या वेळी जंजिऱ्याच्या राजकारणात सरदार-सरदारांमध्ये लागलेल्या भांडणाचाही फायदा महाराजांना मिळाल्यासारखा होता. परंतु, तेही जमले नाही. महाराजांना जंजिरा शेवटपर्यंत घेता आला नाही. मात्र, १६७९-८० मध्ये खांदेरीच्या आसपास ज्या घटना घडल्या त्यात मात्र मराठ्यांना उल्लेखनीय यश मिळाले. इंग्रजांप्रमाणेच सिद्दीच्या विरोधाला न जुमानता मराठ्यांनी खांदेरीवर कब्जा मिळविला. अर्थात, हेही यश अर्धेमुर्धेच म्हणावे लागेल; कारण खांदेरीला जवळजवळ चिकटून असलेल्या उंदेरीवर सिद्दीने आपला तळ पक्का केला.

महाराजांचा बराचसा पराभवच! एका अर्थाने फार मोठे यशही

एकंदरीत महाराजांच्या हयातीत मराठ्यांची सिद्दीविरुद्धची सगळी कारवाई लक्षात घेता महाराजांच्यादृष्टीने ही एक दीर्घ पराभवाचीच कथा आहे, हे स्पष्ट दिसते. या अपयशाची कारणेही उघड आहेत. सिद्दीचे सामर्थ्य त्याच्या जहाजांत होते. सिद्दीचे आरमार दीडशे वर्षे जुने होते आणि म्हणून सर्व दृष्टीनी सुसज्ज असे होते. त्यांच्याजवळ तरांडी, दारूगोळा वगैरे सामग्री विपुल होती. नुकत्याच जन्मलेल्या आणि मुघल, आदिलशहासारख्या शत्रूशी लढत असलेल्या मराठ्यांच्या राजांना त्या तोडीची तयारी एकदम करता येणे शक्य नव्हते. महाराज किनाऱ्याकडे वळलेच नसते तर आरमारी संघर्ष होण्याचा प्रश्नही उद्‌भवला नसता. परंतु, आपल्या नव्या राज्याचे स्वत:चे आरमार बांधून जमिनीप्रमाणे समुद्रावरही स्वराज्यस्थापना करावयाची ही जिद्द महाराजांनी बाळगली हेच मोठे यश. सिद्दीसारख्या सत्तांना आव्हान देणे आणि इंग्रज, पोर्तुगीज वगैरे जलचरांना आपले पाणी दाखविणे हे धाडसही सामान्य नव्हते. परिस्थिती विलक्षण प्रतिकूल असतानाही वर्धिष्णू हिंदवी मराठी स्वराज्याखाली महाराजांनी समुद्रात तारळे ठोकून ठेवली तेव्हाच आपल्या परीने जे करायला हवे ते केले.

छत्रपती संभाजीराजे आणि सिद्दी – कोकणातील लढा

शिवरायांनी आरमार स्थापन केल्यामुळे एका नव्या पर्वास सुरुवात झाली होती. मुसलमानी अमदानीत आणि विशेषत: अरबांचे समुद्रावर वर्चस्व असलेल्या काळात भारतीय नाविक परंपरेची पिछेहाट झाली होती. त्या परंपरेचे पुनरुज्जीवन शिवरायांनी केले. त्यांच्या काळात कोकणात बलशाली असलेल्या सिद्दी, इंग्रज व पोर्तुगीज यांच्या आरमारांना त्यांनी शह दिला. कोकणचा किनारा व्यापारास मोकळा केला. पुढे आरमाराची वाढ करणे ही जबाबदारी त्यांच्या उत्तराधिकाऱ्यांची होती. सिद्दी, इंग्रज व पोर्तुगीज

यांच्याशी दोन हात करून शिवरायांनी त्यांच्यावर वचक ठेवला होता. पुढे संभाजीराजांच्या नऊ वर्षांच्या छोट्या कारकिर्दीत औरंगजेबासारखा महान शत्रू स्वराज्यावर चालून आला असताना संभाजीराजांचे वरील सागरी सत्तांशी संघर्ष निर्माण झाले.

संभाजी राजांच्या कारकिर्दीत पश्चिम किनाऱ्यावरील सुरतेचे व्यापारी बंदर मुघलांच्या राज्यात होते. त्याच्या दक्षिणेला वसई प्रांत, दमण, साष्टी व ठाणे हे पोर्तुगिजांचे प्रदेश होते. मुंबई इंग्रजांकडे होती. मुंबईच्या दक्षिणेला कुलाब्या (अलिबाग) पासून मालवण पर्यंतचे कोकण संभाजीराजांच्या राज्यात मोडत होते. मधला हबसाणचा काही भाग, जंजिरा व दंडराजपुरी हे किल्ले आणि लगतचा किनारा हे सिद्दीच्या ताब्यात होते. तसेच उंदेरी बेटही त्यांच्याकडे होते. चौल, रेवदंडा ही ठाणी पोर्तुगिजांकडे होती. दक्षिणेकडे वेंगुर्ल्याच्या खाली गोव्यास पोर्तुगिजांचे राज्य होते. अशा राजकीय पार्श्वभूमीवर संभाजीराजांच्या आरमाराच्या हालचाली खांदेरी बेट आणि कुलाब्यापासून कारवारपर्यंतच्या किनाऱ्यावर झाल्या. मुंबईकर इंग्रजांशी संभाजीराजांचे संघर्षाचे प्रसंग आले पण युद्ध झाले नाही. जंजिरेकर सिद्द्यांशी झालेल्या लढायांतून संभाजीराजे व पोर्तुगीज यांचे बिनसले, लढायाही झाल्या. राजांचा कोकणातील खरा शत्रू म्हणजे जंजिऱ्याचा सिद्दी.

संभाजीराजे व सिद्दी यांच्या प्रमुख आरमारी लढाया छोट्या प्रमाणावर दंडराजपुरी, उंदेरी व जंजिरा येथे झाल्या. शिवछत्रपतींनी १६७८-८० मध्ये खांदेरीबेट इंग्रजांशी लढून ताब्यात घेतल्यावर लगेच सिद्दीने जवळचे उंदेरी बेट आपल्या ताब्यात घेतले. मुंबईच्या दक्षिणेस रेवस, थळ, कुलाबा, नागाव, खांदेरीबेट ही उत्तरेकडची ठाणी संभाजीराजांची होती. याशिवाय सिंधूदुर्गपर्यंत अनेक किल्ले, बंदरे त्यांच्याकडे होती. सिद्द्यांशी झालेल्या लढाईत मुख्यत: उत्तरेकडील या ठिकाणांचेच संदर्भ वारंवार येतात.

संभाजीराजे यांचे दंडराजपुरी आणि जंजिऱ्यावरील हल्ले

सिद्दीचे लोक संभाजीराजांच्या मुलखात लूटमार करीत. सिद्दीची गलबते इंग्रजांच्या मुंबई बंदरात आश्रय घेत. त्यांना इंग्रजांनी मज्जाव करावा असा संभाजीराजांचा सततचा तगादा असे. परंतु, इंग्रजांनी सिद्दीचा बंदोबस्त केला नाही किंवा ते करू शकले नाहीत तेव्हा संभाजीराजांच्या सुभेदारांनी इंग्रजांची गलबते अडविली. परंतु, १२ ऑक्टोबर १६८१ च्या सुमारास सिद्दीचा बंदोबस्त इंग्रजांनी केल्याने संभाजीराजांचा नाविक अधिकारी सिद्दी मिस्त्रीने ती सोडली. सिद्दी कासम २७ ऑक्टोबर १६८१ च्या सुमारास मुंबईस आला. त्याला लूटमार न करण्याच्या अटीवर तेथे राहू देण्यात आले. परंतु, ७ डिसेंबर १६८१ ला सिद्दीने संभाजीराजांच्या हद्दीतील आपटे गावात जाळपोळ केली. त्यामुळे संभाजीराजांच्या लोकांनी इंग्रजांची पुन्हा तीन गलबते अडविली. संभाजीराजांचा वकील सुंदरजी बाजी याच्या रदबदलीने ती सोडण्यात आली. नागोठणे व आपटे येथील जाळपोळीनंतर सिद्दी वरच्या चौलकडे गेला. तेथे त्याने जाळपोळ व लुटालूट करून बरीच माणसे कैद करून

नेली. तेंव्हा चिडून संभाजीराजांनी दंडराजपुरीस वेढा दिला. सतत १५ दिवस झालेल्या त्या तोफखान्याच्या माऱ्यामुळे किल्ल्याच्या भिंती जमिनदोस्त झाल्या. सिद्दीचे लोक खडकाच्या मागे लपून स्वत:चा बचाव करीत होते. पोर्तुगिजांनी या हल्ल्यात मदत करावी म्हणून संभाजीराजांनी त्यांना पत्रे लिहिली. मदत केली नाही तर पोर्तुगिजांवर कारवाई करण्याची धमकीही दिली; पण मदत आली नाही. संभाजीराजे हा हल्ला स्वत: चालवीत होते. ३-४ जानेवारी १६८२ च्या सुमारास हल्ल्यास सुरुवात झाली असे दिसते. दंडराजपुरीवर सिद्द्यांचा प्रमुख सिद्दी खैरात याला आसरा न मिळाल्यामुळे त्याला तिथून पळून जाणे भाग पडले. सिद्दी तहास येत नाही तोवर तोफांच्या माऱ्याने किल्ला साफ करण्याचा संभाजीराजे यांचा निश्चय होता. या बिकट परिस्थितीत सिद्दी आपले थोडे-थोडे आरमार मुंबई बंदरात नेत होता. संभाजीराजांना या प्रसंगी अरब आरमाराची मदत येत होती; पण यापूर्वीच हसनअली खान हा मुघलांचा अधिकारी कर्ण्यावर आला होता.

त्याला प्रतिकार करणे आवश्यक असल्याने वेढ्याचे काम दादाजी रघुनाथ प्रभू यांजकडे सोपवून संभाजी राजे घाईने कल्याणास गेले. किल्ल्याच्या कोटापर्यंत पाणथळ व दलदलीच्या जागेतून जाऊन हे कोट चढणे दुर्घट होते. यात मराठ्यांची मनुष्यहानी फार झाली. पावसाळा लागताच दादाजीला वेढा उठवून परतावे लागले. कारवारकर इंग्रज त्यांना मिळालेल्या बातमीवर अवलंबून ३० जुलै १६८२ रोजी लिहितात, 'संभाजीराजाला जोराचा हल्ला करून दंडराजपुरी घेईन अशी फार आशा होती. दादाजी प्रभू व इतर सेनापती यांनी आपल्या निधड्या छातीचे चार हजार पर्यंतचे लोक घेऊन त्यांचे कडून वेढा घातला. या दुर्घट कामास उत्तेजन देण्यासाठी अर्धाशेर सोने किंवा चांदीची कडी बक्षीस देऊ केली. परंतु, यश आले नाही. बरेच लोक मारले गेले. अवघे पाचशे वाचले.'

सिद्द्यांच्या उंदेरी बेटावर संभाजी महाराजांचे हल्ले

दंडराजपुरीप्रमाणे सिद्द्यांचे महत्त्वाचे ठाणे उंदेरी बेट. हे बेट खांदेरी व मुख्य किनाऱ्याच्या मध्ये असून खांदेरीपासून सुमारे दीड मैल (सुमारे अडीच किलोमिटर) अंतरावर आहे. जंजिरेकर सिद्दी नेहमी मुंबई बंदरात इंग्रजांशी संगनमत करून, आश्रय घेऊन, शिवछत्रपतींचे तळ नागाव आणि किनाऱ्यावरील गावास उपद्रव देत असे. तो थांबविण्यासाठी त्याने मायनाक भंडारी याला सर्व साहित्य देऊन खांदेरी बेटावर तटबंदी करण्यास पाठविले. २ सप्टेंबर १६७९ रोजी बेटावर काम सुरू झाले. मुंबईच्या दक्षिणेला ११ मैलांवर (सुमारे अठरा किलोमिटर) असलेल्या खांदेरीवर शिवाजीमहाराजांनी आपले आरमारी ठाणे वसवावे हे इंग्रजांना धोक्याचे वाटत होते. त्यांनी प्रतिकार केला पण शिवाजीराजे यशस्वी होऊन खांदेरी त्यांच्याकडे राहिले. १६ जानेवारी १६८० रोजी शिवाजीराजे आणि इंग्रज यांच्यात तह झाला. खांदेरीच्या दक्षिणेस

३० मैलांवर सिद्दीचा जलदुर्ग आहे. खांदेरी मराठ्यांच्या हाती गेल्यामुळे इंग्रज व सिद्दी या दोघांना नवी भीती उत्पन्न झाली.

खांदेरी मराठ्यांनी घेताच सिद्द्यांनी उंदेरी बेट ताब्यात घेतले. ३१ जानेवारी १६८० च्या आगेमागे मराठी आरमारी अधिकारी दौलतखान याने उंदेरीवर हल्ले केले. पहिला हल्ला १३ जानेवारी १६८० ला रात्री केला तर दुसरा १६ जानेवारी १६८० च्या आसपास झाला. दौलतखानाजवळ ३० गुराबा व गलबते होती. दौलतखानाचे बरेच लोक मारले गेले व जखमीही झाले. या वेळी सिद्द्यांनी उंदेरीवर ३ हजार लोक, १० मोठ्या तोफा, २ मोठी जहाजे, २६ गलबते आणि आरमारावर ७०० लोक असे साहित्य सरंजाम होता.

१६ जानेवारी १६८० च्या खांदेरीच्या तहानुसार इंग्रजांनी सिद्यास रोखावयाचे होते. ती अट त्यांनी पाळली नाही; म्हणून शिवाजीराजांचा आणि नंतर संभाजीराजांचा इंग्रजांवर रोष होता. इंग्रज सिद्द्यांना मुंबई बंदरात थारा देत. तो थांबावा म्हणून संभाजीराजांनी तगादा लावला. इंग्रजांच्या मध्यस्थीने सिद्द्यांनी नागोठणे, पेण, आपटे या गावांना उपद्रव न देण्याचा करार केला; पण ऑगस्ट १६८० च्या दुसऱ्या आठवड्यात त्यांनी आपले आरमार बाहेर काढले. संभाजीराजांनी याचा जाब इंग्रजांना विचारला आणि ऑगस्ट १८ पूर्वी त्यांच्या लोकांनी उंदेरीवर २०० माणसे उतरविली. सिद्द्यांच्या लोकांना त्याची चाहूल लागली. लढाई झाली. त्यात मराठ्यांचे ८० लोक मारले गेले. त्यांची शिरे भयप्रदर्शनार्थ मुंबईस पाठविली.

१६८१ एप्रिल-मे मध्ये संभाजी राजांचा वकील आवजी पंडित वरकरणी इंग्रजांशी बोलणी करण्यासाठी आला; पण त्याचा खरा हेतू सिद्द्यावर लक्ष ठेवण्याचा होता. आवजी पंडित मे नंतर रायगडास आला.

मुंबई-सुरतमधील इंग्रजांच्या पत्रव्यवहारातील मजकूर असा :-

१६ जुलै १६८१ पूर्वी नागोठण्यास मराठ्यांनी ३००० लोक व २२ गलबते आणली होती. प्रत्येक शिपायास सहा महिन्यांचा पगार आगाऊ देण्यात आला; आणि विशेष कामगिरी करणाऱ्यास दोन शेर सोन्याचे बक्षीस देऊ केले होते. ही तयारी उंदेरी किंवा चौल किंवा मुंबई यांपैकी कुठल्यातरी हल्ल्यासाठी होती. पुढे १८ जुलै १६८१ला संभाजीमहाराजांच्या लोकांनी पहाटे उंदेरीवर हल्ला केला. चार तास लढाई झाली; बरेच लोक पकडले गेले व काही मेले. हल्ला यशस्वी झाला नाही.

१२ ते १५ मे १६८२ ला संभाजी महाराजांच्या जवळ ८५ गलबते व ५ हजार माणसे, मायनाकचा मुलगा व सिद्दी संबळचा मुलगा यांच्या हाताखाली होते. हे आरमार उंदेरी किंवा चौल किंवा मुंबई बंदरातील सिद्द्यांच्या आरमारावर हल्ला करण्यासाठी होते. पुढे २ जून १६८२ ते २७ जून १६८२ या काळात संभाजीराजांनी पाच हजार लोक

थळला ठेवले होते. त्यांच्यावर सिद्द्यांनी उंदेरीवरून तोफा डागल्या. मराठ्यांचे अल्प नुकसान झाले. २८ ऑगस्ट १६८२ ला दर्या शांत झाल्यावर सिद्द्यांनी लुटालुटीस सुरुवात केली. नागोठण्यास त्यांनी लोकांची नाके कापली. संभाजीराजांचा नाविक अधिकारी दौलतखान याचे आरमार नागोठण्यास आले. भात वगैरे घेऊन मराठ्यांचा दुसरा अधिकारी सिद्दी मिस्त्री व इतर ४० लोक हाती सापडले. मिस्त्री जखमी झाला. औषधोपचारासाठी त्याला मुंबईस नेण्यात आले. तेथे त्याचा मृत्यू झाला.

उंदेरीवरच्या हकिकतींवरून तेथे झालेल्या मराठे व सिद्दी यांच्यात लढाया व इंग्रजांची सिद्द्यांना असलेली मदत व संभाजीराजांचे आरमार याविषयी कल्पना येते. संभाजीराजांच्या लोकांना उंदेरी सिद्द्यांकडून घेता आले नाही. उंदेरीवर पहिला हल्ला १८ ऑगस्ट १६८० पूर्वी झाला व दुसरा हल्ला १८ जुलै १६८१ ला व तिसरा म्हणजे हल्ल्याची जय्यत तयारी झाली असताना मराठ्यांच्या थळवर सिद्द्यांनी तोफांचा मारा केला तेव्हाचा झाला. चौथी चकमक मराठे व सिद्दी यांच्या आरमारामध्ये ४ ऑक्टोबर १६८२ ला झाली.

कोकणामध्ये संभाजी व सिद्दी यांच्या आरमारी लढायांमध्ये मराठ्यांना यश मिळाले नाही. सिद्द्यांचा उपद्रव थांबवता आला नाही; कारण सिद्द्यांचे आरमार प्रभावी ठरले. १६८२ नंतर संभाजीराजांना पोर्तुगीज, इंग्रज व सर्वांत महत्त्वाचे म्हणजे महाराष्ट्रात विशेषत: कोकणात तळ ठोकून बसलेल्या औरंगजेब या बलाढ्य शत्रूशी लढा द्यावा लागला; आणि तो लढा देत असतानाच छत्रपती संभाजीमहाराज औरंगजेबाच्या हाती सापडले. बादशहाने संभाजीराजे आणि कलशाचे हालहाल करून शेवटी उभयतांचा ११ मार्च १६८९ रोजी शिरच्छेद केला.

छत्रपती संभाजीमहाराजांनंतर शिवाजीमहाराजांचे दुसरे पुत्र राजाराममहाराज छत्रपती पदावर आले. मात्र, त्यांचा बराचसा काळ जिंजी येथे गेला. १६९८ मध्ये जिंजीहून परतल्यावर राजाराममहाराजांनी कोकणात एक स्वारी केली व तिकडचे किल्ले तपासून महाराज परत आले. दि. २ मे १६९९ च्या पत्रात राजाराममहाराज नारो पंडितास लिहितात, 'तुम्ही स्वामींच्या दर्शनाकारणे प्रभावळीस आल्याचे कळले तरी स्वामी राजापुरास जाणे करिता प्रतिपदेस येत आहेत. प्रभावळीस भेटी होईल.'

छत्रपती राजाराममहाराजांच्या कोकण स्वारीविषयी यापेक्षा जास्त माहिती मिळत नाही. त्यानंतर पुढे अल्पावधीतच त्यांचा मृत्यू झाला. छत्रपती राजाराममहाराजांच्या मृत्यूनंतर त्यांच्या विधवा पत्नी ताराबाई यांच्याकडे राज्याची सूत्रे आली. त्यांनी १७०० ते १७०७ या काळात खरोखरीच खूप कौतुकास्पद कामगिरी केली. कोकणात त्यांनी सिद्दीशी लढा दिला.

कोकणातील शूर मुघल सेनानी मातबरखान हा सिद्दीशी सहकार्य ठेवून असे.

नोव्हेंबर महिन्यात सिद्दी याकूतने जोर करून दक्षिण कोकणातील अंजनवेल किल्ला हस्तगत केला. तेव्हा सिद्दीचा बंदोबस्त करण्यासाठी ताराबाईंनी मल्हारराव या सरदाराबरोबर सात हजार फौज देऊन कुंभार्ली घाटातून कोकणात पाठविले. खुद्द रामचंद्रपंतही फौज घेऊन त्यास सामील झाला. फौज बाळगून असणाऱ्या ठिकठिकाणच्या देशमुखांना या मोहिमेत सामील होण्याचे हुकूम सुटले. ही मोहीम सिद्दीच्या दंडराजपुरीच्या प्रदेशावर होती. ती पुढे फेब्रुवारी १७०१ पर्यंत चालली होती, असे चौलच्या पोर्तुगीज किल्लेदाराच्या पत्रावरून समजून येते. तो लिहितो, 'रामचंद्रपंताच्या नेतृत्वाखाली वीस हजार मराठ्यांनी दंड्याच्या सिद्दी याकूतखानाच्या प्रदेशावर हल्ला केला व तेथे लूट व जाळपोळ केली. कोरलाईच्या गावातही शिरून ते असेच करणार होते; पण कोरलाईच्या कॅप्टनने त्यावर मारा केला. त्यामुळे ते तेथून घाईने निघून गेले. सिद्दीच्या प्रदेशामध्ये मराठे एक महिना होते. ते परत गेल्यावर सिद्दीने कुलाब्याच्या किल्ल्यास मोठ्या आरमाराने वेढा घातला व आग्र्याची तेथे असलेली ५० लढाऊ गलबते पकडून नेली. कुलाब्याच्या किल्ल्यास खुष्कीनेही वेढा घालण्यासाठी सिद्दीने सैन्य पाठविले. हे सैन्य नदीपलीकडे जाण्यास त्याने मजपाशी जहाजे मागितली व मी ती दिली.'

ताराबाई तोतयांचा बंदोबस्त करतात

याच सुमारास बादशाही कैदेत असणाऱ्या शाहूराजांचे दोन तोतये निर्माण झाले. त्यांपैकी पहिला तोतया खटावचा कुलकर्णी खंडो लिंगो हा होता. खुद्द ताराबाईंनी सन १७०३ साली दिलेल्या सनदेत तत्संबधी असा मजकूर आलेला आहे- 'इतकियात खटावीच्या कुलकर्णी खंडो लिंगो याणे तोतया करून राजेश्री संभाजीराजे याचा पुत्र आपण शिवाजीराजे आपले नाव म्हणोन राज्यात डोहणा आरंभिला. ते प्रसंगी परस्पर सरकारकुनात हर्षामर्ष निर्माण जाहला.' दुसऱ्या एका अस्सल पत्रात याहून अधिक मजकूर येतो- 'राजेश्री रामचंद्रपंत व परशरामपंत याचा गर्गशा लागला. पनाळे खाले खंडोपंत खटावकर याणे राजश्री संभाजीराजे याचा पुत्र आपण शाहू राजे तांब्राच्या निर्बंधातून निघोन आलो म्हणऊन तोतया करून मुलकातील गडाकिलियावरी कागदपत्र चालविले... त्याउपरी तोतया मोडिला.'

या दोन्हीही साधनांत रामचंद्रपंत व परशुरामपंत या दोन प्रधानांमधील झगड्याचा निर्देश आहे. बहुतेक स्वत:ला शाहूराजे म्हणवून घेणाऱ्या खंडो लिंगो कुलकर्णींचा पक्ष रामचंद्रपंताने घेतला, असे दिसते. अर्थात, खंडो लिंगोची तोतयेगिरी उघडी पडली असेल, त्या वेळी रामचंद्रपंताला पश्चात्ताप झाला असेल. तथापि, पंतांच्या वयाकडे व राज्यासाठी केलेल्या सेवेकडे बघून ताराबाईंनी त्यांच्या या कृत्याकडे दुर्लक्ष केलेले दिसते. पंत पूर्वीप्रमाणेच अमात्यपदावर राहिला.

दुसरी तोतयेगिरी जावजी नाईक बलकवडे या मराठ्याने केली. जावजी हा सैन्यात 'सप्तसहस्री'च्या हुद्द्यावर होता. कोरीगड व सिंहगड हे किल्ले शत्रूकडून घेण्यात त्याने तानाजी मालुसरेंसारखा पराक्रम करून दाखविला होता. त्या शौर्याबद्दल शाबासकी म्हणून राजाराममहाराजांनी त्यास दोन गावे इनाम दिली होती. तोतयेगिरीच्या पूर्वी फक्त काही दिवसच म्हणजे १६ डिसेंबर १७०० रोजी त्याला केसो त्रिमल याने नूतन वतनपत्रही करून दिले होते. अशा या जावजी नाईक बलकवडेला दुर्बुद्धी सुचली आणि त्याने शाहूराजांचा तोतया केला. तत्संबंधी ताराबाईंचा पेशवा बहिरो मोरेश्वर लिहितो, 'सालगुदस्ता जावजी बलकवडा याने हरामखोरीचे ढंग करून किल्ले सुधागडचा आसरा करून तोतयाचा बहाणा केला आणि लोक जमाव करून मुलखात स्वारी घालून, गाव मारून नेऊ लागला. त्यास नतीजा त्याचे कर्तव्यानुरूप जाला...'

पहिला तोतया पन्हाळगडच्या परिसरात, तर दुसरा तोतया सुधागडच्या परिसरात निर्माण झाला. हे दोन्हीही तोतये ताराबाईंनी कणखरपणे मोडून टाकले. मुघल स्वराज्यात उभा ठाकला असता ताराबाईंना अंतर्गत शत्रुंचाही बंदोबस्त करावा लागत होता. सुदैवाने परिस्थितीचे आव्हान स्वीकारून तिच्यावर मात करण्याचे मनोधैर्य त्यांच्याजवळ होते; म्हणूनच त्या अशा प्रसंगातून निभावून गेल्या.

सन १७०२ च्या ऐन पावसाळ्यात दक्षिण कोकणात मराठ्यांच्या वतीने बहिर्जी उर्फ हिंदूराव घोरपडे व मुघलांच्या वतीने इस्माइलखान मका हे सरदार धामधूम करीत होते. इस्माइलखानाने स्वारी करून रयतेची घरेदारे लुटल्याचा उल्लेख एका तत्कालीन पत्रात येतो. याचवेळी (जुलै) हिंदूराव घोरपड्याने भीमगडावर हल्ला करून, तो काबीज केला आणि त्या गडावरील हवालदार व इतर अधिकारी यांना कैद केले.

पुढे दसरा होताच हिंदूरावाने पुन्हा दक्षिण कोकणात उतरून फोंड्याच्या प्रदेशावर (अंत्रूज महालावर) स्वारी केली. हा प्रदेश मुघलांच्या ताब्यात होता. तो परत आपल्या कब्जात आणण्याची मराठ्यांची जिद्द होती. या मोहिमेत फोंडा महाल काबीज करून फोंड्याचा किल्ला व त्याच्या जवळच असलेला मर्दनगड किल्ला यांना मराठ्यांनी वेढे घातले. मुघलांनी पोर्तुगीज, सोंध्याचा राजा व खेम सावंत यांच्याकडे मदतीची याचना केली. या सर्वांनी मुघलांना मराठ्यांविरुद्ध साहाय्य केले. त्यांच्यापैकी खेम सावंत बेरकी निघाला. तो मुघलांना साहाय्य करावयास फोंड्याकडे गेला आणि स्वतःच किल्ला बळकावून बसला.

फोंड्याच्या किल्लेदारास पोर्तुगिजांनी मदत करावी म्हणून बेळगावच्या सुभेदाराने विनंती केली असता पोर्तुगीज व्हॉईसराय त्याला लिहिलेल्या पत्रात म्हणतो, 'आपण म्हणतां की आमची हरकत नसल्यास फोंड्याकडे दोनशे सैनिकांची कुमक धाडावी. त्यात काही गोलंदाजही असावेत अशी आपली मागणी आहे. मुघल बादशहाच्या

मदतीला जाण्यास आम्हाला आनंद वाटला असता. परंतु, वस्तुस्थिती अशी आहे की, शत्रूने फोंड्याची नाकेबंदी करून सर्व रस्ते रोखून धरले आहेत. आपल्या पत्रात आपण या गोष्टीचा निर्देश केलाच आहे. अशा परिस्थितीत कुमक कशी पाठवावयाची? शत्रूचा सर्वत्र पहारा असता या सैनिकांना किल्ल्यात पाठविण्यात मोठाच धोका आहे. दुसरी गोष्ट अशी की, शत्रू सुसज्ज आणि संख्येनेही मोठा असल्याने त्यांच्यासमोर या दोनशे सैनिकांचा निभाव कितपत लागेल हा प्रश्नच आहे...'

'फोंड्याच्या नबाबानेही आमच्याकडे दारूगोळ्याची मदत मागितली होती. नबाबाचे दूत अहमद सारंग यांच्याबरोबर ती पाठवून दिली आहे. मागितलेला सगळाच दारूगोळा मी पाठवीत नाही. कारण, रस्ते मराठ्यांच्या हातात असल्याकारणाने हा दारूगोळा त्यांच्या हातात पडण्याच धोका आहे. मी मुघल बादशहाशी असलेल्या या राज्याच्या मैत्रीस अनुसरून काही पोर्तुगीज सैनिकांना फोंड्याच्या मदतीस जाण्यास संमती दिली आहे.'

डिसेंबर १७०२ मध्ये मराठ्यांनी फोंडा किल्ला काबीज केला. त्या वेळी फोंडा महालातील सरदेसाई विठोजी राम यांनी मराठ्यांना साहाय्य केले. फोंड्याचा किल्लेदार म्हणून कृष्णाजी अनंत याची नेमणूक झाली. गोव्याच्या बाजूला मुघल-मराठा संघर्ष असा चालला असता मराठ्यांनी बहादूरगडावर असणाऱ्या बादशाही छावणीच्याभोवती धामधूम उडविली होती. एकदा तर या बादशहाचे हत्ती छावणीबाहेरच्या प्रदेशात चरावयास गेले असता मराठ्यांनी त्यांच्यावर धाड घालून ते पळविले. ही बातमी समजताच बादशहाने आपला सरदार महंमद अमीनखान यास मराठ्यांचा समाचार घेऊन हत्ती सोडवून आणण्यासाठी पाठविले. महंमद अमीनखान आपल्या सरंजामासह पाठलागास बाहेर पडला. त्याने मराठ्यांना गाठले. परंतु, मराठ्यांनी उलटून त्याच्यावर असा काही हल्ला केला की, बिचाऱ्या खानास आपले सर्व हत्ती, घोडे इतकेच काय शस्त्रे आणि अंगावरील कपडेही मराठ्यांकडे द्यावे लागले. त्यांच्यापासून खानाने आपली कशीबशी सुटका करून घेतली. शेवटी रानोमाळ भटकत तो एका खेडेगावात पोचला. त्या गावच्या पाटलाला त्याची दया आली. त्याने खानाला बैलगाडीतून चांभारगोंद्याचा (श्रीगोंद्याचा) फौजदार इबाद्रा जोरकाशी याच्याकडे पोहोचते केले. तेथे जोरकाशीने खानास अंगावर घालावयास कपडे दिले आणि बादशाही छावणीकडे धाडले. असा हा बेइज्जत झालेला खान बादशहाला भेटावयास आला तेव्हा बादशहाने त्याच्यावर कृपा करून बढती दिली व मानसन्मान केला.

फेब्रुवारी १७०१ मध्ये ताराबाईंनी रामचंद्रपंत अमात्यास सिद्दीविरुद्ध पाठविले. पंतांबरोबर वीस हजार मराठी लष्कर होते. या लष्कराने सिद्दीच्या प्रदेशात जाळपोळ व लुटालूट केली आणि ते परत आले. सिद्दीने या स्वारीचा बदला घ्यायचे ठरविले. त्याने

आपल्या आरमारासह कुलाब्यास वेढा दिला. मार्च १७०१ला कुलाब्यास खुष्कीच्या मार्गाने वेढा घालण्यासाठी पोर्तुगिजांनी सिद्दीस साहाय्य केले. कुलाब्याच्या सिद्दीच्या वेढ्यासंबंधी मुंबईकर इंग्रज आपल्या मिनिटबुकात म्हणतात, 'सिद्दीने कुलाबा व खांदेरी वेढली आहेत. त्याचे या वेढ्यात जरी पुष्कळ सैन्य गुंतले आहे; तरीही मराठ्यांना त्याची बिलकूल कदर नसून त्यांची गलबते इकडून तिकडे, त्याचप्रमाणे लूट करण्यासाठी बाहेर जाऊ शकतच आहेत. मराठ्यांनी मुंबईची व वरळीची अशी दोन जहाजे व एक शायबार नुकताच धरून नेला. मराठ्यांच्या हल्ल्याचे प्रतिकारार्थ आम्ही दोन मचवे तयार ठेवले आहेत. तरीसुद्धा बंदरात शिरून (मराठ्यांनी) शायबार धरून नेले.'

सिद्दीस कुलाबा जिंकता आले नाही. कान्होजी आंग्र्याने त्याचा चांगला प्रतिकार केला. बरीच हानी पत्करून सिद्दीला कुलाब्याहून माघार घ्यावी लागली. इंग्रजांनी मराठ्यांना दारूगोळ्याची अंत:स्थ मदत केल्यामुळेच आपणास ही नामुष्की पदरात घ्यावी लागली, असा सिद्दीने इंग्रजांवर आरोप केला. इकडे मराठे मात्र इंग्रजांच्या जहाजावर हल्ले करून ती पळवून नेत होते. याहून गमतीची गोष्ट अशी की, इंग्रजांना असे वाटत होते की, कुलाबेकर मराठ्यांना पोर्तुगिजांचे साहाय्य आहे. १३ मार्च १७०१ च्या एका पत्रात म्हणतात,' मराठे ज्यापेक्षा या बेटातून (मुंबई) जहाजे पकडून नेत आहेत त्यापेक्षा आपले शत्रूच झाले आहेत आणि मागे लुटून नेलेल्या जहाजांची भरपाई करावी म्हणून ते या बेटावर येतात, परंतु त्यामुळे जास्तच उपद्रव आम्हांला होतो. '

आमच्याविषयी शक्यतितके अपमानास्पद अडथळे करावेत ही संधी पोर्तुगीज साधतात. सिद्दीचा नोकर दोराब याचेकडून आम्हांस अशी माहिती मिळते की, 'कुलाब्यात शिवाजीपाशी (मराठ्यांशी) दारूगोळा बिलकूल नाही. परंतु, तो त्याला मिळू शकतो. त्याची जहाजे दारूगोळा आणण्यासाठी गेली आहेत... खांदेरीच्या सुभेदाराचा नोकर येथे आला होता. तोही म्हणाला की, 'एक पोर्तुगीज कारागीर मॅन्युएल मोरेस डी कारव्हॅलो नावाचा खांदेरीच्या सुभेदाराकडे या व्यवहारासाठी आला होता. तथापि, असे दिसते की, मराठ्यांना कुलाबा लढवीत असता इंग्रज अथवा पोर्तुगीज यांपैकी कुणाचीच मदत झाली नाही. मराठ्यांनी आपल्या स्वसामर्थ्यावरच कुलाबा लढविला आणि सिद्दीस परतावून लावले.'

कान्होजी आंग्र्यांच्या आरमाराची मुंबईकर इंग्रजांनी चांगलीच धास्ती घेतली होती. नोव्हेंबर १७०१ मध्ये मराठ्यांचा एक मोठा आरमारी काफिला मुंबई बंदराजवळ आला. मराठ्यांच्या आरमारी मोहिमेचे उद्दिष्ट इंग्रजांच्या लक्षात आले नाही. तथापि, मराठ्यांनी मुंबईवर हल्ला चढविल्यास त्यास तोंड देता यावे म्हणून इंग्रजांनी आपली चांगली तयारी केली. मुंबई बेटावर मराठ्यांनी उतरू नये म्हणून लष्कराला सज्ज

राहण्याचा हुकूम देण्यात आला. आरमारी अधिकाऱ्यांना आदेश देण्यात आला की, कोणत्याही परिस्थितीत त्यांनी आपणहून मराठ्यांवर हल्ला करू नये. परंतु, मराठ्यांनी आपली जहाजे पळविण्याचा प्रयत्न केल्यास त्यांचा पाठलाग करून ती परत मिळवावीत. पण मराठ्यांशी लढण्याचा प्रसंग आलाच नाही. मुंबईवर हल्ला न करता मराठे दुसरीकडे निघून गेले.

मराठ्यांच्या वाढत्या आरमारी हालचालींमुळे मुंबईकर रात्रं-दिन तयारीने राहू लागले. डिसेंबर १७०२ मध्ये मराठ्यांनी इंग्रजांचे सुपारीने भरलेले एक जहाज त्याच्या डॉटी नावाच्या कप्तानासह पकडून नेले. जहाज त्याच्यावरील माल आणि इतर खलाशी यांची मुक्तता करावी, म्हणून इंग्रजांनी कान्होजीस विनंती केली. तथापि, इंग्रजांनी पाच हजार रुपये दंड दिल्याशिवाय यांपैकी काहीच परत मिळणार नाही असे त्याने प्रत्युत्तर दिले. कान्होजीच्या या कृत्याचा बदला घ्यावा असे इंग्रजांना वाटत होते. परंतु, मुंबईत त्यांच्याजवळ एवढे मोठे आरमार नव्हते; त्यामुळे त्यांना हा अपमान गिळावा लागला. तथापि, त्याची प्रतिक्रिया त्यांच्या पत्रव्यवहारात उमटू लागली. 'Perfidious heathen Kanhoji Angriya' अशा शेलक्या शिव्या ते कान्होजीस मोजू लागले.

असे संबंध ताणले गेले असतानाच डिसेंबर १७०३ मध्ये मराठे व इंग्रज यांच्यात मैत्रीचा करार घडून आला. उभय पक्षांनी एकमेकांची पकडलेली जहाजे, माणसे व माल एकमेकांस परत करण्याचे ठरले. परंतु, हा करार फार दिवस टिकला नाही. दोन महिन्यांच्या अवधीत कान्होजीने इंग्रजांची दोन जहाजे पकडून नेली. मैत्रीच्या कराराचा हा उघडउघड भंग आहे असे इंग्रजांनी कान्होजीस लिहिले. त्यास, आपली उपासमार टाळण्यासाठी ही जहाजे लुटली, इतःपर असे घडणार नाही, असे कान्होजीने उत्तर दिले. परंतु, त्यावर इंग्रजांचा विश्वास बसला नाही. परिणामी उभय पक्षांचे संबंध शत्रुत्वाचे बनले.

इंग्रजांच्या मनात मराठ्यांशी मैत्री करावयाची असताही कान्होजी असा का वागत होता, याची दोन कारणे होती. पहिले कारण म्हणजे इंग्रज आपल्या बंदरात मराठ्यांचा कट्टर शत्रू सिद्दी यास आश्रय देत होते. दुसरे कारण म्हणजे पश्चिम किनाऱ्यावरील समुद्रात जहाजांनी प्रवास करीत असता मराठ्यांचा परवाना घेतला पाहिजे, असा कान्होजीचा दावा होता. मुघल हे मराठ्यांचे शत्रू होते. त्यांच्याशी मराठ्यांचे गेली चाळीस वर्षे युद्ध चालू होते. अशा हाडवैर असलेल्या शत्रूच्या बंदरात जाणारी जहाजे, मग ती कोणत्या का सत्तेची असेनात, पकडणे हे आपले युद्धकर्तव्य आहे असे कान्होजी मानत होता.

इंग्रजांच्या पत्रव्यवहारावरून असे दिसते की, ते कान्होजी आंग्र्यास मराठी आरमाराचा प्रमुख असे न मानता त्यास एक स्वतंत्र मराठी आरमारी सरदार समजत होते. 'Kanhoji Angria, a Shivaji pirate, independent of the Raja' असे त्याचे वर्णन करतात. पोर्तुगिजांचाही असाच समज होता. परंतु, आंग्र्याच्या आक्रमणाबद्दल

मराठ्यांच्या राणीकडे पत्रव्यवहार करीत असता खुद्द आंग्र्यांशी लिहीत असता, ते त्यास मराठी आरमाराचा प्रमुख म्हणूनच संबोधित असत; कारण तसे म्हटल्याशिवाय तथाकथित इंग्रज-मराठा मैत्रीस आवाहन करून आंग्र्यांच्या आक्रमक हालचालींना पायबंद घालता येणार नव्हता.

वस्तुस्थिती अशी होती की, मराठी राज्याचे मुख्य धोरण ताराबाई ठरवीत होत्या आणि त्याची अंमलबजावणी त्यांचे सरदार करीत होते. समुद्रकिनाऱ्यावर आपले शत्रू कोण आणि मित्र कोण, याची ताराबाईंना पूर्ण कल्पना होती. त्यांनी कान्होजींकडेच आरमाराचे आधिपत्य ठेवून त्यास पूर्णपणे कृतिस्वातंत्र्य दिले होते. मुघल, सिद्दी, पोर्तुगीज आणि इंग्रज या सर्वांना जरब बसविण्याचे व किनाऱ्यावरील मुलखाचे संरक्षण करण्याचे जबाबदारीचे काम ताराबाईंनी कान्होजींवर सोपविले होते. समुद्रकिनाऱ्यावरील सागरी सत्तांचे राजकारण ताराबाई जाणत होत्या. इंग्रजांचे पक्षपाती धोरण त्यांना माहीत होते. त्यामुळेच जेव्हा इंग्रजांनी ताराबाईंकडे कान्होजींच्या चाचेगिरीबद्दल तक्रारीची अनेक पत्रे पाठविली. तेव्हा त्यांना काहीच प्रत्युत्तर मिळाले नाही. याचा उघड अर्थ असा होतो की, ताराबाईंना कान्होजीचे आरमारी धोरण मान्य होते.

सिद्दींचा प्रमुख सिद्दी याकूतखान हा १७०४ च्या सुमारास मरण पावला. त्याच्या जागी बादशहाने आपल्यातर्फे माणूस नेमण्याचा प्रयत्न केला. परंतु, दरबारातील सल्लागारांनी त्यास सल्ला दिला की, सिद्दी याकूत याच्या तालमीत तयार झालेले लोकच या डोंगराळ भागाचा आणि रायरीची फौजदारी व किल्लेदारी यांचा बंदोबस्त राखू शकतील. समुद्राचे मक्केच्या यात्रेचे मार्ग तेच सुरक्षित ठेवू शकतील. इतरांच्याकडून ते होणार नाही. तेव्हा याकूतखानाने आपला वारस म्हणून जाहीर केलेल्या सिद्दी अंबर यासच सिद्दींचा प्रमुख म्हणून बादशहाने नियुक्त केले.

सिद्दी मुघलांची इमानेइतबारे सेवा करीत होता. त्याच्या बलदंड जंजिऱ्यामुळे त्याच्या आरमाराचे संरक्षण होत होते. मराठ्यांनी हा जंजिरा घेण्याचा अनेकवेळा प्रयत्न केला होता. तथापि, त्यांत त्यांना यश मिळाले नव्हते; त्यामुळे पश्चिम किनाऱ्यावरील या कट्टर शत्रूचे निर्दालन मराठ्यांना करता आले नाही. मराठी मुलखावर सिद्दीचे हल्ले होत राहिलेच. कोकणात मोहिमा करणाऱ्या मुघलांच्या लष्कराला सिद्दी समुद्रमार्गे अन्नधान्याच्या रसदी पुरवीत असे; त्यामुळेच तो कोकणात मुघलांचा मोठा साहाय्यकर्ता बनला होता. खाफीखान म्हणतो, 'सिद्दी याकूतने बादशहाच्या हुकमाची कधीच अवज्ञा केली नाही. मराठ्यांचा मोड करण्यात आणि समुद्राच्या वाटा सुरक्षित ठेवण्यात त्याने उत्कृष्ट कामगिरी केली. मुघलांची लहानमोठी जहाजे त्याच्याकडे होती. खुष्कीवर आणि दर्यातून मराठ्यांना तंबी पोहोचविण्यात त्याच्याकडून जी कामगिरी झाली ती इतरांकडून होणे शक्य नाही असेच सर्व समजून होते.'

कोकणात सिद्दी कमजोर होऊन पेशव्यांची सत्ता दृढ होते (१७०७ ते १७३६)

कोकण विभाग शिवाजीमहाराजांच्या स्वराज्यापैकी एक; परंतु शिवाजीमहाराज निवर्तल्यावर जंजिऱ्याचा सिद्दी व पोर्तुगीज यांनी कोकणात शिरजोरी करून हे दोघे कोकणचे सत्ताधीश बनले. संभाजी वधापासून इ.स.१७०७ पर्यंत मराठे मुघलांशी स्वत:च्या अस्तित्वाकरिता सारखे झगडत असत. औरंगजेब निवर्तल्यावर त्याच्या मुलाने कोकणसह स्वराज्यात मोडणारा सर्व मुलूख शाहूमहाराजांस परत दिला. बाळाजी विश्वनाथाने औरंगाबादचा सुभा हुसेन अली सय्यद याजकडे जो तहाचा मसुदा दिला. त्यातील पहिले कलम असे होते की, 'मुघल बादशहा रायगड, मिरज, जुन्नर, कल्याण आणि भिवंडी ही स्थळे व त्यांच्या परिसरातील जिल्हे शाहूमहाराजांच्या स्वाधीन करत आहे. औरंगजेबाने सिद्दीच्या ताब्यात रायगड, महाड, दाभोळ आणि रत्नागिरी ही स्थळे दिली होती. परंतु, सिद्दीने स्वत:हून रेवस, थळ आणि अंजनवेल या जागा बळकावल्या आणि तेथून तो मराठ्यांच्या मुलखावर आरमारी जहाजांतून सतत हल्ले करून त्रास देऊ लागला.'

शाहूमहाराज मुघलांच्या कैदेतून सुटून दक्षिणेत आले. तेव्हा त्यांना आपली चुलती राणी ताराबाईंशी युद्ध करावे लागले. त्या युद्धात कान्होजी आंग्रे यांचे पारिपत्य करण्यासाठी त्यावर आपला पेशवा बहिरोपंत पिंगळे यास पाठविले होते. तेव्हा पिंगळेस कान्होजीने पराभूत करून कैद केले. त्यामुळे शाहूमहाराजांना नौदलाचे महत्त्व काय आहे हे समजले. त्यांनी बाळाजी विश्वनाथ यांना कान्होजीस आपल्या बाजूस वळवून घेण्यासाठी रवाना केले. बाळाजी विश्वनाथांनी आपल्या कारकिर्दीची सुरुवातीची काही वर्षे सिद्दीच्या नोकरीत घालविली होती. बाळाजी विश्वनाथ श्रीवर्धनच्या भट घराण्यापैकी, त्या घराण्यांकडे दंडराजपुरीची देशमुखी मलिकंबर पासून चालत होती. दंडराजपुरीचा प्रदेश सिद्दीकडे गेल्यावर भट कुटुंबास सिद्दीचा आश्रय घ्यावा लागला. अशा रीतीने बाळाजी विश्वनाथ व कान्होजी आंग्रेही कोकणचे त्यामुळे त्यांची मैत्री झाली. दोघांच्या भेटीत बाळाजी विश्वनाथांनी कान्होजीस शाहूमहाराजांतर्फे सरखेली दिली आणि मराठा नौदलाचा सर्वाधिकारी म्हणून नेमणूक केली. १८ फेब्रुवारी १७१४ शाहूमहाराज व कान्होजी आंग्रे यांत तह झाला. त्या तहाप्रमाणे काही किल्ल्यांच्या मालकीचे हस्तांतर झाले. कान्होजीला राजमाची, खांदेरी आणि कोकणातील २६ किल्ले मिळाले. त्यांपैकी काही सिद्दीने बळकाविले होते. शिवाय असे ठरले होते की, दरवर्षी दसऱ्यापासून मार्गशीर्षपर्यंत पेशव्याने कोकणात कान्होजीच्या शत्रूविरुद्ध स्वारी करावी आणि कान्होजीचे जे शत्रू असतील ते आपले शत्रू मानावे. या तहाचे फार मोठे परिणाम झाले. सिद्दी मराठ्यांचा शत्रू होता. औरंगजेबाने संभाजीमहाराजांचा निर्घृणरीत्या शेवट केल्यावर सिद्दी बळावला, तो मराठी मुलखात स्वाऱ्या करून मराठी मुलूख बळकावू लागला. इ.स. १७०८-१० या काळात सिद्दीने मराठ्यांच्या मुलखावर हल्ले करून तेथील प्रजेस तो त्रास देऊ लागला. सिद्दीने मांडवा

नदीच्या पात्रात चढाई केली तेव्हा तेथील लोक जीव घेऊन पळाले. सिद्दीने कान्होजी आंग्रेस नाहीसा करण्यासाठी अनेकदा प्रयत्न केले; पण कान्होजींचा बंदोबस्त सिद्दीकडून झाला नाही. सिद्दीने राजपुरी नदीच्या तोंडाशी असलेल्या पद्मदुर्गावर हल्ला चढविला आणि त्याच्या दरवाज्याची सोन्याची किल्ली ताब्यात घेतली व ती किल्ली बादशहाकडे पाठवून दिली. मुघल बादशहाने या त्याच्या मर्दुमकीबद्दल त्यास शाबासकी देऊन बहुमानाची वस्त्रे पाठविली.

कान्होजी आणि शाहू राजे यांचा गुंता चालू असता सिद्दीने सुवर्णदुर्गावर हल्ला करून तो आपल्या ताब्यात घेतला. बाळाजी विश्वनाथांना हे सिद्दीचे उद्दामपणाचे कृत्य समजल्यावर वेळ न दवडता ते सैन्यासह कोकणात उतरले आणि आंग्र्याच्या मदतीने त्यांनी सिद्दीच्या मुलखावर हल्ला चढविला. तेव्हा सिद्दीस नाइलाजाने शरणागती पत्करून तह करावा लागला. तहात असे ठरले की, शाहूमहाराजांच्या कमाविसदारांनी सिद्दीच्या ताब्यातील गावे अनुक्रमे गोरेगांव, गोवल, निझामपूर, नागोठणा, आष्टमी, पाली, आशेरे आणि ॲन्टोने या गावाचा अर्धा जमीन महसूल वसूल करावा. सिद्दीने आपल्याकडील खालील किल्ले मराठ्यांच्या हवाली करावे, त्यांची नावे अशी :- १) सुरगड २) प्रतापगड ३) यशवंतगड ४) बाणकोट ५) कोंढाणा ६) खूपगड ७) पट्टेदुर्ग ८) कुतूरगड ९) विजयदुर्ग १०) मुक्तरगड. लवकरच ब्रह्मेंद्रस्वामींचे हत्तीप्रकरण उद्भवले व ते मराठे सिद्दी यांतील लढाईस कारणीभूत ठरले.

ब्रह्मेंद्रस्वामी प्रकरण

ब्रह्मेंद्रस्वामी धावडशीकर साधू राजकारणात भाग घेत असे. त्यांचा शिष्यवृंद रंकापासून-रावापर्यंत सर्व थरांत होता. स्वामींनी हिमालयापासून रामेश्वरापर्यंत तीर्थयात्रा करून फिरता फिरता महाराष्ट्रात कृष्णातीरी आले. तेथून ते चिपळूणजवळ पेढेनामक गांवी परशुराम क्षेत्र आहे तेथे गेले. त्या स्थानाच्या जवळील एका रम्य ठिकाणी त्यांनी तपश्चर्या चालविली, हे एका गुराख्याने पाहिले आणि तेथे स्वामींची व गुराख्याची ओळख झाली व त्याची स्वामींवर भक्ती जडली. परशुरामनजीक चिपळूण हे बंदर जंजिरेकर हबशांच्या ताब्यात होते. तेथील मिठागरावर बाळाजी विश्वनाथ भट त्या वेळी होते. त्यांची व स्वामींची ओळख गवळ्यामार्फत झाली. स्वामींची कठोर तपश्चर्या पाहून बाळाजी विश्वनाथ त्यांचे भजनी लागले. स्वामींच्या ठिकाणी अलौकिक सामर्थ्य आहे अशी त्यांची प्रसिद्धी लोकांत झाली. परशुरामांचे देवालय जीर्ण झाले होते, त्याचा उद्धार करण्यासाठी भिक्षाद्रव्य मिळविण्याचा उपक्रम स्वामींनी १७०७ साली सुरू केला. जंजिरा येथील हबशापासून पेढे व आंबडस हे गाव परशुरामांच्या देवस्थानास इनाम म्हणून मिळविले. कोकणात परशुराम पंत प्रतिनिधीने डोरले व महाळुंगे ही दोन गावे परशुरामांच्या देवस्थानास इनाम दिली. या वेळी स्वामी व्याजबट्ट्याचा व्यापार करू लागला होता.

त्यामुळे महाराष्ट्रातील प्रमुख मंडळींवर व शाहू छत्रपतींवर त्याची छाप बसली. स्वामींचा स्वभाव कडक होता. त्यांनी प्रतिनिधी, आंग्रे, हबशी वगैरेंच्या साहाय्याने परशुरामांच्या मंदिराचे काम पुरे केले. अनेक सरदार व स्त्री-पुरुष स्वामींच्या दर्शनास येत; त्यांचा प्रसाद आणि आशीर्वाद भक्तिभावाने ग्रहण करीत.

१७२५ च्या डिसेंबरपासून १७२६ च्या मे पर्यंत पेशवे, भोसले वगैरे प्रमुख सरदारांनी कर्नाटकात स्वारी केली. त्याचवेळी ब्रह्मेंद्रस्वामीही भिक्षाटनार्थ तिकडे गेले असता त्याजकडे सिद्दी सातला सावनूर नबाबकडून बक्षीस मिळालेला सुंदर हत्ती कर्नाटकातून महाराष्ट्रात आणण्याची कामगिरी सोपविली. स्वामींनी हे काम अंगावर घेतले. त्या वेळी देशात ठिकठिकाणी चौक्या असत आणि त्या चौक्यांतून परवानगीशिवाय फौज, जनावरे वगैरे काही माल सोडण्यात येत नसे. घाटावरून हत्ती संगमेश्वराच्या पुढे माखजनला आला त्या वेळी तिथे आंग्र्यांची चौकी होती. त्या चौकीदाराने हत्तीसंरक्षकांकडे दस्तके नसल्याचे पाहून हत्तीस अटकाव करून, तो जयगडास पाठविला. आंग्रे आपले शिष्य म्हणून स्वामींनी आंग्र्यांचे दस्तक घेतले नव्हते. आपला हत्ती आंग्र्यांच्या लोकांनी नेला, हे ऐकून सिद्दीसात खवळला आणि जबरदस्तीने हत्ती आणण्याकरिता त्याने अंजनवेलीहून काही फौज पाठविली. आंग्र्यांच्या लोकांनी या फौजेचा पराभव केला तेव्हा त्यांना हत्ती न घेता परत जावे लागले. सिद्दीसातला या कृत्याचा राग येऊन त्यास हे कृत्य स्वामींच्याच मसलतीने घडले असे वाटले म्हणून त्याने एकदम अविचाराने स्वामींच्या परशुराम येथील देवालयावर ता.८ फेब्रुवारी १७२७ रोजी शिवरात्रीच्या दिवशी स्वारी केली आणि त्या पवित्र स्थानाचा विध्वंस केला, देवालयाची व ब्राह्मणांची संपत्ती लुटून नेली. हा प्रकार पाहून स्वामींस अति दुःख झाले. त्याने सिद्दीचा हत्ती जयगडाहून चिपळूणजवळ गोवळकोटास आणिला; सिद्दीसात यास बोलावणे पाठवून हत्ती त्याचे स्वाधीन केला आणि 'देवाब्राह्मणांचा तू उच्छेद केलास, अत:पर तुझाही उच्छेद लवकर होईल,' असा सिद्दीस शाप दिला आणि यापुढे कोकणात राहावयाचे नाही, असा विचार करून बाजीराव पेशव्यांच्या संमतीने त्याने देशावर जाण्याचे ठरविले. तो शाहूमहाराजांकडे साताऱ्यास १७२७ त गेला व त्याने हबशावर स्वारी करण्याची विनंती केली. इ.स.१७३०-३१ मध्ये बाजीरावाने संभाजी व दाभोळ यांची प्रकरणे उरकली. तेव्हा ब्रह्मेंद्रस्वामींच्या टोचणीमुळे हबशास जिंकण्याची कामगिरी शाहूमहाराजांनी प्रतिनिधींवर सोपविली. प्रतिनिधी कान्होजीचा मोठा मुलगा सेखोजीस येऊन मिळाला; पण त्या दोघांचे प्रतिनिधींच्या तऱ्हेवाईक स्वभावामुळे पटेना. त्यातच सेखोजीचा भाऊ संभाजी याचेही सेखोजीशी बिनसू लागले. त्यांचे सख्य शाहूमहाराजांनी करून दिले. प्रतिनिधीने १७३०-३१ या वर्षात काही कामगिरी केली नाही. १७३१ची अंजनवेल व गोवळकोटची मोहीम बिघडविली याचा राग शाहूमहाराजांना येऊन त्यांनी हबशाचा पराभव करण्यासाठी बाजीरावांची

कोकणात रवानगी केली. बाजीरावांनी लढाईची तयारी केली आणि ते १७३३ च्या एप्रिलात कोकणात उतरले. कोकणात आल्यावर मोहिमेची सर्व सूत्रे आपल्या हाती घेतली. सेखोजी आंग्रेस उंदेरीवर इंग्रजांच्या पारिपत्यासाठी पाठविले. प्रतिनिधीस अंजनवेल काबीज करण्यास सांगितले व स्वत: फत्तेसिंग भोसलेसह जंजिऱ्यास वेढा देऊन बसले. जंजिऱ्याचा सिद्दीरसूल याकूबखान हा मरण पावल्यामुळे त्याच्या मुलांत झगडे सुरू झाले होते, त्याचा फायदा बाजीरावांना मिळाला. एक मुलगा बाजीरावांना फितूर झाला पण बाकीच्यांनी मराठ्यांशी निकराचा सामना देण्याचे ठरविले; त्यामुळे कोकणच्या राजकारणात रंग भरला. कोकणचे राजकारण कसे करावे, याबद्दल सेखोजी बाजीरावांना लिहितो, 'कोकणचा मनसुबा एका सत्तेच्या ताब्यात असल्याविना परिणाम लागणार नाही. आपण अथवा प्रतिनिधीने रहावे तरी प्रतिनिधीचा विचार घालमेलीचा व शामलेचा ममतेचा पहिल्यापासूनच आहे. या कोकणच्या मनसुब्यास दोन्ही गोष्टी कार्याच्या नाहीत. शामलासारखा मातब्बर शत्रू प्रतिनिधीकडून जिंकीला जाईल की काय? शामलने दंगेखोरपणा केल्यास प्रतिनिधी उठोन जातील ते कळणार नाही, याकरता प्रतिनिधीस रहावयाचा विचार सर्वथा न करावा. हा मनसुबा आपणच करावा. शिरोस्थानी आपणच रहावे. आपले पदरी आम्हांसारखे एवढे महत्कार्य संपादिले त्याचे कलशारोहण आपणच करावे.' बाजीरावांनीही हाच विचार मनात धरून हबश्यांशी लढा दिला. हबश्यांनीही लढ्यास तोंड दिले. बाजीरावांनी मे १७३३ च्या सुमारास मंडणगड, बिरवाडी, तळे, घोसाळे वगैरे स्थळे काबीज करून मराठ्यांचा अंमल बसविला. जूनला प्रतिनिधींनी रायगड किल्ला घेतला. १७३३ च्या ऑगस्टात जंजिरा व अंजनवेल खेरीज करून बाकीची सर्व स्थळे बाजीरावांच्या ताब्यात आली.

सिद्दी युरोपिअन राष्ट्रांची मदत घेतो

बाजीराव सिद्दीवरील स्वारी संपवून साताऱ्यास गेल्यावर सिद्दीस पुढील चार महिने तयारी करण्यास अवसर मिळाला. त्याने इंग्रज, पोर्तुगीज, सुरतेतील मुसलमान बंधूस इतकेच नव्हे तर निजामास आपल्याला मराठ्यांविरुद्ध मदत करण्यास लिहिले. उंदेरीचा किल्ला मराठ्यांच्या ताब्यात होता. तो इंग्रजांनी बळेच घेऊन आपले निशाण रोविले. मराठ्यांस मुंबईपासून दूर ठेवण्याचा एक प्रकार होता. सिद्दीला तो किल्ला आपल्या ताब्यात हवा होता. तेव्हा त्याने त्या किल्ल्याची मागणी इंग्रजांकडे केली. इंग्रजांनी सिद्दीस असे कळविले की, 'आम्ही तो किल्ला घेण्यासाठी जो खर्च केला तो सिद्दीने इंग्रजांस द्यावा पण सिद्दीस ते जमले नाही. इंग्रजांनी त्या किल्ल्यावर अन्नसामग्री ठेवून त्यावर शिबंदी ठेविली हेतू हा की, मराठ्यांनी यावर हल्ला केल्यास, तेथील शिबंदीने तो किल्ला लढवावा.'

बाजीराव पेशव्यांचा अंदाज असा होता की, सिद्दीला इंग्रज व मुघल दोघेही मदत करणार. तेव्हा राजापुरीस वेढा घातला असता बाजीराव पेशव्यांनी इंग्रजास सातारा राज्याच्या नावे कळविले की, त्यांची आरमारी लुडबुड मराठे व सिद्दीच्या भांडणात चालणार नाही. सेखोजीने इंग्रजांकडे वकील पाठवून दंडाराजपुरी येथे सिद्दीने कसा चावटपणा केला हे त्यांच्या नजरेस आणले. मराठ्यांच्या वकिलाने इंग्रजांस पटवून दिले की, सिद्दीने शाहूमहाराजांच्या ताब्यातील कोकणातील बंदरे बळजबरीने घेतली, ती पुन्हा काबीज करण्यासाठी फत्तेसिंग भोसल्यांच्या बरोबर फौज पाठविली. सिद्दीची इच्छा की, कोकणची सर्व बंदरे आपल्या ताब्यात घ्यावीत हेही वकिलाने इंग्रजांस सांगितले.

यावरून इंग्रजांचे महत्त्व किती वाढले होते हे लक्षात येते. इंग्रजांनी जून १७३३च्या पहिल्या आठवड्यात जी पत्रे पाठविली त्यावरून असे दिसते की, ते सिद्दीस गुप्तपणे मराठ्यांविरुद्ध मदत करत होते. तसेच त्यांच्या युद्धनौका सिद्दीच्या मदतीकरिता सुरतहून गेल्या. हे सेखोजी आंग्रे याने बाजीराव पेशव्यांना २८ ऑगस्ट १७३३ च्या पत्राने कळविले की, ब्रिटिश आरमार सिद्दीला मदत करण्यास जात आहे. सुरतचा मुघल अधिकारी तेजबक्तखान याने इंग्रजांस सांगितले की, सिद्दीस मराठ्यांविरुद्ध पोर्तुगीज मदत करणार आहेत तेव्हा तुम्ही त्यात सामील व्हा. इंग्रजांनी या कृत्यास संमती दिली.

मराठ्यांनी सिद्दीला बराच खिळखिळा केला. मुघल बादशहा सिद्दीला आपल्या सुरत येथील व्यापारास संरक्षण देण्यासाठी दर साल रु. तीन हजार देत असत. सिद्दीची शक्ती कमकुवत झाल्यावर इंग्रजांनी मुघल बादशहास लिहिले की, आम्ही तुमच्या सुरतच्या व्यापाराचे संरक्षण करतो. आमच्याकडे ही कामगिरी द्यावी. सेखोजी आंग्रे जागरूक होता. त्याने बादशहाच्या अधिकाऱ्यास कळविले की, सिद्दीला जी रक्कम व्यापारसंरक्षणासाठी देण्यात येते ती रक्कम मला द्यावी म्हणजे समुद्रावरील व्यापारावर आलेले कोणतेही विघ्न मी दूर करीन. याकरता आपले मत लवकर कळवावे. मुघल प्रतिनिधीने रायगड किल्ला सिद्दीकडून जिंकून घेतल्यावर तो गोवळकोट आणि अंजनवेल जिंकण्यासाठी गेला. सेखोजी आंग्र्यांचे सैनिक दिवाण रघुनाथ हरि आणि बकाजी नाईक महाडीक यांच्या आधिपत्याखाली सिद्दीशी लढत होते. १७३३ चा मे संपायच्या अगोदर सेखोजीने सिद्दीकडून मंडणगड घेतला. ६ जुलै १७३३ रोजी बकाजी नाईकने आपल्या सैन्यासह विजयगडावर हल्ला केला आणि तो किल्ला आपल्या ताब्यात घेतला.

सुवर्णदुर्गहून अंजनवेलकडे जाताना बकाजी नाइकास समजले की, सिद्दीसातच्या मनात पुन्हा परशुराम देवालयाची विटंबना करावयाची आहे; म्हणून बकाजी नाईक गोवळकोटकडे चालून गेला. सिद्दीसातने १२ ते १५ हजार सैन्यासह मराठ्यांवर हल्ला चढविला. सिद्दीचे सैन्य फार असल्यामुळे मराठ्यांना हार पत्करायची वेळ आली होती;

पण बकाजी नाइकाने सैन्य गोळा करून सिद्दीसातला वेढले आणि त्यासह त्याचे सैन्य पळवून लावले.

३० जुलै १७३३ रोजी प्रतिनिधीस विशाळगडाहून कुमक मिळाली. त्याच दिवशी प्रतिनिधीचा भाऊ गंगाधरपंत याने सिद्दीच्या चौकीवर हल्ला चढविला. सिद्दीने किल्ल्यात आश्रय घेतला. तेव्हा प्रतिनिधीने किल्ल्यावर हल्ला करण्याचा हुकूम सोडला. सिद्दीने हा हल्ला परतवून लावला. त्यात मराठ्यांचे पुष्कळ सैनिक कामास आले. अशा रीतीने सिद्दीने प्रतिनिधीचा पराभव केला. या हल्ल्यात आंग्रे व पेशवे यांनी भाग घेतला नाही म्हणून प्रतिनिधीने शाहूमहाराजांकडे तक्रार केली. अशा रीतीने कोकण हे युद्धक्षेत्र बनले. सिद्दीने प्रतिनिधीने बळकावलेल्या चौक्यांवर जोराचा हल्ला चढविला. तेव्हा प्रतिनिधीचा पाडाव होऊन त्यास कोकणातून परत जावे लागले.

प्रतिनिधीने संभाजी आंग्रेस आपले आरमार मदतीस देण्याची विनंती केली होती पण पेशव्यांतर्फे सेखोजीकडून संभाजीस प्रतिनिधीस मदत करू नको, अशा सूचना मिळाल्या होत्या; त्यामुळे संभाजीने प्रतिनिधीने मागितलेली मदत देण्याचे नाकारले.

१३ जुलै १७३३ रोजी इंग्रजांनी सिद्दीस मदत पाठविण्याचे ठरविले. त्याप्रमाणे त्यांनी एक लेफ्टनंट, दोन इंजिनिअर्स, चार सार्जंट, चार कार्पोरर्स, चाळीस युरोपिअन मस्केटिअर्स, साठ तोपोसी, सहा नार्टन फाउंडर्स, साठ पावडरचे डबे, शंभर मस्केटिअर्स आणि इतर अनेक प्रकारचे मिलिटरी सामान देऊन मदत पाठविली. ही सर्व मदत त्यांनी त्यांच्याकडे शिष्टाईस गेलेल्या आंग्र्यांचा वकील बाबाजी बल्लाळ यास आम्ही मदत करणार नाही असे कबूल करूनही पाठविली. बाजीरावांना इंग्रजांनी सिद्दीस मदत पाठविल्याचे कळले. तेव्हा त्यांनी स्वारीच्या व्यवस्थेसंबंधी साताऱ्यास महाराजांपाशी अंबाजी पुरंदरे होता, त्यास लिहिले की, 'हबशी शत्रू सामान्य नव्हे, जंजिऱ्यावर कशा मोहिमा झाल्या, पण तो हारीस आला नाही. अगदी निर्मूलन करावयास मेहनत फार पाहिजे. आरमाराने चहूकडे बंद राखण्याचा खर्च मुबलक होईल. माणूस किमान पक्षी पंधरा हजार पाहिजे. वर्ष दोन वर्षं लागतील. हबशाचे दोन हात जबरदस्त आहेत, एक अंजनवेल व एक उंदेरी. दोन्ही स्थळे हातास आलियावर हिंमत कमी होईल. पैका पाण्यासारखा वेचावयास पाहिजे. आम्हास अनुकूल पडेल तितका पैसा खर्च केला. आता आमचे वस्तू बनत नाही. धणी खर्चास पुरवतील तरी आम्हीं मेहनत करू. जिवाकडे न पाहता धण्याचे काम होईल ते करू, सैखोजी आंग्रे आले. पंधरा-सोळा दिवस राहून मानाजी आंग्रे येथे ठेवून कुलाबियास गेले. बाकाजी नाइकाने मोर्चे मंडणगडास लाविले आहेत. सेखोजीने उंदेरीस लागावेसे मान्य केले आहे.'

पावसाळ्याचा अवधी मिळून सिद्दीस स्फुरण चढले. त्याने चौलचे पोर्तुगीज, सुरतेचा मुघल, निजाम अशा अनेकांकडे आपल्याला मदत करण्याविषयी जासुदांमार्फत

खलिते पाठविले. दिल्लीच्या बादशहाससुद्धा आपणास मदत करण्याविषयी विनंती केली. वजिराने त्यांस फौजेची व आरमाराची मदत ताबडतोब करण्याविषयी मुंबईच्या इंग्रजांस हुकूम पाठविला. आमचा धंदा व्यापाराचा आहे, तथापि आपण फौजेची व पैशांची मदत केल्यास आम्ही आरमार पाठवून सिद्दीस मदत करू असे इंग्रजांनी उत्तर दिले. एवंच बाजीराव सिद्दीची बाजू जबरदस्त बळकट आहे हे जाणत होता.

शाहूमहाराजांनी सिद्दीवरील स्वारीची मुखत्यारी पेशवा बाजीरावांवर सोपविली पाहिजे होती. ते न करता महाराज सातार्‍यास राहून त्यांनी श्रीनिवास पंडित प्रतिनिधी याला स्वारीवर कोकणात पाठविले. त्याच्या भावासही सैन्यासह पाठविले आणि लिहिले की, उभयतां एकामते वर्तोन सेवेचा मुजरा करून घेणे; पण बाजीराव पेशव्यांचे प्रतिनिधी ऐकत नव्हता. तसेच सिद्दीसातने प्रतिनिधींची भेट घेतली, एक-दोन युद्धे तुंबळ झाली. त्याचे हातून कार्यसिद्धी होत नाही हे बाजीरावांनी ओळखले. अशा रीतीने मराठी सरदारांत सिद्दी विरुद्ध चाल करण्यासाठी एकजूट होत नसल्याने बाजीरावांनी सिद्दीशी समेट करावा असा निर्णय घेतला असावा.

जुलैअखेर पावेतो मराठ्यांची सरशी होती. हबशी नाहीसा झाल्याने आंग्र्यांचा जोर वाढून शेजारी आपला मुंबईत निभाव लागणार नाही अशी इंग्रजांस धास्ती पडली. आंग्र्यांविषयी त्यांच्या मनात द्वेष होताच; म्हणून इंग्रजांनी हबशास फौज, दारूगोळा, अन्नसामग्री वगैरेंचा पुरवठा केला. रेवस, थळ, चौल ही बंदरे आंग्र्याच्या हातात गेली व लवकरच उंदेरीवर हल्ला होणार, अशा बातम्या येऊ लागल्या. उंदेरी आंग्र्याने घेतल्यास आपला मुंबईचा व्यापार कायमचा बुडेल अशी इंग्रजांस मोठी धास्ती वाटली; म्हणून त्यांनी ते ठाणे कॅप्टन इंचबर्डला पाठवून काबीज केले. नजीकचा खांदेरीचा किल्ला मराठ्यांचा होता. त्यावरून त्यांनी उंदेरीवर मारा चालू केला; पण काही जमले नाही. हबशी सुरतेच्या मुघलाकडून इंग्रजांकडून मदत मिळवून जंजिरा किल्ला लढवीत होता. त्यामुळे मोहीम फसण्याचा रंग येत चालला. इतक्यात सेखोजी आंग्रे २८ ऑगस्ट १७३३ रोजी मृत्यू पावला. जेणेकरून चाललेल्या स्वारीला मोठी आपत्तीच निर्माण झाली. सेखोजीच्या पश्चात त्याचे बंधू संभाजी व मानाजी यांची सत्तेसाठी भांडणे सुरू झाली. बाजीराव पेशव्यांनी सेखोजीची बाजू घेतल्याने संभाजी बाजीरावांचा द्वेष करीत होता. संभाजीने कुलाब्याच्या आरमाराचा ताबा घेतल्यावर बाजीराव पेशव्यांनी त्यास राजापुरीस निरोप पाठविला. संभाजीने त्यास भेटण्याचे नाकारले.

ऑक्टोबर १७३३ मध्ये प्रतिनिधीने सिद्दीवर निकराचा हल्ला करण्याचे ठरविले. त्याप्रमाणे गोवळकोटच्या किल्ल्यावर चाल केली. चालून गेलेल्या मराठी फौजेस किल्ल्यातून गोळ्या खाव्या लागल्या. सिद्दीच्या युद्धनौका पाहूनच प्रतिनिधीचे सैन्य पळू लागले. सिद्दी सैनिकांनी युद्धनौकेवरून उतरून जमिनीवरील प्रतिनिधीच्या फौजेवर हल्ला केला;

त्यामुळे मराठी सैन्यास पराभव पत्करावा लागला. या लढाईत मराठी सैनिकांची विशेष प्राणहानी झाली. अकस्मातपणे अंजनवेलवर हल्ला करून ते स्थळ घेण्यासाठी जे मराठे सैनिक प्रतिनिधीच्या आज्ञेप्रमाणे गेले होते, त्यांना पराभव पत्करून यावे लागले. दि. २५ ऑक्टोबर १७३३ रोजी प्रतिनिधीने गोवळकोटास दिलेला वेढा उठवून, तो साताऱ्यास हात हलवीत परत गेला. याचा अर्थ असा की, बाजीराव पेशव्यांनी सिद्दीला कोकणातून हाकलून देण्यासाठी जिकिरीचे प्रयत्न केले. त्यास यश मिळाले नाही. सप्टेंबर १७३३ मध्ये इंग्रजांनी सिद्दीच्या साहाय्यास आरमारी जहाजांचा सुसज्ज ताफा पाठविला. सिद्दी व इंग्रज यांनी मराठ्यांविरुद्ध स्वसंरक्षणाचा तह केला. त्यानंतर ब्रिटिश आरमार राजापुरीच्या खाडीत येऊन उभे ठाकले. तसेच इंग्रजांनी मानाजीस मदत करण्याच्या निमित्ताने आपले आरमार कॅ. इंचबर्डचे हाताखाली कुलाब्यावर पाठविले. सिद्दीच्या भानगडी वाढत चाललेल्या पाहून शाहूमहाराजांनी बाजीरावांना सिद्दीशी समेटाचा तह करण्याचे सुचविले. तरीही बाजीरावांनी खुष्कीवरून जंजिरा किल्ल्यास मोर्चे लावून तोफांचा मारा चालविला तेव्हा नाइलाजाने सिद्दी बाजीरावांबरोबर तह करण्यास तयार झाला. तहाप्रमाणे सिद्दी अब्दुल रहमान यास जंजिऱ्यात तक्तावर बसवून बाकी किल्ले मराठ्यांनी घेतले. त्यांपैकी रायगड व महाड हुजूर महाराजांनी ठेवून वरकड किल्ल्यांचा बंदोबस्त बाजीराव साहेबांनी केला. साडेपाच महाल हबशास देऊन वरकड सरकारांत घेतले. हा तह अलिबागनजीक नवदरे येथे झाला. १७३३ च्या डिसेंबरात ११ तारखेस पेशवे साताऱ्यास आले.

समुद्रावर लढाई करावयास सेखोजी आंग्रे हाच सरदार लायक होता आणि बाजीराव पेशव्यांचा सेखोजी हा उजवा हात होता. बाजीरावास समुद्रलढाई परिचित नव्हती. या इ.स.१७३३ च्या सिद्दीवरील स्वारीत सेखोजी आपली आरमारी लढाई जहाजे देऊ शकला नाही. त्याचे कारण पावसाळा सुरू होण्यापूर्वी एक महिना पेशव्यांनी सिद्दीशी लढाईस सुरुवात केली. पावसाळ्याच्या सुरुवातीस खवळलेल्या समुद्रात उतरून लढाई करणे अशक्य झाल्यामुळे सेखोजी पेशव्यास मदत करू शकला नाही. तहाच्या वाटाघाटी चालू असता सिद्दीसातने आपली माणसे खुष्कीच्या मार्गाने बाणकोटवर हल्ला करण्यास पाठविली पण मराठ्यांनी तोही डाव उधळून लावला; पण उंदेरी येथील सिद्दीने थळ वर हल्ला करून ती जागा १३ नोव्हेंबर १७३३ ला जिंकून घेतली. एका हातघाईच्या लढाईत सिद्दी यारखान मानाजीकडून मारला गेला.

चिमाजीआप्पांची सिद्दीसातवर स्वारी

ऑक्टोबर १७३३ पासून चिमाजीआप्पा कोकणच्या रणभूमीवर सिद्दीसातशी मुकाबला करीत होते. दोन महिन्यांत सिद्दीचा पाडाव होऊन त्याने शरणागती पत्करून मराठ्यांशी शांततेचा तह केला; पण सिद्दीने हा तह कधी पाळला नाही. इंग्रजांनी सिद्दीस मदत करण्याचे ठरवून त्याजबरोबर मैत्रीचा तह ६ डिसेंबर १७३३ ला केला. त्यानंतर

आठ दिवसांनी जंजिऱ्याच्या गादीवर मराठ्यांच्या पसंतीचा अबदूल रहमान बसला. बाजीराव पेशवे पुण्यास निघून गेल्याचे पाहून सिद्दीने बाणकोटवर हल्ला करून ती जागा जिंकली. तेथील मराठी फौज जीव बचावण्यासाठी सुवर्णदुर्गास आली. सन १७३४च्या जानेवारीत सिद्दीने पाचाड हस्तगत केले व पुढे तो रायगडावर चढणार अशी बातमी साताऱ्यास शाहूमहाराजांकडे गेली. तेव्हा शाहूमहाराजांस भीती वाटून त्यांनी कोकणात आणखी कुमक पाठविण्यास पेशव्यांना हुकूम केला. चिमाजीआप्पांनाही रायगडच्या आसपास तळ देऊन सावध रहाण्याचा हुकूम पाठविला. मराठ्यांचे सैन्य पोलादपूरला ५ जानेवारी १७३४ ला जमले. त्यात उदाजी पवार, बाजी भिवरा व हरि गणेश, राजीझा हे होते. सूर्योदयाच्या सुमारास लढाईस तोंड लागले. उदाजी पवारने आपल्या सैन्यानिशी शत्रूंवर जोराची चाल केली. वाडी आणि पाचाड ही गावे मराठ्यांनी त्याच दिवशी जिंकली. सिद्दीचे बहुतेक सैन्य मारले गेले. उदाजी पवारने हातघाईच्या लढाईत सिद्दी अंबर अफवानीचे शीर धडावेगळे केले. मराठ्यांनी सिद्दीचे शीर नेले. कृष्णाजी खटावकर आणि रायगडचा सरनौबत जिवाजी लाड लढाईत पडले. सिद्दीसात महाडला पळून गेला.

सिद्दीच्या सैन्याचा रायगडला पराभव केल्यावर मराठी सैन्य सिद्दीने व्यापलेल्या महाडवर चालून गेले. काही सैन्य अंजनवेल व गोवळकोटवर चालून गेले त्याचवेळी शाहूमहाराजांनी संभाजी आंग्रेस वरील दोन्ही ठिकाणच्या वेढ्यास मदत करण्यास सांगितले. सिद्दी बाणकोटला गेल्यावर मराठ्यांनी महाड २४ जानेवारी १७३४ रोजी जिंकून घेतले.

मराठ्यांनी सिद्दीचा पाठलाग करून बाणकोट किल्ला ८ मार्च १७३४ रोजी काबीज केला. या कामी बाजी भिवराव वगैरे सरदारांनी जिवापाड मेहनत केली. बाणकोटचा कब्जा बाजी भिवरावने घेतल्यावर तेथील किल्लेदार हावजीसेडरग पळून गेला म्हणून बाजी भिवरावने पेशव्यांना दुसरा किल्लेदार नेमण्याची विनंती केली; लागलीच त्याने बाणकोट किल्ल्याची डागडुजी करण्याचे काम हाती घेतले. या स्वारीत पेशव्यांचे सैन्य बाजी भिवराव व मानकर यांच्या ताब्यात होते. हुजूर सैन्य हरि मोरेश्वर, राजाज्ञा, शेखीमराव, लिंगोजी हवालदार अशा चार सेनानींच्या हुकमतीखाली लढत होते. तोफखान्याचा प्रमुख देवराव मेघश्याम हा दरोगाही हुजूर सैन्याबरोबर होता. या सर्व सैन्यात प्रतिनिधी, संभाजी आंग्रे यांना सिद्दीविरुद्ध मदतीसाठी शाहूमहाराजांनी फर्माविले.

या लढाईची सर्व सूत्रे शाहूमहाराज साताऱ्यात बसवून हलवीत असत. पेशव्यांच्या अनुपस्थितीत त्यांनी प्रतिनिधीस व संभाजी आंग्रेस लढाईची मुखत्यारी दिली. मराठ्यांच्या सैन्यात बहुनायकी झाली. बाजी भिवरावच्या हाताखालील पेशव्यांच्या सैन्यास शाहूमहाराज पेशवे व चिमाजीआप्पा यांजकडून हुकूम मिळत असे आणि हुजूरातच्या सैन्यास शाहूमहाराज व प्रतिनिधी यांजकडून मार्गदर्शन होई.

सिद्दीसातने जुन्या क्लृप्त्या योजून प्रतिनिधीस हैराण केले त्यामुळे त्यास गोवळकोटला घातलेला वेढा उठवावा लागला. बाजी भिवरावच्या मनात अंजनवेलला वेढा घालावयाला होता; तसे त्याने शाहूमहाराजांस कळविले. त्यावर शाहूमहाराजांनी त्यास आज्ञा केली की, 'त्याने गोवळकोटला प्रतिनिधीच्या मदतीस जावे.' बाजी भिवरावच्या मनात गोवळकोटला जावयाचे नव्हते. त्याने शाहूमहाराजांकडून ज्या आज्ञा आल्या त्या पेशव्यांना कळविल्या; कारण बाजी भिवराव हा पेशव्यांचा सरदार होता. असे असता शाहूमहाराज हुकूम करत होते यावर त्याने बाजीरावांकडून आज्ञा मागितल्या; यामुळे गोवळकोट व अंजनवेलच्या गोष्टी रेंगाळत राहिल्या. हे पाहून महाराजांनी शिवाजी खंडेराव चिटणीस यास कोकणात पाठविले. तो सैन्यासह अंजनवेल समोर दि. १ एप्रिल १७३४ रोजी येऊन उभा ठाकला. त्यास संभाजी आंग्रेच्या फौजा येऊन मिळाल्या. दरम्यान, सोनजी भापकर आणि आंग्रेची माणसे जी किल्ल्यासमोर वेढा घालून होती त्यावर सिद्दीसातच्या माणसांनी हल्ला केला आणि शेकडो माणसे कापून काढली.

तथापि, पेशवे व हुजूर दलाने अंजनवेलला वेढा चालू ठेवला. जिवाजी खंडेराव चिटणीस याने पेशव्यांस संभाजी आंग्रेची अंजनवेलवर समुद्रमार्गे हल्ला करण्याची योजना कळविली. इतक्यात सोनजी भापकर व आंग्रेकडील माणसे जी नाथानदीत तळ देऊन होती. त्यांजवर सिद्दीसातने अकस्मात हल्ला केला. परिणामी अनेक लोक जखमी झाले व मारले गेले. तथापि, आंग्रे व हुजूर सैन्याने अंजनवेलला घातलेला वेढा १० एप्रिल १७३४ पर्यंत चालूच ठेवला. वेढा चालू असताना संभाजी आंग्रेस पाठविलेली सरखेल पदाची वस्त्रे आणि एक हत्ती जयगड मुक्कामी मिळाली. त्यामुळे मराठी सैन्याने अंजनवेलवर जोराचा हल्ला चढविला. जिवाजी खंडेराव चिटणीस याने खुष्कीमार्गे व संभाजी आंग्रे याने समुद्रमार्गे हल्ले चढविले; पण दुसऱ्या दिवशी तेवढ्याच जोराने हल्ला करता आला नाही; कारण समुद्राच्या पाण्यास भलतीच ओढ लागल्याने संभाजी आंग्रेस विजयदुर्गचा आश्रय घ्यावा लागला. अशा प्रकारे भूमीवरून व पाण्यातून एकाचवेळी हल्ला करण्याचा डाव फसला.

आंग्रे याच्या बाकीच्या सैन्याने किल्ल्याच्या दोन महत्त्वाच्या बुरुजांवर तोफांचा मारा केला. सिद्दीसातचे सैन्य किल्ल्याच्या तटाच्या आत होते. त्यांनी इंग्रजांकडून मिळविलेल्या तोफांनी उत्तर दिले. या युद्धात मराठ्यांकडील सरदार बाबूराव यांचा बळी गेला. मराठे सैन्य संभाजी आंग्रे दूर विजयदुर्गात आपल्या सैन्यासह राहिल्यामुळे हतबल झाले. या धरसोडीच्या राजकारणास कंटाळून पेशव्यांचा सरदार बाजी भिवराव कोकणच्या स्वारीत नाखूश होऊन पेशव्यांना त्याने आपल्याला परत बोलावण्याची विनंती केली. पानकोट आणि बाणकोट हे दोन्ही किल्ले सुरक्षित राखण्याची सारी खटपट बाजी भिवरावने

केली तरी बाणकोट जवळ सिद्दीच्या माणसांशी कुरापत निघून त्यात शत्रूचा हल्ला मराठ्यांनी परतविला. बाजी भिवरावाला या स्वारीत कोणत्या अडचणींवर मात करावी लागली हे त्याने पेशव्यांना पत्र लिहून कळविले. या दोन्ही जागा लढवून घ्यावयास पैशांची आणि अन्नधान्याची तरतूद सातारा महाराजांनी करावी असे बाजी भिवरावाने पेशव्यास सुचविले.

मे १७३४ च्या मध्यावर शाहूमहाराजांनी गोवळकोट येथील मराठ्यांच्या सेनाधिकाऱ्यात बदल केले. हे इतर सरदारांस पसंत पडले नाही. महाराजांनी कृष्णा दाभाडे व दुसरा सरदार संभाजी बेरंगे या दोघांना मे महिन्यात कोकणात पाठविले. उदाजी पवारला पावसाळ्यात गोवळकोटच्या आसमंतात मुक्काम करून रहा असा आदेश दिला. असे करण्यात शाहूमहाराजांचा हेतू कोकणातील सिद्दीवरील स्वारी लवकर संपविणे हा होता. मराठे सरदारांमध्ये मतभेद असल्यामुळे त्यांपैकी काहीजणांनी अंजनवेल आणि गोवळकोटला रामराम ठोकला व ते शाहूमहाराजांचा हुकूम कोकणात रहा, असे असताही साताऱ्यास गेले. दाभाडेने बेदिली केल्याचे ऐकल्यावर बाजीरावांना कोकणातून बोलविल्याबद्दल शाहूमहाराजांना वाईट वाटले.

चिटणीस आणि इतर मराठे (कोकणातील) सरदारांनी साताऱ्याहून ताज्या दमाची कुमक घेण्यासाठी तातडीने लिहिले; पण त्याचा काही उपयोग झाला नाही. मे महिन्यातील थकावटीस कंटाळून वेढा घालून बसलेल्या सैन्यापैकी काही सैन्य साताऱ्यास परतले. आता वेढा चालू ठेवण्यात स्वारस्य नाही हे जाणून चिटणीस वेढा उठवून जून महिन्यात साताऱ्यास आले.

१७३४ च्या पावसाळ्यात ब्रह्मेंद्रस्वामी कोकणात उतरले. तेव्हा त्यांचे सर्व शिष्यगण त्यांच्या भेटीस आले. संभाजी आंग्रेने स्वामींचे दर्शन घेऊन त्यांची थट्टा केली. तेव्हा स्वामीस राग येऊन त्याने संभाजीस शाप दिला. बाजीराव पेशवे साताऱ्यास परतल्यावर संभाजी आंग्रेने अंजनवेल किल्ल्यास वेढा दिला. सिद्दीचा जोर जास्त पडल्यामुळे हा वेढा जास्त काळ चालेल असे संभाजी आंग्रेस वाटून त्याने वेढा चालू ठेवला; आपले लक्ष कौटुंबिक बाबींकडे वेधले. संभाजीने आपले भाऊ धोंडाजी आणि मानाजी यांना कुलाब्याकडील घडामोडीत लक्ष घालण्यास सांगितले तसेच कुलाब्याकडील आरमाराचा ताबाही दिला. ही व्यवस्था चार महिने चालली. त्यानंतर दोघा आंग्रे बंधूंमधील भांडणे चव्हाट्यावर आली. संभाजीने धोंडाजीला कुलाबा येथील जबाबदारीतून मुक्त केले. मानाजी आंग्रे पेशवे आणि ब्रह्मेंद्रस्वामी यांच्या सल्ल्याने वागतो असा संशय येऊन त्यांचा काटा काढण्याचे संभाजी आंग्रे याने योजिले. मानाजीस संभाजीचे हे दुष्कृत्य समजल्यावर त्याने कुलाब्याहून पळ काढला आणि तो रेवदंड्यास पोर्तुगिजांच्या आश्रयास गेला. मानाजीच्या पलायनानंतर संभाजी विजयदुर्गाच्या दिशेने गेला आणि त्याने पोर्तुगिजांची

मदत घेऊन आपल्या आरमाराच्या साहाय्याने मानाजीवर हल्ला केला.

मानाजीने पेशव्यांची मदत मागितली त्याकरता त्याने पेशव्यांना कोरिगड आणि राजमाची हे दोन किल्ले दिले आणि पेशव्यांच्या मदतीने संभाजीचा हल्ला परतविला. संभाजीच्या या तऱ्हेवाईक स्वभावामुळे तो बाजीराव, शाहूमहाराज व ब्रह्मेंद्रस्वामी यांच्या मर्जीतून उतरला. बाजीरावांनी कोकणातून साताऱ्यास परतण्यापूर्वी संभाजीवर अंजनवेल जिंकून घेण्याची कामगिरी सोपविली होती ती त्याला पार पाडता आली नाही म्हणून पेशवे रुष्ट झाले. १७३४ च्या पावसाळ्यात ब्रह्मेंद्रस्वामी कोकणात गेले त्या वेळी संभाजीने बळेच त्यांची कांबळ, बंदूक आणि ध्वजही खेचून नेला. स्वामीला त्याचा उद्वेग आला. शाहूमहाराज संभाजीच्या या बेजबाबदार वागणुकीस कंटाळले. भावांबरोबरच्या भांडणामुळे संभाजीच्या ताब्यातील थळचा किल्ला पोर्तुगिजांनी बळकावला. मुंबईकर इंग्रज संभाजीच्या आरमारी तयारीला बिचकून होते.

आंग्रे बंधूत लढाई होऊन त्यांचे बळ परस्पर कमी व्हावे अशी मुंबईकर इंग्रजांची इच्छा, त्यांनी तत्काळ मानाजी आंग्रेची बाजू घेतली. मुंबईकर इंग्रजांनी सिद्दीस मदत केल्यामुळे त्याजकडून अंजनवेल व गोवळकोट हे किल्ले मराठ्यांना जिंकून घेण्याचे काम रेंगाळत चालले होते. मानाजीने आपला बंधू संभाजी याविरुद्ध पेशव्यांची मदत मागितली तेव्हा शाहूमहाराजांनी बाजीरावांना रवाना करून त्यांजवर या दोन आंग्रे बंधूंचे भांडण मिटविण्याचे काम व सिद्दीकडून अंजनवेल व गोवळकोट हे दोन किल्ले जिंकून घेण्याचे काम अशी दोन कामे सोपविली. पेशवे कोकणात येण्यापूर्वी मानाजीने अंजनवेल किल्ला काबीज केला होता.

फेब्रुवारी १७३५ मध्ये बाजीराव पेशवे कोकणात उतरले. दरम्यान शाहूमहाराजांना कोकणातून विनंती करण्यात आली की, संभाजी आंग्रेस अन्नधान्य पुरवठा करावा म्हणजे तो आपले आरमार सुसज्ज करून जो सिद्दी केळशीला उतरला आहे त्याजबरोबर झगडा करण्यास सज्ज होईल. बाजीरावांनी फटाकडी बंदूक युद्धभूमीवर आणण्यास सांगितले. त्या लोकांनी बाजीरावांना असे कळविले की, अत्यंत मोठ्या अडचणींना तोंड देऊन ही बंदूक नागोठण्यापर्यंत नेऊ शकलो. बाजीरावांना सावधगिरीचे इशारे मिळत होते कारण एका बाजूस सिद्दी व दुसऱ्या बाजूस पोर्तुगीज हे दोन्ही शत्रू बाजीरावांना पाण्यात पहात होते. कोकणच्या या स्वारीकरता पैशांची गरज होती. त्याकरिता आपला हस्तक बाजीरावांनी मुंबईस पाठवून कृष्णाजी राम या धनिकाकडे पैशांची मागणी केली. हा धनिक पेशव्यांचे देणे लागत होता; पण त्याला इंग्रजांचे संरक्षण होते; त्यामुळे कृष्णाजी राम याने बाजीरावांच्या मागण्याप्रमाणे देणे नाकारले. अशा सर्व अडचणींतून बाजीरावाने फेब्रुवारी ते एप्रिल १७३५ या दरम्यान जोमाने चढावाचे धोरण स्वीकारून मानाजी आंग्रेस किल्ले राजमाची, कुलाबा, खांदेरी जिंकून घेण्यास मदत केली. पेशवे

बाजीरावांनी आंग्रे बंधूस समझोता करण्यासाठी अलिबाग जवळील नवदरे येथे बोलाविले आणि संभाजीस दोघांभावातील शांततातह करण्यास भाग पाडले. संभाजी आंग्रेने विजयदुर्ग तथा बाजूचे संरक्षण करावे.

संभाजीला सरखेल पद दिले व मानाजीला वजारत माब हा किताब देऊन त्याच्या स्वाधीन कुलाबा ठेवला. एप्रिल १७३५ मध्ये मराठ्यांनी गोवळकोटास वेढा घातला तो दीड वर्षे चालला. ऑगस्ट १७३५ मध्ये सूर्याजी चव्हाणला शाहूमहाराजाने वेढ्यातील मराठ्यांना मदत करण्यासाठी कोकणात पाठविले.

त्या अगोदर शाहूमहाराजांनी सरखेल संभाजीस पत्र पाठवून गोवळकोटवर तुटून पडून किल्ला शक्यतो लवकर जिंकण्याची आज्ञा केली. तेव्हा सरखेलने आपला सरदार बावजी म्हस्के यास सैन्यासह गोवळकोटास रवाना केले. गोवळकोटला ४ एप्रिल १७३५ रोजी सैन्यासह पोचल्यावर बावजी म्हस्के यांनी शाहूमहाराजांस वेढ्यात येत असलेल्या अडचणींची माहिती कळवून त्यासाठी जादा माणसांची कुमक पाठविण्यास सांगितले. पेशव्यांना या पत्राचा आशय साताऱ्याहून त्यांचा मुलगा नानासाहेब यांनी पाठविला तो मिळाला. कोकणात गोवळकोटवरील वेढा लढविणारा मराठा सरदार संताजी जाधव याने महाराजांस पत्र पाठवून कळविले की, 'इथे परिस्थिती अगदी वाईट असून गेल्या तेरा महिन्यांत अनेक अडचणी, अतोनात खर्च यांमुळे आपण मेटाकुटीस आलो आहोत; म्हणून त्याने शाहूमहाराजांस विनंती केली की, तुम्ही मला आठ दिवसांच्या आत या उद्योगातून मुक्त करा.' सिद्दीने मराठ्यांच्या ढासळत चाललेल्या परिस्थितीचा फायदा घेण्याचे ठरवून जून १७३५ मध्ये मराठी मुलखात धुमाकूळ घालण्यास सुरुवात केली; पण जूनला कोकणात सुरू झालेल्या अतिवृष्टीमुळे मराठ्यांच्या हालचालीस पायबंद पडला आणि त्यामुळे त्यांना मरगळपणा आला.

सप्टेंबर १७३५ मध्ये मराठ्यांनी वेढ्याचे काम कासी बंदरातून जोरात चालविले आणि जंजिरा किल्ल्याजवळील जोरात चाललेल्या लढाईची हकिगत पेशवे यांना कळविण्यात आली. एवढ्यात शाहूमहाराजांना निजामाकडून दोन हजार फौजेची कुमक मिळाली. तिला कोकणात रवाना करण्यात आले. कर्नाळा किल्ल्यात या फौजांना आश्रय देण्यात आला. एप्रिल १७३६ मध्ये सिद्दीसातला गुप्तबातमी मिळाली की, संभाजी आंग्रे गोवळकोट आणि अंजनवेल या किल्ल्यांवर जमिनीवरून आणि समुद्रातील जहाजांवरून हल्ला करणार आहे. तेव्हा त्याने मुंबईच्या इंग्रजांना आपल्या मदतीला बोलाविले. इंग्रजांनी आपले आरमार लगेच सिद्दीकडे रवाना केले. सिद्दीने पोर्तुगिजांकडेसुद्धा मदत मागितली. पोर्तुगिजांनी होकार देऊन आपले आरमार इंग्रजी आरमाराबरोबर सिद्दीच्या मदतीस पाठविले. संभाजीने या आरमारांना समुद्रात पाहून आपला सरदार भावजी म्हस्के जो गोवळकोट वेढ्यात होता त्यास परत बोलाविले.

म्हस्के सरदार यांस संभाजीने परत बोलावण्याचे दुसरे कारण हे की, कोल्हापूर राज्याचे सैन्य आणि रामचंद्रपंत बावडेकरांचे सैन्य यांच्या हद्दीस लागून असलेल्या आंग्रे यांच्या मुलखात शिरून धुमाकूळ घालू लागले तेव्हा या सैन्यास पिटाळून लावण्यासाठी संभाजी आंग्रेस म्हस्के सरदार हवा असे वाटले. शाहूमहाराजांस या दोन्ही सैन्यांकडून आंग्रे यांच्या मुलखास उपद्रव होत असल्याचे कळविल्यावर महाराजांनी या दोन्ही सैन्यांच्या प्रमुखांस ताकीद दिली व अशा पद्धतीने चाललेला धुमाकूळ बंद करा, म्हणून सांगितले; पण त्याचा काहीच उपयोग झाला नाही. कोकणात पाठविलेल्या हुजुरातीच्या सैन्याला लष्करी डावपेच कळत नव्हते त्यामुळे ते सैन्य गोवळकोट किल्ल्यावर हल्ला करण्यास असमर्थ होते. ज्या पद्धतीने गोवळकोटचा वेढा चालला होता हे पाहून म्हस्केसुद्धा कंटाळला. त्याला परत येण्यासंबंधीचा संभाजी आंग्रेचा हुकूम त्याच्या पथ्यावर पडला. शत्रूचे सैन्य मारा करण्यास येत आहे अशी आवई उठताच त्याने आपल्या बॅटरीचा नाश केला, तळ मोडला आणि २-३ कोसांच्या अंतरावर जाऊन राहिला. त्याची समजूत घालण्याचा प्रयत्न हुजुरातच्या सेनानीने केला पण त्याने आपल्यास प्रमुखाचे बोलावणे आले, असे सांगून लढाईत सहभागी होण्यास नकार दिला. परंतु, हुजुरातीच्या सेनानीने म्हस्केस तळामध्ये रहाण्यास विनंती केली ती त्याने मानली. हुजुरात सेनानी संताजी जाधव आणि दुर्गोजी भोईटे यांनी म्हस्केस बंदुका तळातून घेऊन जाण्यास मनाई केली त्यांनी म्हस्केस असे सांगितले की, 'आमच्या मुलखाच्या परवानगीशिवाय तुला बंदुका सरंजाम हलवता येणार नाही.' म्हस्के आपल्या लवाजम्यासह २-३ कोस पुढे गेला पण परत आला नाही. तेव्हा हुजुरात सैन्य तेथून निघून चिपळूणास आले आणि शाहूमहाराजांस 'आपल्याला बोलवा' असे सांगू लागले. ९ नोव्हेंबर १७३५ रोजी सिद्दीसात आपली आरमारी जहाजे व २५०० लष्करी माणसे घेऊन गोवळकोटसमोर येऊन ठाकला आणि आपले आगमन झाल्याचे शत्रूस समजावण्याकरिता त्याने बंदुकीचे आवाज काढले. आंग्र्याच्या ताब्यातील समुद्रकिनाऱ्यावर ज्या झोपड्या होत्या त्या त्याने जाळून व लुटून फस्त केल्या.

या वेळी मराठ्यांना कळून आले की, सिद्दीसातने डच कंपनीशी संधान बांधून त्यांचीही मदत मागितली. डच हे सुरतेहून माल घेऊन जाऊन जंजिऱ्यास विकत असत. त्यांनी आपल्या मदतीचे आश्वासन दिले. हे कळूनसुद्धा संभाजी आंग्रे आपले कुलाब्याकडील आरमार घेऊन सुवर्णदुर्गकडे निघाला होता; पण श्रीवर्धनजवळ केळशीच्या नदीत सिद्दीसातशी त्याची गाठ पडून लढाई झाली. त्यात त्याने सिद्दीसातवर विजय मिळविला. सिद्दीवरील मोहीम निकालात काढण्यासाठी शाहूमहाराजांनी पिलाजी जाधव यास कोकणात पाठविण्याचे ठरविले. संभाजी आंग्रेला वाटायला लागले की, शाहूमहाराज आणि पेशवे या दोघानांही आपले महत्त्व वाटेनासे झाले आहे म्हणून त्याने सिद्दीसातबरोबर

शांततेचा तह करण्याचे ठरविले. शाहूमहाराजांस कळून आले की, संभाजी आंग्रे सिद्दीसातला मंडणगड व विजयगड ही दोन स्थळे देऊन शांततातह करण्यास तयार आहे; तेव्हा महाराजांस राग आला. सिद्दीसातबरोबर कोणत्याही प्रकारचा तह करू नकोस त्याचे दुष्ट परिणाम तुला भोगावे लागतील. अशी ताकीद महाराजांनी संभाजी आंग्रेस दिली. जेव्हा पिलाजी जाधवास समजले की, महाराज आपल्याला कोकणात पाठवित आहेत; तेव्हा तो चिमाजीआप्पांकडे जाऊन म्हणाला की, 'मला गोवळकोट घेण्यासाठी कोकणात पाठवून विजयश्री मिळणे कठीण. विजयश्री मिळविण्यासाठी प्रथमत: महाराजांनी संभाजी आंग्रेस या लढाईत आघाडीवर ठेवावयास हवे; पण सिद्दीशी तह केला आणि केळशी खाडीत सिद्दीबरोबर आपली चौकी १७३५ च्या डिसेंबर महिन्याच्या शेवटच्या आठवड्यात बसविली.' इंग्रजांकडून असे समजले की, आंग्रे आणि खेम सावंत या दोघांनी मिळून सिद्दीशी सलोख्याचा तह केला.

शाहूमहाराजांनी संभाजी आंग्रे व मानाजी या दोघा बंधूंच्या भांडणाचा शेवट करण्यासाठी पुढाकार घेतला. महाराजांनी मानाजीस कुलाबा जिल्ह्याचा गव्हर्नर नेमिले. त्याजकडे खालीलप्रमाणे सर्वाधिकार देण्यात आले. त्याचवेळी महाराजांनी असा हुकूम केला की, त्याने संभाजीस त्याच्या दक्षिणेकडील मुलखास पुरेल एवढे धान्य पुरविणे; तसेच संभाजीने कुलाबा आरमारांपैकी दोन जहाजे मानाजीला परत करावी असा दुसरा हुकूम काढला. राजांच्या या हुकमाचा संभाजीवर काहीच परिणाम झाला नाही. त्याने गोवळकोटच्या वेढ्यातून उठून स्वत:चा सर्व सरंजाम रत्नागिरीजवळ माखजन या गावी नेला; यामुळे सिद्दी अनावर झाला. तो कर्नाळा किल्ला घेण्यासाठी गुप्तपणे स्वारीची तयारी करू लागला. तेव्हा पेशवे यांना सुचविण्यात आले की, 'त्यांनी गोवा गव्हर्नरकडे माणसे पाठवून सिद्दीचा पाडाव करण्यासाठी आरमारी मदत मागून घ्यावी कारण या वेळी पोर्तुगिजांचे बाजीरावांशी चांगले संबंध होते. परंतु, पेशव्यांनी मदतीकरिता आपला वकील पाठवून त्यांना असे सांगण्यात आले की, आमचा शत्रू सिद्दीस तुम्ही जर मदत केलीत तर तुम्हांसही आम्ही शत्रू समजून तशी वागणूक देऊ.'

आंग्र्याचा विरोध तह करून नाहीसा केल्यावर सिद्दीसातने मराठ्यांच्या कोकणातील महत्त्वाच्या जागा जिंकून घेण्याचे ठरविले. त्याने बाणकोट घेतले आणि त्याची पडझड केली. सिद्दीने जयगडपासून विजयदुर्गपर्यंतच्या मुलखात धुमाकूळ घालून जाळपोळ केली व लोकांना लुटले. गणपतीपुळे येथील गणपती देवस्थानाची नासधूस केली पण त्याचे हाती काहीच लागले नाही मात्र तेथील ६-७ माणसे नाहक मारली.

जानेवारी १७३६ मध्ये सिद्दीने कोकणात मराठ्यांच्या मुलखात धुमाकूळ घालण्यास सुरुवात केली. त्याने रेवस किल्ला काबीज केला. ही बातमी आणि बाणकोट उद्ध्वस्त केल्याच्या बातम्या ऐकून सातारा दरबारात घबराट उत्पन्न झाली. शाहूमहाराजांनी

चिमाजीआप्पांना कोकणात सैन्य पाठविण्यास सांगितले. महाराजांनी पिलाजी जाधवांना कोकणात जाऊन 'कोकणची स्वारी लवकर संपवा' म्हणून हुकूम केला. शाहूमहाराजांनी यमाजी शिवदेवच्या हाताखाली पाचशे माणसे देऊन कोकणात युद्धभूमीवर असलेल्या माणसांत चैतन्य निर्माण करण्याची कामगिरी सोपविली. महाराजांनी गोविंदराव चिटणीस व भास्कर वैद्य यांना सांगून पाठविले की, 'संभाजी आंग्र्यास भेटून कोकणांत चाललेल्या युद्धांत सामील होण्यास सांगा. संभाजी आंग्रे सामील झाल्यास हे स्थळ त्याला दिले जाईल, असे शाहूमहाराजांनी जाहीर केले.'

शाहूमहाराज गोवळकोट स्वराज्यात आणण्यासाठी फार उत्सुक होते. त्यांची इच्छा सरखेल संभाजी आंग्रे यांनी हुजरातीस मदत करून गोवळकोट स्वराज्यात आणावयास हवा; पण संभाजी आंग्रे याने असहकार केल्यामुळे शाहूमहाराजांस हे बिलकुल आवडले नाही; म्हणून संभाजीने फेब्रुवारी १७३६ मध्ये महाराजांस जी भेट पाठविली ती महाराजांनी स्वीकारली नाही.

फेब्रुवारी १७३६ मध्ये पेशव्यांच्या हुकूमानुसार पिलाजी जाधव तळघाटातून कोकणांत बाणकोट सिद्दीपासून पुन्हा जिंकून घेण्यासाठी आला. सिद्दी भयभीत झाला व त्याने बाणकोटहून पोबारा केला. परिणामी न लढताच मराठ्यांना बाणकोट मिळाले; आणि मराठ्यांना लढाईत सामोरे जाण्याऐवजी एका रात्री गुपचूप त्याने आपले लढाईचे सामान, दाणागोटा एका जहाजात भरला. मराठ्यांना बाणकोटची जागा लढून मिळाली. तद्नंतर पिलाजी जाधव महाडची आणि रायगडची व्यवस्था लावून देण्यासाठी महाडला गेला. गोरेगावजवळ मुक्काम करून तो सैन्यासह तेथे दोन महिने राहिला. पेशव्याने त्यास साताऱ्यास बोलावून घेऊन मार्च १७३६ मध्ये गोवळकोट जिंकून घेण्याच्या कामी नेमणूक केली आणि या कामी चिमाजीआप्पांच्या सल्ल्याने वागण्यास सांगितले. दरम्यान, सिद्दीने मराठ्यांच्या ताब्यातील रेवस किल्ला घेऊन, समुद्रकिनाऱ्यावर धडक देऊन, त्यावर असलेली मराठ्यांची स्थळे घेण्याचा इरादा जाहीर केला. त्याच्या या आततताई लढाईस ताबडतोब बंदी घातली पाहिजे, हे जाणून पिलाजी जाधव ७ एप्रिल १७३६ रोजी साताऱ्याहून आपल्या फौजेनिशी कोकणात जाण्यास निघाला. तो १७ एप्रिल १७३६ रोजी गोवळकोटच्या समोर येऊन ठाकला. वेळ न दवडता आपण कोणत्या रीतीने लढू शकतो त्याची योजना विचारपूर्वक आखली. मोर्चे कोठे बांधावयाचे ठरवून त्यासंबंधी त्याने चिमाजीआप्पांना लिहून पाठविले. धमानी टोकावर त्याने खंदक खणला आणि गोवळकोटास धान्यसामग्री आणि लढाईचे सामान घेऊन जाणाऱ्या जहाजांचा मार्ग बंद करण्याचे ठरविले. त्यासाठी त्याने सातारा आणि पुणे येथून मदत मागितली; ती मदत त्यास २६ एप्रिल १७३६ पर्यंत मिळू शकली नाही.

दरम्यान सिद्दीला गुप्तपणे ब्रिटिश व संभाजी यांजकडून मदत मिळाल्याने त्याने

रेवसवर अचानक आरमारी हल्ला चढविला आणि तेथे संरक्षणास असलेल्या मराठा सैनिकांची बटालियन कापून काढली. सिद्दीचा डोळा रेवस बंदरापासून अवघ्या १३ मैल (सुमारे २१ किमी.) अंतरावर असलेल्या कुलाबा ठाण्यावर होता. मानाजी कुलाब्यास राहात होता. त्याला सिद्दीची क्लृप्ती लक्षात आली म्हणून सिद्दीच्या घोडदौडीला रोखून धरण्यासाठी आपली एक सैन्यतुकडी रेवसच्या बाजूने पाठविली आणि त्याबरोबरच त्वरित मदतीसाठी साताऱ्यास लिहिले. पेशवे व चिमाजीआप्पा यांच्या सिद्दीच्या कुलाब्यावर चालून येण्याचे परिणाम लक्षात आले. सिद्दीला कुलाबा जिंकून घेण्यास यश आले तर संभाजी आंग्रे कुलाब्यास येईल आणि त्यानंतर होणाऱ्या परिणामांचे गांभीर्य पेशवे व चिमाजीआप्पा या दोघांच्या लक्षात आले म्हणून सिद्दीच्या कुलाब्यावरील चालीस रोखून धरण्याचे त्यांनी ठरविले. २५०० पायदळ आणि ८०० घोडेस्वार बरोबर घेऊन चिमाजीआप्पांनी १३ एप्रिल रोजी कोकणात जाण्यासाठी सातारा सोडले आणि मजल-दरमजल करीत अतित्वरेने कुलाब्याकडील चऱ्हाईकरमाले या गावी १८ एप्रिल १७३६ला येऊन मुक्काम केला. मराठ्यांनी या अकस्मात आलेल्या मदतीची माहिती सिद्दीपासून गुप्त ठेविली. या वेळी सिद्दीपाशी इन्फंट्रीची एक लहान तुकडी होती. मराठ्यांचे घोडेस्वार शत्रूच्या इन्फंट्रीकडून आग ओकली जात असताना त्याजवर निधड्या छातीने चालून गेले. सुरुवातीस घोडा किंचाळला आणि पुढे झेप घेण्यास कचरू लागला; पण एकदम चालून जाण्याचे आदेश आल्यावर घोडेस्वार आगेकूच करीत आगीला सामोरे गेले. एवढ्यात मानाजीची फौज येऊन मिळाली आणि चिमाजीआप्पांचा दृढनिश्चय यामुळे परिस्थिती बदलली. मराठी घोडे किंचाळत आगीच्या दिशेने धावू लागले, ते शत्रूवर चालून गेले; त्यांनी शत्रूची फळी मोडली आणि आपल्याबरोबर असेल-नसेल ते घेऊन ते धावले.

सिद्दीला मराठ्यांनी अशा ठिकाणी गाठले की, त्याला कोठूनही नवी कुमक बाहेरून मिळणे शक्य झाले नाही; तसेच पळून जाणेही शक्य नव्हते. मराठ्यांच्या जबरदस्त हल्ल्यापुढे सिद्दीचा आणि सिद्दीच्या सैन्याचा नाश होणे अपरिहार्य झाले. लढाईत निर्भय सिद्दीसात त्याचा पराक्रमी उजवा हात सिद्दी याकूब आणि त्यांचा सरदार घाटगे याचा संहार झाला. सिद्दीच्या सर्व सैन्यास कंठस्नान घालून मराठ्यांनी सिद्दीचा तळ लुटला. अशा रीतीने १० वर्षांच्या सततच्या त्रासानंतर सिद्दीला मराठ्यांनी वठणीवर आणले. हा मराठ्यांचा विजय तोफांचे बार काढून पडघम वाजवून सातारा राजधानीत साजरा केला. शाहूमहाराजही विजयाची बातमी ऐकून एकदम खूश झाले आणि या प्रसंगी ज्यांनी शौर्य गाजविले व बाजी मारली, त्या सर्वांना बक्षिसे जाहीर केली. चिमाजीआप्पांचा गौरव त्यांनी वस्त्रे, तलवार आणि नारळ आणि भरजरी शाल देऊन केला. शाहूमहाराजांनी स्वत: चिमाजीआप्पास व मानाजी आंग्रे यांना गौरव वस्त्रे दिली.

ही विजयाची चैतन्यमय बातमी घेऊन मानाजीचा हस्तक शाहूमहाराजांकडे साताऱ्यास आला. त्यालाही सोन्या, चांदीची कडी बक्षीस दिली. साताऱ्यास सर्व थरांत चिमाजीआप्पांच्या शौर्याची स्तुती होऊ लागली. पेशवे व त्यांचे भाऊ चिमाजीआप्पा यांनी अनेक पराक्रम केल्यामुळे त्यांना शाहूमहाराज भार्गवाचे अवतार मानू लागले. तथापि, पेशव्यांच्या विरोधात असलेले प्रतिनिधी, नारोबावा, यशवंतराव यांना सिद्दीसातचा इतक्यात अकस्मात शेवट झाल्याबद्दल वाईट वाटले. गोवळकोटला वेढा घालून बसलेल्या पिलाजी जाधवने चिमाजीआप्पांनी केलेला पराक्रम ऐकून त्यांना धन्यवाद दिले. जिवाजी खंडेराव आणि इतर मराठे सरदार मल्हार दादाजी बर्वे, द्वारकाजी पाटणकर आदिंनी चिमाजीआप्पांकडे आपल्या हार्दिक शुभेच्छा पाठवून दिल्या; तसेच चिमाजीआप्पांनी सिद्दीस लढाईत ठार मारून आपणांस विजय मिळाल्याचे बाजीरावांना कळविले; शिवाय मराठ्यांच्या सिद्दीसातवरील विजयाची बातमी बाजीरावांना त्याचा विश्वासू वासुदेव जोशी यांनी जंजिऱ्याहून कळविली होती. फत्तेसिंग भोसले यानेसुद्धा आपल्या व महाराजांतर्फे चिमाजीआप्पांच्या सिद्दीसातवरील विजयाबद्दल हार्दिक शुभेच्छा दिल्या आणि अभिनंदन केले.

गोवळकोट स्वारी

पिलाजी जाधव गोवळकोट नजीकच्या धामणी या गावी तळ देऊन होता. तो शाहूमहाराजांकडे आणि पेशव्यांकडे आपल्याला अधिक लष्करी कुमक पाठविण्यासाठी तगादा लावीत होता. त्याची विनंती ही की, महाराजांनी आणि पेशव्यांनी आपल्याला आणखी सैन्य, बंदुका आणि आंग्रे याजकडून आरमारी मदत त्वरित मिळावी. कोल्हापूरच्या संभाजीकडून या कामी मदत मिळण्यासाठी महाराजांनी त्यास साताऱ्यास बोलावून घेतले. साताऱ्यापासून १५ मैल (सुमारे २४ किमी.) दूर असलेल्या पाली गावी महाराज संभाजीस १७३६ च्या मे महिन्याच्या पहिल्या आठवड्यात भेटले. वारणेचा तह १७३१ मध्ये झाल्यानंतरची ही दोघा बंधूंची पहिलीच भेट होती. या भेटीमुळे संभाजीचे महाराजांच्या कोकणातील मुलूखप्राप्तीच्या उद्योगास विरोध करण्याचे थांबले.

गोवळकोटच्या वेढ्याच्या प्रगतीची माहिती पिलाजी जाधव साताऱ्यास कळवीत होता. त्यानेसुद्धा महाराजांस आश्वासन दिले की मी गोवळकोट जिंकून घेण्याचा आपल्या सैन्यासह आटोकाट प्रयत्न करीन. चिमाजीआप्पाही या विजयश्रीचा फायदा घेऊन आपल्या सैन्यासह गोवळकोटला जोराची धडक देण्यासाठी आले. पिलाजी जाधवचा सल्ला या बाबतीत विचारला तेव्हा पिलाजी जाधवाने गोवळकोट जिंकून घेण्यात येत असलेल्या अडचणी चिमाजीआप्पांना सांगितल्या. त्याच्या मते, गोवळकोट जिंकून घेण्यास सैन्याची जादा कुमक हवी. हे ऐकून चिमाजीआप्पांनी दोन बंदुका आणि काही माणरो पाठवून दिली; पण एवढ्याश्या मदतीने भागण्यासारखे नसल्यामुळे पिलाजी

जाधव याने चिमाजीआप्पांकडे द्रव्य आणि मनुष्यबळ मागितले. चिमाजीआप्पांनी पिलाजीच्या विनंतीस मान देऊन ताजी कुमक व द्रव्य पाठविले. द्रव्य आणि फौजेची कुमक आल्यावर पिलाजी जाधवने गोवळकोट जिंकून घेण्यास कशी व्यूहरचना करावी याचा विचार केला; कारण गोवळकोटच्या चारी बाजूस खोल पाणी होते. पिलाजीची इच्छा गोवळकोटला जाणारे सर्व मार्ग बंद करावे म्हणजे गोवळकोटला जाणे अगर येणे धोक्याचे होईल. नाल्यातून किल्ल्यावर जाण्याची सिद्दीची वाट बंद करण्याचे त्याने ठरविले. या साहसामध्ये सिद्दीबरोबर समझोता केलेल्या संभाजी आंग्रेची मदत पिलाजीस हवी होती. संभाजी आंग्रे इतका भडक माथ्याचा व शिस्तीचे उल्लंघन करणारा होता की, त्याने शाहूमहाराजांच्या हस्तकांस ऐकविले की, कोकणासाठी महाराजांनी भांडू नये. कोकण हे आंग्रे व सिद्दीचे आहे. मराठ्यांच्या कोकणातील उद्योगास संभाजी आंग्रेचा हेतू मारक होता हे पिलाजी जाधवास माहीत असल्यामुळे पिलाजीने संभाजी आंग्रेस या या उद्योगात मदत करण्यासाठी लिहिले व तो जयगडला ७ जून १७३६ रोजी संभाजीस भेटण्यास गेला; यामुळे संभाजी आंग्रेस गप्प बसणे भाग पडले. धामणीच्या टेकडीलगतच्या अंबादास मैदानात जाधव सैन्यासह तळ देऊन होता. तेव्हा त्याने हुजूरात फौजेच्या धुमाळ, फडतरे, येसाजी अनंत, भोईटे आदि सरदारांसह कलुस्ता येथे मोर्चे लावण्यास सांगितले पण त्यांनी मोर्चे न लावता ते आपापल्या तळावर बसून राहिले तेव्हा पिलाजीचे त्या किल्ल्यावरील जाणे-येणे बंद करण्याचा मनोदय सफल झाला नाही. या गोंधळात मे आणि जून महिने निघून गेले. जाधवने पेशव्यास पत्र लिहून गोवळकोटच्या वेढ्यात काहीच प्रगती न झाल्याचे कळविले तसेच आपल्या अडचणीही कळविल्या. मराठ्यांमध्ये आपसात सहकार्य नसल्याने नामुष्कीने आपल्याला पराभव पत्करावा लागला, हे पिलाजीने कबूल केले. जसजसा जोराचा पाऊस सुरू झाला तसतसे मराठ्यांच्या सैन्यातील लोक तळ सोडून गेले. जाधव स्वत: आजारी पडले; पण त्यांनी शपथ घेतली की, माझे बरे-वाईट काही होवो मी वेढा नेकीने लढविणार. चिमणाजी बापू या सारस्वत सरदाराने गोवळकोटहून कळविले की, पिलाजी फार आजारी असून त्यास वेढ्यातून त्यांच्या कुटुंबाकडे पाठवून देण्यात यावे. त्याच पत्रात त्याने असे लिहिले की, वेढ्यातून दुसरीकडे जाण्यास पिलाजीने नकार दिला. याचे कारण पिलाजी जाधव म्हणतो की, आपल्या २८ वर्षांच्या कारकिर्दीमध्ये पहिल्यांदाच शाहूमहाराजांनी या वेढ्याचे प्रमुखत्व आपल्याकडे दिले म्हणून ते मला नाकारता येत नाही. पिलाजीच्या आजारपणामुळे कोकणातील स्वारी आटोपती घ्यावी लागली. पिलाजी जाधव यास महाराजांनी साताऱ्यास बोलाविले आणि सिद्दीचा पेशव्यांशी १७३३ मध्ये झालेल्या कराराप्रमाणे तह करण्याचे ठरले. जाधव पुण्यास ३० जुलै १७३६ ला परत आले.

सिद्दी-मराठा तह झाल्यावर सिद्दीने पेणजवळच्या मराठ्यांच्या ताब्यातील जागांवर

छापे घालून तहास तिलांजली दिली; म्हणून सिद्दीशी बोलणी सुरू केली. २५ सप्टेंबर १७३६ रोजी पेशवा व सिद्दी यामध्ये करार होऊन कोकणांत शांतता नांदू लागली. या तहाने सिद्दीच्या ताब्यातील ११ महालांवर दोन राज्यांचा अंमल सुरू झाला.

पेशवे बाजीराव व सिद्दी यांजमध्ये करार झाला आणि त्या करारान्वये सिद्दीच्या ताब्यातील ११ महालांची प्रशासनव्यवस्था दोन्ही सत्तांनी कशी करावयाची हेही करारात ठरले. या करारावर ता. २ सुहूर ११३३ रोजी सह्या झाल्या. करारात म्हटले आहे की, निरनिराळ्या महालांतील जमीनदार अनेक प्रकारच्या आपत्तींपासून नाशाप्रत नेणारे अति नुकसान सोसावे लागले; म्हणून नऊ महालातील जमीनदार व रयत यांनी सरकारात येऊन विनंती केली की, सिद्दीचे सरकार व पेशवे सरकार यांत जर शांतता तह झाला नाही तर त्या प्रदेशावर शांती नांदणार नाही त्याहीपेक्षा जमिनीतून पीक काढणे अशक्य होईल. हा त्यांचा विनंती अर्ज ऐकल्यावर सिद्दीसरकारने या प्रदेशात शांती नांदवण्याचे आपले पहिले कर्तव्य समजून या वर्षापासून पेशवे सरकार व सिद्दीसरकार या दोघांचे दुतर्फा तह होऊन सिद्दीचे खाली दिलेल्या अकरा महालांतून महसूल कसा गोळा करावा हे ठरले.

१) मामले तळे – खेरीज कसबे तळे
२) तर्फ निजामपूर – खेरीज कसबे तळे
३) तर्फ गोरेगाव – खेरीज मौजे तुपे गाव सोडून
४) प्रांत नांदगाव मुरूड
५) प्रांत दिवे
६) परगणा घोसाळे – खेरीज कसबे घोसाळे
७) परगणाबिरवाडी – खेरीज कसबे बिरवाडी
८) तर्फ गोवले
९) तर्फ मांडले
१०) प्रांत श्रीवर्धन
११) प्रांत म्हैसाळे

हा करार वरील अकरा महालांची व्यवस्था पहाण्यासाठी केला असे. त्या कराराची खालील कलमे अशी –

१) पीक पहाणीवरून जमाबंदी दोन्ही सरकारांतील नोकरांनी एकमेकांच्या साहाय्याने एकाच वेळी करावी आणि महसूल दोन्ही सरकारांनी गोळा करावा आणि जमा झालेल्यापैकी अर्धे अर्धे कर उत्पन्न व महसूल प्रत्येकाने घ्यावा. खालील महाल प्रत्येक सरकाराला लावून दिले आहेत.

सिद्दीसरकार ५.५ महाल	पेशवे सरकारकडे खालील ५.५ महाल
१) परगणा नांदगाव मुरूड	१) तर्फे तळे

२) परगणा श्रीवर्धन	२) प्रांत घोसाळे
३) परगणा दिवे	३) तर्फे निजामपूर
४) परगणा मायसले	४) तर्फे गोरेगांव
५) परगणा तालुके मांडले	५) प्रांत बरवडी
११) -	११) तर्फे गोवले
२४.५ गावे	२४.५ गावे
तर्फ गोवलेचा ०.५ म्हणजे	तर्फ गोवलेचा ०.५ हिस्सा
५० गावे, १ गाव वडवली	म्हणजे ५० गावे त्यांपैकी
देशमुखी इनाम सोडून	१ गाव वडवली देशमुखी
बाकीची ४९ गावे अर्धी-अर्धी	इनाम सोडून बाकीच्या ४९
विभागली	गावांची विभागणी अर्धी-अर्धी
२४.५ गावे या सरकारची हिस्सा	२४.५ गावे पेशवे सरकारकडे

असा तहनामा २५ सप्टेंबर १७३६ रोजी झाला.

वरील तहनाम्यानुसार सिद्दीच्या अकरा महालांत द्विदल सरकार अस्तित्वात आले. या अकरा महालांचा वसूल दोन्ही सरकारांनी जोडीने जमा करावयाचा आणि यासाठी आपआपल्या हस्तकाच्या नेमणुका दुसऱ्या भागातून वसूल करण्यासाठी करावयाच्या. राजापुरी बंदर सिद्दीपाशी राहू दिले व रोहा मराठ्यांच्या ताब्यात आले.

सिद्दीच्या अकरा महालात द्विदल पद्धतीने सरकारे स्थापन झाली. अशा व्यवस्थेमुळे पेशवे सरकारचा फायदा झाला. मराठ्यांना सिद्दीच्या या अकरा महालांवर आपले वर्चस्व राखता आले. त्याजकडे फक्त जंजिरा किल्ला, कौसा आणि उंदेरी राहिली. मराठ्यांचे हस्तक या ११ महालांत वसूल करण्यासाठी आल्याने सिद्दीस मराठ्यांविरुद्ध हालचाली करण्यास कठीण होऊन बसले. त्याची लढाऊ जहाजे नाहीशी केली; त्यामुळे सिद्दी मराठ्यांचा मांडलिक बनल्यासारखे झाले.

सिद्दी आणि पेशवे

जबरदस्त झगडा होऊनही मराठ्यांना सिद्दीचा नाश करता आला नाही. सिद्दीच्या ताब्यात जंजिरा, अंजनवेल, गोवळकोट आणि उंदेरी ही स्थळे राहिली. पेशव्यांना रायगड, महाड व बाणकोट ही स्थळे जिंकून घेता आली नाही. रायगड हे शिवाजीमहाराजांचे राजधानीचे स्थळ पेशवेकाळांत त्याचे महत्त्व ओसरले होते. जरी मराठे सरदारांपैकी बाजीराव, चिमाजीआप्पा, श्रीपतीराव प्रतिनिधी, दमाजी थोरात, पिलाजी जाधव आदिंनी या सिद्दीबरोबरच्या झगड्यात भाग घेतला होता तरी त्याचा फायदा अगदीच नगण्य होता. त्याची कारणे अशी असावी : -

१) प्रातिनिधिक नेतृत्वाचा अभाव.

२) साताऱ्यास बसून शाहूमहाराजांनी या कोकणातील झगड्यात नेतृत्व आपल्या हातात ठेवावयास नको होते.

३) बाजीरावांनी सिद्दीस श्रीपतराव प्रतिनिधीचा पराभव करण्यास फूस द्यावयास नको होती.

४) या कोकण स्वारीत पेशव्यांनी आंग्रेना श्रीपतराव प्रतिनिधीस मदत करू नका, असे सांगितले.

५) संभाजीच्या आधिपत्याखालील मराठी आरमाराने सिद्दीचे किल्ले जिंकून घेण्यासाठी मराठा फौजेशी सहकार्य केले नाही. तसे इंग्रजांकडून सिद्दीस मिळत असलेला दाणागोटा, शस्त्रसामग्रीची मदत थोपविण्याचे इलाज केले नाहीत.

सिद्दीबरोबर तह झाल्यावरही गोवळकोटला मराठ्यांनी घातलेला वेढा फेब्रुवारी १७३७ पर्यंत कोणत्याही प्रकारचे यश न मिळवता रेंगाळला. या वेळी संभाजी आंग्रेची इच्छा मुंबईवर हल्ला करण्याची होती. सप्टेंबर १७४० मध्ये मानाजी आंग्रे यांनी उंदेरीच्या सिद्दीने थळ व नागोठणे यावर चढाई केल्यामुळे त्यावर चालून जाऊन त्याचा पराभव केला. १७४४ पर्यंत मानाजीने सिद्दीबरोबर मैत्रीहीन वागणूक ठेवली असे इंग्रजांनी आपल्या १२ एप्रिल १७४४ च्या पत्राने कळविले.

संभाजी आंग्रे १२ फेब्रुवारी १७४२ ला निवर्तला. त्याचा भाऊ तुळाजी याने विजयदुर्गाचे आधिपत्य स्वीकारले. शाहूमहाराजांनी तुळाजीस अंजनवेल काबीज करण्यासाठी हुकूम केला. याबाबतीत इंग्रजांना गप्प ठेवण्यासाठी तुळाजीने इंग्रजांस गाठून त्यांजबरोबर शांततातह करण्याचे योजिले. आपला क्रमांक एकचा शत्रू आंग्रे याच्याशी इंग्रज शांततेचा तह कसा बरे करतील? त्यांची इच्छा मराठ्यांकडे अंजनवेल जाऊ नये, अशी होती. तुळाजीला त्यांनी तह करण्यास नकार दिला. पेशवा बाळाजी बाजीरावास जेव्हा इंग्रजांनी आंग्रेस दिलेला 'नकार' समजला तेव्हा पेशव्याने इंग्रजांस लिहून पाठविले की, अंजनवेल जिंकून घेण्यास शाहूमहाराजांनी तुळाजी आंग्रे यास सांगितले आहे तेव्हा त्याच्या वाटेत विघ्न न आणता त्यास मदत करावी. इंग्रजांनी पेशव्यांच्या या पत्राकडे कानाडोळा केला आणि त्यांनी तुळाजीविरुद्ध सिद्दीस मदत केली. शाहूमहाराजांनी सुद्धा इंग्रजांस सांगून पाठविले की, तुमचा वकील साताऱ्यास पाठवा म्हणजे तुमचे म्हणणे काय आहे, हे ऐकून घेऊन आपल्यामधील मतभेदास जागा रहाणार नाही, असे करू. मात्र, सिद्दीस मदत करू नका. पेशव्यांनीसुद्धा इंग्रजांस कळविले की, तुम्ही सिद्दीस मदत करू नका. आंग्रे व सिद्दीची झुंज होऊ द्या. या पत्रांचा इंग्रजांवर काही परिणाम झाला नाही. ते सिद्दी याकुबखानाला तुळाजीविरुद्ध मदत करत राहिले. याकूबने २७ जानेवारी १७५४ रोजी इंग्रजांना पत्र लिहिले की, 'ईश्वराच्या छत्राखाली माझा मुख्य भरवसा तुमच्यावर व इंग्रज कंपनीवर आहे.

तुमच्या मैत्रीकरिता माझा जमीन जुमला व दौलत मी तुमच्याकडे सुपुर्द करीत आहे. यापेक्षा आणखी काय लिहू ?'

तुळाजी आंग्रेने कोणाच्याही मदतीची वाट न पाहता अंजनवेलवर जमिनीवरून आणि समुद्रातून हल्ले चढविले, नाकेबंदी केली आणि तो किल्ला जिंकला. तुळाजीने अंजनवेल जिंकल्याची बातमी सिद्दीस समजताच गोवळकोटचा सिद्दी याकूब किल्ल्यातून पळाला. अल्पावधीत तुळाजीने गोवळकोटही जिंकला. तुळाजी आंग्रेने मिळविलेल्या विजयाची बातमी शाहूमहाराजांस समजताच ते आनंदित झाले.

अंजनवेल व गोवळकोट मराठ्यांनी जिंकल्यावर उंदेरीच्या किल्लेदारास त्यांच्या सद्हेतूबद्दल संशय येऊ लागला. त्याने इंग्रजांस कळविले की, तुम्ही मला लागलीच पैशांची व सरंजामाची मदत करा नाहीतर हा किल्ला आंग्रे घेईल. तथापि, इंग्रजांनी उंदेरीच्या सिद्दीची विनंती मानली नाही. मानाजी आंग्रेने उंदेरी किल्ल्यावर हल्ला केला. सिद्दीने मोठ्या शिकस्तीने मानाजीचा पराभव केला. या युद्धात मानाजीच्या मांडीला जखम झाली. त्यानंतर मानाजीस पेशव्यांकडून मदत मिळाली. पेशवे मानाजीच्या सैन्याने उंदेरीच्या सिद्दीचा पराभव केला.

त्यानंतर सिद्दी आणि मराठ्यांमध्ये आठ वर्षे अलिखित शांतता नांदली. मे १७५८मध्ये कुरापतीस पुन्हा सुरुवात झाली. तथापि, त्याविषयीची चर्चा करण्याचे येथे प्रयोजन नाही; कारण तो विषय प्रस्तुत विषयाच्या कक्षेच्या बाहेरचा आहे.

सारांश

छत्रपती शिवाजीमहाराजांपासून सुरू असलेला हा कोकणचा झगडा मराठी सत्तेला खूप काळ त्रासदायक ठरला. कोकणामध्ये सिद्दीसारख्या शत्रूंबरोबरच, इंग्रज, पोर्तुगीज असे पाश्चात्त्यही मराठ्यांच्या सत्तेला विरोध करतच होते.

कोकणातील सिद्दीला तर शिवाजीमहाराजदेखील आवरू शकले नाहीत. संभाजीमहाराजांच्या बाबतीतही तेच झाले. राजाराममहाराज, ताराबाई यांचीही काही हयात कोकणातील या हबश्यांशी लढण्यात खर्ची पडली; पण म्हणावे तसे यश आलेच नाही; त्यामुळे पुढे बाळाजी विश्वनाथ आणि पहिले बाजीराव पेशवे यांच्या काळातही तो झगडा तसाच चालू राहिला; परिणामी बाजीरावाला तो आपल्या अंगावर घेऊन त्याची जबाबदारी चिमाजीआप्पांकडे द्यावी लागली.

तथापि, मराठेशाहीतले सर्व प्रमुख सरदार व मुत्सद्दी या प्रकरणात जवळजवळ चार वर्षे गुंतून पडले. आंग्रेघराणे तर सर्वस्वी त्याच कामी खपले. बाजीराव व चिमाजीआप्पा यांनी यात तपश्चर्या खर्च केली. पिलाजी जाधव, बाजी भिवराव, फत्तेसिंग भोसले, प्रतिनिधी, तुळाजी अनंत, रामचंद्र हरी व गोविंद हरी पटवर्धन वगैरे अनेक कुटुंबे या

प्रकरणात सहभागी झाली होती. मावळे, कोळी, महार, हेटकरी असे जितके म्हणून शाहूमहाराजांच्या नजरेत आले, त्या सर्वांना त्यांनी या स्वारीत सामील होण्यास सांगितले व लोकही त्या आज्ञेचे पालन करते झाले. या कोकण प्रकरणात छत्रपती शाहूमहाराजांनी पाण्यासारखा पैसा ओतला. चार वर्षे महाराजांना दुसरा कोणता निदिध्यास नव्हता. या उद्योगाचा समुचित परिणाम काय झाला, हे स्पष्ट करताना रियासतकार म्हणतात, 'जिवाया सबका माल व उजतीया सबका जीव, ही उदात्त शिकवण मराठी मंडळात उत्पन्न झाली. बाणकोट हातचा गेलेला पाहून शाहूमहाराजांची चित्तवृत्ती कमालीची क्षुब्ध झाली. त्यांनी चिमाजीआप्पा व पिलाजी जाधव यांच्यात एक आवेश निर्माण करून, त्यांना सिद्दीवर पाठविले. चिमाजीआप्पांनी जाऊन तडकाफडकी सिद्दीसातास गाठून, त्याचे व तेराशे माणसांचे रणकंदन करून मोठा कीर्तिघोष संपादन केला.'

मुंबईचे इंग्रज, चौलचे पोर्तुगीज, सुरतेचे मुघल व औरंगाबादचा निजाम या सर्वांनी कोकणात मराठ्यांच्या सिद्दीबरोबर चाललेल्या झगड्यात सिद्दीला हस्ते-परहस्ते एवढे साहाय्य केले की, एकदम तोंड देणे मराठ्यांना शक्य झाले नाही.

दुसऱ्या एका दृष्टीने कोकण प्रकरणाचा विचार करावयास हवा. बाजीराव व चिमाजीआप्पा हे दोघे भाऊ आपल्या वडिलांबरोबर कोकणात केव्हा गेले होते की नाही, हे निश्चित सांगता येत नाही; पण कोकणच्या स्वारीच्या किंवा जंजिरा प्रकरणाच्या या चार वर्षांत दोघांनाही तेथे प्रत्यक्ष खपून व हुकमत राखून जो अनुभव आला त्यामुळेच त्यांना वसईच्या प्रकरणात पोर्तुगिजांसारख्या प्रवीण नाविकांवर मात करता आली. कोकणची भौगोलिक रचना, पर्जन्य, नद्या-नाले, माणसांचा व जनावरांचा संचार, समुद्रात व किनाऱ्यावर उद्‌भवणाऱ्या अडचणी व त्यांचे निवारण करण्यास लागणारी नानाविध साहित्याची तयारी या सर्व गोष्टी त्यांना कोकण स्वारीत माहिती झाल्या; म्हणूनच पुढे वसईची मोहीम त्यांना यशस्वी करता आली.

एक लेखक येसाजी रघुनाथ बाजीरावांना लिहितो, 'स्वामींची कीर्ती दिगंती होऊन दिवसेंदिवस यशाची अभिवृद्धी होत आहे. परंतु आपले चित्तात ऐसे येऊ नये की, कोकणात एखादा जागा आपलासा करून जैसी वर घाटी कीर्ती कोकणात व सागरात व्हावी. परंतु, वरघाटी एक द्रव्यच मिळेल. कोकण म्हणजे नवनिधी आहे. कोकण आपले वतनादाखल आहे. नुसती नजर टाकली तर सिद्धीस जाईल ऐसे आहे. चित्तात आणून लिहिल्याचे सार्थक होय ते करणे.'

पश्चिम किनाऱ्यावरील राजकारण व युद्धपद्धती माळवा, गुजरात, बुंदेलखंड या प्रांतांच्या परिस्थितीहून अगदी भिन्न होती व बाजीरावांच्या गनिमीकाव्याला दुःसाध्ये होती. त्याच्या एकंदर हयातीत कोकण स्वारीचा किंवा जंजिरा स्वारीचा सहा महिन्यांचा काळ कर्तृत्वाच्यादृष्टीने विफल गेलेला दिसतो. एकदा तर भर पावसाळ्यात सबंध

दिवस ते तेथे अडकून पडलेले होते; त्यामुळे कोकण प्रांतात ते जास्त रमले नाहीत व सवड सापडताच त्यांनी आपले अंग कोकणातून काढून घेतले; परिणामी ती जबाबदारी चिमाजीआप्पांवर येऊन पडली. सिद्दी, आंग्रे व पोर्तुगीज यांची भानगडीची प्रकरणे चिमाजीआप्पांनीच तडीस नेली. यावरून कोकणची परिस्थिती व दर्यावरील संग्राम हे विषय बाजीरावांपेक्षा चिमाजीआप्पांनाच साध्य करता आले, असेच म्हटले पाहिजे.

चिमाजीआप्पा आणि वसईचा संग्राम

१५३४ मध्ये गुजरातच्या सुलतानांकडून पोर्तुगिजांनी वसई प्रांत हस्तगत केला. १५५६ मध्ये फ्रान्सिस्को बरेटो या पोर्तुगीज गव्हर्नरने अशेरी आणि मनोरा जिंकून घेतले. १५५९ मध्ये पोर्तुगीज व्हॉईसरायने दमणचा किल्ला जिंकून घेतला. इ.स.१५८० च्या सुमारास दीव, दमण, मुंबई बेट, वसई आणि चौल या उत्तर कोकणातील प्रदेशांवर पोर्तुगिजांनी सत्ता स्थापन केलेली होती. इ.स.१६६५ मध्ये पोर्तुगिजांनी मुंबई बेट इंग्लंडच्या राजाला आंदण दिले आणि ते इंग्रजांच्या स्वाधीन केले.

१६ व्या शतकामध्येच पोर्तुगिजांनी भारतीय समुद्रावर आपले वर्चस्व स्थापन केले होते; आणि भारतीय समुद्रात पोर्तुगिजांची दस्तके (परवाने) घेतल्याशिवाय पर्यटन करणाऱ्या इतर राष्ट्रांच्या नौकांना ते प्रतिबंध करीत असत. शिवाजीमहाराजांच्या कारकिर्दीत पोर्तुगीज ही प्रबळ सागरी सत्ता बनली होती. पोर्तुगिजांचा मराठ्यांशी अनेकदा संघर्ष झाला. दोघांनी भारताच्या समुद्रात कित्येक लढाया केल्या.

१६४८ मध्ये शिवाजीमहाराजांनी कल्याण प्रांत काबीज केला. तेव्हा मराठ्यांचा वसई व ठाणे येथील पोर्तुगिजांशी संबंध आला. १६५७ च्या ऑक्टोबर-नोव्हेंबर महिन्यात शिवाजीमहाराजांनी उत्तर कोकणातील पोर्तुगिजांच्या-मुघलांच्या प्रदेशावर स्वारी केली. शिवाजीमहाराजांनी कल्याण भिवंडीचा ताबा घेतला. शिवाजीमहाराजांनी जंजिरा जिंकून घेण्याची योजना हाती घेतली तेव्हा पोर्तुगिजांच्या राज्यासही धोका निर्माण झाला. शिवाजीमहाराजांनी पोर्तुगिजांवर चढाई केली असता प्रतिकाराची पूर्वतयारी म्हणून पोर्तुगिजांनी चौल येथे आणि कोरलाई येथे सुमारे ऐंशी सैनिकांची छावणी उभारून आपले लष्करी सामर्थ्य वाढविले. उत्तर कोकणामध्ये प्रदेश काबीज केल्यामुळे आणि भिवंडी, कल्याण, पनवेल येथील बंदरांमध्ये नाविक तळ उभारल्यामुळे वसई जिल्ह्यात व उत्तर कोकणामध्ये शिवाजीमहाराजांचे सामर्थ्य वाढले. त्यामुळे पोर्तुगीज जागरूक बनले. त्यांनी समुद्रात शिरकाव करणाऱ्या मराठ्यांच्या आरमाराला रोखण्याचे आणि त्यांच्या कारवायांना पायबंद घालण्याकरिता आपल्या कप्तानाला आदेश दिले.

मराठ्यांनी उत्तर कोकण प्रांतातील आदिलशहाचा पुष्कळसा मुलूख जिंकून घेतल्यामुळे पोर्तुगीज गव्हर्नर धास्तावला. २८ डिसेंबर १६५५ रोजी केलेल्या नोंदीमध्ये लिहून ठेवले आहे की, 'शिवाजीमहाराज आदिलशहाच्या राज्यातील मुलूख झपाट्याने

पादाक्रांत करीत सुटला आहे. अशा प्रकारे जर त्याची आगेकूच चालू राहिली तर तो थोड्याच काळात आदिलशहाचे संपूर्ण राज्य जिंकून घेईल. आदिलशहाची सत्ता नष्ट करण्याचा शिवाजीमहाराजांच्या या मसलतीस मुघल सम्राट औरंगजेब याने अनुमोदन दिले आहे.' २२ मार्च १६६० रोजी पाठवलेल्या आणखी एका पत्रामध्ये पोर्तुगिजांनी असे म्हटले आहे की, 'आदिलशहाने आपल्या राज्याचा एक फार मोठा हिस्सा शिवाजीच्या हाती गमावला आहे. शिवाजी आगेकूच करीत विजापूरजवळ पोचला आहे. सुलतान आदिलशहाच्या कित्येक मातब्बर सरदारांचा शिवाजीमहाराजाने पराभव केला आहे. अशा प्रकारे आपले शूर सरदार आणि सैनिक घोडे इ. युद्धात गमावल्यामुळे आदिलशाहाच्या सामर्थ्याची न भरून येणारी हानी झाली आहे. शिवाजीराजाने सागरी किनारपट्टीवर आणि अंतर्गत मुलखात कित्येक गावे, शहरे आणि अन्य प्रदेश हस्तगत केला आहे. त्यायोगे शिवाजीराजाला भरपूर धनद्रव्यही मिळाले.'

शिवाजीमहाराजांच्या ध्येयवादी सैन्याला समुद्रावर प्रभुत्व संपादन करण्याचे महत्त्वही तीव्रतेने जाणवले. त्या दृष्टीने महाराजांनी बलशाली आरमार उभारले; आणि पोर्तुगिजांनी अरबी समुद्रावर गाजवलेल्या सार्वभौमत्वास आव्हान दिले. या सुमारास वसई, ठाणे, रेवदंडा आणि गोवा हा प्रदेश पोर्तुगीज सत्तेच्या अंमलाखाली होता. गोवा हे पोर्तुगिजांचे भारताच्या पश्चिम किनाऱ्यावरील प्रबळ सत्ताकेंद्र होते. १७ व्या शतकामध्ये तर पोर्तुगीज एवढे प्रबळ झाले होते की, त्यांच्या अधिकृत दस्तकाशिवाय ते कोणत्याही जहाजाला अरबी समुद्रात शिरण्यास किंवा नांगरण्यास परवानगी देत नसत. त्यानंतर थोड्याच काळात पोर्तुगीज हिंदी महासागराचे निर्विवाद सत्ताधीश बनले.

पोर्तुगीज सत्ताधीश अरबी समुद्राला आपली वैयक्तिक मालमत्ता मानीत होते. त्यांच्या अनुमतीविना इतर कोणीही त्याचा उपयोग करू नये, अशी त्यांची धारणा होती. पोर्तुगिजांनी परवाने देऊन मान्यता न दिलेली जहाजे स्वत:च्या जबाबदारीवर धोका पत्करून अरबी समुद्रात शिरत असत. जहाजांना मिळणारे पोर्तुगिजांचे परवाने किंवा कार्टेझ हे अत्यंत वाजवी दरात उपलब्ध होत होते. परंतु, ते घेणाऱ्या, वापरणाऱ्या नौकांवर आणि जहाजांवर अत्यंत जाचक आणि अन्यायकारक निर्बंध लावले जात होते. या नौकांना ख्रिश्चन गुलाम नेण्यास बंदी होती; तसेच पोर्तुगिजांशी वैर करणाऱ्या सत्तांच्या ताब्यात असणाऱ्या बंदरांमध्ये जाण्यास मनाई होती. ज्या पदार्थांच्या आणि वस्तूंच्या व्यापारावर पोर्तुगिजांनी मक्तेदारी जाहीर केली होती अशा वस्तूंचा व्यापार करण्यास इतर व्यापारी सत्तांना मज्जाव होता. पोर्तुगिजांचे कार्टेझ जवळ न बाळगता समुद्रभ्रमण करणाऱ्या नौकांकडून प्रचंड दंड वसूल करण्यात येत असे किंवा अनेकदा पोर्तुगीज लोक त्या नौका जप्त करीत किंवा त्यांना जलसमाधी देत असत. मुघल सम्राट किंवा शिवाजीमहाराज यांच्यासारख्या बलशाली भारतीय राज्यकर्त्यांनासुद्धा अरबी समुद्रात

व हिंदी महासागरात नौका नेताना हे परवाने जवळ बाळगण्यावाचून गत्यंतर नसे. पोर्तुगिजांचा समुद्रावर असा जबरदस्त वचक होता की, त्यांना कोणत्याही इतर नौकांची पूर्ण पाहणी करण्यास मुभा होती. कोणताही पोर्तुगीज दर्यावर्दी कप्तान समुद्रातून जात असलेल्या कोणत्याही जहाजास अडवून त्याची संपूर्ण तपासणी करीत असे. कोणीही भारतीय व्यापारी किंवा दर्यावर्दी पोर्तुगीज परवाना मिळविल्याशिवाय सागरी सफरीला निघण्याचे धारिष्ट्य करू धजत नसे. तेव्हा पोर्तुगिजांप्रमाणेच सिद्दीचीही सागरावर प्रबळ सत्ता होती आणि तोदेखील मराठ्यांचा कट्टर शत्रू होता. सिद्दी पश्चिम किनाऱ्यावर मन मानेल तशी जाळपोळ, लुटालूट व अमानुषपणे कत्तली करीत असे. अरबी समुद्र व हिंदी महासागराच्या क्षेत्रावरील मक्तेदारी थांबविण्याकरिता आणि सिद्दीच्या अमानुष दुष्कृत्यांना पायबंद घालण्याकरिता तसेच त्यांना हिंदी महासागराबाहेर हाकलून सागरावर आपले सार्वभौमत्व प्रस्थापित करण्याच्या दृष्टीने शिवाजीमहाराजांनी स्वत:चे बलशाली आरमार उभारण्याची योजना आखली. त्यासाठी कोकण किनाऱ्यावरील बंदरे, किल्ले हस्तगत केले. १६५६ ते १६६३ च्या दरम्यान महाराजांनी कल्याण, भिवंडी, माहुली, महाड, सुरगड, थळ, बिरवाडी, घोसाळगड, सुधागड, रायगड, राजपूर, शृंगारपूर ही ठाणी हस्तगत केली. १६५७ ते १६५९ या दरम्यान शिवाजीमहाराजांनी आपल्या आरमारी जहाजांचा ताफा कल्याणच्या खाडीत सोडला. पुढील दोन वर्षांत त्यांनी दाभोळवर हल्ला केला, राजापूर लुटले आणि रत्नागिरीचा किनारा आपल्या ताब्यात आणला.

इ.स.१६५९ मध्ये शिवाजीमहाराजांनी आपल्या आरमाराचा पाया घातला. पोर्तुगिजांनी आपल्या राजास कळविले की, शिवाजीने भिवंडी, कल्याण व पनवेल या वसई तालुक्यातील ठिकाणी लढाऊ जहाजांची बांधणी केली. पोर्तुगीजही आपली जहाजे वसई तालुक्यात अनेक ठिकाणी बांधीत होते. शिवाजीमहाराजांनी आपली २० लढाऊ जहाजे कसबी पोर्तुगीज सुतारांच्या साहाय्याने बांधली. ही जहाजे बांधून झाल्यावर शिवाजीमहाराजांनी जाहीर केले की, ही लढाऊ जहाजे जंजिरा सिद्दीशी मुकाबला करण्यासाठी बांधली आहेत. या जहाजबांधणीच्या कामावर पोर्तुगीज कामगारांसह सुमारे ३४० कसबी कारागीर व्हियेगस याच्या देखरेखीखाली काम करत होते. मिर्झाराजा जयसिंग याससुद्धा काही पोर्तुगीज शिवाजीच्या सेवेत असावेत असा संशय आला आणि त्याप्रमाणे त्याने गोव्याच्या पोर्तुगीज व्हॉईसरॉयला लिहिले. परिणामी गोव्याचा पोर्तुगीज व्हॉईसरॉय अॅन्टोनिओ डिमेलो डिकॅस्टो याने पोर्तुगिजांनी शिवाजीच्या सेवेत राहू नये, असा फतवा काढला. त्या वेळी पोर्तुगिजांनी शिवाजीची नोकरी सोडून काही मुंबईत व काही वसईत पळाले. शिवाजीमहाराजांची जहाजे जेव्हा समुद्रात फिरू लागली तेव्हा पोर्तुगीज जहाजांना असे आढळून आले की, त्यांजवळ पोर्तुगिजांकडून घेतलेला कौल नाही; तसेच कोकण किनाऱ्यावर फिरणाऱ्या शिवाजीमहाराजांच्याकडे जहाजांनी पोर्तुगिजांकडून घेतलेला कौल आढळला नाही. त्यांनी

पोर्तुगिजांचे स्वामित्व १६६७ मध्ये पत्करले.

शिवाजीमहाराजांच्या आरमारामध्ये लहान व जलद धावणारी तारवे होती; त्यामुळे पोर्तुगिजांच्या मोठ्या तारव्यांपासून त्यांचे संरक्षण होत असे. आपले आरमार झाल्यावर शिवाजीमहाराजांनी पश्चिम किनाऱ्यावर आपला दरारा बसविला. पोर्तुगिजांनी आपला वकील शिवाजीमहाराजांकडे पाठविला व मराठ्यांनी पोर्तुगीज मुलखास उपद्रव करू नये आणि त्यांनी शिवाजीमहाराजांस तोफा, दारूगोळा वगैरे सामान पुरवावे या अटीवर तह केला. एकंदरीत शिवाजीमहाराजांचे पोर्तुगिजांशी सलोख्याचे संबंध राहिले.

१६६५ मध्ये शिवाजीमहाराजांचे आरमार होन्नावर, बार्सेलोर, गंगोळी, मंगळूर वगैरे कर्नाटकच्या बंदरातून एकशेवीस पडाव पकडून नेत आहे अशी बातमी गोव्याच्या व्हॉईसरॉयला कळली तेव्हा त्याने पोर्तुगीज आरमाराचा प्रमुख अधिकारी आपला मुलगा दिनीज द मेल्लु द कास्त्रु यास उपरिनिर्दिष्ट पडाव सोडवून आणण्यास आज्ञा केली. दिनीजने पडावांपुढे असलेल्या तेरा तारवांवर मडगांवजवळ हल्ला करून ती पकडली. पिछाडीस असलेली मराठ्यांची तारवे पळून गेली. पोर्तुगिजांनी पुढे ती पकडून आणलेली तारवे मराठ्यांस परत दिली.

शिवाजीमहाराजांच्या आरमारात पळण्यात चपळ अशी गलीवट जहाजे होती. ती लहान असून पळण्यात चपळ असल्यामुळे पोर्तुगिजांच्या मोठ्या जहाजांनी त्यांचा पाठलाग करूनही ती सापडत नसत. १५ जानेवारी १६५४ च्या पत्राने गोव्याच्या व्हॉईरॉयने पोर्तुगालच्या राजास कळविले की, शिवाजीबरोबर आम्ही सलोखा राखतो त्याचप्रमाणे शिवाजीसुद्धा आमच्या बरोबर सलोख्याचे संबंध राखत आहे. व्हॉईसरॉय पदाचा स्वीकार केल्यावर ॲन्टोनिओ डिमेलो डिकॅस्टो याने शिवाजीमहाराजांकडे आपला एक प्रतिनिधी २६ एप्रिल १६६३ चे पत्र घेऊन पाठविला आणि विनंती केली की, महाराजांनीसुद्धा आपला प्रतिनिधी आमच्याकडे पाठविणे म्हणजे त्याजबरोबर दोघांच्या हिताच्या गोष्टी बोलता येतील. चेऊलच्या पोर्तुगीज कॅप्टनने गोवा गव्हर्नरास ऑगस्ट १६६४च्या पत्राने कळविले की, शिवाजीमहाराजांनी वरच्या चेऊलमध्ये ५० जहाजे बांधिली असून, त्यांपैकी ७ नौका समुद्रपर्यटनासाठी सिद्ध आहेत. शिवाजीमहाराजांची सत्ता दिवसेंदिवस वाढत असलेली पाहून पोर्तुगिजांनी शिवाजीमहाराजांच्या जहाजांस अडथळा न करण्याचे ठरविले; तसेच आपल्या जहाजांना आश्रय मिळावा म्हणून शिवाजीमहाराजांनी कोकणात समुद्रकाठी बरेच किल्ले बांधिले आहेत. जुलै १६५९ला जेव्हा शिवाजीमहाराजांनी सिद्दीवर हल्ला केला तेव्हा चौल व वसई येथील पोर्तुगीज प्रमुखांनी सिद्दीस अन्नधान्य पुरवठा करून मदत केली. शिवाजीमहाराजांनी याबद्दलची तक्रार गोवा व्हॉईसरॉयकडे केली; त्यामुळे पोर्तुगिजांनी सिद्दीस गुप्तपणे मदत करण्याचे ठरविले. पोर्तुगिजांनी सिद्दीला चांगले साहाय्य केले ते टिकविण्यासाठी सिद्दीने पोर्तुगिजांचे

स्वामित्व पत्करले.

डिसेंबर १६६४ च्या मध्यास विजापूरचा खवासखान नावाचा सेनापती सैन्य घेऊन गोव्याच्या आसमंतात शिवाजीमहाराजांचे पारिपत्य करण्यास सरसावला. त्याच्या मदतीस लखम सावंत आणि पेडण्याचा सरदार केशव नाईक धावले. महाराजांनी मध्येच गोव्याच्या बाजूने सैन्यास डावलून मुसंडी मारली आणि त्यांना कोकण सोडून जाण्यास भाग पाडले आणि स्वत: घाट चढून वर आले. शिवाजीमहाराजांनी खवासखानचा पराभव केल्यावर लखम सावंत आणि साथीदार स्वसंरक्षणार्थ पोर्तुगिजांच्या बारदेश मुलखात पळून गेले. अशा रीतीने शिवाजीमहाराजांस कोकणावर आपला अंमल बसविण्यास संधी मिळाली. शिवाजीमहाराजांनी डिचोली आणि गोव्याच्या सरहद्दीवरील रायबाग ते शहापूर पर्यंतच्या प्रदेशात लुटालूट केली. यानंतर शिवाजीमहाराजांनी आपली सत्ता फोंडा व पंचमहालसह सर्व कोकणावर स्थापित केली. १६६५च्या मार्चमध्ये शिवाजीमहाराजांचा बंदोबस्त करण्यासाठी मुघल सरदार जयसिंग व दिलेरखान दक्षिणेस आले. त्यांनी पुरंदरला वेढा घातला तेव्हा फेब्रुवारी १६६६ मध्ये शिवाजीमहाराजांनी त्याजबरोबर त्यांच्या अटी कबूल करून मुघलांचे तात्पुरते मांडलिकत्व पत्करले. मुघलांना ज्या वेळी कळून आले की, शिवाजीमहाराजांनी केलेल्या सुरतेच्या लुटीच्या वेळी पोर्तुगिजांची सहानुभूती शिवाजीमहाराजांच्या कृत्यांशी होती, तेव्हा मुघल सरदार लोदीखान याने पोर्तुगिजांच्या वसई प्रांतावर स्वारी केली. काही गावे काबीज केली आणि काही जाळली. शेवटी अनेक अडचणींना तोंड देऊन पोर्तुगिजांनी लोदीखानाशी मैत्रीचा तह केला.

जयसिंगाशी तह करून महाराज औरंगजेबाच्या भेटीस आग्र्यास आले. १२ मे १६६६ रोजी ते औरंगजेबाच्या दरबारांत दाखल झाले. २९ ऑगस्टला ते औरंगजेबाच्या कैदेतून शिताफीने निसटले, या नाट्यपूर्ण घटनेबाबत गोव्याचा व्हॉईसरॉय आपल्या राजास लिहितो, 'शिवाजीराजे मुघलांच्या तुरुंगातून एका फळांच्या पेटाऱ्यात बसून निसटले. तब्बल ३६ तास ते त्या बंद पेटाऱ्यात होते. ज्या दिवशी ते आपल्या राज्यात येऊन दाखल झाले त्याच दिवशी त्यांनी वाडीच्या सावंतावर सैन्य रवाना केले. आदिलशहाने त्याच्यावर ४० हजार घोडदळ आणि मोठे पायदळ पाठविले. ते सैन्य घाट उतरून कोकणात शिरले ते गोव्यापसून अवघ्या सहा कोसांवर होते. शिवाजीराजे यांनी आदिलशहाच्या सेनापतीस मोठी लाच देऊन त्यास माघारी पाठविले. शिवाजीराजे मग कोकणात शिरले व आदिलशहाच्या सरदारास जेवढी लाच दिली होती त्याच्याहून दामदुप्पट पैसा त्यांनी कोकणात मिळवला. त्यांनी कोकणातील अनेक देसाई यांना आपल्या अंकित केले असून, आता ते फोंड्याला आमच्या हद्दीवर येऊन दाखल झाले आहेत. ते आमच्याशी सलोख्याने वागत आहेत. त्यांच्या सेनापतीचे व आमचे दळणवळण

चालू आहे. शिवाजीराजे यांचे चातुर्य, त्यांचा पराक्रम, त्यांच्या हालचाली याची तुलना करावयाची झाल्यास ती सीझर आणि सिकंदर यांच्याशी करावी लागेल आणि शेवटी हा मनुष्य सगळीकडेच आहे. त्याचे निश्चित ठिकाण अमुकच नाही; तो सबंध आशियाशी युद्ध करीत आहे.'

मार्च १६६६ मध्ये शिवाजीमहाराजांनी फोंडा किल्ल्यास वेढा दिला. महाराजांच्या ताब्यात फोंडा किल्ला जाणे हे गोव्याच्या पोर्तुगिजांना नको होते म्हणून त्यांनी गुप्तपणे फोंड्यातील देसाईंना गुप्तपणे लष्करी कुमक पाठविली; तसेच जे देसाई विजापूरकरांच्या बाजूचे होते त्यांनाही चपोरा नदीतून किल्ल्यात जाण्यास गुप्तपणे मदत केली त्यामुळे तो किल्ला घेणे महाराजांना शक्य झाले नाही; म्हणून शिवाजीमहाराज किल्ल्याचा वेढा उठवून निघून गेले.

आग्र्याहून सुटून परत आल्यावर शिवाजीमहाराजांनी कोकणातील गमावलेला सर्व प्रदेश आपल्या अंमलाखाली आणला. फक्त फोंडा, जांबवली, पंचमहाल व गोवा ही स्थळे पोर्तुगिजांकडे राहिली. महाराजांच्या कोकणातील अंमलात राहणाऱ्या देसाईंनी आपणास अनियंत्रित सत्ता मिळावी म्हणून गोव्याच्या हद्दीत प्रवेश केला आणि पोर्तुगीज हद्दीत राहून त्यांनी महाराजांच्या कोकणातील प्रदेशाला उपद्रव देण्यास प्रारंभ केला. या बंडखोर देसाईंना गोवेकरांची आतून फूस होती म्हणून त्यांनी पोर्तुगीज हद्दीत शिरून देसाईंचे पारिपत्य करण्याचे ठरविले तसेच त्या वेळी पोर्तुगीज प्रदेशातील हिंदूंचे बळजबरीने धर्मांतर होत असे, ते असे, 'जेव्हा मुलाचा बाप मरतो तेव्हा त्यांना जेझुइट कॉलेजात नेण्यात येते येथून त्यांना त्यांचे नातेवाइकांचे हवाली केव्हाच केले जात नाही.' महाराजांनी पोर्तुगिजांच्या या सर्व आगळिकी लक्षात घेऊन बंडखोर प्रांतात सैन्य घुसविले.

याच सुमारास गोवा व्हॉईसरॉयने बार्देशच्या सर्व हिंदूंना ख्रिश्चन करण्यासाठी फर्मान काढल्याचे महाराजांना समजले. बार्देशच्या हिंदूस २१ सप्टेंबर १६६७ च्या आज्ञापत्राने गोव्याच्या व्हॉईसरॉयने असे आज्ञापिले की, जे हिंदू ख्रिश्चन होणार नाहीत त्यांनी दोन महिन्यांच्या आत बार्देश सोडून जावे. महाराजांनी पोर्तुगिजांच्या या सर्व आगळिकी लक्षात घेऊन बंडखोर देसायांचा पाठलाग करण्याच्या निमित्ताने १६६७ साली बार्देश व साष्टीप्रांतात सैन्य घुसविले आणि वाटेत मिळालेल्या चार पाद्र्यांची कत्तल केली. व्हॉईसरॉयने त्याची भयंकर दहशत घेतली आणि धर्मांतराचे आज्ञापत्र त्याने मागे घेतले. शिवाजीमहाराजांनी सर्वत्र जाळपोळ केली आणि दीड कोट पागोड्या नेल्या. पुढे शिवाजीमहाराज आणि पोर्तुगीज यांच्यामध्ये २० नोव्हेंबर १६६७ पासून तहाच्या वाटाघाटीस सुरुवात केली. व्हॉईसरॉयने शिवाजीमहाराजांच्या पत्रास उत्तर देताना लिहिले की, शांतता राखण्याचे काम शिवाजीमहाराजांवर अवलंबून आहे. शेणवी कोठारी हे व्हॉईसरॉयचे पत्र घेऊन गोव्याच्या जवळ बिचोलीप्रांतात शिवाजीमहाराजांकडे

गेले. रायगडला पोहोचल्यावर शिवाजीमहाराजांनी आपला वकील सोनोपंत यास गोव्यास पाठविले. या वकिलातर्फे पोर्तुगीज व्हॉईसरॉय यांनी शिवाजीमहाराजांशी मैत्रीचा तह ५ डिसेंबर १६६७ रोजी केला. शांतता तहात म्हटल्याप्रमाणे ज्या स्त्रिया बार्देशच्या हल्ल्याच्या वेळी पकडल्या गेल्या होत्या त्यांना हा तह पूर्ण झाल्यावर गोवा व्हॉईरॉयकडे जाण्यास परवानगी दिली. खरं म्हणजे युद्धात पकडलेल्या बायका-मुलांस शिवसैन्याकडून संरक्षण मिळे. सभासदाने म्हटल्याप्रमाणे शिवाजीमहाराजांच्या कडक आज्ञा होत्या की, सैनिकांनी युद्धात बायका-मुलांचा छळ करू नये. पोर्तुगीज व्हॉईसरॉय कोन्डी सांव्हिसेति याने पोर्तुगीज राजास पत्राने कळविले की, तहाप्रमाणे शिवाजीमहाराजांच्या सैन्याने नेलेली बायका-मुले, चीजवस्तू शिवाजीमहाराजांनी परत केली. लखम सावंत आणि केशव नाईक यास पोर्तुगिजांनी गोव्यातून घालवून दिले, तेव्हा शिवाजीमहाराजांनी पोर्तुगिजांस दाभोळ येथे वखार उघडण्यास परवानगी दिली. त्याबद्दल व्हॉईसरॉयने ११ डिसेंबर १६६७ रोजी महाराजांना पत्र लिहून त्यांचे आभार मानले. परंतु, वरील तहाचे पालन पोर्तुगिजांनी इमानीपणे केले नसावे असे वाटते कारण एकीकडे महाराजांशी तहाच्या वाटाघाटी चालू असता दुसरीकडे भारतातील युरोपिअन सत्तांनी महाराजांविरुद्ध एक लष्करी संघटना निर्माण करण्याच्या कारवाया सुरू केल्या होत्या. महाराजांना डचांकडून दारूगोळ्याची मदत होत होती. त्याबद्दल व्हॉईसरॉयने राजापूर येथील डच वखार प्रमुखाकडे तक्रार करून महाराजांविरुद्ध होऊ घातलेल्या युरोपिअन देशांच्या लष्करी संघटनेत सामील होण्याची विनंती केली; तसेच कुडाळच्या देसायास महाराजांविरुद्ध चिथावणी दिली. शिवाजीराजे यांच्याकडून सबंध कोकण किनाऱ्याला उपद्रव होत आहे; त्यामुळे कोकण प्रदेशाचा व्यापार बंद पडला आहे; म्हणून या आक्रमणाला पायबंद घालण्यासाठी त्याचे लक्ष दुसरीकडे वेधणे आवश्यक आहे; म्हणून आमच्या राज्याच्या आश्रयास येऊन राहिलेले देसाई, लखम सावंत व केशव नाईक यांना शिवाजीराजे यांच्या मुलुखात बंडाळी माजविण्यासाठी व्हॉईसरॉयने पाठवून दिले. हे महाराजांना कळताच त्यांनी पोर्तुगीज प्रदेशात आपली माणसे पाठवून पोर्तुगिजांना सतावून सोडण्याचा सपाटा सुरू केला; तसेच पोर्तुगिजांचा हाडवैरी जो मस्कतचा इमाम त्याच्याशी महाराजांनी पोर्तुगिजांविरुद्ध संधान बांधण्याची हूल उठवली.१६७२ मध्ये शिवाजीमहाराजांच्या एका सैन्याचा मुक्काम उत्तर कोकणात असता मराठ्यांच्या एका तुकडीने पोर्तुगिजांच्या ताब्यात असलेला घोडबंदरचा किल्ला अकस्मात हल्ला करून, हस्तगत करण्याचा प्रयत्न केला, पण त्यात त्यांना यश आले नाही.

मोरोपंत पिंगळे यांनी जव्हारचा राजा विक्रमराय याचा पाडाव केल्यावर लगेचच १९ फेब्रुवारी १६७२ रोजी रामनगरचा राजा सोमशहा याचा पराभव केला. रामनगर शहर हस्तगत केले. ते पुढे ८ वर्षे मराठ्यांच्या ताब्यात राहिले. आपले संरक्षण कोळी

लोकांपासून करावे म्हणून रामनगरच्या चोथिया राजास दमण प्रांतातील काही गावकरी चौथ देत असत, ती आपणास मिळावी अशी मागणी शिवरायांनी केली. तीबद्दल कैक वर्षे वाटाघाटी चालल्या; पण अखेरीस दहा वर्षांनी गोवा सरकारने शिवरायांची चौथाईची मागणी मान्य केली.

१८ एप्रिल १६७५ रोजी शिवाजीमहाराजांनी फोंड्याच्या किल्ल्यास पुन्हा वेढा दिला. पोर्तुगिजांनी शिवाजीमहाराजांना तटस्थ राहण्याचे वचन दिले व त्याचबरोबर फोंड्याला गुप्तपणे मदत करण्याचे ठरविले. मदतीची पत्रे घेऊन फोंड्यास जाणाऱ्या पोर्तुगीज वकिलास मराठ्यांनी वाटेत रोखून पकडून नेले. इ.स.१६७७ साली शिवाजीमहाराजांनी रामनगरचे राज्य पूर्णपणे जिंकले तेव्हा पोर्तुगिजांनी मराठ्यांस चौथाई देण्याचे ठरविले; पण या ना त्या सबबीवर पोर्तुगिजांनी चौथाई रक्कम शिवाजीमहाराजांस शेवटपर्यंत दिली नाही.

१६७९ मध्ये शिवाजीमहाराज खांदेरी-उंदेरी बेटावर किल्ला बांधत होते, त्याला विरोध करण्यासाठी पोर्तुगीज आले तेव्हा त्यांचा प्रतिकार करण्यास महाराजांनी हुकूम दिला. पोर्तुगिजांनी विरोध करण्याचे ठरविले असता इंग्रजांचा प्रतिकार शिवाजीमहाराजांनी मोडून काढला हे समजल्यावर पोर्तुगिजांनी तटस्थ राहण्याचा निश्चय केला. इंग्रजांनी या लढ्यात भाग घेण्यास नकार दिला. पोर्तुगिजांस विनंती केली; पण ती मान्य न करता इंग्रजांस धान्य वगैरे देऊन मदत करण्याचे आश्वासन दिले. व्हॉईसरॉयने पोर्तुगिजांच्या राजास असे कळविले की, शिवाजीमहाराजांचे कोकणातील राज्य गोव्याचा लहानसा टापू (साष्टी, तीसवाडी, बारदेश हे तीन तालुके) सोडल्यास उत्तरेकडे रामनगरपासून कारवार जिल्ह्यातील गंगावली नदीपर्यंत पसरले आहे. गोव्याहून पोर्तुगिजांचा उच्चाटन करण्याचा महाराजांचा बेत होता. त्याचा सुगावा पोर्तुगिजांना लागल्याने युद्धाची जोरदार तयारी झाली होती. परंतु, हे युद्ध सुरू होण्यापूर्वी ३ एप्रिल १६८० रोजी महाराज रायगडी निवर्तले. शिवाजीमहाराजांच्या मृत्यूनंतर संभाजी महाराजांचे पोर्तुगिजांशी आरंभी सलोख्याचे संबंध होते. मैत्रीचा तह करण्याकरिता पोर्तुगिजांनी संभाजींकडे निकड लावली होती. संभाजीमहाराजांनासुद्धा पोर्तुगिजांशी कोकणात शांतता राहण्याकरिता तह करण्याची इच्छा होती; म्हणून पोर्तुगिजांनी बिचोलीचा शिलेदार याविरुद्ध तक्रार केल्यामुळे त्यास या जागेवरून बदली करून जिवाजी विनायक यांची नेमणूक केली. १६८२ च्या सुरुवातीस संभाजीमहाराजांनी कारवार जवळील अंजदीव हे बेट घेऊन त्यावर किल्ला बांधण्याची तयारी केली. अंजदीवबेट मराठ्यांकडे गेल्यामुळे गोव्यास धोका होता, ही गोष्ट पोर्तुगिजांनी लक्षात घेऊन ते बेट आपल्या ताब्यात घेतले. संभाजीने या कृत्याबद्दल पोर्तुगिजांकडे तक्रार केली; पण हे बेट आपले आहे व त्याबाबतीत संभाजीने तक्रार करण्याचा त्यास अधिकार नाही असे उत्तर दिले. तरीसुद्धा त्यांच्या या प्रश्नावरून मराठे व पोर्तुगीज यांचे

संबंध बिघडले नाहीत. १६८८ ऑगस्ट मध्ये पोर्तुगीज व्हॉईसरॉयला बातमी समजली की, मुघल फौज संभाजीविरुद्ध मोठ्या तयारीनिशी चाल करून येत आहे. व्हॉईसरॉयने आज्ञापत्र काढून चौल, वसई व दमण येथील आपल्या अधिकाऱ्यांस कळविले की, त्यांनी मुघल फौजेस पोर्तुगिजांच्या मुलूखातून जाऊ द्यावे. पोर्तुगिजांनी कल्याणच्या नदीजवळ पारसिक टेकडीवर एक किल्ला बांधला. त्यांच्या मते, संभाजीवर चाल करून, मुघल सैन्य संभाजीचा पराभव करून, विजयी होईल आणि त्यांच्याकडून दक्षिण कोकणातील प्रदेश त्यांना मदत करून, त्या मोबदल्यात आपण मिळवू. पोर्तुगिजांनी मुघलास मराठ्यांविरुद्ध मदत करण्याचे ठरविल्यावर मराठे सैन्य आणि पोर्तुगीज यांच्यात मे १६८१ पासून चकमकी झडू लागल्या. मुघलांची जहाजे अन्न व दारूगोळा भरून ठाणे नदीतून जात असता पोर्तुगिजांनी त्यांना अडथळा निर्माण न करता सुखाने जाऊ दिलेले पाहून संभाजीमहाराजांस राग येऊन त्याने उत्तर कोकणमध्ये पोर्तुगिजांवर चाल केली. १६८३ मध्ये संभाजींनी चौलच्या किल्ल्यास वेढा दिला; तसेच काही मराठी सैन्य गोव्यावर चालून गेले. एक हजार घोडेस्वार व दोनशे पायदळ यांच्या साहाय्याने संभाजी महाराजांनी पोर्तुगिजांच्या ताब्यातील तारापूरवर हल्ला करून तो जमीनदोस्त केला. चौलवर घातलेला मराठ्यांचा वेढा तसाच चालू होता. करंजा, पंचबेट ताब्यात घेऊन ते मराठ्यांच्या ताब्यात वर्षभर राहिले. पोर्तुगिजांच्या ताब्यातील वसई आणि दमण या स्थळांवर संभाजीने हल्ला करून नाश केला. संभाजीचा पेशवा निळू मोरेश्वर याने चौलच्या किल्ल्यास वेढा घातला तो सहा महिने चालला. १३ जुलै १६८३ रोजी मराठ्यांनी रेवदंडा किल्ल्यावर हल्ला चढविला पण पोर्तुगिजांनी तो परतवून लावला. डॉन मानुयेळ लोबू द सिल्व्हेरिया हा वसईचा पोर्तुगीज अधिकारी होता; त्याने जंजिऱ्याचा सिद्दी याकूब खानाकडे चारशे माणसांची मदत मागितली, ती त्याने दिली. तेव्हा ही चारशे माणसे समुद्रमार्गे पोर्तुगिजांनी रेवदंडा किल्ल्यावर पोहोचविली.

८ ऑगस्टच्या सकाळी मराठ्यांनी चेऊलवर हल्ला केला. मोठमोठ्या शिड्या किल्ल्याच्या तटाला लावून वर चढून जाण्याचा प्रयत्न केला. हे कळताच, पोर्तुगिजांनी मोठा भोंगा वाजवून आवाज काढला. त्या वेळी शहरातील लोक धावून येऊन त्यांनी शिड्या फेकून दिल्या. मराठ्यांच्या या उद्योगात खूप माणसे कामास आली. मराठ्यांनी १६८३ मध्ये चौलच्या तोंडाशी असलेला कोरलाईचा हा लहानसा किल्ला जिंकण्याचा प्रयत्न केला, पण तो यशस्वी झाला नाही. मराठ्यांनी किल्ल्याचे तट चढून जाण्यासाठी ६ गुप्तहेर पाठविले. ते तटबंदी चढून किल्ल्यावर गेले तेव्हा त्यांना लगेच पकडून पोर्तुगिजांनी त्यांचा अनन्वित छळ करून त्यांचा येण्याचा उद्देश त्यांच्याकडून वदवून घेतला आणि त्यांना यमसदनास पाठविले. पोर्तुगिजांनी मराठ्यांवर बंदुकीचा मारा असा केला की, त्यांची पाचशे माणसे जायबंदी होऊन त्यांना वेढा काढावा लागला. पोर्तुगिजांच्या

ताब्यातील मुंबईच्या उत्तर किनाऱ्यावर मराठ्यांनी विजय मिळविला. १ सप्टेंबर १६८३ रोजी मराठी सैनिक वसईजवळील अणजूर गावच्या पिकलेल्या शेताची नासधूस करू लागले; पण त्यांनी आपल्याकडे १५ युरोपियन सैनिक चालत येत असल्याचे पाहून पोबारा केला. या सैनिकांनी मराठ्यांचा पाठलाग केला त्यात ते बहुतेक मारले गेले.

पोर्तुगीज व मराठे युद्धाची तयारी आपापल्या परीने करू लागले होते. ऑक्टोबर १६८३ मध्ये मराठ्यांनी चेऊलवर हल्ला केला. काही महिने निकराचा लढा झाला पण मराठ्यांना ते जिंकून घेण्यात यश आले नाही. चौलचा वेढा उठवण्यास मराठ्यांना भाग पाडण्यासाठी गोव्याचा व्हॉईसरॉय कोंदी द ऑल्वहोर याने २७ ऑक्टोबर रोजी फोंड्यावर स्वारी केली. मराठ्यांकडून फार प्रतिकार होईल अशी ऑल्वहोरची कल्पना होती; तरी ९ ऑक्टोबर रोजी पोर्तुगिजांचे सैन्य किल्ल्यावर फोंड्यास तातडीने आले. मराठे पिछाडी मारून आपली जाण्याची वाट अडवतील म्हणून ऑल्वहोरने वेढा उठविला व तो गोव्यास जाण्यास परत निघाला. त्या वेळी मराठ्यांनी पोर्तुगिजांवर हल्ला चढविला व त्यांचे बहुतेक सर्व लोक कापून काढले. ऑल्वहोर दोन वेळा मृत्यूच्या दाढेतून वाचला. जखमांसह तो मोठ्या शिकस्तीने गोव्यास पोहचला पण त्याच्या तोफा व इतर सामान मराठ्यांच्या हाती सापडले. संभाजी महाराजांनी शेवटपर्यंत त्यांचा पाठलाग केला.

त्या वेळी पोर्तुगिजांनी संभाजीमहाराजांशी तह करताना सुप्रसिद्ध इटालियन प्रवासी मनुची यास त्याच्याकडे पाठविले; पण पोर्तुगिजांनी 'चौथाईचा हक्क मराठ्यांस नेहमी देत जावा' ही संभाजीची मागणी पोर्तुगिजांनी कबूल केली नाही. चौलचा वेढा तसाच चालू राहिला व फोंड्याहून संभाजीमहाराज लवकर निघून जातील, ही पोर्तुगिजांची समजूत चुकीची ठरली. २४ नोव्हेंबर रोजी रात्री ओहोटीच्या वेळी संभाजी महाराजांच्या सैन्याने जुवे या पोर्तुगिजांच्या बेटामध्ये जाऊन तेथील किल्ला हस्तगत केला. या बेटातून ओहोटीच्या वेळी पायवाटेने शहरात जाणे शक्य होते. दुसऱ्या दिवशी ऑल्वहोरने चारशे शिपायांसह जुवे बेटावर हल्ला केला; पण मराठ्यांच्या घोडदळास भिऊन पोर्तुगिजांचे बरेचसे सैनिक नदीच्या तीराकडे पळाले. दैवाने खैर केली नाही तर व्हॉईसरॉय मराठ्यांच्या हाती सापडला असता.

पोर्तुगिजांनी पुन्हा तहाचे बोलणे लावले. संभाजीमहाराजांनी ५० लाख रुपये दंड मागितला पण पोर्तुगिजांनी तो मान्य केला नाही; त्यामुळे या वेळीही तह असाच राहिला. १२ डिसेंबर रोजी मराठ्यांनी पोर्तुगिजांच्या मुलखावर हल्ला करून, सगळीकडे लूट व जाळपोळ केली. रायतर, मडगांव, शापोरा, रईसमागुस या चार किल्ल्यांखेरीज इतर किल्ले मराठ्यांनी जिंकून घेतले. गोवे बेट घेण्याचाही त्यांचा प्रयत्न चालू होता. अशीच लढाई चालू राहिली तर हे बेट संभाजी घेणार या धास्तीने ऑल्वहोरने जुन्या गोव्यातील बोंजेज देवालयामध्ये ठेवलेल्या सेंट फ्रान्सिस झेवियर यांच्या शवाच्या हातात आपला राजदंड दिला

व त्याची संकटनिवारणार्थ करुणा भाकली. त्यांची करुणा ऐकूनच की काय, शाहआलम जवळ आल्याची खबर संभाजीमहाराजांकडे आली. त्याबरोबर संभाजीमहाराजांनी गोव्याचा वेढा उठवला, नाहीतर त्या वेळी गोवे मराठ्यांच्या हातात पडल्यावाचून राहिले नसते. थोड्याच दिवसांत मराठे व पोर्तुगीज यांमध्ये तह झाला. हा तह फार दिवस टिकला नाही. उत्तर कोकणात संभाजीमहाराजांच्या सैन्याने सायबान व मनोर ही ठिकाणे घेतली. अशेरीचा गडही पुन्हा काबीज केला. करंजे, माहीम व तारापूर या किल्ल्यास वेढा घालून मराठ्यांनी वसईचा मद्रापूरपर्यंत ताबा घेतला. मनोर येथील किल्ला व देऊळ त्याने जमीनदोस्त केले. याचा सूड घेण्यासाठी व्हॉईसरॉय ऑल्वहोरने देसायाशी संगनमत करून त्यास संभाजीमहाराजांविरुद्ध बंड करण्यास प्रवृत्त केले. या देसायांनी मुलुखात उठाव केला व एकाचवेळी निरनिराळ्या भागात छापा घालून पुष्कळ लूट मिळविली. गोवे प्रांतात फोंड्याशिवाय इतर ठिकाणी मराठ्यांचा अंमल राहिला नाही. उत्तर कोकणातही संभाजीने पोर्तुगिजांपासून काबीज केलेला बहुतेक प्रदेश त्यांनी परत मिळविला.

शिवकालात पोर्तुगीज, समुद्रात फिरणाऱ्या मराठ्यांच्या नौकांकडून दस्तक मागण्यास धजत नसत; पण १६८९ मध्ये राजधानी रायगड मुघलांच्या ताब्यात गेल्यावर पोर्तुगिजांनी डोके वर काढून समुद्रावर आपला नियंत्रित ताबा आहे असे मानून मराठ्यांच्या जहाजांकडून ते आपला दस्तक घेण्यास भाग पाडू लागले व दस्तक न घेतलेली जहाजे ते पकडू लागले. कान्होजी आंग्रे यांनी पोर्तुगिजांची समुद्रावरील सत्ता असल्याचे नाकारले आणि समुद्रावर आपल्या सत्तेचे वर्चस्व असल्याचे प्रयत्न तो करू लागला. जी जहाजे आपल्याकडून कौल न देता समुद्रात फिरतील त्याजकडून कान्होजी दंड वसूल करी व दंड न मिळाल्यास पकडलेल्या जहाजांना मराठ्यांच्या ताब्यातील कोणत्याही बंदरात रवाना करी. संभाजीमहाराजांच्या मृत्यूनंतर राजाराममहाराज जिंजीस जात असता मुघलांनी पोर्तुगिजांस विनंती केली की, राजाराम कर्नाटकात पळून जाणार अशी बातमी आहे, तर त्याच्या मार्गातील सर्व वाटा पोर्तुगिजांनी रोखून धराव्यात व तो जर सापडला तर त्यास कैद करावा किंवा मारून टाकावा. गोव्याच्या गव्हर्नरने आपल्या मुलखात राजाराम आल्यास सुटून जाणार नाही, अशी आपण व्यवस्था केली आहे, असे बादशहास कळविले. या वेळी मुघल व मराठे यांजमधील पोर्तुगिजांचे राजकारण दुटप्पी होते. एका बाजूने मराठ्यांच्या विरुद्ध आपणास मुघलांस साहाय्य करण्यास तयार आहोत असे भासवीत तर दुसऱ्या बाजूने आपणास 'मुघलांपेक्षा मराठे अधिक प्रिय' अशी भाषा ते करीत. इ.स.१६९३ मध्ये मराठ्यांनी आपल्या लहानग्या सैन्याच्या साहाय्याने मुघलांच्या फौजेस सतावण्याचे ठरविले. त्यांच्या प्रयत्नास स्थानिक लोकांकडून आणि पोर्तुगिजांकडून मदत मिळू लागली. मुघल सुभेदार मातब्बर खान यांच्या लक्षात आले की, पोर्तुगिजांनी मराठ्यांशी

संगनमत केले आहे. पोर्तुगीज मुघलांच्या प्रदेशात दंगल करू लागले.

पोर्तुगिजांनी मराठी कुटुंबांना आश्रय दिला. पोर्तुगीज अधिकारी डिमेलो याने संभाजी मोरे यांस खांदेरी किल्ल्यावरून बोलाविले. तो पंधराशे सैनिकांना बरोबर घेऊन आला, त्यास राहण्यासाठी पोर्तुगिजांनी ठाणे शहरात जागा दिली. असेही ठरले की, मराठ्यांस मदतीचा हात द्यावा म्हणजे मराठे मुघलांच्या किल्ल्यावर हल्ला करतील, असे मातब्बर खानाने बादशहास कळविले.

पोर्तुगीज आणि मराठे सैनिकांनी मिळून पन्हाळगड किल्ल्यावर हल्ला करून नासधूस केली. मुघलांच्या ताब्यातील कोकणच्या मुलखातील शेतकरी पोर्तुगिजांच्या सत्तेखाली असलेल्या जागेत आश्रय घेऊ लागले. त्या दोघांनी कर्नाळा किल्ल्यावर हल्ला करून त्याची मोठी नासधूस केली. पोर्तुगिजांनी त्या किल्ल्यातील शिबंदीला धान्याचा पुरवठा केला; त्यामुळे शेतकरी मुघल मुलखातून पळून जाऊन पोर्तुगीज मुलखात गेले. मातब्बरखानाला नेहमीच्या बातमीदाराकडून अशी माहिती मिळाली की, पोर्तुगीज आणि मराठे दोघांनी भिवंडीवर हल्ला करण्याचे ठरविले. गोव्याच्या ॲक्टिंग गव्हर्नरने पोर्तुगिजांच्या राजास आपल्या १० जानेवारी १६८९ च्या पत्रात असे कळविले की, देसाई लोक मुघल मुलखातून उठून ते राजाराममहाराजांस जाऊन मिळाले; कारण मातब्बरखानाचे म्हणणे असे होते की, देसाई आणि राजाराम एका धर्माचे होते. शिवाय मुस्लीम हे हिंदूंच्या बायकांवर हल्ला करीत असत व देवळे पाडत असत. या वेळी पोर्तुगिजांनी मराठ्यांशी व मुघलांशी वागण्याची पद्धत सारखी ठेवली. ते एकाला दुसऱ्याविरुद्ध सांगून दोघांनाही खेळवू लागले आणि दोघांनाही फसवू लागले. खरे म्हणजे पोर्तुगिजांना माहीत होते की, कोकणात मराठ्यांचा अंमल पुन्हा बसेल आणि म्हणून त्यांना मुस्लीम सत्ताधीशांपेक्षा मराठे हितकारी वाटत.

मातब्बर खानाला असे समजले की, मराठी सैन्यांना पोर्तुगीज मुलखातून मदत मिळते. तेव्हा त्याने पोर्तुगिजांना अशी समज दिली की, त्यांनी जर अशिष्टाचा मार्ग पत्करला तर ते बादशहाच्या रागास बळी पडतील म्हणून त्यांनी मराठ्यांना आपल्या मुलखात आश्रय देऊ नये. मातब्बरखानाचा उपदेश पोर्तुगिजांनी मनावर घेतला नाही. म्हणून मातब्बरखान त्रस्त झाला आणि तळकोकणातील कुटुंबे जी मराठ्यांच्या दंगलींमुळे तळ कोकणातून पोर्तुगीज अंमलात गेली होती त्यांना परत बोलावण्याचे त्यांनी ठरविले. जंजिऱ्याचा प्रमुख सिद्दी याकूबखानलाही पोर्तुगिजांविरुद्ध साष्टीच्या बाजूने चाल करण्यास सांगितले.

हेतू एवढाच होता की, पोर्तुगिजांवर हल्ला केला की, दोन्ही बाजूंनी ते मराठ्यांना आश्रय देण्याचे सोडून देतील. मातब्बरखान याने स्वतः १६९२ मध्ये भिवंडीच्या बाजूने चाल करून, तो वसई प्रांतात घुसला आणि तेथे तो लुटालूट व जाळपोळ करू लागला. त्याने सिद्धगडचा किल्ला काबीज केला; त्यामुळे पोर्तुगिजांनी औरंगजेबाकडे मातब्बरखान

विरुद्ध तक्रार केली. मराठ्यांविरुद्ध आपले युद्ध असल्यामुळे औरंगजेबाला पोर्तुगिजांशी युद्ध करून आपल्या अडचणी वाढवायच्या नव्हत्या म्हणून त्याने मातब्बरखानाला हुकूम केला की, पोर्तुगिजांचा जप्त केलेला माल व माणसे परत द्यावीत आणि त्याजबरोबर भांडण उकरून काढू नये.

कोकणात कान्होजी आंग्रे याने सिद्दीने जो मराठ्यांचा मुलूख संभाजीमहाराजांच्या मृत्यूनंतर बळकावला होता तो सिद्दीकडून जिंकून घेण्याचे ठरविले. १५ नोव्हेंबर १६९४ च्या सुमारास मराठ्यांची एक तुकडी बारदेशमध्ये घुसली व तिने तेथील लोकांकडून माणशी तीन रुपये पट्टी सक्तीने वसूल केली; तर पोर्तुगिजांनी मराठ्यांच्या आधारे बंदरात जाऊन तेथे जाळपोळ केली. इ.स.१६९९ मध्ये कान्होजी आंग्रे यांनी सिद्दी, मुघल आणि पोर्तुगीज यांच्या संयुक्त फौजांचा सपशेल पराभव केला आणि सागरगड किल्ला त्या भोवताली असलेला प्रदेश काबीज केला त्या वेळी पोर्तुगीज कान्होजीशी तहाची बोलणी करण्यास तयार झाले. असे ठरविण्यात आले होते की, चौलचा महसूल दोन भाग करून मुघल आणि आंग्रे यांना सारखे दोन भाग मिळावे आणि अलिबागजवळील परहर गावचा महसूल सिद्दीस मिळावा. सिद्दी आणि कान्होजी यांच्या सततच्या भांडणाची वर्णने इंग्रजी कागदपत्रात विपुल आहेत. ६ मार्च १७००च्या एका पत्रात असे म्हटले आहे की, सिद्दीने मराठ्यांची वाट अडविण्यासाठी खांदेरीस वेढा घातला पण मराठ्यांनी एका जागेवरून दुसऱ्या जागी जाण्याचा मार्ग शोधून काढला. कोकणात जाळपोळ करणाऱ्या सिद्दीचा बंदोबस्त करण्यासाठी खुद्द राणी ताराबाईंनी त्याजवर स्वारी केली होती. तिने मल्हारराव चिटणिसांस कुंभार्ली घाटातून चिपळूणास जाण्याचा हुकूम केला आणि स्वत: चिटणिसांना चिपळूणला भेटण्यासाठी स्वारीवर निघाली.

इ.स.१७०१ मध्ये इंग्रजांना २ एप्रिल १७०१ च्या इंग्रजी बातमीवरून असे समजले की, मराठ्यांची सिद्दीशी झुंज होऊन त्यात बरेचजण जखमी झाले. त्यांच्या जखमांना औषधोपचार करण्यासाठी सिद्दीने मुंबईहून सर्जन पाठविण्याची विनंती केली. मराठ्यांनी त्या वेळी सिद्दीस व पोर्तुगिजांस कसे चोपून काढले याचे वर्णन तत्कालीन इंग्रज लेखकाने केले आहे, ते असे : सिद्दी आणि पोर्तुगीज यांच्या कोकणातील बेबंदशाहीमुळे सबंध कोकण उद्‌ध्वस्त झाले. त्यांनी महाराष्ट्रधर्माच्या अस्तित्वाला आव्हान दिले. त्यास प्रतिसाद सरखेल कान्होजी आंग्रे याने दिला. आपल्या मदतीस शंकराजी मोहिते, राणोजी गोळे, खंडोजी मानकर आणि हसनखान जमादार अशी शूर सरदार मंडळी घेऊन कान्होजीने सिद्दीचा सपशेल पराभव केला आणि त्यापासून कोकणातील महाराष्ट्रधर्माचे रक्षण केले.

कोटेनो मेलो डी कॅस्ट्रो हा पोर्तुगीज व्हॉईसरॉय म्हणून १७०३ च्या उत्तरार्धात गोव्यास येऊन त्याने २ ऑक्टोबर १७०३ रोजी गोव्याच्या व्हॉईसरॉय पदाचा स्वीकार केला. आपल्या कारकिर्दीत त्याने गोव्याच्या सीमा विस्तृत करण्याच्या कामगिरीस प्रथम

क्रम दिला. गोवा सरहद्दीवरील सावंतवाडीकरांचा लहानसा किल्ला अंबोना त्याने आपल्या हुकूमाने जमीनदोस्त करविला. १७०५ मध्ये स्वत: युद्धभूमीवर येऊन व पुढाकार घेऊन त्याने डिचोलीचा किल्ला घेऊन तो पाडला. त्याच्या पुढील वर्षी त्याने खोर्जुवे व पनेले ही बेटे ताब्यात घेऊन त्यावर सैन्य ठेविले. १७०५ च्या सुरुवातीस मुघलांनी सावंताचा मदनगड किल्ला काबीज केला आणि वरील दोन्ही बेटे सावंतांनी १७०५ मध्ये काबीज केली. हे पोर्तुगिजांस समजल्यावर त्यांनी १७०६ मध्ये सैन्याची जमवाजमव करून सैन्य एकत्र आणले आणि खोर्जुवे व पनेले ही बेटे खेम सावंताचा पराभव करून घेतली. कोकणचा मुलूख मराठ्यांनी मुघल बादशहाकडून शाहूमहाराजांस जागीर म्हणून मिळविला; म्हणून मराठे कायदेशीररीत्या पोर्तुगिजांकडून चौथाई वसूल करण्याचा हक्क सांगू लागले. खरे पाहता कोकणवर मुघलांची सत्ता कधीही नव्हती. ज्या ज्या वेळी मराठे पोर्तुगिजांकडे चौथाईची मागणी करत त्या त्या वेळी अनेक सबबी सांगून पोर्तुगिजांनी ती देण्याचे लांबणीवर टाकले.

दख्खनचा सुभेदार हसन अली याच्याशी त्याला मदत करण्याच्या मोबदल्यात सहा सुभ्यांची चौथाई सरदेशमुखी वसूल करण्याच्या हक्कांना मंजुरी मिळविली. या चौथाई सरदेशमुखीच्या सनदा इ.स.१७१९ मध्ये बाळाजी विश्वनाथांनी दिल्लीहून साताऱ्यास आणिल्या. त्याचवर्षी कल्याण आणि भिवंडी येथील लष्करी तळ मुघलांनी हालविले. तेव्हा ती दोन्ही स्थळे रामचंद्र महादेव चासकर या सरदाराने पेशव्यांतर्फे ताब्यात घेतली आणि तेथे मराठी सैन्य ठेविले. कल्याणला मराठ्यांनी तळ दिल्यामुळे त्यांची सत्ता पोर्तुगिजांच्या अगदी नजीक आली.

बाजीराव व पोर्तुगीज : पहिली भेट

समुद्रात लाटांवर लाटा आपटतात आणि फेस उसळतो. त्याप्रमाणे वसई, तारापूर व माहीम येथील घनघोर संग्राम म्हणजे पोर्तुगीज व मराठे यांच्या संघर्षाच्या लाटांवर उसळलेला फेस होय; पण फेस उसळण्यापूर्वी लाटा चवताळलेल्या सर्पांप्रमाणे एकमेकींवर तुटून पडण्यासाठी वळवळतच येत असतात त्याप्रमाणे वसईचा संग्राम होण्यापूर्वी १७१९ पासून पोर्तुगीज व मराठे या दोन सत्तांचे एकमेकांवर मात करण्यासाठी संघर्ष कधी गुप्त तर कधी प्रकट स्वरूपात चालूच होते. १७१९ साली मुघल दरबारकडून बाळाजी विश्वनाथांनी चौथाई सरदेशमुखीच्या सनदा आणल्या. या सनदांप्रमाणे कोकणपट्टीवर मराठ्यांचा अंमल सुरू झाला. त्याबरोबर उत्तर कोकणातील कल्याण, शाहूमहाराजांनी ५ ऑगस्ट १७१९ रोजी काबीज करून त्यावर बाजीरावांचा मेव्हणा रामचंद्रपंत जोशी चासकर याची नेमणूक केली. या घटनेकडे पोर्तुगिजांचे लक्ष होते. पोर्तुगीज कल्याणबद्दल म्हणतात की, ‘हे शहर म्हणजे एक किल्ला आहे. तेथे चांगले बारा बुरूज आहेत व फार

खोल असा खंदक आहे. ज्या प्रदेशाची सनद बादशहाने दिली, तेथील चौथाई आणि सरदेशमुखी वसूल करायची हा मराठ्यांचा दंडक नव्हे तर कायदेशीर हक्कच होता. त्याप्रमाणे कल्याण काबीज केल्याबरोबर रामचंद्रपंत जोशीने वसईच्या पोर्तुगीज अधिकाऱ्यांकडे चौथाई सरदेशमुखीची मागणी केली.' पोर्तुगीज अहवाल म्हणतो, 'कल्याण काबीज केल्यावर मराठ्यांचे पुष्कळ सैन्य तेथे आले व त्यांच्या सेनापतीने वसईच्या जनरलाकडे त्या प्रांताच्या सरदेशमुखीची रक्कम मागितली;' पण या जनरलने सांगितले की, 'मुघलांकडून मराठ्यांस मिळालेला हक्क केवळ त्या बादशहाच्या राज्यास अनुलक्षून आहे व पोर्तुगिजांच्या राज्याशी त्याचा कोणताच संबंध नाही.' उत्तरेच्या वसईच्या जनरलचे मत अर्थात दक्षिण कोकणातल्या गोवा राजधानीच्या मताप्रमाणे होते. पोर्तुगीज राज्याचे दोन भाग होते. उत्तरेस चौल, रेवदंडा, वसई, तारापूर, केळवे, माहीम, डहाणू, उंबरगाव, खत्तलवाडा, दीव व दमण, साष्टी इ. या प्रांताचे मुख्य ठाणे वसईच होते व दुसरा दक्षिणेकडचा साष्टी बारदेश व गोवा यांचे ठाणे अर्थात गोव्याला होते आणि गोव्याचा व्हॉईसरॉय उर्फ विजरई याच्या धोरणाप्रमाणे उत्तर-दक्षिण पोर्तुगीज राज्यांचा कारभार चाले. त्याचे मतही चौथाई सरदेशमुखीवर मराठ्यांचा कोणताच हक्क पोचत नाही असेच होते. विजरई मार्केज द आर्लोन याने म्हटले आहे, 'शाहूराजा व संभाजीराजा यांनी आपल्या राज्यांची वाटणी केली तेव्हा संभाजीच्या राज्याच्या कक्षेत कोकणचा अंतर्भाव झाल्यामुळे गोव्याकडूनही मराठ्यांस खंडणी पाहिजे आहे; पण हे आम्हांस केव्हाच मान्य नव्हते व आम्ही त्यास खंडणी देत नाही.'

गुजरात आणि माळवा या प्रांतांप्रमाणे वसई प्रांतातही चौथाई सरदेशमुखीचा प्रश्न हेच मुघल-मराठ्यांप्रमाणे पोर्तुगीज-मराठा संघर्षाचे मूळ होते. मराठ्यांनी मागायचे व पोर्तुगिजांनी द्यायचे नाही अशा त्या प्रश्नातून वसईचा संग्राम उभा राहिला. देण्याचा प्रश्न आला म्हणजे सातारचे शाहूमहाराज व कोल्हापूरचे संभाजी महाराज दोघेही त्यांना सारखेच होते. पोर्तुगिजांचा जीव थोडा. मराठ्यांच्या सामर्थ्याची त्यांना प्रचिती शिवाजीमहाराज आणि संभाजी महाराजांच्या वेळी येऊन गेली होती. त्यामुळे मराठ्यांच्या धास्तीची तलवार त्यांच्या डोक्यावर कायमची लटकत होती. आंद्रे रिबेरू कौतिन्यु या पोर्तुगीज अधिकाऱ्याने तर विजरईस असा सल्ला दिला की, 'मराठ्यांच्या प्रबळ शक्तीपुढे पोर्तुगिजांच्या मूठभर सैन्याचे काही चालणार नाही! अशा परिस्थितीत वसईच्या जनरलांनी साताऱ्याच्या राजास, मंत्र्यास किंवा शाहूच्या मर्जीतील एखाद्या माणसास दरवर्षी अडीच हजार रुपयांची देणगी पाठवून मराठ्यांच्या दमणच्या प्रदेशात पदोपदी होणाऱ्या आक्रमणापासून जे नुकसान होते, ते टाळावे.' पण, 'चमडी देईल पण दमडी देणार नाही' इतकी पोर्तुगिजांची जात चिकट; त्यामुळे शाहूमहाराजांपुढे कशाचे तोंड मोकळे केले तर कशाचीही उणीव पडणार नाही, हा पैसा देण्याचा सल्ला विजरईला मानवला

नाही; त्याने काही न देण्याचे, टाळाटाळीचे धोरण चालूच ठेवले.

चौथाईसाठी विजरईच्या दाराशी मराठे पूर्वजन्मीच्या देणेकऱ्याप्रमाणे धरणे धरून बसले होते. जादूगाराने फुंकर घालावी त्याप्रमाणे केवळ विजरईच्या इच्छामात्रेकरून जा म्हटल्याने ते जातील व वाऱ्यावरच्या बुडबुड्याप्रमाणे नाहीसे होतील अशी काही विजरईजवळ जडीबुटी नव्हती. त्यांनी पुढच्याच वर्षी १७२० च्या नोव्हेंबर-डिसेंबरात निराळ्या म्हणजे कान्होजी आंग्रे व विजरई यांच्या संघर्षाच्या संदर्भात पुन्हा चौथाईचा प्रश्न उपस्थित केला. संदर्भ कान्होजीचा असला तरी हरदासाची कथा मूळ पदावर यावी त्याप्रमाणे त्याची अखेर मराठ्यांच्या चौथाईच्या मागणीत झाली हे अर्थात व्हावे तसेच झाले; कारण एखाद्या गोष्टीची 'शेंडी तुटो की पारंबी तुटो' अशा चिकाटीने पाठपुरावा करण्याच्या बाबतीत मराठे विजरईसारखेच होते किंबहुना त्यांचे पितृपद भूषविण्याइतका त्यांचा अधिकार होता.

कान्होजी आंग्रे - बाजीराव - पोर्तुगीज पहिली सलामी

इंग्रज, सिद्दी, डच इत्यादी समुद्रावरच्या सर्वच जलचरांप्रमाणे पोर्तुगिजांच्याही डोळ्यांत कान्होजी हा पूर्वीपासूनच सलत आलेला होता. त्या काळी पोर्तुगिजांच्या प्रदेशातील व्यापारी जहाजांस आंग्र्याच्या दस्तकाखेरीज उत्तरेच्या समुद्रात संचार करणे अशक्य झाले होते. वसई प्रांताच्या किनाऱ्यावरील गावातून तो दरसाल सात लाख रुपये वसूल करी. पोर्तुगीज ज्याप्रमाणे शिवाजीमहाराजांची तुलना 'हूणांचा काळभैरव अटिला' याच्याशी करीत त्याप्रमाणे कान्होजींची तुलना 'बारबरोसा' या कुप्रसिद्ध युरोपिअन दरोडेखोराशी करीत असत. गोव्याच्या विजरईने कान्होजींबद्दल पोर्तुगालच्या राजांस कळविले होते की, कान्होजी आंग्रे हा अत्यंत उद्धट व महान प्रबळ शत्रू असून आमचा चौलचा व्यापार नष्ट होण्यास मुख्यत्वे करून तोच कारण झाला आहे. कोवळा मोड खुडावा त्याप्रमाणे 'नावज्ञेयो रिपुस्तात दुर्बलोऽपि कथञ्चन' (शत्रू दुबळा असला तरी त्याची उपेक्षा करू नये) या राजनीतीला धरून, कान्होजी लहान असतानाच त्याची आपण उपेक्षा केली आणि त्याच्या गळ्याला नख लावले नाही. या आपल्या प्रमादाबद्दल विजरईला मोठा खेद वाटत असे. तो म्हणतो, 'पोर्तुगिजांच्या हलगर्जीपणामुळे कान्होजी प्रबळ झाला! विजरई कायतान मेल्लु द कास्त्रु यांच्या काळी (१७०२-१७०७) आंग्र्याजवळ फक्त आठ किंवा दहा लढाऊ गलबते होती व पूर्वी तो पोर्तुगिजांच्या राज्यातील वेर्सोवा या गावी राहत असे. १७२१ मध्ये कान्होजीच्या आरमारात सोळा ते अठरा तोफा असलेले सहा पाल व तिसांवर लढाऊ गलबते असून, सहा हजार नौदलाचे सैनिक होते. कान्होजी आंग्रे आता इतका गर्विष्ठ झाला आहे की, तो उघड बोलतो की, पोर्तुगिजांची चौल व करंजा (उरण) ही ठाणी जिंकून घेण्यास आपणास कठीण नाही; पण आपला डोळा खुद्द गोव्यावर आहे. तीस वर्षे झाली नसतील त्या वेळी हा एक गरीब व हीन इसम

म्हणून ओळखण्यात येत असे. परंतु, दहा वर्षांच्या आत अनेक खटपटी करून हा माणूस सुवर्णदुर्गचा मालक झाला व त्याच्या सत्तेखाली लहानमोठे बावीस किल्ले आहेत.'

दुष्ट कान्होजींच्या पापांचा जमा-खर्चही चित्रगुप्ताप्रमाणे सर्वसाक्षी असलेल्या विजरईच्या खतावणीत बिनचूक नोंदवलेला आहे. एका पालमधून चौलहून वसईस जाणाऱ्या चौलच्या माजी गव्हर्नरावर कान्होजीने समुद्रात हल्ला करून त्यास पकडून नेले व त्याचे हाल करून प्राण घेतला. आंग्र्याने पकडून कुलाब्यास नेलेल्या सव्वीस पोर्तुगिजांसही तेथे कंठस्नान घालण्यात आले. मेजवानीत अधाशीपणे गिळलेल्या माशाचा काटा घशात रुतावा त्याप्रमाणे कान्होजीचे ऐश्वर्यही विजरईच्या डोळ्यांत खुपत असे. साष्टी बेटाचा ताबा घेण्यासाठी मराठ्यांचा इरादा तेथील सुपीक जमिनीचा उपयोग करण्याचाच नसून कदाचित वर्सोवाच्या बंदरातून समुद्रामध्ये चाचेगिरी करण्याचाही असावा. त्या धंद्यामुळे अल्पकाळात सुप्रसिद्ध आंगरे हा श्रीमंत व प्रबळ झालेला आहे. कान्होजींवरचा चाचेगिरीचा आरोप हा जुनाच होता. मुंबईच्या इंग्रज गव्हर्नरचेही तसेच मत होते – ते त्याने एकदा कान्होजीला ऐकवलेही होते. तुम्ही दुसऱ्यांचा माल घेण्याची इच्छा करता हे अविचारीपणाचे आहे. अशा प्रकारचे गुन्हे म्हणजे एक प्रकारची चाचेगिरी आहे. ज्यांनी कोणाच्याही कपर्दिकेचासुद्धा अभिलाष कधी केला नाही त्या 'जोडोनिया धन उत्तम वेव्हारे। उदास विचारे खर्च करी।' अशा बाण्याच्या पश्चिमेकडच्या या इंग्रज व पोर्तुगीज साधूंच्या मुखात कान्होजीच्या श्रीमंतीची ही कुळकथा किती शोभून दिसण्यासारखी होती?

कान्होजी शिरजोर होऊन बसला होता. त्याला उपाय करणे जरुरीचे होते. कुलाब्यावर १७२०च्या नोव्हेंबरात गुप्तपणे, मोठे आरमार व निवडक सैन्य पाठवून योग्य संधीचा उपयोग करून कान्होजींस जिवंत किंवा मेलेला असा पकडण्याचा प्रयत्न विजरईने केला; पण तो फसला; कारण सैन्य घेऊन जाणाऱ्या पासष्ट जहाजांपैकी केवळ तेरा जहाजे कुलाब्यावर वेळेवर पोचली. हा पहिला बार फुकट गेल्यावर पोर्तुगिजांनी इंग्रजांशी संगनमत करून दोघांनी आपापली सैन्ये घेऊन कुलाब्यावर जावे, अशी वाटाघाट सुरू केली. तेव्हा ही जूट फोडण्यासाठी कान्होजीने ७ ऑगस्ट १७२१ रोजी पोर्तुगिजांस कळविले की, आपल्याजवळ वीस हजार सैन्य असून आणखी आपल्या कित्येक नातलगांचे सैन्य मदतीला येणार आहे. परंतु, कान्होजी हा पराक्रमी असला तरी साहससुद्धा मोजूनमापून करणारा सारासार विचारी माणूस होता. आपल्या भेदनीतीने पोर्तुगीज वळतील व इंग्रज पोर्तुगीज एकजूट फुटेल, हा भ्रम त्याला नव्हता. जमिनीपेक्षा समुद्रावरच माशाप्रमाणे घरच्यासारखे वावरणाऱ्या इंग्रज, पोर्तुगीज, सिद्दी या दर्यावर्दी शत्रूंना आपण एकटे पुरे पडू शकणार नाही, याची त्याला जाणीव होती. आत्मघात करून मरून जाण्याची राजपूत नीती त्याच्या मराठी बाण्यात बसत नव्हती; म्हणून 'जयासी नाही समर्थाची

पाठी । तयासी भलताची कुटी ।।' या समर्थवचनानुसार त्याने शाहूमहाराजांचे मांडलिकत्व कबूल केले व बाजीरावांना आपल्या मदतीला आणले. ३० डिसेंबर १७२१ रोजी बाजीरावांनी आपले सात हजार घोडेस्वार अलिबागेच्या संरक्षणासाठी ठेवले व १ जानेवारी १७२२ रोजी बाजीरावांनी पोर्तुगिजांस कळविले की, आपण शाहूमहाराजांचा पेशवा असून छत्रपतींचे स्वामित्व कान्होजी आंग्र्यांकडून मान्य करवून घेण्यासाठी मुद्दाम अलिबागेस आलो आहोत व ही गोष्ट कान्होजीस कबूल आहे; त्यामुळे कान्होजीस मदत करणे आपणास आता भाग झाले आहे; आपण कान्होजीच्या रक्षणासाठी शाहूमहाराजांच्यातर्फे पोर्तुगिजांकडे लढाई किंवा तह करण्यास तयार आहोत आणि तह झाल्यास सलूख वाढेल.

'उत्पद्यन्ते विलीयन्ते दरिद्राणां मनोरथा:' (दरिद्री लोकांची मनोरथे उत्पन्न होतात आणि विरून जातात.) बाजीरावांच्या या पत्राने कान्होजीला जिवंत किंवा मेलेला पकडून आणण्याचे विजरईचे मनोरथ दरिद्री माणसाच्या श्रीमंत मनोरथांप्रमाणेच गर्भातच जागच्या जागी जिरले. त्याला चाळीस वर्षांपूर्वी छत्रपती संभाजी महाराजांनी गोव्यावर स्वारी करून जो हाहाकार उडवून दिला होता, त्याची आठवण झाली. मराठ्यांच्या सैन्यापुढे आपले काही चालणार नाही, याची त्याला खात्री पटली आणि पडत्या फळाची आज्ञा म्हणून बाजीरावांनी पुढे केलेल्या तहाच्या प्रस्तावास त्याने मुकाट्याने संमती दिली. ९ जानेवारी १७२२ रोजी चौल प्रांतातील वरसोली मुक्कामी सिनोर विजरई व राजश्री बाजीराव पंडित प्रधान यांचा सलुखाचा तह झाला. बाजीराव व पोर्तुगीज पहिली भेट अशी झाली.

तह झाला पण...

मराठे व पोर्तुगीज यांचा तह झाला तरी त्यात काही जीव नव्हता. तो तह म्हणजे, सतरा ठिकाणी उसवलेल्या आणि ठिगळे मारलेल्या 'मृच्छकटिका'तल्या अट्टल जुगाऱ्याच्या अंगावरच्या उत्तरीयासारखा होता. अंगावर असण्यापेक्षा गुंडाळून ठेवण्यातच शोभा होती. त्या तहाने कान्होजी आंग्र्याचा उच्छेद करण्याची संधी हुकली म्हणून विजरई नाराज होता आणि वसई प्रांताची चौथाई सरदेशमुखीची हक्कांची खंडणी त्या तहाच्या निमित्ताने विजरईने शिताफीने चुकवली म्हणून मराठे जळफळत होते. २६ नोव्हेंबर १७२३ रोजी पिलाजी जाधव याने चार हजार घोडेस्वार घेऊन पोर्तुगिजांच्या वसई प्रांतावर तो आपल्या राज्याचा भाग या सबबीवर धाड घातली आणि तेथील पुष्कळ लूट नेली. या वेळी खुद्द वसई शहरच मराठ्यांच्या हाती पडावयाचे पण मराठ्यांनी वसई जवळचा गोखिरवे हा गाव जाळून टाकल्याची बातमी कळल्याबरोबर वसईच्या पोर्तुगीज अधिकाऱ्यांनी वसईची नाकेबंदी केली आणि वसई वाचविली. वसईला या वेळी लुईस द गोल हा नवा पोर्तुगीज अधिकारी आला होता. त्याने मराठ्यांचे हे आक्रमण पाहून

'जशास तसे' या न्यायाने मराठ्यांचेही तळोजा वगैरे कित्येक गावे मारिली व लोक धरून नेले. तेव्हा बाजीरावांनी आंतोनियु कार्दी फ्रोझीस उर्फ काडदीन या विजरईच्या विश्वासू सरदारास पत्र लिहून आपला निषेध तर व्यक्त केलाच पण त्या उपद्व्यापी लुईस द मेलची वसईहून उचलबांगडी करावी अशी मागणी केली – कुलाबीयास उज्यानेब बमये फौज आले होतेस. ते समयी फिरंगीयाकडील व आपणाकडील तह होऊन अजीपर्यंत दुतर्फा सलूख व किलाफ चालत असता, चोरटे लोक फिरंगणात जाऊन चोरी केली. कुळे आणिले होती. हे हकीकत इज्यानेबास जाहीर जाहलियावरी तलास करून चोरटे धरिले, मारिले, कुळे सोडून दिल्ही आणि सलुकात तफावत होऊन दिल्ही नाही. त्यास सांप्रत लुईस द मेल वसईस जनरल आले आहेत. त्याणी कल्याण भिवंडी प्रांतीचा तलोज तरफ येथील गाव मारून कुळे रयेत धरून नेऊन मारिले व बंदी घातले. ये बाबे अजम रामचंद्र पंडित याणी लुईस द मेल यास दोन–चार वेळा कलमी केले. परंतु, त्याणे कुळे सोडिली नाहीत. जे मुलकात चोरी करितात त्यांस तंबी दोहोंकडून पोहोचवून बंदोबस्त राखावा हेच वाजीब होते. परंतु, लुईस द मेल याणी होऊनच बिघाड केला. कुळे रयेत दक्षणेकडील नेली ती सोडिली नाहीत. त्यास दरिविला या राज्यातील फौज जव्हारकडेस गेली होती. त्यास तलोज तरफाची रयेत लष्करात फिराद जाहली. त्यावरून लष्कर फिरंगणात जाऊण मुलकास तसदी केली. तरी दुतर्फा तह चालावा हे तुमच्या खातरीस येईल तरी लुईस द मेल तयार करून दुतर्फा सलूख चालत आला आहे त्या बमोजीब चाले ते करणे. या खताचा जबाब जलदीने पाठवून देणे. त्याच दिवशी म्हणजे ६ डिसेंबर १७२३ रोजी बाजीरावाने खुद्द लुईस द मेल याला खडखडीत शब्दांत सुनावले की, या उपरी सलूख चालवा हा तुमचा खुलासा असिला तरी तलोज महालाचे कुणबी सोडून देऊन आपले तर्फेने तफावत होऊ न देणे. बिघाड करावा हाच तुमचा मकसूद असेल तरी तैसेच साफ कलमी करणे म्हणजे लस्करात तेच लिहून पाठवू. तहाचा प्रकार असलिया अजम पिलाजी जाधव यास ठेवून सलूख करणे आणि आपणाकडील येक भला माणूस वकील म्हणून पाठवून देणे.

बाजीरावांच्या शब्दांत जोर होता आणि जरब होती. 'वचने किं दरिद्रता' (बोलण्यात दारिद्र्य कशाला?) अशा थाटाची केवळ तोंडची वाफ म्हणजे त्यांचा निषेधखलिता नव्हता; त्यामुळे भिवंडीजवळच्या कांबवे गावी १० जानेवारी १७२४ रोजी पोर्तुगीज व मराठे यांच्यात पुन्हा एकदा तह झाला. हा तह म्हणजे मागच्या तहाचीच पुनरावृत्ती होती. एवढेच की, पोर्तुगिजांच्या मागील अनुभवावरून शहाणे होऊन मराठ्यांनी या तहात एक नवे कलम घातले की १७२४ च्या मे महिन्यापर्यंत पोर्तुगिजांनी साताऱ्यास आपला मातब्बर माणूस वकील म्हणून शाहूमहाराजांकडे पाठवून हा तहनामा कायम करावा व तोपर्यंत पोर्तुगिजांच्या मुलखास मराठ्यांकडून त्रास होऊ नये.

पण पोर्तुगिजही मराठ्यांसारखेच चतुर होते. त्यांच्या लक्षात सदर कलमाचे मर्म येण्यास वेळ लागला नाही. पोर्तुगिजांकडून वसई प्रांताबद्दल खंडणी किंवा सरदेशमुखी वसूल करण्याचा बाजीरावांचा हा प्रयत्न असावा असा तर्क गोव्यातील पोर्तुगीज मुत्सद्द्यांनी केला व तो तसा बरोबरच होता. यामुळे अर्थातच शाहूमहाराजांकडे आपला वकील पाठवू नये, असे त्यांनी ठरविले. पोर्तुगिजांनी आपला वकील नजराणा देऊन शाहूमहाराजांकडे पाठवावा म्हणून बाजीरावांचा तगादा चालू होता. साखरखेडल्याच्या लढाईनंतर १७ नोव्हेंबर १७२४ रोजी त्याने वसईच्या मुख्य अधिकाऱ्यास लिहिले - 'थोड्या दिवसांपूर्वी मी नबाब निजाम-उल्-मुल्क यांच्या समवेत अमानत खानाविरुद्ध लढाई देऊन जय मिळविला व आम्ही आता औरंगाबादला पोहोचलो आहोत. येथून मी लौकरच साताऱ्यास महाराजांच्या भेटीस जाणार आहे. आपण तेथे आपला वकील नजराणा देऊन पाठवावा म्हणजे मी महाराजांकडे विनंती करून पिलाजी जाधवराव, दावलजी सोमवंशी, रूस्तुमराव बहाद्दर व रामचंद्र पंडित यांनी आपणाशी केलेला तह कायमचा करू व आपल्या प्रजेस होत असलेला उपद्रव बंद करू.'

परंतु, बाजीरावांच्या मध्यस्थीची वसईच्या अधिकाऱ्यांना जरूर नव्हती; कारण त्यांना खंडणी द्यायची नव्हती आणि खंडणी मिळाल्याशिवाय मध्यस्थ म्हणून बाजीराव एक शब्द बोलायला तयार नव्हते. पैसा सोडून बाकी अघळपघळ बोलायला पोर्तुगिजांची हरकत नव्हती आणि त्या बोलण्यात मराठ्यांना काडीइतकासुद्धा रस नव्हता; त्यामुळे असंतोषाचे मूळ कायम ठेवून वरवरची पालवी तेवढी खुडावी त्याप्रमाणे पहिल्या तहासारखीच दुसऱ्या तहाची कथा झाली. तो तह कागदावरच राहिला.

तहाकडून तहाकडेच! - धर्मच्छळ

त्याचा परिणाम व्हायचा तोच झाला. १७२८ च्या मे महिन्यात पिलाजी जाधवाने पोर्तुगिजांची दमणकडील दोन गावे लुटली. त्याचा बदला म्हणून वसईच्या जनरलने थेट कल्याणवरच भर पावसाळ्यात गलबतातून येऊन अचानक हल्ला केला. या वेळी कल्याणचा सुभेदार रामचंद्र जोशी वारला होता व त्याचा भाऊ कृष्णराव सुभेदारीच्या कामावर होता. कल्याणच्या दुर्गाडी किल्ल्यावर पोर्तुगिजांनी हल्ला केला. त्या वेळी अणजूरचे गंगाजी नाईक, शिवाजी नाईक आणि नारायण नाईक यांनी फार पराक्रम केला. त्यांनी कल्याणच्या कोटावरची तोफ दुर्गाडीवर नेऊन फिरंग्यांवर डागली आणि त्यांचा पराजय केला. कल्याण वाचले. नाईक बंधूंचा तो पराक्रम पाहून सद्‌गदित झालेल्या रामचंद्रपंताची विधवा बायको जानकीबाई हिने आपल्या वेळा व गोट तोडून शिपाई बरकंदाजांस बक्षीस दिले.

थोडे दिवस गेले आणि थोडी सामसूम होते न होते तोच पुन्हा १७३० च्या मे महिन्यात पिलाजी जाधवाच्या नेतृत्वाखाली मराठे वसई प्रांतात उतरले. भिवंडीजवळ कांबवे येथे फिरंग्यांचा कोट घेण्यासाठी मराठ्यांनी कोटास मोर्चा दिला. योगायोग असा

की, एकदा कोटकऱ्यांच्या मदतीकरिता कांबव्यांच्या खाडीत फिरंग्यांची दोन गलबते आली असता, मोठे धाडस करून मराठ्यांनी ती पकडली व त्यातले तोफा व दारूगोळा सारा ताब्यात घेतला. ज्या तोफा मराठ्यांवर झाडल्या जायच्या त्या मराठ्यांनीच कोटावर झाडल्या. कोट फुटला आणि कोटकरी शरण आला. अशा प्रकारे कांबवे सर करून मराठ्यांनी साष्टीवर चाल केली. साष्टी त्यांच्या हाती पडायचीच पण ऐनवेळी मुंबईच्या इंग्रजांकडून सातशे सैनिकांची कुमक आली. त्यामुळे साष्टी बचावली. साष्टीचा डाव फसल्यावर मराठ्यांनी केळवे, मांडवी, जीवधन, टकमक, तांदूळवाडी इ. पोर्तुगिजांची ठिकाणे हस्तगत केली.

पोर्तुगिजांनीही मराठ्यांची ठाणी मारली आणि जीवधनगडला वेढा देऊन जिंकून परत घेतला. त्यांना इंग्रज मदत करीत होते. त्याचबरोबर पेशव्यांचा घाटावरचा प्रतिस्पर्धी जो निजाम त्यालाही याचवेळी कल्याणवर हल्ला करण्यावर भर देण्याचे राजकारण पोर्तुगीज खेळत होतेच. एवढेच करून पोर्तुगीज थांबले तर ते राजनीतीला धरून होते; पण एवढ्यावर समाधान न होऊन पोर्तुगिजांनी मराठ्यांना तहास आणण्याकरिता जे तंत्र वापरात आणले ते सर्वस्वी धर्मयुद्धास सोडून होते आणि परिणामी ते त्यांच्यावरच उलटले. ते म्हणजे विजरईच्या शब्दांत मराठ्यांच्या मुलखात शिरून जाळपोळ करावी व तेथील बायकापोरे पकडून त्यांस बाटवावे हे होय. २० मार्च १७३१ रोजी विजरईने पोर्तुगालला कळविले होते की, आपण मराठ्यांची पुष्कळ बालके व स्त्रिया कैद केल्या असून त्यास बाटविण्यात येईल असा धाक घातला आहे; कारण ही गोष्ट मराठ्यांस फार दु:खकारक वाटते. विजरईला प्रजेच्या या दु:खाची जाणीव होती आणि तरीही तृणाने अग्नी झाकावा त्याप्रमाणे त्या दु:खाची त्याने त्याच्या पूर्वसूरींप्रमाणेच निर्घृण उपेक्षा केली; पण डोळेझाक केली म्हणून प्रजेचा क्षोभ नाहीसा होतो असे नाही. शिशुपालाचे शंभर अपराध पुरे व्हावे त्याप्रमाणे पोर्तुगिजांनीही केलेल्या धर्मच्छळाच्या पापांचा हा घडा भरला आणि प्रजेच्या प्रक्षोभाने भडकलेल्या त्या युद्धाच्या वैश्वानरात पोर्तुगिजांच्या वसईसकट उत्तर कोकणातल्या साऱ्या राज्यांची आहुती पडली. 'प्रजासुखे सुखं राज्ञ:' (प्रजेच्या सुखात राजाचे सुख आहे) या चाणक्यांच्या राजनीतीविरुद्ध धर्मच्छळ करताना जिझिया कर लादणाऱ्या औरंगजेबाला शिवाजीमहाराजांनी दिलेला इशारा हिंदूधर्माची पायमल्ली करणाऱ्या ख्रिश्चनांच्या बाबतीतही तंतोतंत खरा ठरला. जुलूम ज्यावर जाला त्याणे खेद करून 'हाय हाय' म्हणून मुखाने धूर काढल्यास त्या धुराने जितके लवकर जळेल तितके जलदीने जळता अग्नीही समधास जळणार नाही; कारण या १७३० च्या स्वारीची आज्ञा शाहूमहाराजांनी दिली असली आणि बाजीराव पेशव्यांचा सरदार पिलाजी जाधव याने ती केली असली तरी ती तिच्या प्रवर्तकालाचे श्रेय कल्याणजवळचे अणजूरचे नाईक आणि अंधेरीजवळचे मालाडचे सरदेशपांडे अंताजी रघुनाथ कावळे या दोघांकडे होते आणि त्या स्वारीचे आद्य कारण

सरदेशमुखीची वसुली जितकी होते तितकेच हिंदुधर्माचे संरक्षण हेही होते.

दक्षिणेकडचा गोवा, साष्टी, बारदेश आणि उत्तरेकडचा वसई हा पोर्तुगीज अंमलाखालचा प्रदेश म्हणजे पोर्तुगिजांचे धर्मराज्य होते. ख्रिश्चनांना हिंदूंनी हिंदुस्थानात आश्रय दिला तो केवळ परमेश्वराच्या उपासनेच्या अनेक पंथांपैकी ख्रिस्ती पंथ हाही एक आहे, या उदार व सर्वसमावेशक बुद्धीने होय. या न्यायाने हिंदूंनी पोर्तुगिजांना जे धर्मस्वातंत्र्य दिले ते पोर्तुगीज मात्र आपल्या अंमलाखालील हिंदू व मुसलमान प्रजेला उपभोगू देण्यास मुळीच तयार नव्हते. डॉ.पां.स. पिसुर्लेकर म्हणतात– 'पोर्तुगिजांच्या अंमलाखालील गोव्याच्या जुन्या काबेजादीतील तिसवाडी, साष्टी व बारदेश या प्रदेशांप्रमाणेच वसई प्रांताचेही ख्रिस्तीकरण एकाच तत्त्वावर झाले. ते तत्त्व म्हणजे, 'ज्याचे राज्य त्याचा धर्म' हे होय. पोर्तुगालमध्ये ज्यू व मुसलमान या ख्रिस्ती नसलेल्या लोकांसाठी ज्या तऱ्हेचे कायदे होते, त्याच प्रकारचे कायदे गोव्यातील किंवा वसई प्रांतातील वतनदारांस आपापल्या गावातील हिंदू जनतेमध्ये त्यांनी ख्रिस्ती धर्म प्रसारासाठी केलेल्या प्रयत्नांचा अहवाल द्यावा लागे. गोव्यात १५६० मध्ये कुप्रसिद्ध इन्किझिशनची स्थापना झाली. त्याचा अंमल वसई प्रांतातही चालू झाला; खरे म्हणजे इन्किझिशन ज्यू व मुसलमान यांच्यासाठी स्थापले होते; पण पोप तेरावा ग्रेगरी याच्या एका आज्ञापत्राच्या आधारे त्यांचा अंमल हिंदूंवरही दडपून चालू झाला. १५६५ ते १६१५ या काळात इन्किझिशनने केलेल्या ३८०० खटल्यांत पुष्कळ हिंदूंची नावे आहेत. हिंदू गुन्हेगारांस जाळण्यात येत नसे पण त्यांना फटके मारण्यात येत असत व मोझांबिकसारख्या दूरच्या प्रदेशात हद्दपारीची शिक्षा भोगावी लागे. १६४५ पासून गोव्यातील इन्किझिशन बाप वारलेल्या चौदा वर्षांखालील मुलांस ताब्यात घेऊन त्यांस ख्रिस्ती धर्माची दीक्षा देऊ लागले. गरोदर हिंदू विधवांवर देखील इन्किझिशन चालवी. १६५१ साली निरनिराळ्या संप्रदायाचे कॅथॉलिक धर्माधिकारी गोवे शहरामध्ये विजरईच्या वाड्यात जमले आणि त्यांच्या धर्मपरिषदेने प्रस्ताव संमत केला की, सक्तीचे धर्मांतर ख्रिस्तीधर्माविरुद्ध नाही.'

'गोव्यापेक्षाही वसई प्रांतामध्ये हिंदू लोकांस विशेष तीव्रतेने धर्मच्छळ सोसावा लागला असावा,' असे पिसुर्लेकर म्हणतात. वसईहून १८ डिसेंबर १५४९ रोजी अज्जू नाईक – बहुधा अणजूरकर याने थेट पोर्तुगालच्या राजाला पत्र लिहून प्रजेचे गाऱ्हाणे त्यांच्यापुढे मांडले. या वसईच्या प्रदेशामध्ये पाद्र्यांचे आगमन झाल्यावर त्यांनी लगेच हिंदूंची देवालये व मुसलमानांच्या मशिदी जमीनदोस्त केल्या. हिंदू व मुसलमान लोकांस हा एक मोठा अनर्थ वाटला. या लोकांस कोणत्याच रीतीने हे पाद्री आपले सण पाळू देत नाहीत. साऱ्या वेड्यांप्रमाणे धर्मवेडही आंधळे आणि बहिरे असते. त्याला हिताच्याही गोष्टी दाखविल्या तरी दिसत नाहीत आणि सांगितल्या तरी ऐकू येत नाहीत. पोर्तुगीज अधिकाऱ्यांमध्येही विजरईसारखे असे अनेक विचारी लोक होते की, या धर्मप्रसाराच्या

धोरणापायी वसईतील राज्य धोक्यात येत असल्याचे उघड दिसत होते. १९ एप्रिल १७३७ रोजी पोर्तुगालमधील आपल्या वरिष्ठांना लिहिलेल्या खलित्यात विजरई म्हणतो, 'वसई प्रांतातील हिंदूंनी मराठ्यांशी संगनमत करण्याचे प्रमुख कारण म्हणजे तेथील इन्किझिशनने त्यांचा केलेला धार्मिक छळ होय. ज्याप्रमाणे दीव येथील हिंदू रहिवाशांस आपल्या धर्माप्रमाणे वागण्यास मुभा आहे. त्याप्रमाणे वसई प्रांतात सोय झाल्यास तेथील हिंदू लोक मराठ्यांशी सहकार्य तर करणार नाहीतच उलट शत्रूस ते तेथून हाकलून लावतील असे साष्टी बेटातील मुख्य कॅप्टन जुवाव द सौंझ फेरीज याने आपणास कळविले आहे. तेव्हा या बाबतीत विचार करून योग्य तो सल्ला आपणास द्यावा. विजरईच्या शहाणपणाबद्दल प्रश्नच नव्हता. एवढेच की गोव्यातील धर्मसत्तेला त्याच्या शहाणपणाची जरूर नव्हती. इन्किझिशनच्या अधिकाऱ्यांनी याबाबतीत चालत आलेल्या रूढीत ढवळाढवळ करण्यास नकार दिला.'

या सर्व गोष्टींचा परिणाम व्हायचा तोच झाला. केवढाही जुलमी राजा असो, त्याच्या जुलमाला खुनी माणसाने केलेल्या खुनाप्रमाणे वाचा ही केव्हातरी फुटतेच तसेच झाले. अणजूर येथे नाईकांचे घराणे मोठे मातब्बर होते. त्यातील गंगाजी नाईकाने १७२२ मध्ये बाजीरावांची भेट घेतली आणि पोर्तुगिजांच्या धर्मच्छळाची कहाणी त्यांच्या कानावर घातली. खरे म्हणजे धर्मरक्षणाचे कुलव्रतच या नाईक घराण्यात वंशपरंपरा चालत आले होते, असे म्हटल्यास ते इतिहासास धरून होईल; कारण चाळीस वर्षांपूर्वी १६८३ मध्ये छत्रपती संभाजी महाराजांकडे याच गंगाजी नाईकाचा बाप निंबाजी नाईक फिरंग्याचा जाच वाढू लागल्याची पहिली तक्रार घेऊन गेला होता. त्या वेळी परशिक गढी उतरून संभाजी राजांचे पाचशे सैनिक अणजूरच्या किनाऱ्यावर आले पण याचवेळी औरंगजेबाचे आक्रमण संभाजी महाराजांच्या राज्यावर झाले आणि मग तो मनसुबा अर्धवटच राहिला. निंबाजी नाईक मरून गेला. त्याचे कार्य गंगाजी नाईक प्रभृती व त्याच्या पाच पुत्रांनी पुढे चालविले. नरदेही व्यर्थ मरू नये ऐसा पाच भावांचा विचार जाहला आणि महाराष्ट्र राज्य व महाराष्ट्र धर्म व्हावा हे कार्य आपल्या हाती व्हावे व हे देवाने करावे असे त्यांनी ठरविले. त्यांनी अणजूरच्या वतनवाडीवर पाणी सोडले. त्यांनी मोरगांवला आणि चिंचवडला जाऊन त्यांच्या कुलदेवतेचा म्हणजे सिद्धिविनायकाचा वरप्रसाद मिळविला. १७२२ मध्ये त्यांनी कल्याणचा सुभेदार रामचंद्र महादेव जोशी यांची भेट घेतली. साताऱ्याला जाऊन शाहूमहाराजांना आणि बाजीराव पेशवे आणि चिमाजीआप्पा यांना वसई प्रांतावर स्वारी करण्यास प्रवृत्त केले. त्यांच्या या खटपटीत मालाडचे सरदेशपांडे अंताजी रघुनाथ कावळे व त्यांचे बंधू रामचंद्रपंत व गणेशपंत हेही सामील झाले. सन १७२९ मध्ये पेशव्यांनी अंताजी रघुनाथशी लेखी करार करून त्याचा विश्वास संपादन केला. कावळे आणि नाईक या दोघांना फिरंगाणाची खडानूखडा माहिती होती. त्यामुळे पेशव्यांची ही

वसई मोहीम सुकर होण्यास विशेष मदत झाली. सरदेसाई म्हणतात–

'गंगाजी नाईक हाच खरे म्हटले तर पुढील युद्धाचा मुख्य उत्पादक होय. त्याने १७२२ मध्ये बाजीरावांची भेट घेतली व तेव्हापासून नानातऱ्हेची खटपट करून साष्टीतील पुढारी लोकांस मराठ्यांच्या बाजूस वळविले आणि पोर्तुगिजांचा पाडाव करण्यासाठी ठिकठिकाणच्या माऱ्याच्या जागा व गुप्तवाटा रामचंद्र महादेव व इतर मराठे यांस दाखवून दिल्या.' हिंदूधर्माचे उच्चाटन करणे हा पोर्तुगिजांनी आपल्या कर्तव्याचा मुख्य भाग मानून त्यास अनुकूल असे कडक कायदे त्यांनी बनविले आणि त्यांची अंमलबजावणी साष्टी प्रांतात सुरू केल्यामुळे तिकडच्या लोकांनी पेशव्यांचा आश्रय मागितला. हे पुढील युद्धाचे कारण होय. यापूर्वी मराठ्यांच्या स्वाऱ्या वसई प्रांतात होत. त्या प्रामुख्याने सरदेशमुखीच्या वसुलीसाठी पण यापुढील स्वाऱ्यांना सरदेशमुखीच्या आर्थिक कारणाला धर्मरक्षणाची जोड मिळाली, आणि मराठ्यांच्या स्वाऱ्यांना धर्मयुद्धाची धार आणि आवेश आला. त्याचे श्रेय प्रामुख्याने अणजूरचे नाईक आणि मालाडचे कावळे या दोघांकडे आहे, हे नाकारता येत नाही. नाईकांच्या या युद्धातील श्रेयाबद्दल विजरईचे दुमत नव्हते. ही गोष्ट विशेष लक्षात घेण्यासारखी आहे. १७३० मधील वसई प्रांतातील स्वारी ही विशेषकरून गणेश नाईकाला वसईतील फळ होय असे विजरई कोंदि द सांदोमिलचे मत होते. या गणेश नाईकाला वसईतील इन्किझिशनच्या अधिकाऱ्यांनी कैद करून गोव्यास पाठविला होता. गोव्यात असताना त्याने कॅथॉलिक धर्म स्वीकारला व त्याला 'इनासियू द सांत तेरेज' हे नाव देण्यात आले. गणेश नाईकाने विजरईची मर्जी संपादन करून एके दिवशी गोव्यातून पळ काढला व उत्तर कोकणामध्ये जाऊन तो परत हिंदूधर्मात आला. त्याला पोर्तुगीज भाषा येत होती. विजरईचा या गणेश नाईकाबद्दलचा अभिप्राय ध्यानात ठेवण्यासारखा आहे – 'हा इसम फार कावेबाज असून तो आपल्या घरी पुष्कळ काळ राहिल्यामुळे आपले एखादे बनावट पत्रदेखील तो तयार करू शकेल. हा इसम पुढे पोर्तुगिजांचा मोठा शत्रू बनला.'

इतके दिवस गोवा–वसई राज्यात पूर्वापार चालत आलेल्या धर्मच्छळाची ही उग्र प्रतिक्रिया लक्षात घेऊन इन्किझिशनशी मुळातच फारसा सहमत नसलेल्या विजरईने बाटवाबाटवीबाबतचे तंत्र युद्धाचा डावपेच म्हणून जाहीर केले तरी ते प्रत्यक्षात न राबविण्याची सूचकता दाखविली. त्याने ४ एप्रिल १७३१ रोजी वसईच्या मुख्याधिकाऱ्यास लिहिले की, 'कैद केलेल्या मराठ्यांच्या बायका–मुलांस घराबाहेर सोडू नये. त्यास पाय द किस्ताइस या कॅथॉलिक अधिकाऱ्याकडे बाटविण्यासाठी स्वाधीन करण्यात आल्याची अफवा पसरावी. सदरहू त्या मुलांस त्या अधिकाऱ्याकडे द्यावे पण त्यास सूचना द्यावी की, पुन्हा आज्ञा दिल्याखेरीज त्या मुलास बाप्तिस्मा देऊ नये.'

कारण या वेळी Friends in need are friends indeed या न्यायाने वेळेवर इंग्रजांनी मदत केली म्हणून साष्टी बचावली; पण इंग्रजांची मदत एकदा मिळाली म्हणून ती नेहमी मिळेल याची काही खात्री नव्हती; पण मराठे साष्टीवर केव्हाही येऊ शकत होते. पोर्तुगिजांच्या सुदैवाने या वेळी मराठ्यांना फार वेळ नव्हता. दाभाड्याचे प्रकरण चालू होते. उत्तर हिंदुस्थानातल्या बुंदेलखंड आणि दिल्ली प्रकरणातली राजकारणे सुरू होती. सर्वच आघाड्यांवर शत्रूशी लढा सुरू ठेवणे शहाणपणाचे नव्हते; त्यामुळे पोर्तुगिजांशी मराठ्यांनी मिळते घेतले आणि १० फेब्रुवारी १७३२ रोजी पुन्हा एकदा पोर्तुगीज व मराठे यांचा, मुंबईचा गव्हर्नर रॉबर्ट कोइव्हन याच्यामार्फत तह झाला. विशेष म्हणजे कोइव्हन याने म्हटले आहे की, 'आपण एका विश्वासू माणसाकडून कल्याणच्या सुभेदारास पोर्तुगिजांशी तह करण्यास प्रेरणा दिली. एरवी मराठ्यांस अशा तहाची गरज नव्हती.' १० जानेवारी १७३२ रोजी पोर्तुगालच्या बादशहास लिहिलेल्या पत्रात विजरई म्हणतो, 'शत्रूने अनेकवेळा आमच्याकडे तहाची मागणी केली आहे याचे कारण आमच्या शक्तीची त्यांस भीती वाटते म्हणून नव्हे तर केवळ काही भानगडी निघाल्यामुळे सध्या त्यास कोकणात उतरणे शक्य होत नाही म्हणून.' मराठे हे इतके प्रबळ आहेत की, ते मुघलांशी लढत नाहीत तर त्यांनी त्यांस जर्जर करून सोडले आहे. तेव्हा जर परमेश्वराने आम्हांस हात दिला नाही तर वसई प्रांतावर मराठ्यांकडून कठीण प्रसंग येणार. मराठ्यांकडून तहाची जी भाषा चालू आहे त्यात ते दोन अटी अद्यापही सोडण्यास तयार नाहीत. पहिली अट म्हणजे (पोर्तुगीज अमदानीतील) हिंदू लोकांना देवळे बांधण्यास आम्ही परवानगी देणे आणि दुसरी अट आम्ही ज्याप्रमाणे (दमण रामनगरच्या) चौत्या राजास व (जव्हारच्या) कोळी राजास खंडणी देत आहोत त्याप्रमाणे मराठ्यांस वसई प्रांतातील कित्येक गावांबद्दल खंडणी देणे या होत.

या दोन्ही अटी सोडण्यास बाजीराव पेशवे तयार झाले. अर्थात, पुढील चढाईसाठी त्यांनी घेतलेली तात्पुरती माघार आहे, हे ज्याप्रमाणे बाजीराव पेशवे जाणून होते त्याप्रमाणे पोर्तुगीजही ओळखून होते. परंतु, दोघेही अडले होते; त्यामुळे ओढून कोणीच धरले नाही आणि म्हणून 'इजा-बिजा-तिजा' या न्यायाने १७२२, १७२४ नंतर १७३२ मध्ये पुन्हा एकदा पोर्तुगीज-मराठ्यांचा मैत्रीचा करार झाला. दोघांच्या ओढाताणीत तुकडे पडायला आलेली तहाची फाटकी वाकळ पुन्हा एक टाका मारून कशीबशी टिकविण्याचा केविलवाणा प्रयत्न झाला.

तह म्हणजे युद्धविराम, मैत्री नव्हे

'शत्रूशी केवळ संधी झाला एवढ्यानेच कृतार्थ होऊन जो झोपी जातो तो झाडाच्या शेंड्यावर झोपलेल्या माणसाप्रमाणे अखेर दचकून जागा होतो,' महाभारतातील

या उपदेशाचे मर्म मराठ्यांप्रमाणे पोर्तुगीजही जाणून होते. हा तह म्हणजे केवळ युद्धविराम हेही जाणून होते आणि पुढे येणाऱ्या युद्धासाठी म्हणून या तहाने जेवढा वेळ मिळेल त्याचा उपयोग करून ठाण्याचा कोट बांधून काढण्याची योजना विजरईने आखली. हा कोट बांधण्यासाठी पैसा पाहिजे होता, तो पोर्तुगीज अधिकाऱ्यांनी तेथील लोकांवर पट्टी बसवून वसूल तर केलाच पण किल्ल्यावर काम करण्यासाठी जबरीने लोकांना धरले. पोर्तुगिजांच्या या जुलमांमुळे साष्टीतील लोकांमध्ये सरकारविरुद्ध असंतोष पसरला. त्याचा परिणाम म्हणजे साष्टीतील पुढील युद्धात मराठ्यांना शिरण्यास तेथील लोकांनी मदत केली; पण त्याची पर्वा पोर्तुगिजांना नव्हती. त्यांना कोट बांधून काढावयाचा होता आणि ती पुरी होईपर्यंत मराठ्यांशी युद्ध उकरून काढण्याची त्यांना इच्छा नव्हती. ४ नोव्हेंबर १७३० रोजी विजरईने लिहिले होते की, 'शाहूराजाचे आज येवढे सैन्य आहे की, मुघलांनी आम्हांस पाठबळ दिले नाही तर त्याचा जमिनीवर प्रतिकार करणे कठीण होईल.' १७३२ मध्ये मराठे व सिद्दी यांचे युद्ध जुंपले ते पोर्तुगिजांच्या पथ्यावर पडले, पण मराठ्यांनी ते माघार घेऊन मिटविले तेव्हा पोर्तुगिजांना फारच दु:ख झाले. विजरईने त्याचे कारण स्पष्ट करताना म्हटले आहे की, आमचे शेजारी एकमेकांशी युद्धात गुंतले म्हणजे आम्हांस स्वास्थ मिळते व त्या दरम्यान शत्रूचा हल्ला होऊ नये म्हणून तटबंदी करून घेता येते. सिद्दी व मराठे यांच्या या युद्धाचा शेवट पोर्तुगिजांच्या मध्यस्थीने झाला. या वेळी आंतोनियु कार्दि फ्रोझीस उर्फ काडदीन याला विजरईने मध्यस्थ म्हणून नेमले होते. त्याला विजरईने अशी ताकीद दिली होती की, 'ही लढाई जास्तीत जास्त लांबेल तितकी लांबवावी म्हणजे ठाण्याचा किल्ला आपणांस पूर्ण करण्यास अवसर मिळेल.'

विजरईचे हे डावपेच मराठ्यांच्या लक्षात आले नव्हते असे नाही. पोर्तुगिजांनी तह केला पण तहाप्रमाणे त्यांना वागायचे नाही हे तेही ओळखून होते. हा तह झाल्यानंतर वसईच्या जनरलकडे साष्टीचे प्रमुख ठाणे जे वसई बंदर होते तेथे वखार घालण्याची बाजीरावांनी परवानगी मागितली. विजरईने संमती देण्याचे केवळ नाटक केले; पण वसईच्या जनरलने बाजीरावांची मागणी तर नाकारलीच पण ती नाकारताना 'निग्रो' असा अपमानास्पद शब्द बाजीरावांबद्दल वापरला. हा अपमान बाजीराव विसरले नाही. यानंतर लगेच चौलच्या राजकोटाचे राजकारण उपस्थित झाले. हा कोट बाजीरावांच्या मदतीने मानाजी आंग्राने आपल्या ताब्यात घेतला. एक वर्षापूर्वी संभाजी आंग्राने हा कोट ताजुद्दीनअलीखान या चौलच्या दिवाणाकडून जिंकून घेतला होता. मानाजीने तो जिंकल्यावर चौलच्या पोर्तुगीज कॅप्टनने हा कोट ताजुद्दीनअलीखानच्या हाती जावा म्हणून खटपट केली. तेव्हा मानाजी चिडला. त्याची व पोर्तुगिजांची लढाई जुंपली. तेव्हा मानाजी तर्फे बाजीरावाकडे पोर्तुगिजांकडे २० जानेवारी १७३५ रोजी तक्रार केली. त्यात त्याने

वसईच्या जनरलने दाखविलेल्या उद्धट वर्तनाचाही संदर्भ दिला. ‘अमारतपन्हा विजुरे (विजरई) राणी इजानेबास (आम्हांस) वसईतर्फेस वखारे जागा देऊन जराल वसई यांस खत दिले होते ते त्यास पोहोचविले. लेकिन त्यांनी जागा न देता हाली राजकोट चेऊल या जागा मोर्चा लावून जंग दरपेश केला आहे. इजानेबाचा व अमारतपन्हा विजुरे यांचा येखलास आहे व अमारतपन्हा विजुरे हुसन सलूख राखतात. सबब कलमी केले असे. तरी दोस्तीचे हकाने कजिया रफादफा करावा, मुनासीब आहे व हक अमारतपन्हा विजुरे यांचा दीलात कजिया करणे तरी जराल मशारनिल्हे करणे ते करीतच आहे. इजानेसाबही जे पैरवी करणे ते करावी लागेल. मोहीब दोस्त आहेत. दोस्ती राखतात. अवल कलमी करावे. सबब कलमी केले आहे. जे बाब मुनासीब जाणतील तेच मोहीब करतील.’

बाजीरावांच्या या तराटणीचा परिणाम अपेक्षेप्रमाणेच झाला. मनात असूनही पोर्तुगीज ताजुद्दीनअली खानला राजकोट मराठ्यांकडून मिळवून देऊ शकले नाहीत. इतकेच नव्हे तर बाजीरावाने विरोध केल्यामुळे तो कोट त्यांना पाडूनदेखील टाकता आला नाही.

अशा प्रकारे मराठ्यांच्या दहशतीमुळे त्यांना उघड विरोध करण्याची हिंमत नसली तरी दिवसाच्या उजेडात लपून रात्रीच्या अंधारात चोरून शाल कुरतडणाऱ्या उंदराप्रमाणे मराठ्यांच्या हितसंबंधांना बाधक असे मूषकवृत्तीचे राजकारण पोर्तुगीज खेळत होते. त्यांचा पुन्हा एकदा प्रत्यय १७३६ मध्ये मराठे व सिद्दी यांचे दुसरे युद्ध जुंपले होते तेव्हा आला. या वेळी संभाजी आंग्रे आणि मानाजी आंग्रे यांच्या गृहकलहाने बाजीरावांचे चित्त व्यग्र झाले होते व पुढेमागे सिद्दी व इंग्रज यांच्या मदतीने आंग्र्याला हलके करण्याचे राजकारण त्याच्या मनात घोळत होते. या बाबतीत पोर्तुगिजांनीही आपल्याला मदत करावी, अशी अपेक्षा त्याने विजरईकडे व्यक्त केली. बाजीरावांच्या या राजकारणी विनंतीची वासलात त्यांच्या अपेक्षेपेक्षा नेमकी उलट करून विजरईने कशी लावली, हे पाहण्यासारखे आहे. ५ नोव्हेंबर १७३४ रोजी गोव्याहून विजरई चौलच्या कॅप्टनला लिहिलेल्या पत्रात म्हणतो –

‘सिद्द्याविरुद्ध मराठ्यांनी केलेल्या स्वारीची बातमी इकडे आली आहे. बाजीरावाने आपला वकील पाठवून मला कळविले आहे की, आपण आंग्र्याविरुद्ध मोहीम सुरू करणार असून जर सिद्दी आपणास या कामी साहाय्य करण्यास तयार होईल तर आपणही सिद्द्याशी सलोखा करण्यास राजी आहोत. इंग्रज व पोर्तुगीज यांनीदेखील आपणास या बाबतीत साहाय्य केले पाहिजे. मला वाटते की, सिद्द्याचा जंजिरा काबीज करणे मराठ्यांस शक्य होत नसल्यामुळे ते आता आंग्र्याचा किल्ला बळकावण्याची इच्छा धरितात; पण आंग्र्यास नष्ट केल्याने आमचा फायदा होत असला तरी त्याचे जागी मराठे येऊन त्यांच्या कबजात समुद्रालगतची बंदरे जाणे आम्हांस जास्त नुकसानकारक होईल.

याकरिता आंग्रे व मराठे (पेशवे) यांची लढाई होणे आम्हांस इष्ट आहे; म्हणून तुम्ही बाजीरावास वरकरणी मदत करावी, पण त्यामुळे आंग्र्याचे पारिपत्य त्याजकडून होऊ नये इतकी खबरदारी घ्यावी. मला अशीही शंका येते की, बाजीरावाने आम्हांस व इंग्रजांस फसविण्यासाठी प्रस्तुत डाव रचिला असावा; कारण आम्हांकडून व इंग्रजांकडून साहाय्य मिळू नये व त्यामुळे सिद्द्यास जिंकणे बाजीरावास सोपे जावे म्हणून आपणांस मी अशी ताकीद देतो की, सिद्दी पेचात सापडला तर आपण त्याला अवश्य ती मदत द्यावी; तसेच बाजीरावाला कळू न देता त्याच्या पत्रातील आंग्र्याविषयीचा मजकूर आंग्र्याच्या कानावर जाईल अशी व्यवस्था करावी.'

पोर्तुगीज हे मराठ्यांचे मित्र कधीच नव्हते. ते त्यांचे शत्रूच. शत्रू हा शत्रूसारखाच वागणार; त्यामुळे विजरईने बाजीरावांच्या प्रत्येक सूचनेला अविश्वास दाखविला आणि त्यांच्या हितसंबंधाचा करता येईल तेवढा हस्ते-परहस्ते उच्छेद करण्याचा प्रयत्न केला. एवढ्याबद्दलच त्याला दोष देता येण्यासारखे काही नाही. 'संक्षेपो नीतिशास्त्राणाम् विश्वास: परो मत:' (राजनीतिशास्त्राचा संक्षेप, थोडक्यात अर्थ असा की, अविश्वास हीच गोष्ट प्रधान मूल्य होय.) अशी मुळी राजनीतीच आहे. एवढेच की, पडद्यामागून सुत्रे हलवून राजकारण करण्याचे पोर्तुगिजांचे दिवस आता संपत आले होते. १७३६ च्या एप्रिलमध्ये चिमाजीआप्पांनी सिद्दीसातला ठार मारून सिद्द्याची फार दिवस चाललेली मोहीम शेवटास नेली आणि पुढच्याच वर्षी १७३७ च्या मार्च महिन्यात फार दिवस गडबड करीत असलेल्या पोर्तुगिजांची बरी खबर घेण्यासाठी त्यांच्याकडे मोहरा वळविला आणि सुरुवातीलाच शकुनाचा नारळ फुटावा त्याप्रमाणे पहिल्याच धडाक्यात पोर्तुगिजांनी एवढ्या तरतुदीने बांधलेला ठाण्याचा बुलंद कोट मराठ्यांच्या हातात पडला!

ठाणे व वसई : दोन छाप्यांच्या दोन तऱ्हा

हा प्रकार कसा घडला, तो शहाण्याला वेडे करणारा आहे. वास्तविक वसईचा जनरल लुई दि बोतेल्यु हाच या वेळी कोटात होता. साष्टी बेटातील ठाण्याचा हा कोट मजबूत करण्याचे काम १७३४ पासूनच फिरंग्यांनी सुरू केले होते. हा कोट साष्टी बेटातील सर्व फिरंग्यांना आश्रयस्थान व्हावे व त्याने साष्टी बेटातील सर्व वाटा रोखून धराव्यात अशा स्वरूपाची रचना करण्याचा नकाशा तयार करण्यात आला होता. त्या बरहुकूम या लुई दि बोतेल्यु यानेच हा ठाण्याचा कोट तत्परतेने बांधून काढला होता. बरे, आज ना उद्या मराठ्यांची धाड या कोटावर येणार ही बातमी फिरंग्यांना नव्हती, असेही नाही. १७३२ च्या फेब्रुवारीत मराठे-पोर्तुगीज यांचा तह झाला, तेव्हाच तो दीर्घ काल टिकण्याची आशा बाजीरावांना न वाटल्यामुळे त्यांनी १३ मार्च १७३३ ही तारीखसुद्धा साष्टीवरील नव्या हल्ल्यासाठी मुक्रर केल्याची बोलवा होती. पुढे सिद्दी-मराठ्यांचे युद्ध जुंगल्यामुळे ही तारीख रद्द झाली हे निराळे. तरी ११ सप्टेंबर १७३६ रोजी मुंबईकर

गव्हर्नरने गोव्याच्या विजरईस बातमी दिली की, बाजीराव ठाण्यावर छापा घालून येथून साष्टीवर जाण्याची तयारी करत आहे. विजरईने ही बातमी २४ सप्टेंबर १७३६ रोजी लुई दि बोतेल्यु यालासुद्धा कळविली होती. इतके असूनसुद्धा २६ मार्च १७३७ रोजी चिमाजीआप्पांची फौज ठाण्याजवळ येऊन पोचली. तेव्हा लुई दि बोतेल्यु झोपलेला होता. ज्या दिवशी मराठ्यांची फौज ठाण्याजवळ येऊन पोचली त्या दिवशी रात्रीच त्यांनी साष्टी बेटात प्रवेश केला. आघाडीला बुवाजी नाईक अणजूरकर, त्याचा भाऊ मुरारजी नाईक व आणखी दोन अणजूरकर नाईक बंधू होते. एका हस्तकाने ठाणे किल्ल्यांच्या बुरुजांजवळ पहारेकऱ्यांना अफू पाजून ठेवली होती. लगोलग नाईक बंधूंनी तितक्याच तडफेने ठाण्याचा बुरूजपण घेतला व ठाण्यात प्रवेश केला व संकेताच्या दोन तोफा उडविल्या. त्या ऐकल्याबरोबर मागे बदलापुरात असलेली मराठी फौज चिमाजीआप्पांच्या नेतृत्वाखाली कळव्यास पोचल्यावर खाडी ओलांडून पलीकडे बेटात घुसली. तेव्हा कोठे तोफांचे बार ऐकून लुई दि बोतेल्यु जागा झाला; पण आता जागे होऊन काही उपयोग नव्हता. त्याने आपल्या लोकांशी विचार करून कोट खाली केला व दुसऱ्या दिवशी बोटीत बसून आपल्या लोकांसह उरणकडे प्रयाण केले. एवंच साष्टीबेटाप्रमाणे पोर्तुगिजांनी एवढ्या तरतुदीने तीन वर्षे बांधून काढलेला ठाण्याचा कोट मराठ्यांच्या हाती पडला. वस्तुत: मराठ्यांच्या सामर्थ्याशी हाडवैर पडले असता पोर्तुगिजांनी आठ प्रहरी परजून असायला हवे होते; हे त्याच्यासारख्या सावध व चतुर शत्रूंना सांगणे म्हणजे जाणत्याला प्रवचन करण्यासारखे उपहासास्पद होते; पण न घडाव्यात त्या घटनाही लढाईत घडतात. रात्रभर खडा पहारा द्यावा आणि चोर येण्याचेवेळी नेमके झोपी जावे, तसे झाले आणि जणूकाही फिरंग्यांनी आपल्या लाडक्या गनिमांसाठी मुद्दाम सजवून, नटवून ठेवलेली ठाण्याची दुर्गसुंदरी नेमकी मराठ्यांच्या हाती पडली.

साष्टीचे केंद्र असलेला ठाण्याचा कोट जिंकण्याचे श्रेय अर्थातच नाईक बंधू व मालाडचे अंताजी रघुनाथ कावळे यांना दिले पाहिजे. ही गोष्ट खरीच आहे की, १७३७च्या मार्चमधली ही वसई-ठाण्याची स्वारी चिमाजीआप्पांनी हाती घेतली व बापूजी श्रीपत, शंकराजी केशव फडके, वासुदेव जोशी, नारायण जोशी, रामचंद्र हरि इत्यादी सरदारांनीही याबाबतीत फार मेहनत घेतली; पण साष्टी वसईची माहितगारी व अनुसंधाने साधण्याचे महत्त्वाचे काम गंगाजी नाईक व अंताजी रघुनाथ कावळे यांनी केले. 'बातमी म्हणजे अर्धी लढाई' असे म्हणतात ते काही खोटे नाही; इतकेच नव्हे तर त्यादिवशी बुवाजी नाईकाने साष्टीवर हल्ला चढविला त्याच दिवशी गंगाजी नाईकाने शंकराजी केशवाच्या नेतृत्वाखाली वसईवर चाल केली. साष्टीवर चाल करण्यास प्रवृत्त करताना अंताजी रघुनाथाने चिमाजीआप्पांना आपल्या द्रव्याची बरीच आशा दाखविल्याची दिसते. तो लिहितो -

'यैसियास हवेलागे सर्व म्हणतात जर वैशाख वद्ये येकादसीचे दिवसी दोन हजार हशम पन्नास एक जेजाला तर आम्हांस खरवेचे रानी येतात; जर खायन खाये साष्टी घेऊन देतो आणि च्यार कोट साष्टीमध्ये आहेत. वेसावे व वानरे, माहाळेव तुभरे याच चहू कोटाचे दोरे हाती आणून ठेविले आहेत. जे घटकेस ठाणे घेतो ते घटकेस चार कोट फत्ते करून देतात. यास काडीयेक अन्यथा होऊ देणार नाही. अन्यथा झाली तीर शीरच्छेद करावा हा दंड. हाली द्रव्ये साष्टीमध्ये म्हणाल तर पंचवीस लक्ष रुपये हे न्यूने पदार्थ (कमीत कमी) स्वामीचे पदरी पडतील; पण साष्टी पदरी पडल्यावर प्रत्यक्षात हाती काही लागले नाही. अर्थात, अंताजी रघुनाथाच्या प्रतिज्ञेप्रमाणे त्याचा शीरच्छेद चिमाजी आप्पांनी केला नाही. फक्त त्याला बारीक चिमटा घेतला की, तुमचे पत्र बरेच चुकराईचे आले की, ऐवज काही सापडला नाही; पण फत्ते झाली हेच यश मोठे आहे. यापेक्षा अधिक काय खरे आहे? धन नाही मिळाले तरी यशोधन मिळाले, हे काही कमी झाले? बिचारा अंताजी रघुनाथ आवेशाच्या भरात पैशांचा हिशोब चुकला हे खरे पण लष्करी किमतीने पाहिले तर ठाण्याचा कोट मोठा आश्रफीचा! त्याची किंमत पंचवीस लक्ष ही खरी म्हणावयाची. बाकी अंताजी रघुनाथ बोलण्या-चालण्यात जरा जास्त अफाटच माणूस दिसतो. वासुदेव जोशी चिमाजीआप्पांना अंताजी रघुनाथबद्दल लिहितो- 'याचे बोलणे-चालणे लिहिता पूर्वत नाही. आम्ही आजतागाईत कोणाचीही खुशामत केली न होती, ती यांची करावी! यांच्याने होणे ते काही नाही, परंतु नाश मात्र करतील.'

२६ मार्चच्या रात्री चिमाजीआप्पा आणि बुवाजी नाईक अणजूरकर यांनी छापा घालून ठाण्याच्या कोटास पालाण घातले; आणि दुसरे दिवशी कोटातले फिरंगी गलबतात बसून करंजाला चालते झाले. ज्या रात्री मराठ्यांच्या एका तुकडीने चिमाजीआप्पांच्या नेतृत्वाखाली ठाण्यावर छापा घातला, त्याच रात्री दुसऱ्या एका तुकडीने छापा घालून वसई काबीज करण्यासाठी माहुलीच्या रानातून वसईकडे चाल केली; पण ठाण्याचे यश वसईला मिळाले नाही. २६ मार्चच्या रात्री ही तुकडी शंकराजी केशव फडके व गंगाजी नाईक अणजूरकर यांच्या पुढाकाराखाली वसईजवळच्या रांजावळीच्या उतारावर दाखल होती, पोर्तुगिजांना काहीतरी कुणकुण लागून त्यांनी या उतारावर विशेष बंदोबस्त राखला होता; तरी शंकराजी पंताने उताराखाली दीडशे लोकांची टोळी रवाना करून तिला चौकी मारण्याचा हुकूम दिला. या लोकांनी चौकी मारली पण मारामारीची एकच दंगल झाल्यामुळे किल्लेदाराने चोहोकडे पहारा कडेकोट केला. सारे जागे असता मराठे छापा कसचा घालतात? गेलेल्या लोकांना परत सुखरूप येता येता पुरेवाट झाली. शंकराजी केशव पापडी माणिकपुऱ्याहून वसईच्या कोटाच्या बाहेर येऊन पोचला; पण त्याची तयारी छापा घालण्याची होती. हल्ला करण्याची नव्हती; म्हणून त्याने चिमाजीआप्पांकडे वेढ्यास लागणाऱ्या सामग्रीची मागणी केली. वसईवरच्या या मोडक्या झुंजीची

चिमाजीआप्पांकडे शिफारस करताना शंकराजी केशव लिहितो, 'चौकी मारली. इलाज नाही यैसे जाले. स्वामी म्हणतील की, अगोदरच का पावलेस नाही? तरी लागे बोलिले की, चंद्र मावलताच खाडीवर जावे; तरी आपण तातड केली तो पाणी भरले. मग काय करावे. यांसे संकट प्राप्त जाले त्यास अगोदर पोहोणाऱ्याची निवड केली होती. त्यास मग जे पोहोणार होते त्यास दर असामीस सेर सोन्याचे कडे बकसीस देऊ केले आणि खाडीत उड्या घालविल्या. त्यास दीडशे माणूस पावता पाहोन घातले. कित्येकाच्या तरवारा बुडाल्या. पांघरूणे गेली. तो तपसील फारच आहे. जे रीतीने मोर्चा समीप द्यावयाचा ते रीतीने दिल्हा. मोर्चा द्यावयासी कोताई जाली नाही. बहादूरपुरा अगदीच पाठीसी घातला आहे; जर इतकी मेहेनत व बुद्दि केली नसती तर स्वामींचे चरण पाहावे यैसे न घडते. मी वर्तमान लिहिले आहे. यात कोण्ही अन्यथा म्हणावे यैसे नाही. पुढे ही सर्व निवेदन करितील त्यास अंतराये पडिला तरी मीच अन्याई होईन.' ज्यादिवशी व ज्या वेळी ठाण्यावर स्वारी निघाली त्याच दिवशी व त्याचवेळी वसईवर स्वारी निघाली. नेतृत्व दोन्हींकडे नामांकित होते; पण एकाचे यश दुसऱ्याला लाभले नाही. एकाच मुहूर्तावर दोन दिशांनी दोन गलबते निघावीत, एक सुखरूप पोचावे व दुसरे मध्येच समुद्राच्या तळाशी जावे तसे झाले. 'मासि-मासि समा ज्योत्स्न पक्षयोरूभयोरूपि । तत्रैक पक्ष: शुक्लोऽभूतं यशो दैवेन प्राप्यते ।।'

वसईचे हात-पाय तोडले

वसई घेणे शंकराजी केशवला जमले नाही; कारण तसे ते कठीणच होते. वसईचे आगर म्हणजे एक बेटच बनले होते. उत्तरेस वैतरणेची खाडी, पश्चिमेस अरबी समुद्र आणि दक्षिणेस वसईची खाडी याप्रमाणे तिन्हीबाजूंनी पाण्याचा वेढा असून चौथ्या बाजूने म्हणजे पूर्वेकडून खाडीचा एक छोटा फाटा होता. खुष्कीच्या बाजूने वसईस येणाऱ्या लोकांना फक्त ही खाडी उतरली म्हणजे भागे आणि यामुळे फिरंग्यांनी चौका-चौकांत चौक्या ठेवल्या. राजवळीच्या उताराजवळच गोखरवे येथे एक पूल तयार केलेला असून त्यावरून पाण्यास पाय न लावता वसईत प्रवेश करता येत असे.

शंकराजी केशवाने वसईवर छापा घालण्याचा प्रयत्न केला. तो राजावळीच्या उतारावरूनच होय; पण फिरंग्यांच्या जागरूकपणामुळे तो फसला. तरी वसईच्या जवळच बहादूरपूर येथे मोर्चा कायम करण्यात त्याने यश मिळविले, हेही काही कमी नव्हते; कारण वसईचा कोट घेण्याइतकेच महत्त्वाचे काम वसईच्या आसपास असलेली सोपारा, आगाशी, अर्नाळा, वेसावा, वांद्रे, धारावी, बेलापूर, मरोळ, पारसीक, फिरंगीपाडा, मांडवी, टकमक, सायबात, सांताक्रूझ, कालदुर्ग, मनोर वगैरे कित्येक ठाणी आणि जीवधन हा डोंगरी किल्ला काबीज करणे हे होते; कारण वसई व ही ठाणी यांचा इसापनीतीत वर्णन केलेल्या पोट आणि इतर अवयव यांच्यातील संबंधांप्रमाणे परस्परावलंबी

होता. त्यामुळे वसईकडे गेलेल्या शंकराजी केशवाच्या तुकडीने वसई घेण्याचा प्रयत्न चालविला असतानाच दुसऱ्या तुकडीने ही ठाणी घेण्याचा प्रयत्न चालू ठेवला होता. त्यांनी गंगाजी नाईक अणजूरकर, रायाजीराव सुर्वे, बाजीराव बेलोसे यांच्या पुढाकाराने २८ मार्च (१७३७) रोजी वसईच्या उत्तरेस आठ-नऊ मैलांवर (सुमारे १३-१५ कि.मी.) किनाऱ्यालगत एका लहानशा बेटावर असलेला अर्नाळा हा जंजिरा काबीज केला.

अर्नाळा काबीज करण्यास मराठ्यांस विशेष सायास करावे लागले नाहीत; कारण तेथे फिरंग्यांचा बंदोबस्त विशेष नव्हता; पण फिरंग्यांना त्याचे महत्त्व विशेष वाटत नसले तरी मराठ्यांना तेथे आरमारी तळ केल्यास फार मोठे काम होईल असे वाटे. ते अर्नाळ्यास दुसरी वसईच समजत. 'अर्नाळा याचा मजकूर तरी अर्नाळ पहिले घेताच लोक आले. त्यास विचार पाहता अर्नाळ यासारखी दुसरी जागा कोठे नाही. चोहोकडील आरमाराचा मार्ग. खाडी लांबवर मांडवीपावेतो गेली आहे. ते स्थळ जालिया दुसरा जंजिरा, फिरंगाणादेखील हस्तंगत होते. तेथे हजार माणूस पावेतो भरती करावी म्हणजे दुसरी वसई निर्माण जाली. त्याखेरीज आणिक जागा आहे यैसे नाही. त्या स्थळामुळे माहीम, केळवे येथ पावेतो मेहनत करवेल तेथवर मुलूख कौलास येईल.'

अर्नाळ्याप्रमाणे १ एप्रिलला जीवधन, ८ एप्रिलला टकमक, १ मे मांडवी, १९ मे मनोर, साष्टी बेटातील मरोळ, मालाड, तुरंबे, कल्याणजवळील सांताक्रूझ इत्यादी ठाणी मराठ्यांनी भराभर काबीज केली. करंजाकडून ठाण्याच्या बेटाकडे शत्रू आल्यास त्यास अटकाव व्हावा म्हणून ठाण्याच्या पूर्वेस तीन मैलांवर (सुमारे ५ कि.मी. वर) असलेले पारसिकचे ठाणे हस्तगत करणे जरुरीचे होते. ते नारायण जोशी मुरूडकर याने ३ एप्रिलला घेतले. तसेच २८ एप्रिलला (१७३७) बेलापूर व मे महिन्यात वसईच्याजवळील धारावी ही ठिकाणे काबीज करण्यात आली.

अर्थात, फिरंग्यांसारख्या झुंजार आणि सावध शत्रूच्या तावडीतून ही ठिकाणे काबीज करणे सोपे नव्हते. तोफा, बंदुका व त्यांना लागणारा दारूगोळा त्यात मराठे नेहमीच फिरंग्यांच्या मानाने उणे पडत होते. इतकेच नव्हे तर या वस्तू मराठ्यांना हेच पुरवीत होते. मराठ्यांच्या या उणिवेची जाणीव फिरंग्यांना चांगली होती व तिचा ते शक्यतेवढा फायदा उठवीत होते. त्याचप्रमाणे या वेळी सिद्दी व मुंबईचे इंग्रजही त्यांना मदत करत होते. पोर्तुगिजांची ठाणी पाण्याच्या आश्रयाने उभी असल्याने पडाव किंवा छोट्या-मोठ्या नावांची मराठ्यांना फार जरूर होती; त्यांची तर त्यांच्याकडे वानवा होती. ज्या भूमीवर ही लढाई लढली जात होती ती लहान-मोठ्या खाड्या, नदीनाले, टेकाडे व भुसभुशीत भूपृष्ठ यांनी आधीच संचाराला दुर्घट असलेली व पावसाळ्यात अधिकच दुर्गम होणारी कोकणपट्टीची भूमी फौजांच्या हालचालीला फार प्रतिकूल होती. मराठ्यांजवळ आरमार नव्हते असे नाही पण कान्होजी आंग्र्याच्या वेळचे एकसंध व

अजिंक्य आरमार या वेळी संभाजी आंग्रे व मानाजी आंग्रे यांच्या दुश्मनीमुळे दुभंगले होते. अशाही स्थितीत मराठ्यांनी लढा लढला व एवढी ठाणी जिंकली ती केवळ शौर्य, चिकाटी आणि संख्येच्या बळावर होय.

फिरंगी व मराठे यांच्या या अटीतटीच्या लढतीत एखादेवेळी दैवाचा फासा मराठ्यांना अकल्पितपणे अनुकूलही पडे. याचे उत्तम उदाहरण म्हणजे वसई खाडीच्या दक्षिणेस असलेले धारावी हे मोक्याचे ठाणे होय. वस्तुत: १२ एप्रिल रोजी वसईवरील मराठ्यांच्या हल्ल्याची बातमी गोव्याला पोचली. त्या बरोबर विजरईने वसईच्या जनरलला पत्र लिहून त्याने धारावीचे रक्षण परिश्रमाने करावे अशी आज्ञा केली होती; पण साष्टीप्रमाणे धारावीच्या बाबतीतही त्यांचा बेसावधपणा गळ्याशी आला. एप्रिलच्या दुसऱ्या पंधरवड्यात मराठ्यांनी धारावी घेतली. ती मजबूत करून तेथे आपले ठाणे घातले. वसईचे महत्त्व मराठ्यांच्यादृष्टीने केवढे होते हे सांगताना एक तत्कालीन गृहस्थ म्हणतो– 'वसईचा नाका धारावी जागा आहे तो जागा मजबूद होये. यैसा विचार केला पाहिजे. धारावीस दहा तोफा ठेवून वसईवर लागू केलिया वसई हात बांधोन येईसारखे आहे. वैतरणा नदीवरील मनोर घेताना मराठ्यांना तीव्र प्रतिकारास तोंड द्यावे लागले; पण दहा दिवस लढून अखेर ते ठाणे त्यांनी मिळवलेच. बेलापूर ठाण्यालाही मराठ्यांनी वेढा दिला. सक्तीचे मोर्चे व कोट यांस मिळणारे पाणी मराठ्यांनी बंद केलेले त्यामुळे शेवटी नाइलाज होऊन कोटकऱ्याने कौल घेऊन एप्रिल अखेर ठाणे खाली केले व तो कबिल्यासह गलबतात बसून निघून गेला.'

ते यश वेसावे आणि वानरे या ठिकाणी मराठ्यांना आले नाही. साष्टी घेतल्यावर तिच्या सुरक्षेसाठी ही दोन ठाणी घेणे अगदी जरुरीचे होते. वेसावे घेण्याची जबाबदारी होनाजी बलकवडे याला सांगितली होती. तीन–चार दिवस मेहेनत करूनही वेसावे मराठ्यांस घेता आले नाही; कारण ही जागा जतन करण्यासाठी फिरंगीही पराकाष्ठा करीत होते. त्यांनी मराठ्यांचे दोन–तीन सख्त हल्ले परतविले. मराठ्यांनी कोटकऱ्यांचे पाणीही तोडून पाहिले; पण फिरंग्यांनी आत पावसाचे पाणी साठविण्याचे तळे बांधून काढल्यामुळे तोही प्रयत्न फसला. अखेर वेसाव्याचा नाद सोडून बलकवडे वांद्र्यावर खंडोजी मानकर झुंजत होता, त्याच्या मदतीस आला. माणकराने वांद्रे घेण्यासाठी प्रथम एक धाडसी प्रयत्न केला; पण तो फसला होता. त्यात त्यांचे फार नुकसान झाले. फिरंग्यांनी मुंबईच्या इंग्रजांशी सूत्र बांधले; त्यामुळे त्यांचीही मदत वांद्र्यास येऊ लागली. तोफांचे मोर्चे घातले होते पण तोफा आल्या नव्हत्या. लोकांस वहाणा, कांबळे नव्हत्या. रोजमुरा येत नव्हत्या. पावसाळा तोंडावर आला. लोक गवगवा करू लागले, 'फिरंगियाची गलबते आठ नव धारावीकडून काली रात्री माहिमास आली. वानरे याचे बुरुजावर फिरंगियाने हाक मारून सांगितले की, 'उद्या तुम्हावरी चालून येतो. तुम्ही खबरदार रहाणे.' माणकराने व बलकवड्याने वांद्र्यास

मोर्चे घातले, तीन-चार वेळा हल्ले केले पण कोटकऱ्याचा जोराचा प्रतिकार आणि त्यातच इंग्रजांच्या मदतीची भर यामुळे मे अखेर मराठ्यांना वांद्र्याचा नाद सोडून देणे भाग पडले. पाऊसकाळ आला तेव्हा शंकराजी केशव, राणोजी शिंदे व गंगाजी नाईक यांस बेलापुरास व विठ्ठलपंतास मनोर येथे बंदोबस्तास ठेवून १ जुलै १७३७ रोजी चिमाजीआप्पा पुण्यास आले. आता फक्त वेसावे, वांद्रे व वसई ही ठिकाणे घेतली म्हणजे उत्तर कोकणातील फिरंगाण उखडल्यातच जमा होते.

अर्थात, एवढ्या सोप्या हिशेबाने फिरंगी निकालात निघत असते तर चार हजार मैलांवरून येथे येऊन कसलाही आगा-पिछा नसताना, येथल्या हिंदूंच्या व मुसलमानांच्या डोक्यांवर मिरी वाटून ते राज्य करू शकलेच नसते; बोलण्याइतके ते सोपे नव्हते.

फिरंग्यांची चढती कमान : धारावी आणि वसई

चिमाजीआप्पा कोकणात असताना व २५ मार्चला त्यांनी साष्टी घेतली असताना, गोव्याच्या विजरईने मुंबईच्या इंग्रज गव्हर्नराशी संधान बांधले आणि आपल्या ताब्यातील साष्टी मराठ्यांच्या ताब्यात जाण्यापेक्षा इंग्रजांच्या हाती बरी, या दृष्टीने त्याला १२ एप्रिलला लिहिले.

आपण साष्टी बेटाच्या अगदी जवळ असल्याने त्या बेटाच्या दुर्दैवी भवितव्याची माहिती आपणाला माझ्यापेक्षा अधिक असायला पाहिजे. मला त्या बेटासंबंधी ओझरती बातमी उत्तरेकडील सेनापती लुई दि बोतेल्यु यांनी कारंजाहून पाठविली आहे; त्यांनी माघार घेतली आहे. मला असे वाटते की, मराठ्यांचा शेजार मुंबई बेटाला उपयुक्त नाही; अशा स्थितीत आपण मराठ्यांचा दुष्ट शेजार टाळण्यासाठी त्या बेटाच्या हितसंबंधात जातीने लक्ष घालाल अशी मला आशा आहे आणि जर असे झाले तर इंग्रजांकडून आमच्या राष्ट्राला यापूर्वी जी मदत झाली तशी मदत या वेळीही होईल अशी इच्छा मी व्यक्त केल्यास अप्रस्तुत ठरणार नाही. माझी आपणांस विनंती आहे की, 'आपण उत्तरेकडील सेनापतीशी (वसईच्या) सल्लामसलत करून आवश्यक ती उपाययोजना करावी. निदान साष्टी बेटातील बंदरे जरी आपण घेतली तरीदेखील फार मोठे काम होईल; कारण ही बंदरे घेतली असता तिकडे रसद पाठविता येईल व शत्रूला तेथून हुसकून लावता येईल.'

ठाण्याचा किल्ला मराठ्यांनी घेतला असला तरी इंग्रजांच्या मदतीने तो परत घेण्यासाठी फिरंग्यांची ईर्ष्या कायम होती. एक वर्षानंतर ६ फेब्रुवारी १७३८ रोजी विजरई आपला उत्तरेचा सेनापती आंतोनि कार्दिम फ्रॉइश याला लिहितो, 'बाजीराव मुघल सैन्याचा पाठलाग करण्यात गुंतला असेल तर ही संधी आम्हांला हालचाल करण्यास नामी आहे. मी मुंबईच्या गव्हर्नरला लिहीत आहे की, ठाण्यावर हल्ला करण्यासाठी त्याने आपल्या सर्व सैन्यासह आमच्या सैन्याला येऊन मिळावे. मला असे वाटते की, एका

बाजूला ठाण्यावर हल्ला करीत असता दुसऱ्या बाजूने छोट्या तुकड्यांनी नद्यांच्या काठावरील किल्ल्यावर हल्ले चढवावेत. मला अशी आशा वाटते की, ही योजना यशस्वी झाली तर शत्रूला साष्टी बेट आणि वसईचा कसबा आपल्या हातात ठेवणे शक्य होणार नाही.'

चिमाजीआप्पा तेथे असतानाच पोर्तुगिजांनी इंग्रजांची मदत मिळवून वेसावे व वांद्रे ही ठाणी लढवली होतीच. आता बाजीराव पेशवे उत्तरेत व चिमाजीआप्पा पुण्यात आलेले होते. ऑक्टोबर-नोव्हेंबरात बाजीराव पेशवे भोपाळकडे निजामावर गेले व नासरजंगाला अडवून धरण्यासाठी चिमाजीआप्पांनाही खानदेशात फेब्रुवारी १७३८ पर्यंत अडकून पडावे लागले. त्यांची अडचण ही पोर्तुगिजांची संधी ठरली. त्यांना रान मोकळे सापडले. त्यांनी आरमार, दारूगोळा, हत्यारे, लढाऊ शिपाई यांच्या कुमकेसाठी व गोव्याहून इंग्रज, फ्रेंच, डच व सिद्दी या मराठ्यांच्या जलचर शत्रूंशी संधान बांधले; त्यांनी युरोपातून व गोव्याहून मदत आणली. पैसा कमी पडू लागला तेव्हा नवे कर बसविले. इतकेच नव्हे तर चर्चमधील चांदीचे पत्रे व वस्तू आटवून नवी नाणी पाडली. एवढे करूनच पोर्तुगीज थांबले नाहीत. अकार्यक्षम माणसांना त्यांनी निरोप दिला व लायक माणसांची भरती केली. वसईचा जनरल लुई दि बोतेल्यु याच्या गाफीलपणामुळे ठाण्याचा किल्ला व धारावी गमवावी लागली. त्याला विजरईने बडतर्फ केले व त्याच्या जागी आंतोनियु कार्दि फ्रोईस उर्फ काडदीन याची वसईचा जनरल म्हणून नेमणूक केली. तसेच पेद्रु समेलू याची नवा सेनापती म्हणून नेमणूक करण्यात आली. आपल्या चुका सुधारण्याच्या आणि कच्च्या जागा बळकट करण्याच्या पोर्तुगिजांच्या या विधायक धोरणाचे परिणाम दिसून यावेत हे साहजिकच होते.

१८ मे वसईस नेमून आलेला नवा जनरल काडदीन हा गोव्याहून निघाला आणि २३ मेला तो वसईस पोचला. दुसऱ्या दिवशीच त्याने तेथील कारभाराची सूत्रे हाती घेतली आणि २३ मे १७३७ रोजी मराठ्यांनी काबीज केलेले डोंगरी उर्फ धारावी हे ठाणे हल्ला करून ताब्यात घेतले आणि मराठ्यांना तेथून हुसकून लावले. २८ मे १७३७ रोजी त्याने गोव्यास लिहिले, चालू महिन्याच्या २३ तारखेस मी या शहरास (वसईस) आलो व २६ रोजी शत्रूस डोंगरीच्या ठाण्यातून हाकलून लावले. त्यांची ८० माणसे मारली. सदर कोट उद्ध्वस्त केला व त्याच्या कॅप्टनास कंठस्नान घातले. ३० नोव्हेंबर १७३७ रोजी मराठ्यांनी परत ४ हजार हशम व १०० घोडेस्वार यांच्या जोरावर डोंगरीचे ठाणे काबीज केले व ते १७३८ च्या फेब्रुवारीपर्यंत त्या ठाण्याची बळकटी करून तेथे तोफा मांडून वसईच्या बंदरात जाणाऱ्या जहाजास ते अडथळा करू लागले. तेव्हा २८ फेब्रुवारी १७३८ रोजी काडदीनने डोंगरीवर दुसऱ्यांदा हल्ला केला व तेथील मराठ्यांस पिटाळून लावले. काडदीन लिहितो की, 'केवळ २०० पोर्तुगिजांच्या मदतीने आपण डोंगरीची गढी जिंकून घेतली. जवळच मराठ्यांचे ४०० घोडेस्वार व एक हजार पायदळ होते.

त्यांच्यावर हे पाहण्याचा प्रसंग ओढवला.' डोंगरीच्या पराजयामुळे चिमाजीआप्पांना अत्यंत दुःख झाले. ते नानासाहेबास लिहितात, 'येक धारावीमुळे हळहळ लागली ते ईश्वरास ठाऊकी! परंतु काय करावे? तूर्त इलाज तो चालेल यैसे नाही!'

जी गोष्ट डोंगरीची तीच गोष्ट वसईची. चिमाजीआप्पा स्वत: कोकणांत जाऊ शकले नसले तरी त्यांनी रामचंद्र हरी आणि बाजी भिवराव यांना शंकराजी केशवाच्या मदतीसाठी पाठविले होते. हे लोक आपापल्या परीने नामांकित होते आणि त्यांनी मेहनतही काही कमी केली असे नाही; भर पावसाळ्यात त्यांनी वसईवर दोन-तीन निकराचे हल्ले केले. काडदीनला वाटले होते की, पावसाळ्यात मराठे आपल्या सैन्यास विश्रांती देतील; कारण त्यांच्या मोहिमेत गुंतलेल्या पंचवीस हजार सैन्यांच्या हालचालीस पावसाळ्यामुळे अडचण होईल; पण मराठ्यांनी पोर्तुगिजांची ही अपेक्षा खोटी ठरविली. ९ जून १७३७ रोजी बहादूरपुराहून निवडक सैनिक पाठवून वसईच्या तटास रेइसमागुस व सागोसाल या दोन बुरुजांमध्ये मराठ्यांनी तटास शिड्या लावल्या आणि किल्ल्यावर हल्ला चढविला. हल्ले करणारे मराठे चार हजार होते. हल्ला अर्धा तास झाला. तो पोर्तुगिजांनी परतविला. दुसऱ्या दिवशी तटाच्या पायथ्याशी पोर्तुगिजांस बत्तीस शिड्या सापडल्या. या हल्ल्यात मराठ्यांची पुष्कळ माणसे मारली गेली; पण त्याची क्षिती न बाळगता १५ सप्टेंबर १७३७ रोजी रविवारी पुन्हा एकदा मराठ्यांनी आठ हजार सैन्यानिशी वसईच्या तटावर शिड्या लावून हल्ला केला. हा हल्ला दीड तास चालू होता. या लढ्यात मराठ्यांची दोन हजार माणसे मारली गेली व पाचशेवर जखमी झाली असे पोर्तुगीज म्हणतात. लढाई संपल्यावर मराठ्यांची ६४ प्रेते व ४४ शिड्या तटाच्या पायथ्याशी पोर्तुगिजांना सापडल्या. या हल्ल्यात बाजी भिवराव हा जखमी झाला. त्याचप्रमाणे पोर्तुगीज सरदार पेद्रु द मेल्लू हा जखमी झाला. मरण पावलेल्यांमध्ये मराठ्यांचे तीन सरदार होते असे पोर्तुगिजांनी लिहून ठेवले आहे. मराठ्यांच्या या शौर्याचे पोर्तुगिजांनाही कौतुक वाटले. विजरईने पोर्तुगालला लिहिलेल्या पत्रात म्हटले आहे की, 'शत्रूने वसईच्या तटास दोनदा शिड्या भिडविण्याचा प्रयत्न केला. त्यांची चिकाटी आणि जोम वाखाणण्याजोगा होता. हे खरे असले तरी वसईवर मराठ्यांना यश मिळू शकले नाही.'

मराठ्यांची पिछेहाट – माहीमचा कहर

माहीमवर तर कहर झाला. ऑक्टोबर १७३७ मध्ये मराठ्यांनी वसईवर यश येत नाही असे पाहून माहीम, केळवे व शिरगाव या कोटास वेढा दिला होता. काडदीन लिहितो की, 'हे किल्ले मराठे काबीज करणार होते; पण आपण त्या किल्ल्यास कुमक पाठविल्यामुळे शत्रूस तेथील वेढे उठवावे लागले. अशेरीचा वेढाही मराठ्यांस उठवावा लागला.'

माहीमला शंकराजी पंताचा भाऊ महादजी केशव वेढा देऊन होता. त्याच्यावर

पोर्तुगिजांनी चाल करून वेढा मारून काढला. त्या वेळी महादजीपंत व त्यांच्या बरोबरील कित्येक प्रमुख सरदार मारले गेले. या प्रसंगाचे वर्णन वासुदेव जोशी व रघुनाथ हरि यांनी चिमाजीआप्पांना लिहून कळविले होते, ते असे –

'रामचंद्र हरि व महादजी केशव यांनी माहीमास मोर्चे लाविले होते. गनीम इंग्रज व हबशी ऐसे एकत्र होऊन दोन-तीन दिवसांत शंभर गलबते भरून दक्षिणेकडे केळवे आंग मोकळे होते. तिकडून गनीम कोटामध्ये जात. त्यास केळव्याकडील तर्फेस सात-आठशे माणूस घेऊन ता.१० रोजी रामचंद्रपंत चालोन आले. गनिमांचे पंचवीस-तीस माणूस मारिले. इकडील एक राऊत पडला. एक-दोन घोडी जखमी झाली. त्याउपरी काल गनिमाने संधी पाहून दीड-दोन हजार माणूस मोर्चावर चालून घेतले. एकाच वेळेस तिन्ही मोर्चांवर हल्ला केला. कोटावरून तोफांचा मारा जबरदस्त झाला. मोर्चे जळावयास लागले. लोकांस बाहेर निघून हत्यार करावयास जागा नाही. तेव्हा रामचंद्रपंत, अमरसिंग शिर्के वगैरे दहा-पंधरा राऊतांनी घोडी घालून गनिमांचे दहा-पंधरा माणूस मारिले. रामचंद्रपंतांनी खुद्द दोघे ठार केले आणि गनीम फिरविला. ते समयी रामचंद्रपंतांचे उजवे हातास गोळी लागली. हाताची तलवार सुटून गुडघ्यास लागली. ऐसे होताच मशारनिल्हे फिरले. त्याबरोबर गनिमाने मोर्चे काबीज केले. आमचे लोकांचा धीर सुटोन निघाले. महादजी केशव व धोंडोपंत, वाघोजी खानविलकर, राजबाराव मुरूडकर, चिंतो शिवदेव, जनार्दन हरि व गणेश हरि, महादजी केशव वगैरे लोक मोर्चात होते. त्यांस निघावयास फुरसत न होऊन तेथेच झुंजोन कामास आले. अजमासे दोनशे माणसे कामास आले. जखमी शंभरांपर्यंत लोकांनी धीर सोडला आहे. गनीम हावभरू झाला आहे. ऐसे असोन अवघ्यास दिलदिलासा देऊन, मोर्चा कायम करून, गनिमास बरा नतीजा द्यावा हे उमेद धरून राहिलो आहे. अर्नाळा व बहादरपुरा तेथील खबरदारी शंकराजी केशवास, धारावी ठाण्याची खंडोजी माणकरास, अशेरीची दत्ताजी मोरेश्वरास, बेलापूरची नारायण जोशी यास, कल्याण-भिवंडीची बरवाजी ताकपीर यास येणेप्रमाणे खबरदारी घेण्यास सत्वर लिहून पाठविणे. जागोजाग आपल्या लोकांनी अवसान चढोन गनिमांस नतिजा पोहोचत नाही; तरी स्वामींनी सहस्र कामे टाकून जरूर जाणोन राऊत पाठवून येथील स्थळांचा उपराळा होय ते गोष्ट केली पाहिजे. अगत्य नासिक प्रांते यावे, मुलकाचा सत्यनाश दमण प्रांती करावा, एखादे जागा गनीम गाठून कापून काढावा म्हणजे आपली सलाबत वाढेल.'

वासुदेव जोशाचे हे पत्र जाऊन उपराळा होण्यापूर्वीच फिरंग्यांनी माहीमचा वेढा तर मारून काढलाच होता, पण तसेच पुढे जाऊन त्यांनी अशेरीचा वेढा उठविला. फिरंग्यांच्या आगीची जणूकाही मराठ्यांनी धास्ती घेतली व ते भराभर मांडवी, मनोर, केळवे, शिरगाव इ.ठाणी टाकून वसईपर्यंत मागे हटले. सैन्यातून उठून रोज लोक निघून जाऊ लागले. १७३७ मार्च-एप्रिल या दोन महिन्यांत मराठ्यांनी मिळविलेले यश

फिरंग्यांनी पाहता-पाहता होते की नव्हते असे करून टाकले. वर्षभर केलेली मेहनत, खर्च केलेला पैसा, मेलेली माणसे सारे फुकट जाण्याचा दारुण प्रसंग आला.

पळ्यांची डोचकी मारा – बाजीराव

या वेळी चिमाजीआप्पा आजारी पडून पुण्याला आले होते आणि बाजीराव उत्तरेत निजामवर मोहिमेवर होते. त्यांच्या कानी कोकणातल्या मराठी सैन्याची पळापळीची वार्ता गेली. तेव्हा त्याच्या अंगाचा तीळपापड झाला. सैन्य लढविताना बेहिशेबी धाडस करणारे जरी ते नसले तरी प्रसंग पडला तर बंदुकीच्या गोळीबाराच्या वर्षावात पर्वतासारखा सैन्याच्यासमोर स्वतः ठासून उभा राहणारा माणूस होते. खऱ्या मरणापूर्वीच केवळ भयाने हजार मरणे मरणाऱ्या पळपुट्यांची त्यांना केवढी चीड आली असेल याची केवळ कल्पनाच केली पाहिजे. या प्रसंगी त्यांनी रामचंद्र हरीला जे पत्र लिहिले आहे त्यात त्यांच्या मनात धगधगणारा संताप आणि सेनानायक म्हणून त्यांची करडी शिस्त चांगली व्यक्त झाली आहे.

फिरंगी यांचे आरमार खांदेरीच्या वाऱ्यावरी आले. ही खबर अणजूरकर यांनी राजश्री शंकराजी केशव यांस लिहिले. त्यावरून त्याने सलाबत खाऊन केळवे, माहीम येथील लोक उठवून माघारे नेले. गनिमांची सलामत वाढविली. ऐसियास वसई, अर्नाळा आदीकरून लोकांचे सामान असे तसे नाही. नामांकित माणूस किती आणि गनिमांची सलाबत खातात! यावरून त्यांचे व त्याजजवळील लोकांचे मर्दुमीच्या तराफा काय कराव्या? असो, न व्हावे ते जाले! अत:पर नीमाबरी सलामत चढवून केळवे, माहीम ही स्थळे जबरदस्तीने घेतली तरीच त्या लोकांची व सरकारांची शाबास! नाहीतरी पैका खाऊन नाचीज होतो! असो, तुम्हांस रवाना केले ते सांगोन रवाना केले. पायेचा जमाव सहाशे माणूस व कल्याणचे अरब एकशे चौपन्न व धोंडो गोविंद व्यंकोजी याजबरोबरील एक हजार व वाघोजीराव खानविलकर व पंदाजी कारके मिळून पाचशे व शंकराजी केशव यांजकडील जुन्या भरण्यापैकी एक हजार एकूण साडेबत्तीसशे माणूस केळवे माहीमच्या कार्यभाराकरिता तुम्हांकडे नेमिले आहे. सरदारही तुमचेच ताबीन आहेत. राजश्री महादजी केशव यांनी शंकराजी पंतांजवळ जावे. वरकड सरदारांनी तुमचे आज्ञेप्रमाणे वर्तावे असे कित्येक शंकराजी केशव यांस फजित करून लिहिले आहे; तरी तुम्ही सदरहू साडेबत्तीसशे माणसांनिशी केळवे माहीमांस लगट करून दोन्ही स्थळे हस्तगत करणे. मराठे, कानडे, परदेसी, लोक आहेत. त्यास झुंज भांडण्याचे प्रसंगी कित्येक माणूस सलाबत खाऊन पळून जातात. यांजमुळे कैद सलाबत होते. ऐसीयांस लाखोलाख रुपये खर्च करून लोकांस द्यावे आणि प्रसंगी पळ काढतील त्या पाजींचा मुलाहिजा काय? जे दालीची शरम धरून साहेब काम करितील त्यांचे ऊर्जित करीतच आहे. पळू जातील त्यांचा मुलाहिजा काय निगिल्या कराता? ज्या ज्या वाटा पळून जावयाच्या आहेत तेथे

गस्ती ठेवून पळतील त्यास धरून परिच्छिन्न डोचकी मारणे. सरदार अगर प्यादा न म्हणणे. विना एकाद-दुसरा सरदार अगर परदेशी मारण्याविना माणूस भय धरून वर्तणार नाही. यास्तव हेच परवानगी जाणून पळ्यांचे पारिपत्य करणे. रामचंद्रपंतास लाख रुपये खर्च होतात. या गोष्टींची कळकळ आणि ईरे सर्वाही धरिली तरीच खावंदाचे काम होऊन सलाबत चढेल. नाहीतरी पैका खर्चला तितका व्यर्थ आहे! असो जातीनीसी व जमेतीनीसी रात्रं-दिवस कस्त करून केळवे, माहीम ही दोन स्थळे हस्तगत करणे. फिरंगियांच्या लोकांनी वारे घेतले आहे. तुम्हांवरही तोंड टाकतील. त्यांस जपून एकवेळ कापून काढणे म्हणजे तेही बुलखुद होतील.

बाजीरावांच्या त्या कठोर वाक्ताडनाने शंकराजी केशवाला फार खेद झाला. तो जातीचा शूर माणूस, त्याच्यावर धन्याने भ्याडपणाचा ठपका ठेवावा हे त्याला फार नामुष्कीचे वाटले. त्याने बाजीरावांना लिहिले -

'सेवेसी विनंती. कामावर माणूस खपतात. पोटास नाही. माझे कैदीमुळे मात्र आजीता लोक राहिले आहेत. आम्हांस श्रम हेच की, माहीम सिरगावास लोक गेले आहेत. ते फिरंगियांचे भयाने पळोन गेले. स्वामींचा मनसबा फसला. तसे आम्ही न करिता आमचे प्राक्तनास गनिमांमुळे हे गोष्टी येते. सारे लोक बहादरपुराचे पळाले तरी आपण जातीने येथे राहिले. मग गनीम काये करणे ते माझे करूत.'

शंकराजीपंताचा निर्धार प्रशंसनीय होतं; परंतु केवळ निर्धाराने परिस्थिती सुधारणे तसे कठीणच होते. योग्य काळाची वाट पहात राहणे एवढेच शक्य होते आणि तसा योग्य काळ लवकर आलाही. व्यक्तीप्रमाणे राष्ट्राचीही परिस्थिती नेहमी एकसारखी राहते असे नाही. या न्यायाने पोर्तुगिजांचे सुखाचे दिवस संपले तसे मराठ्यांचे कठीण दिवसही संपले. पोर्तुगिजांकडे काडदीन हा उत्तम सेनापती होता. त्याला मराठ्यांच्या सैन्यबळाची उत्तम कल्पना होती. त्यांच्या मानाने पोर्तुगिजांचे सैन्यबळ म्हणजे केवळ 'दर्यामें खसखस' अशाच कोटीतले होते. १७३७ च्या सप्टेंबरमध्ये ज्या वेळी केवळ ठाण्यामध्ये मराठ्यांचे तीन हजार सैनिक होते. त्या वेळी वसईकडे पोर्तुगिजांच्या सैन्यात एकंदर १६५५ माणसे होती. ऑक्टोबर १७३८ मध्ये विजरईने गोव्याहून वसईस जी कुमक पाठविली ती केवळ ४८० माणसांची होती. पोर्तुगिजांचे शौर्य व तडफ केवढीही असली तरी त्यांच्या जवळजवळ नगण्य संख्येमुळे मुंग्यांप्रमाणे अफाट संख्येने भरभर चालून येणाऱ्या मराठ्यांपुढे ते असून-नसून सारखेच होते. संख्याबळाचे सूत्र हे युद्धात उपेक्षणीय खासच नसते. ५ मार्च १७३८ च्या पत्रात काडदीन लिहितो, 'आजपावेतो मराठ्यांची बारा हजार माणसे मरण पावली; पण ती पुष्कळ असल्यामुळे त्यांस त्याबद्दल मोठेसे वाटत नाही, सैन्याच्या बलाबलांची स्थिती अशी असल्यामुळे काडदीनने विजरईकडे वसईच्या रक्षणासाठी अधिक सैन्याची मागणी केली. त्याची मागणी तशी बरोबरच होती. एवढेच की,

मागितल्याबरोबर मागणी तसा पुरवठा या बाजारीनीतीने लढवय्यांचा पुरवठा करता येत नसतो. त्यामुळे विजरईने त्याची मागणी नाकारली. तेव्हा काडदीनने आपल्या जागेचा राजीनामा दिला. विजरईने त्याच्या जागी मारेशाल पेड्रि डिमेलो याची नेमणूक केली. तोही कर्तबगारच होता; पण काडदीन गेल्यामुळे पोर्तुगिजांची बाजू खचली हे मात्र खरे.'

पोर्तुगिजांची अशी उतरती कमान असताना मराठ्यांचे ग्रह मात्र उच्चीचे होते. १७३८ च्या सप्टेंबरात भोपाळ मोहीम यशस्वी करून बाजीराव पेशवे पुण्याला आले. चिमाजीआप्पांनी व त्यांनी त्यांना उत्तरेत कोणतेही व्यवधान नसल्यामुळे सर्व सामर्थ्य पोर्तुगिजांवर केंद्रित करण्याचे ठरविले. उत्तर कोकणात पोर्तुगीज झुंजत होते, ते मुख्यत: दक्षिणेतून गोवा व उत्तरेतून दमण मार्गे त्यांना जी मदत होती त्यामुळे होय. तेव्हा उत्तर कोकणात पोर्तुगिजांशी लढत असताना त्याचवेळी दमण आणि गोवा येथील त्यांचा उपराळा तोडण्याची योजना त्यांनी पक्की केली. गोव्याच्या आघाडीवर व्यंकटराव घोरपडे शाहूमहाराजांतर्फे आणि दादाजी भावे नरगुंदकर कोल्हापूरच्या संभाजी महाराजांतर्फे याची नेमणूक केली. दमणवर रवानगी शंकराजी केशवाची झाली. अशी सर्व बाजूंनी नाकेबंदी करून चिमाजीआप्पा २६ नोव्हेंबर १७३८ रोजी पुन्हा एकदा कोकणात उतरले. बाजीरावाच्या उत्तरेतल्या स्वारीतून मोकळे झालेले पिलाजी जाधव, बाजी भिवराव, मल्हारराव होळकर, राणोजी शिंदे, तुकोजी व जिवाजी पवार असे सर्व नामांकित व अनुभवी सरदार या वेळी चिमाजीआप्पांबरोबर होते. सैन्याबद्दल तर प्रश्नच नव्हता. सोळा हजार घोडदळ व पंचवीस हजार पायदळ तर केवळ वसईसाठीच लढणार होते. समुद्रात मराठ्यांचे आरमार फिरत होते व उत्कृष्ट तोफखाना व उत्तम गोलंदाज होते ते निराळेच.

लढाईला तोंड लागले आणि सलामीतच सेनापती गारद व्हावा तसा अपशकुन पोर्तुगिजांना झाला. पेड्रि डिमेलो हा त्यांचा लढवय्या सेनापती. काडदीनच्या जागेवर तो नुकताच आला होता. वसईकडे नवीन जहाजे आणि मदत आली होती. ती घेऊन ठाण्याचा कोट मराठ्यांच्या हातून हिसकावून घेण्यासाठी त्याने चाल केली. त्याचा लढाईचा अनुभव मोठा, शौर्य साऱ्यांना माहिती आणि धाडसही मोठे, म्हणून त्याच्यापुढे आपला निभाव कसा लागतो, याची नाही म्हटली तरी मराठ्यांना धास्तीच होती; पण उलट्या वाऱ्यामुळे आता बुडते की घटकेने बुडते अशा जीवन–मरणाच्या रेषेवर दैवाचा वारा मराठ्यांच्या दिशेने वाहू लागला. पेड्रि डिमेलो हा मचव्यात बसून ठाण्याच्या कोटाची पाहणी करीत फिरत असता कोटावरून मराठ्यांनी सोडलेला तोफेचा गोळा नेमका त्याच्यावर आदळला आणि तो जागच्या जागी ठार झाला. सेनापती मेल्याबरोबर सेनेचेही अवसान गळाले आणि फिरंग्यांची फौज आली तशी परत गेली.

ठाण्याच्या मागोमाग मराठे यांनी माहीमवर चाल केली. माहीमला त्यांनी वेढा

घातला. झाडी पाडून तेथे तोफांसाठी मोर्चे उभारले गेले. तटाभोवती सुरुंग पेरले गेले. समुद्रातून मराठ्यांची टेहळणी गलबते फिरू लागली. तथापि, मराठ्यांच्या या कडेकोट पहाऱ्याला न जुमानता वसईहून माहीमला थोडीशी कुमक आलीच; पण ती 'शाकाय वा स्याल्लवणाय वा वा स्यात्' (ती कुमक भाजी वा मीठ यांसारखीच होती.) असल्याच जातीची होती. ही दोन दिवसांत संपून गेली. माहीमच्या किल्ल्यातील प्रमुख लोकांनी या वेळी तेथील किल्लेदार आंतोनियु-द-मेलू-परैर इ. सौझ याला एक निवेदन दिले होते. ते वाचले म्हणजे माहीमची स्थिती या वेळी किती दारुण होती हे चांगले समजते.

मराठ्यांनी तीस तोफांतून किल्ल्यांच्या तटावर एवढा प्रखर मारा केला की त्या तटास जिकडे तिकडे भगदाडे पडली. मराठ्यांच्या सैन्यामध्ये उत्कृष्ट परदेशी गोलंदाज असून ते मोठमोठे दगड किल्ल्यांमध्ये तोफांतून फेकून देतात. तसेच अग्निबाण सोडून किल्ल्यात आगी लावतात. माहीमला वसईहून जनरल मार्तिञ्ज़ु द सिल्व्हैर द मिनेझस याने कुमक म्हणून सैन्याची एक तुकडी पाठविली; पण तिला मराठ्यांच्या माऱ्यामुळे किल्ल्यात प्रवेश करण्यास तीन दिवस लागले. या कुमकेस आलेल्या तुकडीत केवळ पन्नास पोर्तुगीज व नव्वद एतद्देशीय शिपाई होते. त्यांनी आपल्याबरोबर आणलेला दारूगोळा दोन दिवसांतच संपला. हा किल्ला आज एक वर्ष व दहा महिने लढत असून यापुढे त्याचे रक्षण करणे शक्य नाही. शिवाय या किल्ल्याच्या गेल्या सालातील वेढ्यात मराठ्यांची पुष्कळ मानहानी झाली व त्यात शंकराजीपंतांचा बंधू मादोजीपंत व इतर ४४ सरदार ठार झाले. त्यामुळे मराठे सूड घेण्याच्या उद्देशाने अपरात्री किल्ल्यास सुरुंग लावून हल्ला करणार हे निश्चित असल्यामुळे किल्लेदाराने आणखी वेळ न दवडता मराठ्यांशी बोलणे करून त्यांच्या स्वाधीन हा किल्ला करावा व किल्ल्यातील लोकांचे प्राण वाचवावे.

परंतु, माहीमच्या किल्ल्यातील कुचंबणा किल्लेबंद होऊन पडलेल्या या प्रतिष्ठितांना तेवढी कळत होती आणि किल्लेदारांकडे मात्र सारी आबादीआबाद होते, अशातला काही भाग नव्हता. तो स्वत: लढाई चालवणारा माणूस, आगीचे चटके, भट्टीच्या तोंडाशी उभ्या असलेल्या माणसाला जास्त जाणवतात. आगीपासून फर्लांगावर उभ्या असलेल्या माणसांनी पाडित्य प्रकट करणे गैर होय. याला परिस्थितीचे गांभीर्य त्यांच्यापेक्षा जास्तच कळत होते; पण तो जातीचा फिरंगी, साऱ्याच पाश्चात्त्यांप्रमाणे, फिरंग्यांचाही बाणा हाच होता की, वरिष्ठांचीही परवानगी मिळाली तरच माघार, नाहीतर जागेवर लढता कटून मेले तरी बेहत्तर. त्याने वसईच्या वरिष्ठ जनरलला लिहिले-

'आज सकाळी मला खात्रीलायक बातमी कळली आहे की, चिमाजीआप्पा, पिलाजी जाधव आणि शंकराजीपंत हे तिघे मराठा सरदार या ठाण्याच्या कसब्यांमध्ये येऊन दाखल झाले आहेत. त्यांनी आठ हजार पायदळ आणले असून शिवाय दमण येथे असलेले सैन्य आहे ते वेगळेच. एकूण जवळजवळ चौदा हजार सैन्य भाग घेणार आहे.

त्यांनी या ठाण्याला सर्व बाजूंनी वेढा घातला आहे व कसब्यातील माड तोडून टाकण्याचे सत्र सुरू केले आहे. शत्रूने आपणांबरोबर चौदा हत्ती, पुष्कळ उंट आणि बारा तोफा आणल्या आहेत या ठाण्यांबरोबरच कळम आणि शिरगाव या ठाण्यांवर शिकस्त करण्याचा त्यांचा बेत आहे. शत्रूचे आरमार समुद्रातून संचार करीत आहे; तर जमिनीच्या बाजूने हे ठाणे सर्व बाजूंनी वेढून तोफा डागण्यास सुरुवात केली आहे. शत्रुसैन्य मोठे आहे व त्या प्रमाणात माझ्यापाशी दारूगोळा काहीच नाही. सैन्याची तीच गत आहे; तरी आपणापाशी कुमक असल्यास ताबडतोब इकडे रवाना करावी; न आल्यास या ठाण्याचे काय होईल हे सांगता येणार नाही. अशा स्थितीत जर माझे बलिदान झाले तर मी माझे कर्तव्य पार पाडले असे मी समजेन.'

'Charge of the Light Bridge' या सुंदर कवितेत टेनिसनने वरिष्ठांची आज्ञा चुकीची आहे हे माहीत असूनही केवळ आज्ञापालनाचा स्वधर्म पाळण्यासाठी तोफांचा भडीमार चालू असता बेधडक मृत्यूच्या खाईत उडी घेणाऱ्या बहाद्दूर सैनिकांचे वर्णन केले आहे -

'Theirs not to make reply
Theirs not to reason why,
Theirs but to do and die :
Into the valley of Death
Road the six hundred'

त्या जातीचा हा किल्लेदार होता. लढाईत जय-पराजय ही बाब फार गौण आहे. मुख्य गोष्ट आहे पराजयातही विचलित न होणारी अपराजित वृत्ती. सुदैवाने या शूर किल्लेदाराला बलिदान करण्याची वेळ आली नाही. ९ जानेवारी १७३९ रोजी हा पोर्तुगीज किल्लेदार आणि शंकराजीपंत यांच्या तहावर सह्या झाल्या आणि मराठ्यांनी माहिमाचा ताबा घेतला.

तारापूर : गड आला पण सिंह गेला!

माहीम सर केल्यानंतर मराठ्यांनी केळवे आणि शिरगाव ही ठाणी घेऊन तारापूरच्या दुर्गम किल्ल्यावर चाल केली. किल्ला खरोखरच दुर्गम होता. त्याच्याभोवती लांब आणि रुंद खंदक होता आणि तो पार केल्याशिवाय कोटापर्यंत पोचण्याची गोष्ट बोलणेसुद्धा शक्य नव्हते. तारापूरचा पोर्तुगीज किल्लेदार लुईस व्हेलोझू माशादू हा भला झुंजार वीर होता आणि त्याच्या हाताखालची माणसे तशी हिमतीची होती. मराठ्यांकडचेही बहुतेक सारे नामांकित सरदार, बाजी भीवराव रेठरेकर, रामचंद्र हरि पटवर्धन, राणोजी भोसले, मल्हारराव होळकर, तुकोजी व यशवंतराव पवार, राणोजी शिंदे या वेढ्यात जातीने

खपत होते. या ठिकाणी पोर्तुगिजांनी प्रतिकाराची पराकाष्ठा केली. मराठ्यांच्या सुरुंगाला, तोफांच्या भडीमाराला व तटावरून त्यांच्या प्रयत्नांना दाद दिली नाही. मराठ्यांच्या तोफांना ते तटावरून बंदुका झाडून व तोफा उडवून जबाब देत. मराठेही त्यांच्या अग्निवर्षावाला बेधडक तटाच्या खिंडारातून पुढे घुसत आणि मरत आणि मारत किल्ल्यात शिरण्याचा प्रयत्न करीत. उभयपक्षी संग्राम किती अटीतटीचा झाला याचा उत्तम पुरावा म्हणजे मराठ्यांच्या बाजूचा बाजी भीवराव रेठरेकर गोळ्यांच्या वर्षावात तटावर निशाण लावण्यासाठी चढत असता तटावरून आलेली गोळी लागल्याने जागच्या जागी ठार झाला आणि पोर्तुगिजांकडचा खासा किल्लेदारच 'मारिता मारिता मरावे! तेणे तेणे गतीस पावावे ।।' या न्यायाने लढता लढता मारला गेला. दोघांही वीरांना वीरमरण आले.

किल्लेदार पडल्यानंतर अर्थातच लढाई संपली आणि २४ जानेवारी १७३९ रोजी तारापूर मराठ्यांच्या ताब्यात आले. या लढाईत चिमाजीआप्पा अर्थात जातीने हजर होतेच. त्यांनी ब्रह्मेंद्रस्वामींना लिहिलेल्या पत्रात तारापूरच्या लढाईची हकिकत दिली आहे. ती वस्तुनिष्ठ व समतोल युद्धवृत्तांताचा एक नमुना समजण्यास हरकत नाही.

'चार-पाच सुरुंग मल्हाररावांकडून तयार झाले; तसे हुजरातच्या सुरुंगाचे तीन फाटे एकाची एक कुसाखाली नेले. तसेच यशवंतराव पवार यांजकडील एक तयार झाला. राणबाकडील तयार झाला नाही. सारे लष्कराचे लहान-थोर माणूस रात्रीचेच खाडीतून उतरोन मोर्च्याचे पाठीमागे जमा करून बसविले होते. सुरुंग एकामागून एक उडाले. सरकारच्या सुरुंगाचे खिंडार मोठे पडले. उजव्या हाताकडे दुसरी बहुत खिंडारे पडली. त्याच्या उजवीकडे हबश्यांच्या लोकांनी कोटासच शिडी टेकून वरते चढले. पुढे धारकरी होता तो वर चढल्यावर बरी गोळी लागून भुईवर पडला. त्याचे मागोमाग दुसरा वर चढला. तोही पडला. फिरोन लोकांनी लगट करून वरती चढले. मारामारीची शर्थ केली. हुजरातचे निशाणाजवळ बाजी भीवराव व रामचंद्र हरि होते. ते व सारे नामांकित लोक तितके बरे वजेने चालोन गेले. गुतेकर व बाळोजी चंद्रराव होते. उजवेकडे मल्हाररावाची व राणोजी भोसल्यांची निशाणे होती. त्यांनीही शर्थ करावयाची तैसी केली. खंदक सात-आठ किमी. खोल व सात-आठ हात रुंद होता. तो खंदक उतरोन कोटावरी चढावयाची बहुत प्रकार अडचण होती. शेवटपावेतो फिरंगीयांनी हिंमत सोडीली नाही. तोफांचा व बरकंदाजाचा मार सीमेपरता. खाडीमध्ये माडी आहे तेथे आम्ही होतो. मल्हाररावांचे पायास करट झाल्यामुळे तेही एकटे आम्हापाशी होते. सारे झुंज नजरेस पडले. आमच्या व मल्हाररावांचे लोकांमध्ये आंगरे यांचेही लोक होते. राणोजी भोसले यांनी बरे वजेने बांकोन घेतले. बाजी भईवराव यांनीही सीमेपरते निशाण चालविले. त्यांचे मर्दुमीची सीमा लिहावी ऐसे नाही. हुजरातच्या मोर्चाच्या डाव्या हाते गोविंद हरि होते. त्यांचे डावे हाते बांडे होते. त्यांचे पलीकडे यशवंतराव होते. त्यापलीकडे तुकोजी

पवार-शेवटी राणबा. सारांश, माणूसही सीमेपरते जाया जाले. स्वामींचा पुण्यप्रताप थोर तेणेकरून जागा फत्ते जाली असे.'

तारापूरचा किल्ला मराठ्यांनी जिंकला. तेव्हा किल्ल्यात पोर्तुगिजांच्या काही बायका होत्या. त्या मराठ्यांना सापडल्या. त्यांच्यामध्ये तारापूरच्या पराक्रमी किल्लेदाराची बायकोही होती. पण स्त्री मग शत्रूची असो की मित्राची असो, परपक्षातील असो की स्वपक्षातील असो, हिंदू असो की, ख्रिश्चन असो की, मुसलमान असो, तिच्याशी 'मातृवत्परदारेषु' (परस्त्रिया या आईसारख्या आहेत, असे मानावे) अशा उदात्त नीतीने वागण्याचे अभिजात स्त्रीदाक्षिण्य मराठ्यांच्या रक्तात शिवछत्रपतींपासून भिनलेले होते. या स्त्रियांना मराठ्यांनी पराकाष्ठेच्या सौजन्याने वागविले आणि सन्मानपूर्वक त्यांची वसईस रवानगी करून दिली. किल्लेदाराच्या बायकोने पतीच्या अंत्यविधीची परवानगी मागितली. ती चिमाजीआप्पांनी दिली, हे सांगणे नकोच. आपणाशी लढत असताना वीरमरण पत्करणाऱ्या त्या पोर्तुगीज किल्लेदाराशी मरणोत्तरसुद्धा औदार्याने वागणाऱ्या चिमाजीआप्पांचे हे उदार चारित्र्य पाहिले म्हणजे रामायणातील युद्धानंतर रावणाचा अंत्यसंस्कार करण्याची बिभीषणाला आज्ञा देताना 'मरणान्तानिवैराणि निवृत्तं नः प्रयोजनम्। क्रियतामस्य संस्कारो ममापयेष यथा तव।।' (मृत्यूनंतर शत्रुत्व संपते, मी लंकेत ज्या कारणासाठी आलो होतो ते कार्य (आता) संपलेले आहे.) याचा अर्थ (रावणाचा अंत्यसंस्कार कर, तो जसा तुझा (भाऊ) आहे तसा माझाही आहे.) असे उद्गार काढणाऱ्या रामचंद्रांची आठवण झाल्याशिवाय रहात नाही. या स्फटिकासारख्या निर्मळ चारित्र्यामुळेच चिमाजीआप्पा हे थोरल्या माधवरावांप्रमाणेच मराठ्यांच्या इतिहासात चारित्र्याचा मानदंड होऊन बसले आहेत. कल्याणच्या सुभेदाराच्या सुनेची दंतकथा शिवाजीमहाराजांच्या बाबतीत रूढ आहे. त्याप्रमाणे वसईच्या किल्लेदाराच्या बायकोची दंतकथा चिमाजीआप्पांच्या बाबतीत रूढ आहे. ती बाई मुलांसह तराफ्यात बसून दमणकडे वसईच्या किल्ल्याचा पाडाव होण्याची शक्यता असल्यामुळे नवऱ्याच्या आज्ञेप्रमाणे रात्रीच्या वेळी जात असता ती मराठ्यांच्या हाती सापडली. बाई फार सुंदर होती. तिला चिमाजीआप्पांपुढे उभी केली असता ते शिपायांना म्हणाले, 'हिला कशाला धरून आणिली?' त्यांनी तिला चोळी-बांगडी देऊन सन्मानाने तिच्या नवऱ्याकडे रवाना करून दिले. चिमाजीआप्पांतर्फे सर्वांत उत्तम वकिली केवळ स्वयंस्फूर्तीने त्या फिरंगीबाईने आपल्या नवऱ्याकडे केली. ती म्हणाली, 'मराठ्यांचा सेनापती हा केवळ देवकोटीतला माणूस आहे. त्याने माझ्याकडे वाकड्या नजरेने पाहिलेसुद्धा नाही. त्यांच्याशी लढाई करून यश कधीही येणार नाही.' ही दंतकथा तर खरीच पण असत्य कथा नव्हे. ती मुळात सत्यकथाच आहे. तिचे मूळ चिमाजीआप्पांनी तारापूरच्या विजयाच्या वेळी दाखविलेल्या स्त्रीदाक्षिण्यात आहे. शिवाजीमहाराजांप्रमाणेच अशा पुरुषांची स्तुती

स्वजनांप्रमाणे परकीयांनीही करावी, हे योग्यच आहे.

या संसारात दुःखाची वस्ती सुखाच्या शिवेवरच असते. तारापूरच्या लढाईत त्याचीही प्रचिती चिमाजीआप्पांना आली. केशरीभाताचा आस्वाद घेत असताना अकस्मात बाजी भीवराव रेठरेकर हा गोळी लागून ठार झाला. बाजी भीवराव व चिमणाजी भीवराव यांचे आणि बाजीराव आणि चिमाजीआप्पा यांचे नाते सहोदर बंधूंसारखे होते. निजामाच्या स्वारीत, उत्तरेच्या मोहिमांत, दिल्लीवरच्या स्वारीत, भोपाळच्या वेढ्यात आणि आता तारापूरच्या लढाईत बाजीरावांची आणि चिमाजीआप्पांची पाठराखण पाठच्या भावासारखी केली. त्यांच्या मृत्यूमुळे चिमाजीआप्पांना व बाजीरावांना केवढे दुःख झाले असेल याची कल्पनाच केली पाहिजे. त्याच्या मृत्यूनंतर बाजीरावांनी त्याच्या आईला लिहिलेले पत्र म्हणजे वीराने वीराला वाहिलेल्या श्रद्धांजलीचा करुणोदात्त नमुना समजण्यास हरकत नाही.

बाजीराव लिहितात, 'गंगा जान्हवी समान मातुःश्री वेणुबाई काकी वडिलांचे सेवेसी अपत्ये बाजीराव बल्लाळ साष्टांग नमस्कार वि।। येथील पौष वैद्य १३ पावेतो स्वकीय लिहीत जावे विशेष. पौष शु।। ११ स तारापुरावर हल्ला केला ते समयी बाजी भीवराव तोंडात गोळी लागून कैलासवासी जाहले. ईश्वरे मोठे अनुचित केले. तुम्हांस मोठा शोक प्राप्त झाला. आमचा तर भाऊ गेला. तुम्ही वडील, दुःखाचे परिमार्जन करून विवेक करावा. त्यांची मुले व चिमणाजी आहेत. त्यांचेही त्याजपेक्षा अधिक चालेल. परंतु, आमचा भाऊ गेला. बाजू गेली. उपाय नाही त्यास चिमणाजी भीवराव हे पाठविले आहेत. हे सांगतील ते ऐकावे, सारांश, 'मीच तुमचा बाजीराव' असा विवेक करून धीर करावा. मजवर दृष्टी द्यावी. बहुत काय लिहिणे लोभ कीजे विनंती. लढाई आहे तेथे मरण आहेच. काही दिल्याशिवाय काही मिळत नाही. हेही खरेच आहे; पण असे असले तरी, तारापूर जिंकल्याच्या विजयानंदात बाजी भीवरावच्या मरणाने मिठाचा खडा पडला, हे काही खोटे नव्हते.'

गोवा व दमण – वसईचा उपराळा तोडला

तारापूरनंतर मराठ्यांनी वेसावे, अशेरी, मढ, धारावी इ. ठाणी काबीज करून वसईवर चाल केली; कारण उत्तर कोकणात तेवढे एकच स्थळ पोर्तुगिजांच्या ताब्यात आता राहिले होते. दिवसेंदिवस कठीण होत चाललेली परिस्थिती लक्षात घेऊन वसईचा जनरल मार्तिज्जुद दि सिल्वैर याला विजरईने अशी आज्ञा केली की, त्याने वसई प्रांतातील वसई, दमण, दीव, रेवदंडा व करंजा उर्फ उरण ही ठाणी रक्षावी. पारडी, वेसावे, डोंगरी उर्फ धारावी व वांद्रे ही ठाणी सोडून द्यावीत. अर्थात, पोर्तुगिजांनी ही ठाणी सोडून दिली म्हणून 'शिंक्याचे तुटले आणि बोक्याचे फावले' या म्हणीप्रमाणे ती मराठ्यांना विनासायास मिळाली असे नाही. तेथेही त्यांना झगडावे लागले.

धारावीला त्यांनी लढण्याची पराकाष्ठा केली तर मानाजी आंग्र्याने उरण घेतले तेव्हा दोन हजार लोक आरमारात घालून तिकडे नेले व या आरमारात चाळीस गलबते होती असे पोर्तुगीज इतिहासकारांनीच लिहून ठेवले आहे. ही स्थळे सोडण्याचे खरे कारण म्हणजे त्यांच्या रक्षणासाठी पुरेसे सैन्यच पोर्तुगिजांकडे नव्हते हे होय. याच कारणामुळे वांद्र्याचा कोट पोर्तुगिजांना राखता येणे कठीण गेले तेव्हा तो मराठ्यांच्या तरी हाती पडू नये म्हणून त्यांनी आपल्या हाताने जमीनदोस्त करून टाकला. शत्रूच्या हाती दारूचे कोठार पडू नये म्हणून आपणच ते उडवून देण्यासारखे हे काम होते. या पोर्तुगिजांच्या स्वमूलोच्छेदनांच्या स्तुत्य उद्योगात त्यांना मनापासून हातभार कोणी लावला असेल, तर तो इंग्रजांनीच!

धारावी हे वसईचे नाक. ते दाबल्यानंतर वसईचे तोंड उघडणे हा फक्त काही काळाचा प्रश्न होता; कारण वसईच्या किल्ल्याच्या उत्तरेस खुष्कीची तेवढीच बाजू मोकळी होती व तेथेच मराठ्यांचे मोर्चे बसले होते. बाकी तिन्ही बाजूस पाणी व चिखल अशा रीतीने फक्त समुद्रमार्गे वसईस रसद पोचविणे पोर्तुगिजांना शक्य होते. मागील युद्धात वसईस समुद्रमार्गे दमणहून व गोव्याहून पोर्तुगिजांस कुमक मिळत होती. त्यामुळे मराठे संपायची वेळ आली तरी पोर्तुगिजांशी चालू असलेले युद्ध संपता संपत नव्हते. त्या मागील अनुभवावरून धडा घेऊन या वेळी बाजीरावांनी वसईला, गोवा व दमण येथून होणारा उपराळा तोडण्यासाठी गोव्यावर व्यंकटराव घोरपडे आणि दमणवर शंकराजी केशवाला रवाना करून वसई युद्धाची दुसरी आघाडी उघडली होती.

पेशवे बाजीरावाची ही युद्धनीती म्हणजे जंजिऱ्याच्या शामलाशी लढताना रामचंद्र अमात्याने वर्णन केलेली मराठ्यांनी पूर्वी वापरलेली युद्धनीती होती. कोणी येक स्थळ अथवा देश पर निग्रह प्राप्त जाला असता उपराळ्याचे बळे निर्वाह करितो-तो उपराळा आधी तोडावा त्याउपरी त्याचा यत्न करावा यैसी नीती आहे.

१७३८ च्या नोव्हेंबरात शंकराजी केशवाच्या नेतृत्वाखाली आठ हजार घोडेस्वार व दहा हजार पायदळ दमणवर बाजीरावांनी पाठविले. हेतू हा की, समुद्रमार्गे दमणहून वसईस दाणागोटा येत होता. तो बंद व्हावा. मराठ्यांच्या फौजा दमणकडे जाऊन त्यांनी खत्तलवाडा, उंबरगाव, नारगोळ व डहाणू ही ठिकाणे जिंकून घेतली आणि तेथील सर्व पिके कापून नेली. एक पोर्तुगीज बखरकार म्हणतो, 'मराठ्यांनी दमणच्या किल्ल्याच्या तटानजीकची धान्यांची कोठारेसुद्धा लुटली. अशा रीतीने मराठ्यांची फौज दमणच्या परिसरात लुटालूट करून आगाशी व भद्रापूर येथे परत आली.'

दक्षिणेकडील गोव्याचा प्रदेश पादाक्रांत करण्यासाठी व्यंकटराव घोरपडे सात हजार घोडेस्वार व सात हजार पायदळ घेऊन २३ जानेवारी १७३९ रोजी दुपारी तीन वाजता दिगी घाटातून उतरून कुंकळ्ळीच्या बाजूने गोव्याजवळच्या साष्टी प्रांतात घुसला. व्यंकटरावाबरोबर

या वेळी सयाजी गुजर, मानाजी पायगुडे व कोल्हापूरच्या छत्रपती संभाजी महाराजांतर्फे दादाजीराव भावे हे सरदार होते. जानेवारीला त्यांनी मडगाव जिंकले. मडगाव पडल्याची बातमी ऐकताच कुंकळ्ळी येथील पोर्तुगीज व एतद्देशीय सैन्याने मराठ्यांची गाठ पडण्यापूर्वीच ते ठाणे सोडून पळ काढला. २८ जानेवारीस मराठ्यांनी राचोल उर्फ रायतूरला वेढा घातला. १९ फेब्रुवारीस त्यांनी फोंड्याचा किल्ला घेतला.

सावंतवाडीचे सावंत व पोर्तुगीज यांचा बेबनाव होता म्हणून या वेळी वाडीकर सावंतांनी पेशव्यांच्या विनंतीवरून व्यंकटरावाचे साहाय्य केले आणि २२ फेब्रुवारीला त्यांनी थियेचा किल्ला, कोलवाड्याचा किल्ला व प्रेओचा किल्ला हे काबीज केले. आग्वाद व रेईस या किल्ल्यांखेरीज बारदेशचा सारा प्रदेश सावंतांनी जिंकला आणि साष्टी प्रांत व्यंकटरावाने जिंकला. आता गोवे तेवढे फक्त मराठ्यांच्या हाती जाण्याचे राहिले होते. एवढे गळ्यापर्यंत पाणी आले तेव्हा कोठे गोव्याचे पोर्तुगीज तहास तयार झाले. २७ एप्रिल १७३९ रोजी तह झाला. त्या अन्वये साष्टी व बारदेश या प्रांताच्या वसुलीपैकी शेकडा चाळीस मराठ्यांस देण्याचे व युद्धखर्चाबद्दल सात लाख रुपये दंड देण्याचे पोर्तुगिजांनी मान्य केले.

गोव्याच्या पोर्तुगिजांना स्वत:ला जेथे जगायची पंचाईत झाली होती तेथे ते वसईला कसली मदत करतात? वसईने गोव्याकडे मदत मागणे म्हणजे एकादशीच्या घरी शिवरात्र पाहुणी जाण्यासारखी होते. वसईची ही गोव्याकडून होणारी मदत तोडण्यासाठी बाजीरावांनी उघडलेली ही दमण गोव्याची दुसरी आघाडी किती यशस्वी ठरली याची ३१ जानेवारी १७३९ रोजी गोव्याच्या विजरईने वसईच्या किल्लेदारास जे पत्र पाठविले आहे त्यात पहाण्यास मिळते. तो लिहितो, 'इकडे गोव्यास आम्हांवरच स्वारी आल्यामुळे तुमच्याकडे पैशांची, माणसांची व दारूगोळ्यांची अशी कसलीच मदत पाठवता येत नाही. तुम्हींच आमच्याकडे काही पाठवाल तर बरे, असे म्हणण्याची वेळ आली आहे.'

अशा प्रकारे दमण आणि गोवा दोन्ही बाजूंकडून मराठ्यांनी वसईभोवती फास करकचून आवळला आणि ६ फेब्रुवारी १७३९ रोजी वसईला पंचवीस हजार घोडदळ, चाळीस हजार पायदळ, चार हजार सुरुंग लावणारे मजूर, पाच हजार उंट, पन्नास हत्ती व असंख्य पेंढारी अशा चतुरंग दलानिशी वसईला वेढा घातला; पण तरीही वसई सर करणे सोपे असे नाही. वसईच्या उत्तरेस खुष्कीची बाजू तेवढीच मराठ्यांना वेढा घालण्यास मोकळी होती. बाकी तिन्ही बाजूस पाणी आणि चिखल पाण्यात मराठ्यांचा इलाज चालेल असे फिरंग्यांपेक्षा वरचढ आरमार त्यांच्याजवळ नव्हतेच त्याचमुळे गोव्यावर आरमारी स्वारी करण्याऐवजी फिरंग्यांचा खुष्कीतला मुलूख मारून त्यांना तहास आणण्याचा आडवळणी मार्ग त्यांना स्वीकारावा लागला. निजामाशी लढताना तोडीस तोड असा

तोफखाना नाही व फिरंग्यांशी लढताना आरमार नाही. या वैगुण्यांवर मात करून मराठ्यांनी या वरचढांना जेरीस आणले हेच त्यांचे युद्धचातुर्य. वसईच्या वेढ्यात तरी काय, मराठ्यांनी पोर्तुगिजांशी जीवावर उदार होऊन लढत दिली तरी अखेर त्यांना पोर्तुगिजांना हारीस आणण्यात यश मिळाले ते गोवा व दमण मार्गाने वसईला होणारा रसदेचा पुरवठा त्यांनी तोडला म्हणूनच चिमाजीआप्पांनी गंगाजी नाईक अणजूरकर यांस वसई मोहिमेच्या सुरुवातीस लिहिले होते की – 'फिरंगी काही पैकेकरी नव्हे. गल्यादाण्याविण सहजच आयास येईल.' त्यांचे शब्द खरे ठरले.

'वाघ' हा वाघच असतो

जरी जाळ्यात सापडला तरी वाघ हा शेवटी वाघच असतो. जाळे छिन्नविच्छिन्न करताना त्याला प्राण गमवावे लागले, तरी त्यासाठी त्याने जीवावर उदार होऊन घेतलेली झुंज आणि दाखविलेली जिद्द यांतच त्याचे वैभव असते. वसईवरच्या पोर्तुगिजांची गोष्ट तशीच होती. आधीच जंजिऱ्याप्रमाणे दुर्गम असलेल्या त्याचा दुर्ग दुर्जय झाला होता. तो त्यांच्या मरत असतानाही तटावर चढणाऱ्या मराठ्यांना आगीच्या वर्षावात भाजून काढणाऱ्या शिपाईगिरीमुळे आणि हिमतीमुळे. त्यांच्या शिपाईगिरीची मुक्तकंठाने स्तुती चिमाजीआप्पांनीसुद्धा केली आणि फिरंग्यांच्या अग्निवर्षावात पतंगाप्रमाणे एकामागे एक झेपावणारे आपले सोबती भस्मसात होत असताही, पुन्हा पुन्हा तटावर झेप घेणाऱ्या मराठ्यांच्या जिद्दीची स्तुती वसईच्या किल्लेदारांनीही केली. रघुराजाचा दिग्विजय वर्णन करताना कलिंगराजा आणि रघू यांच्यातील घनघोर युद्धाबद्दल कालिदासाने म्हटले आहे – पर्वतांचे पंख तोडू पाहणारा इंद्र आणि त्याच्यावर शिलावर्षाव करणारा पर्वत यांच्या युद्धासारखे ते युद्ध झाले – 'पक्षच्छेदोघतं शक्रं शिलावर्षीय पर्वतः।' वसईच्या तटावर खालून सरसर वर चढणारे मराठे आणि वरून त्यांच्यावर तोफांचा भडीमार करून त्यांना भस्म करू पाहणारे फिरंगी यांच्यातले युद्ध हे असेच मरण-मारणाचे झाले. त्याचमुळे वसईचा संग्राम मराठ्यांच्या इतिहासात चिरस्मरणीय झालेला आहे.

तेच पुरुष धीराचे!

'विकार हेतौ सति वक्रियन्ते । येषा न चेतांसि न एव धीराः ।।' कठीण प्रसंगीही ज्यांचे धैर्य विचलित होत नाही तेच खरे धीर पुरुष म्हणावयाचे असे कालिदासाने म्हटले आहे. त्याची प्रचिती पोर्तुगिजांच्या या प्रसंगीच्या वर्तनावरून चांगली लक्षात येते. त्यांचे स्थळांचे, पैशांचे, माणसांचे आधार एकामागून एक तुटत चालले होते. ४ फेब्रुवारीला तारापूर घेतल्यानंतर लगेच ६ फेब्रुवारीला चिमाजीआप्पा आपल्या फौजेसह वसईसमोर येऊन दाखल झाले. ९ फेब्रुवारीला साष्टीतील वर्सोवा मराठ्यांनी घेतला. ७ मार्चला धारावी घेतला. १२ मार्चला मानाजी आंग्र्याने करंजे बेट घेतले. १५ मार्चला मराठ्यांनी

वांद्र्याचा कोट जमीनदोस्त केला. या सर्व स्थळांचा वसईच्या पोर्तुगिजांना मोठा आधार होता. ती स्थळे गेल्यामुळे त्यांचे बाह्य प्रदेशाशी दळणवळण आणि तिकडून येणारी सारी मदत बंद पडली होती. एवढेच नव्हे बांद्रा, वेसावे, धारावी, अशेरी, वर्सोवा इ. सर्व ठिकाणे काबीज केल्यामुळे मोकळी झालेली मराठी फौज वसईच्या हल्ल्याच्या मदतीस आली. ही फौज किती होती याची कल्पना वसईचा शेवटचा पोर्तुगीज सेनापती कायतान द सौझ पेरैर याने १७ ऑगस्ट १७३९ रोजी विजरईला लिहिलेल्या पत्रावरून कळून येईल. तो म्हणतो, 'वसईच्या किल्ल्यास वेढा देणाऱ्या मराठ्यांच्या सैन्यात बुणगे व सैनिक मिळून दोन लक्षांवर माणसे होती! त्यांच्याशी तुलना करता पोर्तुगीज केवळ नगण्य होते. ते किती हे दुसऱ्या एका प्रमाणावरून समजण्यासारखे आहे. ते म्हणजे लढाईत कामाला आलेल्या शिपायांची संख्या-' उपरोक्त बाबीचे वर्णन करताना पेरैर म्हणतो, 'मराठ्यांच्या सैन्यांपैकी शेवटच्या दोन दिवसांतच दहा हजारांवर ठार झाले. १९ एप्रिल १७३९ रोजी वसईमोहीम चालू असताना त्याने विजरईला कळविले होते की, 'मराठ्यांच्या पन्नास हजारांवर सैनिकांचा तटावर हल्ला होणार आहे. मोहिमेत मराठ्यांचे बावीस हजारांवर लोक मारले गेले. असे काडदीन व पेरैर यांच्या अहवालावरून कळून येते. हा आकडा बरोबर असावा; कारण इंग्रज वकील कॅप्टन गॉर्डन यांची भेट झाली तेव्हा शाहूमहाराज पहिल्या धडाक्यालाच म्हणाले, वसई काबीज करण्यात माझे बावीस हजार शूर लोक पडले. त्याचा मोबदला वसई देईल काय? यांच्याशी तुलना करताना वसईच्या लढ्यात पोर्तुगिजांच्या फौजेमधील पाचशे फिरंगी व ३५० एतद्देशीय सोल्दाद मरण पावले शिवाय त्यांच्या पुष्कळ शिपायांस कंठस्नान घडले' असे, सुसॅ दा उंदिय या लिस्बनच्या नॅशनल लायब्ररीमधील हस्तलिखितात म्हटले आहे. तरी ही संख्या नफा-नुकसानीची पर्वा न करिता 'जीवित्व तृणवत्' मानून उभय पक्षांनी केलेल्या लढाईतील मृत वीरांची आहे, इतके उणे होते. संख्याबळ हे युद्धशास्त्रातले एकमेव बळ नसेल, पण वाटते तेवढे ते उपेक्षणीयही नाही.'

आपले वसईतले लोक मर्यादित, दूरचा गोवा फारच दूर राहिला. तेथून धान्याचा एक दाणा किंवा पैशांची एक दीडकी येण्याची आशा राहिलेली नाही. तेव्हा जवळचे म्हणून मुंबईच्या इंग्रजांना पोर्तुगिजांनी दारूगोळा व पैसा यांच्या मदतीसाठी विनंती केली. इंग्रजांचे मत पोर्तुगिजांविषयी बरे नव्हतेच पण शेजारी म्हणून बलिष्ठ मराठ्यांपेक्षा कमजोर पोर्तुगीज बरे, म्हणून प्रसंग पाहून ते त्यांना मदत करीत. गेल्या युद्धात ऐनवेळी इंग्रजांनी सातशे सैनिकांची कुमक पाठविल्यामुळे पोर्तुगिजांची साष्टी मराठ्यांच्या तावडीतून बचावली होती. पूर्वीचा हा ऋणानुबंध स्मरून याहीवेळी वसईच्या पोर्तुगिजांनी मुंबईच्या इंग्रजांकडे धाव घेतली; पण पूर्वीच्या अनुभवाने मराठ्यांनी तीही वाट बंद करून ठेवली होती. आज मराठ्यांनी साष्टी घेतली, उद्या तुमची मुंबई घेण्यास ते चुकणार नाहीत; तरी

वेळीच आम्हांला तुम्ही साहाय्य करावे. त्यातच तुमचे खरे हित आहे व त्यानेच पुढे तुमची होणारी हानी टळेल; असा युक्तिवाद करणारा त्यांचा वकील मुंबईला जातो. तोच मराठ्यांचाही वकील मुंबईला येऊन बसला होता. त्यानेही इंग्रजांकडे तोफा, दारूगोळा इ.ची मागणी सुरू केली व ही मागणी पुरी न झाल्यास पेण, पनवेल, ठाणे या मार्गाने मुंबईकडे जाणारी धान्यसामुग्री व लाकूडफाटे बंद करण्याचा धाक घातला. इतकेच नव्हे तर इंग्रजांकडून पोर्तुगिजांना अंत:स्थरीतीने थोडीफार जी मदत मिळत होती ती ताबडतोब बंद झाली पाहिजे असा आग्रह धरला. इंग्रजांना मोठा पेच पडला; पण कोठूनही पडले तरी चार पायांवर उभे राहणाऱ्या मांजराच्या शिताफीने ते त्यातूनही निसटले आणि मराठ्यांना त्यांनी उत्तर दिले, आम्ही व्यापारी आहोत, आम्हांला युद्धे, लढाया करण्याची परवानगी नाही आणि मराठ्यांपुढे पोर्तुगिजांचा टिकाव लागणे शक्य नसल्याने त्यांनी त्यांना प्रत्यक्ष मदत नाकारली व मुंबई बेटाच्या संरक्षणाकडेच विशेष लक्ष पुरविले. इंग्रजांच्या या धोकेबाज वर्तनाने पोर्तुगीज फार संतापले आणि 'विश्वासघातकी मराठ्यांचे मिंधे' अशा शेलक्या शब्दांत त्यांनी त्यांचा उद्धार केला; पण 'कोणी वंदा कोणी निंदा! आम्हा स्वहिताचा धंदा ।।' अशी वृत्ती असलेल्या इंग्रजांना या निंदेची पर्वा नव्हती. ही तर त्यांची नेहमीची राजनीतीच होती; पण जेव्हा वसईला वेढा बसून पोर्तुगिजांची परिस्थिती उत्तरोत्तर बिकट होत चालली आणि त्यांनी जेव्हा आपण एका धर्माचे लोक आहोत आणि युरोपात आपल्या राष्ट्रांत सलुख आहे याची आठवण करून दिली तेव्हा कोठे इंग्रजांनी त्यांना धान्य, दारूगोळा पुरविण्याचे कबूल केले; पण त्यांनीही रोखीच्या बोलीची किंवा सोन्या-चांदीचे तारण ठेवण्याची अट पोर्तुगिजांकडून कबूल करून घेतलीच.

त्याप्रमाणे २० फेब्रुवारीच्या सुमारास इंग्रजांनी दारूगोळा पोर्तुगिजांना पुरवला. २४ मार्च रोजी वसईच्या अधिकाऱ्याने इंग्रजांस पत्र लिहून कळविले की, 'आम्ही अतिशय संकटात आहोत. खर्चास नाही. गोव्यातून मदत येऊ शकत नाही. देवळातील सोने-चांदीही आटवून संपले. तर कसेही करून आम्हांस एक लाख रुपये कर्ज द्या.' आणण्याकरिता मनुष्य पाठविला आहे; पण इंग्रजांना दया आली नाही. त्यांनी धन दिले नाही. धन देण्यास आम्हांस अधिकार नाही असा जबाब पाठविला. परंतु, पैसा व दारूगोळा देण्याविषयी पोर्तुगिजांकडून अत्यंत निकडीच्या मागण्या येऊ लागल्या. तेव्हा इंग्रजांनी जिन्नस गहाण ठेवून १७ एप्रिल १७३९ रोजी पंधरा हजार रुपये कर्ज दिले व काही कारागीर वगैरे लोक पाठविण्याचे कबूल केले. ही मदत म्हणजे 'आग रामेश्वरी बंब सोमेश्वरी' अशातला प्रकार होता. वैद्याने औषध बैलगाडीतून पाठवावे तसे झाले; कारण २८ एप्रिल १७३९ चे वसईच्या कॅप्टनचे पत्र आले. त्यात त्याने लिहिले होते की, वसईच्या बचावाची आशा सुटली! तशाही स्थितीत जखमांनी शरीराची चाळण झालेली

असतानाही मरेपर्यंत झुंजणाऱ्या लढवय्याप्रमाणे पोर्तुगीज आठवडाभर झुंज देत राहिले. सारे असताना लढण्यात विशेष काहीच नाही. काही नसताना जो लढतो तोच खरा लढवय्या! ज्या स्थितीत पोर्तुगीज मराठ्यांशी लढत होते. ती स्थिती अशा अंतर्बाह्य संकटपरंपरेने भरलेली होती. अशा आपत्तीतही महाशैल शिलासंघात कर्कश्श्य असे चित्त पोर्तुगिजांचे राहिले, म्हणून ते खरे वीर पुरुष.'

मारिता मारिता मरावे!

हिऱ्याला सोन्याचे कोंदण असावे त्याप्रमाणे या हिऱ्यासारख्या माणसांना तीन बाजूंनी असणारा दर्या आणि चौथ्या बाजूला खाजणाची जमीन असलेला वसईचा बुलंद किल्लाही अनुरूप असाच मिळाला होता. पोर्तुगीज तटावरून तोफांचा भडीमार करीत होते. त्याला दाद न देता व मरणाऱ्या माणसांची क्षिती न बाळगता मराठ्यांनी वसईच्या किल्ल्याभोवती मोर्चे उभारले. हे काम एवढ्या जलदगतीने व शिस्तीने करण्यात आले की, शत्रूचा मुख्य इंजिनियर दो आद्रियानु द गा व्हिल हा तर ते पाहून आश्चर्यचकित झाला. पोर्तुगीज बखरकार म्हणतो, 'या प्रसंगी वसई किल्ल्यावरून होत असलेल्या तोफांच्या माऱ्यामुळे मराठ्यांची जी अगणित प्राणहानी झाली, त्यास केवळ रानटीपणा असे म्हणावे लागेल. मराठ्यांनी मोर्चेबांधणी केली व धमधमे उभारून तोफा डागण्यास सुरुवात केली. तोफांनी काम भागेना तेव्हा सुरुंगाचा उपाय केला. त्यास रेतीचा धर नाही. याजकरिता सुरुंग खंडोन दोन्ही बाजुंनी खानबावर तक्तपोशी, त्यावर अडीच हात रेती, गरनाळेसही फुटेना असे करून बारा सुरुंग चालविले. एप्रिलच्या पहिल्या आठवड्यात मराठ्यांचे सुरुंग तटापर्यंत पोचले. उभय पक्षांत अशी घनघोर लढाई चालू असता १५ एप्रिल १७३९ रोजी रात्री नऊ वाजता वसईचा लढवय्या जनरल मार्तिज्जुद दि सिल्वैर हा रेमेदिउस नावाच्या बुरुजावर पाहणी करीत असता मराठ्यांच्या एका गोळीस बळी पडला. परंतु, पुढारी पडला की, अनुयायांनी निशाण गुंडाळून पळ काढणे हे पाश्चात्त्यांना माहीत नव्हते. एक पडला की, त्याची जागा दुसऱ्याने घ्यायची ही लष्करी शिस्त त्यांच्या अंगात मुरलेली होती. मार्तिज्जुद दि सिल्वैर पडल्याबरोबर त्याची जागा द सौझ पैरैर या पोर्तुगीज सरदाराने घेऊन युद्ध पुढे चालू ठेवले. १७ एप्रिल १७३९ रोजी विजरईला त्याने हे वृत्त सादर करताना वसई येथील मराठ्यांच्या युद्धनैपुण्याची फार स्तुती केली. वसईच्या किल्ल्यात बाराशे हिंदू होते. दोनशांस फक्त ठेवून घेऊन विजरईच्या परवानगीने उरलेल्या हजारांना किल्ल्याबाहेर घालवून दिले; कारण ते बंड करतील अशी भीती होती आणि वसईच्या किल्ल्यात दाणागोट्यांची टंचाई कमालमर्यादेपर्यंत पोचली होती. त्या परिस्थितीत त्याचेही वागणे बरोबर होते. तो फिरंगी, ते हिंदू, मराठे-हिंदू. आतले हिंदू बाहेरच्या हिंदूंशी केव्हा हातमिळवणी करतील याची खात्री नव्हती. डॉ. पां. स. पिसुर्लेकर म्हणतात, 'वसई प्रांतातील अनेक हिंदूंनी मराठ्यांशी तेथील मोहिमेवेळी संगनमत केले होते, हे सर्वविश्रुत

आहे. गोव्याच्या स्वारीच्या प्रसंगीही तेथील काही हिंदूंनी मराठ्यांशी फितुरी केल्याचा उल्लेख पोर्तुगीज साधनांमध्ये आढळतो. गोव्यातून सर्व हिंदूस हद्दपार करावे असा अयशस्वी प्रयत्न इन्किझिशनने यापूर्वीही केला होता. हिंदूंच्यादृष्टीने हे बरोबरच होते पण पोर्तुगिजांच्यादृष्टीने तो विश्वासघात होता. अशा स्थितीत ज्यांची निष्ठा संशयास्पद आहे त्या हिंदूंना वसईच्या किल्ल्यातून पैरैर याने घालवून दिले. हे योग्यच केले असे म्हणणे भाग आहे. अस्तनीतले निखारे जिवंत ठेवण्याचे आणि सापांना दूध पाजण्याचे बाळकडू प्यायलेले मूर्ख नाहीतरी पृथ्वीच्या पाठीवर थोडेच असतात.'

अशी आतून कडेकोट मजबुती करून पोर्तुगीज झुंजत होते; पण त्यालाही मर्यादा होती. १ व २ मेला सुरुंग लागून तटाला खिंडार पडले. त्यादिवशी एकाच दिवसामध्ये दुपारी तीन वाजेपर्यंत मराठ्यांनी सेबिस्तियाव व रेमेउदिस या बुरुजांवर मराठ्यांच्या सुरुंगामुळे किल्ल्याच्या तटास भगदाड पडले होते. त्यातून चार हजारांवर मराठे शिपायांनी किल्ल्यात घुसण्याचा प्रयत्न केला. परंतु, फिरंग्यांच्या तोफांच्या माऱ्यापुढे तो निष्फळ ठरला. गंगाजी नाईक अणजूरकर आणि त्याचे चारही भाऊ या वेळी प्राणपणाने लढले आणि वसईच्या तटाला खिंडार पाडण्यात यशस्वी झालेला मुरारजी नाईक तेथेच लढत असताना कामास आला. १७२१-२२ साली वसईच्या स्वारीचे पेशव्यांच्या हातून पुण्याहवाचन करण्यासाठी गंगाजी नाईक बाजीरावांकडे आला. तेव्हा त्याने म्हटले होते की, वसई प्रांत फिरंग्याकडे आहे. त्याने देवस्थाने व तीर्थे व महाराष्ट्रधर्म यांचा लोप केला; त्यामुळे हिंदू लोक भ्रष्टावले, म्हणून साहेबी मसलत करून प्रांत मजकूर सर करून स्वधर्मस्थापन होय ते गोष्टी करावी. वसई विजयाच्या उपोद्घाताच्यावेळी जे नाईक बंधू हजर होते त्यांनी उपसंहाराच्या क्षणीही उपस्थित असावे हे योग्यच होते.

वसईवर भगवा झेंडा! - २३ मे १७३९

ज्या जिद्दीने पोर्तुगीज मराठ्यांशी झुंज देत होते तिच्याबद्दल प्रश्नच नव्हता. पण किती झुंजायचे आणि कशासाठी जुंजायचे यालाही काही मर्यादा होती. तटाला खिंडार पडले होते, मराठ्यांचे लोंढ्यामागे लोंढे घुसत होते. त्यांना थोपविणारे पोर्तुगीज पाखरांसारखे पटापट मरत होते. मरायलासुद्धा शिल्लक रहाणे कठीण होते. आज खपली तर पुढच्या सुगीला नवीन येतील, अशी लढवय्यी माणसे म्हणजे काही कणसे नव्हती. त्यांची उपज आणि निपज अक्रोडाप्रमाणे, कस्तुरीप्रमाणे, चंदनाप्रमाणे दुर्मिळ होती. ज्ञानासाठी ज्ञान, भक्तीसाठी भक्ती ही गोष्ट उदात्त असेल पण मरणासाठी मरण, लढण्यासाठी लढणे हा केवळ अट्टाहास होता. असा शेवट आणि आत्मघात पोर्तुगिजांना स्वत:चा करून घ्यावयाचा नव्हता; म्हणून दोन दिवस कायतान-द-सौझ पैरैर याने आपल्या प्रमुख इसमांशी विचारविनिमय करून यापुढे वसईचा किल्ला राखणे अशक्य आहे, असा निर्णय

घेतला व ४ मे रोजी पोर्तुगिजांनी तहाचे पांढरे निशाण उभारले.

तहाच्या शर्ती ठरल्यावर १२ मे १७३९ रोजी पोर्तुगीज फौज व बुणगे यांस सर्व हत्यारांसह बँड वाजवीत व निशाण उभारून मराठ्यांनी सुरक्षितपणे किल्ल्याबाहेर जाऊ दिले आणि त्याच दिवशी मराठ्यांनी किल्ल्यात प्रवेश केला. तहाच्या अटी विशेष अशा काही नव्हत्याच; कारण जेत्यांना जितांनी अटी घालून तरी काय घालायच्या असा प्रश्न होता. अशाही स्थितीत पोर्तुगिजांनी ज्या अटी घातल्या आणि मराठ्यांनी त्या मान्य केल्या, त्या उभयपक्षांच्या वृत्तीवर प्रकाश टाकणाऱ्या आहेत.

पोर्तुगिजांच्या या अटी सर्व धर्मविषयक आहेत –

१) वसई येथे राहात असलेल्या ख्रिस्ती, हिंदी किंवा मुसलमानी कुटुंबे किंवा लोक वसई सोडून जाण्यास इच्छितील, त्या सर्वांस आपापली मालमत्ता घेऊन चिमाजीआप्पांनी सुरक्षित जाऊ द्यावे.

२) ख्रिस्ती पाद्र्यांसही आपापली मालमत्ता घेऊन सुरक्षितपणे जाऊ द्यावे.

३) जे ख्रिस्ती लोक आपखुशीने वसईच्या हद्दीत राहतील त्यांस आपले धर्माचरण करण्यास मराठ्यांनी हरकत घेऊ नये किंवा त्यांच्या जिंदगीचा अपहार करू नये. हे कलम मुसलमान व हिंदूसही लागू असावे.

४) वसई शहरास तीन ख्रिस्ती देवळे आहेत ती तशीच राहू द्यावीत. त्यातील मूर्ती व दागिन्यांस मराठ्यांनी हात लावू नये. याशिवाय इतर अशी एकूण १२ कलमे या तहात होती.

नवल हे आहे की, ज्याचे राज्य त्याचा धर्म हे तत्त्व गोवा, साष्टी, बारदेश, वसई येथे चोपून लागू करून तेथील हिंदूंचा व मुसलमानांचा अनन्वित धर्मच्छळ केला. इतकेच नव्हे तर, वसईच्या स्वारीमध्ये वसई प्रांतातील हिंदूंनी मराठ्यांशी संगनमत करण्याची प्रमुख कारणे तेथील इन्किझिशनने त्यांचा केलेला धार्मिक छळ असा अभिप्राय, 'सोनारानेच कान टोचावे' या न्यायाने गोव्याच्या विजरईने दिला होता. त्या पोर्तुगिजांची बाजू उलटल्यावर फिरंग्यांच्या धर्मरक्षणाची अट कबूल करून घ्यावी, हाच त्यांचा पुरेसा पराजय होता. परंतु, मराठे उदार व सहिष्णू असले तरी मूर्ख नव्हते आणि भोळे तर नव्हतेच. त्यांनी फिरंग्यांच्या धर्मरक्षणाची जबाबदारी आनंदाने घेतली पण जेव्हा का पोर्तुगिजांनी पोर्तुगिजांचा दारूगोळा व दाणागोटा वसईत आहे तो सर्व बरोबर घेऊन जाण्याची त्यांस मोकळीक असावी; अशा मागणीचे पिल्लू जेव्हा हळूच काखेतून पुढे काढले तेव्हा मराठ्यांनी ते तसेच चिमटीत धरून उचलून फेकून दिले. त्यांना दारूगोळा आणि दाणागोटा बरोबर नेण्याची मोकळीक नाकारली. मराठे हाडाचेच चांगले म्हणून त्यांनी तो लुटला नाही. फक्त रोख पैसा देऊन विकत घेतला.

पराजिताशी जेत्याने वर्तन कसे करावे यांचा मराठ्यांनी पोर्तुगिजांशी केलेला तह

वस्तुपाठ आहे. या तहाची कलमे मराठ्यांनी कसोशीने पाळल्याबद्दल खुद्द पोर्तुगालमध्ये आश्चर्य व्यक्त होत होते. हा तह प्राप्त युद्धनीतीचा संस्मरणीय मासला होय, असे सरदेसाई यांनी त्यांच्याबद्दल म्हटले आहे; ते यथार्थ आहे.

अशा प्रकारे साडेपंचवीस महिने मोहीम केल्यानंतर पोर्तुगिजांचा सगळा उत्तरेतला मुलूख मराठ्यांच्या ताब्यात आला. त्यांनी सांडलेले रक्त, घाम आणि अश्रू सफल झाले आणि २३ मे १७३९ रोजी वसईच्या किल्ल्यावर मराठ्यांचा विजयी भगवा झेंडा फडकला.

वसई – मोहीम : अखेरचा शब्द : चिमाजींचे पत्र –

पिसुर्लेकर म्हणतात, वसईची मोहीम म्हणजे मराठ्यांच्या युद्धकुशलतेचे उत्कृष्ट उदाहरण आहे. वसईच्या लढाईत मराठ्यांनी केलेल्या शौर्याचे वर्णन पोर्तुगिजांनी लिहून ठेवले आहे; पण लढाई संपल्यानंतर चिमाजीआप्पांनी शाहूमहाराज व ब्रह्मेंद्रस्वामी यांना जी पत्रे पाठविली आहेत त्यात पोर्तुगिजांचाही गुणगौरव कसलेही हातचे राखून न ठेवता केला आहे. किंबहुना, चिमाजीआप्पांच्या पत्रांइतका वसईच्या मोहिमेचा सर्वाधिकार वागविणाऱ्या आणि 'आधी केले मग सांगितले' अशा अधिकारी व्यक्तीने अधिकारवाणीने सांगितलेला असा इतिहास तर आहेच पण विशेष म्हणजे जित व जेते, शत्रू व मित्र, परपक्ष व स्वपक्ष यांना न्याय देणारी समदृष्टी त्यात व्यक्त केली आहे. शाहूमहाराजांना लिहिलेल्या पत्रात ते म्हणतात–

'वसईत मोर्चे (छ ८ जिलकादी ७ फेब्रुवारी १७३९) लाविले. वसईचा बिलंद उंच वीस-बावीस हात रुंदी इमारत बारा हात पक्की, गजी तोफा थोर व दारूगोळा बहुके गरनाळेस न्यून नाही. वसईच्या कोटास पश्चिमेकडील समुद्र, दक्षिणेकडे मातबर खाडी, पूर्वेकडे खाजण-चिखल, तीन अंगांस उपाय नाही. उत्तरेकडेस खुसगी (जमीन) तिकडे वाळूची जमीन, दोन हात खंटल्याने पाणी लागते. जागा पका. फिरंगियांच्या कोटात चार हजार माणूस. त्यामध्ये एक हजार माणूस ढोणे (अगडबंब, अवजड) फिरंगी, पुर्तुकाली. बाजी तीन हजार किरस्ताव वगैरे एक हजार माणूस नुसते खबरदार होते. आरमार सामान वसईच्या बंदरात तयार. मोर्चेवर मार कोटाचा व आरमाराचा होत होता. तेव्हा शेवकांनी तीनसे तोफा व दोनसे फटगड्या लागू करून रात्रंदिस मार देऊ लागले. पातसातशे गोळा नित्य कोटास गेला. या निराळे धमधमे (तोफांचे आधार) पाचएकदोनसे हातांवर. दुसरा शंभर हातांवर, तिसरा साठी हातांवर, चवथा तीसा हातांवर, पाचवा कोटाजवळ. याप्रमाणे कोटापासोन तफावतीने बांधोन, करोल व बरखंदाज व जताल बालदार वरते बसऊन, मार राखोन फिरंगियांची सफेलीवर मार करू लागलो. फिरंगी यानी धबधबेवर व मोर्चेवर गरनलाचा मार नित्य सीमेपरता केला. त्यांनी मोर्चेतील व धबधबेतील माणसे जखमी व ठार होत. तथापि, महाराजांचे प्रतापे, लोकांनी हिंमत न सोडिता, जीवित्व

तृणप्राय साहास करू लागलो. सुरुंगाचा उपाय केला. त्यास जमीन रेतीची, धर नाही. याजतरीता सुरुंग खंडोन दोन खांबावर तक्तपोशी, त्याजवर दोन-अडीच हात रेती, गरनाळेस फुटेना असे करून बारा-चौदा चालविता, हे बातमी फिरंगियास कळल्यावर, सुरुंगावर मोठमोठ्या गरनाळा टाकून सुरुंग मोडून टाकिले. दाहा-पाच सुरुंग पेटवून खाली टाकून, त्यावर राळ व तेल टाकून, च्यार पाच रोज डोंब केला. तरी उपाय न चालेसा जाहला. तेव्हा कुसीचे बाजूने नारळीचा मेढा घालून, पेटी धरून, तोफा लागू करून, तोही तयार जाहला. शेवकांकडून सुरुंगाची तयारी छ ३ सफरी जाहली. लष्कराच्या लोकांस व हशमांस बाजू वाटून देऊन, सुरुंगाची नगारेची इशारत करून सुरुंग उडताच सर्वांनी एल्गार करून जागा फत्ते करावी, ऐसा सिद्धान्त करून, सुरुंग भरोन, लिंपोन घेऊन बत्त्या भरून आणून छ ४ सफरी बुधवारी प्रात:काली दोन घटका येताच सुरुंगास बत्त्या दिल्या.

जेथे बत्तीस सरदही पोचला नाही त्यास जरा विलंब लागला. दोन सुरुंग उडालेच नाहीत. त्यास प्रथम सुरुंग उडताच लोकांनी उतावळी करून हल्ल्यास उठले. काही कोटाखाली गेले. काही थोडे-थोडे कोटाचे बुरूज उडाले. त्याणे लष्कराचे व हशमाचे लोक दडपले. तेच फिरंगियांनी संभाळून हुके व गरनाळे व दारूची मडकी व तोफांचे रेजगिरीचा मार सीमेपरता केला. माणूस जाया व ठार बहुत जाहाले. दोनशे बाजूंनी लोक थडकून कसरले. काम सुधारले. लोक धीरमोड जाहाले. ते दिवशी काम काही जाहाले नाही. उजवे बाजुचा सुरुंग मातब्बर बांधीला होता. त्याचा शोध पुन्हा सुरुंगात आणखी दारूचे बुधले घालून, बत्ती दुरुस्त करून लिंपोन घेऊन छ ५ सफरी महाराजांचे स्मरण करून, लोकांची निवड केली होती. त्यास जोरावर ताकीद केली की, पडेल ते पडेल, राहेल त्याणे खामखा महाराजांचे निशाण कोटावर चढवावे; असे करून बत्ती दिली. सुरुंग उत्तम प्रकारे उडाला. तेच लोकांनी चालोन घेवोन निमा बुरूज उडाला. त्याजवर निशाणे चढविले. तो फिरंगीयांनी मेढ्यातून सांभाळून हुके व गरनाळा व दारूची मडकी व दारूच्या जोत्या व तोफांचा रेजगार ऐसा मार कबूल केला. तेव्हा लोक भाजून कोंडिले. फिरंगीयांजवळ आगीचे बल भारी. तरी लोकांनी डोऱ्या देऊन बुरुजाच्या कराडियांस दम धरून राहिले. फिरंगी यांनी तीन वेळा आम्हाकडील लोकांवर लगट करोन उधळोन दिल्हे.

तरी लष्कराच्या व हशमाच्या लोकांनी छातीचा कोट करून पुन्हा परडियांस व बुरुजांच्या बहालीस बसोन कायम जाहाले. तसेच बुरुजांच्या तळवटीस तहके खणून आश्रा केला. दोन रोज एल्गार केला. त्यात सुरुंग उडाले. त्याखाली लोक दडपले व जखमी ठार अजमास चार-पाच हजार होतील. तैसेच फिरंगियांचे दोनही एल्गारा अगोदर दोनसे असे सातसे ठार जाहाले. या निराळी जखमी जाहाले. मेढी मारून फिरंगी

बोलाविला होता. मेढी जाळावयाचा विचार केला होता. परंतु, ते रात्रीस लाग चालिला नाही. फिरंगी यांनी हिंमत धरून सिपाईगिरी म्हणावी तैसी केली ज्याचे नाम सिपाईगिरी. सुरुंग उडाले. बाहेरील लोक निमी बुरुजास जाऊन पोचले असता अन्यत्रांनी दम धरावा. तेणे प्राप्त काय आहे तेच फिरंगीच की, इतुकी मर्दुमी करून, मेढा नूतन व बाहेरून आम्हांकडील लोक जुजले. त्याणी मर्दुमी सीमेपरती केली. पूर्वी भारती युद्धात, अतिरथी – महारथी झुंजले. रक्त, घाम आणि अश्रू त्याच न्याय प्रस्तुत काळी महाराजांचे येकनिष्ठ शेवकलोकी वीररथीपण झुंजले. दीडप्रहर आगीचा मार प्रजन्य यांनी केला तितका सोससून राहिला. इतुकी आग पिऊन मराठी फौजेने दम धरिला असे नाही. सीमा केली. जागा काईम राखिला. कोट घेतले खेरीज उठत नाही, असे पुर्ते कलले तेव्हा फिरंगी बेहिंमत होऊन कौलाची बोली लागली. मातबर फिरंगी बाहेर येऊन शेवकास भेटले. आठ रोजांची मुदत द्यावी. शंभर गलबते द्यावी. म्हणजे झाडून मुंबैस जातो. असा करार करून गेला. आम्ही जेथील मोर्चे तेथे मोर्चे कायम राखोन फिरंगी यास कौल दिल्हा. फिरंगी यांनी मुंबैहून शे-दीडशे गलबते भाडेने आणिली व शेवकांनी शंभर गलबते दिल्ही. त्यावर कुल कबिले वस्तभाव चढवून छ १३ सफरी फिरंगी गेला.'

जागा महाराजांचे पुण्यप्रतापे फत्ते जाहला. वसई सारिखा बाका बिलंद. कोणी गोष्टीचा अपाय नाही. याहीमध्ये फिरंगी याचा जागा सर्व गोष्टीने संजुती सामानपूर. लढाईला हे जागा येणे दुरोबास्त होती. परंतु, महाराज पुण्यप्रतापी. महाराजांचे पुण्यप्रभावास जोड नाही. तत्प्रभावे फिरंगी आयास होऊन जागा हस्तगत जाहला. अन्यश्रया जाग्यास उपाय आहे असे नाही. महाराजांचे प्रतापतेजोद्भवे सर्व भौमादिक म्लान होऊन महाराजांची कीर्ती समुद्रवलयांकित पृथ्वीत प्रफुल्लित जाहली आहे. फिरंगी यांचा हस्तगत जाहाल्यामुळे समुद्रात सर्वांत दहशत प्राप्त होऊन, चौऱ्यांशी बंदरांत महाराजांची सलाबत गालीब जाहाली... मुख्य गोष्ट महाराजांचे पुण्ये वसई फत्ते जाहली. अन्यत्रास शेवक लोकांचा उपाय होता असे नाही.'

वीरगाथा लिहिणारे कवी असतात, ते स्वत: क्वचितच वीर असतात. जे वीर असतात ते कवी नसतात. त्याच न्यायाने जे इतिहास घडवितात ते स्वत: क्वचितच इतिहास लिहितात. कर्ता हा साक्षी नसतो. साक्षी हा कर्ता नसतो; पण चिमाजीआप्पांच्या या पत्रात दोन परस्पर भिन्न गुणांचा समन्वय झालेला आहे. या दृष्टीने चिमाजीआप्पांचे हे पत्र म्हणजे वसईच्या युद्धावरचा अखेरचा शब्द म्हणण्यास हरकत नाही.

वसई विजयाची फलश्रुती

शाहूमहाराजांना लिहिलेल्या पत्रात वसईच्या विजयाची फलश्रुती सांगताना चिमाजीआप्पांनी जे उद्गार काढले की, फिरंगी यांचा वसई हस्तंगत जाहल्यामुळे समुद्रात सर्वांस दहशत प्राप्त होऊन चौऱ्यांशी बंदरांत महाराजांची सलाबत गालीब

जाहाली. ते अगदी यथार्थ होते; कारण चिमाजीआप्पांसारखाच तंतोतंत अभिप्राय गोव्याचा विजरई मार्कोझ द आर्लोन याने पोर्तुगालच्या राजास २७ डिसेंबर १७४५ रोजी लिहिलेल्या पत्रात व्यक्त केला आहे. इतकेच नव्हे तर एशियाटिक लोकांमध्ये आमच्याविषयी वाटत असलेला विश्वास व आदर कमी झाला. आमचे शेजारी जे पूर्वी आम्हांस भिऊन वागत ते आता आम्हांस या देशातून हाकून लावण्याच्या खटपटीत आहेत. या युद्धात पोर्तुगिजांनी गमावलेले उत्पन्न आणि मुलूख काही थोडे थोडके नव्हते. ते किती होते याबद्दल सरदेसायांची आकडेवारी उद्बोधक वाटेल. या समग्र युद्धात पोर्तुगिजांचा सुमारे पाऊणशे मैल लांबीचा प्रदेश मराठ्यांनी मिळविला. या टापूत ३४० गावे होती. शिवाय आठ शहरे, वीस किल्ले, दोन तटबंदीचे डोंगर आणि वसई व ठाणे ही दोन ठिकाणे, इतकी मराठ्यांचे हाती पडली. पोर्तुगिजांचा पंचवीस लाखांचा दारूगोळा व जहाज वगैरे सामान लहानमोठ्या ५९३ तोफा, इतके फुकट जाऊन आणखी २३ लाख रुपये लढाईचा खर्च त्यांस आला. साष्टी बेट समृद्ध होते. त्यात धान्याची व मिठाची उपज मोठी असून अनेक खाड्यांनी जहाजांच्या हालचाली सुलभ होऊन त्यायोगे थोड्या खर्चात देशसंरक्षण करता येत होते.

परंतु, या युद्धाची खरी फलश्रुती चार-दोन ठिकाणे किंवा दहा-वीस किल्ले मराठ्यांच्या हाती पडणे एवढ्यापुरतीच मर्यादित नसून फिरंग्यांसारख्या शस्त्रशास्त्रसंपन्न पाश्चात्त्यांवर विजय मिळविल्याने मराठ्यांचा वचक सगळ्या युरोपियनांवर लागोलाग बसला ही होती. वचक आणि दरारा, धाक हाच राजकीय स्वातंत्र्याचा मूलाधार असतो. पोर्तुगिजांचा पाडाव झाल्यानंतर पहिली धास्ती कोणाच्या पोटात उभी राहिली असेल तर पोर्तुगिजांना आडून किंवा उघड मदत करीत असलेल्या मुंबईच्या इंग्रजांच्या होय. वारा येईल तशी पाठ देण्यात आणि काळाची पावले ओळखण्यात इंग्रजांचा हात धरणारे थोडेच सापडतील! पोर्तुगिजांनंतर मराठ्यांची वक्रदृष्टी आपणाकडे वळण्याआधी इंग्रजांनीच इंचबर्ड आणि गोर्डन यांना मैत्रीचा तह करण्यासाठी मराठ्यांकडे पाठविले. चिमाजीआप्पांनी इंचबर्डला जेव्हा विचारले की, इंग्रजांना पोर्तुगिजांस दारूगोळा पुरविला मग आम्हांस का पुरवित नाही? तेव्हा इंचबर्डने दारूगोळा देण्याजोगा शिल्लक नाही. असे उत्तर देऊन आपली सुटका करून घेतली. वसई युद्धाच्या वेळी हीच मागणी मराठ्यांच्या वकिलांनी केली होती, तेव्हा आम्ही व्यापारी आहोत, आम्हांस युद्धे, लढाया करण्याची परवानगी नाही, असे मुंबईच्या इंग्रजांनी उत्तर दिले होते. शाहूमहाराजांकडे गोर्डन गेला तेव्हा श्रीपतराव प्रतिनिधीने त्याला सरळच विचारले, 'तुम्ही का आला? बाजीरावांच्या भीतीने आला की काय?' तेव्हा गोर्डन साहेब म्हणाले, 'नवीन गव्हर्नर आल्याने स्नेह जोडण्याकरिता आलो.' शाहूमहाराजांना गोर्डन म्हणाला, 'पोर्तुगीज तरी आमचे स्नेही व शेजारी म्हणून त्यास मदत करणे आम्हांला भाग पडले. आता आपणांस जय मिळालाच आहे तेव्हा आपल्याशीही आम्ही स्नेहभावानेच वागणार!' इंग्रजांच्या या उत्तरात हजरजबाबीपणा

किती, निर्लज्जपणा किती, प्रामाणिकपणा किती आणि जिकडे तिकडे मिळते घेण्याचे राजकीय चातुर्य किती, हे ठरविणे ज्याच्या त्याच्या मर्जीचे काम आहे. इंग्रजांच्या या खटाटोपाचा इत्यर्थ सरदेसायांनी वसई विजयाची फलश्रुती सांगण्याच्या निमित्ताने सांगितला आहे तो व्यापक आहे व बरोबर आहे. युद्धात युरोपियनांस जिंकल्यामुळे मराठ्यांचा वचक सर्व देशात बसून त्यांची सत्ता स्थिर झाली. इतर सत्ताधीश व जनता मराठ्यांना व मुख्यत: बाजीराव-चिमाजीला सन्मानाने वागवून त्यांच्या आज्ञा पाळू लागले. इंग्रजांना दहशत बसली म्हणूनच प्लासीच्या किंवा घेरियाच्या युद्धाने मराठी सत्तेचा एकदम नाश झाला नाही. परंतु, राजकीय स्वातंत्र्य किंवा स्वराज्य महत्त्वाचे असले तरी मराठ्यांचे दृष्टीने ते 'साध्य' नसून ते 'साधन' होते. मराठ्यांचे स्वराज्य हे स्वराज्यासाठी नसून स्वधर्मासाठी स्वराज्य होते. शिवाजीमहाराजांनी हिंदवी स्वराज्याची निर्मिती हिंदूधर्म रक्षणासाठी केली. शाहूमहाराजांनी जंजिरा आणि वसई येथे ज्या मोहिमा केल्या त्या याच उद्दिष्टासाठी होय. त्यादृष्टीने वसई विजयाने शिवाजीमहाराजांच्या हिंदूधर्मरक्षणाच्या ध्येयाची पूर्तता चिमाजीआप्पांनी व बाजीरावांनी केली असे पेशवे दप्तराच्या प्रस्तावनेत सरदेसायांनी म्हटले आहे ते इतिहासास धरून आहे.

'The Capture of Bassein from the Portuguese is justly considered as one of the greatest exploits of the Marathas and Grant Duff has given a very eloquent account of it. The papers which are now being presented not only corrocorate all that Grant Duff and others have said but disclose fresh details and episodes which go to show how assidously Bajirao and his brother Chimanaji worked to pursue the policy contemplated and carried chief aim was to make the land safe for the Hindu religion. This point was specially taken by up his grand son Shahu who with that object conducted one campaign on the west coast viz. That against Janjira while the Peshwa took up the another viz. That against Bassein the latter was directed against the Portuguese who had carried their religious intolerence to such extremes that many of the land-lords and inhabitonts of the Bomcay Islands made incessant complaints to Shahu and the Peshwa and implored them to take prompt steps to relieve their miseries by undertaking an organised invasion of Portuguese territory and established Maratha rule here. In this appeal to religious sentiment most of the people residing on the west coast as far south as Goa joined with one voice. Bajirao and his brother Chimanaji undertook the great venture and eventually gained a single victory which has immortalized their names in the annals of Maratha History.'

वसई विजयाची ही अंतिम फलश्रुती होय. फिरंगणातून सत्ता उखडून टाकण्याच्या कार्यात प्रथमपासून अखेरपर्यंत सहभागी असलेल्या गंगाजी नाईकांच्या शब्दांत - 'फिरंगी आहे तो खणून काढावा व महाराष्ट्र राज्य करावे' हा जो संकल्प त्याने अणजूरच्या सिद्धिविनायकाच्या साक्षीने सोडला होता, तो वसईविजयाने त्या विघ्नहर्त्याच्या कृपेने सिद्धीस गेला.

अभिनंदन

सिद्दीसातचा उच्छेद केल्यानंतर चिमाजीआप्पांवर ज्याप्रमाणे अभिनंदनाचा वर्षाव झाला, त्याप्रमाणे याही प्रसंगी फिरंगणातून फिरंग्यांचे समूळ उच्चाटन केल्यावर हस्त नक्षत्रात पावसाच्या सरीवर सरी कोसळाव्यात त्याप्रमाणे चिमाजीआप्पांवर लहान-थोरांकडून अभिनंदनपत्रांच्या सरीवर सरी कोसळाव्यात यात काही नवल नव्हते. या प्रांती सदा सर्वत्र पाऊस मृगाचा बहुत झाला. रयेतीने पेरण्या करून रयती बहुत आनंदमय जाली. दुसरी गोष्ट तोहमसकुलीखान माघारी गेला. यामुळे सावकारांस व रयेतीस उमेद जाली. आपण वसई फत्ते केली. यैशा तीन गोष्टी सालमजकुरी बहुतच उत्तम जाल्या. यावेगळे गोव्याकडील कामकाज होऊन चार टक्के हातास आले म्हणून परस्परे आयकिले आहे. ज्या गोष्टी न घडावयाच्या त्या घडोन आल्या तस्मात् स्वामी उभयत: पूर्ण ब्रह्म या कलयुगामध्ये अवतारच आहेत ऐसी कार्ये मनुष्याचे हातून व्हावी यैसे नाही. तीर्थरूप राजश्री रायाच्या प्रतापे तोहमासकुलीखान माघारी गेला व स्वामीच्या प्रतापे वसईचे व गोवे याचे कार्य जाले. अघटित गोष्टी ज्या ना होण्याच्या त्या जाल्या. वसई फत्ते जाल्याचा अर्थ पत्री लेख केला. यैशास बहु उत्तम गोष्टी जाली यैसे कर्म मागेही कोणास न जाले अथवा पुढेही न होणार यैसी गोष्टी स्वामींच्या हातून जाली. स्वामींच्या पुण्यप्रतापास जोडा नाही. स्वामींचे आज्ञापत्र आले तेथे वसई फत्ते जाली. आपण शनिवारी किलियात गेलो म्हणून लिहिले, तेणेकरून विशेष आनंद जाला, तो पत्री लेहावा यैसा अर्थ नाही. पूर्वी अवतार जाले त्याणी कीर्ती संपादिल्या. त्यापेक्षा स्वामींचा पुण्यप्रताप अधिक दिसोन आला. स्वामी वसईस वेढा देऊन राहिले. तेव्हाच आमच्या मनात आले की, स्वामीस येश अगत्य रूप येतच आहे. तेणेप्रमाणे यश आले. अति उत्तम गोष्ट झाली. स्वामींनी वसई फत्ते केलियाची पत्रे श्रीमंत राऊ स्वामीस आली त्यावरून सविस्तर कळले. येथे उतछाह थोर जाहला. साकरा वाटल्या. हा कीर्तिघोष स्वामींचा दिगांतरी जाहला. स्वामी प्रतापीच आहेत. देव-ब्राह्मणांची संस्थापना करावयासाठीच स्वामींचा अवतार आहे. जे दुर्घट कार्य स्वामी चित्तावर धरितात ते सिधीस ईश्वर स्वामींच्या मनोदयारूप नेतो.

आपण कृपा करून स्वहस्ताक्षरे वसई फत्ते जालियाचे पत्र पाठविले ते पावोन परमानंद जाहला. तो पत्री कोठवर लिहावा? आपुल्या पुण्यास व प्रतापास जोड नाही. ऐसे महत्कृत्ये घडून येतात. वसई हस्तगत जाहलियाचे वर्तमान राजश्रीरायांच्या पत्रावरून कळोन परम आनंद जाहला. स्वामी येशस्वी, पुण्यवान आहेत. वसई फत्ते केली यापेक्षा श्रीकृपे महत्कार्य होऊन हिंदुराज्याचे संस्थापन स्वामींचे हातून होईल. वसईचा प्रसंग म्हणावा तरी हस्तगत होईल यैसा भरवसा कोनासही नव्हता. परंतु, स्वामींचा निश्चये थोर, तन्मुळेच वसई फत्ते होऊन देव, ब्राह्मण, जोशी, गणिक या सर्वांस खरे केले. स्वामींचा पराक्रम गगन भेदून गेला. तेथे आम्ही स्तुत लिहावी यैसे नाही.

तात्पर्य, चिमाजीआप्पांच्या वसईवरच्या धर्मविजयामुळे महाराष्ट्रातल्या तमाम जनतेला आनंद झाला. त्याचे समाधान चिमाजीआप्पांना अर्थातच झाले. वसईचा तह पुरा करून चिमाजीआप्पा आणि गोव्याचा तह पुरा करून व्यंकटराव घोरपडे शाहूमहाराजांचे दर्शनास साताऱ्यास गेले. त्या वेळी शाहूमहाराजांनी अंत:करणपूर्वक दोघांचाही गौरव केला. त्या वेळी चिमाजीआप्पांना अर्थातच कृतकृत्यता वाटली पण सगळ्या जगाने जयजयकार केला तरी वत्सलमातेने पाठीवरून हात फिरवून प्रेमाने फिरवलेल्या हाताची शीतलता काही वेगळीच असते. तो अनुभव चिमाजीआप्पांना मातृवत् असलेल्या काशीबाईंच्या मिताक्षरी अभिनंदनाने आला. त्यांनी लिहिले, 'श्रियासह चिरंजीव राजश्री आप्पा यांसी सौभाग्यवती आशीर्वाद. उपरी येथील कुशल जाणोन स्वकीय कुशल लिहिणे विशेष. तुम्ही पत्र पाठविले ते पावले. वसई फत्ते केलियाचे वर्तमान लिहिले. त्यावरून बहुत संतोष वाटला. आपण येशस्वी जाहाले हे थोर गोष्टी जाहली. बहुत काय लिहिणे. लोभ असो दिल्हा पाहिजे. हे आशीर्वाद.'

थोडक्यात

वसईचे युद्ध हा तर चिमाजीआप्पांच्या आयुष्यातील कळसाध्यायच होय. वसई युद्धाचे सेनापती म्हणून चिमाजीआप्पांचीच नेमणूक झाली. त्यांनी दमणपासून–दीवपर्यंतचा सर्व प्रदेश ढवळून काढला. ठिकठिकाणी ठाणी उभारली व स्वतः त्या ठाण्यांची देखभाल करीत असत. पोर्तुगिजांवर मराठ्यांनी हल्ले चढवावेत, व त्याचवेळेस पोर्तुगिजांना बाहेरून कोणतीही मदत मिळू नये अशी चिमाजीआप्पांची योजना होती; व त्या योजनेला यशही मिळाले. चिमाजीआप्पांनी शत्रूचा पराभव केल्यानंतरही जी अत्यंत उदारवृत्ती दाखविली, तिचा शत्रूवरदेखील खूप परिणाम झाला; पण त्याचबरोबर हेही लक्षात घ्यावे लागेल की, अणजूरकर बंधू, कावळे, मानाजी आंग्रे, मल्हारराव होळकर, राणोजी शिंदे, अंबाजी रघुनाथ, शंकराजी केशव फडके हे आणि इतर अनेक मराठ्यांनी शत्रूशी कडक झुंज दिली म्हणूनच वसई फत्ते झाली.

६ प्रशासनातील कामगिरी

शिवरायांनी छोटे पण अत्यंत दृढ आणि संघटित असे स्वराज्य निर्माण केले. छत्रपतींचा शब्द हाच त्यात अखेरचा शब्द मानला जाई. पूर्णत: निरंकुश राजसत्ता प्रस्थापित होती; पण काळाच्या ओघात या छोटेखानी स्वराज्याचे मराठी साम्राज्यात रूपांतर झाले. तसे त्याचे मूळचे स्वरूपही पूर्णत: बदलून गेले. छत्रपती शाहूमहाराजांचे ऐन उमेदीचे दिवस बादशाही कैदेत मुघली आरामात, चैनीत व्यतीत झाले. स्वारी शिकारीची, मुलखगिरीची, दगदग त्यांच्या स्वभावाला मानवणारी नव्हती. बादशाही कैदेतून सुटून महाराष्ट्रात येताच, त्यांना बाळाजी विश्वनाथांसारखा हरहुन्नरी, सचोटीचा, स्वामिनिष्ठ सेवक सामील झाला. राज्यकारभाराची सारी भिस्त, चिंता त्यांच्यावर सोपवून छत्रपती शाहूमहाराज निश्चिंत झाले. छत्रपतींनी बाळाजी विश्वनाथांचे कर्तृत्व पाहून त्यांना अधिकाधिक स्वातंत्र्य दिले. लवकरच पेशवा हा छत्रपतींच्या खालोखालचा श्रेष्ठ अधिकारी मानला जाऊ लागला. मराठी राज्याची मुलकी आणि लष्करी सत्ता पेशव्यांच्या हाती एकवटली गेल्यामुळे अंतर्गत आणि परराज्य धोरण मुखत्यारीने पेशवेच ठरवू लागले. छत्रपतींचे काम केवळ पेशव्यांच्या योजनेला संमती देणे, सल्ला देणे एवढेच उरले.

अंतर्गत प्रशासनाचे स्वरूप

चिमाजीआप्पा मराठी इतिहासात जेवढे लढवय्ये म्हणून ओळखले जातात तेवढेच ते एक 'कुशल प्रशासक' म्हणूनही ओळखले जातात; म्हणूनच या ठिकाणी त्यांच्या प्रशासकीय पैलूंवर प्रकाश टाकण्याचा प्रयत्न केला आहे. स्थानिक प्रशासकीय यंत्रणा, तिची कामकाजपद्धती राजकारणापासून पूर्णत: अलिप्त, स्वतंत्र आणि स्वयंपूर्ण अशी होती; म्हणूनच स्थूलमानाने असे म्हणता येईल की, शिवकालापासून थेट मराठी राज्याच्या

अखेरीपर्यंत तिच्यात मूलभूत असे फारसे परिवर्तन झालेले दिसून येत नाही. सर्व तऱ्हेच्या राजकीय उलथापालथीतूनही ती अत्यंत स्थिर आणि खंबीरपणे उभी राहून समाजजीवनाशी एकरूप होऊन आपली प्रशासकीय जबाबदारी पार पाडत राहिली.

ग्रामप्रशासन

गावच्या दैनंदिन गरजा गावातच भागविण्याच्या कारागिरास 'अलुतेदार' म्हणत तर गावची विविध प्रकारे सेवा करणाऱ्यास 'बलुतेदार' म्हणत. पाटलाच्या नेतृत्वाखाली ही मंडळी गावगाडा चालता ठेवीत; त्यात कुठेही राज्यसत्तेचा संबंध येत नसे; म्हणूनच राजकीय उदासीनता हे ग्रामीण जीवनाचे प्रधान अंग बनले होते. ग्रामीण न्यायसंस्थेत या सर्व बलुतेदारांना सन्मानपूर्वक स्थान दिलेले होते. विशेषत: गावांच्या सीमेबाबतचा वाद, वतनासंबंधीचे लढे, यांत ही मंडळी आपल्या पूर्वजांना स्मरून किंवा बेल-तुळशी हातात घेऊन जी साक्ष देत ती प्रमाण मानली जाई. या निवाडापत्रावर बलुतेदारांची व्यवसायदर्शक चिन्हे झाली म्हणजे त्याला कायदेशीरस्वरूप प्राप्त होत असे. न्यायसंस्थेची पहिली पायरी म्हणून पंचायत आणि गोतसभा या संस्थांचे विलक्षण महत्त्व ग्रामजीवनात होते. गावातील प्रतिष्ठित, जुने, अनुभवी असे पाच लोक पंचायतीत असत. गावातील किरकोळ वाद, जमिनीविषयीचे तंटे पंचायत सोडवत असे आणि त्यांचा निर्णय सर्व जण मान्यही करीत. प्रत्यक्ष परमेश्वरच तो निर्णय देत आहे, असे मानले जाई. विशेष महत्त्वाच्या प्रसंगी उच्च सरकारी अधिकारीही हजर राहात. गोतसभेत विविध जाती-जमातींमधील प्रतिष्ठित नागरिक आणि वतनदारांचा समावेश असे. प्रत्येक व्यावसायिकांची स्वतंत्र सभा असून, त्याच्या प्रमुखास 'मेहेत्रा' असे म्हणत. आपापल्या व्यवसायातील तंटे, सोयरिकीसंबंधीचे वाद, जातिबाह्य वर्तन इतर व्यावसायिकांकडून आपल्यावर झालेले अतिक्रमण इ. प्रश्न त्यात हाताळले जात. गोताच्या या पंचांसमक्ष वेगवेगळी दिव्येही करायला सांगितली जात. वादी आणि प्रतिवादी आपल्या पसंतीच्या ठिकाणी योग्य त्या अधिकाऱ्याच्यासमोर आपले मुद्दे मांडू शकत. नवी राजवट स्वीकारताना गोतसभेचे स्वातंत्र्य आणि सार्वभौमत्व मान्य करून घेतले जाई. गोतसभेच्या निर्णयाची अंमलबजावणी करण्याचे काम सरकारी अधिकारी करत.

न्यायसंस्था

राजकीयदृष्ट्या छत्रपतींची निरंकुश सत्ता, मराठीधिष्ठित कल्याणकारी राज्य, ह्या कल्पना मराठी राज्याच्या प्रारंभापासूनच छत्रपतींनी स्वीकारलेल्या होत्या. हीच प्रजाहित आणि न्ज्ञायदानातील दक्षता मराठी राज्यकर्त्यांनी अखेरपर्यंत बाळगलेली दिसून येते.

शिवछत्रपतींच्या अष्टप्रधान मंडळात स्वतंत्र असा न्यायाधीश शिवराज्याभिषेकापासून समाविष्ट झाला. इतर मंत्र्यांप्रमाणेच तोही छत्रपतींच्या मार्गदर्शनाखाली आपले कामकाज

करीत असे; इतर मंत्र्यांप्रमाणे त्याला लष्करी चाकरी मात्र करावी लागत नसे.

छत्रपती शाहूमहाराज मुघलांच्या कैदेतून सुटून आल्यावर बाळाजी विश्वनाथांना त्यांच्याकडून पेशवाईची वस्त्रे मिळाली. थोड्याच काळात पेशव्यांनी जुन्या मंत्रिमंडळाचे नूतनीकरण केले. त्यात न्यायाधीशाचा अधिकार साताऱ्याच्या परिसरापुरताच मर्यादित झाला. नानासाहेब पेशव्यांच्या कारकिर्दीत १७४९ नंतर मुख्य सेनापती, प्रशासक, आणि न्यायाधीशही पेशवेच झाले. १७५१ मध्ये स्वतंत्र न्यायाधीश हे पद निर्माण झाले आणि रामशास्त्री प्रभुणे पहिले न्यायाधीश झाले. या जागेवर अत्यंत विद्वान आणि नि:स्पृह व्यक्तीची निवड केली जात असे.

न्यायसंस्थेची रचना आणि कामकाजपद्धती यांवर परंपरागत धर्मशास्त्रांचा मोठाच प्रभाव होता. प्रत्येक निवाडा त्याच्याच आधाराने केला जात असे. धार्मिक वा जातीसंबंधी तंटे सामान्यत: मुख्य न्यायाधीशांकडे सोपवले जात असत.

ग्रामपातळीवर पाटलांच्या हाती फौजदारी आणि दिवाणी अधिकार असत. किरकोळ भांडण-तंटे तो आपल्या अधिकारात सोडवी. ज्ञातीसंबंधीच्या वतनासंबंधाचे आणि गावच्या सीमेबाबतचे तंटे सोडविताना कमाविसदार, सुभेदार भोवतालच्या गावांचे पाटील, देशमुख, बलुतेदार न्यायप्रक्रियेत सामील होत. विषेशत: बलुतेदारांची साक्ष ही याप्रसंगी फार महत्त्वाची मानली जाई. वादी-प्रतीवादींकडून वेगवेगळ्या प्रकारची दिव्ये करून घेतली जात. विशेषप्रसंगी पेशवे किंवा मुख्य न्यायाधीशांकडेही दाद मागितली जात असे.

फितुरी किंवा राजद्रोह हा अत्यंत गंभीर गुन्हा मानला जाऊन संबंधितांस देहान्ताची वा कठोर तुरुंगवासाची शिक्षा दिली जाई.

विवाहविषयक गुन्ह्यात कन्याविक्री हा गंभीर गुन्हा मानला जाई. बालविवाह सर्रास होत असत, पण माता-पित्यांची संमती आवश्यक असे. लग्न ठरलेले असताना आयत्या वेळी सोयरिक मोडणे वा दुसऱ्याशी लग्न लावणे हा गुन्हा मानला जाऊन संबंधितांना बहिष्कृत करण्यात येई. या संदर्भात बापूजी केळकरांचे उदाहरण देण्याजोगे आहे. त्यांनी आपल्या मोठ्या मुलीचे लग्न न करता धाकट्या मुलीचे लग्न केल्याबद्दल त्यांच्यावर बहिष्कार घालून त्यांची इस्टेट सरकारजमा केली गेली होती.

आर्थिक स्वरूपाचे गुन्हे मोठ्या प्रमाणावर घडून येत. त्यांत खोटी हजेरी भरणे, हिशेबात अफरातफर करणे, यांसारखे गुन्हे घडत असल्याची भरपूर कागदपत्रे डेक्कन कॉलेजच्या संग्रहात पहायला मिळतात. परशुरामभाऊंनी भुदरगड जिंकला. त्या वेळी कैदेत असणाऱ्यांच्या अनेक चिठ्ठ्या इतिहास संग्रहात प्रसिद्ध झालेल्या असून, त्यात भ्रष्ट महसुली अधिकारीच जास्त आहेत. मिरजेच्या किल्ल्यातील कैद्यांची एक यादी ऐतिहासिक लेखात प्रसिद्ध झालेली आहे. त्यावरून गुन्ह्यांचे विविध प्रकार आणि त्यांना दिल्या

गेलेल्या शिक्षा यांची कल्पना येऊ शकते.

प्रशासकीय किंवा धार्मिक सेवांच्या मोबदल्यात जमिनी वा खेडी वंशपरंपरेने इनामे दिली जात. सत्ता बदलली तरी त्यात फरक होत नसे; तसेच वतनदारास मिळणारी सामाजिक व राजकीय प्रतिष्ठा अनेकांना मोहात टाकत असे; त्यामुळे छत्रपतींपासून सामान्य गावकऱ्यांपर्यंत सर्वांनाच वतनाचे जबरदस्त आकर्षण होते. रामचंद्रपंत अमात्यांनी वतनदारांचे धोके आज्ञापत्रात तपशीलवार दिलेले असले तरी ते स्वतःही या मोहापासून दूर नव्हते.

महादजी शिंदेंएवढे तालेवार सरदार, दिल्लीची बादशाही त्यांच्या मुठीत असूनसुद्धा जांबगावच्या पाटीलकीचे त्यांना अप्रूप वाटत असे. पेशव्यांच्या ताब्यात अवघे मराठी साम्राज्य असूनसुद्धा त्यांचे सारे लक्ष श्रीवर्धनच्या देशमुखीत अडकलेले असे; तर नाना फडणविसांचा वेळासच्या महाजनकीत, निजामाने नानास पदवी दिलेली होती. 'मदार-उल-महाम' म्हणजे राज्याचा आधारस्तंभ! पण त्याला मेणवलीचे इनामदार म्हणवून घेण्यात धन्यता वाटे. अशी ही वतने, इनामे, जहागिऱ्या मिळविण्यासाठी वाटेल त्या खटपटी, लढायाही केल्या जात. देशप्रेम, राजनिष्ठा, नातेसंबंध यांपैकी कशाचीही आहुती प्रसंगी दिली जात असे. भाऊबंदाची घरे, शेते जाळणे, मारेकरी घालणे, भुते घालणे, खोटी कागदपत्रे तयार करून पिढ्यान्‌पिढ्या वतनीतंटे चालू ठेवले जात.

पेशवाईत ब्राह्मणांना करात सूट आणि न्यायदानात झुकते माप दिले जाई; असा सर्वसाधारण समज आहे. १६११ मधील एक निवाडापत्र प्रसिद्ध झालेले असून, त्यात वतनी भांडणात एका मराठ्याचा एका मुसलमानाच्या हातून खून झाला. त्याचा निवाडा करताना बादशहा म्हणतो, 'तुझा गुन्हा देहान्तप्रायश्चित्त देण्याजोगा आहे; पण काय करणार? ही बादशाही मुसलमानाची आणि तूही मुसलमान, सबब तुला माफी करण्यात येत आहे.' अशासारखे अभय पेशवाईत मिळाल्याचे आढळत नाही; तरी शास्त्रानुसार ब्राह्मण, स्त्रिया आणि मुले यांनी कितीही गंभीर गुन्हा केला तरी देहान्ताचे प्रायश्चित्त देता येत नसे; पण त्याऐवजी त्यांना जिवंतपणी मरणयातना म्हणजे कठोर प्रायश्चित्त, दुर्गम स्थानांच्या यात्रा, जीवघेणे उपवास, जातिबहिष्कृतीला तोंड द्यावेच लागे. मद्यपान हा गुन्हा असला तरी तो ब्राह्मणाने केल्यास कठोर प्रायश्चित्तास सामोरे जावे लागे.

प्रत्येक जातीची स्वतंत्र पंचायत असल्याने त्यातील बुजुर्ग मंडळीच निवाडा करीत. त्यामुळे ब्राह्मण पेशव्यांनी आपल्यावर अन्याय केला अशी तक्रार होऊ शकत नसे. उलटपक्षी विशिष्टप्रसंगी आपल्या जातीतील तंटा पेशव्यांनीच सोडवावा अशी विनंती ज्ञातिप्रमुख करीत. ज्ञातिविषयक तंटे यांचेही प्रमाण बरेच आढळून येते. प्रभूलोक हे ब्राह्मण नाहीत. इतकेच नव्हेतर त्यांच्यावर अनेक अपमानास्पद बंधने पेशवाईत होती आणि ती मोडणाऱ्यास प्रायश्चित्तास वा शिक्षेस सामोरे जावे लागे. ज्ञातीच्या बाहेर टाकणे

ही अत्यंत जीवघेणी शिक्षा समजली जात असे. त्या व्यक्तीचा आपल्या जातीशी, भाऊबंदांशी इतकेच नव्हेतर कुटुंबीयांशीही कसलाही संबंध राहात नसे; तसेच त्या कुटुंबाशी कसलाही संबंध जातीतले इतर लोक ठेवीत नसत. कोणतेही धार्मिक वा सामाजिक समारंभ त्या कुटुंबास करता येत नसत. त्या घरात लग्न, मुंज होऊ शकत नसे आणि एकदा वय वाढले तर मुला-मुलींची लग्ने होऊ शकत नसत. एकान्त, प्रियजनांचा विरह, जातिबांधवांचा असहकार यामुळे या व्यक्तीस जीवन जगणे अशक्य होऊन बरेचजण आत्महत्या करणे पसंत करत अथवा दंडाची रक्कम भरून जातिप्रवेश करीत. स्त्रिया अथवा मुले यांचीही या शिक्षेतून सुटका होत नसे. त्यांना अनेक प्रकारच्या उपवासांना तोंड द्यावे लागे.

गोहत्या हा अत्यंत गंभीर स्वरूपाचा गुन्हा मानला जाई. तसेच चोरी, दरोडेखोरी अशा गुन्ह्यास हात-पाय तोडण्यापासून शिरच्छेदापर्यंत कोणतीही शिक्षा दिली जात असे. सहेतुक मनुष्यवध करणाऱ्यास कैदेत ठेवून त्याच्याकडून काम करवून घेतले जाई. पेशवाईत डोंगरी किल्ल्यांचा उपयोग मुख्यत: तुरुंग म्हणूनच केला जाई. मद्यपान, अभक्ष्यभक्षण, बदकर्मादी इत्यादी गुन्हे ब्राह्मणांच्या हातून घडल्यास विशेष प्रायश्चित्तांची योजना केली जाई. अप्रतिष्ठा आणि पाप-पुण्याच्या प्रभावामुळे ब्राह्मणमंडळी अशा गुन्ह्यांपासून दूर राहात असत.

न्यायव्यवस्थेचे एक अविभाज्य अंग म्हणून दिव्यांची नोंद घ्यावी लागते. पुरेसा पुरावा नसेल, पंचांचा निर्णय मान्य नसेल किंवा वादी-प्रतिवादींची इच्छा म्हणूनही वेगवेगळी दिव्ये करावी लागत. त्यात नदीच्यापात्रात कित्येक तास उभे राहणे, हातातून विस्तव नेणे, तप्त सळईवरून हात फिरवणे, उकळत्या तेलातून अंगठी काढणे, दिवा विझू न देता काही अंतर चालणे किंवा जागृत ग्रामदेवतेवरील बेल किंवा तुळशी-फुले हातात घेऊन शपथपूर्वक बोलणे, या साऱ्यांचा समावेश आढळतो.

आज आपला या गोष्टींवर विश्वास बसणार नाही पण तत्कालीन समाज पापभीरू असल्याने अट्टल गुन्हेगारसुद्धा देवासमोर सत्य कबूल करीत. वतनी तंट्यात हमखास दिव्ये केली जात. खोटी साक्ष दिली म्हणूनच त्याचा भाऊ मेला, असे समजून पुन्हा एकाची चौकशी सुरू केली. गावाची सीमा ठरवताना पंचांनी पक्षपात केला म्हणूनच सर्पाने त्यांचा मार्ग अडविला. त्यांच्यापैकी एकास विंचवाचा दंश झाला, असे मानण्यात आले. खोटी साक्ष देणे हा गंभीर गुन्हा मानला जाऊन त्याला कडक शिक्षा दिली जात असे.

संपूर्ण मराठेशाहीतच ब्राह्मणांना आदराचे स्थान होते. तथापि, त्यांच्याकडून मर्यादाभंग झाल्यास त्यांनाही शिक्षा केल्या जात. काही प्रसंगी आरोपीची सामाजिक, राजकीय प्रतिष्ठा लक्षात घेऊन निवाडे झाल्याचे आढळते. काही प्रसंगी ब्राह्मण आरोपी

आजारपण, वृद्धापकाळ याचा फायदा घेत. उपोषण, संन्यास वा आत्महत्येची धमकी देऊन शिक्षेत माफी मिळवीत. ही सवलत इतर वर्गाला मात्र मिळालेली दिसून येत नाही. सर्वत्र समान आणि लिखित कायद्याचा अभाव होता, हा एलफिन्स्टनचा अभिप्राय म्हणूनच योग्य वाटतो.

पेशव्यांनी म्हणजे पहिल्या बाजीरावांनी मोहीमशीर असावे आणि पेशव्यांच्या बंधूने म्हणजे चिमाजीआप्पांनी जमेल त्याप्रमाणे मोहिमाही काढाव्यात; पण दरबारचे इतर व्यवहार मुखत्यारीने कारभारी म्हणून उलगडावेत, अशी एक परंपरा पहिले बाजीराव आणि चिमाजीआप्पा यांचेपासून निर्माण झाली. मराठीसत्तेच्या प्रत्येक दौलतीत अनेक पदनामांच्या अनेक व्यक्ती मुलकी आणि लष्करी कारभार पाहात; पण कामाची विभागणी अगदी काटेकोर अशी कधीच नसे. अगदी शिवाजीमहाराजांच्या वेळीसुद्धा पंतप्रधान, सचिव, अमात्य वगैरे अष्टप्रधानांपैकी अधिकारीसुद्धा प्रामुख्याने मुलकी कामकाजासाठी असले तरी वेळप्रसंगी त्यांनी युद्धप्रसंग करावेत अशी अपेक्षा असे; न्यायाधीश म्हणून नियुक्त झालेले अधिकारी असूनही निवाड्याची कामे इतर अनेक मुलकी आणि लष्करी नोकरदारांवर सोपविली जात. सखारामबापू हा पुढच्या काळातील एक मुत्सद्दी कारभारी पण त्यांच्यावर लष्करी कारवायांची जबाबदारी टाकण्यात येई. तसेच पुढच्या काळातील आणखी एक मुत्सद्दी नाना फडणवीस हे प्रथम हुद्द्याने केवळ हिशेबांशी संबंधित असले तरी सवाई माधवराव या बाल पेशव्यांचे पालक म्हणून पुणे दरबारचे कारभारी म्हणून सर्वाधिकारी झाले होते.

चिमाजीआप्पांच्या संदर्भात नेमके तसेच झाले. बाजीराव पेशवेपदावर आरूढ झाले आणि मुतालकीची जबाबदारी चिमाजीआप्पांवर येऊन पडली; त्यामुळे पेशव्यांच्यावतीने बरेचसे कारभार किंवा बरीचशी प्रकरणे (प्रशासनाच्या संदर्भातील) चिमाजीआप्पांकडेच येऊ लागली. ती त्यांनी कशी हाताळली यासंबंधीची चर्चा मूळ प्रकाशित आणि अप्रकाशित मराठी साधनांच्या आधारे पुढे केली आहे.

चिमाजीआप्पांच्याकडे आपापसातील तंटे कसे येत अथवा लोकांना त्यांच्याकडे गेल्यानंतर त्याचा योग्य तो निवाडा कसा होईल याविषयी जो विश्वास होता, तो पुढील दोन पत्रांवरून स्पष्ट होतो. जुलै १७४० च्या दरम्यानची ती दोन्ही पत्रे असून, त्यावेळेस चिमाजीआप्पा उत्तरेत कुठेतरी स्वारीवर होते व त्या दरम्यान कुठल्यातरी भांडणात त्यांना लक्ष घालणे शक्य नव्हते. परंतु, ते पुण्यास आल्यावर योग्य ती कारवाई करतील असे पत्रलेखकास वाटते. पिलाजी जाधव नरसिंगराव शितोळे-देशमुख यांस लिहितात, 'तेजश्री सिदोजी नरसिंगराव सितोळे-देशमुख पुणे गोसावी यांसी - अखंडित लक्ष्मी आलंकृत राजमान्य श्रे।। पिलाजी जाधवराव रामराम विनंती. येथील कुशल जाणोन स्वकीये लेखन करीत गेले पाहिजे विशेष. गोसावियांनी पत्र पाठविले ते प्रविष्ट होऊन लेखनार्थ कळोन

आला. खंडोजी थोरात यांचे घोड्याला कजिया करावयाचा विचार आम्ही पुण्यास आल्यावरी आपले विचारे वाटावे यैसे होते. त्यास आपण लि।। येथे राजश्री चिमाजीआप्पा आलियावर कारभाराचे गवगव्यामुळे हे कार्य करावयास फावणार नाही, आपले विचारे करावे यैसे असले तरी लिहून पाठवावे. राजश्री जगन्नाथपंतास अथवा नानास पाठवून देऊन त्याचे विचारे विल्हेस लावणे ह्मणोन लि।। उत्तम, त्यास पाठवून देणे. येथे खंडोजीस बोलाऊन आणून राजश्री जगोबाचे आमचे विचारे जे कर्तव्य ते केले जाईल. अवश्यमेव त्यास पाठवून द्यावे. बहुत काय लिहिणे. लोभ असो दिजे हे विनंती.'

तर दुसरे पत्र आहे त्यात असे म्हटले आहे की, 'गंगाजल निर्मळ लाडूबाई सितोळे यासी – प्रीतिपूर्वक पिलाजी जाधवराव दंडवत विनंती. येथील कुशल जाणून स्वकीये लिहिणे विशेष. तुमचा घोड्याबाबतचा कजिया राजश्री खंडोजी थोरात याजकडे आहे. तो एखादे तटू देऊन वारावा यैसा विचार त्याचा आहे. आम्हा जवळही म्हणत होते. येसियास येविसीचा तुम्हाकडील विचार कळला पाहिजे. राजश्री चिमाजीपंत आप्पा पुणियास येतील तेव्हा आम्हीही तेथे येऊ. रा.।। खंडोजी थोरात हेही समागमे येऊण कजिया करणार आहेत. तरी तुम्ही पुणियास येऊन ते समयी तटु घ्यावे. यैसे आपले विचारे निकाल कर्तव्य तो केला जाईल. बहुत काय लिहिणे. लोभ असो दिजे ही विनंती.'

वरील दोन्ही पत्रांवरून लोकांच्या मनातील चिमाजीआप्पांच्या संदर्भात असलेला विश्वास प्रकट होतो. शिवाय बाजीरावांकडे प्रकरण न्यायचे तर ते कायम स्वारीवर तथापि चिमाजीआप्पा वेळ काढून पुण्यात आल्यावर अशा प्रकरणात लक्ष घालत होते व हीच त्यांची प्रशासनातील महत्त्वाची भूमिका होती हे स्पष्ट होते.

छत्रपती शाहूमहाराजांचे दौऱ्याच्या वेळेस त्या-त्या भागामध्ये व्यवस्था ठेवण्याची जबाबदारी चिमाजीआप्पांवर येऊन पडत असे. १७३१ मध्ये छत्रपती शाहूमहाराज साताऱ्याहून जेजुरी व सासवड या बाजूस येण्याचे ठरले. जेजुरीस जाऊन खंडोबाचे दर्शन घेणे हा एक हेतू होताच; पण त्याचबरोबर परत येताना साधल्यास मधल्या रानात शिकारही करण्याचा त्यांचा हेतू होता; म्हणून त्यांच्या शिकारीची व्यवस्था ठेवण्यासाठी ३१ जानेवारी १७३१ रोजी महादोबा पुरंदऱ्याने चिमाजीआप्पांना पत्र लिहिले, 'जेजुरीपासून पुरंदऱ्यापर्यंत डोंगरचे रान कोणी छडू न पावे. काही ससे, हरणे व डुकरे वगैरे सावजे रानात असतील ती माणसांच्या वागीमुळे धुडावतील. आता माणसे जागा जागा देऊन पहिले (पूर्वी) राजश्री आले होते, ते वेळेस अस्वले धरली होती, ते रान देखील चौक्या टाकून जतन करणे.'

नवीन जिंकलेला मुलूख ताब्यात आल्यावर त्यात पेशव्यांची वसूलपद्धती एकदम लागू करणे शक्य नसे. याकरिता कोठे खंड पद्धती तर कोठे मक्त्याची पद्धत तात्पुरती सुरू करावी लागे व मागाहून काही वर्षांनी स्थिरस्थावर झाल्यानंतर शेतकऱ्यांना पाच

वर्षांचा कौल देणे सोईस्कर ठरे. कोकणात जव्हार संस्थान व त्याच्या आसपासची कोळी राजांची संस्थाने याजपासून मुलूख जिंकण्याचे काम पहिल्या बाजीराव पेशव्यांच्या कारकिर्दीत सुरू होते. त्यासंबंधाच्या लढाईत जो प्रदेश ताब्यात येई त्याचा मामला मक्त्याने दिला जात होता. शंकराजी केशव हा सरदार जव्हार व इतर कोळी संस्थाने यांच्या तोंडावर बहादूरपुरा येथे होता. त्याने चिमाजीआप्पांना दि. २८ जून १७३९ रोजीस लिहिले–

'कोहज मामला राजश्री पंताजीपंत यास आहे. त्यास सालमजकुरी कोणी गृहस्थ जास्ती कबूल करून मामला स्वामी सांगतात म्हणून आइकिले. ऐसियासी पंताजी मोरेश्वर हे गृहस्थ भले आहेत आणि स्वामीकार्याचे सेवक एकनिष्ठ इतबारी आहेत आणि त्यांनी आजी दोन वर्षे मामला चांगला राखून कस्त मेहनतही चांगलीच केली आहे व असरीच्या वेढ्यातही मेहनत बरी केली. स्वामीसही विदित आहेच. ऐसियासी त्यांचा मामला स्वामींनी काढून दुसरीयास सांगावा असे नाही आणि याप्रमाणे दुसरा वर्तेल ऐसेही नाही. मशार निल्हेचा मामला काढावा हे गोष्ट स्वामींनी न करावी. दुसरा मामलेदार येईल हयास पोटास लाभोन जहाज फरमास व स्वामीकार्याची तिडीक लागणार नाही. त्यामुळे आमचे साहित्य होणार नाही. त्याचे हाती रामनगरकर हाती धरून घेणे. प्रांतीचे कोली व एक वनसाड्याचे राजकारण आणिले आहे. त्याजकडून राजश्री गोपाळ महादेव जमावानिशी भवानीगडास रात्रंदिवस काम करतात. दाटून चालत्या कामास अंतर पडेसे न करावे.'

वरील पत्रात मक्त्याच्या मामलतीचे स्वरूप चांगले व्यक्त झाले आहे. लिलावाप्रमाणे जो जास्त रक्कम देईल त्याच्याकडे मामलत सोपवायची. नवीन मुलूख ताब्यात आल्यावर इंग्रज सरकार जसे कमिशनरी अंमल त्यांच्या काळात बसवीत होते त्यातलाच हा प्रकार. मुलूख नवा, त्यात शांतता प्रस्थापित न झालेली. जमिनीची पहाणी, मोजणी व आकारणीही व्हावयाची राहिलेली, अशा प्रदेशातून जो येईल तो वसूल करणारा लायक पण कडक अंमल नेमावयाचा ही पेशवाईतील रीत होती. या रीतीप्रमाणे पंताजी मोरेश्वरास मामलेदार नेमले असता त्यास काढून टाकून त्याच्या जागी अधिक मक्ता घालणारास चिमाजीआप्पा मामलात सांगणार असे समजताच तिकडील लष्करी कामगिरीवरील अधिकारी शंकराजी केशव याने पंताजीपंताची शिफारस करून त्याजकडेच मामलत ठेवण्याविषयी चिमाजीआप्पांना आग्रहपूर्वक लिहिले आहे; कारण पंताजीपंत चांगला मेहनती, स्वामीकार्याची आस्था बाळगणारा व मोहिमेस साहाय्य करणारा आहे; अशी शंकराजी केशवची खात्री होती.

मामलेदार पगारी असल्यास त्यास सालिना पाच हजार रुपयांपर्यंत तनखा मिळे. मामलत पगारी असो की मक्त्याची असो त्याच्या प्राप्तीचा निरख सामान्यत: शेकडा १

टक्का असून त्याजकडून यावयाचा वसूल हप्त्या-हप्त्यांनी आगाऊच घ्यावयाची रीत होती. अर्थात, ही रक्कम त्याला कित्येक वेळा पदरचीच द्यावी लागत असेल, हे उघड आहे. यावरून मामलतीवर नेमावयाचा माणूस घरचा ऐपतदार व त्या पतीचा असला पाहिजे यात शंका नाही. यादृष्टीने विचार करता मामलतीवर नेमावयाची माणसे समाजातील उच्च दर्जाची व ऐपतवान असल्याचे सिद्ध होते, असे जे निरीक्षण वा. कृ. भावे यांनी नोंदले आहे, ते योग्यच म्हटले पाहिजे.

एखादा प्रदेश जिंकल्यानंतर तेथे आपला अंमल चालविण्यास बाजीरावदेखील चिमाजीआप्पांनाच सांगत असे. यादृष्टीने विचार करता १७२४ मध्ये मुघल बादशाहीमध्ये जी यादवी माजली होती तिचा फायदा घेतला व चिमाजीआप्पांना लिहिले, 'बऱ्हाणपूरचा अंमल उठला. मुघलांनी सख्ती केली आहे. तुमची वाट बऱ्हाणपुरावरूनच आहे तरी तेथील अंमल पहिल्याप्रमाणे सुरळीत चालेसा करणे. ठासून अंमल राखावा. गई न करणे.'

बाजीराव पेशव्याने १७२५-२६ मध्ये जी कर्नाटक स्वारी हाती घेतली होती; त्यामुळे कर्नाटकीय कारस्थानास रंग चढला. त्यावेळची एक याद चिमाजीआप्पांच्या हातची उपलब्ध आहे. साखरखेडल्याच्या लढाईनंतर आठ दिवसांनी बाजीरावांना हा कागद पोहचला. बाजीराव व निजाम यांची भेट होईल तेव्हा काय गोष्टी बोलून ठेवाव्यात याची सूचना चिमाजीआप्पांनी बाजीरावांना केलेली आढळते. यादीत बरीच कलमे असून त्यांत कर्नाटक स्वारीसंबंधात काही महत्त्वाच्या सूचना आहेत. निजामाने आपल्याबरोबर बाजीरावास कर्नाटकात फौजेसह पाठवावे अशी मागणी शाहूमहाराजांकडे करण्याची चिमाजीआप्पांची सूचना आहे. कदाचित निजाम स्वत: कर्नाटकात न जाता ऐवजखान गेला तरी त्याजबरोबर बाजीरावांना मागून घ्यावे. निजाम कर्नाटकात अंमल बसविण्यास जाईल त्या वेळी बाजीरावांनीही बरोबर जाऊन आपापले हक्क मागवावे, म्हणजे पुणे प्रांतासारख्या भानगडी तिकडे उरणार नाहीत असा सूचनेचा अर्थ दिसतो. बाजीरावांनी उत्तरेकडे वावरावे, दक्षिणेकडे फत्तेसिंग, प्रतिनिधी वगैरे जातील असा शाहूमहाराजांचा इरादा होता. परंतु, निजामानेच बाजीरावांची मागणी केली म्हणजे शाहूमहाराजांनाही ती अमान्य करता येणार नाही, असा हा घाट होता. पेशव्यांची नजर व हुकमत सर्व राज्यात सारखी चालावी. त्यांचे कार्यक्षेत्र विभागलेले नसावे; अशी व्यवस्था घडवून आणण्याची ही खटपट होती. या प्रकरणात चिमाजीआप्पांचे केवळ प्रशासकीय कौशल्य नव्हे तर राजकीय मुत्सद्देगिरीही दिसून येते यात वाद नाही.

प्रथम स्वपराक्रमाने, वेळेनुसार जबरदस्तीने बाहेर शत्रूमुलखात हुकमत व दरारा बसवावयाचा, मुलुख बेचिराख करावयाचा. नंतर उद्योगधंद्याची व लोकपोषणाची कळकळ दाखवून मुलुखात स्थैर्य उत्पन्न करून व सावकारीसारखे धंदे चालू करून राज्य व पैसा

मिळवावयाचा हाच मराठ्यांच्या मुलूखगिरीचा अर्थ मूळ बाजीराव चिमाजींनी माळवा, बुंदेलखंड इ. ठिकाणी अंमलात आणला. पुढील एका तत्कालीन उताऱ्यावरून बाजीराव-चिमाजींचे धोरण कळण्यास मदत होते. मोरशेट करंजे चिमाजीआप्पांना ३ ऑक्टोबर १७३२ रोजी लिहितो,

'श्रीमंत राजश्री आप्पा स्वामींचे सेवेसी,

सेवक मोरशेट करंजे स।। दंडवत विनंती. ता.।। छ २४ रबिलाखर स्वामीचे कृपेकरून वर्तमान येथास्थित असे विशेष. र।। नरसिंगराव ढमढेरे हे बुंदेलखंडात पडिले. त्याचे भाऊ महादजी ढमढेरे गतवरसी गुजराथेस गायेकवाड याजकडे गेले होते. सांप्रतहि तिकडेच जात होते. त्यास आम्ही सांगितले की, श्रीमंत राजश्रीपंत स्वामीस पुसिले वेगळे नव जाणे त्याणी निरोप दिल्हा तरी जाणे. म्हणऊन राहाऊन सेवेसी पत्र लिहिले असे. यांचेविसी आज्ञा करणे ते केली पाहिजे. हुजूर बोलाविले तरी उत्तर आलियावरी सेवेसी पाठऊन देऊन सेवेसी श्रुत होये, हे विनंती.'

एखाद्यास नोकरीस घेणे न घेणे या जबाबदाऱ्या प्रशासनाच्या संदर्भातील चिमाजीआप्पा कशा पार पाडत असावेत या संदर्भात दमाजी थोराताची बायको राधाबाई हिचे एक पत्र पेशवे दप्तरात दाखल आहे.

दमाजी थोरात व त्यांचे घराणे कालांतराने शाहूमहाराजांशी निष्ठा ठेवून राज्याच्या उद्योगात दाखल झाले. त्यानंतरचे ते पत्र राधाबाईने चिमाजीआप्पांना लिहिले. त्यात ती म्हणते, 'आमचे खासे कैलासवासी जाले, त्या तागाईत आपण आपत्तीखाली आहोत. त्यामागे वडील मायबाप स्वामी आहेत, आमची शाम लज्जा साहेबास आहे. खाशांची जागीरी चि. रणसिंग थोरातांचे नावे करून दिल्ही त्याचे साहित्य करणार साहेब आहेत. चि. मानसिंग थोरात साहेबांचे पदरी पायापाशी आहेत, त्यांचे सर्वप्रकारे उर्जित केले पाहिजे.'

बाजीरावांची दिल्ली स्वारी, जंजिरा मोहीम, वसई मोहीम, दाभाडे प्रकरण, माळवा-बुंदेलखंडातील प्रशासकीय बाबींची पूर्तता प्राय: चिमाजीआप्पांनीच केलेली आढळते.

पेशवे दप्तरातील प्रकाशित पत्रव्यवहारावरून ही गोष्ट स्पष्ट दिसते. दिल्लीस्वारीच्या वेळेस पिलाजी जाधव १५ नोव्हेंबर १७३६ रोजी चिमाजीआप्पांना लिहितो, 'आम्ही तो मजल-दरमजल दहा-बारा रोजांनी नर्मदापार होऊन जाऊन येथे लोक आले आहेते. यांची यादी अलाहिदा लिहून पाठविली आहे. राहिले लोकांस ताकीद करून लौकरी आटपोन येत ते केले पाहिजे, याचा अर्थ स्वारीवर कोण लोक केव्हा कसे पाठवावयाचे हे निर्णय आप्पा घेत असत व त्या दिशेने प्रत्यक्ष कृती करत असत हे स्पष्ट होते.

सरदारांना पैशांअभावी एखाद-दुसऱ्या वेळेस बाजीरावांबरोबर स्वारीमध्ये सामील

होता येत नसेल अशा वेळेसही आपली ही असमर्थता सरदार चिमाजीआप्पांना कळवित असत.

लढाईच्या मार्गावर एखादं-दुसरे वेळेस पराभवाची नामुष्की पत्करावी लागली, काही नुकसान झाले तर तेही वर्तमान चिमाजीआप्पांना कळविण्यास सरदार कृष्णरावांना दिक्कत वाटत नसे. यासंदर्भात ७ एप्रिल १७३७ रोजीचे कृष्णराव महादेवाचे चिमाजीआप्पांना आलेले पत्र बोलके आहे. त्यात ते लिहितात, 'राजश्री मल्हारजी होळकर यांचे वर्तमान विपरीत आहे व आप्पाजी जाधव पाडाऊ जाले. माधवराव पाटणकर हेही पाडाऊ जाले. आणिकही सरदार, दाहा-पाच माणूस व सिपाई लोक दोनसे माणैस धरून नेले. च्यार-पाच हजार घोडी नेली व यमुनेत लोक बहुत बुडाले गेले या जातीचे वर्तमान आहे.'

स्वाऱ्यांच्या काळात मराठे अनेक ठिकाणी जुन्या-नव्या खंडण्या वसूल करीत असत; पण त्या जर वेळेवर मिळाल्या नाहीत तर त्याचीही माहिती संबंधित माणसे चिमाजीआप्पांना देत असत. बाबूजी नाईक १९ एप्रिल १७३७ रोजी चिमाजीआप्पांना लिहितो, इंदुरापासून कुल महालात जीमीदार वसूल देत नाहीत तर ते बुडते पाहतात. दोन वारे वसूल आला. बाकी येत नाही.

युद्धाच्या दरम्यान कुठे छोटा-मोठा विजय सरदारांनी अगर खुद्द बाजीरावांनी प्राप्त केला तर चिमाजीआप्पा त्यांचे अभिनंदन करावयास विसरत नसे. योग्य वेळी योग्य त्या गोष्टीचे कौतुक व वेळप्रसंगी कुणाचाही मुलाहिजा न ठेवता संबंधिताची कानउघाडणी हे उत्तम प्रशासकाचे लक्षण मानले जाते. चिमाजीआप्पांजवळ ते प्रशासकीय कौशल्य होते हे अनेक प्रकाशित पत्रांवरून दिसून येते.

सरदारांना काही आर्थिक अडचणी आल्यास ते त्या चिमाजीआप्पांकडे बोलून दाखवीत असत. अंताजी माणकेश्वर एका पत्रात चिमाजीआप्पांना लिहितात, 'आज्ञेप्रमाणे येकनिष्ट सेवा करून, परंतु येंदा लोक आपणाकडे भारी आहेत आणि कर्जही फार जाल्हे. याचा परिहार करणारे स्वामी समर्थ आहेत. त्यांचे साहित्य सर्व महाराजांवरी आहे. येक कवडीचा ऐवज दुसरा नाही व खासगत पागेचे स्वारीची व आमची नालबंदी मिलोन दरसाल बेगमी वरात नारोदादावरी च्यारसे रुपये देविले, त्यास ताकीद करून सत्वर ऐवज पावे. तो अर्थ करणारे स्वामी समर्थ आहेत. कुटुंबघात होये यैसे न करावा. सेवकाची सर्व फिकीर महाराजांस आहे. वरातेच्या भरवसियावरी शंभर हवाले घरी देऊन आलो आहे.'

१७३७-३८ मध्ये नेवासा भागात दुष्काळ पडला होता. त्यासंदर्भात शंकराजी निकम चिमाजीआप्पांना लिहितो, 'आवंदा पर्जन्यवृष्टी थोडी जाली. याजमुळे तमाम गाव वैरान जाले. नेवास परगणियातील गाव वीस व गांडापूर परगना तो आर्धा केवळ

निर्मानसी गाव जाले. नेवास परगणि यातील पन्नास गाव केवळ उठून गेले. सिवारात येक दाना बीजाचा गेला नाही कितेक गाव पेरले होते ते केवल बीज बुडाले. यैसा ईश्वरकोप केला आहे. त्यास युक्तीने वसूल केला पाहिजे.'

प्रशासनाच्या आर्थिक बाबीसंबंधीचा बराचसा पत्रव्यवहार सर्वसाधारणपणे बाजीरावांपेक्षा अधिक प्रमाणात चिमाजीआप्पांकडेच करण्याकडे लोकांचा ओढा होता. हे काही समकालीन पत्रांवरून स्पष्ट होते. बाजीराव पेशव्यांनी पुणे शहरात चार वाडे बांधले. शनिवारवाडा, बुधवारवाडा, शुक्रवारवाडा आणि विश्रामबागवाडा या चारही वाड्यांवर स्वतंत्रपणे लेखन अलीकडे प्रसिद्ध झाले आहे. त्यांतील शनिवारवाड्याच्या संदर्भात असे सांगितले जाते की, 'शनिवारवाडा थोरल्या बाजीरावांनी बांधला, चिमाजीआप्पा व नानासाहेब यांनी तटाची व उर्वरित कामे पूर्ण केली.'

लढायांच्या दरम्यान पैशांचा प्रश्न उपस्थित होत असे त्यावेळेस खुद्द पेशवे बाजीरावदेखील चिमाजीआप्पांना त्याची व्यवस्था करावयास सांगत असत. उज्जयनीहून बाजीराव चिमाजीआप्पांना लिहितात, 'हुंडी करून औरंगबादेस पाठवणे, म्हणजे पैका पावेल.' पुढच्या एका पत्रात बाजीराव चिमाजीआप्पांना लिहितात, 'नंदलाल मंडलोईकडून साडेनऊ हजार वसूल करणे. माळव्यातील वसुलीच्या बाबतीत चिमाजींनी कोणत्याही मार्गाने जाऊन वसूल करून घ्यावा म्हणजे आपले कर्ज फिटेल असे बाजीरावसाहेब चिमाजीआप्पांना लिहितात. याचा अर्थ सर्वसामान्य सरदार-दरकदार जसे आर्थिक बाबीसंदर्भात चिमाजींशी विचारविनिमय किंवा पत्रव्यवहार करीत असत, तद्वतच खुद्द पंतप्रधानही चिमाजीआप्पांबरोबरच पत्रव्यवहार करताना आढळतात, हे विशेष!'

देवलजी सोमवंशीचा कारभारी १० जानेवारी १७२९ रोजी लिहितो, 'बऱ्हाणपुरीच्या साऊकाराची पत्रे उज्जनीस पाठवावी की तेथून हुंडीया करून बऱ्हाणपुरास आणवावी. 'बऱ्हाणपूरीहून चालती हुंडी करून सातारा र।। अंबाजीपंतासी र।। पावत ते करणे. तसेच पाच-सातसे स्वार देऊन बऱ्हाणपूरास पाठवून द्यावेत.' याचा अर्थ एकाच वेळेस चिमाजीआप्पांना आर्थिक आणि लष्करी प्रशासनाची जबाबदारी सांभाळावी लागत असे आणि ती जबाबदारी ते व्यवस्थित पार पाडीत होते.

इनाम जमिनीच्या संदर्भातील वसुलीस कुणाला काही अडीअडचणी आल्यास त्यातही चिमाजीआप्पांनी लक्ष घालावे अशी अपेक्षा केली जात असे. या संबंधातील संतोजी जाधवाचे एक पत्र लक्षणीय आहे. फेब्रुवारी १७२९ च्या दरम्यानचे हे पत्र असावे; तो आप्पांना लिहितो, 'आम्ही गंगाथडीस महामुलकामध्ये जातो. आपणास कळावे यास्तव लिहिले असे. आपण हरयेकविसी कागदीपत्री नबाबास व राजश्री आनंदराऊ सुमंत यांस लिहून कामकाज सुरलीत चाले ते करावे व रा।।. आवजी कवडे यासी प्र।।. आमलनेर यावयासी लिहावे. निमित्य की, तेथे जागीरदार नूतन जाहला आहे. तो

सुदामत तहावर येत नाही. हरयेकविसी मदत करीत ते केले पाहिजे व मौजे तोडिले व मौजे लोणी ता।।. निरथडी हे गावी खासगत घोडी सिंगरे वगैरे कारखाना आहेत. च्यार सेरकर (इनाम जमिनीचे मालक) आहेत. चाकर आहेत. दोन घरे कुणबियांची मात्र आहेत. वसतीस मात्र जागा आहे. वेट बेंगार व फर (पुड) फर्मासीचे माहालाचे रोखे होतात तर आपण राजश्री बापूजीपंत यास सांगोन या दोन्ही गावांवर कृपा करून रयात (सूट) होये ते करवावे. यैवेस्ती वारंवार विनंती लिहावी यैसे नाही. आमचा अभिमान धरिला आहे तो सर्व प्रकारे सिधीस नेऊन आमचा सांभाळ केला पाहिजे. बहुत लिहावे तर आपण सर्व जाण आहात, कृपा असो दिल्ही पाहिजे, हे विनंती.'

एखाद्या भागात कुणी लुटालूट करत असेल तर त्याने तसे करू नये अशी चिमाजींनी त्या लुटारूला ताकीद द्यावी. याकरिता तक्रार करणारी पत्रेही चिमाजीआप्पांना येत असत. पेशवे दप्तराच्या १३ व्या खंडात असे एक पत्र उपलब्ध असून बाळाजी अनंत हा सयाजी गुजराबद्दल, त्याने दोन जिल्ह्यांत केलेल्या लुटारूपणाबद्दल चिमाजींकडे तक्रार करताना आढळतो.

वसूल करावयाचा पैसा वसूल झाला व तो पुणे अगर साताऱ्यास पाठविला गेला तर त्याचीही माहिती प्रथम चिमाजीआप्पांना दिली जात असे. यासंदर्भात धोंडोजी महादेवाने एप्रिल १७२९ मध्ये चिमाजीआप्पांना लिहिलेले पत्र महत्त्वाचे ठरते. तो लिहितो, 'आज्ञाधारक धोंडोजी महादेव कृतानेक सा।।. नमस्कार विनंती ता।. छ माहे सवलपाऊतो स्वामींचे कृपादृष्टी करून वर्तमान येथास्थित असे. स्वामींनी जासुदाबरोबर आज्ञापत्र पाठविले तेथे आज्ञा की, इंदुराकडील यैवज काय आला आणि तुम्ही रूसी पर्वतास काय रवाना केला? त्यास र।। कुसाजी गणेशांनी दोन वेळा मिळोन हुडिया पाठविल्या. रु. २७५ ३३।।। पाठविला. त्यास येथे प्रसंग विपर्यास देखोन येथून हुंडी अवरंगाबाजेची रा। कृष्णाजी नाईक जोसी याच्या नावेकरून रवाना केली. सत्तावीस सहस्र. त्यास दी सदे हुडिणावळी रु. १ प्रति दिल्हा. अवरंगाबाजेची सातारियास र।।।. नाईकी र ।।. दादोपंताच्या नावे हुंडी करून रूसी पर्वतास रवाना केली;' तर श्रीवर्धनचा पेशव्यांचा मुतालिक गोविंद कृष्णा चिमाजीआप्पांना लिहितो, 'वसूलबाकी सालमजकूरची स्वामींनी आणविली. यैसियासी वसूल गावाचा गाव वरचेवर होतच आहे. यामुळे जमाबंदीचे वगैरे गावचा वसूल कलेल.'

पावसाळ्यात सैन्यासाठी व घोड्यासाठी मेणकापड लागेल ते चिमाजीआप्पांनी पुरविण्यासंबंधीचे पिलाजी जाधवांचे एक पत्र आहे. त्यात ते लिहितात, 'सांप्रत पर्जन्यकाल समीप आला आहे. येथे स।।. रची पागेची घोडी आहेत त्यास पाऊसात मोमजामे (मेणकापड) पाहिजेत यैशियास जामदारखानात मोमजामे असतील तरी दोन-तीन मोमजामे पाठविले पाहिजेत.'

चिमाजीआप्पांच्या राजकीय इतिहासातील महत्त्वाची घटना म्हणजे त्यांनी सिद्दीसात विरुद्धचा मिळवलेला विजय. प्रत्यक्ष लढाई आणि त्या विजयानंतर चिमाजीआप्पांचे अनेकांनी केलेले अभिनंदन, यावर रियासतकारांनी विस्तृत विवेचन केले आहे.

पेशवेदप्तराच्या तिसऱ्या खंडात चिमाजीआप्पांच्या संदर्भातील सुमारे पन्नास पत्रे तसेच बातमीपत्रे आढळतात तर कोकणातील स्वारीच्या संदर्भातील कागदपत्रांची माहिती देणारा पेशवेदप्तराचा तेहतिसावा खंडही पुष्कळ नवी माहिती देतो. प्रस्तुत चिमाजींच्या प्रशासनातील कामगिरीचा विचार करता पेशवे दप्तराच्या तेहतिसाव्या खंडात एकूण नऊ कागद मिळतात. त्यावरून जंजिरा मोहिमेच्या संदर्भातील त्यांच्या प्रशासकीय कामगिरीवर प्रकाश टाकता येतो.

नारोराम मंत्री चिमाजीआप्पांना जून १७३३ मध्ये लिहितो, दोन-तीनसे तोफखाना, पायेचे लोक अथवा करोल व तीन-चारसे सिपई घोडे जेथवर जाईल तेथवर न्यावे. पुढे पायउतार होऊन तोफखाना व वरका मिळोन पाच-सातसे माणूस बरे कामाले. त्याजवेळी जाऊन पोहचे असे करावे. विलंब न लावणे.

कोकणस्वारीच्या वेळेस कधीकधी खुद्द शाहूमहाराजांकडून लष्करातील अधिकाऱ्यांना विचित्र सूचना केल्या जात. त्याविषयीदेखील एक तक्रार नारोराम मंत्रीने चिमाजीआप्पांना केलेली आढळते; तर दुसऱ्या एका पत्रात कोकणातील गोवळकोटच्या लढाईसाठी चिमाजीआप्पांकडे अधिक सैन्य आणि रसदेची मागणी केलेली आढळते. १८ डिसेंबर १७३५ रोजी कर्नाळा आणि पेठाच्या भागातील कोकणातील लढ्याच्या संदर्भात आपल्या अडचणी पिलाजी जाधव चिमाजीआप्पांना कथन करताना आढळतो. तर दुसऱ्या एका पत्रात गोवळकोटच्या लढाईसाठी पावसाळ्यात उपयोगी पडतील अशा वस्तू पाठविण्याची विनंती करतो. अशीच आणखी काही मदत व लष्कर गोवळकोटला पाठविण्याची विनंती पुन्हा एकदा पिलाजी जाधव चिमाजीआप्पांना करताना दिसतो. अशी विनंतिपत्रे येत असता चिमाजीआप्पा त्यांची तजवीज करीत असत. एका पत्रात चिमाजीआप्पा पिलाजी जाधवास लिहितात, 'तोफा दोन तुम्हाकडे पाठविल्या आहेत. याजबा हशम लोक पाठविले आहेत. आणखी एका ९ जून १७३६ च्या पत्रात पिलाजी जाधव चिमाजीआप्पांना ऐवज पाठविला पाहिजे व स्वार जमावहि लौकर येथे पोहचते केले पाहिजे.' असे लिहितो, तर चिमाजीआप्पा १२ जून १७३६ रोजी त्याची पूर्तता करताना आढळतात. आप्पा लिहितात, 'टाकून सा स्वार पाठविले आहेत. यासी रोजमरा चौरोजा रु. ।।१२ बाराप्रमाणे देवीत जाणे.' याचा अर्थ संबंधितांची विनंतिपत्रे आल्यानंतर एक प्रशासक म्हणून त्याची पूर्तता करण्याकडे चिमाजीआप्पांचा कल दिसतो. आणखी एका पत्रानुसार अशीच पूर्तता पिलाजीच्या विनंतीची चिमाजीआप्पांनी केलेली आढळते. १५ जुलै १७३६ रोजीच्या पत्रात चिमाजीआप्पा पिलाजीस लिहितात, 'येकूण

सहा असामी पेठी सहवर्तमान पाठविले आहेत. त्यास रोजमुरा दरमाहे दर असामीस रुपये ४ च्यार प्र।। रु।। २४ चोवीस ई।। छत्रपती १६ रबिलावला पासून देवीत जावे. जीणीजे छ १३ सफर. बहुत काय लिहिणे.'

वसईचे युद्ध हे चिमाजीआप्पांच्या आयुष्यातील एक अतिशय महत्त्वाचे प्रकरण. त्या संदर्भात आपण एका स्वतंत्र प्रकरणात चर्चा केली आहे. या ठिकाणी त्या युद्धाच्या संदर्भात चिमाजीआप्पांनी कोणती व कशा प्रकारची प्रशासकीय कामगिरी पार पाडली याचा आढावा घ्यावयाचा आहे. रियासतकारांनी मराठी रियासतीमध्ये वसईयुद्धासंबंधी स्वतंत्र प्रकरणच छापले आहे. तर य. न. केळकरांनी त्यावर एक संपूर्ण पुस्तकच प्रकाशित केले आहे. पिसुर्लेकरांनी आपल्या 'पोर्तुगीज-मराठे संबंध' या मराठी ग्रंथात वसई युद्धावर अनेक संदर्भसाधनांच्या आधारे खूप चांगला प्रकाश टाकण्याचा यशस्वी प्रयत्न केला आहे.

मराठी साधनांचा विचार करता पेशवे दफ्तराच्या ४५ खंडांपैकी खंड १६ व ३४ यातील सर्व प्रकाशित कागद हे केवळ वसई युद्धाशी संबंधितच आहे. यातील प्रकाशित कागदांपैकी खंड १६ मधील सुमारे २५ कागदांच्या साहाय्याने आपणास वसईच्या युद्धासंबंधीच्या चिमाजीआप्पांच्या प्रशासकीय कामगिरीवर प्रकाश टाकता येतो. वसई युद्धामध्ये वापरण्यास शिसे व गंधक लागणार ते वासुदेव जोशी याने आणावे असे चिमाजीआप्पांनी त्याला पत्र पाठवून सांगितले होते. त्यास वासुदेव जोशींनी चिमाजीआप्पांना लिहिले, 'आजीच मुजरद येक कारकून व माणसे मुंबईस पाठविली आहेत आणि सदरहूप्रमाणे जिन्नस आणविला आहे. जिन्नस आलियावरी स्वामींकडे लवकरीच रवाना करून कदाचित शिसे येऊ द्यायास इंग्रज यांणी अवमान केला तरी आम्हाजवळी हजार रुपयांचे शिसे आहे ते पाठवून देऊन शंकराजी केशव अर्नाळा किल्ल्यावरील लोक नीट काम करीत नाहीत तसेच आपले ऐकत नाहीत तरी त्या लोकांना आपण समज द्यावी अशी विनंती एका पत्रात करताना दिसतो.'

बांधकामासारख्या कामासाठी चिमाजीआप्पांनी माणसे पाठवावीत अशा प्रकारच्या कामाचीदेखील त्यांच्याकडून अपेक्षा केली जात असे. यासंबंधी पेशवे दप्तरात एक तारीख नसलेले पत्र आढळते. त्यात पत्रलेखक लिहितो, 'श्रीमंत राजश्री आप्पा स्वामींचे सेवेसी विनंती विशेष. तांदुळवाडीस इमारतीचे काम चालीस आणिले आहे. दोन लोहाराची दुकाने राजश्री बखाजी पाटील यास लिहून तांदुळवाडीस पाठवावयाची आज्ञा केली पाहिजे.'

अर्नाळा किल्ला बाजीरावाने २३ मे १७३७ मध्ये बांधला त्यावेळचे एक पत्र असून, पत्रलेखक चिमाजीआप्पांना ३ खंडी दारू पुण्याहून पाठविण्याविषयी विनंती करताना आढळतो. नारायण जोसी एका पत्रात म्हणतो, 'बहाद्दूरपुरीयाच्या शेवटी

किलियानजीक मोर्चे गेले आहेत. मध्ये येक्या दो मालाचे अंतर आहे, त्यास पुढे मोर्चे चालवणे. त्यास सामान मोर्च्यांस अगदी नाही. बेलदार पाहिजेत. तरी स्वामींनी कल्याणप्रांते बेलदार असतील तर आगत्य आणून पाठवावे, अगर पत्र पावाल त्येच क्षणी पुण्यास पत्र पाठवून दोनशे बेलदार सामानसुद्धा आणवणे.'

लोकांकडील आलेल्या मागण्या चिमाजीआप्पा कसे पुरवीत असत यासंबंधीचे एक पत्र खंडोजी माणकर यांचे उपलब्ध असून त्यात ते म्हणतात, 'येकूण शाइसी दागिने सुमारी व दारू वजन पके साडेतीन मण पावले. बाकी सुताची चराटे दोन पावली नाहीत.'

एक समकालीन लेखक पोर्तुगिजांबरोबरच्या लढायांमध्ये येणाऱ्या आपल्या अडचणी चिमाजीआप्पांना सांगतो आणि विनंती करतो की, 'जमावसाठी एक कारकून पाठविला पाहिजे. त्यास वैजापुरापावेतो जावे लागेल. याजसाठी कारकून जरूर पाठविला पाहिजे.' एका पत्रात सैनिकांना बराकीवजा खोपटी बांधून देण्याविषयी विनंती केलेली आढळते; कारण लोकांस घर बिऱ्हाड नाही. झोलणे भिजले याकरिता मनुष्य हैरान होते. ४ जानेवारी १७३८ रोजी वासुदेव जोशी चिमाजीआप्पांना पत्राद्वारे विनंती करून, सैन्याचा पगार भागविण्यासाठी पैसे मागतो आहे; तर मानाजी आंग्रेकडून असलेले येणे रुपये साडेआठ हजार पैकी त्यांनी रुपये ४५०० (साडे चार हजार) दिले आहेत; असे एक लेखक लिहिताना आढळतो. दोन्ही पत्रांवरील तारीख एकच म्हणजे ४ जानेवारी १७३८ ही आहे.

केळण्याच्या (केळावे) लढाईमध्ये काही माणसे जखमी झालीत. त्यांना देण्यासाठी पैसे पाठविण्याविषयीची एक विनंती एका लेखकाने चिमाजीआप्पांना केल्याचे आढळते. जानेवारी १७३९ मध्ये तुबाजी अनंत चिमाजीआप्पांकडे तक्रार करताना लिहितो, 'र।।. मल्हारपंत पोटास देतील तेव्हा खावे. र।।. सिवाजी भोसले यासी रुपये येक हजार देखिल तेही पावले नाहीत व लोकांनी गवगवा केला आहे. घोडियास नालमेख मतलब नाही. चाकरास धडुत पांघरूण नाही म्हणौन गवगवा केला आहे. कल्याणीच्या मुक्कामी आम्ही लोकासी कबूल केले आहे की घाटावरी गेलियावरी काही अजबाब नाल मेखिस देतो. त्यासी येथे येक रुपयास जागा नाही व र।।. मल्हारपती म्हणतात की, आपण अधिक रोजमारा देईन. पुढे आपणास रुा मिलत नाहीत.'

चिमाजीआप्पांकडे जशा लोक तक्रारी करतात, त्यांच्याकडून सैन्यासाठी, लढाईसाठी, पैसा, वस्तू मागतात त्याचप्रमाणे त्यांना पैसाही पुरवितात. हे निजामाच्या दरबारातील पेशव्यांच्या एका हस्तकाच्या पत्रावरून लक्षात येते. १७३९ फेब्रुवारी-मार्चच्या दरम्यानच्या पत्रातील मजकूर असा :

'विज्ञापना यैसीजे पाच लक्ष रुपये आमचे पदरी पडले. त्याचा तपसील नेमणूक राजश्री आप्पा स्वामी(ही) करून दिली त्या आज्ञेप्रमाणे ३५०००० श्रीमंत आप्पांकडे वसईस रवाना केले.

३४८०० राजेश्री बाबूराव मल्हार याजबाबत राजश्री शामजी गोविंद यास देविले ते देऊन कबज पाठविले.

२५००० रा. वासुदेव दीक्षित यास रदकर्जापैकी देविले. ते देऊन कबज पाठविले.

१०००० रेणूराव यादव यास सिसे वगैरे सामान खरीदी करावयास देविले ते दिले.

१४२५ परवान्याबाबत खर्च मुघलाई दरबारात जाला.'

बाकी ७८७७५ यैवज राहिला तो सातारियाच्या हुडिया रा. दादोबा पुरधर जागे व पुणियांच्या हुडिया करून पाठवून दिल्या. सेवेसी विज्ञापना केली. कृपालोभ असो दिजे हे विज्ञापना. धारावीहून तुबाजी अनंत ८ मार्च १७३९ रोजी शिमग्याच्या खर्चास लोक पैसे मागतील ते त्यांना देण्यासाठी आपण ते आपणास पाठवावेत अशी विनंती चिमाजीआप्पांना करतो. हाच तुबाजी अनंत पुन्हा १८ मार्च १७३९ रोजी चिमाजीआप्पांकडे लष्कराच्या पगारासाठी पैसे मागताना आढळतो. अशाच प्रकारची एक मागणी घोडे, लष्कराचा पगार, चारा-वैरण यासाठी लागणाऱ्या पैशांची मागणी आप्पांकडे गोविंद हरीने १७ मार्च १७३९ रोजी केलेली आढळते.

ज्याप्रमाणे चिमाजीआप्पांकडे वेळोवेळी पैशांची मागणी केलेली आढळते त्याप्रमाणे आपण मिळविलेल्या ऐवजाचा हिशेब हा चिमाजीआप्पांकडे पाठवीत असत. हा त्या माणसांच्या प्रामाणिकपणाचा जसा परिणाम म्हणावा लागेल तसा तो चिमाजीआप्पांच्या प्रशासकीय कौशल्याचा भाग समजावा लागतो; कारण आपण योग्यवेळेस हिशेब वगैरे आप्पांकडे रवाना न केल्यास त्याची वार्ता चिमाजीआप्पांकडे गेल्यास आपली गय केली जाणार नाही, याचीच खात्री त्यांना असणार!

खंडो चिमणाजीचे चिमाजीआप्पांना लिहिलेले एक पत्र उपलब्ध असून, त्यात ते लिहितात,

श्रीमंत राजश्री आप्पा स्वामींचे सेवेसी

विनंती सेवक खंडो चिमणाजी सा। दंडवत प्र।।. कृतानेक विज्ञापना. येथील वर्तमान ता।।. १४ सफर म।।. जजिरे उरण येथास्थित असे विशेष. रा।. आपाजी, बलाल यास जजिरे मजकुरची सबनिसी राजश्री शंकराजीपंत सांगितली आहे. त्यास येथील तमाम मोजदाद करून जाबता घडवून हिशेब मारनिले. समागमे पाठविला आहे. हा विशेस मनात आणून आज्ञा कर्तव्य ते केली पाहिजे.

पिलाजी जाधव १६ मे १७३९ रोजी वाघोलीहून चिमाजीआप्पांना लिहितात, 'ज्येष्ठ मासच्या फस्रियाच्या ऐवज आगोधर पाठवून देणे; म्हणून आज्ञा केली होती.

त्यावरून तरतूद करून जे बाकी राहिले तो ऐवज झाडियानिसी रा जिवाजीपंत याजकडे पुणियासी पावता केला आहे.' याच पत्रात पिलाजी जाधवराव चिमाजीआप्पांना लिहितात, 'राजश्री शंकराजी पंत यांसी सांगोन दोन घाटा थोरल्या देविल्या आहेत. त्या पाठवून दिल्या पाहिजेत.'

बाजीराव पेशव्यांच्या काळात गुजरात संदर्भातील बराचसा आर्थिक व्यवहार चिमाजीआप्पांनीच पार पाडलेला दिसतो. पेटलादची स्वारी आप्पांच्याच नेतृत्वाखाली घडून आली होती. तथापि, गुजरातबाबतीतही आपापसातील तंटे-बखेडे अगर एकमेकांविषयी तक्रारी, कुठून कुठे पैसे मिळणे, वसई मोहिमेच्या वेळेस ज्याप्रमाणे चिमाजीआप्पांकडे सरदार-दरकदार पैसा, वस्तू इ. गोष्टी पाठविण्याविषयी विनंती करीत त्याचप्रमाणे गुजरातच्या संबंधीही प्रशासकीय कामगिरी चिमाजीआप्पांना पार पाडावी लागत होती, हे पेशवे दप्तरातील बाराव्या खंडातील निरनिराळ्या सुमारे पंचवीस पत्रांवरून स्पष्ट होते. पेशवे काळात एखाद्यास नोकरीवर ठेवून घेण्याच्या बाबतीतील निर्णय बाजीराव स्वत: घेण्यापेक्षा चिमाजीआप्पा घेत असत व त्यांचा तो निर्णय पेशव्यांना योग्य वाटे. ही गोष्ट इतर सरदार-दरकदारांनाही माहिती होती; म्हणूनच नोकरीविषयीची विनंती चिमाजीआप्पांना केली जात असे. यासंदर्भात १७२८ मधील चिमणाजी दामोदरने लिहिलेले एक विनंतिपत्र बोलके आहे. त्यात ते आप्पांना लिहितात, 'राजश्री कुसाजी गणेश हे आमचे पुरातन सेवक कार्यकर्ते आहेत. तरी या योग्य सेवा असेल ते यास सांगोन यांचे हाते सेवा घेतली पाहिजे. यांचे आम्हांस अगत्यच आहे. आपणही यास वचन केले आहे. याकरिता सर्वांविषयी अभिमान धरून चालविले पाहिजे. केवळ पडसूत नाहीस. ज्या कार्यावर ठेवाल तेथे तत्पर राहतील आणि आमचेही आहेत. यैसे चित्तात आणून याचे सर्वस्व चालविले पाहिजे. बहुत लोभ आसो दीजे.'

बाजीराव पेशवे काय किंवा चिमाजीआप्पा काय यांच्या ठिकठिकाणच्या स्वाऱ्यांचे उद्देश काहीही असले तरी प्रधान उद्देश हा आर्थिकच असे व आर्थिक बाबींसंबंधीची चर्चा अनेक पत्रांमधून केलेली दिसते. अर्थातच, आर्थिक प्रशासन जर मजबूत असेल तर राज्यकारभाराची बाकीची अंगे आपोआपच चांगली चालतात. परंतु, पेशव्यांची आर्थिक परिस्थिती नेहमीच चांगली होती असे नाही. फेब्रुवारी १७२९ मध्ये चिमाजीआप्पा बाजीरावांना लिहितात, 'खंबायेतचे साठ हजार वसूल जाले. ते आले. याउपरी होत नाही. ढोलकियाचे गिरीसीयाचे साडेसत्तेचालीस हजार करार केले होते यांपैकीही येक रुपया वसूल जाला नाही. अशाही परिस्थितीत चिमाजीआप्पा गुजरातेत पैसे मिळवून बाजीरावांना पाठविण्याची व्यवस्था करतात.' चिमाजीआप्पा बाजीरावांना २२ मे १७२९ रोजी लिहितात, 'पोटास पाहिजे, त्यास यंदा रुपया मिळाला नाही. कर्जदार दिवाण लोकांची समाजावीस तिन्ही गोष्टी वाराण्यासा पैका जथला नाही. याजकरिता दोन्हींकडून

संकट आहे की, राहावे तरी पोटास पाहिजे, न राहावे तरी मुलूख आपले हातचा जातो, याज निमित्ये येथे हाली आहो. राजश्री बाबूजी नाईक यांजजवळ रु. २५००० देऊन औरंगाबादेस रवाना केले ते राजश्री बाबूराव वकील याजवळे पाठवितील ते स्वामींकडे रवाना करितील.'

पेशवे आणि दाभाडे यांचे गुजरातेमध्ये हितसंबंध गुंतले होते व त्यातूनच डभईचे प्रकरण उद्‌भवले. तथापि, दाभाडे मध्येच पेशव्यांच्या कोकणातही उतरण्याच्या बेतात होता. त्याची बातमी वासुदेव जोशीस लागली. त्याबरोबर तो १७३१ मध्ये चिमाजीआप्पांना कळवितो की, 'यैशास दाभाडियास उपद्रव मावलास बहुत लागला आहे. सांप्रत वर्तमान ऐकितो की, दाभाडे फौज कल्याण भिवंडी प्रांतातून कोळवण फिरंगण प्रांते पाठविणार आहे. त्याची फौज आली म्हणजे हा मुलूख पायमलीखालीच उठोन जाईल.' याचा अर्थ इतकाच की, चिमाजीआप्पांनी आपले गुप्तहेरयंत्रणेचे जाळे विणले होते व त्यांच्या विश्वासू माणसांकडून त्यांना योग्यवेळी योग्य बातम्या मिळत असत. सक्षम गुप्तहेरयंत्रणा हे कोणत्याही काळातील प्रशासनाचे महत्त्वाचे अंग. ते त्यांनी उत्तमरीतीने तयार केले होते असे समजावयास हरकत नाही. प्रशासकीय कामगिरीबरोबरच राजकीय सल्ला अगदी बाजीरावांनाही देण्याबाबत चिमाजीआप्पा पुढाकार घेत असत व बाजीरावही त्याचा सल्ला विचारात घेत असत. गुजरातमधील निजाम आणि दाभाडे यांचे उपद्व्याप वाढू लागले तसे बाजीराव-चिमाजी सावधान चित्ताने संकट निवारण्यास उद्युक्त झाले; तर शाहूमहाराजांनी नेहमीप्रमाणे गोडीगुलाबीचे धोरण अवलंबिले. १४ ऑक्टोबर १७३० रोजी पुरंदऱ्यांनी बाजीरावांना पत्र पाठवून विचारले की, 'दाभाड्यांनी मुलकात धामधूम मांडली आहे. येविशी राजश्री स्वामीस विचारता आज्ञा केली की, दाभाड्यास पत्र लिहून, माणसे पाठवून, स्थिती पाहून आणावी म्हणजे आज्ञा कर्तव्य ते केले पाहिजे. यावरून तपास आला की, त्यांची वर्तणूक आहे तैसी आहे. उत्तमरीतीने पारिपत्य केल्याविना देहावर येणार नाहीत, त्यास पारिपत्य करावे न करावे याविसीचा विचार लिहून पाठवावा.'

गुजरात दाभाड्यांच्या हवाली करून कब्जा करावा असे शाहूमहाराजांनी बाजीरावांना सुचविले. बाजीरावांनी चिमाजीआप्पांचा अभिप्राय विचारला. १२ नोव्हेंबर १७३० रोजी चिमाजीआप्पांनी आपला अभिप्राय कळविला. 'वरकड दाभाड्यांनी कजिया केला तर तो आम्ही सांभाळतो. त्याची फिकीर आहे ऐसे नाही. परंतु, जर ते निजामास जाऊन भेटले तर परछिन्न त्याचा हुद्दा दूर करावा येवढी गोष्ट मात्र राजश्री महाराजांशी खरी करून देऊन सनदा देतील त्या मान्य कराव्या. पैका तो येवर्षी हातचा गेला. परंतु, नक्षाची गोष्ट आहे या करिता मान्य करावे. आता आमची फौज पाच-सात हजार ते प्रांते गेली तर त्यांच्या फौजांनी येऊन आमचे फौजेपुढे उभे राहावे ऐसे नाही. याकरिता

सनदा करून दिल्ह्या तर कबूल करावा यैसे आमचे विचार आहे. यात स्वामी वडील आहेत हे विनंती.' येथे केवळ आप्पांचे प्रशासकीय कौशल्य नाही तर राजकीय कौशल्यही दिसून येते. आपण जवळजवळ निर्णय देऊन मोकळे होत असतानाच शेवटच्या वाक्यात पेशवेपदावर असलेल्या बाजीरावांचा मान ठेवतानाही ते दिसतात.

संपूर्ण अठराव्या शतकात मराठ्यांच्या फौजा चहूदिशांना सतत दौडत असत. अशा वेळी कितीही नाही म्हटले, तरी सैन्याच्या जाण्या-येण्याच्या रस्त्यावर जी गावे असत; ज्यांचे मोकासे जेथे असत तेथील रयतेला त्रास झाल्यावाचून राहात नसे. पेशव्यांचे सैन्य जाताना त्याचा उपसर्ग आपल्या गावाला होऊ नये अशी विनंती आपण चिमाजीआप्पांना केली तर त्यात ते लक्ष घालतील अशा प्रकारचा विश्वास लोकांना होता; म्हणूनच अशा प्रकारची विनंती कोणी सरदार चिमाजीआप्पांना करताना आढळतात. १७३५ च्या दरम्यानचे एक पत्र उपलब्ध असून खानदेशातून कृष्णाजी दाभाडे चिमाजीआप्पांना लिहितो, 'याउपर आपले जाणे खानदेशातून जाहले तरी प्रा।. थालनेर आमचा. मोकासा, तेथे काही उपसर्ग न लागे यैसे कीजे पहिल्यापासून वडिली लोभ केला आहे. आमचे बहुत प्रकारे चालविले आहे त्याप्रमाणे तुम्ही दया करीत असले पाहिजे.'

उमाबाई दाभाडेंकडून गुजरातच्या संदर्भात जे येणे होते त्याच्याविषयीची चौकशी व त्यासंदर्भातील प्रगती अशा प्रकारची पत्रेदेखील चिमाजीआप्पांनाच येत असत; तर खुद्द उमाबाईदेखील पेशव्यांचे गुजरातमधील देणे देऊनही टाकते व ज्यांच्यामार्फत पेशव्यांचे येणे होते ते देण्याबद्दल सहमत असून आपण ते लौकरच देणार आहोत अशा प्रकारचा पत्रव्यवहार चिमाजीआप्पांशी करतात हे लक्षात घेण्यासारखे आहे. याबाबत कृष्णाजी दाभाडे १२ डिसेंबर १७३६ रोजी आप्पांना लिहितो, 'आपला ऐवज मातु:श्री बाईंकडे होता तो ऐवज राजश्री विसाजी, भिकाजीजवळ त्यांनी दिधला. तो आम्हांजवळ आसखेडियास आला. तो मारनिलेबराबर बदरगा (रक्षणार्थ) देऊन गंगातीरी कोटुऱ्यास प्रविष्ट केला असे. तेथोन आपणास प्रविष्ट होईल.'

कुणा अधिकाऱ्याचा मृत्यू झाला तर त्याच्याकडे असलेले पद, प्रतिष्ठा त्याच्या मुलाकडे सोपवावी अशा प्रकारची विनंतीदेखील आप्पांकडेच केली जात असे. चांदवडच्या आपल्या मोकाशाचे सरलष्करापासून संरक्षण केले जावे. अशा प्रकारची विनंती उमाबाई दाभाडे चिमाजीआप्पांना करताना दिसतात. याचा अर्थ बाईंच्या मनात आप्पांबद्दल असलेला विश्वास प्रगट होतो. ठिकठिकाणच्या देशमुखांना आदेश देऊन त्यांच्याकडून कामे करवून घेण्यासंदर्भात चिमाजीआप्पा किती दक्ष असत. त्यासंदर्भात चिमाजीआप्पांचे २२ ऑक्टोबर १७२७ रोजीचे पत्र बोलके आहे. ते लिहितात, 'गोविंद कृष्ण मुतालिक दि।।. देशमूखी प्रांत दंडराजपुरी गोसावी यांसी सेवक चिमणाजी बलाल नमस्कार. सु।।।.

समान अशरिन मया अलफ वेदमूर्ती गोविंद भट करमरकर वास्तव्य हरिहरेश्वर यास तुम्हाकडून सालमजकुरी देशमुखीच्या येवजी भात मण पाच मण बारूले मापि देविले आहेत. याप्रमाणे भटमारलिनेस पाव ऊन पावलियाचे कबज घेऊन हिसेब खर्च लिहिणे. त्रिंबक विश्वनाथ श्रीवर्धनी तुम्हापासी लिहिणार, हुजरून नेमून दिले आहेत. त्याप्रत त्याच्या हाती लिहिण्याचे प्रयोजन घेणे, दुसरियास ठेवाल तर न ठेवणे. ते तुम्ही येका मते कार्य प्रयोजन करीत जाणे. त्रिंबक विश्वनाथास दुसरेकडे पाठवाल तर न पाठवणे.'

जानेवारी १७२९ मध्ये पुणे प्रांतामध्ये दुष्काळ पडला असता शाहूमहाराज आणि त्यांचे सरदार यांच्या स्वाऱ्या त्या भागातून गेल्या. त्यांनी तेथील जनतेला कसे नागवले, दरम्यानच्या काळात त्या भागात दुष्काळ पडला होता तरी त्यांनी मनमानी करून, मुलकावर कसा वरवंटा फिरविला याची तक्रार बापूजी श्रीपतीने चिमाजीआप्पांकडे केल्याचे दिसते. राज्याचा गाडा चालविण्यासाठी लागणारा पैसा बाजीरावांना पुरविणे हे काम व इतर सरदारांकडून आपल्याकडे येणे, असलेला वसूल वसूल करून घेणे हेही काम चिमाजीआप्पा करीत असत. दुष्काळ पडला आहे म्हणून लष्करी कामे काही थांबत नाहीत. अशा परिस्थितीत ती कामे करण्यास माणसे मिळत नाहीत; तरी आपण अशा परिस्थितीत दहा एक माणसे, त्यांचा पगार निश्चित करून लष्करासाठी पाठवावीत अशी विनंती २१ मे १७३४ रोजी लक्ष्मण विश्वनाथ याने चिमाजीआप्पांना केल्याचे आढळते.

१७२०-४० या काळात पेशव्यांच्यावतीने जमिनी, गावे इनाम देण्याचे काम प्राय: चिमाजीआप्पाच करीत असत; म्हणून लोकही त्यांच्याकडेच विनंतीअर्ज करीत असत. बुंदेलखंडात आपणास वेगळा मुलूख दिला आहे व त्याचा व्यवहार इतरांनी सुरळीत चालू द्यावा अशा प्रकारचे पत्र आपण (चिमाजीआप्पांनी) संबंधितांना द्यावे अशा प्रकारची विनंती नारायणजी निकमने १७३४ मध्ये चिमाजीआप्पांना केल्याचे आढळते.

पेशव्यांबद्दल, शाहूमहाराजांच्याबद्दल काही तक्रारी चिमाजीआप्पांकडे केल्याचे आढळते. मात्र, पेशव्यांच्या आईविषयी चिमाजींकडे तक्रार केल्याचेही आढळते. ही तक्रारीची बाब केवळ प्रशासकीय म्हणून लक्षात न घेता सामाजिक/सांस्कृतिक बाब म्हणूनही लक्षात घेतली पाहिजे. २६ डिसेंबर १७३५ रोजी नारायण दीक्षित चिमाजीआप्पांकडे राधाबाईंबद्दल तक्रार करताना म्हणतो, 'बनारसमध्ये राधाबाईंनी दानधर्म करताना देशस्थ, कोकणस्थ असा भेदभाव ब्राह्मणांना दक्षिणा वाटताना केला, अर्थात, चिमाजीआप्पांनी यासंदर्भात आपल्या आईस काही जाब विचारला असेल अगर दक्षिणा देताना आईने असा भेदभाव करावयास नको होता, असेदेखील आईला सुचविले नसेल कारण ते फारच मातृभक्त होते. एक मात्र खरे की, पेशव्यांच्या मातोश्री कोकणस्थ,

देशस्थ असा भेदभाव करीत होत्या.

शाहूमहाराजांनी एखाद्या सरदारास गाव इनाम देण्याचे कबूल केले तरी त्याची प्रत्यक्ष कार्यवाही चिमाजीआप्पाच करीत असत. हे ११ मार्च १७३८ च्या चिमाजीआप्पांच्या सातारा दरबारी असलेल्या एका हस्तकाच्या पत्रावरून कळून येते. तो लिहितो, 'गाव द्यावा लागतो याकरिता स्वामी पुणे व जुन्नर प्रांते गाव निवडून देऊन लिहून पाठविले पाहिजे.' राजश्री स्वामी पत्र लिहून पाठवितील. स्वामींचे उत्तर येईल तेव्हा ते विनंती करावयाची. ते करून परंतु गाव निवडून ठेवला पाहिजे. सेवेसी श्रुत होये हे विज्ञापना.

ठिकठिकाणचे बातमीदार चिमाजींना साम्राज्यासंदर्भात पैशांविषयी बातम्या पोहोचवीत असत. बातम्या देणे व मिळविणे हेही प्रशासनाचे कार्य असते व चिमाजीआप्पा ते कसे उत्तमरीतीने पार पाडत असत हे १२ एप्रिल १७३९ च्या वासुदेव दीक्षित यांच्या बातमीपत्रावरून लक्षात येते. ते लिहितात, 'खानदेशी प्रांती मुघलांची ठाणी उठवून आपली बसविली. अवरंगाबाद गिरदीत अंमल बसविला, कोठे कोठे बसविणे राहिला आहे. तोही सत्वरिच बसेल. गांडापूर, वाळूंज येथील साडेबावीस हजारांवर खंड जाहला. रा। मानाजी जाधव यांनी हवाला घेतला. रोखा राजेश्री रायाचे नावे त्याजपासून घेतला. ज्याप्रमाणे गावे इनाम देणे, लष्करी मदत पुरविणे, पैशांचे हिशेब घेणे-देणे त्याप्रमाणे एखाद्याला ज्योतिष वतन देण्यासारखी कामेही चिमाजीआप्पा पार पाडीत असत.' हे १७५१ च्या एका टिपणावरून दिसून येते. त्या टिपणात म्हटले आहे की, 'सेवेसी केशव जोशी चिपळूणकर विज्ञापना ठाणे कोट साष्टी येथील पाया घालतेसमयी मुहूर्त आमचे बंधू बाळकृष्ण जोशी यांनी दिला. ते समयी कोट व पेठ येथील ज्योतिष व उपाध्येपण आपणांस वृत्त करून द्यावी; म्हणून कैलासवासी आप्पास्वामीजवळ विनंती केली. आप्पास्वामींनी कृपाळू होऊन सदरहू वृत्ती दिल्ही. चवदा वर्षे कोटातील वृत्त चालते व बाहेर चालवीत आलो.' नादीरशहाच्या स्वारीच्या त्यापासून आजवेळेस उत्तरेकडे पैसे पाठविण्याची जबाबदारी जशी आप्पांवर पडली होती. तशीच एखाद्या गावात जत्रेनिमित्त गर्दी होणार असेल तर त्या गर्दीचा बंदोबस्त करण्याची जबाबदारी चिमाजीआप्पांवरच येऊन पडत असे.

सावकारांनी जर काही त्रास दिला तर त्यापासून संरक्षण मिळावे अशा प्रकारची अपेक्षा करणारी पत्रे चिमाजीआप्पांना येत असत. साताऱ्याचा सावकार मोरशेट करंजे याच्याविषयी अशी एक तक्रार रामचंद्र महादेव याने केलेली आढळते.

तानाजीराव खानविलकर हे भगवंतगड येथील पेशव्यांचे प्रामाणिक सरदार असून, त्यांनी पेशवाईमध्ये निष्ठेने काम केले होते. मात्र, मध्येच त्यांना भगवंतराव अमात्य यांच्याकडून त्रास होऊ लागला. तेव्हा त्यांच्यामध्ये निर्माण झालेल्या तणावामध्ये आप्पांनी

मध्यस्थी करून खानविलकरांना न्याय मिळवून द्यावा अशा प्रकारची विनंती करणारे एक पत्र पेशवे दप्तरात पहावयास मिळते.

कुणा-कुणाला आणि का आपण नोकरीत ठेवावयाचे, याविषयी बाजीराव पेशवेदेखील चिमाजींच्या संमतीनेच कामे करताना आढळतात. पेशवे दप्तरातील एका तारीख नसलेल्या पत्रात बाजीराव चिमाजीआप्पांना लिहितात, 'चिरंजीव राजश्री आप्पा यास आसीर्वाद उपरी. राजश्री हणमंतराव निंबाळकर हे यंदा येथे राहिले. त्याणी आपले भाऊ मानाजी निंबाळकर पाठविले आहेत. याजवलून सेवा घेऊन हरयेकविसी चालवणे. खानाजी काटे व राणोजी खानवर जदीद तुम्हाकडे पाठविले आहेत. याची बोली करून त्यांचेही चालविणे हा आसीर्वाद.'

पेशवा बाजीरावांच्या निधनानंतर २५ जून १७४० रोजी बालाजी बाजीराव उर्फ नानासाहेबांना छत्रपती शाहूमहाराजांनी पेशवेपद दिले.

नानासाहेब पेशव्यांच्या कारकिर्दीत त्यांनी स्वतः प्रशासनव्यवस्थेत चांगले लक्ष घालून प्रशासनाची उत्तम घडी बसविण्याचा प्रयत्न केला होता. तरीही त्यांच्या सुरुवातीच्या काळात प्रशासनव्यवस्थेत चिमाजीआप्पांनीच प्रशासनात लक्ष घातल्याचे दिसते. किंबहुना, लोकांनाही त्यांनीच प्रशासनात लक्ष घालावे असे वाटत होते. त्यासंदर्भातील समकालीन दोन कागद लक्षात घेण्यासारखे आहेत; पैकी एका कागदात चिमणाजी भीमराव चिमाजीआप्पांना लिहितो, 'राजश्री तुबाजीपंत जमावासहित हेलगावपाडलीवर आहेत. त्यांचा खर्चावीण बहुतसा गलांख आहे. साताराहून पैका काही पावला नाही. त्यास स्वामींनी तेथून बेगिमी करून पाठविली असिली तरी उत्तमच जाले. नाहीतरी त्याजकडील बेगमी करून पाठविली पाहिजे.' तर दुसऱ्या एका कागदात मोरोमल्हार बर्वे चिमाजीआप्पांना त्याला एका वादात मध्यस्थी करताना कसे अपयश आले ते सांगतो. तो लिहितो, 'श्रीमंत राजश्री आपा स्वामींचे शेवेसी विनंती सेवक आज्ञाधारक मोरो मल्हार कृतानेक सास्टांग नमस्कार विज्ञापना. पुणियाहून स्वामीने सातारियास राजश्री माहदोबा व राजश्री दादोबा यांस पत्रे देऊन पाठविले, ते सातारियास जाऊन तेथून उंबरजेस गेलो. दीड मास तेथे होतो. कामकाज निवडले नाही. येक दिवस सेखमिरांसी बोली जाली. बोलीमध्ये सेखजी सिकस्त जाले, परंतु त्यास अभिमान पोलादचा आहे. बोली काहीच निवडेना, यास्तव राजश्री माहदोबांनी आज्ञा केली की, जेस्ठ मासी राजश्री येजमान येतील तेव्हा निवाडा होईल. आम्हाला निरोप दिल्हा त्याजवरून पुण्यास आलो. तेथून आजीच कोटुरा आलो. उवरजेस एक दिवस मनसुबी जाली मनसुबीत रा। त्रिंबकराव धायगुडे व महमद सफी बसले होते. त्रिंबकरावांनी स्वामींचे पायासी निस्ठा धरून मन:पूर्वक मनास आणिले. पोलाद लटका आहे. सेखजी नाहक अभिमान त्याचा धरितात. यैसे पंचायतीत खरे आहे. पुढे निवाडा करणार स्वामी समर्थ आहेत. विदित होये हे विज्ञापना. बावाखान

स्वामीजी पाठविला, यास जिल्हेकडे रुजू करून कतबा देविला आणि जमाव आणावयास पाठविला. राणोजी तनपुरा व सेट्या देखील निरोप दिला. सेवेस श्रृत होय हे विज्ञापना.'

महाराष्ट्र शासनाच्या पुणे येथील पुराभिलेखागारात पेशवे काळाशी संबंधित अप्रकाशित अशी अक्षरशः लाखो कागदपत्रे असून त्यांपैकी काही अप्रकाशित कागदपत्रांवरून चिमाजीआप्पांच्या प्रशासन कौशल्यावर प्रकाश पडतो.

चिमाजीआप्पांनी वसई जिंकल्यानंतर वसईचा बंदोबस्त आप्पांनी कशा प्रकारे केला हे आप्पांनीच आपणास पत्राने कळवावे अशी इच्छा व्यक्त करणारे एक पत्र मनहर देव याने आप्पांना लिहिले. तो लिहितो, 'तीर्थरूप राजश्री आप्पा स्वामींचे सेवेशी स्वामींनी साष्टी, वसई प्रांतीचा बंदोबस्त कसा केला, ते वर्तमान पुरवणी लिहून पाठविली म्हणजे राजश्री स्वामीस वाचून दाखवून राजश्री नारबा यास पत्र व राजश्री प्रतिनिधी व राजश्री येमाजी पंत यास पत्रे ग्रहस्तपणाची लेहून पाठविली पाहिजेत. सेवेशी श्रुत होये विज्ञापना.'

सोमाजी दाभाडे यांच्याकडे माहाळुंगे गाव इनाम असता तेथे त्यांनाच उतरण्यास मनाई केली गेली, तेव्हा त्यांनी त्याबद्दलची तक्रार चिमाजीआप्पांकडे केली, ते लिहितात, 'राजश्री चिमणाजी पंडित गोसावी यांसी विशेष माहाळुंगे हे गाव आम्हासी इनाम चालत आहे. येसे असता आजी वीस वरसे तेथील फाटले आहे. यांसी येनदा आ... कडील माणसे येऊन उतरण्यांस अवरोध केला आहे. आमचे उतरणीयास कटकट केली आहे, हे कोण गोस्टी आम्हास तो जागा दुसरी कोठे उतरण्यास नाही तरी मेहरबानी करून मनाई चिठी माणसास देऊन ठेविली पाहिजे.'

पिलाजी जाधव चिमाजीआप्पांकडे दाभाड्यांकडचा ऐवज आला नाही अशी तक्रार करताना लिहितो, 'राजश्री चिमणाजीपंत आपा गोसावी यासी पीलाजी जाधवराऊ दंडवत. विशेष पंताजीपंत दाभाडे सावोत्री यांचाच येवज पावत होता. याउपरी त्याचा येवज पावला नाही. येवीसी राजश्री पंत सचिव आपणास वारंवार मागतात म्हणून लिहिले तरी राजश्री पंताजी पंत होते ते समई त्यास सावोत्री याचा येवज आम्ही कधी दिल्हा नाही, त्याचे घरी माहे छ न्होता म्हणून त्याणी आम्हास भीडेस घालून वर्शासन तीनसे रुपये मागितले होते त्याप्रमाणे देत होतो त्यास पलीकडील वरसी इतर नेवर मुकाम जाला ते वर्सी कार्तीक मासी त्यानी तीनसे रुपये घेतले आहेत; त्या अलीकडे साल गुदस्ताचे रुपये मात्र राहिले आहेत. आम्ही सावोत्रीयाचे रुपये दिल्हे नाहीत अगर त्याणीही मागितले नाहीत येसे वर्तमान आहे; येवीसी राजश्री पंतासही इतर लिहिले आहे. विशेष काय लिहिणे, लोभ असो दीजे, हे विनंती.'

एक प्रशासक म्हणून लोकांच्याच तक्रारी किंवा गाऱ्हाणी आप्पांकडे येत असत असे नाही, तर काहीवेळेस आप्पा स्वतःही लढाईच्या संदर्भात ते कोठे आहेत, कोणाशी

भेटी झाल्या वगैरे तपशील सांगणारी पत्रे स्वतःही इतरांना लिहीत असत. वासुदेव जोशी यांना त्यांनी लिहिलेले एक अप्रकाशित पत्र पेशवे दप्तरात असून, त्यात आप्पा वासुदेव जोशी यांना लिहितात, 'वीराजीस राजश्री वासुदेव जोसी गोसावी यासी पोत्य चीमणाजी बलाल नमस्कार. विनंती उपरी येथील कुशल जाणुनी स्वकीये लिहिणे. विशेष काल बुधवारी लोहगावास आलो. रात्री नाना भेटीस आले. आज नाना समागमे फौज रामचंद्रही देऊन रवाना केले. आज पीरगुटापुढे कोसावर राहतील उद्या घाटमाथा येतील परवा पालिजवळ येतील. तुम्ही ज्या उद्योगास गेला तो विचार मनास आणलाच असेल. रोजचे रोज वृत्त लिहीत जावे. कुलाबा साबुत असला आणी हिराकोटचे मात्र गेला असला तर आपली फौज पावल्यावर ते जागा सोडून जातीलच येसे आहे. कदाचित कुलाब्यास दगा जाला असला तर वह .... स्थले संभाजीचे हाती न जाता लाग तसे करावे लागेल. हिराकोट हाती चढला नसला म्हणजे पीटून काढून मानाजीवर उपकार होईलच त्यापासून जी आपली कार्ये करून घ्यावयाची ती घ्यावी लागेल, तोही आपला विचार न आहे, येसे नाही.'

पिलाजी जाधवाचे असे पत्र अशी आप्पांकडे तक्रार करून काही मागणी केली आहे. पिलाजी लिहितो, 'विशेष आम्ही लश्करासह अजम तुरुकतानखान याजस गेला आहे. चौथाई सरदेशमुख बाकी वीसी रोखा पाठविला होता. कुणबीयानी उत्तर दिल्हे की, जवळुन वसुल वाघोजीने घेतला आहे. आपण सेत आहे त्या कुमा खेरीज आपल्यास जाब करवत नाही या नीमीत्य आम्ही येऊन तीही गावच्या याल .... काही जालीलासी आहेत तरी राजश्री स्वामीस विनंती .... आज्ञा दिल्ही पाहिजे. हुजूर लोक सीकारीस बहुतच आहेत परंतु आम्हास स्वारीमध्ये संतत रावदे येखाद्या कार्यास येतात या करिता याचे नीरोपाची फारसी रदबदली करुन आज्ञा देऊन आम्हाकडे सत्वर येऊन पोहतच ते गोस्टी केली पाहिजे राजश्री स्वामीस वीनंतीपत्र येणेसी लिहीले आहे आपले विचारे जाहले तर प्रवीस्ट केले पाहिजे. कृपा केली पाहिजे, हे विनंती.'

गोविंद अनंत आप्पांना काही एक माहिती देता देताच काही एक तक्रार करतो. नानासाहेबांचीही विचारपूस एका पत्रात करताना आढळतो, तसेच तो लिहितो, 'श्रीमंत राजश्री आपास्वामी .... सेवेसी गोविंद अनंत सीरसास्टांग नमस्कार, विनंती येथील विचारगत आपण पत्र पाठविले होते तेथे आज्ञा होती की .... अमल्दार येई .... ह्याजवरून आपण खबरदार होऊन येत होता त्यास स्वामींच्या लिहिल्यावरून चार दिवस राहिलो. त्यास ४ स्वार तलाश्रीवर होते तेथून वजीर प्रधान याजपासून निरोप घेऊन आलो तेच दिवशी जागा-जागा जकातीवर सापई कारकून होते त्यास बोलावून स्वार हवे त्यास तेच दिवसी विठ्ठलपंतांनी आम्हावर वरात रु. ५० (पन्नासा)ची करून पंचवीस माणूस आणावयासी पाठविले आहे. तुम्हीही आपले चालीस पन्नास माणूस

देऊन आम्हाजवळी पाठविणे. पंतप्रधान कोकणामध्ये आले किंवा मागे गेले, हे लिहिले पाहिजे. चिरंजीवांचे वर्तमान लिहिले पाहिजे; तीर्थरूप नाना घरीच आहेत किंवा राजश्री प्रधानपंतांकडे गेले, हे लिहिले पाहिजे.'

दादाभाई व काडसजीभाई यांना आपल्या नौकरीत घ्यावे. ते उभयता आपल्या हिताची माणसे आहेत हे सांगताना चिमणाजी भीमरावआप्पांना लिहितो, 'रा. दादाभाई व काडसजीभाई यांचे वृत्त पहिलेच स्वामीस निवेदन केले आहे. त्याजवरी कृपा करून त्यास बोलावून त्याची स्थापना करावी. ते कार्याचे माणूस आहेत. सेवा उत्तम प्रकारे करवून दाखवितील. स्वामी समर्थ आहेत. कृपा केली पाहिजे, ही विनंती.'

बाजीराव साहेब उत्तरेत गेले तेव्हा चिमाजीआप्पांनी नारो दामोदरास बाजीरावसाहेब आल्यावर तुमचे काम करू, असे सांगितले होते. त्याची आठवण करून देणारे एक पत्र चिमणाजी शिवदेवने आप्पांनाच लिहिले. त्यात तो लिहितो, 'पूर्वी नारो दामोदर स्वामींकडे पाठविले होते. त्यासी स्वामींनी आज्ञा केली की, जे श्रीमंत राजश्री पंतप्रधान आलीयावर कार्य सीधी करून साकल्य वृत्त समाजीपंत निवेदन करीतील. मकारपूर्वक स्थलाचे ग्रहस्थास स्वामीपासी घेऊन यावेतो तेथे आले आहेत. यासाठी २ दिवस गुंत जाहला आहे आणि स्वामीचेही जाणे कोकणात जाले राजकारण ठीक आहे. चिंता आहे येसे नाही, सेवेसी श्रुत होय हे विज्ञापना.'

एखाद्या गावचा आपण करवसूल घेत असू तर त्याचा काही भाग पेशव्यांकडे भरून, काही भाग आपणाकडे ठेवून, त्यातून स्वतःचे खर्च भागवावेत, तसेच गावच्या लोकांना आपला उपसर्ग लागणार नाही याची खबरदारी संबंधितांनी घेतली पाहिजे यावर चिमाजीआप्पांचा कटाक्ष होता. यासंबंधात त्यांनी मानाजी जाधव यास लिहिलेले पत्र याची साक्ष म्हणता येईल. चिमाजीआप्पा मानाजी जाधवास लिहितात, 'राजश्री मानाजी जाधव गोसावी यास अखंडित लक्ष्मी अलंकृत राजमान्य श्रीमंत चीमणाजी बलाल आसीर्वाद, मौजे वाकोरी ता.राहुरी येथील साला गुदस्ता मुघलाईकडील खंडणी सातसे रुपये घेतले. यामध्ये गाव आम्हाकडे जाहाला आहे, यास्तव दोनसे तीन रुपये पावेतो करवणे, बाकी येवज राहेल त्यामध्ये मजुरा देऊन, बाकी ऐवज वसूल घेऊन, जानती उपसर्ग गावकरी यास न लागे ते गोस्ट करून गावकरी यास कोल देऊन सुखरूप राहात ते गोस्ट करवणे. बहुत काये लिहिणे.'

उत्तरेकडे काही राजकीय गोंधळ झाला, लढाई अथवा लढाया झाल्या व त्याचा तपशील इकडे दक्षिणेकडे सर्वसामान्य लोकांना समजा समजला नाही तर तो जाणून घेण्यासाठी देखील सामान्य माणसं थेट आप्पांशी पत्रव्यवहार करून, नेमका प्रकार जाणून घेण्याचा प्रयत्न करीत असत. त्यासंदर्भात काशीराव शिवदेवचे एक अगदी छोटे पत्र उपलब्ध असून सामान्य लोक चिमाजीआप्पांशी कसा थेट संपर्क साधत, हे स्पष्ट

होते. काशीराव शिवदेव त्या पत्रात लिहितो, 'श्रीमंत राजश्री आपा स्वामींचे सेवेशी सेवक कासीराव सीवदेव सास्टांग नमस्कार. विनती येथील कुशल जाणुन स्वकीये कुशल लेखन करावयासी आज्ञा केली पाहिजे विशेष. सांप्रत वर्तमान येकीले की, उत्तरेकडे युद्धप्रसंग जाला तरी सविस्तर वर्तमान लेवून पाठवावयासी आज्ञा केली पाहिजे. बहुत लिहिणे तरी आपण पदरीचे सेवक असो, सखोल पत्र पाठवुन परामर्ष करणार. स्वामी समर्थ आहेत विशेष काय लिहिणे. कृपा असो दिल्ही पाहिजे, हे विनंती.'

आर्थिक प्रशासनाच्या संदर्भात तर अनेक लोक चिमाजीआप्पांशीच पत्रव्यवहार करीत असत. असेच एक पत्र पुण्याच्या शासकीय पुराभिलेखागारात असून, त्यात कृष्णाजी अनंत चिमाजीआप्पांना लिहितो, 'साहेबजादे यांनी येकदा भावन हजाराची हुंडी हुंडणावळी सीवाये दुसरेंदा पंचेवीस हजार रुपये याची हुंडणावळी सिवाये राजेश्री कृष्णाजी नाईकाचे दुकानी रा. भीकंभट गुमास्ते मजकूर याजकडून करून आपले नावे पत्र व राजेश्रीचे नावे पत्र लिहून पाठविली ते पावले असतील.'

पेशवाईमध्ये कर्जबाजारीपणा हा प्रशासनाचा एक अविभाज्य भाग होता; असेच एक कर्जबाजारीपणाच्या संदर्भातील माहाराजी आबाजी याने चिमाजीआप्पांना लिहिलेले पेशवे दप्तरात दाखल असून, त्रिंबक हरी यांनी त्यांचा सुपे प्रांताचा कारभार चालविण्यासाठी वेळप्रसंगी कर्जे काढली व ती त्यांच्याकडून न फिटल्याने कर्जदार यांच्याकडे येऊन त्यांना सतावीत आहेत, तरी स्वामींनी म्हणजे चिमाजीआप्पांनी या प्रसंगी त्यांचे रक्षण करावे अशी विनंती त्या पत्रात करण्यात आली आहे. असेच आणखी एक पत्र पेशवे दप्तरात असून चिमाजीआप्पांनी कृष्णाजी येवले याला बालाजी महादेव याच्या घेतलेल्या पैशांबाबत त्यास देऊन टाकण्याविषयी ताकीद दिली होती. त्याविषयी तो त्यांना (चिमाजीआप्पांना) लिहितो की, 'त्यांच्याकडून पैसे घेतले होते पैकी पाऊणशे रुपये बाकी राहिली आहे. मात्र, त्यापेक्षा जास्त काही राहिलेले नाही.'

चिमाजीआप्पा प्रशासक म्हणून काही पत्रे सरदारांना ताकीद देण्यासाठी कशी लिहीत, त्याचा एक नमुना पाहण्यासारखा आहे. कृष्णाजी कदम यास १७३१ मध्ये लिहिलेल्या एका पत्रात ते त्याला लिहितात, 'राजश्री कृष्णाजी कदम गोसावी यास, अखंडित लक्ष्मी आलंकृत राजमान्य श्री चीमणाजी बलाल आसीर्वाद विशेष तीर्थरूपांचे पत्री लिहिले आहे त्याप्रमाणे खबरदार राहोन वर्तणुक करणे. येकमेकीयांचे परामर्षवीसी लिहिले तरी ते करविते चिंता तुम्ही न करणे. वसुलाविसी लिहिले तरी तुमचे तुम्हाकडे वसूल ठेऊन, तुम्ही आपले वर्तमान लिहिणे जाणीजे.' मोरसटे करंजे याला १७३८ मध्ये चिमाजीआप्पांनी लिहिलेले पत्र पेशवे दप्तरात असून कागदपत्रांच्या बाबतीत ते कसे आणि किती दक्ष होते यावर प्रकाश पडतो. ते लिहितात, 'राजश्री मोरसेट गोसावी यांसी चीमणाजी बलाल आसीर्वाद. तुम्ही पत्र पाठविले, ते पावले; वोझे साता आरीचे नीघाले

म्हणोन लिहिलेले कळले. वोझे भडगावच्या ठाण्यात अगरच्या ठाण्यात ठेवणे. ते ठेवाल त्याच्या तीन यादी करणे, येक तुम्ही आपले बराबर नेणे व येक आम्हाकडे पाठविणे. एक याद देवजी गाडेकर यांचे हवाली करणे.'

आर्थिक आणि राजकीय, प्रशासकीय व्यवस्थेत लक्ष घालणारे चिमाजीआप्पा धार्मिक बाबींमध्येही लक्ष देत असत. हे त्यांच्या १७२८ मध्ये गोविंद कृष्ण मुतालिक यांना अनुष्ठानांसाठी ब्राह्मणांची पुरविलेली यादी, त्यांच्यासाठी ठरविलेली दक्षिणा, इत्यादी संबंधीच्या सूचना केलेल्या आढळतात. पेशवे दप्तराच्या सतराव्या खंडात शाहूमहाराज आणि त्यांचे दुसरे पंतप्रधान पेशवे बाजीराव साहेब यांच्या काळातील राज्यकारभाराविषयीचा पत्रव्यवहार रियासतकारांनी संपादित केला असून, त्यात एकूण १७९ लेखांक असून त्यांपैकी ७३ पत्रे किंवा लेखांक हे स्वतंत्रपणे चिमाजीआप्पांच्या नावे आलेली पत्रे, तक्रारी किंवा काही मागण्या अशा स्वरूपाचे आहेत; तर काही पत्रे ही आप्पांनी काही सरदारांना, सावकारांना, छत्रपती शाहूमहाराजांना किंवा पंतप्रधान बाजीराव साहेब यांना लिहिलेली अशा स्वरूपाची आढळतात. यावरूनही चिमाजीआप्पांचे पेशव्यांच्या दरबारातील प्रशासनातील स्थान किती महत्त्वाचे होते, हे स्पष्ट होते. याशिवाय प्रत्यक्ष पेशवे बाजीराव साहेब यांना पंतप्रधान या नात्याने जी पत्रे लिहिली गेली त्यामध्ये 'तीर्थरूप राजश्री राऊ' तथा 'राजश्री आपास्वामींचे सेवेशी' असाच मायना आहे. यावरूनही १७२०-१७४० या काळातील एकूण प्रशासनावर चिमाजीआप्पांचा एकूण मोठा प्रभाव होता हेच स्पष्ट होते.

७ उपसंहार

१७२०-४० हा बाजीराव पेशव्यांचा जो कर्तृत्वाचा काळ तोच चिमाजीआप्पांच्याही कर्तृत्वाचा काळ होय. त्यांचा जन्म १७०६ किंवा १७०८मध्ये झाला असावा. त्यांची जन्मतारीख व जन्मसाल उपलब्ध नाही. त्यांचे मूळ नाव अंताजी (अनंत). लहानपणी लाडके नाव 'चिमण' पडले. तेच पुढे चिमाजीआप्पा असे रूढ झाले. चिमाजीआप्पांना गुजराती लोक 'चिमणराज' असे म्हणत असत. चिमाजीआप्पा हे आपल्या थोरल्या भावाप्रमाणे म्हणजे पेशवा बाजीरावाप्रमाणे शूर, कर्तृत्वसंपन्न, करारी, मुत्सद्दी आणि रणधुरंधर होते. प्रतापी, साहसी आणि मुत्सद्दी अशा बाळाजी विश्वनाथांचा वारसा त्यांना लाभला होता. त्यांचे बालपण तितकेसे सुखाचे गेले नाही. वडिलांचे मराठी राज्याची घडी बसविण्याचे आटोकाट प्रयत्न चाललेले होते. संघर्ष चालू होते, जीवघेणी संकटे येत होती, दिल्लीश्वरांशी बौद्धिक, मुत्सद्देगिरीची नि प्रसंगी रस्त्यावर, रणांगणावर झुंज घ्यावी लागल्याचा प्रसंग, स्वजनांनी मांडलेला आंधळा विरोध, एका बाजूला दुर्लभ असे अडचणींचे पहाड उभे ठाकलेले, तर दुसऱ्या बाजूला प्रतिकूलतेची भयाण दरी पण आपल्या कर्तृत्वाने, बुद्धिमत्तेने, मुत्सद्देगिरीने बाळाजी विश्वनाथांनी मराठी राज्याची घडी बसविली. स्वराज्याचे साम्राज्य झाले नि पुढे ते शंभर वर्षं टिकले.

हा वडिलांचा पुरुषार्थ की, गगनाला गवसणी घालू पहाणारे प्रयत्न, या दोन भावांसमोरच घडत होते. बाळाजी विश्वनाथ दिल्लीला गेले त्यावेळेस युवा बाजीरावांना सरदारी आणि बाळ चिमाजींना हुजूरची मुतालिकी मिळाली. थोरल्या बाजीरावांना पेशवाईची वस्त्रे मिळाली. त्याच मसूर येथील समारंभात १७ एप्रिल १७२० रोजी चिमाजीआप्पांना 'पंडित' हा किताब आणि सरदारी मिळाली; तसेच दमाजी थोरातांकडील

सरंजाम सरकारने घेतला होता, तोही चिमाजीआप्पांना मिळाला. असा त्याचा अधिकार प्रवास घडत गेला.

लहानपणीच संकटे

छत्रपती शाहूमहाराजांचा पक्ष बळकट करणे, मराठामंडळाची स्थापना आणि मराठी साम्राज्यविस्ताराचे बीजारोपण आदि गोष्टीत बाळाजी विश्वनाथांचा वाटा सिंहाचा आहे. एकप्रकारे मराठी राज्याची त्यांनी स्थिर पायावर पुनर्रचना केली; पण हे सगळे करताना संकटे येतच होती. आलेल्या संकटांपैकी एक मोठे संकट म्हणजे दमाजी थोराताचे, त्याने शाहूमहाराजांविरुद्धच बंडाळी चालविली. हा त्याचा पुंडावा असह्य होऊ लागला. तेव्हा कान्होजी आंग्रेप्रमाणेच दमाजी हा सामोपचाराच्या साहाय्याने स्वराज्यकार्यात येईल, अशी बाळाजी विश्वनाथांची कल्पना होती; पण दमाजी म्हणजे मूर्तिमंत विश्वासघात! बेल-भंडारा उचलून, शपथ घेऊनही त्याने विश्वासघात केलाच. दंगा करून बाळाजी विश्वनाथ मातु:श्री राधाबाई यांच्यासह बाजी, चिमाजी, अंबाजीपंत पुरंदरे यांनाही कैदेत पडण्याचा प्रसंग आला. अर्थात, पुढे बाळाजी विश्वनाथांनी याचा पूर्ण सूड घेतला; पण या प्रसंगाच्या परिणामी चिमाजीआप्पांना लहानपणीच एका अवघड प्रसंगातून जावे लागले व लहानपणीच मराठेशाहीतील, हिंदुस्थानातील अवघड-अवघड राजकारणं समजू लागली. अवघड पेच समजू लागले व त्या पेचातून सुटका कशी करून घ्यायची, हेही समजू लागले.

चिमाजीआप्पांचा पहिला ठळक परिचय होतो तो १७२४ मध्ये. १७२४ पर्यंत चिमाजीआप्पा मुख्यत: दक्षिणेत राहून, ठिकठिकाणी माणसे पाठवून चौथाई, सरदेशमुखीच्या रकमा आणि ऐवज जमा करून मोहिमांसाठी पैसा पुरवीत असे. त्या वेळी त्यांचे वय केवळ १८ वर्षांचे होते. शाहूमहाराजांचा चिमाजीआप्पांवर फार मोठा लोभ होता. चिमाजीआप्पाही तो लोभ कायम टिकवण्यासाठी दक्ष असत; नंतर बाजीरावांनी चिमाजीआप्पांची नियुक्ती माळव्यात मुलूखगिरी करण्यासाठी केली; येथूनच त्यांच्या कर्तबगारीला प्रारंभ झाला.

चिमाजीआप्पा एक कुटुंबकर्ता

चिमाजीआप्पांच्या जन्मदिनांकाविषयी जशी निश्चित माहिती नाही तशीच त्यांच्या विवाहाविषयी निश्चित माहिती नाही. एक मात्र निश्चित की, त्यांचे दोन विवाह झाले. पैकी पहिला विवाह बाळाजी विश्वनाथांना पेशवाई मिळण्यापूर्वीच झाला असावा. हा विवाह विसाजी कृष्ण पेठे यांच्या मुलीशी झाला. आप्पांच्या या पत्नीचे नाव रखमाबाई होते. या रखमाबाईला एक मुलगा झाला तो सदाशिवराव भाऊ होय. मुलाच्या जन्मानंतर (१७३०) रखमाबाई थोड्याच दिवसांत मृत्यू पावल्या. त्यांनतर राजकारणाच्या गडबडीमुळे

त्यांचे दुसरे लग्न बरेच लांबले ते १० ऑक्टोबर १७३१ रोजी नारो भिकाजी थत्ते यांच्या मुलीशी झाले. लग्नानंतर मुलीचे नाव अन्नपूर्णाबाई असे ठेवले. याचा अर्थ चिमाजीआप्पांची दोन लग्ने झाली व या दोनच स्त्रिया त्यांच्या आयुष्यात आल्या; पण ते कायम एकपत्नीव्रती राहिले. दुसरी पत्नी तर नाहीच पण मनोरंजनासाठी एखादी रक्षा किंवा कलानंदासाठी एखादी गायिका किंवा नर्तिका त्यांनी ठेवली होती, असाही कुठे उल्लेख आढळत नाही; म्हणून डॉ. शारदा देशमुख म्हणतात त्याप्रमाणे चिमाजीआप्पा मात्र नाटकशालादिकांच्या भानगडीपासून सर्वथा अलिप्त होते आणि नाटकशाला बाळगणे हा मोठासा नैतिक गुन्हा न समजल्या जाणाऱ्या त्या काळात त्यांनी केवळ एकपत्नीव्रताने राहावे हे भूषणास्पद होय. त्यांना मद्य किंवा भांग अशासारखे एखादं-दुसरे किरकोळ व्यसन असल्याचेही कोठे नमूद नाही. थोडक्यात, ते एक कर्मठ माणूस होते. चिमाजीआप्पा स्वत: धार्मिक प्रवृत्तीचे होते. ब्रह्मेंद्रस्वामींचे ते भक्त होते. ब्राह्मणभोजने, सदावर्ते, दाने, तीर्थस्थाने इ.मध्ये त्यांनी बराच वेळ घालविला. अर्थात, तत्कालीन जनरीतीप्रमाणे आणि जातिविशिष्ट आचारानुसार तेही त्यात गुरफटले जात असत; पण त्यापायी त्यांनी आपल्या कर्तव्याकडे कधीच दुर्लक्ष केले नाही.

बाजीरावांची मुले तर बहुधा चिमाजीआप्पांजवळच असत. नानासाहेबास लहानपणाचे शिक्षण चिमाजीआप्पांकडून मिळाले. कित्येक स्वाऱ्यांमध्ये ते चिमाजीआप्पांबरोबर हजर असत. राज्यकारभारात पुढे हे स्पष्ट दिसते. कुटुंबातील लग्नकार्ये, घरातील संघर्ष, आप्तसोयऱ्यांचा परामर्श, तीर्थयात्रा, दानधर्म इत्यादी कुटुंबातील बाबींकडे चिमाजीआप्पाच एक कर्ता पुरुष म्हणून पाहात असत. कुटुंबातील मंडळींचे बरेवाईट व्यवहार चिमाजीआप्पाच पार पाडत असत. जरूर तेव्हाच बाजीरावांना विचारीत असत.

आई राधाबाईंवर विशेष प्रेम होते. तसेच बाजीरावांची पत्नी, त्यांची मोठी भावजय काशीबाई यांच्याबद्दल त्याच्या मनात आदराची व प्रेमाची भावना होती. तसेच काशीबाईंना त्यांचा आधार वाटत असे. राधाबाई काशीयात्रेस निघाल्या असता चिमाजीआप्पा पायी चालून तिच्या पालखीस खांदा देण्याचे विसरून गेले; याबद्दल त्यांना फार वाईट वाटले व त्याबद्दल त्यांनी मोठ्या हळुवार चित्ताने प्रांजळपणे 'आपली चूक झाली' असे मातोश्रींस कळवून आपणास क्षमा करण्याबद्दल लिहिले आहे.

काशीबाईंना चिमाजीआप्पांचा आधार वाटायचा. मन मोकळं करून त्या चिमाजीआप्पांशी बोलायच्या. त्यांचा सल्ला घ्यायच्या. काही अडचण असेल तर चिमाजीआप्पांना सांगून उपाय करायला सांगायच्या. चिमाजीआप्पा राधाबाईंइतकाच मान काशीबाईंना देत असत. चिमाजीआप्पा काशीबाईंना वहिनीसाहेब असे संबोधित होते. बाजीरावांचा बराचसा काळ रणांगणावरच जात असल्याने राधाबाई आणि काशीबाई चिमाजीआप्पांच्या मदतीनेच घरातील कार्य पार पाडायच्या.

राघोबाची मुंज व सदाशिवचे लग्न निश्चित केले. त्याविषयीचे पत्र राधाबाईंनी चिमाजीआप्पांना लिहिले, तर चिमाजीआप्पांनी उत्तरादाखल लिहिले, मंगल कार्याची घाई करू नये. शाहूमहाराज त्याचवेळी जेजुरीला येत असल्याने त्यांचेकडे लक्ष पुरवावे लागेल. याचाच अर्थ चिमाजीआप्पांना ज्याप्रमाणे पेशव्यांच्या खाजगीचे व्यवहार उरकावे लागत; त्याचप्रमाणे छत्रपतींच्या खाजगीकडेही लक्ष द्यावे लागत असे. छत्रपती शाहूमहाराजांप्रमाणेच कोल्हापूरकरही कधी आपल्या खाजगीकडील कामे चिमाजीआप्पांना सांगत आणि चिमाजीआप्पाही ती बिनबोभाटपणे करीत असावेत. संभाजीमहाराजांनी सिंहगडावर छत्रपती राजाराममहाराजांच्या समाधीवर १७३२ मध्ये छत्री बांधली. त्यावर वृंदावन करून घेण्यासाठी ते चिमाजीआप्पांना लिहितात.

चिमाजीआप्पा नानासाहेबांना मोहिमांवर नेत. राजकारणात आपल्याबरोबर ठेवून कारभार समजावून देत. चिमाजीआप्पांचे हे वागणे काशीबाईंना दिसत होते, समजत होते म्हणूनच चिमाजीआप्पांचा त्यांना आधार वाटत असे.

एकदा नानासाहेबांचे पत्र काशीबाईंना आले. काशीबाईंच्या अगोदर ते पत्र चिमाजीआप्पांनी वाचले; पण त्यात त्यांना काहीही गैर वाटले नाही. उलट, त्यांनी नानास लिहिले, 'तुमचे पत्र आले ते आम्हांस न कळता राजश्री आप्पास कळले. त्यांनी वाचून पाहिले. त्यावरून बहुतसे कौतुक करून बाजी भिवरावास पत्र लिहिले आहे. त्यावरून वर्तमान कळेल.' यावरून काशीबाईंच्या मनात चिमाजीआप्पांच्याबद्दल विश्वास आणि आदरच होता हे स्पष्ट होते.

घरामध्ये काही चांगले-वाईट घडले तर त्याची बातमी मातोश्री राधाबाई चिमाजीआप्पांनाच प्रथम देत असत. उदा. काशीबाईला मुलगा झाला तेव्हा राधाबाई चिमाजीआप्पांना लिहितात, 'चि. सौ. काशीबाई फाल्गुण बहुल द्वादशीसह त्रायोदशी मंदवासर संध्याकाळच्या सात घटिका दिवस उरला त्यासमयी प्रसुत झाली, पुत्र झाला.' तर वसई विजयानंतर काशीबाईंनी चिमाजीआप्पांना अभिनंदनाचे पत्र लिहिले. त्यात त्या लिहितात, 'वसई फत्ते केलियाचे वर्तमान लिहिले त्यावरून बहुत संतोष वाटला. आपण यशस्वी जाहले, ये थोर गोष्टी जाहली.'

बाजीरावांच्या निधनाने चिमाजीआप्पांना अतीव दुःख झाले. घरादाराची हानी झाली. कुणी कुणाला सांभाळायचे, हा प्रश्न होता; पण आई राधाबाई, वहिनी काशीबाई व पुतण्या नानासाठी चिमाजीने आपले दुःख आवरले. अशा प्रकारे त्यांनी पेशव्यांचा संसार सावरण्यासाठी सतत दक्षता घेतली.

चिमाजीआप्पा - एक योद्धा

चिमाजीआप्पांची प्रकृती बाजीरावांप्रमाणे ठणठणीत नव्हती. बऱ्याच वेळा ते दम्याने आजारी असत; पण याच चिमाजीआप्पांनी १७२७-२८ ते १७४० पर्यंत अनेक

लढायांमध्ये भाग घेऊन आपण एक योद्धा म्हणूनही कार्य करू शकतो, हे कृतीने सिद्ध केले. 'पालखेडचे निजामाविरुद्धचे युद्ध' हे बाजीरावांच्या आयुष्यातील पहिले मोठे यश होय. यात वाद असण्याचे कारण नाही. यात बाजीरावांनी मिळवलेले यश, निजामाचा पराभव, मुंगीशेवगावचा तह यांवर पुष्कळ लिहून झाले आहे.

या पालखेडच्या लढाईत चिमाजीआप्पांनी काय पराक्रम केला, हे आपणापुढे नाही, असे चिमाजीआप्पांचे पहिले चरित्रकार कृ.वा. पुरंदरे म्हणतात. वस्तुत: चिमाजीआप्पा या लढाईत हजर होते व सीमेवरील स्थळांचे बंदोबस्त त्यांनी केले होते, असे दिसते; कारण बाजीराव चिमाजीआप्पांना संगमनेर व सिन्नर परगण्यात सरदेशमुखी व जकातीचा अंमल बसवून देण्याबद्दल लिहितात. १७२८ च्या सप्टेंबरच्या सुमारास मनमाडजवळ कवनईचा किल्ला सर केला असा उल्लेख आहे. जवळच्या अंकाई किल्ल्याबद्दलच्या कटकटी चालू होत्या त्या दूर करण्याचाही चिमाजीआप्पांनी प्रयत्न केला. यानंतर चिमाजीआप्पा पुण्याकडे न वळता उत्तरेतच गेले. १७२८ ते १७३२ या काळात त्यांनी अनेक महत्त्वाच्या मोहिमा अंगावर घेऊन पार पाडल्या. १७२८च्या नोव्हेंबरात त्याने माळव्यावर स्वारी करून त्याचा सुभेदार गिरीधरबहाद्दर याचा धारनजीक अमझरा येथे पाडाव केला. गिरीधर या लढाईत मृत्यू पावला. असे म्हणतात की, 'गिरीधरचा चुलत भाऊ दयाबहाद्दरही या लढाईत कामास आला.' कित्येकांचे म्हणणे असे होते की, मुख्य लढाईनंतर राजपुतांची फौज अमझऱ्याकडून पूर्वेस धारकडे चालली असता दोन-तीन आठवड्यांनी दुसरी लढाई झाली. त्यात दयाबहाद्दर मृत्यू पावला.

डॉ. रघुवीर सिंग व श्री. कृ. वा. पुरंदरे यांच्या मते दुसरी लढाई झाली नाही. रियासतकारांच्या मते दोन लढाया झाल्या. वरील सर्वच इतिहासकारांचा मुख्य आधार आहे, पेशवे दफ्तरमधील खंड १३ मधील पत्रांचा. ती पत्रे वाचून खरे म्हटले तर निर्णायक मत बनवता येत नाही. तथापि, बाजीरावांच्या उत्तरेकडील मोहिमेत माळव्यात पाय रोवून बसण्याची महत्त्वाची कामगिरी चिमाजीआप्पांनी केली. यामुळे दिल्लीचा बादशहा व निजाम यांच्यातील सलग दळणवळण तुटले, हे महत्त्वाचे!

अडचणीत असलेल्या सरबुलंदखानास आणखी अडचणीत गाठून गुजरात प्रांताची चौथाई कायम करून घेण्याकरिता १७३१ च्या फेब्रुवारीत चिमाजीआप्पा माळव्यातून उदाजी पवारांसह गुजरातेत आले. एकामागून एक प्रदेश लुटीत व खंडण्या घेत, चिमाजीआप्पांनी मार्च १७३० मध्ये पेटलादेतून खंडणी घेऊन घोलका शहर लुटले आणि सरबुलंदखानापासून चौथाईची मागणी केली. डभईच्या लढाईमध्ये चिमाजीआप्पा आपणास रणांगणावर दिसत नाहीत. मात्र, गुजरातमधील त्यांचे मुकासे शाहूमहाराजांनी काढून दाभाड्यांना निम्मे दिले. तिथे त्या लढाईचे मूळ असल्याने त्यांनी बाजीरावांना त्या स्वारीत कळत-नकळत साथ केली.

चिमाजीआप्पांकडील निम्मे मुकासे मिळाल्याने दाभाड्यांकडील जोर वाढत चालला. अशा परिस्थितीत प्रसंग हातघाईवर आल्यास तोंड देण्याची तयारी असावी, हा विचार करून १७३० च्या दसऱ्यानंतर बाजीराव-चिमाजी बाहेर पडले. चिमाजी पिलाजी जाधवास घेऊन खानदेशात निजामांच्या हालचालींवर नजर ठेवीत राहिले. चिमाजीआप्पांना जेव्हा कळले की, निजाम नर्मदेकडे जातो तेव्हा कळून चुकले की, हा दाभाड्याच्या मदतीसच जात आहे. तेव्हा निजामाला अडवण्यासाठी चिमाजीआप्पा मोठ्या त्वरेने महीच्या उत्तरेस मेमदाबादपर्यंत पोहचले. तेथे त्यांनी अभयसिंगाबरोबर मैत्री संपादिली. राजपुतांची फौज व तोफखाने यांची मदत मिळविली. तेव्हापासून दोघे भाऊ एकत्रच होते.

आप्पांनी स्वतंत्रपणे अंगावर घेतलेली पुढची तिसरी स्वारी म्हणजे ग्वाल्हेरची स्वारी होय. त्या स्वारीसाठी ते ऑक्टोबर १७३२ मध्ये निघाले व जून १७३३ मध्ये परतले. ही स्वारी मागील दोन स्वाऱ्यांमुळे गुजरात व माळव्यात जे उद्योग झाले त्याची प्रतिक्रिया सुरू झाल्यामुळे जन्मास आली. डभईच्या मोहिमेत त्र्यंबकराव मारला गेला. यापेक्षा जास्त फायदा झाला नाही. सेनापती व त्यांचे दुय्यम सरदार बांडे, गायकवाड यांनी पेशव्यांकडे गेलेला प्रदेश सोडविला व ते पूर्ववत तेथे कारभार ठासून चालवू लागले. उत्तरेच्या स्वारीला ज्यांना जावयाचे त्यांच्या ताब्यात गुजरातेतील तीन प्रदेश असल्यावाचून गत्यंतर नव्हते. तेथे पुनश्च गुजरातेतील आपले दुरावलेले हितसंबंध प्रस्थापित करणे पेशव्यांना आवश्यक वाटू लागले त्यातून आप्पांनी ही स्वारी हाती घेतली.

खानदेशात गेल्यावर आप्पांनी आपल्या फौजेचे दोन विभाग केले. मल्हारराव होळकर व राणोजी शिंदे यांनी गुजरातेतील कामगिरी करून माळव्यात उतरावे व खुद्द आप्पांनी नेमाड्यातून माळव्यात यावे, अशी ही योजना होती. नेहमीच्या रिवाजाप्रमाणे जाताना वाटेत काही तक्रारी दूर करावयाच्या होत्या. त्याप्रमाणे त्याने काही काम केले मात्र आप्पाने मानाजी जाधवाच्या परगण्यात धुमाकूळ घातल्याने त्याने रागाने परगणे सोडून छत्रपतींकडे चिमाजीआप्पांविरुद्ध तक्रार केली.

या तिसऱ्या स्वारीच्या वेळेस शिंदे-होळकरांना अडथळा न होता आपले कार्य साधता आले. पावागड, चंपानेर ही स्थळे शिंदे-होळकरांनी ताब्यात आणली. वास्तविक ही स्थळे आप्पांनी मागच्या स्वारीत (गुजरातच्या) स्वत:च्या ताब्यात आणली होती. तरीही शिंदे-होळकर आता ही स्थळे आपल्या ताब्यात घेत आहेत याचा अर्थ ही स्थळे दरम्यानच्या काळात आप्पांच्या हातून सुटली होती, असाच होतो.

उत्तरेकडे आणखी एका प्रकरणात चिमाजीआप्पा आपणांस प्रत्यक्ष योद्धे म्हणून दिसतात, ते म्हणजे बुंदेलखंडातील महंमदखान बंगश बरोबरच्या लढाईत!

महंमदखान बंगशाने बुंदेलखंडाच्या छत्रसालावर हल्ला केला. तेव्हा त्याने बाजीरावांना

मदतीची विनंती केली. त्या विनंतीस मान देऊन बाजीरावांनी त्याला मदत केली. त्या बदल्यात छत्रसालाने त्याच्या उत्पन्नाचा तिसरा हिस्सा बाजीरावांना देण्याचे मान्य केले. परंतु, प्रत्यक्षात तिसरा हिस्सा देण्यास टाळाटाळ केली. तेव्हा त्याच्यानंतर निदान त्याच्या मुलांकडून तरी तो हिस्सा आपण पदरात पाडून घेतला पाहिजे; यासाठी चिमाजीआप्पांनी ससैन्य बुंदेलखंडात १७३२ मध्ये प्रवेश केला व सव्वा दोन लाखांचा प्रदेश व राजगडचा किल्ला मिळविला. अशा प्रकारे चिमाजीआप्पांनी उत्तरेकडे माळवा, बुंदेलखंड आणि गुजरातमध्ये प्रत्यक्ष लढायांमध्ये भाग घेऊन आपण एक योद्धे आहोत हे सिद्ध केले.

बुंदेलखंडाच्या प्रकरणात त्यांनी जी कामगिरी केली ती युद्धापेक्षा चतुराईने यशस्वी करून दाखविली, हे खरे! बाजीरावांनी भोपाळवर जो निजामाचा कोंडमारा केला त्यातही चिमाजीआप्पांनी नासिरजंगाचा उच्छेद केला; म्हणूनच भोपाळच्या संग्रामातील यशाचा मोठा वाटा चिमाजीआप्पांना दिला पाहिजे. उत्तरेच्या मार्गावर तापी नदीच्या काठावर चिमाजीआप्पा बंदोबस्ताने ठासून बसले. औरंगाबादच्या फौजेस त्यांनी अडकवून ठेवले. रघुजी व दाभाडे यांच्या हालचालींवर लक्ष ठेवून बाजीरावांचा शक्य तितका पाठपुरावा केला; म्हणूनच बाजीरावांनी निजामास जेरीस आणले. उत्तरेप्रमाणे दक्षिणेतही चिमाजीआप्पांनी आपले युद्धनेतृत्व सिद्ध केले. एप्रिल १७३२ मध्ये चिमाजीआप्पा कोकणात उतरले. या वेळी संभाजी व मानाजी या उभयता आंग्रेबंधूंमधील कलहाचा फायदा घेऊन जंजिऱ्याचा सिद्दीसात याने रेवसवर हल्ला केला. या वेळी तिथे असलेला मानाजी आंग्रे संकटात सापडला. हे पाहून चिमाजीआप्पांनी तेथे धाव घेतली व सिद्दीसातचा पूर्ण बीमोड केला. येथे त्यांच्या कामगिरीचा दुसरा कालखंड समाप्त होतो.

येथून पुढे त्यांच्या मोहिमा कोकणात मुख्यत: पोर्तुगिजांविरुद्ध झालेल्या आहेत. मात्र, १७३३-३६ या काळात झालेल्या मोहिमांचा उल्लेख मिळत नाही; या दरम्यान, त्यांना अंतर्गत कलहाचे एक प्रकरण मिटवावे लागले; ते म्हणजे, इचलकरंजीच्या घोरपड्यांचे प्रकरण. कोल्हापूरकर छत्रपती संभाजी व इचलकरंजीकर व्यंकटराव घोरपडे यांच्यात बेबनाव होऊन प्रकरण वर्दळीवर आले. उभय पक्ष लढून आले. त्यात पेशव्यांचा सरदार रामचंद्र हरी पटवर्धन घोरपड्यास मदत करीत होता. वास्तविक त्यावेळेस कोल्हापूरकर आणि सातारकर छत्रपती यांच्यात सख्य असता पेशव्यांचा सरदार छत्रपती संभाजीविरुद्ध असणाऱ्यास मदत करीत आहे, ही गोष्ट छत्रपती शाहूमहाराजांना आवडली नाही व त्यांनी रामचंद्र हरिस परत बोलावून घेण्याकरिता आप्पांच्या मागे लकडा लावला.

साताऱ्यास छत्रपती शाहूजवळ असलेला पिलाजी जाधव लिहितो, 'रामचंद्र हरि यास फौजेसह वर्तमान इचलकरंजीचे मदतीस पाठविले, यास्तव राजश्री स्वामी बहुत समतोल आहेत... मारनिलेस बोलावयाचा विचार केला पाहिजे.'

दुसऱ्या एका समकालीन कागदातील उल्लेख असा (१४-१५ मार्च १७३६)

दादोबा व शेखमिरा राजश्री आपास बोलाअु पाठविले. सबब की, संभाजी राजियाचा व घोरपडियाचा बिघाड जाला. पेसवियांनी मेहुणा व्यंकटराव घोरपडे याजनिमित्ये त्याच्या आणियाची कुमक केली. यामुळे संभाजीराजे यानी राजश्री स्वामीस लिहिले की, 'तुमच्या राज्यातून कुमक होऊ लागली. याउपरी आम्ही मुघलांपाशी तऱ्ही मुमक मागावी.' त्याजवरून राजश्रींनी विचार केला की, सरकारकडून पाठवून संभाजी राजियास भेटीस आणावे. समाधान करावे. यानिमित्ये आपास बोलाविले जाणार. आपा चाखेस गेले. ते दिवशी बाळाजी बाजीराअु व माहादजी अंबाजी यैसे सातारियास पाठविले.

या वेळी पेशवे उत्तरेच्या स्वारीत गुंतले होते व आप्पा पुण्याला होते. छत्रपतींकडून आज्ञा पत्रावर आज्ञा पत्र आल्यावर शके १६५८ च्या चैत्रात आप्पा साताऱ्याला गेले. आप्पांनी साताऱ्यास गेल्यावर पिलाजीची गोवळकोटास रवानगी केली. आपला पुतण्या बाळाजी बाजीराव उर्फ नानासाहेब यांना छत्रपती संभाजीस आणण्यासाठी कोल्हापुरात पाठविले. अशा प्रकारे आप्पांनी आपल्याच हाताने व काहीशा वैयक्तिक स्वार्थाने हे नवीन प्रकरण ओढवून घेतले व काही काळ का होईना, ते छत्रपती शाहूमहाराजांच्या मर्जीस अपात्र ठरले.

दरम्यान, सिद्दीसातच्या कोकणावरील स्वारीचे वर्तमान आल्याने त्याचा बंदोबस्त करण्यासाठी शाहूमहाराजांनी चिमाजीआप्पांना मुद्दाम कोकणात पाठविले. चिमाजीआप्पा कोकणात गेले. त्यांनी पराक्रमाची शर्थ करून चरईनजीक सिद्दीसातला ठार मारले. छत्रपती शाहू, ब्रह्मेंद्रस्वामी, फत्तेसिंह भोसले, जिवाजी, खंडेराव चिटणीस या सर्वांनी चिमाजीआप्पांचे अभिनंदन केले.

अशा स्तुतीसुमनांचा वर्षाव होत असता आप्पा मात्र अत्यंत नम्रपणे ब्रह्मेंद्रस्वामीस लिहितात, 'शामलाचे यशाचा अर्थ स्वामींनी लिहिला. यश आम्ही स्वामींचे आज्ञांकित. यश, हानी सर्व स्वामीसच. आम्हास स्वामींचे चरण निजदैवत आहे. स्वामींनी सुदर्शन शामलावरी प्रेरिले तत्प्रभावे शामल विलयास गेला. यश स्वामींचेच आहे.'

मराठ्यांच्या राज्याभिवृद्धीस व त्यांच्या ताब्यातील प्रजेच्या स्वास्थ्यास नडणारे जे लहानमोठे सत्ताधीश होते त्यात जंजिऱ्याच्या सिद्दीची गणना होते. त्याला इतर अनेकांची मराठ्यांविरुद्ध मदतही मिळत होती. त्यामुळे सिद्दीला नि:सत्त्व करण्यात यापूर्वी कोणालाच यश आले नाही; पण ही अशक्य गोष्ट चऱ्हाईच्या लढाईत आप्पा व मानाजी आंग्रे यांनी करून दाखविली व मराठ्यांच्या इतिहासात अजरामर कीर्ती संपादन करणाऱ्यांच्या यादीत त्यांनी आपले नाव दाखल केले. खरोखरच शामल येथे संपला, असे म्हणावयास हरकत नाही. याउपर मराठेशाहीच्या वाढीला अडथळे करण्याचे त्यांनी सोडूनच दिले आणि तो निरुपद्रवी सावज होऊन बसला. अशा स्थितीत सिद्दीसातवर मिळविलेल्या अपूर्व यशाबद्दल खुद्द छत्रपतींनी आप्पांची मुक्तकंठाने स्तुती

करणे स्वाभाविकच होते. थोडक्यात, सिद्दीसातवर आप्पांनी मिळविलेला विजय म्हणजे त्याच्या व मराठ्यांच्या इतिहासाच्या दृष्टीने विचार करता 'सुवर्णक्षणच' होता. पेशवे घराण्याचा लौकिकही त्यामुळे वाढीस लागला. यात मराठा सैनिकांचे अपूर्व धैर्य दिसून आले. त्याप्रमाणे मराठ्यांच्या सेनापतींची (आप्पांची) करामतही प्रत्ययास आली. अशा रीतीने सिद्दीसातविरुद्धच्या महाराष्ट्राच्या जन्मजात लष्करी बाण्याला उजाळा मिळाला व त्यांच्या शत्रूला त्यांचा धाक वाटू लागला. आपल्या शौर्याची पराकाष्ठा करून धारातीर्थी देह ठेवल्याने सिद्दीसातची गणना पिरात झाली व तो यम देवतेचे अक्षय्यपदी पोहचला; तर पुढील काळात पराक्रमी म्हणून गाजलेला सेनापती विठ्ठल शिवदेव विंचूरकर या वेळी आप्पांबरोबर सामान्य सैनिक असून खासा सिद्दीसात याच्याच हातून मारला गेला.

पश्चिम किनाऱ्यावरील राजकारण व युद्धपद्धती माळवा, गुजरात, बुंदेलखंड या प्रांताच्या परिस्थितीहून अगदी भिन्न व बाजीरावांच्या गनिमीकाव्याला दु:साध्य होती. त्यांच्या एकंदर हयातीत जंजिरा स्वारीचा सहा महिन्यांचा काळ कर्तृत्वाच्या दृष्टीने विफल गेलेला दिसतो. त्यांचे अंत:करण त्या कामात बिलकूल रमले नाही आणि सवड सापडताच त्यांनी त्यातून आपले अंग काढून घेतले. यातच राज्याचे कल्याण झाले. सिद्दी, आंग्रे व पोर्तुगीज यांची भानगडीची प्रकरणे चिमाजीआप्पांनी तडीस नेली, यावरून कोकणची परिस्थिती व दर्यावरील संग्राम हे विषय बाजीरावांपेक्षा चिमाजीआप्पांनाच जास्त साध्य झाले, असेच म्हटले पाहिजे. या अडचणीच्या प्रकरणातून बाजीराव मुक्त झाल्यामुळेच १७३५ पासूनच्या पुढील चार वर्षांत त्यांना उत्तरेकडील व्यवहार झपाट्याने उरकता आले.

जंजिरा व वसई ही दोन मराठ्यांच्या इतिहासातील महत्त्वाची प्रकरणे असून, सिद्दीसातचा वध व वसईचा पाडाव या दोन बनावांनी त्या इतिहासास पराकाष्ठेचा उजाळा प्राप्त झाला. ही गोष्ट सर्व मराठेशाहीच्या अखेरपर्यंत मोठ्या अभिमानाने बोलत. राजकारणाच्या व शाहूमहाराजांच्या ज्या भानगडी अव्यवस्था किंवा वैयक्तिक राग-द्वेष जंजिरा प्रकरणात उद्‌भवले तसले प्रकार वसईच्या बाबतीत निर्माण झाले नाहीत. खुद्द शाहूमहाराजांनी जंजिरा प्रकरणात जे लक्ष घातले, तशी ढवळाढवळ त्यांनी वसईसंदर्भात केली नाही. वसईचा इत्थंभूत कारभार एकहाती चिमाजीआप्पांकडेच होता आणि एखाद्या विशिष्ट बाबतीपलीकडे शाहूमहाराजांचे हुकूम आणण्याची त्यांना आवश्यकता भासली नाही.

'वसईचा विजय' हा चिमाजीआप्पांच्या राजकीय तसेच युद्धप्रसंगातील कळसाध्याय मानला जातो आणि ते बरोबर आहे. या मोहिमेत आप्पांचे शौर्य, धैर्य, चिकाटी तसेच वेळप्रसंगी सैन्यास भावनिक आवाहन करून चेतविण्याची कला तसेच शत्रूपक्षाबद्दल औदार्य हे सर्वच गुण दिसून आले. वसई सर होत नाही, हे दिसताच सरदारांना उद्देशून

आप्पा बोलला की, 'किल्ला हस्तगत होत नाही, याजकरिता मजला तोफेचे तोंडी बांधून, माझे डोके तरी किल्ल्यात पाडावे, नाही तर किल्ला घ्यावा.' प्रत्यक्ष किल्ला हस्तगत झाल्यावर शत्रूपक्षातील एक रूपवान स्त्री त्याच्या सरदारांनी आप्पांकडे आणली तर आप्पांनी तिला साडी-चोळी नेसवून सोडून दिले. चिमाजीआप्पांच्या या सुसंस्कृत वागणुकीबद्दल केवळ मराठी साधनेच बोलतात, असे नाही तर एका पोर्तुगीज बखरीतही अशा प्रकारचा उल्लेख मिळतो. या वसईयुद्धात चिमाजीआप्पांबरोबरच पिलाजी जाधव, कृष्णदेव महादेव चासकर, चिमणाजी भिवराव, रामचंद्र हरि, शंकराजी केशव आणि मुख्य म्हणजे गंगाजी नाईक अणजूरकर यांनीही महत्त्वाची कामगिरी बजाविली. त्याचा परिणामही मराठेशाहीच्यादृष्टीने मोठाच झाला.

या समग्र युद्धात पोर्तुगिजांचा सुमारे पाऊणशे मैल (सुमारे १२५ किमी.) लांबीचा प्रदेश मराठ्यांनी मिळविला. या टापूत ३४० गावे होती. शिवाय आठ शहरे, दोन तटबंदीचे डोंगर आणि वसई व ठाणे ही दोन मोठी ठिकाणे, इतकीच मराठ्यांच्या हाती पडली. पोर्तुगिजांचा पंचवीस लाखांचा दारूगोळा व जहाजे वगैरे सामान, लहानमोठ्या ५९३ तोफा, इतके फुकट जाऊन आणखी २३ लाख रुपये त्यांना लढाईचा खर्च आला. साष्टीच्या दक्षिणेस लागूनच मुंबई बेट असल्यामुळे इंग्रजांचे तर त्यावर सदैव लक्ष असे; या वेळी मराठ्यांच्यापुढे आपले काही चालणार नाही, ही जाणीव असल्यामुळेच इंग्रज गप्प बसले. दोन शतके उत्तर कोकणात बद्धमूल झालेली सत्ता पेशव्यांनी उखडून लावली.

वरील सर्व विवेचनावरून असे स्पष्ट होते की, आप्पा हे एक कुशल लढवय्ये होते, रणांगणावरचे डावपेचपण त्यांना चांगले कळत होते. तथापि, तेथे एक प्रश्न निर्माण होतो की, आप्पांनी या सर्व लढाया कशासाठी केल्या? रियासतकारांच्या म्हणण्यानुसार बाजीराव काय किंवा चिमाजी काय यांनी ज्या ज्या लढाया केल्या त्या पाठीमागे 'हिंदूपदपातशाही'ची स्थापना हा त्यांचा उद्देश होता.

मराठ्यांना माळव्यात अधिष्ठान हवे होते आणि त्यादृष्टीने छत्रपती राजाराममहाराजांच्या काळापासून काही ना काही उद्योग चालले होते. दक्षिणेत बाजीराव-चिमाजीआप्पांच्या उदयाबरोबरच निजामाचे आव्हान उभे राहिले होते. दक्षिणेत जागच्याजागी निजामाला पायबंद घालणे शक्य नव्हते. तेव्हा वरून माळव्यातून दाबून शह देण्यासाठी पेशवे बाजीराव - चिमाजीआप्पांची लष्करी खेळी समजण्यासारखी आहे. दयाबहाद्दरला चिमाजीआप्पांनी बुडविले. त्या संदर्भात सरदेसाई म्हणतात, 'हे दोन बलवान सरदार अकस्मात बुडविल्याने हिंदूपदपातशाहीचा संकल्प चालीस लावावा.' याला मात्र पुरावा नाही. तो कदाचित चालीस लागला असेल पण योजनापूर्वक ठरवून लावावा, असे म्हणण्यास आधार नाही.

पेशवे बाजीराव काय किंवा चिमाजीआप्पा काय अंती हिंदूंच्याच रक्षणासाठी

कटिबद्ध होते; असे म्हणावे तर त्यांच्या नेतृत्वाखाली झालेल्या मोहिमांमध्ये हिंदू प्रजाजनांची जी लुटमार झाली व हिंदूप्रजा त्यामुळे त्रस्त होत होती, तिचा अर्थ काय आणि कसा लावावयाचा? मुसलमान सत्ताधीशांप्रमाणे परकी आणि परधर्मीय पोर्तुगिजांशीही बाजीराव-चिमाजीने संघर्ष केला. तेथेही जुलूम जबरदस्तीच्या तक्रारी होत्या आणि तेथील हिंदू आपल्या धर्मस्वातंत्र्यासाठी मराठ्यांना हाक घालीत होते. १७३९ मध्ये चिमाजीआप्पांनी वसई जिंकली. त्या वेळेपर्यंत मराठ्यांनी खुद्द गोव्यातही पोर्तुगिजांना जेरीस आणले. हा सर्व राजकीय आणि आर्थिक मामला होता. १७३२ मध्ये तहाच्या वाटाघाटीच्या वेळी, बाजीरावांनी 'हिंदूंना देवळे बांधण्याची' परवानगी असावी, असे एक कलम सूचवून नंतर त्याचा आग्रह सोडून दिला होता. पुढे १७३९ मध्ये तहाच्या कलमातूनही धर्मासंबंधीच्या कलमाची वाटाघाट झाली; पण मराठ्यांना पोर्तुगिजांविरुद्ध प्रचंड विजय मिळालेला असतानाही, पोर्तुगिजांनी तहात हिंदूंच्या धर्मस्वातंत्र्याचा अंतर्भाव असू नये अशीही भूमिका घेतली आणि चिमाजीआप्पांनी त्यांचा तो हट्टही पुरा केला. हे सर्व पाहाता चिमाजीआप्पांच्या अनेक लढायांमागे हिंदूंचे धर्मरक्षण हे एकच ध्येय्य होते, असे म्हणता येत नाही.

आधुनिक इतिहासकार डॉ. दिघे, सदाशिव आठवले, डॉ. अ.रा. कुलकर्णी, डॉ. वसंत कदम यांनी मराठ्यांच्या या वेगवेगळ्या लढायांमध्ये मुख्यत: राजकीय व आर्थिक प्रेरणा होती, असे स्पष्ट केले आहे आणि ते बऱ्याचअंशी बरोबर आहे; पण याचा अर्थ असा नव्हे की, पेशवे बाजीराव-चिमाजीआप्पांच्या त्या लढायांचा उपयोगच झाला नाही. राजकारण, अर्थकारण साधले गेलेच पण काहीअंशी तरी हिंदुधर्मरक्षण झाले, हेही तितकेच खरे!

पेशवे बाजीरावांच्या काळात काय किंवा अगदी शिवाजीमहाराजांपासून मराठी सत्तेच्या अखेरच्या दिवसांपर्यंत काय, मराठ्यांच्या इतिहासात फक्त मोहिमांमागून मोहिमाच आहेत; असे असले तरी, त्यामुळे मराठ्यांनी काही इतिहास घडविलाच नाही, असे म्हणता येणार नाही. अशीही कधी काळाची गरज निर्माण होते की, जेव्हा फक्त लढायाच करणे प्राप्त असते. त्यातून काही भरीव अशी नवनिर्मिती पुढे होऊ शकते किंवा तशी झाली नाही तरी संभाव्य असे एखादे संकट परतवलेले असते, हे तरी निश्चित!

छत्रपती शाहूमहाराज आणि पेशवे बाळाजी विश्वनाथ यांच्या निर्धाराने मराठी सत्तेची उभारणी बरीचशी व्यवस्थित अशी झाली होती. त्या पेशव्यांनी पूर्णपणे नाही तरी बऱ्याच यशस्वीपणे मराठ्यांना संघटित करून, रणांगणावर आणून उत्तरेची दिशा दाखविली होती. तथापि, त्या दिशेने हिमतीने आणि वेगाने पुढे जाणे आवश्यक होते आणि तसेच इतर दिशांनाही हात-पाय पसरणे भाग होते, क्रमप्राप्त अशी ही कामगिरी बाजीरावांच्या अंगावर येऊन पडली; आणि दोन दशके (१७२०-१७४०) ती त्यांनी समर्थपणे पार

पाडली. ती पार पाडण्यात त्यांना चिमाजीआप्पांची संपूर्ण साथ मिळाली.

औरंगजेब हा शेवटचा कर्तबगार मुघल सम्राट. त्याच्यानंतर १७०७ ते १७२० या काळात मुघलबादशाही ढासळण्याचे चित्र स्पष्ट झाले होते. १७२० मध्ये तख्तावर असलेला महंमदशहा किंवा त्याच्या नावे किंवा त्याला हुसकून आणखी कोणी ती बादशाही पुन्हा समर्थपणे उभी करील असे दिसत नव्हते; पण याचा फायदा उठवायला कित्येक यवन पुढे सरकण्याचा प्रचंड धोका निर्माण झाला होता. शुजायतखान, खानडौरान, महंमदखान बंगश यांच्यासारखा कुणीही एखादा बादशाही उमराव दिल्लीपतीच्या नावाखाली हिंदुस्थानावर धुमाकूळ घालू शकला असता. निजामाने थोड्याश्या प्रमाणात ते करूनही दाखविले; या संधीत मराठे पुढे सरसावले. पेशवे बाजीराव आणि चिमाजीआप्पांच्या नेतृत्वाखाली हिंदुस्थानच्या राजकारणाची सूत्रे त्यांनी सगळी नाही तरी बरीचशी आपल्या हाती घेतली. सत्तेचा मामला पुष्कळसा हिंदूंच्या हाती आला. आता बाजीराव-चिमाजी काय किंवा त्यांचे सरदार काय हे हिंदू सत्ताधीश त्यांच्या-त्यांच्या प्रदेशात काही फार मोठी क्रांती करणार होते असे नाही; पण देशाच्या बऱ्याच मोठ्या प्रदेशात प्रजेचे धार्मिक स्वातंत्र्य अबाधित राहणार होते. हिंदूची मंदिरे, शिल्पे, पोथ्या सगळे सुरक्षित राहणार होते. अर्थात, गरीब जनतेला युद्धाच्या झळा पोहोचणारच होत्या; पण त्या बाजीराव-चिमाजी काय किंवा निजाम काय त्यांना काही चुकणार नव्हत्या. परत बाजीराव-चिमाजी यांच्याऐवजी कुणी असहिष्णु, धर्मांध, जुलमी मुसलमानांचे हाती भारतीय राजकारण जाते तर येथील बहुसंख्य हिंदूजनतेच्या दृष्टीने ती फार मोठी आपत्ती झाली असती. पेशवे बाजीरावांनी काय किंवा चिमाजीआप्पांनी काय ठरवून, निर्धारपूर्वक आणि ध्येय्यनिष्ठेने हिंदूपदपातशाहीचे काम हाती घेतले, असा दावा करता येणार नाही. परंतु, अगदी वैयक्तिक महत्त्वाकांक्षेनेच बाजीराव-चिमाजी आणि त्यांचे साथीदार लढले असले तरी, एखाद्या नव्या संभाव्य मुसलमानी सत्तेचा प्रसंग टळला, हे तितकेच खरे!

मुत्सद्दी आणि धीरोदात्त चिमाजीआप्पा

चिमाजीआप्पा लढवय्ये कसे होते व रणांगणावर त्यांनी कसा पराक्रम गाजविला, हे आपण पाहिले. त्याचप्रमाणे त्यांच्या अंगी 'मुत्सद्दीपणा' हा एक राजकारणातल्या माणसाकडे असावा लागतो, असा एक गुण होता. इ.स.१७२५ च्या दरम्यान, कर्नाटकीय कारस्थानास रंग चढला. त्या वेळच्या चिमाजीआप्पांच्या मुत्सद्दीपणाची दिग्दर्शन करणारी एक याद खुद्द त्यांच्याच हातची उपलब्ध आहे.

साखरखेडल्याच्या लढाईनंतर आठ दिवसांनी हा कागद बाजीराव पेशव्यांकडे पोहचला. बाजीराव आणि निजाम यांची भेट होईल, तेव्हा कोणत्या गोष्टी बोलून ठेवाव्यात, याची सूचना बाजीरावांना केलेली आहे. यादीत बरीच कलमे असून, त्यात

कर्नाटकस्वारीसंबंधाने काही महत्त्वाच्या सूचना केलेल्या आढळतात. निजामाने आपल्याबरोबर बाजीरावासच कर्नाटकात फौजेसह पाठवावे, अशी मागणी शाहूकडे करण्याची सूचना आहे. कदाचित, निजाम स्वत: कर्नाटकात न जाता ऐवजखान गेला तरी त्याच्याबरोबर बाजीरावासच मागून घ्यावे, निजाम कर्नाटकात अंमल बसविण्यास जाईल त्या वेळी बाजीरावांनीही बरोबर जाऊन आपापले हक्क मागवावे, म्हणजे पुणे प्रांतासारख्या भानगडी तिकडे उरणार नाहीत, असा सूचनेचा अर्थ दिसतो. बाजीरावांनी उत्तरेकडे वावरावे. दक्षिणेकडे फत्तेसिंग, प्रतिनिधी वगैरे जातील असा शाहूमहाराजांचा कटाक्ष असे. परंतु, निजामाने बाजीरावांची मागणी केली म्हणजे शाहूमहाराजांना ती अमान्य करता येणार नाही, असा हा घाट होता. पेशव्यांची नजर व हुकमत सर्व राज्यांत सारखी चालावी, त्यांचे कार्यक्षेत्र विभागलेले नसावे अशी व्यवस्था घडवून आणण्याची ही खटपट होती, हीच चिमाजीआप्पांची खरी मुत्सद्दैगिरी होती.

पेशवे बाजीरावांच्या मृत्यूनंतर दोन महिन्यांनी चिमाजीआप्पांनी पुण्याहून जयपूर येथील आपला वकील महादेव भट हिंगणे यास लिहिलेले पत्र म्हणजे चिमाजीआप्पा केवढे धीराचे पुरुष व मुत्सद्दी होते व त्यांना मराठ्यांच्या सामर्थ्याविषयी केवढा विश्वास होता, हे स्पष्ट करणारे आहे. चिमाजीआप्पा लिहितात, 'राव होते तेव्हा ते काम करीत होते, करणारे सरदार व इत्यादीक सामादीक व आम्ही आहो तेच आहो, तुह्मास सर्वाविसी कुलीपत आहे. आधी तो आमच्या करभृत्वास ते बरे बाकीफ आहेत. येद्यापी काही गोष्टी त्याच्या चित्तात नयेसी जाहाली तरी तिचा शेहनिशाह करून, त्याच्या प्रत्ययास येईसे करून, ते सार्वभौमाचा निशा करीत ते करणे. सर्वा हिंदूंस महदाश्रयेरावच होते. रायासारिखा सामानपूर सर्व गोष्टीने संपूर्ण दक्षणेसया हिंदुस्थानात दुसरा कोणी नव्हता, असो राव काय घेऊन गेले, रायानी सर्व ठेविले आहे. पहिल्यापासून आम्ही व वरकड रायांच्या पदरी होतो ते आहे. सवाई व राणाजी व अभेसिंग यांचा–आमचा येकविचार असता, जे जे मनावर धरून ते न घडेसे काय आहे. सारांश, राव असता होते तेच हाली आहे. अंतर तिळतुल्य नाही; म्हणावयास अंतर येवढेच आहे की, राव पर्जन्यकाली मालवियात राहून, मनसुबा करीत तोडास गेले होते, ते गोष्टी मागे येऊन तोच मनसुबा दसरा जाहलियावर होणार, इतकेच अंतर आहे. वरकड काही नन्य नाही.'

प्रशासक चिमाजी

मराठी सत्तेच्या दौलतीत अनेक पदनामांनी अनेक व्यक्ती मुलकी आणि लष्करी कारभार पाहात; पण कामाची विभागणी अगदी काटेकोर अशी कधीच नसे. अगदी शिवाजीमहाराजांच्या वेळीसुद्धा पंतप्रधान, सचिव, अमात्य वगैरे अष्टप्रधानांपैकी अधिकारीसुद्धा प्रामुख्याने मुलकी कामकाजासाठी असले तरी वेळप्रसंगी त्यांनी युद्धे करावी, अशी अपेक्षा असे. न्यायाधीश म्हणून नियुक्त झालेले अधिकारी असूनही

निवाड्याची कामे इतर अनेक मुलकी आणि लष्करी नोकरदारावरही सोपविली जात. सखाराम बापू हा मुत्सद्दी कारभारी पण त्याच्यावर लष्करी कारवायांची जबाबदारी टाकण्यात येई. नाना फडणवीस हा प्रथम पदाने केवळ हिशेबांशी संबंधित असला तरी सवाई माधवराव या पेशव्याच्या पालक म्हणून, पुणे दरबारचा कारभारी म्हणून सर्वाधिकारी झाला होता.

१७१८ मध्येच बाजीरावांकडची मुतालकी चिमाजीआप्पांकडे आली आणि तेव्हापासूनच चिमाजीआप्पा साताऱ्यात शाहूमहाराजांच्या दरबारात राहून प्रशासनात लक्ष घालू लागले होते. १७२० ला बाजीराव पेशवे पदावर आरूढ झाल्यानंतर तर तळावरची बैठी कामे बहुधा चिमाजीआप्पाच पार पाडू लागले. लोकांच्यातील आपापसातील तंटे-बखेडे सोडविणे, छत्रपती शाहूमहाराजांच्या दौऱ्याच्या वेळी त्यांची व्यवस्था ठेवणे, एखादा प्रदेश जिंकल्यानंतर तेथे आपला अंमल सुरू करणे, नवीन जिंकलेल्या प्रदेशात एकदम वसुली न करता, कोठे खंडपद्धती तर कोठे मक्त्याची पद्धत सुरू करणे इ. कामे बाजीराव पेशवे चिमाजीआप्पांना सांगत असत. चिमाजीआप्पांच्या प्रशासनाचा विचार करताना आणखी एक गोष्ट जाणवते, ती म्हणजे बाजीरावांकडे येणारी पत्रे, विनंती अर्ज हे त्यांच्या एकट्याचे नावे फारच कमी येत असत. बहुतेक पत्रांमध्ये पेशवे बाजीराव आणि चिमाजीआप्पांना नमस्कार/आशीर्वाद वगैरे असाच मजकूर असे. दुष्काळी भागातून वसूल न करणे, लढाईच्या मैदानातील सरदारांच्या आर्थिक अडचणी सोडविणे. निरनिराळ्या स्वाऱ्यांवर कोण लोक केव्हा, किती पाठवावयाचे याचे निर्णय चिमाजीआप्पाच करीत असत. एखाद्या छोट्या-मोठ्या लढाईत एखादं-दुसऱ्या सैनिकाने एखादं-दुसरा विशेष पराक्रम गाजविला तर त्याची त्वरित नोंद घेऊन, त्या संबंधिताचे कौतुक करणे अगर कुणी कामात कुचराई केली तर त्याची कानउघडणी करणे. ही सर्वच कामे चिमाजीआप्पांना करावी लागत असत. इमान जमिनी देणे अगर काढून घेणे, ज्योतिषासारखी वतने देणे, एखाद्या गावातील यात्रा-जत्रा असतील तेव्हा शांतता-सुव्यवस्था राखणे, याही गोष्टी चिमाजीआप्पांना कराव्या लागत असत. मुलकी प्रशासनातील अगर लष्करी अधिकारी प्रशासनातील कुणा अधिकाऱ्याचा मृत्यू झाला तर त्याच्या जागेवर त्याच्या घरातील मुलाची नेमणूक करण्याविषयीची विनंतीदेखील संबंधित व्यक्ती चिमाजीआप्पांनाच करीत असत व चिमाजीआप्पा त्यात लक्ष घालून योग्य तो मार्ग काढत असत. जंजिरा युद्ध, वसईचे युद्ध या चिमाजीआप्पांच्या आयुष्यातील दोन महत्त्वाच्या लढाया. तेथे त्यांचे लष्करी कौशल्य आणि मुत्सद्देगिरी तर प्रकट झालीच पण त्याच संदर्भात त्यांनी दाखविलेले प्रशासकीय कौशल्य आपल्याला पेशवे दप्तराच्या खंड क्र. १६ आणि ३३ तसेच ३४ यामधून फार मोठ्या प्रमाणावर दिसून येते.

'चिमाजी' नावाचा माणूस

चिमाजीआप्पा हे सदैव बाजीरावांच्या मोहिमा, कुटुंबातील लोकांना हवे-नको ते पाहणे यातच सदैव गुंतलेले असत; तरी आवश्यक तो धार्मिकपणा त्यांच्याकडे होता. बाजीरावांच्या तुलनेत तर ते धार्मिकदृष्ट्या खूपच कडक आणि सोवळे होते. गणपतीचे ते भक्त होते. ब्राह्मणभोजने, अनुष्ठाने यात त्यांनी काही वेळ घालविला. मात्र, त्यात ते गुंतून पडले नाहीत; तसेच त्यापायी त्यांनी आपल्या कर्तव्याकडे कधीच दुर्लक्ष केले नाही; सर्वसामान्य लोकांच्या मनात म्हणूनतर त्यांच्याबद्दल कायम प्रेमच वसलेले असे.

बाजीरावांच्या तुलनेत चिमाजीआप्पांची शारीरिक प्रकृती अगदीच तोळामासाची होती. बऱ्याचवेळा ते आजारी असत. त्यांनी स्वतः छत्रपतींना लिहिलेल्या पत्रावरूनही ही गोष्ट स्पष्ट होते. मात्र, त्यांच्या प्रकृतीची काळजी सामान्यलोकांना देखील कशी वाटत असे, हे पेशवे दप्तरातील एका अप्रकाशित कागदावरून स्पष्ट होते. चिमणाजी भीमराव चिमाजीआप्पांना लिहितो, 'विशेष स्वामींच्या शरीरी काही क्लेश प्राप्त जाले, हे येकोन चीतास खेद जाला आहे. आरोग्यतेचे वृत ल्याहावया आज्ञा करणार 'स्वामी समर्थ' आहेत.'

बाजीराव पेशव्यांना त्यांच्या कारकिर्दीत जे यश मिळाले त्याची मीमांसा करताना बाजीरावांचे गुण, तत्कालीन विशिष्ट परिस्थिती, छत्रपती शाहूमहाराजांचा स्वभाव, छत्रपतींच्या जुन्या प्रधान मंडळाची कर्तृत्वशून्यता व बाजीरावांनी स्वतः तयार केलेली माणसे, इत्यादी कारणे सांगितली जातात; पण येथे एक गोष्ट लक्षात घेतली पाहिजे की, वरील कारणे त्याच्या यशाकरिता निश्चितच कारणीभूत ठरली, यात वाद नाही; परंतु, या सर्व कारणांपेक्षा एक अधिक प्रबळ असे त्याच्या यशाचे कारण म्हणजे त्यांना मिळालेले चिमाजीआप्पांचे पाठबळ.

चिमाजीआप्पा आपल्या भावासारखे शूर व कुशल सेनापती होते, इतकेच नव्हे तर इतरही अनेक गुण त्यांच्यात वसत होते की, ज्यामुळे बाजीरावांना शाहूमहाराजांकडून पुढे पुढे का होईना पण पूर्ण पाठिंबा मिळाला. सुरुवातीला ते साताऱ्यास छत्रपतींजवळ बाजीरावांच्या वतीने राहून छत्रपतींना बाजीरावांचे व्यवहार समजावून देण्याचे काम करीत असत. तसेच त्यांची बाजू इतरांच्याविरुद्ध सांभाळण्यास व बाजीरावांना सातारची वार्ता कळविण्याचे काम करीत राहिले. ते काम तर त्यांनी उत्कृष्टपणे केलेच त्याचबरोबर माळवा व गुजरातमध्ये स्वाऱ्या करून मराठ्यांचा पाय तेथे पक्का रोवला जाण्याची पूर्वतयारी करून ठेवली. आपले म्हणणे तर सोडावयाचे नाही, पण वेळप्रसंगी माघार घेतल्यासारखे दाखवून शत्रू-प्रतिपक्षाला चकवायचे व अखेरीस आपलेच म्हणणे मान्य करून घ्यायचे, ही कला जितकी चिमाजीआप्पांना साधली होती, तशी ती खुद्द

बाजीरावांनाही साधली नव्हती. अर्थात, बाजीरावांच्या सडेतोडपणाने बिघडलेली माणसे व प्रसंग सांभाळण्याचे अवघड कार्य चिमाजीआप्पांना करावे लागे आणि तसे ते करीतही असत, उत्तमपणाने ! इतके करून यशप्राप्तीच्या वेळी तो बाजीरावांनाच पुढे करीत असत; यावरून चिमाजीआप्पांचे निरहंकारित्व व कर्तृत्व व्यक्त होते.

पेशव्यांच्या घरात चिमाजीआप्पांचे वजन फार होते. त्यांच्या तंत्राने सर्व चालत असत. बाजीरावांवरदेखील त्यांचा वचक होता. चिमाजीआप्पा लहान भाऊ असले तरी त्यांच्या नैतिक धाकामुळेच बाजीरावांचे वर्तन अखेरपर्यंत मर्यादेत राहिले. मस्तानीचा संबंध त्यांना मुळीच रुचला नाही. तिच्यामुळे आपला भाऊ धर्मभ्रष्ट होत आहे व त्याचा अधःपात झाला आहे, असे त्यांच्या पापभीरू व धर्मभोळ्या मनाला वाटत असे. त्यांनी मस्तानीला थोडीफार शिक्षा केली परंतु भावाचा सार्वजनिक अपमान कधीच केला नाही.

बाजीरावांप्रमाणेच युद्ध हेच चिमाजीआप्पांचे जीवन होते. मैदान हीच त्यांची कर्मभूमी होती. युद्धप्रसंगी होणाऱ्या माणसांच्या हत्या आणि प्रदेशांचे विध्वंस त्यांना वर्ज्य नव्हते, पण एरवी त्यांची दृष्टी विधायक असे. मुलखाचा चांगला बंदोबस्त राहावा. सर्व प्रकारे आबादी व्हावी अशी त्यांची धारणा असे. दांडगाई करणाऱ्या स्थानिक अधिकाऱ्यांना ते ताकीद देत असत. कुणावर अन्याय होत असेल तर त्यात ते आस्थेने तसेच पूर्ण ताकदीने लक्ष घालायचे. उदा. एका समकालीन पत्रात एक घरगुती तक्रार आप्पांकडे आलेली दिसते. निंबा पाठाराने आपली मुलगी भिकाजी जाधव याचे लेकास दिली. लग्न झाले. त्याच पाच साले जाली. भिकाजी जाधव याचे कूळ उत्तम नाही म्हणून निंबाजी पाठाराचे बायकोने वीरेश्वर भट याजवळ फिर्याद केली. काडीमोडून भटजी मागतात. भिकाजी जाधव काडीमोडून देत नाही म्हणून चिमाजीआप्पांकडे फिर्याद गुजरण्यात आली. गरीब रयतेचा त्यांना कळवळा असे. त्यांच्या अडचणी जाणून घेऊन त्या दूर करण्याचा त्यांचा प्रामाणिक प्रयत्न असायचा. थोडक्यात म्हणजे, राजकीयदृष्ट्या एक लढवय्ये, मुत्सद्दी, हिशेबी असणाऱ्या चिमाजीआप्पांच्या आत कुठेतरी एक अतिशय सत्प्रवृत्त आणि सज्जन असा चिमाजी नावाचा माणूस दडलेला होता.

सारांश

चिमाजीआप्पांचे आयुष्य अवघे ३२ वर्षांचे. १७२०–१७४० या बाजीराव पेशव्यांच्या पेशवेपदाच्या काळातच त्यांचाही पराक्रम बहराला आला. १७२० ते १७२८ या काळात त्यांनी दक्षिणेत राहून आपल्या पराक्रमी भावाच्या लढायांसाठी लागणारा पैसा, लागणारी माणसे पुरविण्याचे व सातारा दरबारातल्या हालचालींवर लक्ष ठेवणे अशा प्रकारची कामे पार पाडली. हा त्यांच्या कर्तृत्वाचा पहिला कालखंड.

१७२८ ते १७३२ हा त्यांच्या पराक्रमाचा दुसरा कालखंड. या काळात त्यांनी अनेक महत्त्वाच्या मोहिमा स्वतंत्रपणे अंगावर घेऊन यशस्वीपणे पार पाडल्या. १७३३ ते १७३६ हा त्यांच्या कार्यकर्तृत्वाचा तिसरा कालखंड. या काळात त्यांनी कोकणात विजय संपादन केले. १७३७ ते १७४० राजकीय दृष्टीने विचार करता त्यांच्या आयुष्याचा चौथा कालखंड होय. या काळात १७३७ ते १७३९ हा त्यांचा काळ वसईच्या संदर्भात खर्ची पडला व त्यात त्यांनी पोर्तुगिजांवर विजय मिळवून, कोकणातून पोर्तुगिजांची सत्ता उखडून टाकली. वसईवरचा विजय हा त्यांच्या आयुष्यातील पराक्रमाचा परमोच्च बिंदू होय. तथापि, त्याचा त्यांना अजिबात गर्व झालेला दिसत नाही. कौटुंबिक जबाबदाऱ्या, पेशवे दरबारच्या आर्थिक बाबी या सर्वांमध्ये अतिशय बारकाईने लक्ष घालून, पेशव्यांच्या सत्तेला बळकटी आणण्याचा त्यांनी प्रामाणिक प्रयत्न केला. ते एक योद्धे होते, तसेच मुत्सद्दीही! धीरोदात्तपणा हा त्यांचा गुण होता. नम्रता, चारित्र्य, मनमिळाऊपणा हे त्यांचे सद्‌गुण होते; म्हणूनच तत्कालीन कालखंडाचा विचार करता 'चिमाजीआप्पा' हे एक आगळेवेगळे व्यक्तिमत्त्व होऊन गेले, यात शंकाच नाही.

परिशिष्ट १

पुणे पुराभिलेखागारातील अप्रकाशित कागदपत्रे चिमाजीआप्पांना मिळालेला सरंजाम

संनिका १:१:१००

श्रा

Y १००

८९७२१ शिक्का

सरंजाम झाडा राजश्री चिमणाजी बलाल सरंजाम नावे राजश्री वीस्वासराउ बलाल हाली नावें मशारनीले झाडा ता अखेर सन ईहीदे आराबैन मया अलफ सरंजाम बेरीज ३०२०४००

९२५४०० सरंजाम नावें राजश्री वीस्वासराउ बलाल ता । सन तीसा अशर मया अलफ बमोजिब बदर्जा

१०१९६०० यैन बेरीज

१००० तेरीज चूक राजश्री पीलाजी जाधव

१००० मौजे बोरगांव पा । असरी प्रा । खानदेश खासा

५०० मौजे मांडर ता । नीरथडी प्रा । पुणे खासा

१०२२१००

पैकी वजा सरंजाम

९०००० रा । देवजी सोमवंशी

५०००० पा । चांदवड

पका वजा सरंजाम

९०००० रा । देवजी सोमवंशी

५०००० पा । चांदवड

४०००० पा । बाहाल

९००००

३२०० राजश्री फतेसिंग भोसले

७००

६०० मौजे सोनारी

१०० मौजे मुंढवे

७००

२००० ब ।। रा । संम्हाजी धार

१५०० तो । पाब

५०० मौ

५०० मौ

५०० मौ

१५००

५००

२००० मौजे गणेश

५०० मौजे अष्टापुरे तो । सं

पुरा १ ६००००

१००० मौजे बोरगांव

हवेली असेरी

११६०००

९ माहाल १४ व देहे १ येकूण

२५००० कीता माहाल प्रांत खानदेश प्रा.

पा । पहुरबारे पा । चीखर

१०००० सरकार गाल

१५

९ माहाल २ येगबेरीज

२४००० सार हवेली दौलताबाद

१००००० नावे मशारनीलें

२५००० पा । राजदे

७५००० पा । नेवासे

ल बाबती

१०००००

१४०००० रा । पीलाजी जाधव

७५००० पा । कन

५००० पा । टा

५०००० पा । फु

३२००

२००० राजश्री श्रीनिवास पंडित प्रतिनिधी मौ
जे चास पा । नगर हवेली ईनाम बा । नारायेणजी
ढमढेरे

१५०० मौजे दरेवाडी पा । नगर वीघ्नेस्वर देव ईना म बा ।
रा । नारायेणजी ढमढेरे

९६१००

बाकी सरंजाम

२०१००० सार असेरी प्रांत खानदेश

नावें मशारनीले	नारायेणजी ढमढेरे
१५०००	१५००० पा । भड गांव ॥
१०००० पा । रावेर १	
१५००० पा । अडावद	१०००० पा । सेंदूर णी बारें १
१०००० पा । शाहापूर उर्फ जैनाबाद १	२५०००
१०००० पा । पीपरी बारे १	संताजी धायेभर
२५००० पा । येदलाबाद देखील साक गाव १	२०००० पा। केंबरे१
	१०००० पा । चाद सर १
१०००० पा । पांचोरे	१०००० पा। बारेजार १
१५००० पा । उत्राण १	२०००० पा। यावल
५०००० पा । बाहादूर	५००० पा। टाकल १
	५०००० पा। फुलंबरी १
	१०००० पा हवेली खुदस्ते
२४००००	१४००००

१००० पा । सेंदूर बादें सार पैठण प्रा. दौलता
------------------- १

४५००० सार जालनापुर प्रा । दौलताबाद
१०००० पा। भोंकरजन प्रा। जुलेचे नावे
३५००० राजश्री पीलाजी जाधव

१०००० पा । लाडसांगवी १
२५००० पा। पींपरी १
३५०००

४५०००

१९०००० सार संगमनेर प्रा । दौलताबाद
१५०००० दामाजी माणकेश्वर पा । पाटोदें
४०००० कान्होजी सीरके प्रा. कोल्हाले
नीमे बदल मोघम राजश्री बी
१९००००

२०००० प्रांत पुणे
१६००० मशारनीले
१०००० ता । पाटस
करुनबला
४५०० ता । सांड
३००० मौ
५०० खा
५०० मौ
५०० मौ
४५००
५०० मौजे पीस खेपटा
५०० मौजे वड होगांव
५०० मौजे मां थडी
१६०००

१००० रा पीलाजी जाध
५०० मौजे गुर ता । सांड
५०० मौजे दिये
१०००

१५०० रा । दामाजी माणकेश्वर
५०० मौजे वाढाणे ता । कऱ्हेपठार
१००० कीता । सांडस

५०० मौजे बोरी आईदी
५०० मौजे भोंबरापुर
१०००

१५०००

१५०० रा । नारायेणजी ढमढेरे ता. सांडस
५०० मौजे भिरवडी १
५०० मौजे पींपरी कृष्णाजी दादाजी
५०० मौजे पायेठाण
१५००

२००००

५२००० प्रांत जुन्नर

मारनीले

१५०० ता । खेड
१००० मौजे बहुल
५०० मौजे चींचोशी

ईनाम नारायेणजी
बिन मल्हारजी
नीकम

१५००

५०० मौजे पीपलनेर
ता । नीघोज
२०००

ता । नीघोज
२०००

संताजी धायेभर
९००० ता । पाबल
५००० सीकरापूर
३००० कसबापाबल

रा. नारायेणजी ढमढेरे
२४००० पा। पारनेर

देहे इदार
३००० ता । ....
१००० कसबा
१५०० करंजपेठ
५०० ईसल
क १
३०००
५५०० ता । पाबल
३००० कसबा त
लेगावई
नाम
५५०० ता. पाबल
३०००
१०००

५००

१००० वडगांव ५००

९०००

३००० कसबा कडूस ता । खेड

१२०००

मौजे नारायेण गव्हाण १००० ता ।

ता । नीघोज अमरसी ५००

गसीरके ब/ सोमवंशी

पा / पारनेर येकूण बेरीज ५००

१००

५०० ३००० कास

ते

२००० मारनीले १००० मौजे

३१५०० नारायेणजी ढमढेरे फी

अमरसींग सीरके ३१५००

५२०००

५२५०० ता । नगर हवेली देहे ३३

यकूण बेरीज ५६०००

वजा देहे २ यत ३५००

बाकी देहे ३१ यत बेरीज

३००० का । नगर हवेली क

सवा १

४९५०० देहे ३०

५२५००

१०००० ता । मांडोगण

१ मौजे वटेफल १

१ मौजे खुंटेफल १

१ मौजे उणवडी

१ मौजे ईसलामपूर

४

बेरीज

८००० ता । कडें

१ मौजे सेतलें

१ मौजे वकींज
१ मौजे काणीमदौंड
१ मौजे वडगांव निपाणी
४
बेरीज
१००० मौजे कातरज ता । चेलाडी
गोंद देहे
१००० मौजे पींपरखडे उर्फ हस
नाबाद ता । अष्टी देहे १
७२५००
७३५००
५०० मौजे नांदेड ता । कर्मात मावल ईनाम राजश्री
पीलाजी जाधव देहे १ यकूण बेरीज
९२५००
२०९५००० कीतासरंजाम
१५००० पा । हवेली दौलताबाद चीमणाजी दामोदर मारनीलेचे नावे
१२५०० सार दौलताबाद मारनीलेचे नावे
१०००० पा । गोतालें
२५०० पा । मेहुणबारे नीम .।।
१२५००
५०००० कीता महाल प्रां । खानदेश
२०००० पा । धोत्रें मारनीले
३०००० चीमणाजी दामोदर मारनीलेचे नावें
१०००० पा । मांजरोद
२०००० पा । चोपडें
३००००
५००००
३५०० पा । म्हसवेंबारें चीमणाजी दामोदर मारनीलेचे नावें
सरकार असेरी
३४०० प्रांत पुणे
५०० मौजे दालिंब ता । सांडस

१००० ता । हवेली पुणे

६०० मारनीले चीमणाजी दामोदर

३०० मौजे महमदाबाद

३०० मौजे पिंपळे नीलख

६००

४०० मौजे वाघोली पीलाजी जाधव

१०००

१९०० ता । कऱ्हेपठार

१४०० मारनीले रा. चीमणाजी दामोदर

१००० मौजे राजुरी

४०० मौजे खोर

१४००

५०० मौजे पांडेस्वर पीलाजी जाधव

१९००

३४००

२०००००० प्रा । मालव मशारनीले

९००० पा । पारनेर प्रा । हरीश्चंद्र मारनीले

५०० ---------------

५०० मौजे लोणी कोल्याची

१०००

११०० पा । कोंडेरदाणगांव मारनीले

५०० मौजे गणेगांव

५०० मौजे लोणी कोल्याची

१०००

११०० पा । कोंडेरदाणगांव मारनीले

५०० मौजे गणेगांव

३०० मौजे येरंडोली

३०० मौजे येरंडोली

११००

२१०० सार जुन्नर

१२०० ता । खेड

७०० मौजे पारगांव सताजी धायेश्रर

५०० मौजे डीमगी मारनीले

१२००

५०० ता । आर्ज मारनीलेचे नावें

२५० मौजे पारगांव

२५० मौजे मंगरुल

५००

१००० ता । नारायेणगांव नारायेणजी ढमढेरे

५०० मौजे हीवरें

५०० मौजे वलती

१०००

२७००

२५०० प्रांत कडेवलित रा. नारायेणजी ढमढेरे

२००० मौजे फराबाद तर्फ कडे

५०० मौजे वडगांव नागापूर ता । नगर हवेली

२५०० प्रांत कोडवलित रा । नारायेणजी ढमढेरे

२००० मौजे फराबाद तर्फ कडे

५०० मौजे वडगांव नागापूर ता । नगरहवेली

२५००

८०० ता । खेडेबारे प्रा. मावल मारनीले चीमणाजी दामोदर

३०० मौजे कुंभोसी

५०० मौजे नसरापूर

८००

१००० मौजे उमरुडगांव पा. चांदवड सार संगमनेर

१००० मौजे पाडलीसमत कोरेगाव प्रा. वाई

१००० मौजे ठाकूरखेड पा. चांदूर सार नरनाळा

२०९५०००

३०२०४००

३००००० प्रांत फीरगाण व कोळवण

(B.9721)

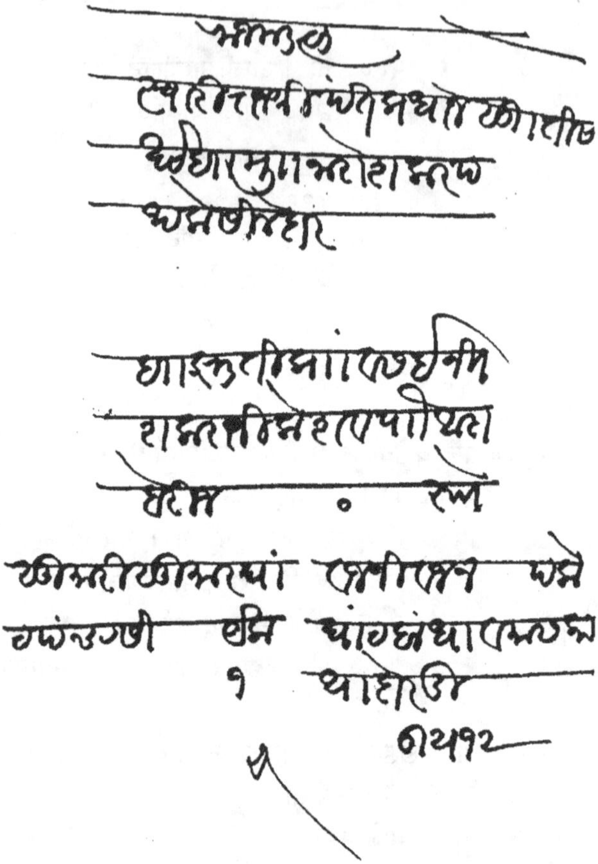

(पेशवे दप्तर, घडणी रुमाल २२२)

नारोशंकरने वसई मोहिमेतील विजयचिन्ह म्हणून आणलेली घंटा रामेश्वराच्या देवालयात १७५८-५९ नंतर बसविली.

परिशिष्ट २

कोल्हापूर पुराभिलेखागार निवडी दप्तर रुमाल क्र. ९०, पुडके क्र. १
टिपण क्र. १३९४५

सन १७३९ दुसरे महिन्याचे १७ वे तारखेस वसईचे कील्यास वेढा बसवोन तेच साली तो किला छत्रपती ५ मजकुरी चीमाजी आपा हे थोरले बाजीराव पंडीत प्रधान याचे बंधु याणी घेतला, त्या कील्यात फीरंग्याच्या घाटा होत्या. त्यांपैकी थोरल्या घाटा तीन आणील्या नंतर श्रीमन्माहाराज शाहु छत्रपती याणी दोन घाटा करवीरास पाठवील्या त्यांपैकी येक घाट श्री अंबाबाईचे देवळात आहे व येक घाट श्री केदारलिंग याचे देवळात डोंगर मुकामी आहे.

परिशिष्ट ३

मुंबई पुराभिलेखागारामधील चिमाजीआप्पांचा संदर्भ असलेले कागद

In an interview which Capt. Inchbird, the English emissary had with Chimaji Appa on 12th May 1740, Chimaji is reported by the emissary to have remarked : " On the 12th instant in the morning Appah sent for me.... and freely opened himself in regard to the treaty depending between them and the Portuguese with a long detail of what had past for many years, too tedious to rehearse; the heads was (sic) heavy complaints against the Portuguese in regard to their religion, the sufferings of the poor Gentoo orphans, etc., inquisitions, imputing the justice of their chastisement to the Divine will...."

(Public Dept. Diary, Vol. 13, pp. 223-4.)

परिशिष्ट ४

बसई – संग्राम

(सन १७३८–३९ ई.)

दोहा

हिन्दुन के निज धर्म पै, लगे फिरँग दुख देन।
बढ्ढ के औरंगजेब सों, देन लगे दुख ऐन।। १ ।।
लगी खबर यह पेशवा, हिय बिच लागी चोट।
अपने भ्राता धर्म के, दुख भोगैं बिन ओट।। २ ।।
इहि कारन सों पेशवा, बहु बढ़ सोची बात।
बिना युद्ध दुख दूर ना, होवहिगो निज हात।। ३ ।।
चीमाजी निज भ्रात के, दई सबल संग सेन।
और साथ मल्हार के, करी मदद बहु देन।। ४ ।।
रामचंद्र पटवर्धन अरु, खण्डु मानकर जान।
खानविलकर बाघवजी, बीवलकर हूँ मान।। ५ ।।
भीमराव चिमना प्रबल, जशवन्त राव पुवाँर।
तकूजी वर भट सुभट, भये साथ लिय भार।। ६ ।।
आदि सुभट वर भट सबल, कियउ सकल रण साथ।
वीर अखिल सब सेन के, मिलि मिलि आये पाँथ।। ७ ।।
कैसे मरहठ वीर थे, कहत नरू कछु छंद।
सुनहु स्वामि मम वँश के, मैं तो हूँ मनिमन्द।। ८ ।।

मनहरण

भारत की प्यारी मजा फिरँगन हाथ लगी,
देन लगे दुख दूनो पाय बड़ पाई है ।
आरत है आय के पुकारत है पेशवा पै,
नाथ सब धर्म–कर्म लेवत लुटाई है ।।
ऐसी जब आन करी कान में भनक परी,
देर न तनिक करी रोस हिथ लाई है ।
हनुमान अँगद से सेन को सजग करी,
भेज दई मानों करी लङ्क पै चढ़ाई है ।। ९ ।।
चीमाजी आपा यह अंगद से जान लेवो,

तकूजी पुँवार यह हनुमान से दिखाई है ।
जामवन्त से मल्हार पटवर्धन से सुग्रीव,
बिवलकर खण्डोजी नल नील से लखाई है ।।
बाजीराव पेशवा को राम के समान मानो,
रावन फिरँग जानों अधर्म पलाई है ।
धर्म–ध्वजा धरिवे को मानों आज पेशवा ने,
रावन पै कीन्ही जनु राम ने चढ़ाई है ।। १० ।।

दोहा

आदि सुभट मरहठ अखिल, जुरि जुरि आये सेन ।
धर्म–ध्वजा फहरान को, आये यों जश लेन ।। ११ ।।
माहिम के आसेर पै, प्रथम वार उन कीन ।
फतह किवो पहले उसे, पुनह बढ़ाई सेन ।। १२ ।।

मनहरण

आगे बढ़ सेन हू के कीन्है चार भाग तहाँ,
चार दिशा हूँ से चाल फिरँगान पै कीन्ही है ।
एक भाग दम्मन किले पै थे मल्हार संग,
नायक फिरँगन सों मुठभेड़ लीन्ही है ।।
मल्हार जशवन्त हूँ ने सेनापति मार लीन्हो,
विजय निनाद कर मालमत्त छीन्हो है ।
दूजो दल तारापूर किल्ले पर टूट पर्‍यो,
घोर संगराम भयो आज भी नवीनो है ।। १३ ।।

दोहा

कठिन भयो संगर करन, किले सदृढ़ सुथान ।
आसपास सागर हतो, मरहठ रुके जुबान ।। १४ ।।
दलदल सों दल रुकि, गयो, दिल टूट्यो मरहट्ट ।
राव तुका की राह सों, गयो सकल बढ़ि थट्ट ।। १५ ।।

मनहरण

पानी में पयान कीन्हो पार कर सागर को,
तारापुर किल्लह की बुर्ज चढ़ि धाई है ।
सुरंग लगाय उन तोड़ दी दिवाल सारी,

सेना सब जावन की राह को कराई है ।।
मराठनको जुत्थ सारो किल्ले पै चढ़न लागो,
ताक के फिरँगन ने तोप को दगाई है ।
बाजीराव भीम जैसो अग्र थो सबन माँहि,
लागत उछल गयो स्वर्ग में सिधाई है ।। १६ ।।
बाजीराव भीम हू के स्वर्ग में पयान होत,
एकदम दिल में निराशता दिखाई है ।
हिम्मत न हारी उन वीरन मराठन ने,
पूरन पराक्रम की पेलता बताई है ।।
सारो उतसाह राव तकूजी पुँवार हूँ को,
दून्हो उन जंग कर वीरता बढ़ाई है ।
एक ही हमल्लन में तारापुर टूट पऱ्यो,
स्वामी निज पेशवा की विजय कराई है ।। १७ ।।

दोहा

तारापुर को विजय करि, बढ़े बसई बलवान ।
सुदृढ़ किलो यह थो यहाँ, पहुँचे मरहठ ज्वान ।। १८ ।।
बसई किला बलवान थो, और फिरँग बलवान ।
रटक उड़ी त्रय मास तक, घटी न कोउन कान ।। १९ ।।

मनहरण

दाद नही दीन्ही थी फिरँगन ने मराठन को,
आखिर में एक बात भई पूर्ण भारी है ।
बसई किलेदार फिरँग जँग जूटन में,
शत्रुन ने मार लीन्हों देकर दगारी है ।।
आसपास रेत पानी होवन के कारन सों,
सुदृढ़ समस्त फिरँगन बड़े भारी है ।
एवज में एक रण-पण्डित फिरँग आयो,
रच्छक तहाँ को, वह गौरव को धारी है ।। २० ।।

दोहा

भयो अधिक त्रय मास के, नहिं टूट्यो आसेर ।
सफल हुई नहिं शक्ति को, दीखन लागी देर ।। २१ ।।

एक दिन बैठ यों कह्यो, चीमा आपा बात ।
किलय बिजय कर हू नही, तोडों गर्दन हाथ ।। २२ ।।
बात व्यंग की यह हती, यामें आशय गूढ़ ।
सुघड सुभट समझे तुरत, पड़े भरम में मूढ़ ।। २३ ।।
हार खाय हम नहिं हटें, यह नहिं वीरन धर्म ।
चीमा आपा को यहाँ, भाषण बेधक मर्म ।। २४ ।।

मनहरण

सुनो सब सुभट मम सेन के यहाँ खड़े,
हार कर धर जानों महा वंश-हानि है ।
तीन मास बीत चले जीत हूँ की आशा नाहीं,
मरहठ मर्यादा भंग आज हम जानी है ।।
मरना अवश्य हमें जग में परेगा बीरों,
क्यों न मरते हो कर झेल के भवानी है ।
सारयुत भाषण को सुनि के सचेत भये,
आज ही किले को कुल तोड़ने की ठानी है।। २५ ।।
रेत में सुरंग उन देवन की ठानी मन,
आखिर में होत अंत जग की कहानी है ।
ढाई हति एक बुर्ज लागत सुरंग हूँ सों,
भई कछु राह ऐसी वीर उन जानी है ।।
सैनिक सशस्त्र तब भीतर में गाँस कीन्हों,
फिरँग्यों ने तोप अग्नि झारी बेप्रमानी है ।
मेघनाद अगनि बरषा-सी दिखाई मानों,
हिम्मत न हारी पर भई बहु हानि है ।। २६ ।।

दोहा

कैते मरहठ जरि गेय, बरखा आगनि माँहिं ।
मर के हिम्मत नहिं तजी, जनु बाढ़े तरु छाँहिं ।। २७ ।।
बसई किलो बढ़कर लियो, फतह कियो रणधीर ।
फहरा कर भगवाँ दियो, झँडो मरहठ बीर ।। २८ ।।
प्रबल प्रतापी चीमा आपा की सलाह हूँ तें,
बसई भयंकर के किल्ले को तुड़ाई है ।
अग्नि बरषा हुँ से आपत्ति को झेल झेल,

मराठन मर्जाद हूँ की सीमा डलवाई है ।।
अचल सह्याचल को फेटन उड़ाय कर,
धर्म-ध्वजा दण्डन की शोभा फहराई है ।
मानो दिव्य अग्नि हूँ की साहस सों जीत कर,
सिद्ध कर दान्हों जग जाहिर कराई है ।। २९ ।।
समता करे न जग जग में बिदित करी,
अपने पराक्रमकी हद्द करवाई है ।
बाजीराव पेशवा ने धर्म के रखन काज,
कर में कृपान वीर हाथ में लिवाई है ।।
ध्येय एक धर्म हूँ को हृदय धराय कर,
कहे कवि नरु इन राज को बढ़ाई है ।
बसई के युद्ध में मराठन अमर नाम,
जग में करायो काम अमर दिखाई है ।। ३० ।।

दोहा

शिखर-बन्द मन्दिर मिल्यो, बसई किले घुस जान ।
नत मस्तक आपा भयो, शिव मन्दिर पहिचान ।। ३१ ।।

मनहरण

किले में प्रवेश करि शिव को झुकायो शीश,
जय को मनाय निज भुज पै धराई है ।
बार बार गायो गुण हृदय लिवायो नाम,
महादेव मन्दिर की प्रतिष्ठा कराई है ।।
हीरे को मुकुट लाय शीश पै चढ़ाय कर,
प्रभु को मनाय जग कीरत लिवाई है ।
बाजीराव भ्रात हूँ ने गुरु श्री ब्रह्मेंद्र हूँ को,
पत्र द्वारा हाल सब प्रगट कराई है ।। ३२ ।।
पत्र माँहि हाल यह लिखि के पठायो बीर,
पराक्रम तकूजी हूँ को जाहिर करायो है ।
याके रण कौशल से मराठन की मोंछें उग्र,
तारागढ़ टूट्यो हाथ आपने धरायो है ।।
कहाँ लौ प्रशंसा करूँ पुँवार वर वीर हूँ की,
ठाम ठाम संगर में साथ मो दिवायो है ।

और हूँ अनेक बीर लड़े सब मोह त्याग,
झँडा पेशवा को आज इनने उड़ायो है ।। ३३ ।।

दोहा

आये पुनि सब जीत कर, हृदय माँहि हुलसाय ।
नगर-द्वार पै सबन को, लिये बधाय बधाय ।। ३४ ।।
सब सुभटन के सहित में, शाहु कियो दरबार ।
राव तुका पुँवार को, प्रगट कियो मुख सार ।। ३५ ।।
मुग्ध भयो सुनि वीरता, छितिपति शाहू राज ।
'सप्तसहस्री' की दई, पदवी वाको आज ।। ३६ ।।
धर्म-युद्ध मरहठ कर्‍यो, भयो अमर उन नाम ।
नरू कवी वर्णन कर्‍यो, समझ आपनो काम ।। ३७ ।।

संदर्भ :- सेनासप्तसहस्री
पवार विजय अर्थात राज्य देवास सिनियर के
पवार राजघरानेके वीर पुरूषोंका यश-गान :
संपादक - कवचाले, कृ.गं., देवास, १९४०, पृ. ३३-४०.

परिशिष्ट ५

चिमाजीआप्पांच्या १७२० ते १७४० या काळातील हालचालींचा तक्ता

१७२० एप्रिल	सातारा
१७२३ सप्टेंबर ते डिसेंबर	कंब्रजखानावर स्वारी, हैद्राबाद, पंढरपूर, तुळजापूर.
१७२४ जानेवारी ते जुलै	कंब्रजखानावर स्वारी.
१७२४ नोव्हेंबर ते डिसेंबर	निजामावर स्वारी.
१७२५ नोव्हेंबर ते डिसेंबर	निजामावर स्वारी.
१७२६ जानेवारी ते जुलै	निजामावर स्वारी.
१७२६ सप्टेंबर ते डिसेंबर	निजामावर स्वारी.
१७२७ जानेवारी ते जुलै	निजामावर स्वारी.
१७२८ ऑक्टोबर ते डिसेंबर	माळवा.
१७२९ जानेवारी ते एप्रिल	माळवा, दयाबहाद्दरावर स्वारी.

१७२९ ऑक्टोबर ते डिसेंबर	खानदेश, गुजरात.
१९३० जानेवारी ते जुलै	ढवळके, पावागड.
१७३० सप्टेंबर ते डिसेंबर	खानदेश, माळवा.
१७३१ जानेवारी ते जुलै	माळवा, ग्वालेर.
१७३१ जुलै ते डिसेंबर	उंब्रज, सातारा, पुणे.
१७३२ ऑक्टोबर ते १७३३ जुलै	माळवा, चंपानेरची स्वारी.
१७३३ सप्टेंबर ते डिसेंबर	कोकण, जंजिरा.
१७३४ जानेवारी ते मार्च	कोकण, जंजिरा.
१७३४ मार्च ते जुलै	खानदेश, वऱ्हाड.
१७३५	देशी.
१७३६ मार्च ते जुलै	कोकण.
१७३७ मार्च ते जुलै	कोकण.
१७३७ नोव्हेंबर ते डिसेंबर	ठाणे, तारापूर.
१७३८ जानेवारी ते जुलै	साष्टी - वसई.
१७३८ नोव्हेंबर ते डिसेंबर	साष्टी - वसई.
१७३९ जानेवारी ते जुलै	साष्टी - वसई.
१७३९ नोव्हेंबर ते डिसेंबर	खानदेश.
१७४० जानेवारी ते एप्रिल	कोकण, साष्टी.

पत्रे व नकाशे

पेशवे दप्तरातील अप्रसिद्ध पत्र

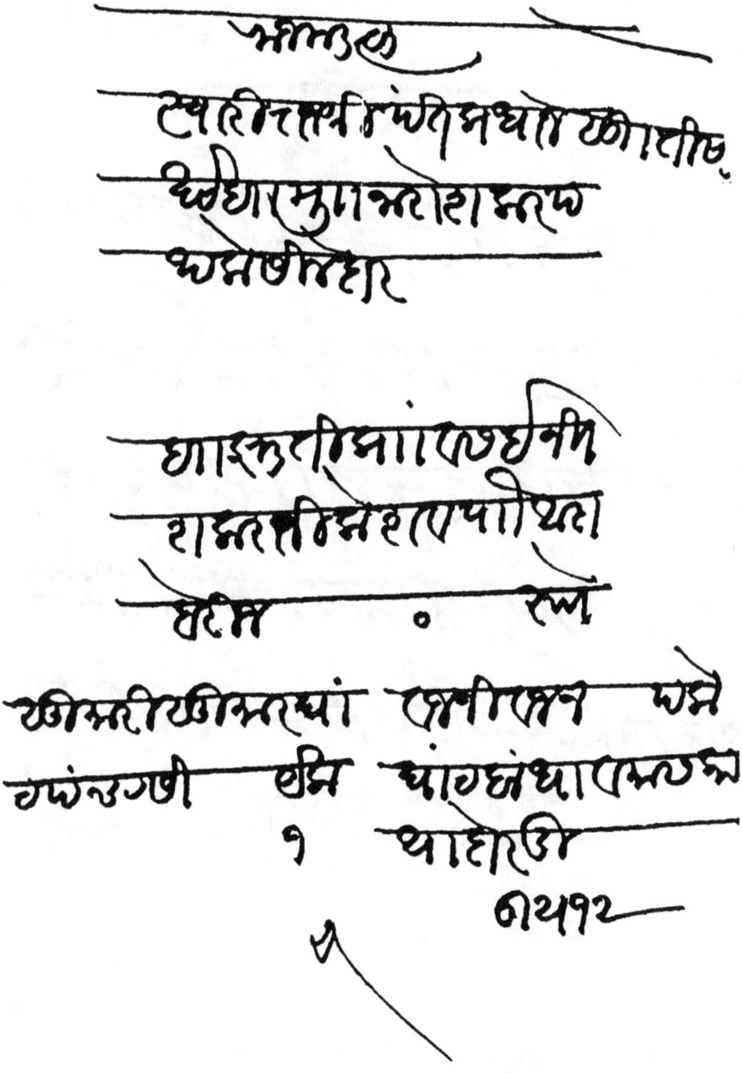

(पुराभिलेखागार, पुणे यांच्या सौजन्याने व श्री. महेश तेंडुलकर यांच्या सहकार्याने)

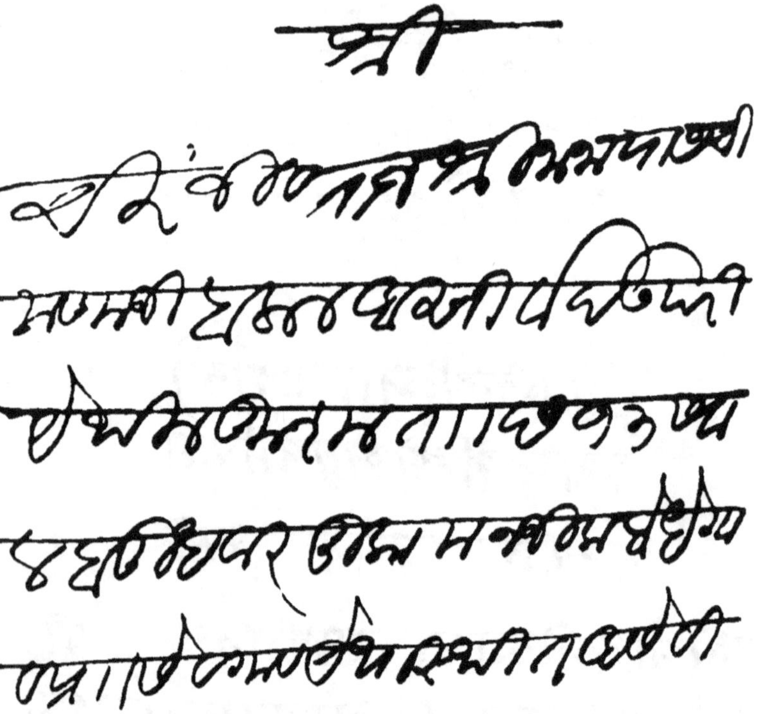

चिमाजी अप्पा यांचे स्वहस्ताक्षरातील पत्र

(नानासाहेब यांस लिहिलेले पत्र– ता. २ जानेवारी १७४० ?)

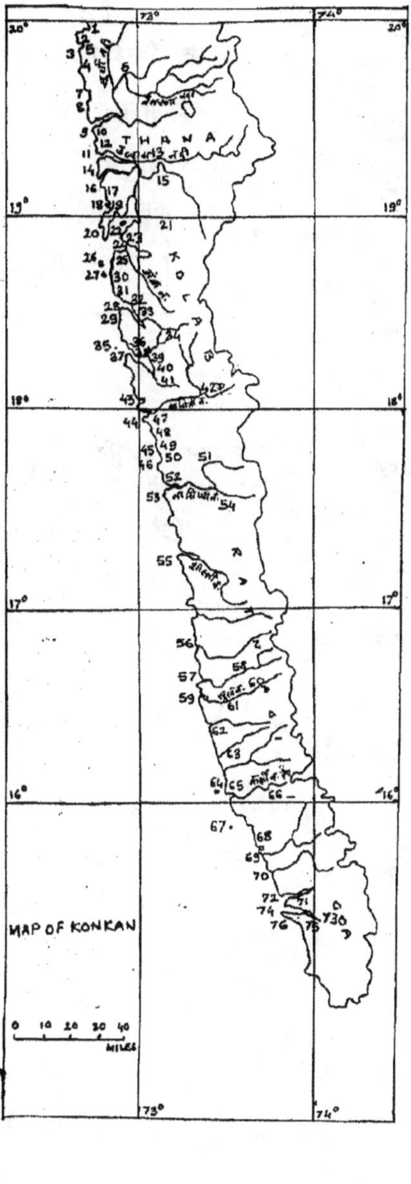

सूची

१	डहाणू	३९	दांडा
२	चिंचणी	४०	मांदाड
३	सातपाटी	४१	म्हसाळ
४	शिरगाव	४२	महाड
५	तारापूर	४३	श्रीवर्धन
६	मनोर	४४	फोर्ट व्हिक्टोरिया/ हिम्मतगड
७	केळवेमाहीम	४५	सुवर्णदुर्ग
८	केळवे	४६	कनकदुर्ग
९	अर्नाळा	४७	बाणकोट
१०	आगाशी	४८	केळशी
११	वसई	४९	हर्णे
१२	सोपारा	५०	फतेहगड/गोवा
१३	भिवंडी	५१	खेड
१४	धारावी	५२	दाभोळ
१५	कल्याण	५३	अंजनवेल
१६	मढ	५४	चिपळूण
१७	वरसोवा	५५	जयगड
१८	बांद्र	५६	पूर्णगड
१९	माहीम	५७	जैतापूर
२०	मुंबई	५८	राजापूर
२१	पनवेल	५९	विजयदुर्ग
२२	घारापुरी	६०	खारेपाटण
२३	उरण	६१	वाघोठाण
२४	करंजा	६२	देवगड
२५	रेवस	६३	आचरे
२६	खांदेरी	६४	सिंधुदुर्ग
२७	उंदेरी	६५	मालवण
२८	रेवदंडा	६६	कुडाळ
२९	कोर्लई	६७	Burnt Island
३०	थळ	६८	वेंगूर्ले
३१	अलिबाग	६९	रेदि
३२	नागाव	७०	तेरेखोल creek
३३	चौल	७१	पणजी
३४	रोहा	७२	अग्वाद
३५	पद्मदुर्ग-कासा	७३	फोंडा
३६	मुरुड	७४	मर्मागोवा समुद्र
३७	जंजिरा	७५	मडगाव
३८	राजपुरी	७६	वास्को-दी-गामा

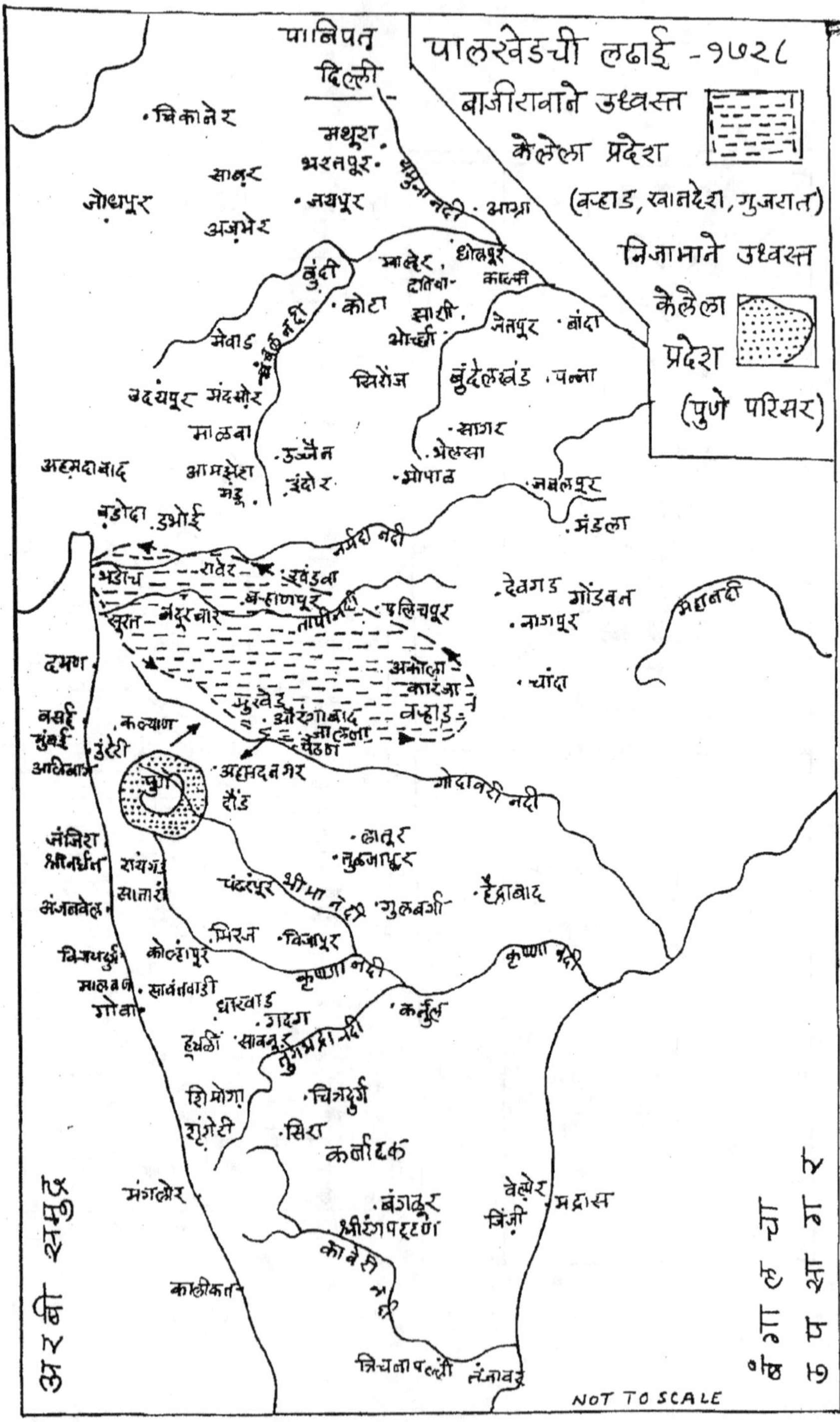
पालखेडची लढाई -१७२८
बाजीरावाने उध्वस्त केलेला प्रदेश
(वऱ्हाड, खानदेश, गुजरात)
निजामाने उध्वस्त केलेला प्रदेश
(पुणे परिसर)
पानिपत
दिल्ली
बिकानेर
मथुरा
भरतपूर
सांभर
जोधपूर
जयपूर
अजमेर
यमुना नदी
आग्रा
बुंदी
ग्वाल्हेर
धोलपूर
दतिया
काल्पी
कोटा
झाशी
ओर्छा
जैतपूर
बांदा
मेवाड
चंबळ नदी
सिरोंज
बुंदेलखंड
पन्ना
उदयपूर
मंदसोर
माळवा
सागर
भेलसा
उज्जैन
अहमदाबाद
आमझेरा
मंडू
इंदोर
भोपाळ
जबलपूर
बडोदा
डभोई
मंडला
नर्मदा नदी
भडोच
रावेर
खंडवा
बऱ्हाणपूर
देवगड
गोंडवन
महानदी
सुरत
तापी नदी
एलिचपूर
नागपूर
दमण
अकोला
कारंजा
चांदा
मुरखेड
वसई
कल्याण
औरंगाबाद
वऱ्हाड
मुंबई
आळेगाव
पैठण
उंदेरी
अहमदनगर
पुणे
गोदावरी नदी
दौंड
जंजिरा
लातूर
श्रीवर्धन
रायगड
तुळजापूर
सातारा
पंढरपूर
भीमा नदी
गुलबर्गा
हैद्राबाद
अंजनवेल
मिरज
विजापूर
विजयदुर्ग
कोल्हापूर
कृष्णा नदी
मालवण
सावंतवाडी
गोवा
धारवाड
कर्नूल
गदग
हुबळी
सावनूर
तुंगभद्रा नदी
शिमोगा
चित्रदुर्ग
शृंगेरी
सिरा
कर्नाटक
अरबी समुद्र
मंगलोर
वेलोर
बंगळूर
जिंजी
मद्रास
श्रीरंगपट्टण
कावेरी
कालीकत
त्रिचनापल्ली
तंजावर
बंगालचा उपसागर
NOT TO SCALE

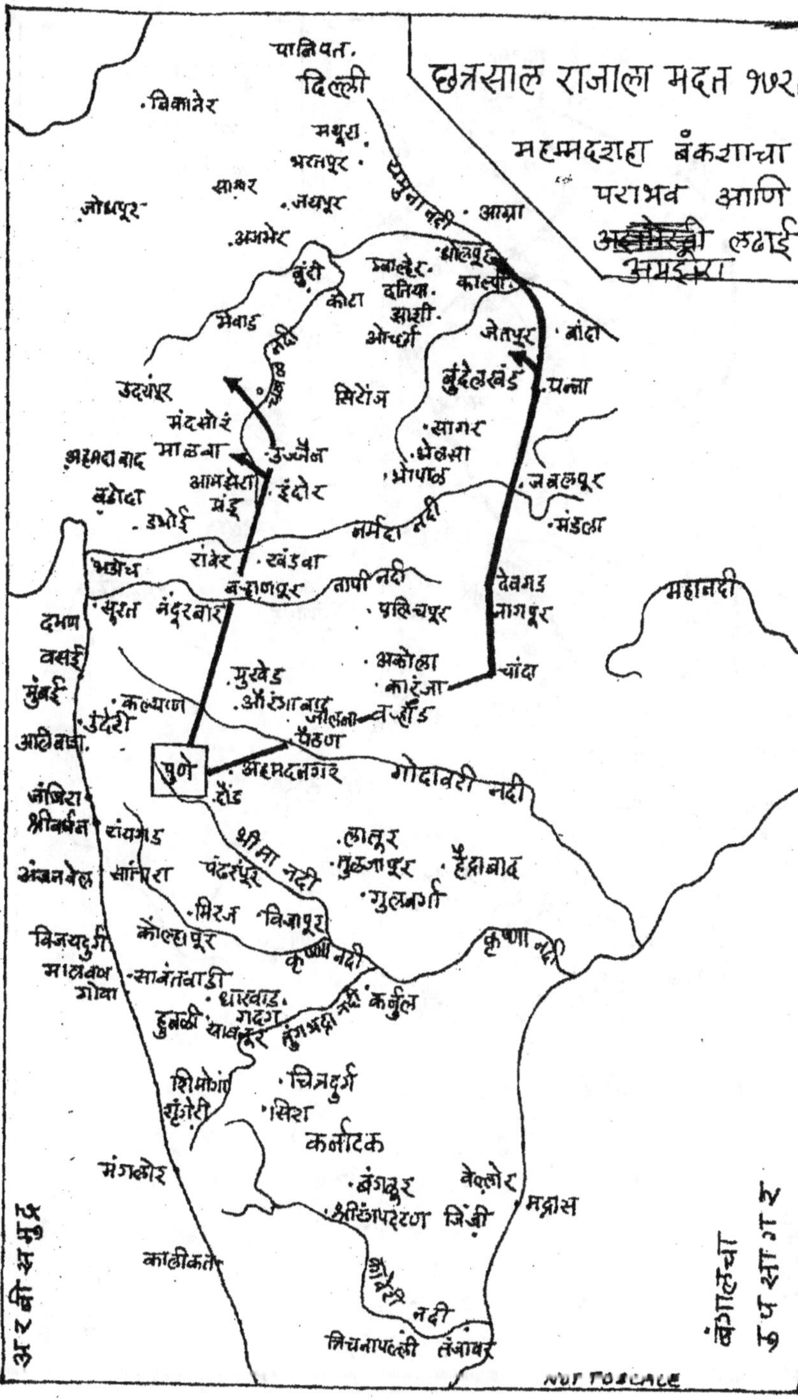

छत्रसाल राजाला मदत १७२८
महम्मदशहा बंकशाचा
पराभव आणि
लढाई
अमझेरा
पानिपत
दिल्ली
बिकानेर
मथुरा
भरतपूर
सांभर
जयपूर
जोधपूर
आग्रा
यमुना नदी
अजमेर
बुंदी
ग्वालेर
दतिया
कोटा
झाशी
कालपी
मेवाड
ओर्छा
जेतपूर
बांदा
बुंदेलखंड
पन्ना
उदयपूर
सिरोंज
मंदसोर
सागर
माळवा
उज्जैन
भेलसा
अहमदाबाद
भोपाळ
आमझेरा
इंदोर
जबलपूर
बडोदा
मंडू
डभोई
नर्मदा नदी
मंडला
भडोच
रावेर
खंडवा
देवगड
बऱ्हाणपूर
तापी नदी
नागपूर
महानदी
सूरत
नंदूरबार
एलिचपूर
दमण
वसई
अकोला
चांदा
मुखेड
मुंबई
कारंजा
कल्याण
औरंगाबाद
जालना
वऱ्हाड
उंदेरी
पैठण
अलिबाग
पुणे
अहमदनगर
गोदावरी नदी
जंजिरा
दौंड
श्रीवर्धन
रायगड
भीमा नदी
लातूर
अंजनवेल
सातारा
पंढरपूर
तुळजापूर
हैद्राबाद
गुलबर्गा
मिरज
विजापूर
विजयदुर्ग
कोल्हापूर
कृष्णा नदी
मालवण
सावंतवाडी
गोवा
धारवाड
गदग
कर्नूल
हुबळी
तुंगभद्रा नदी
शिमोगा
चित्रदुर्ग
शृंगेरी
सिरा
कर्नाटक
मंगळोर
बंगळूर
वेल्लोर
मद्रास
श्रीरंगपट्टण
जिंजी
अरबी समुद्र
कालीकत
कावेरी नदी
बंगालचा उपसागर
त्रिचनापल्ली
तंजावर
NOT TO SCALE

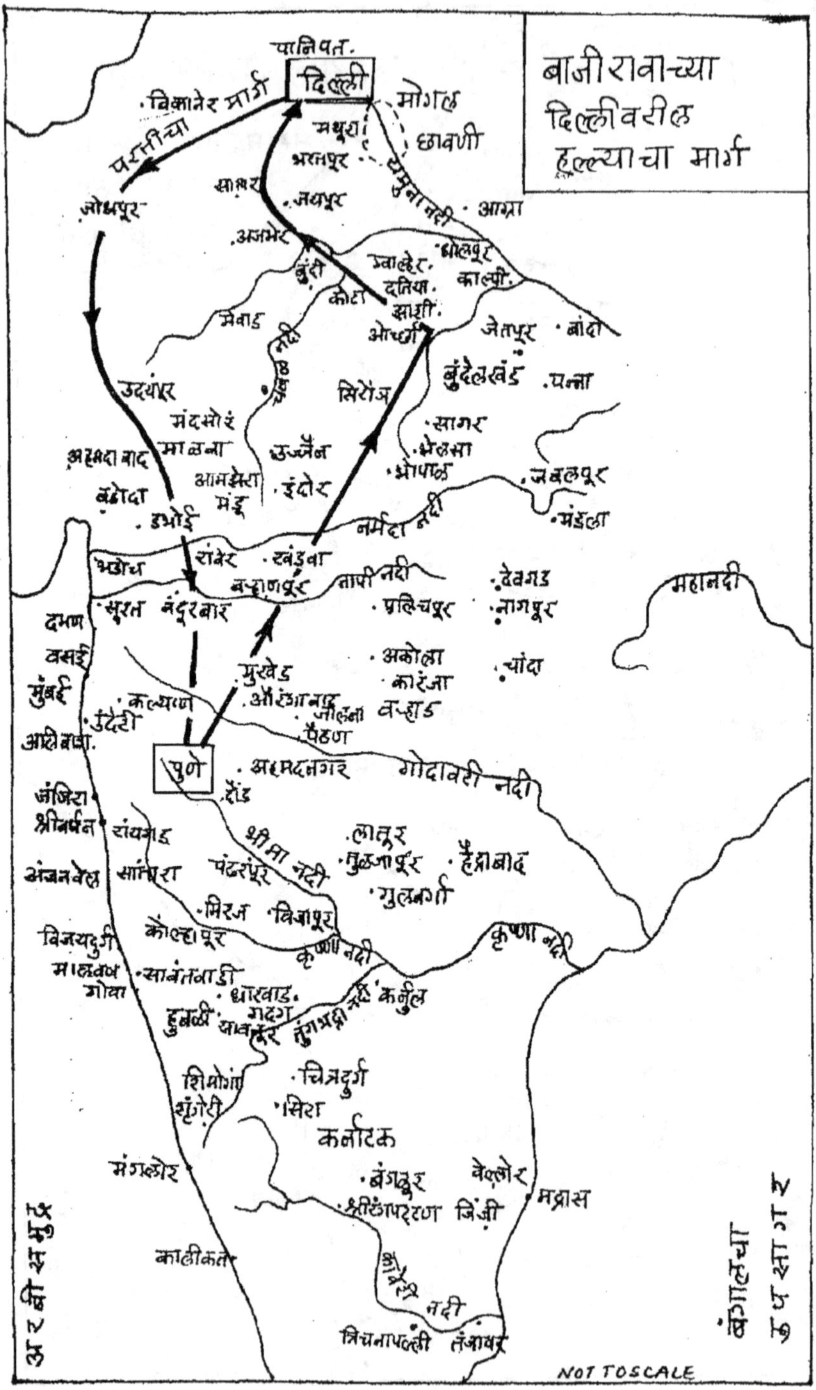

बाजीरावाच्या
दिल्लीवरील
हल्ल्याचा मार्ग
पानिपत
दिल्ली
मोगल छावणी
मथुरा
भरतपूर
जयपूर
यमुना नदी
आग्रा
परतीचा
जोधपूर
अजमेर
धोलपूर
ग्वाल्हेर
दतिया
काल्पी
बुंदी
कोटा
झाशी
मेवाड
ओर्छा
जेतपूर
बांदा
बुंदेलखंड
पन्ना
सिरोंज
उदयपूर
मंदसोर
माळवा
उज्जैन
सागर
भेलसा
भोपाळ
अहमदाबाद
आमझेरा
इंदोर
जबलपूर
बडोदा
मंडू
डभोई
नर्मदा नदी
मंडला
भडोच
रांदेर
खंडवा
तापी नदी
देवगड
बऱ्हाणपूर
महानदी
सुरत
नंदुरबार
एलिचपूर
नागपूर
दमण
वसई
अकोला
चांदा
मुखेड
कारंजा
मुंबई
कल्याण
औरंगाबाद
जालना
वऱ्हाड
उंदेरी
पैठण
अलिबाग
पुणे
अहमदनगर
गोदावरी नदी
जंजिरा
दौंड
श्रीवर्धन
लातूर
तुळजापूर
हैद्राबाद
अंजनवेल
सातारा
पंढरपूर
गुलबर्गा
मिरज
विजापूर
विजयदुर्ग
कोल्हापूर
कृष्णा नदी
मालवण
सावंतवाडी
गोवा
धारवाड
कर्नूल
हुबळी
गदग
चित्रदुर्ग
शिमोगा
शृंगेरी
सिरा
कर्नाटक
मंगलोर
बंगळूर
वेल्लोर
मद्रास
श्रीरंगपट्टण
जिंजी
अरबी समुद्र
कालीकत
नदी
त्रिचनापल्ली
तंजावर
बंगालचा उपसागर
NOT TO SCALE

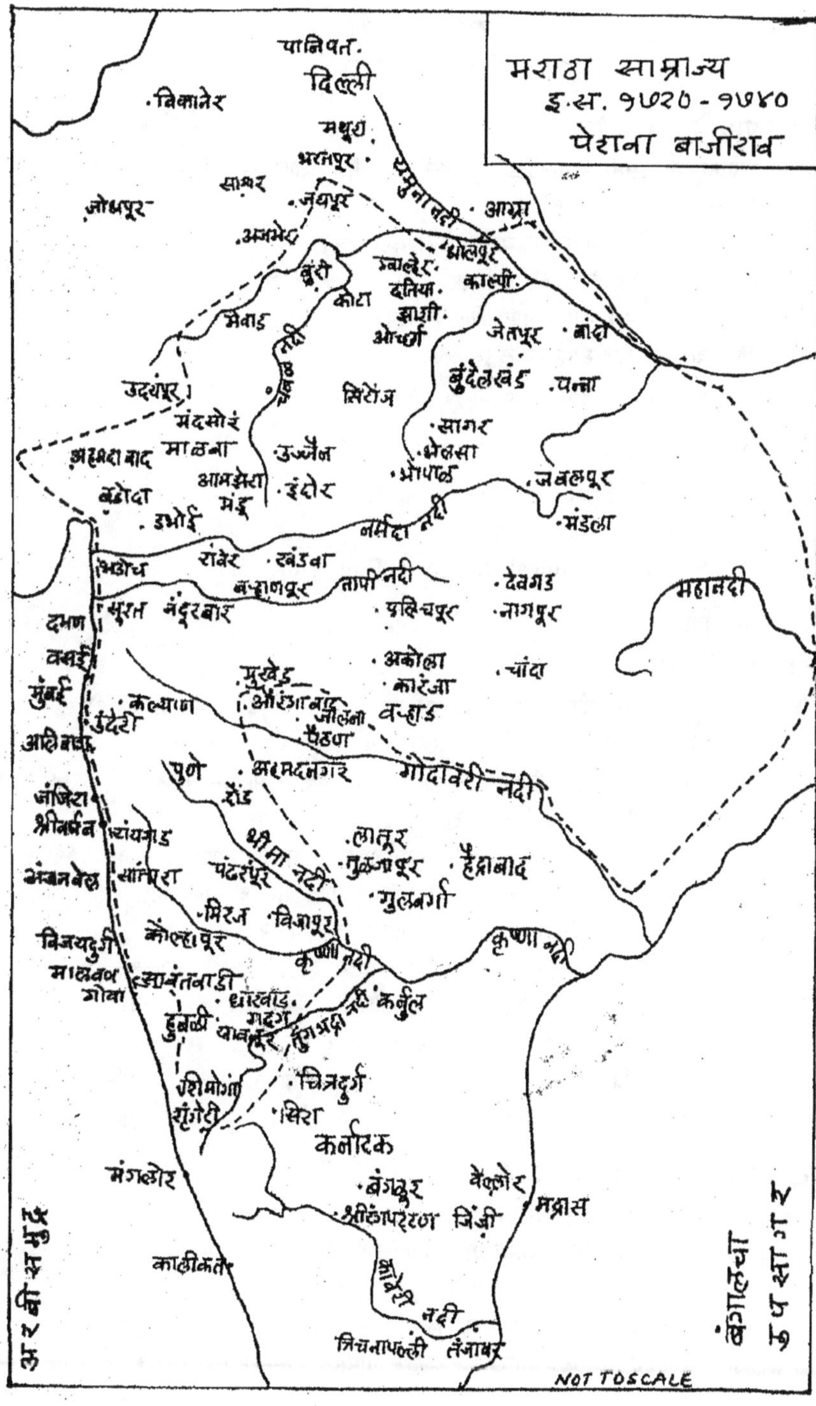
मराठा साम्राज्य
इ.स. १७२० - १७४०
पेशवा बाजीराव
पानिपत
दिल्ली
बिकानेर
मथुरा
भरतपूर
जोधपूर
सांभर
जयपूर
यमुना नदी
आग्रा
अजमेर
धोलपूर
बुंदी
ग्वाल्हेर
कोटा
दतिया
काल्पी
झाशी
मेवाड
ओर्छा
जैतपूर
बांदा
उदयपूर
सिरोंज
बुंदेलखंड
पन्ना
मंदसोर
सागर
भेलसा
अहमदाबाद
माळवा
उज्जैन
भोपाळ
जबलपूर
आमझेरा
इंदोर
बडोदा
मंडू
डभोई
नर्मदा नदी
मंडला
भडोच
रावेर
खंडवा
तापी नदी
देवगड
बऱ्हाणपूर
महानदी
सूरत
नंदुरबार
एलिचपूर
नागपूर
दमण
वसई
अकोला
चांदा
मुंबई
मुखेड
कारंजा
कल्याण
औरंगाबाद
वऱ्हाड
उंदेरी
जालना
पैठण
अलिबाग
पुणे
अहमदनगर
गोदावरी नदी
दौंड
जंजिरा
श्रीवर्धन
रायगड
लातूर
भीमा नदी
तुळजापूर
हैद्राबाद
अंजनवेल
सातारा
पंढरपूर
गुलबर्गा
मिरज
विजापूर
विजयदुर्ग
कोल्हापूर
कृष्णा नदी
मालवण
सावंतवाडी
गोवा
धारवाड
गदग
कर्नुल
हुबळी
तुंगभद्रा नदी
चित्रदुर्ग
शिमोगा
शृंगेरी
सिरा
कर्नाटक
मंगळोर
बंगळूर
वेल्लोर
मद्रास
श्रीरंगपट्टण
जिंजी
अरबी समुद्र
कालीकत
कावेरी नदी
बंगालचा उपसागर
त्रिचनापल्ली
तंजावर
NOT TO SCALE

संदर्भसूची

१) प्राथमिक साधने

अ) अप्रकाशित मराठी साधने : पुणे पुराभिलेखागारातील संशोधनासाठी निवडलेले कागद-रुमाल क्रमांक १, २, ३, ९ आणि १०.

कोल्हापूर पुराभिलेखागारातील कागदपत्रे (निवडी दप्तर)

रुमाल क्रमांक ११, २६, ३१ आणि ९०.

डेक्कन कॉलेज, पुणे येथील अप्रकाशित कागदपत्रे :

१) डेक्कन कॉलेज संग्रह रुमाल क्र. २७.

२) डेक्कन कॉलेज संग्रह रुमाल क्र. ६०.

अप्रकाशित इंग्रजी साधने – मुंबई पुराभिलेखागार.

1) Public Department Dairy.

2) Dairy No. 10, 11, 12, 14.

3) Secret and Political Deparment Dairy No. 2, 5, 6.

ब) प्रकाशित साधने

१) मराठी साधने

१) आठवले, सदाशिव (सं.) : तुळशीबागवाले दप्तर, भा.इ.सं. मंडळ, पुणे १९९७.

२) खरे ग. ह. (सं.) : हिंगणे दप्तर, खंड १ व २, पुणे १९४५, १९४७.

३) खरे ग. ह. (सं.) : ऐतिहासिक फार्सी साहित्य, खंड ४, भा.इ.सं. मंडळ, पुणे १९५४.

४) चितळे व्ही. सी. (सं.) : पेठे दप्तर, पुणे १९४८.

५) पवार, (डॉ.) आप्पासाहेब (सं.) : ताराबाईकालीन कागदपत्रे, खंड १, कोल्हापूर १९६९.

६) पारसनीस द. ब. (सं.) : ब्रह्मेंद्रस्वामी धावडशीकर चरित्र व पत्रव्यवहार, मुंबई १९००.

७) पुरंदरे, कृ. वा. (सं.) : पुरंदरे दप्तर, खंड १ ते ३, १९२९-३४.

८) सरदेसाई, गो. स. (सं.) : पेशवे दप्तर खंड क्र. ३, ८, ९, १०, १२, १३, १४, १५, १६, १८, २३, ३०, ३१, ३३, ४४ आणि ४५, मुंबई - १९३०-१९३४.

९) वाड, ग. चि. (सं.) : पेशवा रोजनिशी, खंड १ ते ३.

१०) राजवाडे, वि. का. (सं.) : मराठ्यांच्या इतिहासाची साधने, खंड २, ३ आणि ६.

११) बेंद्रे वा. सी. (सं.) : महाराष्ट्रेतिहासाची साधने, खंड २, मुंबई - १९६७.

२) फारसी अनुवादित साधने

(सं.) पगडी, सेतुमाधवराव

१) मराठे व औरंगजेब (मासिरे आलमगिरी) पुणे, १९६३.

२) मराठे व निजाम (उर्दू, फारसी सा.) मुंबई, १९६१.

३) मराठ्यांचे स्वातंत्र्ययुद्ध (खाफीखान) पुणे, १९६२.

४) मुघल आणि मराठे (तारिखे दिल्कुशा - भीमसेन सक्सेना) पुणे, १९६३.

५) अ) मुघल दरबाराची बातमीपत्रे - खंड १, मुंबई, १९७८.
ब) मुघल दरबाराची बातमीपत्रे - खंड २, मुंबई, १९७८.

३) पोर्तुगीज अनुवादित साधने - पोर्तुगीज-मराठा संबंध

(सं.) देसाई, स. शं.
१) करवीर छत्रपती आणि पोर्तुगीज, कोल्हापूर, १९७८.
२) पोर्तुगीज दप्तर खंड ३, मुंबई, १९६८.
३) पोर्तुगेज मराठे संबंध, मुंबई, १९८९.
४) मराठ्यांच्या इतिहासाची साधने, खंड २, मुंबई, १९८९.
५) शिवशाही पोर्तुगीज कागदपत्रे, कोल्हापूर, १९८३.
पिसुर्लेंकर, पां. स. पुणे १९६७.
पोर्तुगेज - मराठा संबंध, पुणे १९६७.

२) दुय्यम साधने (मराठी संदर्भग्रंथ)

१) आपटे दत्तोपंत : लेखसंग्रह, पुणे, १९४५.
२) ओक प्रमोद : पेशवे घराण्याचा इतिहास, पुणे, २००१, (तिसरी आवृत्ती).
३) ओक प्रमोद : बाळाजी विश्वनाथ पेशवे, पुणे.
४) ओक शि. का. आणि का. कृ. लेले : धार संस्थानचा इतिहास, धार, १९३४.
५) ओतुरकर रा. वि. आणि द. वि. आपटे, मराठ्यांचा पत्ररूप इतिहास, पुणे, १९६३ (दुसरी आवृत्ती).
६) कवचाळे कृष्णाजी गंगाधर (संपादक व अनुवाद) पवार विजय, देवास, १९६३.
७) कुलकर्णी अ. रा. आणि ग. ह. खरे : मराठ्यांचा इतिहास, खंड १ व २, पुणे, १९८४-८५.
८) केळकर य. न. : काही अप्रसिद्ध ऐतिहासिक चरित्रे, पुणे २००८. (प्र.आ.) १९६७.
९) केळकर य. न. : वसईची मोहीम, पुणे १९३७.
१०) खरे ग. ह. : लेखसंग्रह १९७२, खंड २, पुणे.
११) खांडगे मंदा : वैभव पेशवेकालीन वाड्यांचे, पुणे, १९९२.
१२) खोबरेकर वि. गो. : गुजरातेतील मराठी राजवट, पुणे, १९६२.
१३) खोबरेकर वि. गो. : मराठ्यांच्या स्वाऱ्यांचे मुक्काम, मुंबई, १९७७.
१४) खोबरेकर वि. गो. : महाराष्ट्राचा इतिहास, मराठा कालखंड भाग-२, मुंबई १९८८.
१५) गर्गे स. मा. : करवीर रियासत, दुसरी आवृत्ती, पुणे, १९८०.
१६) गुप्ता भगवानदास : महाराजा छत्रसाल बुंदेला (हिंदी) आग्रा, १९५८.
१७) गोखले कमल : शिवपुत्र संभाजी, तिसरी आवृत्ती, पुणे, १९८१.
१८) गोगटे चिं. गं. : बाळाजी विश्वनाथ यांचे चरित्र, पुणे, १९०८.
१९) गोडसे द. ग. : मस्तानी, मुंबई, १९८९.
२०) चिटणीस गो. के. : राज्यकर्ते गायकवाड, बडोदे, १९८५.
२१) चौबळ ज. स. : असे होते मोगल, मुंबई, १९८२.

२२) जाधव रंगुबाईसाहेब (कैसर-ए-हिंद) : मोगलमर्दिनी ताराबाई, शहापूर,१९४६.
२३) जोशी शं. पु. : मराठ्यांच्या सत्तेचा उत्तरेकडील विस्तार, पुणे, १९३७.
२४) जोशी शं. पु. : राजस्थान महाराष्ट्र संघर्ष, धुळे, १९४३.
२५) जोशी सु. ह. : चिमाजीआप्पा, पुणे, १९९३.
२६) जोशी ल. ना. : बाळाजी विश्वनाथ पेशवे यांचे चरित्र, १९३३.
२७) जोशी ल. ना. : थोरले बाजीराव पेशवे यांचे चरित्र, १९३५.
२८) टेंबे भा. म. : हिंदुस्थानचा सागर विक्रम, मुंबई, १९४३.
२९) ढबू दा. गो. : कुलाबकर-आंग्रे सरखेल, अलिबाग, १९३९.
३०) तेंडुलकर महेश : हिंदु देवालयातील पोर्तुगीज घंटा, पुणे, २००८.
३१) दिघे वि. गो. : मराठ्यांच्या उत्तरेकडील मोहिमा, पुणे, १९३३.
३२) दीक्षित म. श्री. : प्रतापी बाजीराव, पुणे १९७९.
३३) दीक्षित म. श्री. : बाळाजी विश्वनाथ, पुणे १९९३.
३४) देसाई स. शं. : पोर्तुगीज – मराठा संबंध, मुंबई, १९८९
३५) देशमुख शारदा : शिवशाहीतील व पेशवाईतील स्त्रीजीवन, पुणे, १९७३.
३६) पंडित भवानीशंकर : महाराष्ट्राच्या जीवनातील स्थित्यंतर, पुणे, १९६९.
३७) पवार जयसिंगराव : महाराणी ताराबाई, कोल्हापूर, १९७५.
३८) पारसनीस द. ब. : ब्रह्मेंद्रस्वामी धावडशीकर चरित्र आणि पत्रव्यवहार, मुंबई, १९००.
३९) पारसनीस द. ब. : मराठ्यांचे आरमार, मुंबई, १९०४.
४०) पारसनीस द. ब. : मराठ्यांचे पराक्रम : बुंदेलखंड प्रकरण, सातारा, १८९५.
४१) पिंगुळकर व्ही. पी. : सावंतवाडी संस्थानचा इतिहास, सावंतवाडी, १९११.
४२) पिसुर्लेकर पां. स. : पोर्तुगीज – मराठे संबंध, पुणे, १९६७.
४३) पित्रे का. ग. (निवृत्त ब्रिगेडियर) : मराठ्यांचा युद्धेतिहास, दुसरी आवृत्ती, पुणे, २००४.
४४) पुरंदरे कृ. वा. : चिमणाजी बल्लाळ उर्फ चिमाजी आप्पा, पुणे, १९४८.
४५) पुराणिक श. श्री. : पेशवा पहिला बाजीराव, खंड १ आणि २, पुणे – १९९९.
४६) बेहेरे ना. के. : पहिले बाजीराव पेशवे, मुंबई, १९३०.
४७) भावे वा. कृ. : पेशवेकालीन महाराष्ट्र, पुणे, १९३५.
४८) शेजवलकर त्र्यं. शं. : निजाम-पेशवे संबंध, पुणे, १९६३.
४९) सरदेसाई गो. स. : मराठी रियासत खंड १ ते ३ (नवीन आवृत्ती) मुंबई, १९८९-९२.
५०) सरदेसाई गो. स. : मराठ्यांच्या राज्यकथा, मुंबई, १९४५.

२) दुय्यम इंग्रजी साधने (इंग्रजी संदर्भग्रंथ)

1) Acworth, H. A.: Ballads of the Marathas, Newyork, 1894.
2) Andhare B. R. : Bundelkhand under the Maratha's, Nagpur, 1984.
3) Apte B. K. : History of the Maratha Navy and Merchantship, Bombay, 1973.
4) Chandra Satish : Parties and Politics at the Mughalcourt, 1707-1740, New Delhi, 1973.

5) Danvers F. C. : History of the Portuguese in India, 1894.
6) Desai Sudha V. : Social life in Maharashtra under the Peshwa, Bombay, 1980.
7) Dighe V. G. : Peshwa Bajirao I and Maratha Expansion, Bombay, 1944.
8) Duff James Cunningham Grant : History of the Marathas, E.D.J.M. Edwards, London, 1921.
9) Gorden Stewart : Marathas Marauders and State Formation in 18th Century, Delhi, 1994.
10) Gupta Beni : Maratha Penetration in to Rajasthan, Delhi, 1979.
11) Gupta Bhagwandas : Life and Times of Maharaj Chatrasal Bundela, New Delhi, 1980.
12) Gupta K. S. : Mewad and the Maratha Relations, Delhi, 1971.
13) Kincaid C. A. and D. B. Parasnis : History of the Maratha People, Vol. I to III, London, 1918, 1922 and 1925 (OUP).
14) Mahajan T. T. : Industry Trade and Commerce during Peshwa period, Jaipur, 1989.
15) Mahajan T. T. : Maratha Administration in the 18th Century, New Delhi, 1990.
16) Malgaonkar Manohar : Kanhoji Angrey Maratha Admiral, Bombay 1969.
17) Mujumdar R. C. : Maratha Supremacy, Vol. III, Bombay, 1977.
18) Nadkarni R. V. : Rise and Fall of the Maratha Empire, Bombay, 1966.
19) Nairne Alexander : History of Konkan, Bombay, 1894.
20) Palsokar R. D. (Col.) : Bajirao, An Outstanding Cavalary General, Delhi, 1996.
21) Parvate V. T. : Portuguse - Maratha Relations, Bombay, 1983.
22) Ranade M. G. : Rise of the Maratha Power, Bombay, 1900.
23) Sardesai G. S. : Main Currents of Maratha History, Bombay, 1933.
24) Sardesai G. S. : New History of the Maratha, Vol. I to III (2nd Edn.) New Delhi, 1986.
25) Sarkar J. N. : Fall of the Mughal Empire, 2nd Edition, Vol. IV, Culcutta, 1949.
26) Sarkar J. N. : History of Aurangazib, Vol. I - V, Culcutta, 1912-1928.
27) Sarkar J. N. : Shivaji and His Times, 6th Edition, Culcutta, 1961.
28) Sen S. N. : Administrative System of the Marathas, 2nd Edition, Culcutta, 1925.
29) Sen S. N.: Military System of the Marathas, 2nd Edition, Culcutta, 1979.
30) Sharma S. R. : Founding of the Maratha Freedom, Bombay, 1964.
31) Singh Raghubir : Malwa in Transition, Bombay, 1936.
32) Sinha H. N. : Rise of the Peshwas, Allahabad, 1931.

33) Shrinivasan C. K. : Bajirao the First - The Great Peshwa, Bombay, 1961.

34) Yusuf Hussain : Nizam-ul-Mulk Asaf Jah, Bombay, 1963.

३) नियतकालिके (Journals)

१) भारत इतिहास संशोधक मंडळ, पुणे – त्रैमासिके वर्ष १३, अंक २, वर्ष २१, अंक २,३

२) भारतीय इतिहास आणि संस्कृती, मुंबई
   १) त्रैमासिक वर्ष २, अंक ५
   २) त्रैमासिक वर्ष ३, अंक १०
   ३) त्रैमासिक वर्ष १०, अंक ३८
   ४) त्रैमासिक वर्ष १४, अंक ५४

३) मासिक नवभारत, वाई, फेब्रुवारी १९६९

४) लोकप्रभा (साप्ताहिक), मुंबई २८/०५/१९९४ ते ०३/०६/१९९४ (मराठा इतिहास विशेषांक)

५) 'वीरश्री' बाजीराव विशेषांक, पुणे २०००

६) 'सह्याद्री' – बाजीराव विशेषांक, पुणे १९४०

7) Indian History Congress Proceedings (1955)

8) Indian History Congress Proceedings (1956)

9) Indian History Congress Proceedings (1972)

४) अप्रकाशित प्रबंध

अभंग, चंद्रकांत : संक्रमणकालीन राजस्थान, पुणे विद्यापीठ, पुणे, २००१.

लेखक-परिचय

संपूर्ण नाव	:	श्री. रमेश हरिभाऊ कांबळे
जन्म तारीख	:	२० एप्रिल १९६१
जन्मस्थळ	:	अहमदनगर, महाराष्ट्र
शिक्षण	:	एम.ए., एम.फिल. (इतिहास), पीएच.डी.
व्यवसाय	:	नोकरी; गेली ३३ वर्षे रत्नागिरीच्या गोगटे-जोगळेकर महाविद्यालयात इतिहास विषयाचे प्राध्यापक.

ग्रंथसंपदा :

- आशिया खंडातील राष्ट्रवाद विशेष संदर्भ-जपान, यशवंतराव चव्हाण महाराष्ट्र मुक्त विद्यापीठ विद्या प्रकाशन, नाशिक, १९९२.
- फ्रेंच क्रांती, यशवंतराव चव्हाण महाराष्ट्र मुक्त विद्यापीठ विद्या प्रकाशन, १९९२.
- आधुनिक चीन आणि जपान (सहलेखन) (सहलेखक-डॉ. प्रभाकर देव).
- प्राचीन भारत-एस.एन.डी.टी. विद्यापीठ, प्रकाशन, मुंबई.
- आधुनिक भारताचा सामाजिक, आर्थिक आणि सांस्कृतिक इतिहास, एस.एन.डी.टी. प्रकाशन, मुंबई.
- इतिहास लेखन शास्त्र-एस.एन.डी.टी. विद्यापीठ प्रकाशन, मुंबई (प्रकाशनाच्या वाटेवर).
- स्वातंत्र्यवीर सावरकरांचे रत्नागिरीतील सामाजिक कार्य, डायमंड पब्लिकेशन्स, पुणे, २०१६

प्रकाशित शोधनिबंध	:	• मराठा कालखंड, आधुनिक महाराष्ट्र आणि कोकणचा इतिहास याविषयी संशोधक, धुळे, इतिहास आणि संस्कृती, मुंबई येथे प्रकाशित. तसेच वेगवेगळ्या परिषदांच्या शोधनिबंध संग्रहातून एकूण २४ शोधनिबंध प्रकाशित. • विश्व चरित्रकोश खंड ४ आणि ५मध्ये एकूण ३७ चरित्रात्मक नोंदींचे लेखन. • मराठी विश्वकोश खंड २०मध्ये ३ नोंदी.
पुरस्कार	:	स्मिता पब्लिकेशन्स-गुहागर, रत्नागिरी यांचा इतिहास-लेखनासाठी दिला जाणारा 'सम्राट अशोक प्रियदर्शनी पुरस्कार २०१५'.
विशेष मानसन्मान : पदे	:	• आजीव सभासद : रत्नागिरी शिक्षण संस्था, रत्नागिरी. • आजीव सभासद : अखिल महाराष्ट्र इतिहास परिषद. • आजीव सभासद : शिवाजी विद्यापीठ इतिहास प्राध्यापक परिषद. • कार्यकारिणी सभासद : अखिल महाराष्ट्र इतिहास परिषद. • महाराष्ट्र राज्य माध्यमिक व उच्च माध्यमिक शिक्षण मंडळाच्या इतिहास अभ्यास मंडळाचे सदस्य :- २००३-२००८ आणि २००८-२०१३. • मुंबई विद्यापीठ इतिहास अभ्यास मंडळाचे सदस्य :- (कुलगुरू नियुक्त) २००४-०५ व २००५-०६. • शिवाजी विद्यापीठ इतिहास प्राध्यापक परिषदेच्या फेब्रुवारी २००९च्या कुरुंदवाड अधिवेशनात मध्ययुगीन सत्राचा विभागीय अध्यक्ष. • २००६ ते २००९ या काळात रत्नागिरीच्या गोगटे-जोगळेकर महाविद्यालयाचे उपप्राचार्य (कला शाखा). • जिल्हाधिकारी, रत्नागिरी नियुक्त रत्नागिरी जिल्हा केबल नियंत्रण कक्षाचे सदस्य. • सदस्य, इतिहास संकलन समिती (रत्नागिरी जिल्हा).

www.ingramcontent.com/pod-product-compliance
Lightning Source LLC
LaVergne TN
LVHW050625051026
849532LV00002B/276
* 9 7 8 8 1 8 4 8 3 6 3 9 4 *